அரும்பு

எம்.வி. வெங்கட்ராம்

விஜயா பதிப்பகம்
20, ராஜ வீதி,
கோயம்புத்தூர் - 641 001.
www.vijayapathippagam.org

அரும்பு

ARUMBU

ஆசிரியர் : **எம்.வி. வெங்கட்ராம்**

முதல் பதிப்பு : **ஆகஸ்ட்** 2021

விஜயா பதிப்பகம்

20, ராஜ வீதி, கோயம்புத்தூர் - 641 001.

0422 - 2382614 / 90470 87058

vijayapathippagam2007@gmail.com

ஒளியச்சு / புத்தக வடிவமைப்பு : **ஐரிஸ் கிராபிக்ஸ், கோவை.**

அட்டை வடிவமைப்பு : **சு. கதிரவன்**

அச்சாக்கம் : **ஜோதி எண்டர்பிரைசஸ், சென்னை - 5.**

ISBN - **81-8446-976-4** / பக்கம் : 656 / **விலை : ரூ.** 600/–

மனங்களின் உருவகம் ‘அரும்பு’

நீண்ட காலத்துக்குப் பிறகு எம்.வி. வெங்கட்ராம் படைத்த ‘அரும்பு’ மறுபதிப்புக் காண்கிறது. தமிழ் இலக்கியச் சூழலில் இது அதிசயமல்ல. அரிய படைப்புகள் சில வாசகர் நினைவுக்கும் வாசிப்புக்கும் எட்டாமல் போவதும், சில பன்முறை பதிப்புக் காண்பதும் இங்கே நடைமுறையாக இருந்து வருகிறது. நல்ல பதிப்பாளர்களும் தேர்ந்த வாசகர்களும் இருந்த போதிலும் இந்த வழக்கம் வழக்கொழிந்து போய்விடவில்லை.

எம்.வி. வெங்கட்ராம் எண்பதாண்டுகள் (1920 - 2000) வாழ்ந்து நித்ய கன்னி, வேள்வித்தீ, காதுகள் முதலிய சிறந்த நாவல்களையும் அற்புதமான சிறுகதைகளையும் தந்த உன்னதமான எழுத்தாளர். மணிக் கொடியில் தொடங்கிய இலக்கியப் பயணம் செவிப்புலன் அற்று கட்புலனும் அற்றுப் போகிற காலம் வரை தொடர்ந்தது.

எழுத்து அவரை ஒரு மாயப் பிசாசைப் போல் ஆட்டி வைத்தது. பதினாறு வயதில் எழுதிய ‘சிட்டுக் குருவி’ மணிக்கொடியில் வெளிவந்தது. கு.ப.ரா., ந.பிச்சமூர்த்தி போன்ற மகாரதர்கள் வாழ்ந்து கொண்டிருந்த கும்பகோணம் - இந்தச் சின்ன வயதுப் படைப்பாளியை உச்சி மோந்து உலாவவிட்டது. அந்தப் பெரும் படைப்பாளிகள் ‘சிட்டுக் குருவி’யை இலக்கிய வானில் உவந்து பறக்க விட்டார்கள். மணிக் கொடியில் மட்டும் பதினெட்டுச் சிறுகதைகள் வெளிவந்தன.

பட்டு சரிகைத் தொழிலில் கைநிறையச் சம்பாதித்த காலத்திலும் தொழிலுக்குச் சமமாக, ஏன் தொழிலை விடவும் இலக்கியம் அவரை ஆட்கொண்டது. மற்றவர்களுக்கும் களம் அமைத்துத் தருகிற வகையில் 'தேனீ' என்ற இதழைக் கரிச்சான் குஞ்சுவுடன் இணைந்து நடத்தினார். தேனீ அவர் பொருளாதாரத்தையும் சேர்த்துக் கொட்டி விட்டுப் பறந்தது. வறுமையை சற்றும் வருத்தமில்லாமல் ஏற்றுக் கொண்ட எம்.வி.வியை இலக்கிய வெறி விட்டு விலகவே இல்லை. துன்பங்களும் துயரங்களும் விடாது சூழ்ந்த போதும் உற்ற தோழமையாக இலக்கியத்தையே ஏற்றுக் கொண்டது அயர்வில்லாத எழுத்துக் கலைஞரின் இதயம். நெடிய வாழ்க்கையின் ஏற்ற இறக்கங்கள் எதுவும் அவரை இலக்கியத்தி லிருந்து விலக்கும் வல்லமை அற்றவை ஆயின. அவரோடு நெருங்கிப் பழகிய கவிஞர் ரவி சுப்பிரமணியம் குறிப்பிடுவது போல, 'கைம்மாறு கருதாமல் அவர் சதா நமக்காக ஏதோ நெய்து கொண்டே இருந்தார், தம் நடுங்கும் விரல்களால்'.

அவருடைய புனைவுலகத்தில் ஓரளவு பயணம் செய்தாலே புரிந்து விடும் - மனிதர்களூடே அல்ல, மனங்களினூடே சஞ்சரிக்கிறவர் எம்.வி.வி என்பது. மனங்களில் அலை பாய்கிற உணர்வுகளைத் தான் இன்றைய பாத்திரமானாலும், இதிகாசப் பாத்திரமானாலும் அவர் முன் வைக்கிறார். அதற்குச் சரியான எடுத்துக்காட்டாக 1993 இல் சாகித்ய அகாதெமி விருது பெற்ற 'காதுகள்' நாவலைச் சுட்டிக் காட்டலாம்.

'காதுகள்' நாவலின் கதைத் தலைவன் மகாலிங்கத்துக்குத் திடீரென விசித்திரமான ஓசைகள் கேட்கத் தொடங்குகின்றன உள்ளிருந்து மட்டுமின்றி வெளியிலிருந்தும் குரல்கள் ஒலிக்கின்றன. அவை அச்சுறுத்தும் ஆபாசமாக இருந்தன. மெல்ல மெல்லத் தன்னைச் சுற்றிக் கற்பனை செய்ய முடியாத கோர உருவங்கள் சூழ்ந்திருப்பதாக உணர்கிறான். இந்த அடிப்படையை வைத்துக்

கொண்டு மனப்பிரம்மைகள், பேதலிப்புகள், மயக்கங்கள் என்ற அவஸ்தைகளுக்கு ஆட்பட்டுப் போகிறான். ஒரு சுயசரிதை போல அமைந்திருக்கும் காதுகள் எம்.வி.வியின் படைப்புகளில் மற்றொரு பரிமாணமாகின்றன.

இப்படிக் களம் வேறு, காலம் வேறு எனத் தம் நாவல்களை வெவ்வேறு அனுபவங்களாக உருவாக்கியுள்ள இவருடைய அறுநூறுக்கும் மேற்பட்ட பக்கங்கள் கொண்ட பெரிய நாவல் 'அரும்பு'. இந்த நாவலிலும் மாதவன், மஞ்சுளா, நீலகண்டன், சரசா என்ற முதன்மைப் பாத்திரங்களின் மன ஓட்டங்களின் வழியாகப் புனைவு விரைந்தோடுகிறது. காதல் ஒவ்வொரு மனதிலும் ஒவ்வொரு வண்ண ஊற்றாக வடிவம் கொள்கிறது. அரும்பு போல் ரகசியங்களை வைத்திருக்கும் மனம் அது வெடித்து நறுமணத்தை வெளியிடுவது போல் தன் உள்ளத்தை வெளிப்படுத்துகின்றது. மனங்களின் உருவகமே 'அரும்பு'.

நுண்ணுணர்வுகளை ஒவ்வொரு மனதிலும் புகுந்து வெளியே கொண்டு வருவது மட்டுமே எழுத்துக் கலைஞனின் பணி என்பதை எடுத்துக் காட்டுகிறது 'அரும்பு'. வாசித்து இதை உணரும்போது கலை மனதை நாம் கண்டு கொள்கிறோம். ஏன் இப்படி சரசாவின் மனம் தொழிற்படுகிறது என்று நாம் திடுக்கிடுகிறோம். ஆனால் அந்த அபூர்வ வார்ப்பு இயற்கையாக அமைந்து விடுகிறது.

'என்னைத் தேடிக் கண்டுபிடிக்கவே நான் எழுதுகிறேன்' என்பது எம்.வி.வி சொல்லியிருக்கும் கருத்து. இதனைக் கண்டறிவதே வாசகனின் தேடலாகிறது.

ஒரு மகா கலைஞராக விளங்கிய எம்.வி. வெங்கட்ராமின் நூல்களை மீண்டும் தமிழ் மனங்களுக்கு விருந்து வைக்கிற பணியில் கோவை விஜயா பதிப்பகம் ஈடுபட்டிருப்பது மகிழ்ச்சியும் நெகிழ்ச்சியுமாக விளங்குகிறது. பதிப்பகத்தை எப்படிப் பாராட்டினாலும் தகும்.

குடந்தை நகரின் கோபுரங்கள் போலவே உயர்ந்த மனம் கவிஞர் ரவிக்கு. கும்பகோணத்துப் படைப்பாளிகளை முன்னிறுத்தி அவர் ஆற்றி வரும் அரும்பணிகளில் ஒன்று 'அரும்பு' நாவலை வெளியிட அவர் மேற்கொண்ட முயற்சி. என் அன்புக்கு என்றும் உரிய கவிஞருக்கு என் பாராட்டுக்களும் வாழ்த்துக்களும்.

பொள்ளாச்சி   **சிற்பி பாலசுப்பிரமணியம்**
06.04.21

பதிப்புரை

வாசகப் பெருமக்களுக்கு வணக்கம்.

வாழ்வையே எழுத்தாகவும் எழுத்தையே வாழ்வாகவும் கொண்டு விளங்கிய மகத்தான படைப்பாளி எம்.வி. வெங்கட்ராம் அவர்கள்.

எம்.வி.வியின் படைப்புகள் அவை வெளிவந்த காலத்திலேயே மக்களைச் சென்றடைந்து கொண்டாட்டத்துக்கு உள்ளாகவில்லை, பொருளாதார ரீதியாக அவருக்கும் வெற்றியைத் தரவில்லை என்ற போதிலும் படைப்பின் தரத்தால், அவரின் படைப்புகளில் மிளிர்ந்த நேர்த்தியான கலைத்தன்மையால் காலம் கடந்து ஏற்றுக் கொள்ளப்பட்டு வாசிக்கப்பட்டு விளக்கிக் கூற முடியாத அக அனுபவங்களைத் தந்து கொண்டிருக்கின்றன என்பதை நான் அறிகிறேன்.

அவரின் 'நித்யகன்னி'யைப் படித்தவர்கள் அவரின் எல்லாப் படைப்புகளையும் படித்துவிட வேண்டும் என்றே ஆவல் கொள்வார்கள். அந்த அளவிற்கு மனித மனத்தின் நுட்பங்களை தனது தனித்துவமான கவித்துவ மொழியில் விவரிக்கிற தேர்ந்த படைப்பாளி எம்.வி.வி.

அகமொழியால் எழுதப்பட்ட அவரின் நாவல்களில் இருந்து மாறுபட்ட இயல்பான அழகுநடை கொண்ட 'அரும்பு' என்கிற இந்நவீனம் மனித மனத்தின் உணர்வுகள் நிகழ்த்தும் விளையாட்டு.

இந்த விளையாட்டு தரும் வாசிப்பின்பம் வாழ்க்கை முழுவதும் தொடர்ந்து வரக்கூடியது.

மனித மனத்தோடு தொடர்ந்து பேசிக் கொண்டிருக்கிற எம்.வி. வெங்கட்ராம் பற்றி அரியதொரு ஆவணப்படம் எடுத்திருக்கிற கலை இயக்குநர். திரு. ரவி சுப்பிரமணியத்தின் முயற்சியால், எம்.வி. வியின் நூற்றாண்டில் மீண்டும் 'அரும்பை' மலரச் செய்திருக்கிறது எங்கள் விஜயா பதிப்பகம் அதன் மணம் இலக்கிய உலகம் முழுவதும் பரவும் என்கிற நம்பிக்கையோடு... வாழ்த்துக்கள்.

நல்ல இலக்கியங்களை இனம்கண்டு என்றும் ஆதரிக்கிற வாசகப் பேருள்ளங்களுக்கும், இந்த நூலுக்கு அழகிய அணிந்துரை அளித்திருக்கிற பெருங்கவிஞர் சிற்பி பாலசுப்ரமணியம் அவர்களுக்கும் எங்கள் பேரன்பு.

அன்புடன்
மு. வேலாயுதம்

1

உலகம் குளிர்ந்திருக்கட்டும் என்பதற்காகத்தான் போலும் முதல்நாள் இரவு நிதானமாக மழை பெய்தது. காலையில் கண் விழித்த கதிரவன் அந்தத் தண்மையின் சுகத்தை அனுபவித்துக் கொண்டே எழுந்தான். தோட்டத்தில் இருந்த மரம் செடி கொடிகள் எல்லாம் சூரியன் தீண்டிய சுகத்தால் மெய்சிலிர்த்து நீர்த் துளிகள் சிந்தின. வேப்ப மரத்தின் மீது அமர்ந்திருந்த இரண்டு காகங்கள் தம்மேனியைச் சிலுப்பிக்கொண்டு 'ஃகொற்... ற்...ற்' என்று மகிழ்ச்சியின் துஷ்டத்தனத்தை வெளியிட்டன. மயிலாசனத்துப் பாதுஷா போல் தன் அடர்த்தியான வால்மீது உட்கார்ந்தவாறு மஞ்சுளாவை நோக்கி அஞ்சி விழித்தபடி ஒரு கொய்யாக் கனியைக் கொறித்துக் கொண்டிருந்த அணில், அவள் தற்செயலாகச் சற்று அசைந்ததால் 'வீல்' என்று கத்திக் கொண்டே ஓடியது. சிறிது நேரத்தில் துணை சேர்த்துக் கொண்டு ஒன்றின் வாலை மற்றொன்று கடிக்க முயலுவதாய் ஓடிப் பிடித்துக் கொண்டிருந்தன. அவைகளின் சந்தடியைக் கேட்டுத்தானோ என்னவோ மரங்களிலிருந்து கூட்டமாய்க் கிளம்பிய சிட்டுக்குருவிகள் ஆகாயத்தில் சற்று நீந்திய பின் மீண்டும் மரங்களோடு ஒன்றின. கலியாண வீட்டின் கலகலப்பும் அழகும் தோட்டத்தில் நிறைந்திருந்தன. துளிர்க்கும் தளிர்களும் இதழ் பிரிக்காத அரும்புகளும் மலர்ந்த மலர்களை நோக்கிப்

புன்னகை செய்ததைப் பார்த்துக் கொண்டிருந்த மஞ்சுளாவின் மனத்தில் ரசமயமான அமைதி நிரம்பியது. கனவு காணும் பருவம்; கனவு சிருஷ்டிக்கும் சூழ்நிலை மஞ்சுளா கனவு காணத் தொடங்கினாள்.

கழுத்தில் நெளியும் பாம்புடன் கனவில் வந்தவன் - நீலகண்டனா? நீலகண்டனேதான்; டாக்டர் நீலகண்டன்; கழுத்தில் தவழ்ந்தது பாம்பல்ல, ஸ்டெதஸ்கோப். அந்த ரப்பர் குழாயை அவள் மார்பில் பொருத்தி பொருத்தி பொருத்தி...

அவளுக்கு வேறு ஒன்றும் புரியவில்லை; பகலில் காணும் நெட்டைக் கனவினால் அவள் இளமை பூரித்தது; ஒரு புல்லரிப்பு ஏற்பட்டது; உடல் எல்லாம் சிவக்க அவள் சிரித்து விட்டாள் வாய் விட்டு.

தன் சிரிப்பொலி கேட்டு அவளுக்குத் தன் உணர்வு வந்தது. தனியாக உட்கார்ந்து பைத்தியக்காரி போல் தானாகச் சிரித்துக் கொண்டதை யாராவது கேட்டிருப்பார்களோ என்று வெட்கியவளாய்ச் சுற்றிலும் பார்த்தாள். அவள் அஞ்சியது போலவே எதிரில் நின்றாள் ஸரஸா.

"தனியாக உட்கார்ந்து நீயே சிரித்துக் கொள்கிறாயே என்ன விசேஷம்? வரப்போகிற மாப்பிள்ளையை நினைத்துச் சிரித்துக் கொண்டிருந்தாயா?" என்று கேட்டாள் ஸரஸா.

கனவைக் கணத்துக்குள் மறைத்துக்கொண்டு "அட! ஸரஸா கிருஷ்ணமூர்த்தி அவர்களா? வாருங்கள் வாருங்கள்! எப்போது இந்த ஊருக்கு விஜயம் செய்தாற் போலவோ?" என்றாள் மஞ்சுளா.

"ராத்திரி வந்தேன்... பைத்தியம்போல் சிரித்துக் கொண்டிருந் தாயே ஏன் என்று சொல்லு..."

"முல்லை அரும்பைப் பார்த்தேன்; ஏதோ தோன்றியது; சிரித்து விட்டேன்."

‘‘அரும்பு வெடித்ததும் அதற்குள்ளிருந்து மாப்பிள்ளை வெளியே குதித்ததாய்த் தோன்றியதோ?’’

மஞ்சுளா சிரித்தாள்: ‘‘அரும்புக்குள் மாப்பிள்ளை ஒளிந்திருப் பானா? மாப்பிள்ளைப் பேச்சை விடு. அரும்புக்குள் எவ்வளவு கனவுகள் இருக்கின்றன; பூத்ததும் அந்தக் கனவுகளின் வாசனை...’’

‘‘இரண்டு மணி நேரம் வாசனை வீசிவிட்டுக் கசங்கிச் சாகிறது; என்னிடமே கதை அளக்கிறாயே. இந்த அரும்புக்குள் இருந்த கனவு என்னவோ?’’ என்று ஸரஸா மஞ்சுளாவை அணைத்துக் கொண்டாள். ‘‘கலியாணம் முடிவாகி விட்டதாமே; எல்லாம் உன் இஷ்டப்படிதானே?’’

‘‘ஏது என் மாப்பிள்ளையை நீ விடமாட்டாய் போல் இருக்கிறதே! நீ ஒவ்வொரு கேள்வியாகக் கேட்டு சொல்லிக் கொண்டிருப்பதற்குப் பதிலாக நானே மொத்தக் கதையும் சொல்லிவிடுகிறேன். சோழ நாட்டின் தலைநகரும் பாடல் பெற்ற ஸ்தலமும் ஆகிய தஞ்சாவூர் என்னும் திருப்பதியிலே ...’’

‘‘அம்மா தாயே! நான் ஸ்தல புராணம் கேட்கவில்லை! விஷயத்தைச் சொல்லாமல் ...’’

‘‘விஷயமோ பெரிசு; மாப்பிள்ளையோ ராஜாக்கள் வாழ்ந்த நகரத்தைச் சேர்ந்தவர். தடபுடலாகச் சொல்ல வேண்டிய விஷயத்தைத் தடபுடலாகத்தானே சொல்ல வேண்டும்? தஞ்சாவூரில் பாதி நம் மாப்பிள்ளைக்குச் சொந்தம். பழைய அரண்மனை வெட்கித் தலைகுனியும்படி பெரிய பங்களா; அதற்குள் எவ்வளவோ பாதாள அறைகள்; அங்கெல்லாம் நவரத்தினங்கள்தான் வெளிச்சம் தருமாம்; விளக்கே ஏற்றமாட்டார்களாம்; தங்கத்தையும் வெள்ளியையும் காலால் உதைத்துக் கொண்டேதான் நடக்க வேண்டுமாம். பங்களாவின் வாசலில் ஏன் என்று கேட்டால் பதில் சொல்ல ஒரு பியூக்கும் எப்படி என்றால் ஓடிவர ஒரு கெடிலாக்கும் காத்துக் கிடக்குமாம்...’’

''கதையை மத்தியானம் சாப்பாட்டுக்குள் முடித்து விடுவாயா?'' என்று குறுக்கிட்டாள் ஸரஸா.

''அவ்வளவு நேரம் ஆகாது. அப்பாவின் பூசை முடிந்ததும் கூப்பிடுவார்கள். இதோ முடித்து விடுகிறேன். கதை இல்லை; நிசம்தான். மாப்பிள்ளை மிகவும் பெரிய பணக்காரர். அப்பாவுக்கு ஒரே சந்தோஷம். எப்படியாவது இந்த வரனை ஸெட்டில் செய்து விடவேண்டும் என்று தீர்மானித்துவிட் டார். போன திங்கள்கிழமை அவர்கள் பெண் பார்க்க வருவதாகச் சொல்லியிருந்தார்கள். அப்பா நிமிஷத்துக்கு ஒருமுறை என் அதிர்ஷ்டத்தைப் பாராட்டிக் கொண்டிருந்தார். அவர்கள் வரும்போது நான் எப்படி நடக்க வேண்டும்; பார்க்கவேண்டும், பேசவேண்டும் என்று அவரே எனக்குச் சொல்லித்தர ஆரம்பித்து விட்டார். பையனை அவர் வருணித்த விதம் எனக்கே மலைப்பாக இருந்தது. பணத்துக்குப் பணம்; கண்ணுக்கும் நிறைவு. படிப்பு என்னவோ பள்ளிக்கூடத்தில் தான் இருந்தது. உன் கணவர் படித்துவிட்டு இஞ்சினியராகத்தானே சேவகம் செய்கிறார்? உன் இஞ்சினியர் போல நூறு பேருக்குச் சம்பளம் தருகிற அளவுக்கு அந்தஸ்து இருக்கும்போது படிப்பு எதற்கு? வரட்டும் பார்த்து விடுவோம் என்று நானும் ஆவலாக இருந்தேன்.''

''இவ்வளவுக்கும் நீ எனக்கு ஒரு கடிதம்கூட எழுதவில்லை பார்த்தாயா?'' என்று குறைபட்டுக் கொண்டாள் ஸரஸா.

''அப்படியெல்லாம் லேசாக எழுதுகிற செய்தியா இது? ஒரு தந்தியே கொடுத்து உன் வயிற்றெரிச்சலைக் கொட்டிக் கொள்ள வேண்டும் என்று இருந்தேன்; அதற்குள் நீயே வந்து குதித்து விட்டாய்; இப்போது நேரில் கேட்டுப் பொறாமைப்பட்டு உயிரை விடு.''

''சரி பெண் பார்க்க யார் யார் வந்தார்கள்?''

''சுலபமாய்க் கேட்டுவிட்டாயே! பத்து வாழை மரங்கள், இரண்டு தேங்காய்க் குலைகள், இருபது வெள்ளித் தட்டுகள், ஐந்து கார்கள்...''

"மனிதர்கள் யாரும் வரவில்லையா?"

"வராமல்? நான் மாடியிலிருந்து மெதுவாக இல்லை வேகமாக எட்டிப் பார்த்தேன். இரண்டு டவாலிகளுக்கு இடையில் வந்தவரைச் சுலபத்தில் புரிந்து கொண்டேன். மாப்பிள்ளை என்றால் மாப்பிள்ளை. பச்சைப் பசேல் என்று பட்டுச் சட்டை; வெள்ளை வெளேரென்றுவெண்பட்டு; வேட்டி தெருவைக்கூட்டிக்கொண்டிருந்தது. மாப்பிள்ளையின் தலையை இன்றைக்கெல்லாம் பார்க்கலாம்; கிரீடம் வைத்தாற்போல் பிடரிவரை புரண்ட 'டோபா கிராப்' உலகத்தில் உள்ள முறுக்குகளை எல்லாம் சேர்த்து முறுக்கினாற் போல் அவர் வந்த தோரணை கண்கொள்ளாக் காட்சிதான்..."

"கேலி செய்கிறாயா? நிசமாக..."

"சொச்சத்தையும் கேட்காமல் அவசரப்படுகிறாயே! எனக்கோ ஒரே பரவசமாக இருந்தது. மாப்பிள்ளையின் நடை அழகுதான் என்னை மிகவும் கவர்ந்தது. எந்தப் போர்க்களத்தில் வாள் வெட்டுப்பட்டதோ வலது காலை விட இடது கால் மூன்று அங்குலம் கட்டை. கொஞ்சமாகத்தான் விந்தி நடந்தார்; பட்டு வேட்டி தெருவைக் கூட்டிய மர்மம் இதுதான். அதனால் என்ன? இவ்வளவு பெரிய பணக்காரர் கொஞ்சம் நொண்டக் கூடாதா என்ன?"

"மஞ்சு! காலை நேரத்தில் பித்தம் தலைக்கு ஏறி உளறுகிறாயா?"

"பேசாமல் கேட்கிறாயா இல்லையா?" என்று அதட்டி விட்டுத் தொடர்ந்தாள் மஞ்சுளா.

"அப்பாவுக்குத் தலை கால் புரியவில்லை. எல்லாரையும் அமர்க்களமாக வரவேற்றார். பையனுடைய தாயாரும் இரண்டு பெண்களும் என்னைக் கடைக் கண்களால் பார்த்தார்கள். படித்திருக்கிறாயா என்று கேட்டாள் ஒருத்தி. இங்கிலீஷ்வரை படித்திருக்கிறேன் என்று நான் சொன்னதைக் கேட்டு அவர்களுக்கு மிகவும் திருப்தி ஆகிவிட்டது. பிறகு அப்பாவின் கட்டளை வந்தது.

அம்மாவோடு நானும் பலகாரத் தட்டை எடுத்துக்கொண்டு பார்வையாளர்கள் முன்னால் போனேன். மாப்பிள்ளை என்னை வேட்டையாடப் போகிறவர் போல் முறைத்தார். 'சரி அம்மா நீ உள்ளே போகலாம்' என்று அப்பா சொன்னதும் நான் மெதுவாகத் திரும்பினேன் - என் நடையைப் பார்த்து அப்பாவுக்குத் தூக்கி வாரிப் போட்டிருக்கும். 'என்னம்மா மஞ்சுளா! காலில் ஏதாவது சுளுக்கா! ஒரு மாதிரியாக நடக்கிறாயே?' என்றார் வந்திருந்தவர்களைச் சமாதானம் செய்யும் எண்ணத்துடன். 'ஒன்றும் இல்லையே அப்பா; எப்போதும் போலத்தானே நடக்கிறேன்' என்று சொல்லி அழகாய் நொண்டிக் கொண்டே என் அறைக்குப் போய்விட்டேன்.''

''அடி போக்கிரி ! இவ்வளவு குறும்பு செய்யத் தெரியுமா உனக்கு? அப்புறம் என்ன நடந்தது?''

''ஒன்றும் நடக்கவில்லை. எல்லாமே நொண்ட ஆரம்பித்து விட்டது. வந்தவர்களுக்கு ஒரே கோபம்; பெண்ணும் அப்பாவும் கூடி அவர்களை அவமதித்து விட்டதாய். வாழை தென்னை தட்டுகள் மனிதர்கள் எல்லாம் மறைந்துவிட்டன.''

''அப்பா கோபித்துக் கொள்ளவில்லையா?''

''கோபமா? ஒரே ரகளைதான் போ. என்னால் அவருக்கும் கெட்ட பெயர் என்று கத்தினார். படித்த பெண்ணுக்கு இவ்வளவு அல்பபுத்தி எப்படி வந்தது என்று ஆச்சரியப்பட்டார். தஞ்சாவூர்ப் பக்கம் இனி தலை வைத்துக்கூடப் படுக்க முடியாது. அங்கே போனால் உயிரோடு திரும்பவும் முடியாது என்று கவலைப்பட்டார். 'இனி உன்னோடு பேச மாட்டேன்' என்று சபதம் செய்தார்; ஒருநாள் எனக்குத் தெரியும்படி சாப்பிடாமல் இருந்து பார்த்தார். நான் குனிந்த தலை நிமிரவில்லை. மூடின வாயைத் திறக்கவில்லை. யார் எது கேட்டாலும் மௌனம் சாதித்தேன். அழுகிறவள் போல முகத்தை மார்புக்குக் கீழே தொங்கப் போட்டுக் கொண்டு அப்பாவைப் பார்க்கும் போதெல்லாம் கண்களைக் கசக்கு கசக்கு என்று கசக்கினேன். அழ

வேண்டும் என்று எத்தனையோ செய்து பார்த்தேன். வேணும் என்கிறபோது இந்த அழுகை எங்கோ தொலைந்து போய்விடுகிறது! இரண்டு நாளாகத்தான் அப்பா என்னோடு பேசுகிறார். அவருக்கு ரொம்ப வருத்தம்; இவ்வளவு நல்ல வரனை விட்டிருக்கக் கூடாது என்று.''

''எப்படி உனக்கு இந்த விஷம புத்தி வந்தது? பிடிக்கவில்லை என்றால் அதைச் சொல்வதை விட்டு வந்தவர்களை இப்படி அவமதிக்கலாமா?''

''போடீ! நான் திட்டமிட்டு வேண்டும் என்றா அப்படிச் செய்தேன்? பலகாரத்தட்டு எடுத்துப் போகும்போதுகூட எனக்கு அந்த எண்ணம் இல்லை. திரும்பும்போது அந்த நிமிஷம் அப்படி ஒரு யோசனை வந்தது. எவ்வளவு அழகாய் நொண்டினேன் தெரியுமா?''

மஞ்சுளா எழுந்து நொண்டிக் காட்டியதைப் பார்த்த ஸரஸாவுக்குத் தாங்கமுடியாத சிரிப்பு வந்தது; இளமையின் அந்தச் சிரிப்பு தோட்டத்தின் அழகோடு எவ்வளவு பாந்தமாக இசைந்தது!

2

எந்தச் சிரிப்பும் ஓயவேண்டியது தானே? தோழிகளின் உல்லாசமும் அடங்கியது.

''அது சரி; நீ இங்கே வந்து போய் ஆறு மாசம்கூட ஆகவில்லை; மறுபடியும் இப்போது என்ன திடீர் விஜயம்? உன்னை விட்டுப் பிரிந்திருக்க உன் கணவருக்கு எப்படித்தான் மனசு வருகிறதோ?''

பேச்சின் போக்கு மாறியதும் புகைபடிந்த கண்ணாடி போல் ஸரஸாவின் முகத்தில் ஓர் அசடு படர்ந்தது: ''சும்மாத்தான் வந்தேன்'' என்றாள்.

"ஏதாவது மனத்தாங்கல் பண்ணிக்கொண்டு வந்தாயா? என்ன விஷயம்? சும்மா ஒருத்தி பிறந்த வீட்டுக்கு வருவாளா?"

ஸரஸா பெருமூச்சுடன் சொன்னாள்: "பிறந்தால் பணக் காரியாகப் பிறக்க வேண்டும்; இல்லாவிட்டால் ஏழையாகப் பிறக்கவேண்டும்; என்னைப்போல் இரண்டும் கெட்டான்களுக்கு என்றைக்கும் கஷ்டம்தான்."

"பிறகு தத்துவம் பேசலாம்; விஷயத்தைச் சொல்லு."

"சீர்வரிசைகள் சரியாகச் செய்யவில்லையாம். ஆயிரம் ரூபாயுடன் வரும்படி மாமியார் உத்தரவு; அங்கே இருக்க விடவில்லை."

"பழைய கதைதானா? உன் கணவர் வீட்டுக்கு மூத்தப் பிள்ளை; படித்தவர்; இஞ்சினியர். மாமனாரும் 'ரிடையர்' ஆனவர்; அவர்கள்கூட இந்தக் கொடுமைக்கு ஒப்புக்கொண்டார்களா?"

இந்த விஷயத்தைப் பற்றி விரிவாகப் பேச விரும்பாதவள் போல் ஸரஸா சுருக்கமாகப் பதில் அளித்தாள்: "மாமனாருக்கு மனைவியிடம் பயம்; பிள்ளைக்குத் தாயிடம் பயம்."

"அதற்காக? கண்கூடவா குருடாகிவிடும்? இந்த அழகுக் கொள்ளையைவிட உன் புருஷருக்குப் பணமும் தாயும் பெரிதாகப் படுகிறதா?... அவராவது உன் மீது பிரியமாக இருக்கிறாரா? இல்லை..."

ஸரஸா தலைகுனிந்தாள்: "இல்லை என்று எப்படிச் சொல்வது? ரயிலுக்கு அவர்தான் கூட வந்தார். டிக்கெட் வாங்கியதும் கலங்கி விட்டார். இரண்டு கைகளையும் பிடித்துக் கொண்டு 'ஸரஸு! அம்மாவையும் சமாதானம் செய்ய வேண்டி இருக்கிறது. எப்படியாவது நீ அப்பாவிடம் பணத்துக்கு ஏற்பாடு செய். இரண்டு மூன்று மாதத்தில் நான் திருப்பித் தருகிறேன். என்னை நம்பமாட்டாயா?' என்று சொல்லும்போதே அழ ஆரம்பித்துவிட்டார்."

''அந்த ஆண் சிங்கத்துக்குத் தைரியம் சொல்லிவிட்டு ஊருக்கு வந்துவிட்டாய். அப்படித்தானே? ஊருக்குப் போக முடியாது பணம் கொண்டு வரவும் முடியாது என்று நீ ஏன் பிடிவாதம் செய்யக்கூடாது.''

''எனக்குத் தோன்றவில்லை; வந்துவிட்டேன். நேற்று ராத்திரி வந்தேனா? வழியிலேயே மழை. வீட்டுக்கு வந்தால் அம்மாவுக்குக் காய்ச்சல்; கிடையாகக் கிடக்கிறாள்; என்னைப் பார்த்ததும் அப்பா வாயிலிருந்து வார்த்தையே வரவில்லை; அம்மா கண்ணீர்விட ஆரம்பித்தாள். 'மஞ்சுளாவின் தகப்பனாரிடம் உன் கல்யாணத்துக்கு வாங்கிய ஐயாயிரத்துக்கு என்ன வழி என்று தெரியவில்லை; வட்டியாவது தரச் சொல்லி அவர் நெருக்குகிறார். நீ ஆயிரம் வேண்டும் என்று வந்து நிற்கிறாயே அம்மா! கடவுள்தான் காப்பாற்ற வேண்டும்!' என்று அப்பா தலையில் கை வைத்துக்கொண்டு உட்கார்ந்து விட்டார்.''

''பாவம்; அவர் என்னதான் செய்வார்?''

''கடைசியில் உன் தகப்பனாரைக் கேட்பது என்று முடிவு செய்தோம். வீட்டின் பேரில் ஐயாயிரம் பெந்தகமாய்க் கொடுத்திருக் கிறாரா? மேலே ஓர் ஆயிரம் வேண்டும். நீ சொல்லித்தான் ஏற்பாடு செய்ய வேண்டும்.''

''பணம் இருக்கட்டும் ஸரஸு. உன் வீட்டுக்காரர் இவ்வளவு...''

''மஞ்சுளா, உன்னைப்போல் எனக்குப் பின்பலம் இருந்தால் நானும் பேசுவேன். சில சமயம் ஆத்திரம் வரும்; தாறுமாறாகப் பதில் சொல்லலாம் என்று நினைப்பேன். ஆனால் தைரியம் வராது.''

''நான் மட்டும் உன் கணவனாக இருக்க வேண்டும். ஒரு நிமிஷம் பிரியச் சம்மதிப்பேனா? தினம் கொஞ்சம் கொஞ்சம் விண்டு சாப்பிட்டுவிடுவேன்!'' என்று கூறிக் கொண்டே மஞ்சுளா தோழியின் உடல் முழுவதும் கிள்ளினாள்.

"சீ போ!" என்று கூச்சத்துடன் ஒதுங்கினாள் ஸரஸா. இருவருடைய முகத்திலும் மீண்டும் களிப்பு தழைத்தது.

மஞ்சுளா சொன்னது உண்மை.

தோழிகள் பக்கத்து வீட்டுக்காரிகள்; ஒத்த வயதினர்; சில மாதங்கள் முன்னோ பின்னோ இருபது வயது இருக்கும் ஒருத்தியின்றி மற்றொருத்தியைக் காண முடியாது; அவ்வளவு நெருங்கிய நட்பு. கல்லூரியில் 'இண்டர்' படித்ததோடு இருவரும் சேர்ந்தாற்போல் படிப்பை நிறுத்திக் கொண்டார்கள்.

இருவரில் யார் அழகு என்று எளிதில் முடிவு செய்ய இயலாது. இருவரும் இருவகை அழகு. மஞ்சுளா கொடி போல் துவளுவாள்; ஸரஸா அரசமரம் போல் கம்பீரமாக இருப்பாள்; மஞ்சுளாவைவிட ஒரு பிடி அதிக உயரம். மஞ்சுளாவுக்கு ஒற்றை நாடியான உடல். இயற்கை அவளுக்குக் கஞ்சத்தனமாய்ச் சதை அளித்திருந்தது; நல்ல சிவப்பு. ஸரஸா மாநிறம். இயற்கை வள்ளலாகி அவளுக்குச் சதை வழங்கியிருப்பதாய்த் தோன்றினாலும் அதிலும் கணக்குப் பிசகாத ஓர் அளவு இருப்பதைக் காணலாம். மஞ்சுளா சொன்னதுபோல் விண்டு உண்ணத் தோன்றும் உடல் அமைப்பு. மஞ்சுளாவுக்குப் பெரிய விழிகள்; ஆனால் அவைகளில் சஞ்சலம் காண முடியாது; ஸரஸாவுக்குச் சின்னக் கண்கள்; அவைகளில் ஏக்கம் வழியும். அவளுடைய கூந்தல் ஒரு விசேஷம்; குதிகால்வரை தொங்கித் தரையைத் தீண்ட முயலும் கூந்தலை வியப்பாக வியப்பாள் மஞ்சுளா.

இருவரும் வாயாடிகள்; நினைக்கத் தெரிந்தவர்கள். நினைப்பிலேயே வாழ்கிறவர்கள்.

சிறிது நேரம் மௌனமாக இருந்த பின் மறுபடியும் மஞ்சுளாதான் பேசத் தொடங்கினாள்; "கன்னிகளுக்குக் கல்யாணம் ஆகவில்லையே என்ற ஏக்கம்; கல்யாணம் ஆனவர்களுக்குக் கணவரின் பரிவு இல்லாத ஏக்கம் …"

"மஞ்சு எப்படியாவது உன் தகப்பனாரிடம் சொல்லி பணத்துக்கு வழி செய்கிறாயா?"

"செய்யாமல்?" என்று பெருமூச்சுவிட்டாள் மஞ்சுளா: "அப்பாவைத்தான் உனக்குத் தெரியுமே. பணம் என்றால் பத்து மைல் ஓடிவிடுவார். ஏதாவது கயிறு திரித்து அவரை இணங்க வைக்க வேண்டும். அதை நான் பார்த்துக் கொள்கிறேன். ஆனால் நீ எனக்கு ஒரு உறுதி தரவேண்டும்."

"என்ன அது?"

"எப்படியாவது தனிக் குடித்தனம் வைக்க முயற்சி செய். அது முடியவில்லை என்றால் அவர்கள் மறுபடியும் பணம் கேட்டால் நீ ஒப்புக்கொள்ளக்கூடாது. அந்த இடத்தைவிட்டு நகரவும் கூடாது. சரிதானே?"

சம்மதித்துத் தலையாட்டினாள் ஸரஸா.

அவர்கள் பேச்சைக் கேட்டுக்கொண்டே வெயில் வெம்மை யுண்டது. காகங்களும் குருவிகளும் சந்தடி செய்யவில்லை. ஓடிப் பிடித்துக்கொண்டிருந்த அணில்களையும் காணோம்.

"உன் கல்யாண விஷயம் என்னதான் ஆகிறது?"

"கல்யாணம் செய்து கொள்ளாமல் இருந்து விடுவேன் என்று நினைக்கிறாயா? ஒரு மாமியார்க்காரி; இரண்டு மூன்று நாத்தனார்கள்; ஒரு அப்பாவி மாமனார்; மூன்று நாலு முரட்டு மைத்துனர்கள்; அசட்டு வீட்டுக்காரர் இத்தனை பேரையும் ஆட்டிக் குலுக்க வேண்டும் என்று எனக்கும் ஆசையாக இருக்கிறது. எப்போது காலம் வருகிறதோ பார்ப்போம்!" என்று ஆழ்ந்து மூச்சு விடுவதுபோல் பாசாங்கு செய்தாள் மஞ்சுளா.

"பார்ப்போமே!" என்றாள் ஸரஸா புன்னகையுடன்; "உன் நாடியைப் பார்க்கிற டாக்டர்..."

எம்.வி. வெங்கட்ராம்

''மஞ்சுளா! அப்பா கூப்பிடுகிறார்'' என்று வீட்டுக்குள்ளிருந்து வந்த தாயின் குரலைக் கேட்டு எழுந்த மஞ்சுளா ஸரஸாவையும் இழுத்துக்கொண்டு வீட்டுக்குள் ஓடினாள்.

3

பூசையையும் காலைச் சிற்றுண்டியையும் முடித்துக் கொண்ட ஜகந்நாதன் சோபாவில் சுகமாகச் சாய்ந்தவாறு தம் ஏஜெண்ட் பசுபதியிடம் தத்துவ விசாரம் செய்து கொண்டிருந்தார். நாள் முழுவதும் பணத் தியானம் செய்ய வேண்டியவர்; காலை நேரத்தில் பூசை நேரத்துக்குப் பிறகு சிறிது நேரம் நல்ல விஷயமாகப் பேசி வைத்துவிடலாமே என்பது அவர் எண்ணம்; பிறகு பிழைப்புக் காக இந்த நாக்கு எத்தனை பொய் பேசவேண்டி இருக்குமோ? ஏஜெண்ட் பசுபதி மேஜையடியில் உட்கார்ந்து ஜகந்நாதன் சொல்லு வதைக் கவனித்துத் தன் அறிவைப் பண்படுத்திக் கொண்டிருந்தான்; இங்கு அறிவு என்பதற்கு தனக்குப் 'படி அளக்கும்' முதலாளியின் மனசை மகிழ்விப்பது என்றுதான் பொருள்.

ஜகந்நாதன் தத்துவ விசாரம் செய்வதைக் கேட்டு ஆனந்திப் பதற்காக மட்டும் அல்லாமல் அவர் செய்யும் தொழில்கள் எல்லாம் பெருகி அவர் பெரிய புள்ளி ஆவதற்குத் துணை புரியவென்றே அந்த அறையில் தெய்வங்கள் எல்லாம் கூடி இருந்தன. செல்வத்தின் அதிதேவதையான தனலட்சுமி, அவளை நெஞ்சில் சுமக்கும் நாராயணன், அவனுடைய பல அவதார விசேஷங்கள் - பிள்ளையார், முருகன் முதலிய பழைய கடவுள்களோடு மகாத்மா காந்தி என்ற புதிய கடவுளின் படமும் அங்கு காட்சி அளித்தது. அந்தத் தெய்வங் களைப் பரவசப்படுத்திய ஊதுவத்தி, சந்தன மணம் அறையில் நுழைகிறவர்களுக்கு 'நாம் லட்சுமி புத்திரனின் அறையில் கால் வைக்கிறோம்' என்ற நினைப்பைத் தானாகவே உண்டாக்கும்.

வாழ்க்கையில் வெற்றி பெற்றவர்கள் என்ற ‘லிஸ்டில்’ ஜகந்நாதனைச் சேர்க்க வேண்டும். மிகவும் எளியவராக ஏழாவது வகுப்பு வரை படித்த கல்வி ஞானத்தோடு உலகத்தில் செயலாற்றப் புகுந்தவர் அவர். ஒரு மளிகைக் கடையில் ‘எடுபிடி’ப் பையனாகச் சேர்ந்து, நம் தானியங்களை நவரத்தினங்களாக மாற்றும் நுட்பங்களை எல்லாம் கசடறக் கற்றுத் தேர்ந்து, இருபதாவது வயதில் வேறொரு மளிகையில் முதல் போடாது உழைக்கும் கூட்டாளியாகச் சேர்ந்து, இரண்டே ஆண்டுகளில் முதல் போட்ட பாகஸ்தரை ஊரைவிட்டே விரட்டிவிட்டுக் கடைக்குச் சொந்தக்காரர் ஆகி யுத்த காலத்தில் உணவுப் பொருள்களை விந்தைப் பொருள்களாக்கி அவர் செல்வம் குவித்ததெல்லாம் பழைய கதைகள். ஓர் எல்லை வரை செல்வம் சேர்ந்த பிறகு அது தானாகவே குட்டி போடத் தொடங்கியது. கெட்டிக்காரரான அவர் தொழிலில் சர்க்காரின் குறுக்கீடும் தொல்லையும் அதிகரிக்கவே தொழிலைச் சுருட்டி விட்டார். வேண்டிய அளவு நிலமும், வாடகை வருமானம் தரக்கூடிய வகையில் வீடுகளும் வாங்கிக் கொண்டார்; இந்த வருவாய்களைக் கொண்டு அவர் திருப்தி அடைந்துவிடவில்லை. கையில் ரொக்கம் வைத்துக்கொண்டு சரியான ஈட்டின் பேரில் வட்டிக்குப் பணம் கொடுத்துத் தன் செல்வத்தை வளர்த்து வந்தார் அவர். இந்தத் தொழிலுக்காக அவர் லைசென்ஸ் எதுவும் வாங்கவில்லை. ஐயாயிரம் பதினாயிரம் மதிப்புள்ள பவுன் வைர நகைகளை ‘ஈடாக’க் கொடுத்து இரண்டாயிரம் நாலாயிரம் கடன் வாங்குகிறவன் அதை ஏன் வெளியில் சொல்லிக்கொள்கிறான்? வட்டி விகிதம் எல்லாம் உலக நடப்புப்படிதான்; மூவாயிரம் ரூபாய்க் கடன் மூன்று ஆண்டுகளில் பதினாயிரம் ஆகும்; அவ்வளவுதான். நிலத்திலிருந்தும் வீடுகளிலிருந்தும் கிடைக்கும் வருமானத்தைவிட இந்த வட்டி வருமானம்தான் ஜகந்நாதனுக்கு அதிகம்; ஆனால் அது கணக்கில் வராத ‘கறுப்பு’ வருமானம். வட்டியும் வாடகையும் வசூலிப்பது ஏஜெண்ட் பசுபதியின் பொறுப்பு; கிராமத்து மேற்பார்வைக்காக வேறொரு ‘கணக்குப் பிள்ளை’ இருந்தார்.

ஜகந்நாதனுக்கு வாழ்க்கையில் ஒரே குறிக்கோள் பணம் சேகரிப்பதுதான். ஆனால் அவரைக் கருமி என்று கூற முடியாது. பிறருக்குக் கொடுக்க எளிதில் மனம் வராது என்றாலும் தனக்கும் தன் கும்பத்தாருக்கும் தேவைக்கும் சௌகரியத்துக்கும் ஒரு குறையும் வைத்துக்கொண்டவர் அல்ல. அவருக்கு வாய்த்த மனைவி கட்டுப்பெட்டி அல்ல என்றாலும் அவரை அனுசரித்து நடப்பவள். அவர்களுக்கு மாதவன் என்றொரு பையன். மஞ்சுளா என்னும் பெண்; வேறு குழந்தைகள் இல்லை. பெண் 'இண்டர்' படித்ததோடு நிறுத்திக்கொண்டாள்; மாதவன் சென்னையில் ஒரு நெசவாலையில் வேலைக்கு இருந்தான்; பி.ஏ. பட்டதாரி; தொழில் கற்று வரட்டும் என்பதற்காகத்தான் அவனை ஜகந்நாதன் சென்னைக்கு அனுப்பி வைத்திருந்தார்.

''ஏன் பசுபதி நீதான் எந்தக் காலட்சேபத்துக்கும் தவறாமல் போகிறவன் ஆயிற்றே; பகவத் கீதையில் கண்ணன் உபதேசிப்பது துவைதமா அத்துவைதமா?''

பசுபதிக்கு வீட்டு அல்லல்கள் அதிகம்; இரவில் தூக்கம் வராதபோது காலட்சேபங்களும் பிரவசனங்களும் கேட்பதைப் புண்ணியமாய்க் கருதுகிறவன். சித்தர்களை வழிபட்டு அவர்கள் பாடல்களுக்குப் பொருள் தேடுவதாய்க் கூறிக் கொள்கிறவன், உண்மையாகவே இந்தமாதிரி விஷயங்களைப் பற்றி அவனுக்கு ஓரளவு கேள்வி ஞானம் இருந்தது. ஆனால் எஜமானரின் கருத்துக்கு மாறாக எதையும் சொல்லிவிடக் கூடாதே என்பதற்காக மௌனம் சாதித்தான். சரியான கேள்வி ஞானம்கூட இல்லாமல் அரைகுறைப் படிப்பை வைத்து முதலாளி 'விசாரணை' செய்வதை நன்றாகப் புரிந்து கொண்டவன் அவன்.

''பதில் சொல்லாமல் மரமாட்டம் நிற்கிறாயோ கண்ணன் துவைதம்தான் பேசுகிறான். தர்மம் அழியும்போது தான் பிறந்து

தர்மத்தை நிலைநாட்டுவதாய்ச் சொல்கிறானே அதற்கு என்ன அர்த்தம்? ஜீவாத்மாவும் பரமாத்மாவும் ஒன்று என்றால் ஜீவாத்மாவைக் காப்பாற்ற பரமாத்மா தனியாக எங்கிருந்து வரமுடியும்?''

''முதலாளியும் பசுபதியும் ஒன்று என்று சொல்வதுபோல் இருக்கிறது; அது எப்படி இரண்டும் ஒன்று ஆக முடியும்?'' என்று முதலாளியின் பேச்சுக்குப் பலம் கொடுத்தான் பசுபதி.

''பகவான் வேறு; மனிதர்கள் வேறு என்பதைக் காட்டத்தான் பக்தி வழி ஏற்பட்டது. சுவாமியை நம் இஷ்டத்துக்கு அலங்கரித்து பூசை செய்து சந்தோஷப்படுத்துகிறோம்.''

''உண்மை ஐயா'' என்று பலமாகத் தலையாட்டினான் பசுபதி.

''குற்றம் செய்யாத மனிதர் யார்? கடவுள் கருணைக் கடல். தினம் கொஞ்ச நேரமாவது அவரை நன்றி உணர்ச்சியோடு நினைக்க வேண்டாமா?''

''நினைக்காதவன் மனித ஜன்மமே அல்ல!'' என்று பசுபதி ஆமோதிக்கும்போது லட்சுமிதேவி அங்கு பிரசன்னமானாள்.

லட்சுமி ஜகந்நாதனின் பாரியாள்; எழுதப்படிக்கத் தெரியா விட்டாலும் அனுபவ ஞானம் உடையவள். தன்னால்தான் குடும்பம் முன்னுக்கு வந்தது என்று உறுதியாக நம்புகிறவள். ஜகந்நாதன் சொத்தில் மூன்றில் ஒரு பாகம் அவள் பெயரில்தான் இருந்தது; சீதனமாக அவள் கொண்டு வந்த நகை நட்டுகள் (உண்மையாக அவள் பிறந்த வீட்டிலிருந்து ஒரு 'நட்டுக்' கூடக் கொண்டு வர வில்லை; அவள் பெற்றோர் என்றைக்கும் அன்னக்காவடிகள்தான்) விருத்தியாகி வட்டி சேர்க்கிறது என்பதாக ஜகந்நாதன் ஒரு தனிக் கணக்கு ஜோடனை செய்து வைத்திருந்தார். தன் சொத்து எவ்வளவு என்கிற கணக்கே அவளுக்குத் தெரியாது. ஆனால் கணவரைப் போல் தானும் ஒரு பணக்காரி என்று அவளுக்கு நன்றாகத் தெரியும்.

ஜகந்நாதனுக்கு எதிரில் இருந்த ஒரு சோபாவில் உட்கார்ந்து கொண்டே அவள் கூறினாள்: 'காலையில் இரண்டு மணி நேரம் பூசை செய்தாயிற்று; வாடகை, வட்டி என்று பாக்கி நேரம் போகிறது. குடும்பத்தைப்பற்றிக் கவலைப்படுவதற்குத்தான் உங்களுக்கு நேரமில்லை...''

"குடும்பத்தை ஆண்டவன் நடத்துகிறான். மரம் வைத்தவன் தண்ணீர் ஊற்றுகிறான். நாம் அதில் கவலைப்படுவதற்கு என்ன இருக்கிறது? பற்று வைக்காமல் நாம் நம் வேலைகளைச் செய்வோம்; பலன் தருவது ஆண்டவன் பொறுப்பு. கண்ணன் அப்படித்தான் சொல்லுகிறான்; இல்லையா பசுபதி?''

"ஆமாம் ஐயா! நமக்கு என்ன கவலை? ஆண்டவன் நமக்கு ஒரு குறையும் வைக்கவில்லை. பையன் மதராசிலே பெரிய உத்தியோகத்தில் இருக்கிறார். ஒரேஒரு கவலை, நம் மஞ்சுளாவுக்கு நல்ல இடமாகப் பார்த்து...!''

"போயும் போயும் பெற்றாளே ஒரு பெண்ணை!'' என்று சீறினார் ஜகந்நாதன்.

"பெண்ணுக்கு என்ன குறைந்து விட்டது?''

"ஒரு குறையும் இல்லை. பெண் பார்க்க வந்தவர்களைப் பரிகாசம் செய்து துரத்தினாளே அந்தக் குரங்குத்தனம்தான் ஏராளமாக இருக்கிறது; படித்தப் பெண்ணாக லட்சணமாய் ''

"நொண்டியையோ ஊமையையோ கட்டிக்கொள்ள வேண்டும்; அப்படித்தானே? இவ்வளவு சொத்து சேர்த்து வைத்துக் கொண்டு என்னதான் செய்யப் போகிறீர்கள்? ஏழைப் பிள்ளை யானாலும் நல்லவனாக லட்சணமாயிருப்பவனுக்குக் கொடுத்தால் என்ன?''

"நம் அந்தஸ்துக்கு"

"அந்தஸ்து பார்த்துத்தான் இரண்டு பிள்ளை பெறுகிற வயசாகியும் கல்யாணம் ஆகாமல் இருக்கிறது. இருக்கிறது ஒரு பெண்; இவளைக் கட்டிக்கொடுக்கக் கையால் ஆகவில்லை -"

"இப்போதே கல்யாணத்தை நடத்திவிடுவது என்று முடிவு கட்டிக்கொண்டு வந்திருக்கிறாயா?"

"இன்னும் பத்து வருஷம் போய் நமக்கு அறுபதாம் கல்யாணம் நடக்கும்போது சாவகாசமாக யோசிக்கலாம். பெண்ணுக்கு வயசு ஆக ஆக எனக்கு வயிற்றில் நெருப்பு வைத்தாற் போல் இருக்கிறது -"

"நானும் சும்மா இருக்கிறேனா?"

"சும்மா இல்லாமல் ஆடிக்கொண்டிருக்கிறீர்களே! கையில் இருக்கிற வெண்ணெயை விட்டு-"

"எது வெண்ணெய்? அந்த டாக்டரைத்தானே சொல்கிறாய்? வெண்ணெயா அது? சுண்ணாம்பு!"

"வெண்ணெயோ சுண்ணாம்போ? பெண்ணுக்கு இஷ்டம் என்றால் நமக்கு என்ன வந்தது? அவளையே கூப்பிட்டுக் கேட்போமோ!" என்று எழுந்தவள்தான் மஞ்சுளாவுக்குக் குரல் கொடுத்தாள்.

தோட்டத்தை ஒட்டினாற்போலிருந்த அறையில்தான் ஜகந்நாதனுடைய ஆத்ம திருப்திக்கான கணக்குகள் இருந்தன; அந்த அறையில்தான் அவர்கள் பேசிக்கொண்டிருந்தனர். சர்க்காருக்குக் காட்ட வேண்டிய கணக்குப் புத்தகங்கள் வீட்டின் முன்பகுதியில் வேறு அறையில் இருந்தன.

4

மஞ்சுளாவுடன் ஸரஸாவும் அறைக்குள் வரவே பேச்சின் திசை மாறியது. மனைவியுடன் மல்லுக்கு நிற்கவேண்டிய தொல்லை தவிர்ந்தது பற்றி ஜகந்நாதன் திருப்தி அடைந்தார்.

''வா ஸரஸா, எப்போது வந்தாய் ? சும்மா அந்த நாற்காலியில் உட்காரு'' என்று ஸரஸாவை உபசரித்தார் அவர்.

''ராத்திரி வந்தேன். நான் இங்கே வந்தபோது நீங்களும் மாமியும் பூஜையில் இருந்தீர்கள்.''

''இப்போது என்ன திடீரென்று வந்திருக்கிறாய்? ஏதாவது விசேஷமா?''

''அதெல்லாம் ஒன்றும் இல்லை, அம்மா. இவளுடைய வீட்டுக்காரருக்கு உத்தியோக விஷயமாக வெளியூர் கேம்பாம். திரும்பி வர பதினைந்து நாளாகுமாம். அதுவரை இங்கே இருக்கலாம் என்று வந்திருக்கிறாள்'' என்று விளக்கம் கொடுத்தாள் மஞ்சுளா .

''என்ன ஸரஸா , அங்கே சௌகரியங்கள் எல்லாம் எப்படி? இஞ்சினியர் உன் மேல் பிரியமாக இருக்கிறான் அல்லவா?'' என்று கேட்டாள் லட்சுமி.

''இவள் அழகுக்குத் தாசனாக இருக்கமாட்டானோ?'' என்றார் ஜகந்நாதன்.

''எப்படியோ சந்தோஷமாக இரு அம்மா. நீ ரொம்பவும் அதிர்ஷ்டசாலி.''

ஸரஸா பதில் சொல்வதற்கு என்ன இருந்தது? அவள் அதிர்ஷ்டம் அவளுக்குத்தானே தெரியும்? அவள் மஞ்சுளாவோடு ஒண்டிக்கொண்டாள்.

"எனக்கும் ஒரு திருப்தி. கல்யாண சமயத்தில் உன் தகப்பனார் எப்படித் தவித்துப் போனார் என்கிறாய்? வரன் பார்த்து எல்லாம் முடிவாகிவிட்டது. கையில் பணம் இல்லை. என்னிடம் ஓடி வந்தார். அவர் வந்த நேரத்தில் என் கையிலும் பணம் இருந்ததே, அது உன் அதிர்ஷ்டம்தான். நல்ல காரியத்துக்கு என் பணம் பிரயோசனப்பட்டதில் எனக்கும் திருப்திதான்."

செய்ததைத்தான் ஜகந்நாதன் சொல்லிக்கொண்டிருந்தார். மிகவும் நயமாகவும்தான் சொல்லிக் கொண்டிருந்தார். என்றாலும் அவர் சொற்கள் ஸரஸாவை முட்களாய்த் தைத்தன.

"ஆபத்தில் உதவிய பணம்; நாங்கள் வட்டியும் அதிகம் கேட்கவில்லை" என்றாள் மஞ்சுளா.

அவளுடைய பேச்சில் இருந்த கிண்டலைக் கவனிக்காத ஜகந்நாதன் சொன்னார்: "உன் தகப்பனாருக்கு நீயும் சொல்லு ஸரஸா. நான் அசல்கூடக் கேட்கவில்லை. வட்டி மட்டும் கொடுக்கும் படிக் கேட்கிறேன். இதோ அதோ என்று போக்கு காட்டுகிறார். அப்புறம் எல்லாம் சேர்ந்து சுமையானால் அவருக்குத்தானே கஷ்டம்?"

ஸரஸாவின் முகம் வாடியதைக் கண்ட லட்சுமி குறுக்கிட்டாள்; "பொழுது போக்க வந்த இடத்தில் இந்தக் குழந்தையிடம் இதெல்லாம் என்ன பேச்சு?" என்று கணவரைக் கடிந்து கொண்டாள்.

"அப்பாவுக்குப் பணத்தைத் தவிர வேறு பொழுதுபோக்கு என்ன இருக்கிறது?"

"தாயும் மகளும் சேர்ந்துவிட்டீர்களா? சரி நான் பேசவில்லை, பசுபதி! நீ போய் வேலையைக் கவனி. நாள்பட்ட பாக்கியை எல்லாம் கண்டித்து வசூல் செய்."

"இதோ புறப்பட்டேன்" என்று துண்டை உதறித் தோளில் போட்டுக்கொண்டு வெளியேறினான் பசுபதி.

சில விநாடிகள் யார் என்ன பேசுவது என்பது தோன்றாத ஒரு மௌனம் நிலவியது. அன்றைய தினசரி ஒன்றைப் புரட்டிக் கொண்டிருந்த மஞ்சுளா திடீரென்று ''இதோ பார்த்தீர்களா அப்பா?'' என்றாள்.

''என்ன அது?''

பத்திரிகையில் இரண்டு இணை மணமக்களின் புகைப்படம் வந்திருந்தது.

''இரண்டும் கலப்பு மணங்கள். இப்போதெல்லாம் கலப்பு மணங்கள் அதிகமாக நடக்கின்றன. பேப்பரிலும் நல்ல விளம்பரம் தருகிறார்கள்.''

கலப்பு மணம் பற்றி அவள் இவ்வளவு அக்கறை காட்டுவதன் மர்மம் புரியாமல் எல்லாரும் விழித்தார்கள்.

''கலிகாலம்தானே? எல்லாம் தலைகீழாய் நடக்கும். அதைப் பற்றி நமக்கு என்ன?'' என்றார் ஜகந்நாதன்.

''காலப்போக்கில் அப்படி நடக்க வேண்டியதுதானே? இந்த மாதிரி கல்யாணங்கள் நடந்தால்தான் ஜாதிகள் ஒழியும் என்று எனக்கும் தோன்றுகிறது'' என்றாள் மஞ்சுளா ஒரு சீர்திருத்த வாதியின் குரலில்.

ஸரஸா தனக்குள் சிரித்துக்கொண்டாள். பெற்றவர்கள் மனத்தில் திகில் உண்டாகியது.

''நீ படித்தவள் மஞ்சு. கலப்பு மணங்களால் ஜாதிகள் எப்படி ஒழியும் என்று எனக்குத் தெரியவில்லை. புதிய ஜாதிகள்தான் உண்டாகும். இந்த மாதிரி கல்யாணம் செய்து கொண்டவர்கள் யாரும் சந்தோஷமாக இருப்பதை நான் பார்க்கவில்லை'' என்றார் ஜகந்நாதன்.

"இதெல்லாம் எப்படி நடக்கிறது என்று என்னால் நினைத்துப் பார்க்கக்கூட முடியவில்லை" என்ற லட்சுமியின் குரலில் அருவருப்பு இருந்தது.

"கிணற்றுத் தவளைகளுக்கு இதெல்லாம் புரியாது. முன்பெல்லாம் ஐந்து வயசில் பெண்களுக்குக் கல்யாணம் செய்தார்கள். இப்போதோ முப்பது வயசிலும் மாப்பிள்ளையைத் தேடும் படலம் முடிவாகவில்லை. வருகிற வரனும் ஐயாயிரம் கொண்டுவா, பத்தாயிரம் கொண்டு வா என்றால் கல்யாணப் பெண் கன்னியாகவே நிற்கவேண்டியிருக்கிறது. அதற்குப் பதிலாகப் பெண்கள் தாங்களே மாப்பிள்ளை தேடிக்கொண்டால் அதில் என்ன தப்பு? ஜாதியின் பெயரால்தான் இவ்வளவு அக்கிரமங்களும் நடக்கின்றன. இதைக் கேட்பாரில்லை. கலப்பு மணத்தால் பெண்களுக்குத்தான் நன்மை என்று எனக்குத் தோன்றுகிறது. நீ என்ன சொல்கிறாய் ஸரஸா?"

"என்னை எதற்கு வம்பில் இழுக்கிறாய்?" என்றாள் ஸரஸா.

"உனக்குக் கல்யாணம் ஆகிவிட்டது; இதெல்லாம் உனக்கு வம்பாகத்தான் இருக்கும்" என்று மஞ்சுளா சிரித்தாள்.

"பெண்களுக்குக் காலா காலத்தில் செய்ய வேண்டியதைச் செய்யாவிட்டால் இதுவும் நடக்கும், இன்னும் ஏதாவது கூட நடக்கும்" என்று கணவரை வெறுப்புடன் பார்த்தாள் லட்சுமி.

ஜகந்நாதன் பேசவில்லை; என்றாலும் பெண்ணின் மணத்தை இனியும் தாமதிக்கக்கூடாது என்ற எண்ணம் அவர் நெஞ்சில் ஆழப்படிந்தது.

"மஞ்சு! எனக்கு நேரம் ஆகிறது. உன் அறைக்குப் போகலாம் வாயேன். எனக்கு ஒரு புத்தகம் வேண்டும். எடுத்துக் கொண்டு வீட்டுக்குப் போகிறேன்" என்றாள் ஸரஸா.

அப்போதுதான் வேலைக்காரன் கொண்டுவந்த தபால்களைக் கையில் வாங்கிய ஜகந்நாதன் ''உன் அண்ணன் கடிதம். என்ன எழுதியிருக்கிறான் படி'' என்று ஒரு கடிதத்தை மஞ்சுளாவிடம் கொடுத்தார்.

கடிதத்தைப் படித்த மஞ்சுளா ''அம்மா! அண்ணா நாளைக்கு வருகிறான். பதினைந்து நாள் லீவாம்'' என்றாள்.

''யார் மாதுவா?'' என்ற ஸரஸா தன் குரலில் வெளிப்பட்ட பதட்டத்தை மறைப்பதற்காகக் கனைத்துக்கொண்டாள்.

''ஆமாம் ஸரஸா. நீ மாடிக்குப் போய் உனக்கு வேண்டிய புத்தகத்தை எடுத்துக்கொள். நான் பின்னாலேயே வருகிறேன்.''

ஸரஸா அறையைவிட்டு வெளியில் சென்றதும் மஞ்சுளா தகப்பனாரிடம் சொன்னாள்: ''அப்பா! ஸரஸா சும்மா இங்கே வரவில்லை. ஆயிரம் ரூபாயோடுதான் அவள் திரும்பிப்போக முடியும்.''

''இதென்னடி கஷ்டகாலம்?'' என்றாள் லட்சுமி.

''பாவம்! கல்யாணக் கடனே விருத்தி ஆகிறது. வட்டி கூடக் கட்ட முடியாமல் ராமசாமி சிரமப்படுகிறார். மறுபடியும் ஆயிரத்துக்கு என்ன செய்வார்?''

''ஏன் அப்பா, என்ன செய்வார் என்று நீங்களே கேட்டால்? நாம்தான் கொடுக்க வேண்டும்.''

''மஞ்சுளா, பண விஷயத்தில் எல்லாம் நீ தலையிடக் கூடாது என்று எவ்வளவு முறை சொல்லியிருக்கிறேன்? கல்யாணத்துக்குத் தந்த கடனை வசூல் பண்ண என்ன வழி என்று தெரியவில்லை. மேற்கொண்டு ஆயிரம் தரச்சொல்லி சிபாரிசுக்கு வருகிறாயோ?'' என்றார் ஜகந்நாதன் சற்றுக் கோபமாக.

''சும்மாவா தரப் போகிறோம்? பக்கத்து வீடு; கடன் கொடுத்துக் கொண்டே போனால் அது நம் கைக்கு வந்துவிடுகிறது.''

"அது சரி, மஞ்சுளாவிடம் செலவுக்குப் பணம் வாங்கி வரச் சொன்னேனே, கேட்டாயா?" என்றாள் படுக்கையில் இருந்த தாயார்.

"மறந்துவிட்டேன் அம்மா. சாயங்காலம்தான் அப்பா பணம் வாங்கிவரப் போகிறாரே; அவளை ஏன் அனாவசியமாய்க் கேட்க வேண்டும்?" உண்மையாக ஸரஸா அதை மறக்கவில்லை; புத்தகம் வேண்டும் என்று அவள் மஞ்சுளாவை மாடிக்கு அழைத்ததும் அதை எண்ணித்தான். ஆனால் மஞ்சுளா தன் தந்தையிடம் வீட்டைப் பறித்துக்கொள்ளும் சூழ்ச்சிப் பற்றிப் பேசியதைக் கேட்டபிறகு அவளுக்கு அங்கே நிற்கவும் பிடிக்கவில்லை.

அவளுடைய குமுறல் கோபமாகியது. இனிக்கப் பேசி இழையும் மஞ்சுளாவும் அவள் குடும்பத்தாரும் ஸரஸாவின் குடும்பத்தையே ஒழித்துக்கட்ட முனைந்து விட்டார்களா? ஏன்? ஸரஸாவோ, அவள் குடும்பத்தைச் சேர்ந்தவர்களோ மஞ்சுளாவுக்கோ அவள் குடும்பத்தைச் சேர்ந்தவர்களுக்கோ ஒரு தீங்கும் செய்ய வில்லையே? சூழ்ச்சியும் சூதும் செல்வத்தின் உடன் பிறப்புக்கள் என்றுதான் ஸரஸாவுக்குத் தோன்றியது.

ஸரஸா ஏழை வீட்டுப் பெண்; அவள் தந்தை நகர உயர் நிலைப் பள்ளியில் ஆசிரியர்; பெரிய குடும்பம்; கிடைப்பதைக் கொண்டு 'வாசனையோடு' காலம் தள்ளுகிறார்கள். இந்தக் குடும்பத்தின் அந்தரங்கங்கள் எல்லாம் மஞ்சுளாவுக்குத் தெரியும். தெரிந்துமா இந்தத் துர்ப்புத்தி? கல்யாணத்துக்காக வாங்கிய கடன்; நாம் திருப்பித்தரக் கடமைப்பட்டவர்கள்தான்; ஆனால் கடன் தரும்போதே வீட்டைப் பிடுங்கிக் கொள்ளும் நோக்கத்தோடு தருகிற இதயத்தைப்பற்றி என்ன சொல்லுவது? மஞ்சுளாவின் தந்தைக்கு அந்த எண்ணம் இருந்தால் அதைப் புரிந்துகொள்ள முடியும். ஆனால் குழந்தைப் பருவம் முதல் சேர்ந்து விளையாடிப் படித்துப் பழகிய மஞ்சுளாவின் வாயிலிருந்தா இத்தகைய சொற்கள்வெளிவரவேண்டும்? அவள் காட்டுகிற அன்பு அனுதாபம் எல்லாமே சுயநலத்தின் விளைவுகளா? ஒரு பெண்ணிடம் இவ்வளவு பாசாங்கு இருக்க

எம்.வி. வெங்கட்ராம்

முடியுமா? அது பாசாங்கு அல்ல; இயற்கை. மஞ்சுளாவுக்கு மட்டும் அல்ல; அவள் குடும்பத்தாருக்கே அது இயற்கை. கொடுமை புரிவது அவர்கள் இயற்கை! பிறரைத் துன்புறுத்தி மகிழ்வது அவர்கள் இயற்கை!

குமுறுகின்ற மேகங்களுக்கு இடையில் விளையாடும் மின்னலென மாதவனின் உருவம் ஸரஸாவின் உள்ளத்தில் மின்னியது.

மாதவன்தான் எவ்வளவு அழகானவன்! ஒரு காலத்தில் இவனைத் தவிர்த்து வேறு அழகு இல்லை என்று அவள் நினைத்தாள்; வேறு அழகு இருப்பதாக நினைப்பது தவறு மட்டும் அல்ல, பாவம் என்று நினைத்தாள்; அல்ல தவறு-பாவம் என்றெல்லாம் அவள் நினைக்கவில்லை. உலகத்தில் உள்ள அழகு எல்லாம் மாதவன்தான் என்றுதான் அவளால் நினைக்க முடிந்தது.

அவள் மட்டுமா அப்படி நினைத்தாள்? அந்த மாதவன் அவள் உணர்ச்சிகளைப் பிரதிபலிக்கவில்லையா? ஸரஸா பெரும்பாலும் மஞ்சுளாவின் வீட்டில் இருப்பாள். பள்ளிக்கூடத்துக்கும், பிறகு காலேஜுக்கும் அவள் மஞ்சுளாவுடன் காரில்தான் போவாள். மாதவனுடன் சகஜமாகப் பழகுவதற்கு ஒவ்வொரு நாளும் எத்தனையோ வாய்ப்புக்கள் அளித்தன. இந்தச் சகஜ நட்பு ஒருவரை ஒருவர் அடைய வேண்டும் என்ற வேட்கையாக எப்போது அரும்பியது என்பது அவளுக்குத் தெரியாது; அது மாதவனுக்கும் தெரியாதோ என்னவோ? ஆனால் அந்த அரும்பு ஏன் பூத்துக் காய்த்துக் கனியவில்லை? அரும்பாகவே அதைக் கசக்கி எறிந்தது யார்?

மாதவனுக்கும் அவளுக்கும் ஏற்பட்ட பிணைப்பு மானசீக மானதுதான். பார்ப்பதிலும் பார்த்துப் பூரிப்பதிலும் பூரித்துத் தம்மை மறப்பதிலும் அவர்கள் இருவரும் ஒருமையானார்கள். கல்லூரி பற்றியும், சக மாணவ மாணவிகளைப் பற்றியும் வண்டி வண்டி யாகப் பேசிப் பழக்கப்பட்ட மாதவனுக்கும் ஸரஸாவுக்கும்

இடையில் ஏதோ ஒருவித வளமான மௌனம் குறுக்காகப் படுத்ததே அது அர்த்தம் அற்றதா? அந்த மௌனம் அவளைக் குங்குமம் ஆக்கி அவனை விபூதி ஆக்குமே! அதற்கும் அர்த்தம் இல்லையே? பேசினால்தான் - பேச்சுக்குத்தான் அர்த்தமா? பேசுகின்ற திறமை வாய்க்குத்தான் உண்டா? கண்கள் பேசுவது இருக்கட்டும்; நெஞ்சங்கள் பேசாவா?

இந்தப் பேச்சொழிந்த மௌனத் தடுமாற்றத்தைக் கண்டு மஞ்சுளா எவ்வளவு முறை மாதவனையும் ஸரஸாவையும் பரிகாசம் செய்தாள்? ''நீ என் அண்ணியாக வந்தாகட்டும் முதலில் உன் கண்களைத் தோண்டிவிடுகிறேன்'' என்று விளையாட்டாகச் சொல்வாளே மஞ்சுளா - விளையாட்டா அது? அண்ணனும் தங்கையும் சேர்ந்து அவள் கண்களை மட்டும் அல்ல; நெஞ்சத்தையே தோண்டிப் புதைத்து விட்டார்களே!

அவளோ அவனோ வார்த்தைகளைக் கொட்டி எதையும் அளக்கவில்லை. ஆனால் அந்த ஒருநாள்.

அன்றைக்கு ஸரஸா சற்றுச் சீக்கிரமாகவே மஞ்சுளாவின் வீட்டுக்குப் போனாள் கல்லூரிக்குப் போக; மஞ்சுளா குளித்துக் கொண்டிருந்தாள். ஸரஸா அவள் அறையில் காத்திருந்தாள். யதேச்சையாக அங்கு வந்தான் மாதவன். அவள் தனியாக இருந்ததைக் கண்டதும் - அவனுக்கு வேர்த்ததை அவள் உணர்ந்தாள் ஏனென்றால் அவளுக்கும் வேர்த்தது. நீண்ட தூரம் ஓடி வந்தது போல் அவள் ஹிருதயம் படபடத்தது. இருவரும் பேசவில்லை - ஆனால் அவர்கள் உள்ளங்கள் உறவு கொண்டாடின, நெடுங்காலம் பழகியவை போல்.

பிறகு அவன் திடீரென்று அவளுடைய இருகரங்களையும் எடுத்து கண்களோடு சேர்த்துக் கொண்டான்!

'நான் - நீ - பொறு' என்ற மூன்று சொற்களில் முப்பது லட்சம் பொருள்களை வைத்துப் பேசிவிட்டு அறையை விட்டு மிக விரைவாக வெளியேறிவிட்டான்.

போதாதா? போதாதா?

கோயில், சிலை, சூடம் எல்லாம் தேவையா, சத்தியத்துக்கு?

பின் ஏன் மாதவன் அவளை மணக்க முன் வரவில்லை? மஞ்சுளாவும் ஏன் குறுக்கிடாமல் மௌனம் சாதித்தாள்? இந்தக் கேள்விகளுக்கு ஸரஸா ஒரே பதிலைத்தான் காணமுடிந்தது? அவள் ஏழை. ஆனால் அவள் ஏழை என்பது ஆதியில் தெரிந்த செய்தி தானே? அவளுக்குள் ஆசைத் தீ மூட்டி அதற்கு எண்ணெய்யும் வார்த்து வளர்த்து அவளையே எரித்துப் பார்ப்பது மாதவனுக்கும் மஞ்சுளாவுக்கும் விளையாட்டா?

ஸரஸாவின் தந்தை மண விஷயமாக அவளைக் கலக்கவே இல்லை. சில ஜாதகங்களைப் பார்த்தார். இஞ்சினீயர் வரனை முடிவு செய்தார். ஜாதகங்கள் பார்த்ததும் மஞ்சுளாவுக்குத் தெரியும்; மணத்துக்குத் தேவையான கடன் உதவி செய்ய அவள் தகப்பனார் முன்வந்ததும் மஞ்சுளாவுக்குத் தெரியும். அவளுக்குத் தெரிந்தால் மாதவனுக்கும் தெரியாமல் இருக்குமா? 'நீ பொறு' என்று கூறியவன் ஏன் குறுக்கிடவில்லை? மாதவன் ஏதோ சபலத்தால் அவளைப் பார்த்துப் பெருமூச்சு விட்டிருக்கிறான். மஞ்சுளா ஓர் ஏழையை அண்ணியாக ஏற்க விரும்பவில்லை. விரும்பவில்லை என்பது மட்டும் அல்ல; ஸரஸாவின் குடும்பத்தையே பாழாக்க அவள் முனைகிறாள். என்ன வஞ்சனை இது! நினைத்துப் பார்க்கக்கூட முடியவில்லையே?

காலம் மாறும்; இவ்வளவு கொடுமை செய்கிறவர்களை - என்ன செய்ய முடியும் அவளால்? அவளுக்கு வாய்த்த கணவனோ - என்ன சொல்வது அவனைப்பற்றி? பிறந்த வீடோ நாளொரு கல்லாக விழுந்து கொண்டிருந்தது. அவள் கோபம் கையாலாகாத கோபம்; அவளால் எதுவும் செய்ய முடியாது.

தன்னால் ஒன்றும் முடியாது என்று எண்ணியதும் அதுவரை அடக்கி வைத்திருந்த கண்ணீர் தாரை தாரையாகக் கொட்டத் தொடங்கியது, நன்றாகவே அழுதாள்.

அவளையும் அறியாமல் பின்னால் வந்து உட்கார்ந்த தாயார் ''ஏனம்மா! உனக்காகத்தான் ஏற்பாடு செய்து விட் டோமே! எதற்காக அழுகிறாய்?'' என்று ஆறுதல் கூறினாள்.

''என்னால் உங்களுக்கு எவ்வளவு கஷ்டம்? கல்யாணத்துக்கு முந்தி இந்த வீட்டில் ஒரு நிம்மதி இருந்தது. கூழோ கஞ்சியோ சாப்பிட்டாலும் சந்தோஷமாக இருந்தோம். கல்யாணம் ஆனதும் வீட்டில் பிரேதக் களையாக இருக்கிறது. நம் கடன் எப்படித் தீர்ந்து என்ன ஆகப் போகிறதோ?''

மகளின் முதுகைத்தடவித் தாயார் சொன்னாள்: ''பகவான் கைவிடமாட்டான்.''

''வேறு என்ன சொல்லிக் கண்ணைத் துடைத்துக் கொள்வது? பகவான் என்று ஒருத்தன் இருந்தால் பிறத்தியாரைக் கெடுப்பதே சுபாவமாக இருப்பவர்களுக்கு மேலும் மேலும் சௌகரியங்கள் ஏற்படுமா?''

''நாம் வந்த வழி அம்மா; நீ ஏன் எதை எதையோ நினைத்துக் கவலைப்படுகிறாய்? நடப்பது எதையும் நாம் நிறுத்த முடியாது.''

''இது ஒரு பதில்; புண்ணியம் செய்கிறவர்கள் பணக்காரர்களாகப் பிறக்கிறார்கள் என்றால் அவர்கள் ஏன் இவ்வளவு கொடியவர்களாக இருக்கிறார்கள்?'' என்று கூறும்போதே மனத்தில் எழுந்த மாதவன் - மஞ்சுளாவின் உருவங்கள் மீது புலியாகப் பாய்ந்து சின்னாபின்னப் படுத்தும் வெறி கொண்டாள் ஸரஸா.

6

இரவு சாப்பாட்டுக்குப்பின் ஜகந்நாதனும் லட்சுமியும் சாவகாசமாக உட்கார்ந்து தாம்பூலத்தைச் சுவைத்தவாறு சல்லாபிப்

பதைக் கண்ட மஞ்களா பக்கத்து அறையில் ஒரு புத்தகத்தை எடுத்துக் கொண்டு உட்கார்ந்தாள். காலையில் தான் பிரயோகித்த அஸ்திரம் எப்படி வேலை செய்துள்ளது என்பதைப் புரிந்து கொள்ள அவளுக்கு ஆவல்; புத்தகம் கையில் இருந்தாலும் அவள் மனச்செவிகள் பெற்றோரின் பேச்சைக் கவனித்துக் கொண்டிருந்தன.

அவள் எதிர்பார்த்தது போலவே அவர்கள் அவளைப் பற்றிய பேச்சைத் தொடங்கினார்கள். அவர்களுக்கு இடையில் பேசுவதற்கு வேறு என்னதான் விஷயம் இருந்தது? பன்றி போல் குட்டி போடும் பணத்தைப் பற்றிப் பேசுவதை இன்பமாக நினைக்கிறவர் ஜகந்நாதன்; குழந்தைகளையும் சமையலையும் தவிர வேறு எதுவும் அறியாதவள் லட்சுமி.

''பெண் பேசியதை எல்லாம் கேட்டீர்கள் அல்லவா?'' என்றாள் லட்சுமி.

''ஆமாம் எனக்கே ஆச்சரியமாக இருந்தது. வெகு காலமாய் வட்டிக் கடை வைத்துப் பழகியவள் போல் விதரணையாகப் பேசுகிறாளே! வட்டியோடு வட்டி கூடிச் சுமையாகி விட்டால் பக்கத்து வீட்டை ஹீனக்கிரயத்துக்கு வாங்கிவிடலாம் என்று சொல்கிறாளே. இவ்வளவு...''

''போதும் போதும். வட்டியும் வாடகையும் தவிர உங்களுக்கு வேறு பேசவே தெரியாதா?''

''ஏன் தெரியாது? பகவத்கீதை பற்றிப் பேசினால் உனக்கு ரொம்பப் புரிந்துவிடுமோ?'' என்றார் ஜகந்நாதன் விஷமமாக.

''வட்டி, வாடகை, பகவத்கீதை பற்றி எல்லாம் உங்கள் ஏஜண்ட் பசுபதியிடம் பேசுங்கள். மஞ்சுளா, கல்யாண விஷயமாய்ப் பேசியதைக் கவனித்தீர்களா என்று கேட்டால்... ''

''கவனித்தேன்; அது என்ன? அவள் கலப்பு மணம் அது இது என்று சரமாரியாகச் சீர்திருத்தம் பேசுகிறாள்? வாயாடி என்றால் உன்னைக் கூட ஒரு வாயில் போட்டு மென்றுவிடுவாள் போல் இருக்கிறதே!''

''வாயாடித்தான் இங்கே ஒரு பல்லும் இல்லாமல் உதிர்ந்து போயிருக்கிறதே! அவள் பேசுவதைக் கேட்டால் எனக்குப் பயமாக இருக்கிறது.''

''எனக்கும் யோசனைதான். இதெல்லாம் அவளுக்கு எங்கிருந்து தோன்றுகிறது?''

''ஆகாசத்தைப் பொத்துக் கொண்டு குதிக்கிறது வயசு வந்த பெண். காலத்தில் கல்யாணம் செய்யாவிட்டால் என்னதான் நடக்காது? விபரீதமான காலம்; எல்லாம் விபரீதமாய்த்தான் நடக்கிறது. நாம் இருக்க வேண்டிய ஜாக்கிரதையுடன் இருக்க வேண்டாமா? வசதி இல்லாதவர்கள்தான் சிரமப்படுகிறார்கள்; நமக்கு என்ன கேடு? மூன்று வருஷமாய் கௌரவம் அந்தஸ்து என்று பார்த்துத் தட்டிக் கொண்டே போகிறது. அவள் ஏன் சீர்திருத்தம் பேசமாட்டாள்?''

''காலையில் ஒரு முறைதான் இந்தப் பல்லவி பாடிவிட்டாய்; மறுபடியும் என்ன? எனக்கு அந்தக் கவலை இல்லையா! நல்ல இடமாக...''

''நீங்கள் நல்ல இடமாகப் பார்த்து முடிவதற்குள் அவளுக்குப் பாதி ஆயுசு முடிந்து விடும். பெண் இஷ்டத்துக்கு அந்த டாக்டர்...''

''அந்த அன்னக்காவடி டாக்டர், வீட்டுக்கு வீடு போய் ஊசி குத்திவிட்டு வருகிறானே நீலகண்டன் அவன்தானே? அவனுக்குக் கொடுக்கிற பெண்ணைக் குளத்திலே தள்ளுகிறேன்.''

''இப்படி சகட்டுமேனிக்குப் பேசினால் என்ன செய்வது? நீலகண்டனுக்கு என்ன குறைச்சல்? கைராசி என்று அவன் வீட்டில் நல்ல கூட்டம். பார்ப்பதற்கும் லட்சணமாக...''

"கழுதைக் குட்டிகூடப் பார்க்க லட்சணமாகத்தான் இருக்கிறது."

"கொஞ்சம் நிதானமாகத்தான் பேசுங்களேன். அந்தப் பெண்ணுக்கும் இஷ்டம் அப்படித்தான் இருக்கிறது. அவள் சந்தோஷமாக இருக்க வேண்டியதுதானே? பையனுக்குச் சொத்து இல்லாவிட்டால் என்ன? நாம் கொடுத்தால் போச்சு."

"நீ ஆயிரம் சொன்னாலும் என் காதில் ஒன்றும் ஏறாது. காலேஜில் இரண்டு வருஷம் படித்து விட்டால் உன் பெண் கெட்டிக்காரி ஆகிவிடுவாளோ? அந்தப் பரதேசியைத்தான் கட்டிக் கொள்வேன் என்று உன் மகள் பிடிவாதம் பிடித்தாலும் சரி, அவளைப் பெற்றவள் பிடிவாதம் பிடித்தாலும் சரி, நடக்காது. நீங்கள் பிடிவாதம் பிடித்தால் நான் என்ன செய்வேன் என்றும் எனக்குத் தெரியாது."

"கடவுள் புண்ணியத்தில் நமக்கு இரண்டு கண்கள்போல் இரண்டு குழந்தைகள். அவர்கள் சந்தோஷமாக இருக்கத்தானே இவ்வளவு பாடும் படுகிறோம்? மாதவன் ஸரஸாவைக் கட்டிக் கொள்ளாதபடி தடுத்து விட்டீர்கள். அவன் இனி கல்யாணமே வேண்டாம் என்கிறான்...."

"அதையும் தான் பார்ப்போமே! ஆவணி மாதம் இருவருக்கும் சேர்த்துக் கல்யாணம் செய்கிறேனா இல்லையா என்று பாரேன்!" என்று உறுமிக்கொண்டே ஜகந்நாதன் எழுந்தார்.

"வட்டியில் கண்டிப்புக் காட்டுவது போல் இதிலும் பேசுகிறீர்கள்; கல்யாணம் ஆயிரம் காலத்துப் பயிர்...!"

"அதனால்தான் உலகம் தெரியாத குழந்தைகளை அவர்கள் இஷ்டப்படி முடிவு செய்ய விடக்கூடாது என்கிறேன். ஆவணி மாசம் உன் குழந்தைகள் இரண்டு பேருக்கும் கல்யாணம் - சரிதானே?" என்றவாறு ஜகந்நாதன் வெளியில் கிளம்பினார்.

அரும்பு

"இந்தப் பிடிவாதம் என்ன அனர்த்தம் செய்யப் போகிறதோ!" என்று முணுமுணுத்துக் கொண்டே சோபாவில் சாய்ந்தாள் லட்சுமி.

பெற்றோர் பேசுவதை எல்லாம் கேட்டுக் கொண்டிருந்த மஞ்சுளா அப்போதுதான் அங்கே வந்தவள் போல் அறைக்குள் நுழைந்தாள்.

"அப்பா இல்லையா அம்மா?"

"இப்போதுதான் வெளியே போகிறார். ஆவணி மாசம் எப்படியும் கல்யாணம் நடந்து விடுமாம்."

"அண்ணாவுக்கா?"

"அண்ணாவுக்குத்தான் அவசரமா? உனக்கும் அண்ணாவுக்கும் தான்."

ஏதோ சிந்திப்பவள் போல் சிறிது மௌனமாயிருந்த மஞ்சுளா "ஸரஸாவை நினைத்தால்தான் எனக்குப் பாவமாயிருக்கிறது" என்றாள்.

"அவள் வந்த வழி அது. நாம் என்ன செய்ய முடியும்? நம் கவலையைப்பட்டு முடியவில்லை. ஊராரைப்பற்றி நமக்கு என்ன?

"கல்யாணத்துக்கு முந்தி கல்யாணம் ஆகவில்லை என்று ஒரே கவலைதான். இப்போது அவளுக்கு எத்தனை தொல்லை? பிறந்த வீட்டில் தரித்திரம் பிடுங்கித் தின்கிறது; புகுந்த வீட்டில் பேராசை பேயாட்டம் ஆடுகிறது. கட்டினவனோ கோழை. அவளை நினைத்தாலே எனக்கு வேதனையாகத்தான் இருக்கிறது. பெண்ணாகப் பிறப்பதே பாவம்தான் அம்மா."

அம்மா பதில் சொல்லவில்லை. மகளே தொடர்ந்து பேசினாள்: "கல்யாணத்திலிருந்துதானே பெண்ணுடைய வாழ்க்கையே ஆரம்பம் ஆகிறது; இல்லையா அம்மா? பெண் பையன் இருவருடைய அபிப்பிராயம் கேட்டுச் செய்வது நல்லதுதானே? ஸரஸாவைக் கேட்டுக் கல்யாணம் செய்திருந்தால்..."

எம்.வி. வெங்கட்ராம்

''இப்படி எல்லாம் வக்கிரமாய்ப் பேசத்தான் காலேஜில் படித்தாயா? எங்கள் காலத்தில் பெற்றவர்கள் பார்த்துச் சொன்னால் நாங்கள் மறு வார்த்தை பேசமாட்டோம். இப்போது நாங்கள் என்ன கெட்டா போய் விட்டோம்?''

''உங்கள் காலத்தில் ஐந்து ஆறு வயசுக் குழந்தைகளுக்குக் கல்யாணம் நடந்தது. உனக்கும் ஒன்பதாவது வயசிலே ஆயிற்று. ஒன்பது வயதுப் பாப்பா எங்கேயிருந்து மறு வார்த்தை பேசுவாளாம்?''

''அப்பப்பா ! நான் அந்தக் காலத்திலேயே வாயாடி என்று பெயர் வாங்கியவள். அப்பா சொன்னார் நீ என்னையும் மிஞ்சிவிடுவாய் என்று! உன்னோடு பேச என்னால் ஆகாது.''

''உள்ளதைச் சொன்னால் இப்படித்தான். ஸரஸாவைப் பார்த்தால் எனக்கு பயமாக இருக்கிறது. அவளைப்போல் நானும் அவஸ்தைப்பட வேண்டும் என்பது உன் எண்ணமா அம்மா?''

மிகவும் குழைவாகப் பேசிய புதல்வியின் சொற்கள் தாயின் நெஞ்சைத் தொட்டன.

''சீ அசடு; உனக்கு ஏன் அந்த மாதிரி அவஸ்தை வருகிறது? ஸரஸா அதிர்ஷ்டக்கட்டை. உனக்குப் பார்; கண்ணுக்கு லட்சணமாய்...''

''ஒன்று சொல்லுகிறேன் அம்மா, ஞாபகம் வைத்துக் கொள். எனக்கு இஷ்டம் இல்லாத இடமாக நீங்கள் முடிவு செய்தீர்களோ அப்புறம் என்ன நடக்குமோ தெரியாது!'' என்று சொல்லிக் கொண்டே மஞ்சுளா எழுந்தாள்.

''இருடீ! என்ன பயமுறுத்துகிறாயே? எங்கள் இஷ்டத்துக்குத் தான் நீ கல்யாணம் செய்து கொள்ள வேண்டும். இல்லாவிட்டால் என்ன செய்து விடுவாய்?''

''என்ன செய்வேன் என்று இப்போது என்ன பேச்சு?'' என்று மிகவும் நிதானமாகப் பதில் சொல்லிவிட்டு தான் ஏவிய கணையை வேலை செய்ய விட்டுத் தன் அறைக்குத் திரும்பினாள் மஞ்சுளா.

கணவர் மிரட்டியதைப் போலவே பெண்ணும் மிரட்டுவதைக் கேட்ட லட்சுமி திடுக்கிட்டாள். கணவனைத் திருத்துவதா புதல்வியைத் திருத்துவதா என்று அவளுக்குப் புரியவில்லை. மஞ்சுளாவின் பக்கம்தான் நியாயம் இருப்பதாக அவளுக்குத் தோன்றியது; ஆனால் அந்த முரட்டு மனிதரை எப்படிக் கட்டுப்படுத்துவது? ''நமக்கு ஏதோ கெட்ட காலத்துக்குத்தான் இப்படி எல்லாம் நடக்கிறது. இல்லா விட்டால் பெண் என்றால் உயிராக இருக்கிற இந்த மனுஷர் இப்படி ஏன் பிடிவாதம் பிடிக்கிறார்? அப்பாவிடம் மரியாதையாக நடக்கும் இந்தப் பெண்ணுக்குத்தான் இப்படிப் புத்தி வக்கிரமாவானேன்?'' என்று யோசித்துக் கொண்டே லட்சுமி அயர்ந்து விட்டாள்.

அறைக்குள் சென்ற மஞ்சுளா தனக்குள் சிரித்துக் கொண்டாள். எல்லாம் நேர்வழியில் நடப்பதாக அவளுக்குத் தோன்றியது. அம்மா மனசைக் குழப்ப வேண்டியிருக்கிறதே என்று அவளுக்குக் கவலையாகத்தான் இருந்தது. ஆனால் அதைத் தவிர்க்க முடியாது. அம்மா இனி அவள் விருப்பத்தைத்தான் ஆதரிப்பாள் என்பது உறுதியாகிவிட்டதல்லவா?

அண்ணனும் நாளைக்கு வருகிறான். அவனும் அம்மாவும் சேர்ந்தால் அப்பாவை மடக்குவதற்கு எவ்வளவு நேரம் ஆகும்? அப்பாவும் சம்மதித்தால் -

''டாக்டர் எனக்குச் சொந்தம்'' என்று வாய்விட்டே அவள் சொன்னாள்; விளக்கை அவள் அணைக்கவில்லை; ரேடியோவில் ஏதோ மெல்லிசை எழுந்து கொண்டிருந்தது; 'கரகர' வெனச் சுற்றும் மின்விசிறி அவள் உள்ளத்தில் கனவுகளைச் சுழற்றிவிட்டது போலும்.

''இல்லை, நான்தான் டாக்டருக்குச் சொந்தம்'' என்று அவள் தன்னைத் திருத்திக்கொண்டாள். அந்தக்கணமே டாக்டரின் முழு உருவமும் அவள் மனக்கண்முன் நின்றது. பல்லாண்டுச் சாதனைக்குப் பின்னும் இஷ்டதேவதையின் முழு வடிவைக் கற்பனை செய்ய

முடியாமல் சாதகன் எவ்வளவோ துன்பப்படுகிறான்; ஆனால் காதல் கொண்ட உள்ளத்துக்கு இந்தச் சாதனை எவ்வளவு லகுவாக உள்ளது!

''இத்துடன் இன்றைய ஒலிபரப்பு முடிந்தது'' என்று ரேடியோ அறிவிப்பு அவள் கவனத்தைக் கலைத்தது. ரேடியோவை நிறுத்திவிட்டுப் படுக்கை மீது விழுந்தாள். அப்போது அவளுக்கு ஸரஸாவின் ஞாபகம் வந்தது.

'பாவம்' என்று பெருமூச்சுவிட்டாள். ''எனக்குக் கல்யாணம் ஆகட்டும்; நானும் டாக்டரும் நெய்வேலிக்குப் போய் ஸரஸாவையும் அவள் கணவனையும் தனிக் குடித்தனம் வைக்கிறோமா இல்லையா பாரேன்'' என்று சொல்லிக்கொண்டாள்.

7

காலையிலிருந்து தமையனை ஆவலுடன் எதிர்பார்த்துக் கொண்டிருந்த மஞ்சுளா வாசலில் கார் சத்தம் கேட்டதும் விரைந்து தெருவுக்கு ஓடி வந்தாள். காரின் கதவைத் திறக்கச் சென்றவள் முன் ஸீட்டில் டிரைவர் ஆசனத்தில் இருந்த அண்ணனுக்குப் பக்கத்தில் புலப்பட்ட உருவத்தைக் கண்டதும் நிழலில் இருந்து 'சட்'டென வெயிலுக்கு வந்தவள் போல் கூசி நின்றுவிட்டாள். 'டாக்டர்' என்ற சொல் அவள் நாவிலிருந்து தொண்டை வரை இனித்தது. அவளுடைய கூச்சம் தணிவதற்குள் மாதவன் கீழே இறங்கிவிட்டான்.

''என்ன மஞ்சு விழிக்கிறாய்? வழியில் இறங்கி நான்தான் டாக்டரை அழைத்து வந்தேன். உனக்குத் தலைவலி என்று லெட்டர் எழுதியிருந்தாயே'' என்றான் மாதவன்.

இசைப்பதையே இயற்கையாகப் பெற்றுவிட்ட வானம்பாடி போல் ஓயாமல் பேசுகிற மஞ்சுளாவின் வாயிலிருந்து சொற்கள் எங்கே மறைந்துவிட்டன?

"மாது! நீ சொன்னது ரொம்ப உண்மை; தலைவலி மிகவும் அதிகமாயிருக்கும் போல் தெரிகிறதே!" என்றான் டாக்டர் சிரித்தவாறு.

மஞ்சுளா மெதுவாகச் சொன்னாள்: "தலைவலியில் ஆரம்பிக்கிறாயே அண்ணா!"

"தலைவலியில் ஆரம்பிக்கவில்லை. தலைவலியைத் தீர்க்கும் டாக்டரோடு ஆரம்பித்திருக்கிறேன்" என்றான் மாதவன்.

டாக்டரை எதிர்பாராமல் சந்தித்த வேகம் அடங்கி மஞ்சுளாவின் உற்சாகஇயல்புதலையெடுத்துவிட்டது: "தலைவலிக்குத் தான் இந்த டாக்டருக்கு மருந்து தெரியுமா?"

"இல்லை, ஃபிலாஸஃபியும் தெரியுமே!" என்றான் டாக்டர் நீலகண்டன்.

மூவரும் நகைத்தவாறு வீட்டில் புகுந்தனர். ஹாலில் உட்கார்ந்ததும் மஞ்சுளா "காபி கொண்டு வருகிறேன்" என்று கிளம்பினாள்.

"வேண்டாம், வழியில் சாப்பிட்டோம்" என்ற மாதவன் "அப்பா எங்கே?" என்று கேட்டான்.

"வெளியே போயிருக்கிறார். சாப்பாட்டு நேரத்துக்குத்தான் வருவார்." மாதவனுக்குப் பக்கத்தில் டாக்டருக்கு எதிரில் உட்கார்ந்த மஞ்சுளா டாக்டரின் கண்கள் அடிக்கடி தன்னை உண்பதை மகிழ்ச்சியுடன் சுவைத்துக் கொண்டிருந்தாள். உண்பவனும் உண்ணப்படுவதும் ஏககாலத்தில் சுகிப்பது காதலில் மட்டும் தானே? அது இளமையின் அசட்டுத்தனம் என்று புத்திசாலிகள் நினைக்கலாம்; ஆனால் அது அசட்டுத்தனம் என்று இளமைக்குத் தெரியாதே!

"அப்பா இல்லாததும் ஒருவிதத்தில் நல்லதுதான். மஞ்சு, டாக்டர் பெரிய மனிதன் ஆகிறான்."

எம்.வி. வெங்கட்ராம்

"மாது! நான் ரொம்பச் சின்னவன். பெரிய மனிதன் என்று சொல்லி என்னைப் பரிகாசம் செய்யாதே. ஊரில் உள்ள நோயாளிகளை நம்பி நடப்பது என் தொழில். நாலுபேர் கையும் காலும் பிடித்துப் பிழைக்கிறவன்தானே நான்?" என்றான் நீலகண்டன். அவன் விளையாட்டாகப் பேசினாலும் அவன் குரலில் ஒரு சோகம் இழைந்திருந்ததை அண்ணனும் தங்கையும் கவனிக்கத் தவறவில்லை.

அவனுடைய சோகம் என்ன என்று மஞ்சுளாவுக்குத் தெரியாதா? டாக்டரின் சோகத்துக்கு தான்தான் காரணம் என்பது அவளுக்குத் தெரியாதா? தெரிந்தவளாதலால் சிரித்துக்கொண்டே "டாக்டர் தொழில் அவ்வளவு அல்பமானதா? மனசை அடக்கும் மாத்திரைகளும் டாக்டர்கள் தருகிறார்களாம். இந்தத் தொழிலையா அற்பமாகப் பேசுகிறீர்கள்?" என்றாள்.

"அந்த மாத்திரை எந்தக் கம்பெனியில் கிடைக்கும் என்று சொல்வாயா மஞ்சுளா?" என்று மிகப் பணிவாகப் பேசுகிறவன் போல் நடித்தான் நீலகண்டன்.

"டாக்டருக்கே நோய் வந்து விட்டால்... இதுதான் ஆபத்து! மனசை அடக்கும் மாத்திரை உனக்கு வேண்டாம்; மனசைப் பிடிக்கும் மாத்திரைதான் உனக்குத் தேவை நீலகண்டா!" என்றான் மாதவன்.

"பிடிபடுவது அடங்குவதுதானே அண்ணா "

"ஆனால் அடங்குவது பிடிபட வேண்டியதில்லையே; அடங்குவது அழிந்தும் போகலாம்; பிடிபடுவது அழியாமல் இருக்கும்; இல்லையா டாக்டர்?"

"ஹா, நோயின் தத்துவமே அதுதான்!" என்றான் நீலகண்டன்.

"எது? நோயாளியின் நோயை அடக்கி அழிக்காமல் பிடித்து உயிருடன் வைத்திருப்பதுதானே?" என்றாள் மஞ்சுளா.

"ஐயோ இது என்ன அக்கிரமம்? டாக்டர் தொழிலையே அவமதிக்கிறாயே!" என்றான் மாதவன்.

''நோயின் தத்துவம் அதுவல்ல அண்ணா. இருக்கிறதாய் நினைக்கும் இடத்தில் இல்லாதிருப்பதும், இல்லை என்று நினைக்கும் இடத்தில் இருப்பதும், எங்கும் இல்லை என்னும்போது எங்கும் இருப்பதும்''

''இது என்ன ஒரே முரண்பாடாக இருக்கிறதோ என்றான் டாக்டர்.

''முரண்பாட்டில்தான் நோய் இருக்கிறது; முரண்பாடுதான் கடவுள்; முரண்பாடுதான் ஆத்மா; முரண்பாடுதான் மாயை; முரண்பாடுதான் ஜீவன்; ஆகவே முரண்பாடுதான் நோய்.''

''மாதவா! மாதவா! உன் தங்கைக்கு என்ன கோளாறு? முதலில் அவளைக் கவனி?''

''போதை அதிகமாகும் போது உண்டாகும் நோய்..''

''என்ன போதை?'' என்றான் நீலகண்டன்.

''அது எனக்குத் தெரியாது.''

''நானும் நிரபராதி!'' என்று டாக்டர் கூறியதும் மூவரும் ஏககாலத்தில் சிரித்துவிட்டனர்.

''இந்த ரகளையில் நான் சொல்ல வந்த சேதியை மறந்து விட்டேன். அமெரிக்க மருத்துவப் பத்திரிகை ஒன்றில் நீலகண்டனின் டீ.பி. ஆராய்ச்சிக் கட்டுரைகள் தொடர்ந்து வருகின்றன. இவனுடைய சில முடிவுகள் அங்கே பல டாக்டர்களைக் கவர்ந்துள்ளன. மிகவும் பாராட்டுகிறார்கள். வெளிநாட்டார் புகழ்ந்த பிறகுதானே இந்த நாட்டில் ஆளை அடையாளம் கண்டு கொள்ளுகிறார்கள்? இன்னும் கொஞ்சகாலத்தில் அமெரிக்கர்கள் டாக்டரை சுவீகரித்துக்கொண்டாலும் ஆச்சரியப்படுவதற்கில்லை. நல்ல விஞ்ஞானிகளுக்கும் ஆராய்ச்சிக் காரர்களுக்கும்தான் இந்நாட்டில் இடம் இல்லையே!'' என்றான் மாதவன்.

டாக்டரைப் பற்றி அமெரிக்கர்கள் என்ன பேசுகிறார்கள் என்று மஞ்சுளா இன்னும் படிக்கவில்லை. ஆனால் உலகப்புகழ் தன்னைத் தேடி வந்துவிட்டது போன்ற ஓர் உணர்ச்சி அவளுக்கு ஏற்பட்டது. தான் மற்றப் பெண்களைப் போன்றவள் அல்ல; தன் தலையைச் சுற்றிலும் ஒரு சோமவட்டம் தோன்றித் தன்னைத் தனித்து பிரித்துக் காண்பிப்பதாய் அவளுக்குத் தோன்றியது. அவள் அண்ணனை நோக்கிய கண்களால் தன் அண்ணலையும் நோக்கினாள்.

அண்ணன் அவளிடம் எவ்வளவு பாசத்துடன் இருந்தான். அவளிடம்தான் அவனுக்கு என்ன பரிவு! அவள் நினைவை அறிந்து, வரும் வழியில் இறங்கி டாக்டரையும் உடன் அழைத்து வந்த மாதவனின் பெருந்தன்மையை நினைத்து நன்றிப் பெருக்குடன் அவனைப் பார்த்தாள். அண்ணா அழகு; மிகவும் அழகு. அவளைப் போலவே அவனும் ஒல்லி. டாக்டரைவிட சற்றே உயரம்; நேர்த்தியான ‘பாண்ட்டும் ஷர்ட்’டும் அணிந்த அவன் எந்தச் சபையிலும் தனியான கவனம் பெறுவான் என்பதைப் பற்றிச் சந்தேகமே இல்லை.

ஆனால் டாக்டரின் கவர்ச்சி தனிதான்; தனியானது என்று மஞ்சுளாவுக்குத் தோன்றியது. மாதவனைவிட டாக்டர் நல்ல சிவப்பு; ஏன் அவளைவிடச் சிவப்புத்தான். அந்தச் சிவப்பு அவளைக் கவர்ந்தது. திறமையான ‘டெய்லர்’ கத்தரிக்கிறானே, கோட் விசாலமான மார்பை அழகுற எடுத்துக் காட்டும் வண்ணம் - அதேமாதிரியான டாக்டரின் அகன்ற மார்பு அவளைக் கவர்ந்தது. இந்தக் கவர்ச்சிகளில் சிறிதும் தளர்வு ஏற்படாதபடி பெருங் கவர்ச்சியாக அவளுக்கு இருந்தது அவன் கண்களே; மிகப்பெரிய கண்கள். அவைகளில் ஓர் ஒளி; வைராக்கிய சீலர்களின் விழிகளில் இருக்குமே தேசு. அதுவல்ல இது. இன்பத்தைத் தேடிக் கொடுக்கவும், தேடி வாங்கவும் துடிக்கிற துடிப்பு உள்ள ஒளி அது; அந்த ஒளியை இவ்வாறு விளக்கலாமா என்று கேட்டால், அது அப்படி விளக்கும் படியாகத்தானே இருந்தது என்றுதான் பதில் சொல்ல முடியும்.

வேறு யார் என்ன பதில் கூறுவார்களோ அவள் அப்படித்தான் பதில் உரைக்க முடியும். அந்தக் கண் ஒளிதான் உலகத்திலேயே பெரும் கவர்ச்சி, 'அண்ணாவைவிட உம்....ம்....ம். டாக்டர் மிகவும் அழகு' என்று நினைத்தாள் மஞ்சுளா.

ஓ, காதலே! ஆணையும் பெண்ணையும் கவரும் போதையே, உன்னுடைய மனோதர்மமே வேறுதான்! நன்றி உணர்ச்சி, மனித அபிமானம். ஏன் அன்பின் பெருந்தன்மைகூட உன் முன்னால் மண்டியிட வேண்டியவைதானா? விலங்குப் பண்புக்கும் ஏற்றம் அளிக்கும் உன்னால்தான் உலகமே வாழமுடிகிறது!...

"என்ன மாது! வகை தொகை இல்லாமல் என்னைக் குளிப்பாட்டுகிறாயே, என்ன விஷயம்? என்னை ஏதாவது பெரிய இக்கட்டில் மாட்டி வைக்கப் போகிறாயா?" என்று சிரித்தான் நீலகண்டன்.

"கலியாணத்தைவிடப் பெரிய இக்கட்டு இருக்கிறதா?" என்று கேட்டான் மாதவன்.

"கலியாணம்" என்றதும் மஞ்சுளாவின் வாய் தாழிட்டு அடைத்துக் கொண்டது.

"யாருக்கு அந்த ஆபத்து?" என்றான் டாக்டர்.

"உனக்கே உனக்குத்தான்?"

"எனக்கு என்னோடு கலியாணமா?"

"நல்ல தலைக்கு மிஞ்சிய போதையில் பேசுகிற பாஷை இது; ஆனால் எல்லா உளறல்களுக்கும் ஓர் அழகான அர்த்தம் இருப்பது போல் இதற்கும் அர்த்தம் இருக்கிறது. ஆழ்ந்து யோசித்துப் பார்!" என்றான் மாதவன்.

"யோசிக்கிற மூளையை வீட்டில் வைத்துவிட்டு வந்திருக் கிறேன். இப்போது என்னிடம் இருப்பது ஸ்டெதாஸ்கோப் மூளை. ஆகையால் எனக்குப் புரிந்ததைச் சொல்கிறேன். எனக்குக் கலியாணம்

என்றால் மணமகன் தயார் என்று அர்த்தம்: மணமகன் தயாரென்றால் பாதிக் கலியாணம் ஆனாற்போல் என்கிறாயா? எனக்குப் பாதிக் கலியாணம் செய்து வைக்கப் போகிறாயா, முழுக் கல்யாணம் செய்துவைக்கப் போகிறாயா?''

மஞ்சுளா நீலகண்டன் சொல்லும் ஒவ்வொரு சொல்லையும் சுவைத்துக் கொண்டிருந்தாள். ஆகா! எத்தனை அழகாக அவன் தன் விருப்பத்தை வெளியிட்டு விட்டான்!

''இங்கு மஞ்சுளா மணமகளாய் தயாராக இருக்கிறாள். மணமகள் தயார் என்றால் பாதிக் கலியாணம் ஆனாற்போலத் தானே? இரண்டு அரை சேர்ந்தால் ஒன்றுதானே? அரை பிளஸ் அரை...''

''ஒன்று தான் என்று நிச்சயமாகக் கூறமுடியாது: டூ, த்ரீ, போர், நைன், ட்வென்டி ஸெவன் வரைகூட ஆகும். அதற்கு மேலும் ஆகும் என்று மருத்துவ சாஸ்திரம் கூறுகிறது. அதிருக்கட்டும் மாது! விளையாட்டுப் பேச்சு இருக்கட்டும் ...''

''விளையாட்டு அல்ல; ஆவணி மாதம் கல்யாணம் நடந்தாக வேண்டும். அதற்காகத்தான் வந்திருக்கிறேன். இதை முடித்து விட்டுத்தான் மறுவேலை; சரிதானே மஞ்சு?''

''உன் தகப்பனாருக்கு என்னைக் கண்டாலே ஆகவில்லை. என் ஸ்டேட்டஸ் பற்றி அவருக்கு...''

''மஞ்சுளாவுக்குச் சம்மதம் என்பதைவிடப் பெரிய ஸ்டேட்டஸ் ஒன்று இருக்கிறதா? நீ தயாராகயிரு!''

''இப்போதே புறப்பட்டேன்'' என்றவாறு நிஜமாகவே எழுந்தான் நீலகண்டன். ''போய்த் தயாரித்துக் கொள்கிறேன்!''

''புறப்பட்டாயா?''

''நேரம் ஆகவில்லையா? காலை நேரம் பேஷண்ட்ஸ் சபித்துக் கொண்டிருப்பார்கள். வரட்டுமா?''

''நான் சொன்னது...''

''பிரைட்க்ரூம் இஸ் ரெடி!'' என்று அவன் கூறியபோது அந்த ஹாலே கலகலவென்று சிரிப்பதாகத் தோன்றியது மஞ்சுளாவுக்கு.

''ஒரு சின்ன ஆப்ளிகேஷன்'' என்றாள் மஞ்சுளா.

''எஸ் குயிக்!'' என்றான் டாக்டர்.

''ஸரஸாவின் தாயாருக்கு நாலைந்து நாளாய்க் காய்ச்சல். பக்கத்து வீட்டுக்குப் போய்ப் பார்த்துவிட்டுப் போகிறீர்களா? மருந்துக்குச் சீட்டு எழுதித் தந்துவிட்டு போய்விடாதீர்கள். நீங்கள் யாரிடமாவது அனுப்பிவிடுங்கள். விஸிட்டிங் பீஸ் மருந்து சார்ஜ்...''

''அவர்களிடமே வசூல் செய்து கொள்கிறேன். உன்னைப் போல் ஒரு சிநேகிதி ஒவ்வொரு ஏழை ஸரஸாவுக்கும் கிடைத்தால்...'' என்று அன்புடன் அவளைப் பார்த்த டாக்டர் வாசலை நோக்கி நடந்தான்.

அப்போது தான் அங்கே வந்த லட்சுமி ''அரே மாது! நீ வந்ததே தெரியவில்லையே. நீலகண்டா, நீ எப்போது வந்தாய்? என்னைப் பார்க்காமலே கிளம்பி விட்டாயே?'' என்றாள்.

''மாதவோடு வந்தேன். ஆஸ்பத்திரியில் வேலை இருக்கிறது. சாவகாசமாக அப்புறம் வருகிறேன்.''

''சௌக்கியமாக இருக்கிறாயா? மாது இல்லாவிட்டால் இங்கே வரக்கூடாதா?''

அவன் முன்னைப்போல் இல்லை; பெரிய டாக்டர் ஆகி விட்டான். எங்கே ஒழியப் போகிறது?'' என்றான் மாதவன்.

''நான் அப்புறம் வருகிறேன்; நேரம் ஆகிறது -''

''ஸரஸாவின் மதரை மறக்காமல்...'' என்றாள் மஞ்சுளா.

''எஸ் எஸ் ....'' என்று சொல்லிக்கொண்டே நீலகண்டன் வாசல் தாண்டிவிட்டான்.

8

மாதவனும் நீலகண்டனும் காரிலிருந்து இறங்கியதையும் மஞ்சுளா ஓடி வந்து அவர்களை ஆடம்பரமாக வரவேற்றதையும் மூவருமே ஏதோ பேசிச் சிரித்தவாறு உள்ளே சென்றதையும் தன் வீட்டு வாசலில் நின்று ஸரஸா பார்த்துக் கொண்டுதான் இருந்தாள். மஞ்சுளா டாக்டரிடம் மனமிழந்திருந்ததை அவள் அறிவாள். மஞ்சுளா - நீலகண்டன், ஸரஸா - மாதவனாக இணைபிரியும் என்று அவள் கனவு கண்ட காலம் ஒன்று இருந்தது. ஆனால் இன்றோ அந்த மூவரும் உற்சாகமாகச் சிரிப்பதைப் பார்க்கவே அவளுக்கு எரிச்சலாக இருந்தது.

விரும்பினாளோ இல்லையோ - அவள் பார்வை முதலில் மாதவனைத்தான் மொய்த்தது. அவன் தன்னுடைய மெல்லிய தேகத்துக்குள்ளே கனமான ஏதோ ஒன்றைச் சுமப்பதாக அவளுக்கு ஏனோ தோன்றியது? அன்னியன் என்ற பேதம் ஒழிந்த இந்த நெருக்க உணர்ச்சி அவளுக்கு வியப்பாக இருந்தது. முன்பு இந்த உணர்ச்சி சொந்தமாக இருந்தது; மகிழ்ச்சி அளித்தது. இன்று அன்னியம் ஆகிவிட்டது; துன் பம் அளித்தது.

மஞ்சுளா ஏதோ சொல்லுவதையும் மற்ற இருவரும் சிரிப்பதையும் பார்த்தாள்; வெறுப்பு குமட்டிக் கொண்டு வந்தது. ‘நானும் அந்த மூன்றை நாலாக்க வேண்டியவள்; தனி ஆக்கப் பட்டேன்’ என்ற எண்ணம் தோன்றி மறைந்தது. அந்த நினைவோடு எழுந்த துவேஷம் அவளை உலுக்கியது.

வீட்டுக்குள் விரைந்தாள். பக்கத்து வீட்டில் மானத்தை அடகு வைத்து வாங்கிய ஆயிரத்தில் பத்து ரூபாய் நோட்டு ஒன்றை எடுத்துக் கொண்டு அவள் தந்தை கடைத் தெருவுக்குப் போயிருந்தார்.

இனிமேல்தான் அரிசி முதல் எண்ணெய் வரை சாமான்கள் வந்து சமையல் ஆரம்பம் ஆக வேண்டும். குழந்தைகள் காலை ஆகாரம் முடித்துக் கொண்டு பள்ளிக்கூடம் போய் விட்டார்கள். கடைக்குட்டி நாலு வயசுக் குழந்தை பங்கஜம் மட்டும் உடைந்த சிலேட் ஒன்றில் 'உருண்டைகள்' போட்டு அவைகளுக்குள் தனக்கு வேண்டிய விளையாட்டுச் சாமான்களைத் தயாரித்துக் கொண்டிருந்தாள். வீட்டுத் தலைவி - ஸரஸாவின் தாயார் பார்வதி கிழிந்த பாய் மீது கசங்கிக் கிடக்கும் கந்தலைப் போல் சுருண்டு கிடந்தாள். நாலைந்து நாளாகவே அவளுக்குக் காய்ச்சல்; இன்று காலை முதல் சற்று கடுமையாக இருந்தது. சிகிச்சை என்று ஒன்றும் நடக்கவில்லை; ஆகாரத்தில் பத்தியமும் கைப்பாகமுமாய் அவளைக் குணப்படுத்த முயன்று கொண்டிருந்தார் ஆசிரியர். அவள் உடல் நிலையைக் கருதித்தான் அவர் இன்று பள்ளிக்கூடம் போகாமல் வீட்டில் தங்கிவிட்டார்.

ஸரஸாவினால் ஒப்பிட்டுப் பார்க்காமல் இருக்க முடிய வில்லை. மஞ்சுளாவின் வீட்டில் வெளிச்சம் விளையாடியது இங்கு இருட்டு ஏங்கியது. மஞ்சுளாவின் தாய்க்கு உடல் நலம் இல்லை என்றால் இந்நேரம் கார்கள் பறந்து கொண்டிருக்கும்; ஒரு டாக்டர் என்ன - டாக்டர்களின் ஒரு கூட்டமே கூடியிருக்கும். தெரிந்தவர்களும் வேண்டியவர்களுமாக வீடு நிறைந்து வழியும். ஆனால் இங்கே - உடம்புக்கு என்ன என்று விசாரிக்க வந்தாலே உதவிக்கென்று ஏதாவது ஒட்டிக் கொள்ளுமோ என்று அஞ்சியே யாரும் எட்டிப் பார்ப்பதில்லை.

அம்மா படுத்திருக்கிறாள் என்று ஸரஸா சொன்ன பாவத்துக்காவது மஞ்சுளா இங்கே வந்து எட்டிப் பார்த்திருக் கலாமே! எப்படி வருவாள்? சுயநலமும் வஞ்சனையும் மனசில் புரையோடி இருக்கும்போது அவளுக்கு எப்படி வரத் தோன்றும்? செல்வம் என்றால் வஞ்சனை என்றுதான் அர்த்தமா? செல்வத்தை

மதிக்கிறவர்கள் வஞ்சனையை மதிக்கிறவர்கள்தான். மஞ்சுளா அழகான விஷப்பாம்பு; மாதவன் அதை விடக் கொடிய நச்சுப் பாம்பு.

விஷப்பாம்புகளால் தீண்டப் பெற்றவள் போல் அவள் உடல் எத்தகைய நிற மாறுதல் கொண்டது!

''ஸரஸாவா? நீ எப்போது வந்தாய்?'' என்ற குரல் கேட்டுத் தன் நினைவு பெற்றுத் திரும்பிப் பார்த்தாள் அவள்.

மஞ்சுளாவின்... டாக்டர் நீலகண்டன்! அவன் வருகை அவளுக்கு வியப்பாக இருந்தது.

''முந்தாநாள் வந்தேன்''

''மஞ்சுளா சொல்லவில்லையே. உன் தாயாருக்கு நாலு நாளாய் ஜுரம்; போய்ப் பாருங்கள் என்றாள், வந்தேன்'' என்றான் நீலகண்டன்.

நோயாளியை அவன் சோதித்தான். கடுமையான காய்ச்சலால் பாதி பிரக்ஞை இழந்த நிலையில் அவள் முனகிக் கொண்டிருந்தாள்.

''யாராவது டாக்டர் பார்க்கிறார்களா?''

''இல்லை; நாட்டு வைத்தியமாக ஏதோ செய்கிறோம்'' என்று கூறும்போது ஸரஸா குன்றிவிட்டாள்; ''ரொம்ப ஸீரியஸோ?'' என்றாள் கவலையுடன்.

''அப்படி ஒன்றும் இல்லை''

நீலகண்டன் இஞ்செக்ஷன் தயாரிக்கத் தொடங்கினான்.

ஸரஸா தாயைத் தலைப்பக்கமாக மெதுவாய்த் தூக்கித் தன் மார்புடன் அணைத்துக் கொண்டு உட்கார்ந்தாள். காய்ச்சலின் அனலால் துவளும் அந்த உடல் அவளுக்குக் கலவரம் உண்டாக்கியது.

கால் விரல்களைத் தரையில் ஊன்றி மண்டியிட்டு அமர்ந்து ஊசி போட்டுக் கொண்டிருந்த நீலகண்டனோ அவள் கூந்தலை

வியப்புடன் பார்த்த வண்ணம் இருந்தான். விரிக்காத தோகையை நீளமாய்க் கிடத்திக்கொண்டு அமர்ந்திருக்கும் மயிலின் ஞாபகம் வந்தது அவனுக்கு. இந்தக் கூந்தலைப் பின்னுவதற்கே இரண்டு ஆள் வேண்டும் போல் இருக்கிறதே!

கண்ணாடி டியூப்பில் இருந்த மருந்து முழுவதும் இறங்கிய பின்னும் டாக்டர் ஊசியை வெளியில் எடுக்காமல் இருக்கவே ஸரஸா காரணம் அறியத் தலை நிமிர்ந்தாள்.

இயற்கையாகவே நாலு கண்கள் சந்தித்தன. அந்தச் சந்திப்பு ஸரஸாவின் கலக்கத்தை ஒழித்தது; அவள் மனத்தில் ஒரு புதிய ஆற்றலே பிறந்தது.

நீலகண்டன் பக்கத்தில் கிடந்த ஒரு நாற்காலியில் உட்கார்ந்தான்; சட்டைப் பையிலிருந்த டைரியை எடுத்து ஏதோ குறித்துக்கொண்டான்.

"பிரெஸ்கிரிப்ஷன் தருகிறீர்களா?" என்று கேட்டாள் ஸரஸா.

"சரிதான் போ; உன் தாயாரைப் பார்த்து மருந்தை நானே அனுப்பவேண்டும் என்று மஞ்சுளாவின் உத்தரவு. அதை நான் மீற முடியுமா?"

மஞ்சுளாவின் இந்தக் கரிசனமும் ஸரஸாவுக்குக் கசந்தது; "அதெல்லாம் வேண்டாம்; எழுதிக் கொடுங்கள்; வாங்கிக் கொள்கிறோம்."

"அப்புறம் நான் மஞ்சுளாவிடம் தலைகாட்ட முடியாது. ஆஸ்பத்திரிக்குப் போய் மருந்து அனுப்புகிறேன்" என்ற டாக்டர் வீட்டைச் சுற்றிக் கண்களை ஓட்டுவதைக் கவனித்தாள் ஸரஸா.

"ஐந்து நிமிஷம் இருங்களேன். காபி கொண்டு வருகிறேன்."

"தாங்க்ஸ், வேண்டாம். நான் போகவேண்டும். அங்கே பேஷண்ட்ஸ் காத்திருப்பார்கள். அப்பா இல்லையா?"

"கடைத் தெருவுக்குப் போயிருக்கிறார்"

"பள்ளிக்கூடம் போகவில்லையா?"

"இல்லை; லீவ் போட்டார்."

பிறகு என்ன பேசுவது என்று இருவருக்கும் விளங்கவில்லை.

நீலகண்டன் மஞ்சுளாவுடன் ஸரஸாவைப் பார்த்திருக்கிறான். பேசிப் பழகி இருக்கிறான். அவள் ஏழை என்று அவனுக்குத் தெரியும். ஆனால் இவ்வளவு ஏழை என்பதை இன்றுதான் கண்டான். வீடு மிகவும் பெரியதுதான்; ஆனால் சுவர்களும் கதவுகளும் ஜன்னல்களும் சுவர்களில் மாட்டியிருந்த படங்களும் கண்ணாடிகளும் 'நாங்கள் ஒரு காலத்தில் சௌகரியமாக வாழ்ந்தவர்கள்' என்பதை ஒளிவுமறைவு இல்லாமல் காட்டிக் கொண்டன. சிலந்திக்கூடுகளும் புழுதியும் சூரிய வெளிச்சத்துக்குக் கரு மெருகு பூசின. வறுமையின் இறுக்கமான பிடியில் காற்றும் புழுங்குவதை அவன் உணர்ந்தான்.

இந்தப் பேரிருளுக்கு இடையில் இந்தச் சுடரா?

ஸரஸா என்பது ஏழ்மையா? இந்த வளப்பம் மாளிகைகளில் காணக் கிடைக்குமா?

ஸரஸா என்பது எளிமையா? அந்தக் கூந்தலின் பகட்டும் இளமையின் டம்பமும் அரண்மனைகளையே அலைத்துக் கலக்கிக் குலைக்குமே!

இது - இந்த ஸரஸா இந்த இருளின் இறுக்கத்தில் ஒளியத்தான் தோன்றியதா?

நீலகண்டன் நெருப்பாய் நெடு மூச்சு கழித்தான்; ஏக்கம் மண்டியது; மஞ்சுளா என்ற ஒருத்தியின் நினைவு எங்கோ மறைந்தது.

அப்போது ஸரஸாவின் உள்ளத் தளத்தில் ஓர் அழகி அவதரித்தாள்; மகாராணியாக நிமிர்ந்து உட்கார்ந்தாள்; அவள் - அந்த மகாராணி- ஸரஸாவை மலர்ந்து நோக்கும் நீலகண்டனை வெறுப்புடன்

பார்த்தாள்; ஏளனமாகப் பார்த்தாள்; அசட்டையாகப் பார்ப்பது போல் ஆழ்ந்தும் பார்த்தாள்; ஒரு நொடியில் - மாதவன் அழகனா, நீலகண்டன் அழகனா என்று ஒப்பிட்டும் பார்த்தாள். மாதவன்தான் அழகன் என்பதில் சந்தேகம் இல்லை; ஆனால் அவன் அழகின் ஆட்சிக்கு அறிமுகம் இல்லாதவன்; அழகின் அதிகாரத்துக்கு அடங்காத ரசிகன். ஆனால் - நீலகண்டனோ அழகின் விஷத்தையும் கழுத்தில் ஏற்கவல்லவன். 'எங்கே? எங்கே?' என்று வேட்கை கொண்டு தவிக்கும் இப்பார்வைக்காகவே இவனை 'இங்கே இங்கே' என்று தேட வைக்கலாமே - என்றெல்லாம் எண்ணிய அந்த மகாராணி ஸரஸாவின் முகத்திலே ஒரு ஜகன் மோகன முறுவல் ஒன்றைச் சிருஷ்டித்தாள். அந்த முறுவலுடன் ஸரஸாவின் உள்ளத்துள்ளேயே மகாராணி ஒளிந்து கொண்டாள்.

"கல்யாணம் எப்போது?" என்று எப்படியோ தொடங்கி வைத்தாள் ஸரஸா.

"யாருக்கு?"

"எனக்கு ஆகிவிட்டது; மஞ்சுளாவுக்கு ?"

"அது அவளை அல்லவா கேட்க வேண்டும்?" என்றான் நீலகண்டன்.

"நீங்கள் ஒன்றும் சொல்ல வேண்டாம்; பத்திரிகை வந்தால் தானாகத் தெரிகிறது!"

"ஏன் நியூஸ் பேப்பரைப் பார்த்துத் தெரிந்து கொள்கிறது தானே? உன் சினேகிதி உன்னிடம் சொல்லமாட்டாளா?"

"சொல்லவேண்டிய அளவு சொல்வாள்."

"இது சொல்ல முடியாத ரகசியமோ?"

"இது ரகசியம்தானே?"

"எது ரகசியம்? கல்யாணமா?"

எம்.வி. வெங்கட்ராம்

‘‘கல்யாணம் அல்ல; கல்யாணத்துக்கு முந்தி...’’

‘‘கல்யாணத்துக்கு முந்தி? ஏன் நிறுத்திவிட்டாய்? வாக்கியத்தை முடியேன்.’’

‘‘உங்கள் இருவருக்கும் ரகசியம்தானே? அதை எல்லாம் அவள் சொல்லுவாளா? நான்தான் கேட்கலாமா?’’

‘‘பேஷ்! பார்த்தால் சாதுபோல் இருக்கிறாய். சக்கைப் போடு போடுகிறாயே. ரகசியம், மர்மம் என்று மனத்தைக் குழப்பிக் கொள்ளாதே; நான் விஷயத்தைத் தெளிவாகச் சொல்லி விடுகிறேன். எனக்கும் மஞ்சுளாவுக்கும் ரகசியம் ஒன்றும் இல்லை. நான் அவளை மணக்கவேண்டும் என்று மாதவன் சொல்கிறான்’’ என்று நிறுத்தினான் நீலகண்டன்.

‘‘நீங்கள் வேண்டாம் என்று ஓடி வந்து விட்டீர்களாக்கும்!’’ என்று நகைத்தாள் ஸரஸா.

‘‘உன் கல்யாணத்துக்குதான் எனக்கு நீ பத்திரிகை கூட அனுப்ப வில்லை. உன் ஹஸ்பெண்டு அஸிஸ்டண்ட் இஞ்சினீயராமே?’’

‘‘ஆமாம்.’’

‘‘சௌகரியமாக இருக்கிறதல்லவா?’’

‘‘இருக்கிறேன்.’’

‘‘நான் வரட்டுமா?’’

‘‘உங்கள் பேஷண்டுகள் காத்திருப்பார்கள் என்றீர்களே?’’ - என்ற ஸரஸாவின் குரல் வழக்கம் போல் இனிமையாக இருந்தது; ஆனால் அதில் தன்னை வெளியே போகச் சொல்லும் தொனி இருப்பதாக அவனுக்குத் தோன்றியது.

‘‘சரி வருகிறேன்’’ என்று ஒருவாறு அவன் எழுந்தான்.

''மறுபடியும் எப்போது?'' என்ற அவள் கேள்வி இயற்கையானது என்றாலும் தன் வருகையை எதிர்பார்க்கிற ஏக்கம் அக்குரலில் இருப்பதாய் அவனுக்குத் தோன்றியது; திரும்பினான்.

''நாளைக்கு வருகிறேன்.''

அவனுக்குப் பின்னால் அவள் நடந்தாள். வாசலில் நின்றாள். அவன் காரில் ஏறுவதைப் பார்த்தாள். கார் கிளம்பிச் சிறிது தூரம் சென்றதும் நீலகண்டன் வெளியில் தலையை நீட்டித் தன் வீட்டின் பக்கம் திரும்பிப் பார்த்ததைப் பார்த்தாள்.

கார் மறைந்த பிறகும் அவள் அப்படியே நின்றாள். அவளுடைய உள்ளத்து மகாராணி மீண்டும் தோற்றம் கொடுத்தாள்; உல்லாசமாகச் சிரித்தாள். 'உன்னால் ஒன்றும் முடியாது என்று சோர்ந்து போனாயே? உன்னால் முடியாதது இல்லை' என்று அந்த மகாராணி மெதுவாக - ஆனால் உறுதியாக - உரைத்ததை ஸரஸா தெளிவாய்க் கேட்டாள்.

அதைக் கேட்டு அவளுக்கு களிப்பு உண்டாயிற்று. ஆனால் அந்தக் களிப்பு நெய்வேலியை எட்டிப் பார்த்ததும் கருகியது.

தீ சுற்றி, கழுத்தில் கயிறு சுற்றி, அவளுடைய வாழ்க்கையையும் சுற்றிக்கொண்ட உரிமையாளன் ஒருவன் நெய்வேலியில் இருக்கிறானே!

கணவன் என்றால், அது ஒரு பெரிய பிரமைதானா?

அதை நினைக்க அவளுக்கு அழுகைதான் வந்தது.

9

அந்தப் பெரிய மாளிகையின் மாடி வராந்தாவில் எதிரெதிராக இருந்த இரண்டு சோபாக்களில் அமர்ந்து டீபா மீதிருந்த கிண்டி

களிலிருந்து பாலும் டிகாஷனும் வெள்ளி டம்ளர்களில் ஊற்றிக் கொண்டு சிறிது சிறிதாகச் சுவைத்துச் சாப்பிட்டவாறு பேசிக் கொண்டிருக்கும் அண்ணனையும் தங்கையையும் பார்க்கிறவர் களுக்கு அவர்கள் இன்பத்தை நுகரப் பிறந்தவர்கள் என்றுதான் நினைக்கத் தோன்றும். ஆனால் அவர்கள் உரையாடலில் இன்பத்தின் மணத்தைவிட துன்பத்தின் நெடி அல்லவா மிகுதியாக இருக்கிறது?

கண்ணீரும் கம்பலையும் ஏழைக்கும் குடிசைக்கும் உரியவை என்று நினைக்கிறார்கள்; ஆனால் தங்கள் உல்லாசத்துக்காக மனிதர்கள் மாளிகைகள் கட்டிக் கொள்ளும்போது கண்ணீரும் பெருமூச்சும் அந்த மாளிகைகளில் உல்லாசமாய்க் குடியேறுகின்றன. எந்த மாளிகையின் கதையும் இன்பம் நிறைந்ததாக இருந்ததில்லை.

மஞ்சுளாவும் மாதவனும் திருமணம் பற்றித்தான் பேசிக் கொண்டிருந்தனர். ஆனால் சிரிப்பும் கும்மாளமுமாக நடைபெற வேண்டிய ஒரு கல்யாணத்துக்கு முன்னாலும் - பின்னாலும் எவ்வளவு கண்ணீர் மறைந்துள்ளது?

''தஞ்சாவூர் வரன் பற்றி நீ எழுதியதைப் படித்ததும் எனக்குப் பயமாகிவிட்டது. இனியும் தாமதித்தால் அப்பா உன்னையும் ஏமாற்றிவிடுவார் என்று தோன்றியது. உடனே புறப்பட்டு வந்தேன்'' என்றான் மாதவன்.

''அப்பாவுக்கு என் மேல் ரொம்பக் கோபம். நான் எதையும் கவனிக்கவில்லை. அம்மாதான் எனக்காக வக்காலத்து வாங்கி அப்பாவோடு மல்லுக்கு நிற்கிறாள்.''

''நீலகண்டனைப் பற்றி உன்னுடன் மனம் விட்டுப் பேசத்தான் உன்னைத் தனியாக அழைத்து வந்தேன். இரண்டு வருஷங்கள் அவனும் நானும் காலேஜில் சேர்ந்து படித்தோம். பிறகு அவன் மருத்துவப் படிப்புக்கும் நான் கலைப் படிப்புக்குமாகப் பிரிந்து விட்டோம். என்னோடுதான் நீ அவனைப் பார்த்திருக்கிறாய்; நீங்கள்

அதிகமாய் நெருங்கிப் பழகியதில்லை என்பதும் எனக்குத் தெரியும். அவனுக்குத் தகப்பனார் இல்லை; உடன் பிறந்தவர்கள் இல்லை. தாய் மட்டும் இருக்கிறாள்; அவளும் மகா சாது. பூர்வீகச் சொத்து ஒன்றும் இல்லாவிட்டாலும் தொழிலில் கெட்டிக்காரன்; நல்ல வருமானம் இருக்கிறது. இவைகளை எல்லாம் பார்த்தால் அவனை ஒரு நல்ல வரன் என்றுதான் சொல்லவேண்டும். ஆனால்..." என்று நிறுத்தினான் மாதவன்.

மஞ்சுளா நிமிர்ந்தாள்.

"அவனிடம் உள்ள ஒரு பலவீனத்தை நீ கட்டாயம் தெரிந்து கொள்ளவேண்டும். அவனுக்குக் கவர்ச்சிகரமான தோற்றம்; இல்லையா மஞ்சு?" என்று நகைத்தான் மாதவன்.

மஞ்சுளா பதில் கூறவில்லை.

மாதவன் தொடர்ந்தான்; "அவனுக்குக் கொஞ்சம் சஞ்சலபுத்தி. நாளைக்கு இந்தப் பலவீனத்தை அவனிடம் புதிதாய்க் கண்டு நீ துன்புறக்கூடாது என்பதற்காக இப்போதே சொல்லி விடுகிறேன். அவன் தொழிலும் பெண்களுடன் அதிகமாய்ப் பழகவேண்டிய தொழில்."

மஞ்சுளா மௌனமாக இருந்தாள் - டாக்டர் வசீகரமாக இருக்கிறார் - வசீகரிக்கப்படுகிறார் என்பதைக் கேட்டு அவள் ஒருகால் மகிழ்ந்தாளோ?

"நன்றாக யோசித்து முடிவு செய். ஏன் சிரிக்கிறாய்?"

"அப்பா குணம் பிள்ளைக்கும் இருக்கும் என்பார்கள். அதை எண்ணிச் சிரித்தேன்."

"நான் சொன்னதில் அப்பா குணம் என்ன கண்டுவிட்டாய்?"

"கடன் கொடுக்கிற சமயம் அப்பாவின் பேச்சு நயத்தை நீ கேட்டதில்லையா? அந்த நயத்தில் ஒரு கண்டிப்பு இருக்கும்; இவரிடம்தான் கடன்காரன் ஆகவேண்டும் என்று வந்தவனுக்கு

ஆசையும் உண்டாகும். 'கொடுத்துக் கெட்ட பெயர் வாங்குவதை விட கடன் தராமல் இருந்து விடுவதே நல்லது என்பது என் தீர்மானம். நீயோ அவசரமான முடைக்குக் கேட்கிறாய். என் கையிலும் பணம் இல்லை. வெளியில் வாங்கித் தரலாம் என்றால் இரண்டு வட்டி, மூன்று வட்டி கேட்பான்; குறித்த காலத்தில் பணம் கட்டாவிட்டால் அபராத வட்டி எடுத்துக் கொள்வான். பணத்துக்கும் நகைக்கும் வவுச்சர் தரமாட்டான். கெடு தவறிவிட்டால் நகை கிடைக்காது. இதெல்லாம் எதற்கு வம்பு?' என்று இனிக்கவும் கசக்கவும் பேசுவார். அவரைப் போலவே பேசுகிறாயே?'' என்றாள் மஞ்சுளா - அப்பாவைப் போலவே முகத்தை வைத்துக்கொண்டு குரலை ஏற்றியும் இறக்கியும். "வந்தவனுக்கு அப்பா கடன் தருகிறேன் என்கிறாரா, மறுக்கிறாரா என்பதே புரியாமல் விழிப்பான். அப்பா மாதிரியே நீயும் அந்தப் பக்கமும் சாயாமல் இந்தப் பக்கமும் சாயாமல்..."

"அதற்கல்ல. நாளைக்கு..."

"நாளைக்கு ஒரு தகராறு என்று வந்தால் உன்மீது குறை சொல்லக்கூடாது என்கிறாய்; அப்படித்தானே? கல்யாண பாஷையை எல்லாரும் எல்லா இடங்களிலும் ஒரே விதமாகத்தான் பேசுகிறார்கள்! கல்யாணம் நடந்தால் அதை தொடர்ந்து ஆபத்து வரும்; அந்த ஆபத்துக்குப் பொறுப்பு ஏற்க யாரும் தயாராக இல்லை!"

மாதவன் சிரித்துவிட்டான்: "ஆனால் கல்யாணத்துக்குப் பிறகு விபத்துக்கு ஆளாகாமல் வாழ்ந்தவர்கள் யாராவது இருக்கிறார்களோ? சரி, நாம் நல்லதையே எதிர்ப்பார்ப்போம். யாருடைய உதவியும் இல்லாமல் நீலகண்டனை உன்னால் சமாளிக்க முடியும்.''

"என்னிடமே எல்லாவற்றையும் கேட்கிறாயே, டாக்டரின் அபிப்பிராயத்தைக் கேட்டாயா?"

"கேட்காமல்? நாடகபாணியில் சபதம் செய்கிறான்; மஞ்சுளா கிடைக்காவிட்டால் காலம் எல்லாம் பிரம்மசாரியாகவே இருந்து விடுவானாம்! உன் எதிரிலேயே 'பிரைட்க்ரூம் ஈஸ் ரெடி' என்றானே."

"அவரைப்பற்றி என்னிடம் பேசினதுபோல் என் பலவீனம் பற்றி அவரிடம் ஏதாவது சொன்னாயா அண்ணா?"

"உன்னிடம் பலவீனமா? இதுவரை என் கண்ணில் ஒன்றும் படவில்லை; கல்யாணம் ஆனபின் தோன்றுகிறதோ என்னவோ! நீலகண்டன் பலவிதத்தில் அதிர்ஷ்டசாலி."

"நான் மணம் புரிந்து கொள்ள விரும்புவதே ஒரு பலவீனமாக உனக்குத் தோன்றவில்லையா?" என்றாள் தங்கை.

"அந்தப் பலவீனம் இல்லாத மனிதர்களே இல்லை, ஜீவராசிகளே இல்லை."

"உன்னைத் தவிர; இல்லையா?"

"எந்த விதிக்கும் விலக்கு உண்டு. விலக்கை விதியாக்கவும் நான் விரும்பவில்லை."

"அப்படியானால் விதிவிலக்காக இருப்பது என்று தீர்மானித்து விட்டாயா? கல்யாணம் வேண்டாம் என்று உனக்கு ஏன் தோன்றுகிறது?"

தமையன் பதில் அளித்தான்.

"காரணத்தை என்னால் விளக்க முடியாது; காரணம் என்று ஒன்று இருக்கிறதா என்றும் சொல்ல முடியவில்லை. நான் குழம்பி இருக்கிறேன் என்று எனக்குத் தெரிகிறது; ஆனால் அதைத் தவிர்க்க நினைத்தால் மேலும் குழப்பம்தான் உண்டாகிறது. என் மனத்தை மட்டும் அல்ல, உடல் பூராவையும் எண்ணங்கள் அரித்துக் கொண்டிருப்பதாய்த் தோன்றுகிறது. மூளையில் எண்ணங்கள் உதிக்கின்றன - மனத்தில் உணர்ச்சிகள் அறியப்படுகின்றன என்று சாதாரணமாக நாம் நினைக்கிறோம். ஆனால் மூளைக்கு வெளியிலிருந்து எண்ணங்களும் மனசுக்கு வெளியிலிருந்து உணர்ச்சிகளும் என்னைத் தொடர்ந்து ஆக்கிரமிப்பதை அறிகிறேன். புறத்திலிருந்து வருவதாய்த் தோன்றும் இந்த எண்ணங்களையும் உணர்ச்சிகளையும் என்னால் தடை செய்யவோ நிறுத்தவோ முடியவில்லை. சிலசமயம், 'எனக்குப்

பைத்தியம் பிடித்திருக்கிறதோ?' என்று நானே சந்தேகித்ததுண்டு. ஆனால் 'நான் இப்படி எல்லாம் இருக்கிறேன்' என்று பிரக்ஞை உள்ள ஒருவனைப் பைத்தியம் என்று கூறுவதும் எப்படி? நான் எப்போது, எதைப்பற்றி எண்ணிக்கொண்டிருப்பேன் என்று எனக்கே தெரியாது''

மாதவன் பேசுவதை வியப்புடனும் சற்று வேதனையுடனும் மஞ்சுளா கேட்டுக்கொண்டிருந்தாள்; ''உன்னுடைய குழப்பமான மனப்போக்கு, நடத்தையில் வெளிப்படவே இல்லையே!''

''அது எப்படி வெளிப்படும்? எனக்கே நான் சுவாரசியமாகத் தோன்றுகிறேன். மனத்தில் நெருப்புப் புயல் வீசிக் கொண்டிருக்கும். ஆனால் மிகச் சாதாரணமான வேலைகளை அமைதியாகச் செய்து கொண்டிருப்பேன். என்னை உன்னால் புரிந்து கொள்ள முடியாது; சொல்லிப் புரியவைக்கவும் முடியாது. ஒவ்வொரு வினாடியும் எண்ணங்கள் தேள்களாய்க் கொட்டினால் அமைதி எப்படிக் கிட்டும்?''

மஞ்சுளா யோசித்தவாறு கூறினாள்: ''மணம் புரிவதால் உன் மனசு தெளியலாம் என்று எனக்குத் தோன்றுகிறது. இல்லா விட்டால் - ஏதாவது ஒரு பெரிய காரியத்தை மேற்கொண்டு அதில் ஒருமுகமாய்க் கவனம் செலுத்தினால் உன் மனநிலை அமைதி அடையும்.''

''மனம் மாறி என்ன ஆகவேண்டும்? அமைதி தேவையான ஒன்றா? வாழ்க்கையில் பெரிய காரியம், சிறிய காரியம், லட்சியம், லட்சணம் என்பவை எல்லாம் எனக்கு அர்த்தம் இல்லாத விஷயங் களாகத் தோன்றுகின்றன. இந்த வாழ்க்கைக்கு அர்த்தம் உண்டா என்று கேட்பதைவிட வாழ்வதற்கு அர்த்தம் தேவையா என்பது எனக்கு ரசமான கேள்வி. புழு பூச்சிகள் வாழ்கின்றன; பறவைகளும் விலங்குகளும் வாழ்கின்றன; மனிதர்களும் வாழ்கிறார்கள். மனிதன் உள்பட உயிர்கள் எல்லாம் உணவுக்காகப் பெரும்பாடு படுகின்றன; இனவிருத்தி செய்வது உயிர் இனங்களின் அடுத்த விருத்தி. கடைசியில் , எல்லாமே செத்து ஒழிந்து மறைகின்றன. சாவதற்காக வாழ்கிற வாழ்க்கைக்கு அர்த்தம் தேவையா?''

"உன் சிந்தனைப் போக்கு ஆரோக்கியமானதாக இல்லையே அண்ணா? மனித அறிவின் சாதனைகள், நாகரிகம், பண்பாடு முதலியவைகளுக்கு அர்த்தம் இல்லையா? இவை எல்லாம் வீணானவைதானா?''

''மனித வாழ்க்கையே வீண் என்ற பிறகு மனித சாதனைகள் வீண் என்று சொல்லவேண்டுமா?''

''எல்லாமே வீண் என்று முடிவு கட்டி விட்டாயா அண்ணா?'' என்றாள் மஞ்சுளா கிண்டலாக.

"நீ கிண்டலாகப் பேசுகிறாய். ஆனால் நான் ஸீரியஸாகப் பேசுகிறேன். நான் எதையும் முடிவு கட்டவில்லை. ஒரு முடிவு கட்டுவதற்குத் தக்கவனாக என்னை நான் நினைக்கவும் இல்லை என் மனம் சகதியாய்க் கிடக்கிறது; அதை ஒழுங்கு செய்துகொள்ள என்னால் முடியவில்லை.''

சிறிது நேரம் இருவரும் மௌனமாக இருந்தனர். பிறகு மஞ்சுளா கேட்டாள்: ''அண்ணா கடவுளை நம்புகிறாயா? நம்பத் தோன்றுகிறதா?''

''எந்தக் கடவுளை? ஏகதாரக் கடவுளையா? பலதாரக் கடவுளையா? பெண்சாதி பிள்ளைகளுடன் குடும்பம் நடத்தும் கடவுளையா அல்லது அகில பிரபஞ்சத்தையும் குடும்பம் ஆக்கிக் கொண்ட கடவுளையா? எந்தக் கடவுளை நம்பவேண்டும் என்கிறாய்?''

''மனைவி மக்களுடன் குடும்பம் நடத்துகிற கடவுளைப் பற்றித்தான் உன்னால் பேச முடிகிறது; மனைவி மக்களுடன் குடும்பம் செய்கிறவர்கள் கற்பனை செய்த கடவுள் வடிவங்களைத் தான் உன்னாலும் நினைக்க முடிகிறது; மனைவி வேண்டும் வேட்கை உன் மனத்தில் ஒளிந்திருப்பதைத்தானே உன் பேச்சு காட்டுகிறது?''

''நான் பேசாத சொல்களுக்குத்தான் நீ அர்த்தம் காண்கிறாய் மஞ்சு! நான் கடவுளைப்பற்றிப் பேசினேன்.''

எம்.வி. வெங்கட்ராம்

"உனக்குப் பிடிக்கிற கடவுளாகத் தேர்ந்து பிடித்துக் கொள்; பிரார்த்தனை செய்; பிரார்த்தனை குழப்பத்தை நீக்கும்; தெளிவு தரும்; மனத்தில் ஆற்றல் தோன்றும்; வாழ்க்கையை ஏற்க முடியும்; வாழ்க்கையின் அர்த்தமும் புரியும்.''

"என்னைவிட என் கற்பனையில் தோன்றும் கடவுள் பலசாலி என்கிறாய். கடவுள்களின் குழப்பத்தை நீக்கவே மனிதனால் முடியாது போல் இருக்கிறதே!''

"கடவுளிடம் குழப்பம் இல்லை; நம் குழப்பத்தைத்தான் கடவுளிடம் காண்கிறோம். நீ இப்படி எல்லாம் பேசி நான் கேட்டதில்லை.''

"நானே கேட்டதில்லையே!''

"தேவையில்லாததை எல்லாம் நினைத்து இப்படிக் குழப்பம்...''

"நீ சொல்வது தவறு; நானாக எதையும் எண்ணவில்லை. எண்ணங்கள் தானாகத் தோன்றுகின்றன. ஒரு சிறு நிகழ்ச்சி அல்லது சிறு கேள்வி போதும் - எண்ணங்கள் என்மீதும் என்னையும் மொய்த்துக் கொள்வதற்கு! உன் கல்யாணம் முடிய வேண்டும் என்று காத்திருக் கிறேன்; அதற்காகவே வேலையை ராஜிநாமா செய்துவிட்டு...''

"ராஜிநாமா செய்தாயா? பதினைந்து நாள் லீவில் வந்ததாகத் தானே சொன்னாய்? வேலையை ஏன் ராஜிநாமா செய்தாய்?''

"பணத்துக்காகத்தானே வேலை? அறுநூறு ரூபாய் எனக்குப் பெரிதல்ல. அடுத்தவனுக்கு அது தேவைப்படும்போது நான் ஏன் தடையாக இருக்க வேண்டும்?''

"ஐநூறு சம்பாதிக்கிறவனுக்கு அறுநூறு கிடைத்தால் அது உதவியாகுமா? உதவி என்று நினைத்தா வேலையை விட்டாய்?''

''உதவியா? உதவி செய்ததாக எப்போது சொன்னேன்? யாருக்கு யார் உதவி செய்ய முடியும்? வழக்கிலிருந்தும் அகராதியிலிருந்தும் விலக்கப்படவேண்டிய சொல் உதவி என்பது; இல்லையா மஞ்சு?''

''நீயும் நானும் சொன்னால் அது விலகிவிடாது. வேலையில் ஆழ்ந்த கவனம் செலுத்தினால் உன் மனசைத் திருப்பலாம் என்று நினைத்தால் வேலையையும் விட்டேன் என்கிறாயே! எண்ணங்களின் சுயேச்சை உன் மனசை நோயாளி ஆக்குகிறது அண்ணா !''

''ஆக்கிவிட்டது ! எதையோ தொலைத்துவிட்டு எங்கேயோ தேடுவதுபோல் இருக்கிறது; எதைத் தொலைத்தேன் என்றும் - எங்கே தேடுவது என்றும் தெரியாமல் தேடுகிறேன்!''

மஞ்சுளா பேசவில்லை.

''எனக்குப் பைத்தியம் என்று பயமாயிருக்கிறதா?'' என்ற மாதவன் வாய்விட்டுக் கடகடவென்று சிரித்தான்.

10

காலையிலிருந்தே தகப்பனார் தன்னிடம் ஏதோ சொல்ல விரும்பித் தயங்குவதை ஸரஸா கவனித்தாள். அவர் என்ன சொல்ல விரும்புகிறார் என்பதும் அவளுக்குத் தெரியும்.

குடும்பங்களில் சாதாரணமாய் இப்படி நடப்பதைக் காணலாம். பதினைந்து இருபது ஆண்டுகள் ஒரு பெண் பெற்றோரின் அரவணைப்பில் வளருகிறாள்; அவளை அதட்டுகிறார்கள் - தேவையானால் அடிக்கிறார்கள் - புத்தி கூறுகிறார்கள். தாய் தந்தையின் காபந்தில் வளர்க்கப்பட வேண்டிய ஒரு குழந்தையாகத் தான் அவள் பாவிக்கப்படுகிறாள்.

ஆனால் அதே பெண் மணமாகிக் கணவன் வீட்டில் நாலு நாள் தங்கிப் பிறந்த வீட்டுக்குத் திரும்பும்போது அவளுடைய அந்தஸ்தே மாறிப் போகிறது. அதட்டி அறிவுறுத்திய பெற்றோரே அவளிடம் ஆலோசனை கேட்கத் தொடங்குகிறார்கள். வீட்டில் நடைபெறும் ஒவ்வொரு விசேஷத்திற்கும் அவளைக் கலந்து கொள்கிறார்கள். சிக்கலான பிரச்னைகளை அவள் முடிவுப்படிகூட தீர்த்துக் கொள்கிறார்கள். இருபது ஆண்டு அன்னியோன்யம் மங்கலுறத் துவங்குவதன் அறிகுறியாக இந்த மாறுதல் இருக்கக்கூடும்; மணமான பெண்ணிடம் பெற்றோர் அச்சமும் மரியாதையும் காட்டுவதன் பொருள் வேறு என்ன?

ஆசிரியர் ராமசாமிக்கு இந்த அச்சம் மிகுதியாக இருந்தது. ஆயிரம் ரூபாய் வேண்டும் என்று பிறந்த வீட்டுக்கு வந்தாள் ஸரஸா; பணம் கிடைத்துவிட்டது; அடுத்து - அவள் நெய்வேலிக்குப் புறப்பட வேண்டியவள்தானே? ஆனால் அவளோ திரும்பிச் செல்வதற்கான சிந்தை உள்ளவளாகத் தெரியவில்லை; அதைப் பற்றிய பேச்சே எடுக்கவில்லை.

"காலையிலிருந்து ஏதோ யோசனை செய்கிறீர்களே என்ன அப்பா? என்னிடம் ஏதாவது சொல்ல வேண்டுமா?" என்று தானாகவே வலியக் கேட்டாள் ஸரஸா.

ராமசாமி தயக்கத்துடன் சொன்னார். "பணம்தான் கைக்கு வந்துவிட்டதே. எப்போது திரும்புவதாய்ச் சொல்லிக் கொண்டு வந்தாய்?"

"நான் இருப்பது உங்களுக்குச் சிரமமாக இருக்கிறதா?" என்று ஸரஸா பதிலுக்குக் கேள்விதான் கேட்டாள்.

"ஏனம்மா இப்படிப் பேசுகிறாய்? நீ இருப்பதால் எனக்கு என்ன சிரமம்? நாலோடு ஐந்து. ஆனால் சொன்னபடி திரும்பா விட்டால் அது ஒரு குற்றம் ஆகிவிடுமே."

''அந்தக் குற்றத்துக்குத் தனி அபராதம் கட்டவேண்டுமே என்று பயமாக இருக்கிறதா அப்பா?''

ஸரஸா சிரித்தாள்; வாத்தியாரும் சிரிப்பதுபோல் பாசாங்கு செய்தார். ''அது மட்டும் அல்ல; ஒவ்வொரு நாளும் பணம் பின்னமாகிறது. அதுவும் பயப்பட வேண்டிய விஷயம்தானே? எவ்வளவு இருந்தாலும் இங்கே, செலவாகும். அப்புறம் உனக்கல்லவா கஷ்டம்?''

''எனக்கு என்ன கஷ்டம்? வீட்டை விற்றாவது பணம் கொடுக்கப் போகிறது நீங்கள்தானே? வாங்கிக்கொண்டு போய் அங்கேஹாய்யாகஇருக்கப் போகிறேன். கஷ்டம் உங்களுக்குத்தானே?''

ஹாஸ்யம் என்று நினைத்து ஸரஸா அப்படிப் பேசினாள்; மகள் இரக்கம் இல்லாமல் பேசுவதாய்த் தந்தைக்குத் தோன்றியது.

ராமசாமிக்குச் சிரிக்கத் தெரியாது; அழத் தெரியுமா என்றால் - அதுவும் தெரியாது. இப்படிக் கூறுவதன்பொருள் அவர்வாழ்க்கையில் மேடு பள்ளங்கள் இல்லை என்பதல்ல; அவர் மனநிலை மேடு பள்ளமற்றது என்று கூறுவது ஓரளவு பொருத்தமாக இருக்கலாம்.

சுமார் கால் நூற்றாண்டுக்கும் மேலாக அவர் பள்ளி ஆசிரியராகப் பணியாற்றி வந்தார். போன தலைமுறையின் பண்போடும் சிரத்தையோடும் நாட்டின் வருங்காலக் குடிகளைத் தயாரித்து வந்தார் என்பதே அவருடைய வாழ்க்கைப் பாட்டில் பல்லவி - அனுபல்லவி - சரணம். வாத்தியார்களுக்கென்றே அமைந்து விட்ட 'போதும்' என்ற மனம் அவருடைய பெரிய மூலதனம். காலையில் எழுவது, கடவுளை வழிபடுவது, சாப்பிடுவது, பள்ளிக்குச் சென்று கடமை ஆற்றுவது, மாலை வீடு திரும்பிக் குடும்பத் தேவைகளை முடிந்தவரை கவனிப்பது, கடவுளைக் கும்பிடுவது, உண்பது, உறங்குவது என்பவைதான், நாளது வரை அவர் 'ரொட்டீன்'.

இந்தக் கிரமம் அவரை ஒரு இயந்திரமாக மாற்றிவிட்டதா? அவருக்கு மனித உணர்ச்சிகள் உண்டா? என்பவை நியாயமான கேள்விகளே.

ஐந்து குழந்தைகளுக்குத் தந்தையானார் என்பதே அவரும் மற்றவர்களைப் போல மனித இயற்கைக்கு ஆட்பட்டு ஆடுகிறவர் என்பதைத்தானே காட்டுகிறது? ஸரஸா என்ற மோகனத்தைப் படைத்த உடலும் உள்ளமும் ரசநிதிகள் என்று கூறவேண்டுமா?

வாத்தியாரின் மற்ற உணர்ச்சிகள் வறுமையுற்றன என்றால் அதற்குக் காரணம் வறுமைதான். சிரிப்பு - அழுகை - கோபம் - வெறுப்பு - மானம் - அவமானம் முதலிய எல்லா உணர்ச்சிகளையும் அவர் வென்று விடவில்லை. அவை அவருக்குள்ளேயே ஓடியாடி நீரடிச்சுழலென ஒடுக்கம் கொண்டு விடும்.

அவர் தலை எடுக்கும்போதே தானே சம்பாதித்துச் சாப்பிட வேண்டிய நிலைதான். அவருடைய குடும்ப வரலாற்றைப் புரட்டினால் - ஒரு பணக்காரப் பரம்பரையின் பொன்னேடுகள் அவர் தந்தையின் ஆயுளோடு முடிவடைந்தது புலனாகும்; ஐந்து வேலி நிலம் - நாலைந்து வீடுகள் - நகைகள் - ரொக்கம் எல்லாவற்றையும் படாடோபமாகச் செலவழித்துத் தொலைத்துத் தலை முழுகிவிட்டு வாத்தியாரின் தகப்பனார் மண்டை யைப் போட்டார்; ராமசாமியை எஸ். எஸ். எல். ஸி. வரை படிக்க வைத்ததும், அவருடைய இரண்டு மூத்த சகோதரிகளுக்குத் திருமணம் செய்து வைத்ததும்தான் அவர் செய்த உருப்படியான செயல்கள்; ராமசாமி இப்போது வசிக்கும் வீடு எஞ்சியதே பெரிய காரியம். சுயமுயற்சியால் ராமசாமி வாத்தியாரானார். தந்தையால் குடும்பம் விழுந்துவிட்டது என்று அவர் எந்தக் காலத்திலும் வருந்தியதில்லை. 'வாழ்க்கை இதுதான்; பிராப்தப்படி எல்லாம் நடக்கும்; நாம் வந்த வழி இது; நம் வினைப்பயனை நாம்தானே அனுபவிக்க வேண்டும்?' என்று முடிவு கட்டிக்கொண்டு வாழ்கிறவர் அவர்.

இந்த முடிவு அவர் வாழ்க்கையில் ஓர் அமைதியை ஏற்படுத்தியது. இந்தத் தேக்கத்தில் சலனம் உண்டானது ஸரஸாவின் திருமணத்திலிருந்துதான். கண்ணாய் வளர்த்த பெண் மோகினியாக வளர்ந்து கண்ணை உறுத்தத் தொடங்கவே - அவளுக்கு மணம் முடிக்கவேண்டும் என்ற கவலை முதலில் எழுந்தது. பூர்வீகச் சொத்தாக எஞ்சிய வீட்டின் பேரில் ஐயாயிரம் கடன் வாங்க நேர்ந்ததுதான் அவர் வாழ்க்கையில் பெரிய நிகழ்ச்சி. கடன் கவலை அவர் நெஞ்சில் கொள்ளிவைத்தது; மூச்சில் சூடு சேர்த்தது; வெறும் செய்யுளாகச் சப்பென்று இருந்த அவர் வாழ்க்கை ரஸம் சேர்ந்து கவிதை ஆகியது!

ராமசாமியின் மனைவி பார்வதி நடுத்தரக் குடும்பத்தில் பிறந்தவள்; அவரை மணந்தபோது ஏராளமான ஆசைகளை மூட்டை கட்டிக்கொண்டு வந்தாள். ஆனால் புக்ககத்தின் நலிந்த நிலையைக் கண்டதும் தன் ஆசைகளை மூட்டைப் பூச்சிகள் ஆக்கிவிட்டாள். எந்த ஆசையையும் வெளியிட்டு அவள் கணவரை ஹிம்சித்ததில்லை.

அவர்களுடைய மூத்த பெண் ஸரஸா. அவளைக் கல்லூரியில் சேர்க்கவே அவர்கள் விரும்பவில்லை. ஸரஸாவோ அண்டை வீட்டு லட்சாதிபதியின் மகளோடும் மகனோடும் பழகினாள்; காரில் சவாரி செய்தாள்; ஆடம்பரங்கள் அவளுக்குப் பழகி விட்டன; ஆகையால் அவள் மஞ்சுளாவுடன் காலேஜில் படிக்க வேண்டும் என்று பிடிவாதம் பிடித்தாள்; மஞ்சுளாவும் வற்புறுத்தியதன் பேரில் ஸரஸாவை இரண்டு வருஷங்கள் கல்லூரியில் படிக்க வைத்தார்கள்.

பெண்ணுக்கு வயது வந்து விட்டதே என்று சம்பிரதாயப்படி கவலைப்பட்டார்கள்; ஜாதகங்கள் பார்த்தார்கள்; தெய்வமே துணை வந்ததுபோல் ஜகந்நாதன் தானாகக் கடன் கொடுக்க முன் வரவே அவர்களுக்குப் பெரிய தலைச்சுமை இறங்கியதுபோல் ஆறுதலாக இருந்தது; நெய்வேலி வரனை முடிவு செய்தார்கள்; ஸரஸாவைக்

கலக்க வேண்டும் என்ற எண்ணமே அவர்களுக்கு எழவில்லை. மனத்தைச் சிலந்திக் கூடாக்கி அதன் மத்தியில் வாழ்கிற ஸரஸாவும் மௌனம் சாதித்தாள்; மாதவன் நெருக்கடியான கட்டத்தில் வீரபுருஷனாய்க் குறுக்கிட்டுத் தன்னைக் காப்பாற்றப் போகிறான் என்று அவள் எதிர்பார்த்துக் கொண்டிருக்கும் போதே, தாலி கழுத்தில் ஏறிவிட்டது.

திருமணத்தின் வாயிலாக ஸரஸா என்ற தலைச்சுமை இறங்கி விட்டது என்னவோ உண்மை; ஆனால், ஒரு சுமை இறங்கிய இடத்தில் எத்தனை சுமைகள் ஏறுகின்றன! கடன் என்ற பெரிய சுமை; கடன் எத்தனை அவதாரங்கள் எடுக்குமோ? இரக்கம் இல்லாத அந்த ஜகந்நாதன் நரசிம்ம அவதாரம் எடுத்து ராமசாமியை வீட்டு வாசலில் வைத்துக் குடலைக் கிழிக்கப் போகிறார் என்று ஸரஸாவுக்குத் தெரியாதா? அந்த நரசிம்மம் என்ற மனித விலங்குக்குத் தூபதீப நைவேத்தியங்கள் காட்ட மஞ்சுளா என்ற ராட்சசியும் இருக்கிறாளே! அந்த மாதவன் அவனும் அரக்கன்தான்!

"வீடு விற்க வேண்டும் என்றதும் வருத்தமாக இருக்கிறதா அப்பா? வேறு எப்படிக் கடனை அடைக்கப் போகிறீர்கள்?"

"உன்தம்பி படித்து முடிக்கிறவரை, வட்டியாவது கொடுத்துச் சமாளித்து விட்டால், அவன்தலை எடுத்துச்சம்பாதிக்க மாட்டானா?" என்றார் ராமசாமி; இந்த நம்பிக்கை அர்த்தம் அற்றது என்று அவருக்கே தெரியும்; ஆனால் ஏதாவது நம்பிக்கை வேண்டுமே என்பதற்காக இப்படி ஒரு நம்பிக்கையை எழுப்பிக் கொண்டிருந்தார் அவர்.

அந்தக் கற்பனை நம்பிக்கையையும் ஸரஸா வாழவிட வில்லை: "பரதன் மாமா வீட்டிலிருந்து வருமுன் ராமன் வனவாசம் போய்க் கதை முடிந்துவிடும்!" என்று கூறிய ஸரஸாவுக்குத் தந்தைமீது இரக்கம் உண்டாயிற்று. நொந்த உள்ளத்தை மேலும் நோக வைத்ததற்காக விசனமுற்றாள்.

"நெய்வேலியில் பணம் ஏற்பாடு பண்ணி வாங்கி வருவதாகச் சொல்லிவிட்டுத்தான் வந்தேன். பணம் கையிலா வைத்திருக்கிறோம்? தயாராக ஒரு வாரம் ஆகிவிட்டது என்று சொல்லிக் கொள்ளலாம். பணத்தோடு போனால் கொஞ்சநாள் தலையில் வைத்துக் கொண்டாடுவார்கள். நான் இருக்கட்டுமா அப்பா?"

"இதை முதலில் சொன்னால் என்ன? எதையும் தாராளமாக மனம் விட்டுப் பேசுகிற குணம்தான் உனக்கு இல்லையே?"

"அம்மாவுக்கு ஜுரம் இல்லை. அயர்ந்து தூங்குகிறாள். நீங்களும் நிம்மதியாகத் தூங்குங்கள் அப்பா! நான் மாடிக்குப் போகிறேன்."

"திறந்த வெளியில் ஏன் படுக்க வேண்டும்? இங்கேயே படுத்துக் கொள்."

"இன்றைக்கு என்னவோ தனியாகப் படுக்க வேண்டும்போல் இருக்கிறது" என்ற ஸரஸா ஒரு தலையணையைக் கையில் எடுத்துக் கொண்டு மொட்டை மாடிக்குச் சென்றாள்.

கீழே கூட்டம் அலுத்தது; மேலே - தனிமை அலுத்தது. தலையணையை எறிந்தாள். கால்கள் வெட்டுண்டவள்போல் வெறும் தரையில் சாய்ந்தாள். கூந்தலைச் சுருட்டித் தலைக்கு அணை ஆக்கிக்கொண்டாள். இரு கரங்களையும் தலைக்குமேல் குவித்து உடலை முறுக்கித் தளர்த்தினாள். கண்களை மூடினாள்.

மூடினகண்கள் எதை மூடுகின்றன? காட்சியை மூடுகின்றனவா? கேள்வியை ஒழிக்கின்றனவா? நினைவுகளை ஒழிக்கின்றனவா?

பெற்றுப் போற்றி வளர்த்தவர்களுக்கு அவளால் எவ்வளவு துன்பம்? உடன் பிறந்தவர்களுக்கும் ஹிம்சை. இந்தக் குடும்பமே - உள்ளதொரு நிழலையும் இழந்து நடுத்தெருவில் நிற்கப் போகிறது - திருமணம் புரிந்து அவள் போக பாக்கியங்களோடு வாழவேண்டும் என்பதற்காக!

மூடின கண்களுக்குள் - கண்கள் குளிர - மாதவன் வந்தான்; ஆனாலும் அவன் கயவன்!

மூடின கண்களுக்குள் - கண்கள் எரிய - நீலகண்டன் வந்தான்; ஆனாலும் அவன் மஞ்சுளாவை வேட்டவன்!

மூடின கண்களுக்குள் - கண்கள் வெடிக்க - கிருஷ்ண மூர்த்தி வந்தான்;

கணவன்!

தொட்டுத் தாலி கட்டியவன்!

ஐயோ!

தீ சுட்டது போல் இருந்தது அவளுக்கு; எல்லாவற்றையும் அவள் மறக்க விரும்பினாள்; நினைவுகளைத் தலைசுற்றித் தூர எறிய முயலுகிறவள் போல் தலையைக் கூந்தல் மீது புரட்டினாள்; நெடுமூச்சு அவளைத் துடைக்க முயன்றது; எண்ணங்கள் இறுகி மார்பு சுருங்கியபோது தும்மல் வந்தது; தும்மினாள்; தும்மல் அவள் நெஞ்சை நெகிழ்த்தியது.

வானத்தைப் பார்த்தாள்; மிகவும் நிர்மலமாக இருந்தது. நீலப்படுதாவை இழுத்துக் கட்டி, மல்லிகை, முல்லை, நந்தியா வட்டை முதலிய வெள்ளை அரும்புகளாகவே பொறுக்கி அள்ளித் தூவினாற்போல் விண்மீன்கள் ஒளிமணம் சிந்தின. இந்த அலங்காரம் எதற்காக? யாருக்குக் கல்யாணம்?

சந்திரிகைக்குத் திருமணம்!

வெண்முகில் சல்லாவுக்குள்ளிருந்து சந்திரிகை நாணத்துடன் எட்டிப் பார்த்தாள். குனிந்து குளிரொளி இதழ்களால் முத்தமிட்டாள்; அவள் மூச்சு ஸரஸாவின் இமைகளை நெருடியது. மறதி என்ற மகாபோதையில் மூழ்கினாள் ஸரஸா. தூக்கம் அவளைத் தழுவிக் கொண்டது.

தூக்கத்திலும் ஒரு வாழ்க்கை இருக்கிறதா? இல்லை என்றால் கனவுகள் ஏன் வருகின்றன?

ஸரஸா கனவு கண்டாள்; மிகவும் மென்மை பூரிக்கும் கனவு!

கனவிலும் - உடலை நீட்டிக் கிடத்திக் கண் வளர்ந்த ஸரஸா அசதி ஆனந்தத்துடன் கண் விழிக்கிறாள்.

எதிரில் ஓர் உருவம் நிற்கிறது; மனித உருவம் எனினும் ஆணா - பெண்ணா என்பது விளங்கவில்லை. அது கைநீட்டி ஸரஸாவைத் தூக்கி இழுத்து மார்போடு அணைத்துக் கொள்கிறது; அது ஒரு பெண் என்பதை ஸரஸா உணருகிறாள். துஷ்யந்தனால் மறுக்கப் பட்ட சகுந்தலையாகத் தன்னைப் பாவித்துப் பொருமுகிறாள்.

'நீ மிருதுவான அரும்பு!' என்கிறாள் வந்தவள்; அவளை மேனகை எனலாமா?

ஸரஸா, தான் ஓர் அரும்பாகவே குறுகிச்சுருங்கி உருமாறுவதை உணருகிறாள்.

''உனக்குள் வெம்மை இருக்கிறது; தண்மை இருக்கிறது; வெடிப்பதற்கு வேண்டிய கிளர்ச்சி உன்னுள் இருக்கிறது. இந்தக் கிளர்ச்சி இவ்வளவு இன்பம் அளிக்கிறது? இந்த இன்பத்தில் உறங்கு'' என்று கூறிவிட்டு அந்த உருவம் வாசனையாக மறைகிறது.

ஸரஸா கனவு கலைந்து எழுந்தாள். தூக்கக் கலக்கத்திலேயே தன்னைத் தொட்டுப் பார்த்துக் கொண்டாள்; யானைக்கு மதம் பிடிக்கும்; அரும்புக்கு மதம் பிடிக்குமா? அரும்பின் மென்மை எப்படி இப்படிப் பாறை ஆயிற்று? எப்படி இப்படிப் பாறைக்குள் கிளர்ச்சி ஊடுருவியது? எழுந்தும் விழுந்தும் மீண்ட கைகள் அவளுக்குள் ஒரு பரபரப்பைத் தோற்றுவித்தன. அரும்பிய முறுவலுடன் மீண்டும் நித்திரை வசமானாள்.

இரவு மௌனமாகத் தூங்கியது. நிசப்தம் என்றொன்று கிடையாது என்று அறிவிப்பது போல் சுவர்க் கோழிகள் கிரீச்சிட்டன.

காற்று குலுக்கியதால் தென்னை ஓலைகள் சலசலத்தன. அரும்புச் சுடர்கள் கசக்கி எறியப்பட்டவை போல் ஆகாசத்தில் சிதறிக் கிடந்தன. கார்மேகப் பாறை ஒன்றின்மீது அமர்ந்து முகச் சல்லாவைக் களைந்துவிட்டு கலங்கலுற்று அழுது கொண்டிருந்தாள் சந்திரிகை: அவள் எதிர்பார்த்த மணமகனைக் காணோம்!

சந்திரிகையின் சோகம் ஸரஸாவின் கண்களில் மீட்டும் ஒரு கனவைப் பெய்தது...

யார் இவன்?

இவன் மாதவன்! மன்மதன்!

இவள் ஸ-ரஸா.

மாதவன் அவளுடைய இருகைகளையும் தன் கரங்களில் ஏந்துகிறான்; புனிதமான ஒரு பொருளைத் தீண்டுகிறவனைப் போல் அந்தக் கையரும்புகளைத் தன் கண்களில் ஒற்றிக் கொள்கிறான்.

அவனைப் பார்த்ததும் அவள் சூடுண்டாள்; அவனால் பார்க்கப்பட்டதும் அவள் தண்ணுண்டாள்; அவன் ஸ்பரிசித்ததும் அவள் கிளர்ச்சியுற்றாள்; வெடித்து மலர்ந்து - ஒளிர்ந்து மணம் புடைக்கத் துடித்தாள்.

"எங்காவது ஓடிவிடலாம்!" என்கிறான் மாதவன்.

"இப்படியே நிற்போம்!" என்று ஸரஸா குழைகிறாள்.

"ஓடிவிடுவோம்!" என்கிறான் மாதவன் - அச்சத்துடன்

"கொஞ்சம் உட்காருவோமே!" என்கிறாள் ஸரஸா ஏக்கத்துடன்.

"இல்லை - ஓடத்தான் வேண்டும்" என்கிறான் மாதவன் பரபரப்புடன்.

"வேண்டாம்; இங்கேயே படுப்போம்!" என்கிறாள் ஸரஸா வேட்கையுடன்.

அவள் சொல்ல வேண்டியவை எல்லாம் சொல்லிவிட்டாள்; அவன் எதையும் புரிந்து கொள்கிறவனாகத் தெரியவில்லை.

"வா - ஓடுவோம்!" என்ற மாதவன் - அவள் பின்தொடர்ந்து ஓடி வருவதாய்ப் பாவனை செய்து கொண்டு, திரும்பியும் பாராமல் ஓடலானான்.

அவனுக்குப் பின்னால் அவளும் ஓடத்தான் விழைந்தாள்.

ஆனால், அவளுக்குள் இருந்த வெம்மை மேலும் மேலும் வெம்மையுற்றது; அவளுக்குள் இருந்த தண்மை மேலும் மேலும் தண்மையுற்றது; அவளுக்குள் இருந்த கிளர்ச்சி மேலும் மேலும் கிளர்ச்சியுற்றது. வெப்பமும் - தட்பமும் - கிளர்ச்சியும் பெருகிப் பெருகிக்கொண்டே போக - அவள் உடலில் எங்கோ - ஏதோ பல இடிகள் ஏககாலத்தில் இடிப்பதைப் போல் படப்படாரென்று வெடித்தது.

மலர்ச்சியா அது?

மலர்ச்சி எனில் அவள் ஏன் கீழே விழுகிறாள்?

கீழே விழுந்து அவள் செத்துவிட்டாள். நாடிகள் விழுந்து விட்டன; இதயத் துடிப்பு ஓய்ந்தது; மூச்சு அவிந்தது.

அவள் சவமாய்க் கிடக்கிறாள் ; வெம்மையும் தண்மையும் கிளர்ச்சியும் ஒழிந்த சடமாய்க் கிடக்கிறாள்.

வெறித்து விழித்து இங்குமங்கும் பார்த்த வண்ணம் கள்வனைப் போல் வருகிறவன் யார்?

நீலகண்டன்!

மஞ்சுளாவின் மணமகன்!

ஸரஸாவின் பிரேதத்தை எரி வெறியுடன் பார்க்கிறான்.

எம்.வி. வெங்கட்ராம்

அந்தப் பார்வை பட்டதும் பிணத்துக்குக் கூடவா வாய் கசக்கும்?

நீலகண்டன் தரையில் அமருகிறான்; சவத்தின் பாதங்களைத் தீண்டுகிறான்.

தீண்டிவிட்டு மெய்மறக்கிறான்.

சவம் வலதுகாலைச் சற்றுத் தூக்கி அவன் மார்புமீது உதைக்கிறது.

''நெய்வேலி வந்தாச்சு; இறங்குங்கள்!'' என்ற குரல் கேட்டுத் திடுக்கிட்டு ஸரஸா கண் திறந்தாள்.

''நெய்வேலியா?'' பஸ்ஸிலா இருக்கிறாள் அவள்?

கண்களை நன்றாய்க் கசக்கிக் கொண்டு பார்த்தாள்; பஸ்ஸுூம் இல்லை - நெய்வேலியும் இல்லை. வீடு; மொட்டை மாடி; நெட்டைக் கனா.

அவளுக்குத் தூக்கப் போதை தெளியவில்லை. 'மஞ்சுளா' என்று மெதுவாக முணுமுணுத்தாள். கனவு பச்சையாக ஞாபகம் வந்தது. 'வேடிக்கையான கனவு; நீலகண்டனாம் - விஷகண்டன்!' என்று வாய்விட்டுச் சொன்னாள்.

அந்தப் பெயர் சொன்னதும் அவளுடைய அந்தரங்கங்கள் எல்லாம் கசந்து சுண்டின.

11

மஞ்சுளா கெட்டிக்காரி; எதிர்காலம் - அழகான பட்டுத் துணி போல் அவள் எதிரில் பரப்பிக்கிடக்கிறது; அதிலிருந்து ஆறு கெஜம் சேலை, ஜாக்கெட், பாடி, உள் பாவாடை எல்லாமே தன் அளவுக்குத் தன் விருப்பத்துக்கு அவள் தைத்துக் கொள்கிறாள்.

எதிர்காலம் பற்றிய அவளுடைய இந்த விழிப்பு ஜகந்நாதனுடன் ஒரு போராட்டமாகவே மறைமுகமாக நடந்தது எனலாம். அவர் வாழ்க்கையில் மிகவும் அடிபட்டவர்; இந்தக் காலத்தில் அனுபவம் என்பதற்குச் சுயநலம் என்றுதானே அர்த்தம்? பணம் என்ற மகாமாயை பலவடிவெடுத்து ஜகந்நாதனை மயக்கிக் கொண்டிருந்தாள். வாழ்க்கை, குடும்பம், எதிர்காலம் பற்றிய அவருடைய கருத்துக்கள் மஞ்சுளா - மாதவன் ஆகியோரின் கருத்துக்களுக்கு நேர் முரணானவை.

மாதவன் - ஸரஸாவின் பக்கம் சாய்வதை அவர் எங்கிருந்து எப்படிக் கண்டுபிடித்தார் என்று யாராலும் கூறமுடியாது. எப்படியோ கண்டுகொண்டார்; ஏழை வாத்தியாரின் பெண்ணான ஸரஸாவை மாதவனின் பாதையிலிருந்து அகற்ற வேண்டும் என்று உடனே முடிவு செய்தார். பக்கத்து வீட்டு ஆசிரியர் ராமசாமியை அழைத்தார்; தற்செயலாகப் பேச்சு கொடுப்பது போல் பேசி - வயது வந்த பெண் மணமாகாமல் வீட்டில் இருப்பதன் தவறைச் சுட்டிக் காட்டினார்; தானே பண உதவி செய்வதாக வாக்களித்தார். நெய்வேலி வரனை அவரே முன்னின்று முடித்தார்.

மஞ்சுளா காரியங்கள் நடக்கிற வேகத்தைக் கண்டு பிரமித்து விட்டாள். நாளுக்கு ஒரு கடிதமாக அண்ணனுக்கு எழுதினாள். ஆனால் ஜகந்நாதன் அக்கடிதங்களைத் தபாலில் சேராமலே தடுத்துவிட்டார். இவ்வளவு தூரம் தந்தை 'சூழ்ச்சி' செய்வார் என்று எதிர்பாராத மஞ்சுளா அண்ணன் பதில் எழுதவில்லை என்று தீர்மானித்துவிட்டாள், அவனும் ஸரஸா வேறு இடத்தில் வாழ்க்கைப் படுவதைத்தான் விரும்புகிறான் என்று நினைத்தாள். ஸரஸாவோ வழக்கம்போல் மனத்தைத் தின்று கொண்டு மௌனமாக இருந்தாள்; அவள் என்ன நினைக்கிறாள் என்பதே மஞ்சுளாவுக்கு எட்டவில்லை. ஆகவே, மாதவன் - ஸரஸா ஆகிய இரு தரப்பிலும் மௌனம் நிலவவே மஞ்சுளா செயல் இழந்து விட்டாள். ஸரஸாவின் கலியாணம் முடிந்து விட்டது.

பிறகு அண்ணனுடன் நேர்க் கடிதப் போக்குவரத்து தொடங்கியது: ஸரஸாவின் கலியாணம் நடந்துவிட்டபடியால் ஜகந்நாதன் தடையை நீக்கிவிட்டார். தனக்குத் தெரியாத ஒரு மர்மமாக எல்லாம் நடந்து விட்டது பற்றி மாதவன் குமுறினான்; ஆனால் அவன் என்ன செய்ய முடியும்? தந்தையைக் கோபித்துக் கொள்ளக்கூட வழி இல்லையே!

மாதவனைப்போல் தானும் ஏமாற்றத்துக்கு ஆளாக அவள் விரும்பவில்லை. ஒன்றும் தெரியாத அப்பாவிபோல் தோற்றம் அளித்த தகப்பனார் எவ்வளவு அழகாய்த் திட்டமிட்டு அண்ணனைக் கவிழ்த்து விட்டார் என்பதை அவள் புரிந்து கொண்டாள். வீட்டோடு இருந்த அவளை ஜகந்நாதன் எளிதில் ஏமாற்றிவிட முடியாது; வாயாடியான அவளே அவருக்கு ஈடுகொடுக்க முடியும். இப்போது அண்ணனும் சென்னையிலிருந்து துணைக்கு வந்துவிடவே அவள் தன் விருப்பம் நிறைவேறிவிட்டதாகவே மன அமைதி கொண்டாள். டாக்டர் நீலகண்டனை மணமகன் ஆக்கிக் கொண்டு அவனிடம் தன் மர்மங்கள் அனைத்தையும் கொட்டிவிட்டு அவனுடன் மனத்துக்குள் குடும்பமே நடத்தலானாள். மலருமுன் அரும்புக்குள்தான் எத்தனை கிளர்ச்சிகள்! அந்தக் குதுகுதுப்பில் புத்திசாலித்தனம்கூட உறங்கித்தான் போகிறது!

ஆனால் அவளுடைய மகிழ்ச்சி கலப்பற்றதாக இல்லை. மாதவனின் போக்கு அவளுக்குக் கவலை அளித்தது. ஸரஸாவை இழந்த அதிர்ச்சி மாதவன் மனத்தை இவ்வளவு விபரீதமாய்க் குலுக்கிவிடும் என்று அவள் எதிர்பார்க்கவில்லை. நிலை கொள்ளாத எண்ணங்களில் சிக்கி அவன் முடிவு இல்லாத குழப்ப மனிதனாக மாறியிருப்பதைக் கண்டாள். அவளுக்குத் திகில் உண்டாகியது; பேசி அவனை நேர்படுத்த வேண்டும் என்று எண்ணியவளாய் அவள் மாதவன் அறைக்குச் சென்றாள்.

காலை நேரம்: தாழிடாமல் சாத்தியிருந்த கதவைத் தள்ளிக் கொண்டு மஞ்சுளா அறைக்குள் நுழைந்தாள். மாதவன் சோபா

ஒன்றில் இரண்டு கைகளையும் பரப்பிக்கொண்டு கால்களை எதிரில் இருந்த கட்டில்மீது போட்டுக் கொண்டு கிடந்தான். கண்கள் மூடியிருந்தன; அவன் தூங்கினானா விழித்திருந்தானா என்றே புரியவில்லை. மின்சார விசிறி அவன் தலைமயிரைப் புரட்டிக் கொண்டிருந்தது. கட்டில்மீது சில புத்தகங்கள் பிரித்தபடி கிடந்தன.

"காலை நேரத்தில் தூங்குகிறாயா அண்ணா?" என்று குரல் கொடுத்தாள் மஞ்சுளா.

மாதவன் சோபாவுக்குள் கால்களைச் சுருட்டிக்கொண்டு கண் திறந்தான்: "நான் தூங்கவில்லை - யோசனை" என்றான்.

கட்டிலில் உட்கார்ந்து கொண்டே "எதைப்பற்றி இவ்வளவு ஆழ்ந்த யோசனை?" என்று கேட்டாள் மஞ்சுளா.

"சாவைப் பற்றி."

"சாவைப் பற்றியா? அது எங்கே இப்போது வந்தது?"

"யோசிப்பதற்குச் சாவைவிட இனிய விஷயம் என்ன இருக்கிறது?"

"அது சரி மாது; நாம் வாழவே ஆரம்பிக்கவில்லை; அதற்குள் சாவு பற்றி என்ன யோசனை?"

"அர்த்தம் இல்லாத வாழ்க்கைக்குச் சாவு ஒரு அர்த்தம் கொடுப்பதாய் எனக்குத் தோன்றுகிறது. வாழ்க்கையின் முடிவு இல்லாத ஏக்கங்களுக்குச் சாவு முடிவு கட்டுகிறது. எண்ணங்கள் அறுகிற ஒரு நிலை சாவு."

"நீ சொல்வது தவறு, சாவில் எண்ணங்கள் முடிவதில்லை; அங்கும் தொடருகின்றன. ஒருவேளை சாவில் எண்ணங்கள் அதிகமாய்க் குவியலாம்."

"சாவு ஒரு முடிவு என்பதைக்கூட ஒப்புக்கொள்ள மாட்டாய் போல் இருக்கிறதே?"

எம்.வி. வெங்கட்ராம்

"ஒப்புக்கொண்டால் என் மதமே பொய் ஆகிவிடும். அப்புறம் நானும் உன்னைப்போல் எதையோ இழந்து எங்கோ தேடுகிறவள் ஆகிவிடுவேன். இந்த மனப்பிராந்தியும் சாவு பற்றின சிந்தனையும், ஒரு பெண்ணை இழந்த அதிர்ச்சியா - இவ்வளவுக்கும் காரணம்?''

"அப்படி நான் சொன்னேனா? அது ஒரு காரணமாக இருக்கலாம்; ஆனால் அதுவே காரணம் என்று நான் ஒப்புக்கொள்ளமாட்டேன். அவளுக்குத் துரோகம் செய்து விட்டேன் என்று நினைக்கிறேன்; அவளை நினைத்தால் வேதனையாகவும் இருக்கிறது. ஆனால் - எந்த நேரமும் நான் அவளைப் பற்றியா நினைத்துக் கொண்டிருக்கிறேன்?''

''அவளுக்கு நீ ஏதாவது வாக்குறுதி தந்தாயா? துரோகம் என்று ஏன் நினைக்கிறாய்? நீ அவளுடன் தனித்துப் பேசுவதைக் கூட நான் கண்டதில்லையே?''

"துரோகம் ... குற்றம் என்பவை பொருத்தமான சொற்களோ என்னவோ. அவளுடன் நான் ரகசியமான தொடர்பு ஒன்றும் வைத்துக் கொண்டதில்லை. ஒரே ஒரு நாள் நீ குளித்துக் கொண்டிருந்தாய்; ஏதோ காரியமாக உன் அறைக்கு வந்தேன். ஸரஸா மட்டும் தனியாக இருந்தாள். எனக்கு என்ன நேர்ந்தது என்று இப்போதும் சொல்லத் தெரியவில்லை; அவள் கையைப் பற்றிக்கொண்டு 'பொறு' என்று சொல்லி விட்டு அதற்குமேல் அங்கு நிற்க முடியாமல் வெளியேறி விட்டேன். இது வாக்குறுதிதானே? அவளுக்கு ஆசை காட்டி ஏமாற்றியது துரோகம் இல்லையா? நீயும் தான் அவள் ஆவலைத் தூண்டி விட்டாய். மதனி என்பதும், உனக்கும் அண்ணனுக்கும் கலியாணம் ஆகட்டும் என்பதும் அவள் ஆவலைத் தூண்டி இராதா?''

"நாம் குற்றவாளிகள் என்று எப்படிச் சொல்லமுடியும்? ஸரஸா ஏமாற்றத்துக்கு ஆளானாள் என்றே நான் இன்னும் நிச்சயிக்க முடியவில்லை. அப்பாவின் நோக்கில் அவர் செய்தது சரி. ஸரஸா வாய் திறந்து ஒரு வார்த்தைகூட சொல்லவில்லை. யார் என்ன செய்ய முடியும்? யாரைக் குற்றம் சொல்ல முடியும்? பிரச்னைகளை

நாம் தெரிந்து உண்டாக்குவதில்லை. அவை தாமாகவே தோன்று கின்றன. அவைகளைச் சமாளிப்பதுதானே வாழ்க்கை? ஸரஸா எனக்கு மதனியாக வரவேண்டும் என்று நானும் எவ்வளவோ ஆசைப்பட்டேன்; நடக்கவில்லை என்றால் வருத்தமாக இருக்கிறது. அவள் துரதிர்ஷ்டம் ஓயவில்லை. போன இடத்திலும் அவளுக்குச் சுகம் இல்லை.''

''ஏன்? கணவன் ஏதாவது கொடுமைப்படுத்துகிறானா?''

''இல்லை; பரம்பரை மாமியார்க் கொடுமைக் கதை; அப்பாவிக் கணவன். ஆயிரம் ரூபாய் வேண்டும் என்று வந்திருக்கிறாள்.''

மாதவன் சோபாவில் நிமிர்ந்தான். ''எப்போது வந்தாள். நீ சொல்லவில்லையே?''

''இரண்டு நாளாகிறது.''

''ரூபாய்க்கு என்ன செய்தாய்?'' என்றான் மாதவன் கவலையுடன்.

''அப்பாவிடம்தான் ஏற்பாடு செய்து கொடுத்தேன். அதற்கு ஒரு நாடகம் ஆடவேண்டியிருந்தது.''

''நீ ஏன் தரக்கூடாது?''

''என்னிடம் அவ்வளவு பணம் ஏது?''

''பாவம்! இவ்வளவு கடனை அவர்கள் எப்படி அடைக்க முடியும்? வாத்தியார் சம்பளம் குடும்பச் செலவுக்கே காணாதே.''

''கடனை எதற்காக அடைக்க வேண்டும்? எல்லாவற்றையும் நீதான் செலவு எழுதி குளோஸ் செய்ய வேண்டும். அண்ணா.''

''இப்போது வேண்டாம்; அப்பா ரகளை செய்வார். முதலில் உன் கலியாண ரகளை முடியட்டும். பிறகு இதைக் கவனிக்கலாம். இப்போது நான் ஆயிரம் தரமுடியும். இதை ஸரஸாவிடம் கொடுத்துவிடு; அப்பாவிடம் வாங்கியதைத் திருப்பித் தரச்சொல்லி விடலாம்.''

''நல்ல யோசனைதான்.''

''பணத்தால் எதையும் வாங்கிவிட முடியும் என்று அப்பா நினைப்பதுதான் ஆச்சரியமாக இருக்கிறது.''

''என்ன ஆச்சரியம்? பணத்தால் வாங்கக்கூடிய பொருள்தான் அவருக்கு இதுவரை தேவைப்பட்டிருக்கிறது; அதனால் அவருக்கு அப்படித் தோன்றுகிறது. நீ விரும்பியதோ பணத்தால் கிடைக்காத பொருள், அதன் அருமை அப்பாவுக்கு எப்படித் தெரியும்?''

''வார்த்தை தேடாமல் அழகாகப் பேசுகிறாய் மஞ்சு'' என்று தங்கையைப் பாராட்டினான் மாதவன். ''ஆனால் ஸரஸாவைப் பணம் கொடுத்தல்லவா விற்க நேர்ந்தது? இன்னும் பேரம் முடிந்ததாகவும் தெரியவில்லை; இந்த ஆயிரத்தோடு முடியுமோ - மேலும் தொடருமோ!''

பணத்தால் ஸரஸாவின் வாழ்க்கை திருந்திவிடும். ஆனால் அவளை இழந்ததால் - நீ சாவு பற்றி யோசிக்க ஆரம்பித்து விட்டாயே!''

''இரண்டுக்கும் சம்பந்தம் இல்லை என்று சொல்லிவிட்டேன். சாவு பற்றின உன் கருத்தையும் நான் ஏற்கவில்லை.''

''அந்த அதிர்ச்சிதான் உன்னை இவ்வளவு நம்பிக்கை அற்றவன் ஆக்கியுள்ளது. ஒரு பெண்தான் உன் மன நோயைத் தீர்க்க முடியும். கலியாணம்தான் உன் பிரச்னைக்குப் பரிகாரம்.''

''உன் சைகாலஜி தவறு. எல்லாரையும் போல் கலியாணம் செய்து கொண்டு நானும் பாமரமாக வாழ வேண்டுமா?''

''ஓ - கலியாணம் பாமரமா? என்னையும் பாமரர்களோடு சேர்த்துவிட்டாயே அண்ணா!'' என்று சிரித்தாள் மஞ்சுளா.

''மஞ்சுளாதேவியார் மணம்புரிய விரும்புவதால் அது பாமரத் தன்மை இழந்துவிடுமா? இனம் பெருக்கும் இச்சை புழு முதல் மனிதன்வரை பொதுவான இன்ஸ்டிங்கட் (இயற்கை) இல்லையா?''

"உண்மை. இந்த அம்சத்தை மட்டும் வைத்துப் பார்த்தால் கலியாணம் பாமரமானதுதான். அதன் ஆன்மீக அம்சம்..."

"சாத்திரத்தில் பத்திரமாக இருக்கிறது."

"உன் போக்கில் பார்க்கலாம். நீ பாமரனாக வேண்டாம், கலியாணம் செய்து கொள்ளாமல் நீ எவ்வித உயர்ந்த வாழ்க்கை வாழப் போகிறாய்? விவேகானந்தர் போல் உலகத்தை வாழவைக்கப் போகிறாயா? ஹிட்லரைப்போல் அழிக்கப் போகிறாயா? என்ன செய்யப் போகிறாய்?"

"ஏதாவது செய்யவேண்டுமா? செய்வதால் ஏதாவது பயன் உண்டா?"

"நீ கோழை ஆகிவிட்டாய் என்பது உண்மை."

"நான் கோழையா?"

"சந்தேகம் இல்லாமல், முதல் தரக் கோழை. வாழ்வதற்குப் பயப்படுகிறாய். வாழ்க்கையின் சிக்கல்களைப் பார்த்துப் பயப்படுகிறாய். நம்புவதற்குக்கூட உனக்குத் தெம்பு இல்லை. கடவுளை நம்பாமல் வாழ்வதற்கு தைரியம் வேண்டும். கடவுளின் இடத்தில் ஒரு கருத்து அல்லது கொள்கையை ஏற்றி வைத்தால்தான் மனிதன் வாழமுடியும். நீ எண்ணக் குவியல்களில் சிக்கியிருக்கிறாய்; உன்னிடம் கருத்தே இல்லை. நீ கோழை!"

"என்னை ஒரேயடியாகத் துவைக்கிறாயே மஞ்சு!" என்று சிரிக்க முயன்றான் மாதவன்.

"உலகத்தில் பெரும்பாலானவர்கள் பாமரர்கள்தான். ஆனால் அவர்கள்கூட உன்னைப்போல் 'எதற்காக வாழ்வது?' என்று நம்பிக்கை இழப்பதில்லை. தெய்வம் இல்லாவிட்டால் - பணத்தையோ விருப்பையோ - வெறுப்பையோ நம்பி வாழத்தான் செய்கிறார்கள். நம்புவதற்கே ஒரு தைரியம் வேண்டும். அந்தத் தைரியத்தை நீ இழந்துவிட்டாய். நீ கோழை!"

மாதவன் ஏதோ பதில் கூற வாயெடுத்தான்; அதற்குள் 'நான் வரலாமா!' என்ற குரல் கேட்டு இருவரும் திரும்பிப் பார்த்தனர். அறை வாசலில் ஸரஸா நின்றாள்.

12

'உன் ஸைகாலஜி தவறு' என்று மாதவன் மஞ்சுளாவிடம் சொன்னான் அல்லவா? இப்போது ஸரஸாவை நேரில் பார்த்ததும் மஞ்சுளா அப்படிச் சொன்னது சரிதானோ என்று அவனுக்குத் தோன்றியது! அவளைப் பார்த்துப் பல மாதங்கள் ஆகின்றன; அப்போது அவள் அவனுக்குச் சொந்தமாக வேண்டும் என்று கனவு கண்டான்; இப்போதோ வேறு யாருக்கோ சொந்தம் ஆகிவிட்ட நிலையில் அவளைச் சந்திக்கிறான்.

ஸரஸா தயங்கித் தயங்கி உள்ளே வந்தாள். எண்ணெய்க் குளியலை முடித்து வந்தவள் குழலைப் பின்னாமல் அப்படியே அள்ளித் தலைமேல் முடிந்திருந்தாள். காதுகளின் அருகில் தாடை வரை தொங்கிய மயிர்ச் சுருள்களில் இன்னும் ஈரம் கசிவதை அவன் கவனித்தான். நகை ஒன்றும் இல்லை; நூல் சேலையும் ரவிக்கையும் அவளால் சிறப்புப் பெற்றன.

''இவளை இழந்ததால் - நான் எதை இழந்தேன்? வாழ்க்கையின் அர்த்தமே இவளோடு போய்விட்டதா? இவள் எனக்குச் சொந்தமாகியிருந்தால் வாழ்க்கைக்கு என்ன அர்த்தம் கண்டிருப்பேன்? இவளிடம் எனக்கு ஏன் இப்படி கவர்ச்சி ஏற்படுகிறது? மஞ்சுளா சொன்னது போல் எனக்குத் தெரியாமல் எனக்குள் உள்ள இனக்கவர்ச்சித்தான் காரணமோ? அப்படியானால் அந்தக் கவர்ச்சியை ஒடுக்கவேண்டும்'' என்று நினைத்தான். நினைத்த நொடியில் இருபத்தைந்து ஆண்டுகள் அவன் கடந்து போனான்; மாதவன் - ஸரஸா இருவருமே முதியவர்கள்

ஆகிவிட்டனர்; தலைமயிர் நரைத்துப் பாதிக்கு மேல் கொட்டிப் போய் - உடல் கட்டு நெகிழ்ந்து திரைந்து போன ஒரு ஸரஸாவை மனத்தின் முன்நிறுத்தி 'இவளை ஏற்பாயா?' என்று தன்னையே கேட்டான்.

பாவி மனம் ''ஏன் ஏற்கமாட்டேன்!'' என்று பதிலுக்குக் கேள்விதான் கேட்டது!

''நான் இவ்வாறெல்லாம் நினைக்கக்கூடாது!'' என்று மனத்துக்குக் கட்டளை இட்டான். ஆனால் அது அவ்வாறெல்லாம் தான் நினைத்தது!

மஞ்சுளாவுக்கோ - ஸரஸாவின் வருகையால் அந்தச் சூழ்நிலையே ஒரு பௌதிகத் தன்மை பெற்று விட்டாற்போலத் தோன்றியது. அண்ணனும் ஸரஸாவும் சந்திக்கிற இந்நேரத்தில் அவர்கள் இருவருடைய உள்ளத்திலும் எத்தகைய நினைவுக் குமுறல் உண்டாகும் என்பதை நினைக்கவே அவளுக்குப் படபடப்பாக இருந்தது.

''வா ஸரஸா, உட்காரு'' என்றாள் அவள்.

''ஏதோ பேசிக்கொண்டிருந்தீர்கள். நடுவில் வந்துவிட்டேன்; பிறகு வருகிறேனே?''

''உன்னைப் பற்றித்தான் பேசிக்கொண்டிருந்தோம். உன்னையும் வைத்துக்கொண்டு பேசவேண்டிய ரகசியம். இப்படி வந்து உட்காரு'' என்று ஸரஸாவை இழுத்து ஒரு நாற்காலியில் உட்காரவைத்தாள் மஞ்சுளா.

ஸரஸா மௌனத்தில் அழகாயிருந்தாள். அவள் மௌனத்துக்குக் காரணம் நாணம் அல்ல என்பது நிச்சயம். அவர்கள் பேசிக் கொண்டிருந்ததை அறிந்துதான் அவள் அங்கே வந்தாள். மாதவன் எதிரில் நிற்க வேண்டும், உட்காரவேண்டும், பேசவேண்டும், சிரிக்க வேண்டும் என்ற உந்துதலால்தான் வந்தாள். அப்படி எல்லாம்

செய்வதால் என்ன ஆகும் என்று அவளுக்குத் தெரியாது. ஸரஸாவை இவ்வாறெல்லாம் செய்யும்படி ஏவிக்கொண்டிருந்த மகாராணியோ அவள் மனதில் அடுப்படிப் பூனை போல் சந்தடியின்றி அமர்ந்து மாதவனையே ஒய்யாரமாகப் பார்த்துக் கொண்டிருந்தாள்!

''அம்மாவுக்கு எப்படி இருக்கிறது? நான் வரவேண்டும் என்று பார்க்கிறேன். அண்ணா வந்துவிட்டானா - நேரம் போவதே தெரியவில்லை.''

மஞ்சுளாவின் இந்த அனுதாபத்தைக் கேட்டு ஸரஸா முகம் சுளிக்கவில்லை; மனம் சுளித்தாள். அடுத்த வீட்டை எட்டிப் பார்க்க நேரம் கிடைக்கவில்லை என்பதை யார் நம்ப முடியும்?

''அம்மாவுக்கு ஜுரம் இறங்கியிருக்கிறது. பரவாயில்லை.''

''ஸீரியஸாக ஒன்றும் இல்லையே?'' என்று கேட்டான் மாதவன்.

''ஸீரியஸ் என்று என்ன இருக்கிறது? ஒரு நாள் எல்லாரும் போக வேண்டியதுதானே? அம்மாவுக்கும் வயசு ஆகி விட்டது. இனி இருந்து பார்க்கவேண்டியது என்ன இருக்கிறது?''

''சீ, ஏன் இப்படிப் பேசுகிறாய்?'' என்று கடிந்து கொண்டாள் மஞ்சுளா.

மாதவனோ ஸரஸாவின் சொற்களுக்குப் பொருள் கண்டு பிடிக்க முனைந்தான். ஸரஸா வாழ்க்கையை வெறுத்துவிட்டாள் போலும். அவள் சாவை வேண்டுவதைத்தான் 'தாய் சாக வேண்டும்' என்பதாய்க் கூறுகிறாளா? அவனால், அவனை எதிர்பார்த்து ஏமாற்றமுற்ற வேதனையைத்தான் அவள் இப்படி வெளியிடுகிறாளா?

பேச்சில் ஓட்டம் இல்லாமல் தடைப்படுவதையும் ஸரஸாவின் சொற்களில் இருந்த துக்கத் தேக்கத்தையும் நேர் செய்ய விரும்பினாள் மஞ்சுளா: ''ஸரஸு - நீ இங்கே வந்த காரணத்தை அண்ணாவிடம்

சொன்னேன். மிகவும் வருத்தப்பட்டான். அவனிடம் பணம் இருக்கிறதாம்; தருகிறானாம். அப்பாவிடம் வாங்கியதைத் திருப்பித்தரச் சொன்னான்.''

''ஒரே இடத்தில் ஒரு கடனாக இருப்பது நல்லது அல்லவா?'' என்ற ஸரஸா புரிந்து கொள்ளாமலா பேசினாள்.

''இது கடன் அல்ல; ஸரஸாவுக்கு என் கல்யாணப் பரிசு'' என்றான் மாதவன். எழுந்து அலமாரியைத் திறந்து பத்து நூறு ரூபாய்களை எடுத்து ஸரஸாவிடம் நீட்டினான்.

பணத்தை வாங்கி வெகு அலட்சியமாகக் கட்டில்மீது ஸரஸா வைத்தபோது, அவள் மனத்துமோகினி நவரத்தினக் கிரீடமும், ஆபரணங்களும், வசீகரமான ஆடைகளும் அணிந்தவளாய் நிமிர்ந்து நின்றாள். மகாராணி அவள்; பரிசு அளிக்க வேண்டியவள் அவள். அவள் ஏன் கை ஏந்த வேண்டும்? பரிசு அளிக்கிறவன் அல்லவா அவளுக்குப் பரிசு ஆக வேண்டும்?

பணம் கொடுத்து ஸரஸாவைச் சற்று ஆற்றிவிட்டோம் என்கிற திருப்தியுடன் நாற்காலியில் உட்கார்ந்த மாதவன் ஸரஸாவின் பார்வையில் இருந்த ஏதோ ஒன்று தன்னை நோக்கி வருவதை உணர்ந்தான். திடீரென்று ஒரு பெண்மை தன்னை அடர்ந்து, அணைத்துக்கொள்வதாய் அவனுக்குத் தோன்றியது. அவனுக்குப் புல்லரித்தது. தன் உடலிலிருந்து ஏதோ ஒன்று பிய்த்துக்கொண்டு வெளியேற முயலுவதைப் போன்ற ஒரு நினைவுப் பிரமை உண்டாயிற்று. அது பிரமைதான்; என்றாலும் தன் உடலின் சூக்குமத்தில் ஏதோ ஒன்று இரண்டாக வெடிப்பதை அவன் பௌதிகமாகப் புலன்களால் உணர்ந்தான். குழப்பத்தில் ஆழ்ந்தான்.

''வேண்டாம் மஞ்சு. தேவைப்பட்டதைத்தான் வாங்கிக் கொண்டேனே. இது எதற்கு?'' என்றாள் ஸரஸா மிகவும் அமைதியாக.

''அண்ணாவின் பரிசுதானே இது?''

ஸரஸா நேராக மஞ்சுளாவைப் பார்த்துக் கூறினாள்: ''என்னை ஏன் சிறுமைப்படுத்துகிறாய் மஞ்சு? கடவுள் புண்ணியத்தில் எங்களுக்கு ஒரு வீடு இருக்கிறது. அதை விற்றால் கடன் போக மிச்சமும் ஆகும். பரிசு வாங்க வேண்டிய நிலையில் நாங்கள் இல்லை.''

அவள் குரலில் இருந்த மனத்தாங்கலை மஞ்சுளா கவனித்தாள். ஆனால் அதன் காரணம் அறியாதவளாய் ''இன்றைக்கு உனக்கு என்ன வந்துவிட்டது? ஏன் வக்கிரமாய்ப் பேசுகிறாய்?'' என்றாள்.

''ஸரஸா என்ன சொல்கிறாள்?'' என்றான் மாதவன். அங்கு நிகழ்ந்த எதையும் கவனத்தில் கொள்ளாமல்.

''அவள் இந்தப் பணம் வாங்கமாட்டாளாம்.''

''உன் தகப்பனாரிடமே நேரில் தருகிறேன்'' என்றான் மாதவன்.

''தயவு செய்து அவர் மனசையும் புண்படுத்தாதீர்கள்.''

''மாது! ஸரஸாவுக்கு இன்று மனசு சரியாக இல்லை. பிறகு நான் இவளிடம் தருகிறேன்'' என்று இந்த விவகாரத்தை முடிக்க விரும்பிய மஞ்சுளா - ''ஸரஸு இன்று ஏன் இப்படி இருக்கிறாய்? நெய்வேலியிலிருந்து ஏதாவது தகவல் வந்ததா?'' என்று கேட்டாள்.

''ஒரு தகவலும் இல்லை. நான் வழக்கம் போல் இருக்கிறேன். நீதான் புதிதாக ஏதேதோ செய்கிறாய்.''

''அவள் ஒன்றும் செய்யவில்லையே, நான்தானே பணம் தந்தேன்?'' என்றான் மாதவன்.

''நீங்கள் செய்தால் மட்டும் அது நியாயம் ஆகிவிடுமா?'' என்று அவனையே கேட்டாள் ஸரஸா.

ஆகாது என்று அவனுக்கும் தோன்றியது! அது ஏன் நியாயம் ஆகாது என்று அவனுக்கு விளங்கவில்லை. அவளுக்காக அவன் விசனமுற்றால் - அநியாயமா அது? அவளுக்கு உதவி செய்ய முனைந்தால் - அது இழிவா?

''எங்களை அந்நியமாக நினைத்துவிட்டாய் ஸரஸு. அதனால்தான் இப்படி எல்லாம் பேசுகிறாய்?'' என்னும்போது மஞ்சுளாவின் குரல் தழுதழுத்தது.

மஞ்சுளாவின்பால் ஸரஸாவுக்கு வெறுப்பு வளர்ந்து வந்தது என்னவோ உண்மை; ஆனால் மஞ்சுளாவின் குரலில் இருந்த உண்மை அந்த வெறுப்பையும் தாண்டி ஸரஸாவின் உள்ளத்தைத் தீண்டத்தான் செய்தது.

''மஞ்சு! நீ ஒரு பைத்தியம். பணம் எங்கே போய்விடுகிறது? தேவையானால் கேட்டு வாங்கிக்கொள்கிறேன்'' என்று அவள் முதுகை ஸரஸா வருடியபோது அவள் மனத்து மகாராணி சிறிது அஜாக்கிரதையாக இருந்து விட்டாளோ?

''அக்கா அக்கா!'' என்ற மழலைக்குரல் கேட்டு மூவரும் திரும்பிப் பார்த்தார்கள்.

அழுக்குச் சட்டையும் கிழிசல் பாவாடையுமாக ஸரஸாவின் நாலு வயதுத் தங்கை பங்கஜம் இரைக்க இரைக்க உள்ளே ஓடி வந்து நின்றாள். அந்தக் குழந்தை அங்கே நின்ற கோலம் - புதிய பொம்மைகள் நிறைந்த கொலுவுக்கு இடையில் திருஷ்டி பரிகாரமாக மூளிப் பொம்மை வைத்ததுபோல் - அந்தச் சூழலில் ஸரஸாவுக்குத் தோன்றியது.

''நீ ஏன் இங்கே வந்தாய்?'' என்று அவள் அதட்டினாள்.

குழந்தை நெருங்கி வந்து ''நெய்வேலி தந்தி வந்திருக்கு. அம்மா உன்னைக் கூப்பிட்டா'' என்றாள்.

''தந்தியா?'' என்று நாற்காலியில் சுண்டிவிட்டாள் ஸரஸா! ''அவருக்கு ஏதாவது ஆபத்தோ என்னவோ?''

அவளுடைய தடுமாற்றத்தைக் கவனித்தான் மாதவன். ''நீ இரு. நான் தந்தியை வாங்கிக்கொண்டு வருகிறேன்'' என்றவாறு ஓட்ட நடையில் கீழே இறங்கி விரைந்தான்.

குழந்தை பங்கஜத்தை அந்த இடத்துக் காற்று ஒன்றும் செய்யவில்லை. அறையை வட்டமிட்டுப் பார்த்தாள். மாதவன் மேஜைமீது ஒரு கிண்ணியிலிருந்த சர்க்கரையைக் கண்டாள். அதை அள்ளி அள்ளி வாயில் போட்டுக் கொண் டாள்.

தலைமீது விழுகிற சுமையைச் சமாளித்துக்கொண்டு எழுந்திருக்க முயலுகிறவளைப்போல் தடுமாறிய ஸரஸாவின் கையைப் பிடித்து மஞ்சுளா உட்கார வைத்தாள்.

''நீ போவதற்குள் அண்ணா ஓடி வந்து விடுவான். பயப்படாதே ஸரஸா. உனக்கு அவ்வளவு பெரிய துரதிர்ஷ்டம் ஒன்றும் வந்து விடாது'' என்று ஆறுதல் கூறிய அவளால் மேலே ஏதும் சொல்லத் தோன்றவில்லை; ஏனென்றால் அவளுக்கே அச்சமாக இருந்தது.

ஒரு நொடி தன் உடம்பிலுள்ள காற்று முழுவதும் வெளியேறி விட்டதாக ஸரஸாவுக்குத் தோன்றியது; கால்களை ஊன்றி நிமிர்ந்து நடக்காமல் வயிற்றால் நகருவதுபோல் தோன்றியது. அவமான உணர்ச்சி அகங்காரத்தை நொறுக்கிவிட்டது.

''சர்க்கரை தித்திப்பாக இருக்கு'' என்று பங்கஜம் தான் கண்டுபிடித்த உண்மையை அறிவித்தாள்.

''உன்னிடம் நான் சொல்லவில்லை, மஞ்சு; வெட்கப்பட்டு மறைத்துவிட்டேன். அவருக்கு டீ.பீ. முதிர்ந்தநிலை; சரியான கவனிப்பும் இல்லை...''

''கணவருக்கு க்ஷயரோகமா?'' என்று திடுக்கிட்டுக் கேட்டாள் மஞ்சுளா : ''எப்போதிருந்து?''

''கல்யாணத்துக்கு முந்தியே.''

''அடி பாவி!'' என்று மஞ்சுளாவும் சோர்ந்து கட்டிலில் விழுந்தாள். இந்தப் பாவியின் துர்ப்பாக்கியத்துக்கு ஒரு முடிவே இல்லையா?

''ரொம்ப தித்... திக்குது'' என்று விரல்களைச் சப்பிக் கொண்டே அறையிலிருந்து பங்கஜம் வெளியேறினாள்.

13

''நல்ல செய்திதான்!'' என்று ராமதூதனைப்போல் ஜாக்கிரதையாக 'நல்ல'வை முன்வைத்து அறிவித்துக் கொண்டே மேலே வந்தான் மாதவன்; ''நாம் பயந்ததுபோல் ஒன்றும் இல்லை. ஸரஸாவின் வீட்டுக்காரர் வியாழக்கிழமை முதல் பஸ்ஸுக்கு இங்கே வருகிறாராம். தந்தி என்றதும் என்னவெல்லாமோ நினைத்துப் பயந்துவிட்டோம்!''

மாதவன் சிரித்தான்; அந்த அறைக் காற்றில் இருந்த இறுக்கம் சிரிப்பால் குறையும் என்று நினைத்தான் போலும்.

''நல்ல வேளை'' என்று மஞ்சுளாவும் ஆறுதல் அடைந்தாள்.

ஆனால் - மலர வேண்டியவள் மலரவில்லை; அவள் முகத்தில் ஒருசிறு புன்னகைகூட தோன்றவில்லை. ''கணவர் போயிருப்பாரோ?'' என்ற நினைப்பின் அதிர்ச்சி அவள் நெஞ்சில் கல்லாய் விழுந்தது; 'கணவர் இருக்கிறார்' என்று கேள்விப்பட்ட பின்னும் அக்கல் இளகிவிடவில்லை. கணவர் இருக்க வேண்டியவர்; இருக்கிறார்; நல்ல செய்திதான்.

அது நல்ல செய்திதானா? இருப்பவை எல்லாம் இருப்பது நல்ல செய்தியா? அதற்காக மகிழ வேண்டுமா? இருக்கக் கூடாதவை எல்லாம் இருக்க வேண்டியவை ஆகும்போது மகிழ்ச்சி உண்டாகுமா? ஸரஸாவுக்கு மகிழ்ச்சி உண்டாகவில்லை.

அவள் 'கணவர் இருக்கக் கூடாது' என்று நினைத்தாளா? அவள் அப்படியும் நினைக்கவில்லை. பெண்ணாய்ப் பிறந்த ஒருத்தி

அப்படி நினைப்பாளோ? கணவர் இருக்கிற செய்தி கேட்டபின்னும் நெஞ்சில் கனத்த கல் நெகிழவில்லை என்பது மட்டும் உண்மை.

''இஞ்சினீயர் இங்கே வருவதும் நல்லதுதான். இங்கேயே நிறுத்திக்கொண்டு நல்ல டாக்டரிடம் காட்டி டிரீட்மெண்ட் செய்யலாம்'' என்றாள் மஞ்சுளா. எப்படியாவது - கோணுகிற ஸரஸாவின் விதியை நேர் செய்ய வேண்டும் என்றுதான் அவள் விரும்பினாள்.

''எதற்கு டிரீட்மெண்ட்?'' என்று கேட்டான் மாதவன்.

ஸரஸா வந்ததிலிருந்தே 'ஒரு மாதிரி'யாக இருந்தாள்; தந்தி வேறு அவளைக் குழப்பியிருந்தது; இந்நிலையில் தானாக ஏதாவது சொன்னால் அவள் நொந்து கொள்வாள் என்று தயங்கிப் பதில் கூறினாள் மஞ்சுளா. ''மூடி வைத்தால் மறைந்து போகிற விஷயமா இது? மனம் விட்டுப் பேசினால் துக்கம் ஆறும்; மேற்கொண்டு என்ன செய்வது என்றும் யோசிக்கலாம். சொல்லு - ஸரஸா. கல்யாணத்துக்கு முந்தியே டீ.பீ. என்றால் - அவர்கள் கவனிக்கவில்லையா?...''

''இஞ்சினீயருக்கு டீ.பீ.யா?'' என்னும்போது மாதவன் தானே க்ஷயரோகத்தால் பீடிக்கப்பட்டவன்போல் ஆனான்; அவன் நெஞ்சு எலும்புகள் நொறுங்கி மூச்சும் விட முடியாமல் காற்றைத் தேடுபவன் போலானான்.

''ஆமாம்; இப்போதுதான் சொல்கிறாள்; மனத்தில் அமுக்கி வைத்துக் கொண்டு துன்பத்தை அதிகப்படுத்திக் கொள்கிறாள்.''

தங்கை மட்டும் அல்ல - அண்ணனும் ஊகித்துவிட்டான்; கழுத்தில் தாலி ஏறினாலும் ஸரஸா இன்னும் கன்னிதான் என்பதை.

ஸரஸா வாய் திறக்கவில்லை. வாய் திறந்து வெளியிடுவதற்கு என்ன இருக்கிறது அவளிடம்? தாய் அறியாத சூல் உண்டோ என்பார்கள்; இது சூல் அல்ல - வேல்; அவள் நெஞ்சில் குத்தித் தைத்துக்கொண்டு கிடக்கிறது. அப்படி ஒரு ரணம் தன்னுள் இருப்பதை அவள் தன் பெற்றோரிடம்கூட வெளியிடவில்லை; அவர்களிடம்

சொல்லி என்ன ஆகப்போகிறது? அவர்களிடம் என்ன - அவள் தன்னிடமிருந்தே இந்த ரகசியத்தை மறைத்துக்கொள்ள விரும்பினாள். இப்படியெல்லாம் அவள் 'போற்றிப் பாதுகாத்து' வந்த ரகசியம் இப்போது அம்பலத்துக்கு வருகிறது. அதை அவளே வாய் திறந்து சொல்ல வேண்டுமாமே! அவள் எதை வெளியிடுவது?

கருங்குழலும், தாமரை விழிகளும், அகன்ற மார்பும், பூமாலைபோல் முழங்கால்வரை நீண்டு தொங்கும் கைகளும், அழகான கால்களும் உள்ள ஒரு புருஷோத்தமன் அவளுக்குக் கணவனாக வாய்த்திருக்கக்கூடாதா? அந்தப் புருஷோத்தமனின் கால்களை இந்த மாதவனுக்கு முன்னால் நீட்டி, கால் விரல்களின் நகங்களைக் காட்டி, 'இதற்கு ஈடு ஏதாவது உண்டா?' என்று அவள் கூற முடிந்ததா? 'என்னை அணைத்துக் கொள்ளும் இக்கரங்களுக்கு உள்ள அழகு, உன் டாக்டருக்கு உண்டா?' என்று இந்த மஞ்சுளாவை அவள் கேட்க முடிந்ததா? இவர்களிடம் அவள் யாரை வெளியிடுவது?

அழுகிறவையும், அழவைக்கிறவையுமாக உள்ள கண்களும் பழைய பிரம்புக்கூடைபோல் பின்னல் தளர்ந்த மார்பும், முருங்கைக்காய் போன்ற கைகளும், நிற்பதற்கும் கூசுகின்ற கால்களும் இவைகளை எல்லாம் ஒன்று கூட்டி 'கணவன்' என்ற மகத்தான பெயர்சூட்டி அவள் வெளியிட வேண்டும். அவள் வெளியிடாவிட்டாலும் அது வியாழக்கிழமை வெளிவரப் போகிறது. இந்த மஞ்சுளாவுக்கும், இந்த மாதவனுக்கும் முன்னிலையில் நிற்கவும் மாட்டாமல் சாயப் போகிறது.

அந்த நீலகண்டன் அதைப் பார்த்துச் சிரிப்பான்; அவன் சிரிக்கக்கூடியவன் தான்; சிரிப்பான்.

ஸரஸா வெட்கமுற்றாள். வெட்கம் அவள் வாயை அடைத்தது. எதுபற்றிப் பேசக்கூடாதோ, அதுபற்றிப் பேச வேண்டியபோது வாய் தானாகப் பூட்டிக் கொள்கிறது.

"என்ன அக்ரமம் பார் அண்ணா. டீ.பீ. பேஷண்ட் ஒருத்தருக்குக் கலியாணம் செய்து வைத்திருக்கிறார்கள்!"

"இவள் ஏன் செய்து கொண்டாள்?" என்ற மாதவன் கேள்வி இரண்டு பெண்களுக்கும் புரியவில்லை.

"இவளுக்கு எப்படித் தெரியும் மாது? ஸரஸா, நீ நடந்ததை விவரமாகச் சொல்லு."

"என்னை அழைத்துப் போகத்தான் அவர் வருகிறாரோ என்னவோ?" என்று வேறொரு வழியாக வாய் திறந்தாள் ஸரஸா.

"எதற்காக வந்தாலும் சரி; அவரை நான் நிறுத்தி வைக்கிறேன்."

"ஆஸ்பத்திரியில் பூட்டி வைத்து அவனுக்குச் சிகிச்சை அளிக்கலாம். அவன் இனி பெற்றவர்களுக்கு முழுக்குப் போட வேண்டியதுதான். உடம்பு குணமாகும் வரை அவன் இங்கேயே இருக்க வேண்டும்" என்றான் மாதவன்; நலிவுற்ற உடலுடன் தானே நெய்வேலியில் பஸ் ஏறி வியாழனன்று வரப்போவதாகவும், தான் உடல் நலம் பெறும் வரை இங்கிருந்து அசையப்போவதில்லை என்றும் அவனுக்குத் தோன்றியது; அது மட்டுமா தோன்றியது? தன் உடல் தேறிய பின்னரும் பெற்றெடுத்த கொடியவர்களை உதாசீனம் செய்துவிட்டு ஸரஸா - ஸரஸா - ஸரஸாவாக இருக்கப் போவதாகவும் தோன்றியது அவனுக்கு;

"என்ன பெயர் அவனுக்கு?"

"மாதவன் கேள்வி கேட்ட தன்மையை ஸரஸாவிடமிருந்து மறைக்க விரும்பிய மஞ்சுளா அவசரமாக - "இஞ்சினியர் பெயரைத்தானே கேட்கிறாய்? கிருஷ்ணமூர்த்தி; அது கூடவா மறந்துவிட்டது?" என்றாள்.

"என் பெயரையே மறந்துவிட்டால் நல்லது என்று தோன்றுகிறது!" என்றான் மாதவன் அலுப்புடன்.

''மறந்து விடுவதால் எதுவும் முடிந்துவிடாது. ஆகவேண்டியதைக் கவனிக்கலாம் மாது!''

''நான் வேறே என்ன செய்யப்போகிறேன்?''

''நாம்தான் பேசிக்கொண்டிருக்கிறோம்; ஸரஸா ஏதாவது சொல்கிறாளா பார் அண்ணா ?'' என்று மறைமுகமாய்த் தோழியைக் கடிந்து கொண்டாள் மஞ்சுளா.

''என்ன சொல்லவேண்டும் என்கிறாய்?'' என்ற ஸரஸாவின் சொற்கள் கரித்தன: அவள் மனம் நெய்வேலியில்தான் திகைத்து இளைத்து நின்றது. அங்கு அவளைப் பாதுகாக்கிற வேலியும் கிடைக்க வில்லை; வாழ்க்கைக்கு மணம் சேர்க்கிற நெய்யும் கிடைக்க வில்லை; நெய்வேலியில் அவளுக்குக் கிடைத்தது கரி - வெறும் கரி!

''டீ.பீ. நோயாளி என்று தெரிந்தும் அவர்கள் எப்படிக் கலியாணம் செய்தார்கள்?''

''வீட்டுக்கு வருகிறவள் பாக்கியம், நோய் தீரக் கூடாதா?''

''அப்படிப் போகிற வியாதியா இது? வியாதிக்கு டிரீட்மெண்ட் கூட செய்யவில்லை என்றாயே?''

திடீரென்று ஸரஸா தன் மனத்தில் உள்ளதை எல்லாம் துப்பிவிடுவது என்று முடிவு செய்தாள். மஞ்சுளா மகிழட்டும்! மாதவன் மகிழட்டும்!

''நீ ஒவ்வொரு கேள்வியாகக் கேட்டுக்கொண்டிருக்க வேண்டாம். நானே எல்லாம் சொல்லி விடுகிறேன். கலியாணத்துக்கு முந்தியே அவருக்கு இந்த வியாதி. குடும்பத்தில் அவர் ஒருத்தர்தான் சம்பாதிக் கிறவர்; அதனால் உடம்பைக் கவனித்துக் கொள்ள நேரம் கிடைக்க வில்லையாம். கலியாணத்துக்கும் அவர் மறுத்திருக்கிறார். ஆனால், பணம் கிடைக்கிறது என்றதும் மாமியார் கலியாணத்துக்கு முனைந்து விட்டாள். வரதட்சிணையாகக் கிடைக்கும் பணத்தில் உடம்பையும் கவனித்துக்கொள்ளலாம் என்று நினைத்தார்களாம். பணம் கைக்கு

வந்ததும் அதில் பெரும் பகுதியை எடுத்துக் கொண்டு மைத்துனர் யாருக்கும் தெரியாமல் பட்டணம் போய்விட்டார். வீட்டில் செலவுகள் - குழந்தைகள் - படிப்பு - அது - இது என்று இருக்கும் போது சம்பளமே போதவில்லை. வியாதியைப் பார்த்துக்கொள்ள முடியவில்லை. முடியவில்லை என்று எனக்கும் தெரிகிறது; என்ன செய்வது?''

''பெற்றவள் இப்படியும் இருப்பாளா என்று ஆச்சரியமாக இருக்கிறது'' என்றாள் மஞ்சுளா.

''பெறுகிற வயிறு இருக்கிற இடம் வேறு - ஹிருதயம் இருக்கும் இடம் வேறு; இல்லையா?'' என்றான் மாதவன் வெறுப்புடன்.

''என்ன மாது - இவ்வளவு கொடுமையாகப் பேசுகிறாய்? எல்லாத் தாயார்களும் இப்படியா இருக்கிறார்கள்?... இஞ்சினியர் படித்தவர்; அவர் எப்படி மணத்துக்குச் சம்மதித்தார்?''

''அவரை நான் குற்றம் சொல்ல முடியாது; நான் அங்கு போன முதல்நாளே என்னைத் தனியாகக் கண்டதும் கண்ணீர்விட ஆரம்பித்தார். குடும்ப வாழ்வுக்கு ஏற்றவர் அல்ல என்று சொல்லி மன்னிப்பு கேட்டார். எப்படியும் குணமாகிவிடும் என்று அவருக்கு நம்பிக்கை.''

''மாமியார் - மாமனார் என்ன சொன்னார்கள்?''

''நான் வந்த நேரம்தான் அவள் பிள்ளைக்கு இவ்வளவு பெரிய வியாதி வந்தது என்கிறாள் மாமியார். மாமனார் ஒன்றும் பேசுவதில்லை.''

''பணம் கேட்டதும் அவள்தானா?''

''ஐநூறுதான் அவள் கேட்டாள். மேலும் ஐநூறு கொண்டு போனால் அவருக்காகச் செலவு செய்யலாம் என்று ஆயிரமாய்க் கேட்டேன்.''

''நீ வரும்போது அவருக்கு உடம்பு எப்படி இருந்தது?''

"எப்படி இருந்தது? நான் புறப்பட்டதற்கு முதல் நாள் வாயிலெடுத்தார்; ரத்தம் வந்தது; டாக்டரிடம் போவதாகச் சொன்னார். பணம் கொண்டுவருவதாகச் சொல்லிவிட்டுத்தான் வந்தேன்.''

"என்னிடம்கூட எல்லாவற்றையும் மறைத்துவிட்டாயே? தந்தி வந்திருக்காவிட்டால் இப்போதுகூட ஒன்றும் சொல்லியிருக்க மாட்டாய். நடந்ததை இனி என்ன செய்ய முடியும்? இஞ்சினீயரை இங்கேயே வைத்துக் கொண்டு குணப்படுத்த வேண்டும்.''

மஞ்சுளா விசனமுற்றாள்; தன்னிடமும் ஸரஸா மர்மமாக நடந்ததை அறிய அவளுக்குச் சற்றுக் கோபம் வந்தது.

ஸரஸாவோ எல்லாவற்றையும் கொட்டித் தீர்த்து வெறுமை யுற்று மௌனத்தில் புதைந்தாள்.

"இதை எல்லாம் செய்வது யார்?'' என்று திடீரென்று கேட்டான் மாதவன்.

ஒன்றும் புரியாமல் மஞ்சுளா - "எதைக் கேட்கிறாய் மாது?'' என்றாள்.

"எதையா? இதைத்தான்'' என்று அவன் ஸரஸாவைச் சுட்டிக் காட்டினான். "மஞ்சு, கடவுளை நம்பு; பிரார்த்தனை செய்; போ! ஸரஸாவின் வாழ்வு நேராகிவிடும்!''

"இது என்ன கேள்வி அண்ணா?''

"கேட்கக்கூடாத கேள்வியோ? இப்படி எல்லாம் கோணலாக இருக்கிற உலகத்தை நடத்தக் கடவுள் என்று ஒன்று தேவையா? அதற்கு என்ன பெயர்? பிரம்மாவா, விஷ்ணுவா, சிவனா?''

"கடவுள் இல்லை என்பவன் - அதற்குக் கொடியவன் என்று ஏன் பெயர் வைக்கிறாய்?''

"நான் பெயரும் வைக்கவில்லை; உருவமும் செய்யவில்லை.

''மாது, உன் கேள்வி ரொம்பவும் பழசு; ஏதாவது அரிச்சுவடியை புரட்டிப் பார். பதில் கிடைக்கும். இப்போது அது நமக்கு வேண்டாம்'' என்றாள் மஞ்சுளா அலுத்தவளாக.

''எப்போதுமே அது நமக்கு வேண்டாம்...'' என்று மாதவன் சிரித்தான்.

''வேண்டும் என்றால் கிடைத்துவிடாது.''

ஸரஸாவுக்கு அவர்கள் பேச்சு சரியாக அர்த்தமாகவில்லை; புத்திசாலியான மஞ்சுளா தன் அவலத்தைப் பற்றி ஏதோ பொடிவைத்து பேசுவதாக அவளுக்குத் தோன்றியது!

''இல்லாதது எப்படிக் கிடைக்கும்?'' என்றான் மாதவனும் விட்டுக்கொடுக்காமல்: ''நாம் நம்மை நம்பித்தான் எதையும் செய்ய வேண்டும்!''

''தன்னம்பிக்கை இல்லாமல் வாழும்படி எந்தத் தெய்வமும் போதிக்கவில்லை; தன்னை நம்பித் தன்னை அறிகிறவன்தான் தெய்வம் ஆகிறான்.''

''ஓ! அது வேறு; புழு தெய்வம்; பூச்சி தெய்வம்; நானும் தெய்வம்தான்; எல்லாவற்றையும் நானே செய்யப் போகிறேன்!''

சந்நதம் வந்தவன்போல் மாதவன் எழுந்து நின்றான்: ''ஏதோ செய்ய வேண்டும் - அதையும் இப்போதே செய்ய வேண்டும்'' என்ற துடிப்பினால் அவன் உடல் ஆடியது.

மஞ்சுளா பதில் பேசாமல் அவன் முகத்தை வியப்புடன் நோக்கவே அவனுடைய பேச்சு மேலும் சீறி வந்தது; ''மஞ்சு. நான் சொல்வதைக் கேள். பிராணிகளில் மிகவும் கேவலமானது மனிதன் என்னும் பிராணி. உடல் பலத்தால் மற்ற பிராணிகள் எல்லாம் தங்கள் இரையைத் தேடிக்கொள்கின்றன; மனிதன் என்ற ஜந்து மூளை பலத்தால் பிழைக்கிறது; மனிதன் மற்ற பிராணிகளை அடிமைப் படுத்தி அவைகளுக்கு விலங்கு பூட்டுகிறான். ஆனால் மனிதன்

தனக்குத்தானே அடிமையாக விலங்குகள் பூட்டிக்கொண்டு துன்பப்படுகிறான். சமூக அமைப்பு, பழக்க வழக்கங்கள், தர்மம் எல்லாமே மனிதனை அடிமைப்படுத்தும் தளைகள். அவன் தன்மேல் விதித்துக் கொண்ட மிகப் பெரிய தளை தெய்வம் என்பதுதான். என்றைக்கு இந்தத் தெய்வம் என்ற தளையை உடைத்து எறிகிறானோ அன்றைக்குத்தான் மனிதன்..."

"புழு போல், பூச்சிபோல், மிருகத்தைவிட கேவலமாக, அமைதியாக மனிதன் வாழ்வான்!" என்று அமைதியாக மாதவனின் வாக்கியத்தை முடித்தாள் மஞ்சுளா; அவள் மாதவனுடன் வாதாட விரும்பவில்லை; அவனுக்குப் பதில் கூறாமலும் அவளால் இருக்க முடியவில்லை. அவன் கண்களில் ஒரு பிரமை ஒளிந்து ஒளிருவதை மஞ்சுளா மட்டும் அல்ல - ஸரஸாவும் கவனித்தாள்.

"இந்த மூடத்தனத்தில்தான் - அல்ல - மிருகத்தனத்தில்தான் உலகம் துன்பப்படுகிறது!" என்று முடிவாகச் சொன்ன மாதவன் செயல் முனைப்புடன் பரபரப்பாக வெளியேறினான்.

அவன் வெளிச் சென்றதே நல்லது என்று நினைத்தவள்போல் மஞ்சுளா மௌனமுற்றாள்.

ஸரஸாவும் மௌனமாக எல்லாவற்றையும் கேட்டுக் கொண்டிருந்தாள்; அவளுடைய மனத்து மகாராணி இதுவரை செயலற்று மௌனமாகவா இருந்தாள்? இல்லை; அண்ணனும் தங்கையும் எந்த அர்த்தத்தில் பேசினார்களோ - மகாராணி, அவர்களுடைய பேச்சுக்குப் புதுப்புது அர்த்தங்கள் கண்டுபிடித்துக் கொண்டிருந்தாள். இங்கே ஸரஸாவின் வீடு பற்றி எரிகிறது; அண்ணனும் தங்கையும் கூடி 'அகாடெமிக்'காக (வித்வ சபையில் பேசுவதுபோல்) தர்க்கம் செய்கிறார்கள்; மனிதத்தன்மையா இது?

ஸரஸாவின் செவிகளில் நாதஸ்வர இசை கேட்கிறது; "கொட்டு மேளம் - கொட்டு மேளம்!" என்ற கூக்குரல் கேட்கிறது.

எம்.வி. வெங்கட்ராம்

ஸரஸாவின் கண்முன் மணப்பந்தல் தோன்றுகிறது; டாக்டர் நீலகண்டனின் கைமாலை மஞ்சுளாவின் கழுத்தைச் சுற்றிக் கொண்டு தாலி கட்டுகிறது...

இந்தக் காட்சி ஸரஸாவின் உடலையே அவித்துவிடும்போல் இருக்கிறது; மறு நொடி, மகாராணி அவளைச் சுடுகாட்டில் கொண்டு போய் நிறுத்துகிறாள்; சுடுகாடுதான்; தலை முதல் கால்வரை மூடிய ஒரு சவம் சிதையில் கிடக்கிறது. 'அது மாதவனோ - நீலகண்டனோ?' என்ற சந்தேகத்துடன் ஸரஸா - சவத்தின் முகமூடியை விலக்கிப் பார்க்கிறாள்; அது... அது... மஞ்சுளா ! பீடை தொலைந்தது!...

'சீ! எனக்கு ஏன் இவ்வளவு ஆபாசமான எண்ணம் வருகிறது!' என்று தன்னைக் கண்டித்துக் கொண்டாள் ஸரஸா; என்றாலும் அவள் உள்ளத்தில் சுடுகாட்டின் கோரம் நிறைந்திருந்தது; மகாராணி அவலட்சணமாகச் சிரித்துக் கொண்டிருந்தாள்!

"ஸரஸா எதையும் ஏற்றுச் சகித்துக் கொண்டால்தான் வாழ முடியும். உன்னை இனியும் தெய்வம் சோதிக்காது... எனக்கு ஒரு சந்தேகம். இரண்டு நாள் கழித்து வரப்போகிறவர் தந்தி ஏன் கொடுத்தார்? கடிதம் எழுதினால் போதுமே?"

"என்னது! ஓ - அதுதான் புரியவில்லை" என்றாள் ஸரஸா.

"ஒருவேளை - அவர் வந்ததும் நீ புறப்படத் தயாராக இருக்க வேண்டும் என்பதற்காக இருக்குமோ?"

"இருக்கலாம்; ஆனால் பணம் கிடைத்ததும் புறப்படுவதாய்ச் சொல்லிவிட்டு வந்தேன். என்னை அழைத்துப் போக அவர் வருகிறார் என்றும் தோன்றவில்லை. வந்த பிறகுதான் காரணம் புரியும்.''

"உன் விஷயம் எல்லாமே ஸஸ்பென்ஸாக இருக்கிறது. போ!"

மஞ்சுளா கூறியது தவறு; ஸரஸாவுக்கு மட்டும் அல்ல - வாழ்க்கை என்னும் அடிமுடி இல்லாத தொடர்கதையில் 'அடுத்த வினாடி' என்பதே ஸஸ்பென்ஸ்தான்; எந்த விஞ்ஞான சோதனைக்காவது, அறிவின் ஆராய்ச்சிக்காவது 'அடுத்த வினாடி' கட்டுப்படுகிறதா?

14

உலகம் பூராவையும் தானே இயக்கப் போகிறவன்போல் 'எல்லாம் நானே செய்யப் போகிறேன்' என்று மிக்க விரைவுடன் மாதவன் புறப்பட்டான் அல்லவா? வீட்டிலிருந்து வெளிவந்து தெருக்களில் சுற்றியவண்ணம் அவன் சிந்தனைதான் செய்யத் தொடங்கினான்!

இப்போது அவன் சாவைப் பற்றிச் சிந்திக்கவில்லை; கல்யாணம் பற்றி அவன் சிந்தனை சுற்றியது.

ஆணும் பெண்ணும் இணைய வேண்டும் என்பது தவிர்க்க முடியாத விதி; ஆனால் கணவனும் மனைவியுமாகத்தான் வாழ வேண்டும் என்பது இயற்கை அல்லவே! எவ்வளவு பெரிய புரட்சிக் காரனும் இந்தப் பழமையை உடைக்க முடியவே இல்லை; ஏன்? ருஷியப் புரட்சிக்காரர்கள் முயன்றார்களாம்; தோல்விதான் கண்டார் களாம்; கல்யாணம் என்பது தவிர்க்க முடியாத ஏற்பாடுதானா? இந்தச் சம்பிரதாயம் இல்லாத ஒரு சமூக அமைப்பைக் கற்பனை கூடச் செய்ய முடியாதா?

ஆதியில் மனிதர்கள் காட்டுமிராண்டிகளாக வாழ்ந்தார்களாம். இருக்கலாம்; யார் கண்டார்கள்? இன்றைய மனிதன் நேற்றைய மனிதனைக் காட்டுமிராண்டி என்கிறான்; நாளைய மனிதனுக்கு இன்றைய மனிதன் காட்டுமிராண்டி ஆகப் போகிறான். ஆகையால் - மிகப் பழைய காலத்தில் மனிதர்கள் காட்டுமிராண்டிகளாய் - மிருகங்களுடன் மிருகங்களாய் வாழ்ந்ததாக வைத்துக் கொள்ளலாம். அப்போது உலகில் இவ்வளவு மக்கள் கூட்டம் இருந்திராது. விலங்குகளைப் போலவே - உடலின் தேவைகளை தேவைப்பட்ட இடத்திலும் காலத்திலும் தீர்த்துக்கொண்டிருப்பார்கள்...

பிறகு உணர்ச்சிகளை வாய் விட்டுச் சொல்லும் அளவுக்குப் பேச்சு பிறந்து சிறிது நாகரிகம் தோன்றியிருக்கும். அந்த நிலையில் மனித வாழ்க்கைக்கே அபாயம் ஏற்பட்டிருக்க வேண்டும். தீனியைக் கண்டதும் சண்டை போட்டுக் கொண்டு தின்பதுபோல் - ஆண்கூட்டமும் பெண்மந்தையும் சந்திக்கும் போதெல்லாம் இச்சையின் ஆட்சி வரம்பின்றி நடைபெற்றதால் - மனிதஜாதியே நோய்வாய்ப்பட்டிருக்கும். ஒரு புறம் இச்சையின் போட்டியும் சண்டையும் மிகுந்து மறுபுறம் நோய்களின் ஆதிக்கத்தால் மனிதக் கூட்டம் குறைந்து வந்திருக்கும்!

...நோயுற்ற மனித மந்தை இச்சைக்காட்டில் அலைந்து அலுத்து ஓய்ந்து விழும் காட்சியைக் கற்பனையில் கண்ட மாதவன் சிரித்தான்; தெருவில் நடக்கிறோம் - தன் சிரிப்பு பிறர் கவனத்தைக் கவரும் என்கிற பிரக்ஞை இல்லாதவனாய் அவன் யோசனையைத் தொடர்ந்தான்...

...நோய்களின் கொடுமை அதிகமாகி அச்சம் எழுந்திருக்கும், மனித வர்க்கமே ஒழிந்துவிடுமோ என்று; நோய்களால் மட்டும் அல்ல; நோய்களால் பலவீனமுற்ற இந்த மனித மிருகங்களை மற்ற வலிவுள்ள மிருகங்கள் தாக்கி அழிக்கலாமே? உயிரைக் காத்துக் கொள்ள வேண்டும் என்ற அச்சத்தாலும் ஆர்வத்தாலும் ஆண் - பெண் வாழ்க்கையை ஒரு நெறிப்படுத்த வேண்டும் என்று அந்த மனிதர்களுக்குத் தோன்றி இருக்கலாம். 'கலியாணம்' என்ற ஏற்பாடு இப்படித்தான் தொடங்கி இருக்க வேண்டும்....

...ஒருகால் - இந்த ஏற்பாடுதான் மக்கள் குலம் இவ்வளவு பெருகியதற்குக் காரணமோ? மற்ற பல ஜீவராசிகளைப்போல் அழிந்தோ அல்லது குறைந்தோ போகாமல் மனித வர்க்கம் பல்கியிருப்பதற்கு இதுதான் காரணமோ?

உடலும் அதன் பசியும் ஆதிமனிதர்களுக்கு இருந்ததைப் போலவே இன்றைய மனிதர்களுக்கும் இருக்கின்றன. ஒருகால் -

மனித நெருக்கம் காரணமாக உடல் பசி இப்போது அதிகமாகி இருக்கலாம். ஆகையால் இந்த அடிப்படைக் காரணம் அப்படியே இருக்கிறது. உடம்பையும் அதன் பசியையும் நிர்வாகம் செய்வதற்குக் கலியாணம் என்ற ஏற்பாடுதான் ஒரே வழியா?...

மனிதக் கூட்டம் இன்று சமூகம் அல்லது சமுதாயம் என்று அறியப்பட்டாலும், நாகரிகமும் பண்பாடும் முதிர்ந்து விட்டதாய் கூறப்பட்டாலும், அடிப்படையில் மிருக மந்தையாகவே இருக்கிறது. அடிக்கடி நடக்கும் யுத்தங்களும், சண்டைகளும், பெருகி வரும் மக்கள் குலமும், மனித ஜாதி இன்னும் மிருகஜாதிதான் என்பதற்குச் சான்று இல்லையா?

கலியாணத்துக்கு மாற்று ஏற்பாடு ஏதாவது காணமுடியாதா? நோய்களால் இந்த மந்தை அழிந்து விடப் போவதில்லை என்பது உறுதி; அச்சத்தாலும் அழிந்து படாது என்பது நிச்சயம். மண வாழ்க்கையில் அமைதியும் ஆனந்தமும் கண்டவர் எத்தனை பேர்? ஆனால், மணமான பிறகுதான் ஆணுக்கும் சரி, பெண்ணுக்கும் சரி, வாழ்க்கையே துவங்குவதாக ஏகோபித்த நம்பிக்கை உலகம் முழுவதும் உண்டாகி விட்டதே! தெய்வ நம்பிக்கையாவது சில சமயம் சில இடங்களில் ஆட்டம் காண்கிறது; ஆனால் இந்தக் கல்யாண நம்பிக்கை எல்லாக் காலங்களிலும் எல்லா இடங்களிலும் மாறுபடாமல் இருந்து வருகிறது....

'மணத்துக்கு மாற்று ஏற்பாடு காண்பது கஷ்டம்' என்று பெருமூச்சுவிட்டான் மாதவன்.

சிக்கல்களை உண்டாக்கிக் கொண்டு, அவைகளைப் பிரித்துக் கொண்டே மேலும் சிக்கல்களை உண்டாக்கி, அவைகளைப் பிரிக்க முயலுவதுதான் வாழ்க்கை ஆகிவிட்டது. மணம் என்பது வாழ்க்கையின் இன்பம் தொடங்கும் இடம் அல்ல; பிரச்னைகள் தொடங்கும் இடம்; உடலின் மூலப் பிரச்னையைத் தீர்க்க முயலும் இந்த

ஏற்பாட்டால் பல பிரச்னைகள் தொடருகின்றன; அவைகளைச் சமாளிப்பதிலேயே ஆயுள் கழிந்து போகிறது; ஆமாம், ஆயுளைக் கழிப்பதற்குத்தானே வாழ்க்கை என்று பெயர்?

ஏதோ ஒரு தெருவின் கரையில், ஒரு மரத்தடியில் நின்று விட்டான் மாதவன்; அவன் சிந்தனை செய்யவில்லை; சிந்தனைதான் அவனை வாகனமாக்கி ஓட்டிக் கொண்டிருந்தது!

கலியாணம் என்னும் பொது விதி தனி மனிதர்களை எவ்வளவு ஹிம்சைக்கு ஆளாக்குகிறது!

இதோ ஸரஸா -

ஓ- ஸரஸா -

புத்தி பூர்வமான அவன் சிந்தனை தடம் புரண்டது. ஆயிரம் ரூபாய் கொடுத்தபோது ஸரஸா அவனைப் பார்த்த பார்வையில் இருந்த ஏதோ ஒன்று அவனை நோக்கி வந்ததாக அப்போது உணர்ந்தான் அல்லவா? அந்த உணர்ச்சி இப்போது ஜீவன் பெற்றது; அது ஸரஸா வடிவெடுத்தது; மாமிசத்தில் உள்ள கோணல்களும் மேடு பள்ளங் களும் இவன் உடல்மீது விழுந்து புரண்டு விளையாடுவது போலத் தோன்றியது. சுடர்விட்டு எரிந்த புத்தி அணைந்து இருளானதை அவன் விளக்கமாக உணர்ந்தான்; ஆனால் புத்தியை மூடிய இருட்டு துன்பமா அளித்தது? உடலில் உடலை மறக்கும் கிறக்கம் அளித்தது. அந்தக் கற்பனைப் போகத்தில் கண்களை மூடினான். 'சதைக்கா இவ்வளவு சுவை!' என்று எண்ணிச் சொக்கி, நின்றது அறியாமல் நின்றான்!

அந்தக் கிறக்கத்திலிருந்து மீளுவதற்கு அவனுக்குச் சில நிமிஷங்கள் பிடித்தன. புத்தி மெதுவாக விழித்தது. கலியாணம் என்ற கொடிய விதி ஸரஸாவை அல்லவா பலிகொண்டு விட்டது?

முன்பின் தெரியாதவன் எங்கிருந்தோ வந்து அவள் கழுத்தில் தாலி கட்டினான்; அவள் அவனுக்கே உரியவள் ஆகிவிட்டாள். ஆனால் அவனோ உடமையை நிர்வகிக்கவும் திராணி இல்லாதவன்!

இந்த அவலத்துக்குப் பொறுப்பாளி யார்? மாதவனுக்குத் தந்தையின் ஞாபகம் வந்தது. அவரேதான்! எவ்வளவு நாசுக்காக ஸரஸாவின் மணத்தை முடித்துவிட்டார்! எவ்வளவு நாகரிகமாக ஸரஸாவைப் பாழாக்கிவிட்டார்!

இப்போது மஞ்சுளாவையும் பாழாக்க முனைந்துள்ளார்; அற்பமான ஆசைகளால் தூண்டப்பட்டு அவர் செய்யும் காரியங்களுக்கு மஞ்சுளாவும் பலி ஆக வேண்டுமா?

'கூடாது' என்று உறுதி செய்து கொண்டான்.

அவன் ரத்தத்தில் சூடு ஏறியது. 'மஞ்சுளா நீலகண்டனை மணப்பதற்கு அப்பா சம்மதிக்க வேண்டும்; இல்லாவிட்டால் - நான் சம்மதிக்கவைக்கிறேன்' என்று தீர்மானித்தவன் தான் இருக்கும் இடத்தை அப்போதுதான் கவனித்தான்; வீட்டிலிருந்து வெகுதூரம் வந்துவிட்டதை அறிந்தான்; செயல் முனைப்பால் சிந்தனையைச் சிந்திவிட்டு வீட்டை நோக்கி விரைந்தான் மாதவன்.

வீட்டை அடைந்தபோது அவனுக்கு வேர்த்துக் கொட்டி மழையில் நனைந்தவன்போல் ஆகிவிட்டான். நேராகத் தாயை நாடி சமையலறைக்குச் சென்றான். அங்கு லட்சுமி ஏதோ காரியமாக இருந்தாள்.

"மாது! எங்கேயிருந்து வருகிறாய்? என்ன இப்படி வேர்த்திருக்கிறது? விசிறியைப் போட்டுக்கொண்டு உட்கார்" - என்றாள் அன்னை.

"நான் உட்காரவில்லை; என்னோடு வா!" என்றான் மாதவன் கரகரத்த குரலில்.

"என்ன அவசரம்? எங்கேடா கூப்பிடுகிறாய்?"

"எங்கேயும் வெளியூருக்கு இல்லை; இந்த வீட்டு எஜமானரைப் பார்க்கத்தான்!"

"என்னடா இப்போது?"

எம்.வி. வெங்கட்ராம்

''அங்கே வா; தெரியும்.''

தாயார் தனக்குப் பின்னால் வரவேண்டும் என்று உரிமையுடன் எதிர்பார்த்தவனாக மாதவன் நடந்தான். நெற்றியிலிருந்தும் செவிகளின் சரிவுகளிலிருந்தும் துளித் துளிகளாகச் சொட்டிக்கொண்டிருந்த வேர்வையைத் துடைத்துக்கொள்ளக்கூட அவனுக்குத் தோன்றவில்லை. ஒன்றும் புரியாமல், என்ன தகராறு நடக்கப்போகிறதோ என்று அஞ்சியவளாகப் பின்னால் போனாள் லட்சுமி.

இருவரும் ஜகந்நாதனின் 'பிரைவேட்' அறைக்குள் நுழைந்த போது - வழக்கம்போல் அவர் கணக்குப் புத்தகங்களைப் புரட்டிய வாறு ஏஜண்ட் பசுபதியுடன் மந்திராலோசனை நடத்திக்கொண்டிருந்தார். மனைவியும் மகனும் சேர்ந்து வரவே ''என்ன சேதி?'' என்று கேட்பதுபோல் நிமிர்ந்தார்.

பசுபதி மாதவனின் தோற்றத்தைத்தான் முதலில் கவனித்தான். 'பிள்ளையாண்டான் பிரம்மஹத்தி பிடித்தவன்போல் வந்திருக்கிறான்; என்ன விசேஷமோ?' என்று எண்ணியவன் அதைப்பற்றி எல்லாம் அக்கறை இல்லாதவன் போலவும், கணக்கு தவிர வேறு கவலையே உலகத்தில் இல்லாதவன் போலவும் கணக்கு புத்தகத்தில் கண்களை ஊன்றிக் காதுகளைக் கூர்மையாக்கிக்கொண்டான் .

''பசுபதி, நீ கொஞ்சநேரம் வெளியே போகிறாயா? அப்பாவோடு நாங்கள் தனியாகப் பேசவேண்டும் -'' என்றான் மாதவன்.

இப்படி வெளியில் தூக்கி எறியப்படுவோம் என்று பசுபதி எதிர்பார்க்கவில்லை அங்கிருந்து போகவும் அவனுக்கு மனமில்லை. மாதவன் கூறியதைக் கேளாதவன்போல் முதலாளியின் முகத்தைப் பார்த்தான்.

''என்ன அப்படி?'' என்று ஆரம்பித்த ஜகந்நாதன் புத்திரனின் முகத்தைக் கவனித்தார்; அதிலிருந்த கடுமையைக் கண்டு கொண்டார்.

''பசுபதி! நீ வெளியே போ!'' என்று அவரிடமிருந்து கட்டளை பிறந்தது.

தலையைச் சொறிந்துகொண்டே கணக்குப் புத்தகத்தை 'டபார்' என்று மூடிவிட்டு, அறியவேண்டியதை அறியத் தவறிவிட்ட ஏக்கத்துடன் பசுபதி வெளியேறினான்.

அவன் காது கேட்காத தூரம் போயிருப்பான் என்று ஊர்ஜிதப் படுத்திக்கொண்ட மாதவன் பீடிகை ஒன்றும் இல்லாமல் நேராகக் கேட்டான்: ''மஞ்சுளாவின் கல்யாண விஷயமாக என்ன முடிவு செய்தீர்கள்?''

அசட்டையாகப் பதில் கூறினார் ஜகந்நாதன். ''இதைக் கேட்பதற்கா பசுபதியை வெளியே போகச் சொன்னாய்? மஞ்சுளாவுக்கு மட்டும் அல்ல, உனக்கும் சேர்த்து ஆவணியில் கலியாணம் முடித்து விடுகிறேன். சரிதானே?''

அவர் புத்தக அறிவு இல்லாதவர்தான்; ஆயினும் உலகம் அறிந்தவர்; படித்த மேதாவிகள் பலரோடு பழகிப் பதம் பார்த்தவர். மாதவனின் பதட்டத்துக்கும் பரபரப்புக்குமா அவர் அஞ்சுவார்? இந்தப் புத்திசாலியை மடக்குவதற்கு மிகப் பெரிய திறமை தேவை என்று அவருக்குத் தோன்றவில்லை.

''என் கலியாணம் பற்றிப் பிறகு பேசிக்கொள்ளலாம்; மஞ்சுளா பற்றி என்ன முடிவு செய்தீர்கள்? கூன், குருடு, நொண்டி, முடம் என்று பெரிய இடமாகப் பார்த்திருப்பீர்களே?''

ஜகந்நாதன் ஜாக்கிரதையானார்! அவர் முன்னிலையில் அவன் இவ்வாறு வார்த்தைகளை என்றைக்கும் இரைத்ததில்லை; சொல்லுக்குச் சொல் பதில் சொல்லுவதால் ஒரு சொல் சிலம்பம்தான் உண்டாகும் என்று அவருக்குத் தெரியும். அதைத் தவிர்க்க விரும்பிய அவர் அவன் கேள்வியைக் காதில் வாங்காதவர்போல் கணக்குப் புத்தகங்களை மேஜைமீது அடுக்கலானார்.

''உங்களிடம் முடிவு தெரிந்து கொள்ளத்தான் அம்மாவையும் அழைத்து வந்தேன். எனக்குக் கலியாணம் தேவையில்லை. மஞ்சுளாவுக்கு அவள் விருப்பம்போல் மணம் செய்ய நீங்கள் சம்மதிக்க வேண்டும்.''

தந்தை சுருக்கமாய்ச் சொன்னார்: ''நான் பார்க்கிற வரனுக்குத் தான் அவள் வாழ்க்கைப்பட வேண்டும். நீயும் அப்படித்தான்''

''நாங்கள் ஒப்புக்கொள்வதாக இல்லை.''

''நான் அதைப்பற்றிக் கவலைப்படவில்லை.''

''அப்படியானால் எங்கள் இஷ்டப்படி நாங்கள் நடந்து கொள்ளலாம் என்கிறீர்களா?''

''என் சுயார்ஜிதமான சொத்து; இதில் உங்கள் இஷ்டம் என்ன இருக்கிறது?''

''ஓ, சொத்து பற்றியா சொல்கிறீர்கள்? அவ்வளவுதானே?'' என்றபடி வேகமாக வெளியில் சென்றான் மாதவன்; அவன் வெளிச் சென்ற காரணம் என்ன என்ற திகைப்பு பெற்றோருக்கு அடங்குமுன் அவன் பசுபதியுடன் திரும்பி வந்தான்.

''இதோ, உங்கள் ஏஜெண்ட் வந்திருக்கிறான்; வக்கீல் வீட்டுக்கு அனுப்பி விடுதலைப் பத்திரம் எழுதச் சொல்லுங்கள். மஞ்சுளாவுக்கும் சரி, எனக்கும் சரி; உங்கள் சொத்தில் ஒரு காசும் தேவையில்லை. மனப்பூர்வமாக எழுதித் தருகிறோம். பசுபதி! நம் வக்கீலிடம் போய் சட்ட பூர்வமான விடுதலைப் பத்திரம் எழுதிக் கொண்டு வா!''

பெரிய நாடகம் ஒன்று நடக்கப் போகிறது - அதில் தனக்கு ஒரு முக்கியமான வேஷம் கிடைக்கப் போகிறது என்ற மகிழ்ச்சியால் பசுபதிக்கு ஜில்லென்று வேர்த்தது: ''என்ன நடந்தது மாது? ஏன் இப்படி ஆத்திரப்படுகிறாய்?'' என்று 'நைஸாக' அடிமடியில் கையிட்டுத் துழாவப் பார்த்தான்.

''உன்னை யார் கூப்பிட்டார்கள்? போ வெளியில்!'' என்று பெருங்குரலில் கர்ஜித்தார் ஜகந்நாதன்.

''நான் வரவில்லை; மாதுதான்...''

"சரி, சரி, வெளியே போ!" என்ற அதட்டல் பசுபதியின் முதுகை அறைந்தது. இரண்டாவது முறை வெளியேற்றப்பட்டதால் பசுபதி அவமானப்பட்டு விடவில்லை. தகவல் புரியாத விசனத்துடன் திண்ணைக்கே போய்விட்டான் அவன்.

"அறுநூறு ரூபாய் சம்பளம் உனக்கு இவ்வளவு தைரியம் கொடுக்கிறது; இல்லையா?" என்றார் தகப்பனார்.

"இல்லையே; அந்த வேலையை ராஜிநாமா செய்து விட்டுத்தான் வந்தேன். மஞ்சுளாவையும் என்னையும் காப்பாற்றிக் கொள்ள முடிகிறதா இல்லையா என்று பார்க்கலாமே! பதினைந்து லட்சம் சேர்த்தவருக்குப் பிள்ளைதானே நான்?"

தந்தையும் பிள்ளையும் மோதிக்கொண்டதில் மிகவும் இடிபட்டவள் லட்சுமிதான். அழுகை அடிவயிற்றில் காத்திருந்தது. பரிதாபமாய்க் குறுக்கிட்டாள். "அவர்கள் இஷ்டத்துக்குக் கல்யாணம் செய்து கொண்டு சந்தோஷமாக இருக்கட்டுமே. எதற்காக இப்படி அடம் செய்கிறீர்கள்?"

"நீயும் அவர்கள் கட்சிதானா?" என்ற ஜகந்நாதன் நீண்ட நேரம் பேசவில்லை.

பணத்தாசை அவரை ஆட்கொண்டு ஆட்டிக்கொண்டிருந்தது உண்மைதான். என்றாலும் அன்பையும் குடும்பப் பாசத்தையும் அவர் துறந்துவிடவில்லை. மாதவனின் மனக் குழப்பத்தைப் புரிந்துகொள்ள அவருக்குப் பிரமாதமான சிந்தனா சக்தி தேவைப் படவில்லை. ஸரஸாவை அவர் மிகவும் லாவகமாகப் பறித்து விட்டார்; அதற்காக அவன் அவரைக் கடிந்து கொள்ளவும் வகை இல்லாமல் சாமர்த்தியம் செய்து விட்டார். அந்தப் பெண் வேறு இப்போது இங்கு வந்து அவனுக்கு முன்னால் நடமாடித் தொலைக் கிறாள். அதனால்தான் மாதவன் இவ்வளவு ஆத்திரப்படுகிறான் என்று நினைத்த ஜகந்நாதன் தனக்குள் சிரித்துக்கொண்டார். மஞ்சுளாவும் ஏமாற்றம் அடைந்து விடக்கூடாது என்று மாதவன்

விரும்புவதையும் அவர் எளிதில் ஊகித்துக்கொண்டார். உணர்ச்சி வசப்பட்டு அவன் வக்கீல், விடுதலைப் பத்திரம் என்று பெரிய வார்த்தைகளைப் பிரயோகித்ததால் அவர் கலங்கிவிடவில்லை. தறிகெட்டு ஓடும் இந்தப் பையன் மூக்கில் எப்படிக் கயிறு கோத்து அடக்குவது என்பதைத்தான் அவர் யோசித்துக் கொண்டிருந்தார்.

''மாதவா! நீ யாருடன் பேசுகிறாய் என்பதை மறந்து விடக்கூடாது. வார்த்தைகளின் அர்த்தம் தெரிந்து பேச வேண்டும்.''

''அர்த்தம் இல்லாத வார்த்தைகளை நான் பேசவில்லை.''

''என்னைக் கலக்காமல் ஏன் வேலையை விட்டாய்?''

''கலக்க வேண்டும் என்று தோன்றவில்லை. அப்போது எனக்கு அறுநூறு ரூபாய் பெரிதாகத் தோன்றவில்லை; என் தகப்பனார் பணக்காரர் என்ற தைரியம் இருந்தது. இப்போது அப்பா பணக்காரர்; நான் ஏழை என்று தெரிகிறது.''

''ஏதோ ஆவேசம் வந்தவன்போல் பேசுகிறாயே; எதையும் நாளைக்குப் பேசிக்கொள்ளலாம்.''

''இப்போதே மஞ்சுளா விஷயம் முடிவாக வேண்டும். நாளைக்கு எனக்கு ஆவேசம் இருந்தால்?''

''மஞ்சுளாவுக்கு வரன் பார்த்துவிட்டாயா?''

''உங்களுக்குத் தெரியாதா?''

''உன் வாயால் சொல்லேன்.''

''நீலகண்டனைத் தெரியாதா உங்களுக்கு?''

''நம் அந்தஸ்துக்கு அவன் ஈடு தருவான் என்று நினைக் கிறாயா? டாக்டர் தொழிலும் அழகான தோற்றமும் தவிர அவனுக்கு வேறு என்ன தகுதி இருக்கிறது?''

''அவர்கள் இருவரும் விரும்புகிறார்கள் என்பதைவிட வேறு என்ன தகுதி வேண்டும்''

"மாதவா! நீ படித்தவன்! யோசித்துப் பதில் சொல்லு. சபலத்தைத் தகுதி என்று கொள்ளலாமா? புஸ்தகத்திலும் சினிமாவிலும் நீங்கள் பார்க்கிற உலகம் வேறு; நடைமுறை உலகம் வேறு.''

''உங்கள் பெண்ணை நீங்களே புரிந்து கொள்ளவில்லை. அவள் சபலப்பட்டு ஒரு முடிவு செய்கிறவள் அல்ல. அவளைச் சபலபுத்தி உடையவள் என்றால் உங்களுக்கே அது இழிவு.''

ஜகந்நாதனின் நிதானம் லட்சுமிக்கு மட்டும் அல்ல - மாதவனுக்கும் ஆச்சரியமாக இருந்தது. பொறுமையோ புன்சிரிப்போ இழக்காமல் அவர் சொன்னார்: ''மாதவா! நான் உன்னைப்போல் படித்தவன் அல்ல; எனக்கு உன்னைப்போல் 'சதுரம் கட்டி' வக்கணை யாகப் பேசத் தெரியாது. ஆனால் உன்னைவிட எனக்கு உலக அனுபவம் அதிகம் என்பதை ஒப்புக்கொள்வாய். நான் தலையெடுத்த போது - என்னுடையது என்று சொல்லிக் கொள்ள ஒன்றும் இல்லை. பதினைந்து ரூபாய் சம்பளத்தில் ஆரம்பித்தேன்; பட்டினி கிடந்த நாள் உண்டு; அப்போது யாரும் திரும்பியும் பார்க்கவில்லை. இன்று பதினைந்து லட்சத்துக்குச் சொத்து சேர்த்திருக்கிறேன் என்றால் அதை ஒரு பெரிய சாதனையாக நினைக்கிறேன். எனக்குத் தெரிந்து நம் முன்னோர்கள் யாருமே பணக்காரர்களாக இருந்ததில்லை. என் காலத்திலிருந்து இந்தப் பரம்பரை கௌரவப்படவேண்டும் என்று நான் விரும்புவது தவறா? நான் மட்டும் அல்ல - என் பிள்ளை - என் பேரன்கள் - அவர்களுடைய குழந்தைகள் என்று கௌரவமான பரம் பரையை நான் ஆரம்பித்து வைக்கவேண்டும்; இந்த ஆசை தவறா?''

பேசத் தெரியாது என்று சொல்லிக்கொண்டே தகப்பனார் வக்கணையாகப் பேசுவதை மாதவன் வியப்புடன் கேட்டான்; அவர் பேச்சை எளிதாகத் தள்ளிவிடலாம் என்று நினைத்தது தவறு என்று புரிந்தது அவனுக்கு; அவன் படபடப்பு தணிந்துவிட்டது. அவருடைய வாதத்துக்குப் பதில் தேடத் தொடங்கினான். ''பணம் ஒன்றை மட்டும் வைத்து உங்கள் பரம்பரை பெருமைப்பட வேண்டும் என்று நினைக் கிறீர்களா? நான் அதை ஏற்கவில்லை.''

எம்.வி. வெங்கட்ராம்

"நானும் அதை ஏற்கவில்லை" - என்று ஜகந்நாதன் ஆமோதித்ததும் பிள்ளை பிரமித்துவிட்டான்; அடுத்து அவர் என்ன சொல்லப் போகிறாரோ என்று ஆவலுடன் எதிர்பார்த்தான் அவன்.

"எனக்கும் வயதாகிவிட்டது. உலக வாழ்க்கை எவ்வளவு அநித்யமானது என்று புரிகிறது. கீதையைப் படிக்கப் படிக்க எனக்கு வாழ்க்கையில் வெறுப்பு தட்டுகிறது. ஆனால் நீயோ நானோ ஏற்கவில்லை என்பதால் உண்மை மறைந்து விடுமா? இன்று உலகம் எதை மதிக்கிறது? பணத்தைத்தான். தெய்வத்தைக்கூட இன்று பணத்தால் வாங்கிவிடலாம்போல் இருக்கிறது. பணத்துக்கு மரியாதை செலுத்தும் சமூகத்தில் பணம் சேர்க்க வேண்டும் என்ற ஆசை எப்படி தவறு ஆகும்? பணத்துக்கு யாரும் மதிப்பு தருவதில்லை என்ற காலம் வருகிறபோது நாமும் அப்படி மாறிவிட்டுப் போகிறோம். இந்தச் சொத்துக்கு நீ சொந்தக்காரன்; எனக்காகவா இவ்வளவு பாடுபடுகிறேன்? இந்தக் குடும்பத்தின் பெருமைபற்றி நீயும் அக்கறை கொள்ள வேண்டும்."

கொதிக்கிற ரத்தத்துடன் அப்பாவை நொறுக்கிவிட வேண்டும் என்ற வேகத்துடன் வந்த மாதவன் அவர் முன்னிலையில் நிராயுத பாணி ஆகிவிட்டது போன்ற உணர்ச்சி அடைந்தான். அவருடைய வாக்குத் திறனால் ஏமாந்து வந்த காரியத்தை மறந்துவிடக்கூடாது என்றும் உறுதி கொண்டான்: "அப்பா! நீங்கள் சொல்வதில் உள்ள உண்மையை ஒப்புக்கொள்கிறேன்; பணம் இல்லாதவனுக்கு இன்று மதிப்பு இல்லை என்ற நிலைதான். உங்கள் பிள்ளை, பேரன்கள் - பரம்பரை கௌரவப்படவேண்டும் என்று ஆசைப்படுகிறீர்கள்; உங்கள் வீட்டுக்கு வருகிற மாப்பிள்ளைக்கும் நீங்கள் கௌரவம் உண்டாக்கக்கூடாதா? நீலகண்டன் கௌரவமான தொழில் செய்கிறான்; நாலுபேர் மதிக்கிற தொழில். பணபலம் நாம் உண்டாக்க முடியாதா?"

ஜகந்நாதன் மனத்தில் மாதவனைப் பாராட்டினார். அவர் சொல்லால் அவரையே மடக்கிவிட்டானே! மகன் புத்திசாலி

என்றொரு மகிழ்ச்சி. ஒரு பையனும் ஒரு பெண்ணும்தானே அவருக்கு? இருவரையும் அவர் நேசித்தார்; எனினும் மஞ்சுளாவிடம் ஒரு பிடி அவருக்கு அதிக வாஞ்சை இருந்தது. மாதவன் தங்கையிடம் கொண்டுள்ள பற்று அவருக்கு மேலும் மகிழ்ச்சியை அளித்தது.

பெரிய ஆரவாரம் எழப்போகிறது என்று பயந்து கணவர் முகத்தையும் மகன் முகத்தையும் மாறிமாறிப் பார்த்து 'எப்போது அழலாம்?' என்று காத்திருந்தாள் லட்சுமி; எதிர்பாராத விதமாக நிலைமை இடுக்கு இல்லாமல் சுத்தமாகவே அவளுக்கு ஒரே உற்சாகம் உண்டாகிவிட்டது: ''சரி! மேலே ஆகவேண்டியதைக் கவனியுங்கள். நீலகண்டன் நல்ல பையன்; கைராசியுள்ள டாக்டர் என்று பெயர் எடுக்கிறான்'' என்று முடித்து வைத்துப் பேசினாள் அவள்.

''உன் பிடிவாதத்தால் என் ஆசை நிறைவேறாமல் போகிறது; நமக்குச் சமமான பெரிய மனிதர்களுடன் சம்பந்தம் செய்து கொள்வதால் நமக்கு எவ்வளவோ பெருமை. உங்கள் திருப்திக்காக இந்த ஏற்பாட்டை ஒப்புக்கொள்கிறேன். உனக்கு விடுதலைப் பத்திரம் எழுதி, உன் தங்கையை அவள் விரும்பாதவனுக்குக் கட்டிக்கொடுத்து, நான் உன் தாயோடு நிம்மதியாக இருக்கப் பார்க்கிறேன் என்று சொல்ல மாட்டாயே?''

ஜகந்நாதன் அமரிக்கையாக நகைத்தார். மூளையைக் கசக்கிக்கொண்டு குழம்பியது வீண் என்று தோன்றியது மாதவனுக்கு. ஸரஸா பற்றியும் அவன் உரிய காலத்தில் பிடிவாதம் செய்திருந்தால்! தவறு தந்தையிடம் இல்லை, தன்னிடம் இருக்கிறது என்று அவனுக்குத் தோன்றியது. குற்றம் சாட்ட வந்தவன்தான் குற்றவாளி என்று தீர்மானித்தான்!

''என் திருப்திக்காக நீ ஒரு காரியம் செய்ய வேண்டும்'' என்று தந்தை வியாபார ஜாடையாகச் சொன்னதும் மாதவன் விழித்துக் கொண்டான். என்ன வட்டி கேட்கப் போகிறாரோ?

‘‘உன் கல்யாணம் என் இஷ்டப்படி நடக்க வேண்டும். அழகான பெண்ணாய்ப் பார்க்கிறேன். எனக்குப் பிடித்த இடமாக இருக்க வேண்டும்’’ - என்று தன் கோரிக்கையை அவர் வெளியிட்டார். அவர் மஞ்சுளா சம்பந்தமாக எளிதில் நெளிந்து கொடுத்ததன் சூக்ஷ்மமே இதுதான். என்ன இருந்தாலும் அவள் பெண்தானே? வேறு குலத்தை விளக்கப் போகிறவள். எந்தக் குடும்பத்தையும் குலத்தையும் விளங்கச் செய்வது ஆண் கிளைதானே? புதல்வனுக்குப் பெரிய இடத்தில் சம்பந்தம் கொள்வதில்தானே இந்தக் குடும்பத்துக்கு மரியாதை?

‘‘எனக்கு எதற்குக் கல்யாணம்?’’ என்று தயங்கினான் மாதவன்; அவன் மண்டைக்குள் இருந்த வஸ்து சோர்ந்து கிடந்தது; அவன் வாதாடத் தயாராக இல்லை. இப்போது வாதிடுவதும் தவறாகத் தோன்றியது; ஆகையால் - ‘‘மஞ்சுளாவின் கல்யாணம் முடியட்டும்; பிறகு உங்கள் இஷ்டம்போல் செய்யுங்கள்’’ என்று பதில் உரைப்பது அவனுக்கு உசிதமாகப்பட்டது.

காலப் போக்கில் மகனின் மதி இன்னும் தெளியும் என்று அந்தப் பதிலோடு ஜகந்நாதனும் சமாதானம் அடைந்தார்.

உலகத்தையே தூளாக்கிவிடுகிறவன்போல் எவ்வளவு ஆத்திரமாக வந்தான் மாதவன்? பெரிய ரகளை நடக்கப் போகிறது என்றல்லவா எதிர்பார்த்தான்? ஆனால், விஷயம் எவ்வளவு சுலபமாகவும் சுமுகமாகவும் முடிந்து விட்டது!

மஞ்சுளா அதிர்ஷ்டசாலிதான்!

கெட்டி மேளம் கொட்ட வேண்டியது தான்!

15

ஆசிரியர் ராமசாமிக்கு அழவும் தெரியாது; சிறுகச் சிறுக உடம்பில் நஞ்சு ஏற்றிக் கொள்வதுபோல் இளமையிலிருந்தே

துன்பங்கள் அவர் ரத்தத்தில் தோய்ந்துவிட்டன. அரை வயிறு உண்பதும், அழுக்கு அணிவதும், மனைவி மக்களுக்குத் தேவையானதைக்கூட செய்ய இயலாததும், இவைகளின் விளைவான அவமானங்களும் ஏளனங்களும் அவருக்குப் பழகிப்போன விஷயங்கள். ஆனால் ஸரஸாவின் கோணல் விதி அவரை ஓர் உலுக்கு உலுக்கி விட்டது; அவர் எதிரில் நின்று ஒவ்வொரு கணமும் 'அழுகிறாயா - இல்லையா?' என்று அதட்டிக் கொண்டு இருந்தது!

கற்பனையால் துன்பத்தைப் பெருக்கிக்கொண்டு வாழ்க்கையை நரகம் ஆக்கிக்கொள்கிறவர்கள் இருக்கிறார்கள்; ராமசாமிக்குக் கற்பனையோ - கனவோ இதுவரை தேவைப்பட்டதில்லை. வாத்தியாரான அவர் இங்கிலீஷ் உரைநடை, செய்யுள், அதற்கு உரை, வரலாறு, பூகோளம் என்று பாடங்களோடு பன்னிரண்டு மணி நேரம் ஒன்றிவிடுவார். ஒரே மாதிரியான கேள்விகள் கேட்டு ஒரே மாதிரியான பதில்களைப் பெற்று வந்த அவருக்குக் கற்பனை எதற்கு? வீட்டுக்குத் திரும்பியதும் எல்லாரும் கேள்விகள் கேட்டு அவரை மாணவன் ஆக்கிவிடுவார்கள்; தேவைப்பட்டதைக் கேட்பார்கள்; செய்யப்படாததை இடித்துக் காட்டுவார்கள்; எல்லாருக்கும் பொறுமையாகப் பதில் சொல்லிக்கொண்டு இருப்பார். ஒரே ஒரு பேராசையை அவர் மனத்தோடு ஒளித்து வைத்திருந்தார்: என்றாவது ஒருநாள் ஸ்ரீராமசந்திரமூர்த்தி தன்னைத் தடுத்தாட்கொள்வார் என்பதுதான் அது. ஓய்வு கிடைக்கும்போதெல்லாம் அவர் ராமனை உருக்கமாக அழைத்துக் கொண்டே இருப்பார். ராமனிடம்கூட குறைகளையும் தேவைகளையும் சொல்லி முறையிட்டுக் கொள்கிற பழக்கம் அவரிடம் கிடையாது. எல்லாம் வல்லவனுக்கு அவருக்கு என்ன தேவை என்பது தெரியாதா என்ன?

ஸரஸா என்றைக்கும் அவருக்குச் செல்லம்; அவள் முதலில் பிறந்தவள் என்பது மட்டும் காரணம் அல்ல. அவளுக்குப் பிறகு நாலு குழந்தைகள் இருக்கிறார்கள். அவர்களைவிட அதிகமாகவே அவள் தந்தையின் அன்பைப் பெற்றாள். அவளுடைய விசித்திரமான

அழகு ஒரு காரணம்; எதையும் வாய்விட்டுத் தாராளமாகச் சொல்லாமல் மௌனமாக ஏங்கித் தவித்து, அத்தவிப்பாலேயே தன்னை உணர்த்திக் கொள்கிற அவளுடைய குணமும் ஒரு காரணம். அவள் வளர்ந்த பிறகும் அவருடைய இந்தப் பாசம் குறையவில்லை. ''இவ்வளவு அழகும் இன்னொரு வீட்டில் குடியேறப் போகிறதே!'' என்று அவர் ஒவ்வொரு சமயம் ஏங்கியதுகூட உண்டு.

இந்தப் பாசத்துக்குத் தண்டனையாக, ஸரஸாவின் கல்யாணம் அமைந்தது. இஞ்சினீயருக்குப் பெண்ணைக் கட்டிக் கொடுத்து விட்டோம் என்று ஆறுதல் செய்து கொள்ள முயன்றார் அவர். ஆனால் கடன் பகீரென்று மனசில் குத்திக் கொண்டது. என்றாவது ஒருநாள் இந்தப் பெரிய குடும்பத்தோடு வீடு தேடி அலைய நேரலாம் என்ற அச்சம் - வகுப்பில் ராஜராஜசோழனையும் ராஜேந்திரசோழனையும் குழப்பிவிட்டது! அந்தத் திகிலோடு - இப்போது இது என்ன கொடுமை!

தந்தி வந்தது; மாப்பிள்ளை வருகிறான்; மகிழ்ச்சியாக வரவேற்க வேண்டியதுதான். ஆனால் - ஸரஸா என்னவோ சொல்கிறாளே! அவன் நோயாளியாம்; வாழ்கிறவனாகவும் இல்லை; வாழ்வதற்குத் தகுதி பெறுவானா என்பதும் நிச்சயம் இல்லையாமே!

அந்த ஒருத்திக்காக அவர் குடும்ப நலனையே பணயம் வைத்தார்; அவளும் பாழாகிவிடுவாளா? அவளைப் பாழாக்கவா அவர் குடும்பத்தையே பாழாக்கிக்கொண்டார்? விதியா இது? ராமச்சந்திரன் அவரைக் கைவிட்டுவிட்டானா?

''பார்வதி! இந்தப் பெண் ஏன் இப்படி இருக்கிறாள்?'' என்று கேட்டுக்கொண்டே அவர் மனைவியின் பக்கத்தில் உட்கார்ந்தார்.

அவளுக்குக் காய்ச்சல் இல்லை; சொல்லி மாளாத ஓய்ச்சல் இருந்தது. செய்தி அவளுக்கும் எட்டிவிட்டது; ஜுர வேகம் உடலை விட்டு மனத்தில் பாய்ந்தது. படுத்தபடியே மெதுவாய்க் கேட்டாள்: ''எப்படி இருக்கிறாள்?''

''இதுவரை ஒரு வார்த்தை இதைப்பற்றி நம்மிடம் சொல்ல வில்லையே!''

''சொல்லியிருந்தால் நாம் என்ன செய்துவிடப் போகிறோம்?''

''நம்மால் முடிந்தவரை - அவனுக்கு ஏதாவது சிகிச்சை பண்ணிப் பார்த்திருக்கலாமே. இவ்வளவு பெரிய விஷயத்தை இத்தனை காலமும் எப்படித்தான் மனசில் வைத்திருந்தாளோ? தந்தி வந்திருக்காவிட்டால் இப்போதும் சொல்லியிருக்க மாட்டாள்.''

''வேறு வழி இல்லை; தாங்கிக் கொண்டிருக்கிறாள். பீடை! அவளுக்குத் தலைமயிர் இத்தனை நீளம் வளர்ந்தபோதே எனக்குத் தோன்றியது. இது துடை காலி, உருப்படாது என்று. எல்லாம் அப்படித்தான் நடக்கிறது.''

பார்வதி இவ்வளவு காலமும் மகளை வெறுத்தவளா? அவளுக்கும் ஸரஸா செல்லப் பெண்தான். அந்த நீண்ட கூந்தலைக் கை நிறைய அள்ளி, கைநோகப் பின்னிவிட்டுப் பெருமிதப்பட்டவள் தான் அவளும். ஆனால் - வேதனை இந்த வார்த்தைகளாக வெளிப் பட்டது.

''என்ன பார்வதி இப்படிப் பேசுகிறாய்?''

''என்ன பேசிவிட்டேன்? உள்ளதைத்தான் சொல்கிறேன். பெண்ணாய்ப் பிறக்கவே கூடாது; அழுவதற்கு என்றே ஒரு ஜன்மமா? யாரோ ஒருத்தனை இழுத்து வந்து கட்டிக் கொடுத்தீர்கள், இப்போது''

''நீயும் சம்மதித்துத்தானே நடந்தது?''

''நானும் சம்மதித்துத்தான் நடந்தது. நீங்களும் நானும் சேர்ந்து அந்தப் பெண் வாழ்வில் மண்ணைப் போட்டுவிட்டோம்'' என்ற பார்வதி கண்ணீர் விடத் தொடங்கினாள்.

அழுகை விஷயத்தில் பார்வதி கணவரைப் பின்பற்றாதவள். பிறந்த வீட்டில் அழுதவள்: புகுந்த வீட்டிலும் அழுது பழக்கப்

பட்டவள். மனசுக்குள் அழுது கொள்வாள்; தனியாக இருக்கும் போது கண்ணீர்விட்டு அழுவாள்; சிலசமயம் கணவரைக் கட்டிக் கொண்டு அழுவாள்; வயது வந்த பெண்ணை, அணைத்துக்கொண்டு அவள் அழுத காலமும் உண்டு. ஆனால் அவள் அழுகையிலும் ஓர் அடக்கம் இருக்கும்; விகாரமான சத்தம் இராது.

"சரி, எதற்காக அழுகிறாய்? மாப்பிள்ளைக்குக் குணம் ஆகி எல்லாம் நல்லபடி நடக்கும். ராமன் நம்மை கைவிட மாட்டான்!" என்று அவளைத் தேற்றுவதுபோல் தன்னையும் தேற்றிக் கொண்டார் ராமசாமி.

படுத்துக்கொண்டு அழுவது கஷ்டமாக இருந்தது; எழுந்து சௌகரியமாக உட்கார்ந்து கொண்டு கண்ணீர் பெருக்கலானாள் பார்வதி.

"இது என்ன பைத்தியக்காரத்தனம்! குழந்தைகள் வருகிற நேரம் ஆயிற்று. கண்ணைத் துடைத்துக்கொள்!"

சொல்லிக்கொண்டே அவரே சேலைத் தலைப்பால் அவள் கண்களைத் துடைத்துவிட்டார். "நான் ஏதோ சொல்ல வந்தால் நீ ஏதேதோ பயப்படுகிறாயே. இந்தப் பெண் இவ்வளவு பெரிய விஷயத்தை மனசிலேயே வைத்துக்கொண்டு மறுகியிருக்கிறாளே; எவ்வளவு வேதனையாக இருக்கும்! அது சரி; நீ படுத்துக்கொள். எதையாவது நினைத்து மனசைக் குழப்பிக் கொள்ளாதே. காய்ச்சல் திரும்பிவிட்டால் வீண்கஷ்டம்."

"இந்தக் காய்ச்சலோடு நான் போய் விட்டால் எல்லாக் கஷ்டமும் தீர்ந்துவிடும்" என்றவாறு பார்வதி படுக்கையில் சாய்ந்தாள்; "அந்தப் பெண் எங்கே?"

"ஸரஸாதானே?"

"வேறு யாரைக் கேட்கப் போகிறேன்?"

"எங்கே போவாள்? மஞ்சுளாவைப் பார்க்கப் போயிருப்பாள்."

''இந்தப் பெண் மகாபீடை. இவள் காற்றுபட்டாலே பீடை. அந்தப் பெண் ரொம்பவும் நல்ல மாதிரி. இவள் வாடை அவளுக்கும் அடித்துவிடப் போகிறது'', என்று கணவர் காதில் விழும்படியாகவே முணுமுணுத்தாள் பார்வதி.

''நீ இப்படி எல்லாம் பேசக் கூடாது. பேசாமல் தூங்கு'', என்று அதட்டினார் வாத்தியார். அவருடைய அதட்டுதலும் ஒரு வேண்டு கோளாகவே இருந்தது!

பார்வதி வாயை மூடிக்கொண்டாள். கண்ணீர் உள்முகமாக மடை திறந்துகொண்டது. கண்களை மூடிக்கொண்டாள். வாத்தியார் எழுந்து விடலாமா என்று யோசித்தார்; எழுந்திருப்பதற்கு மனசு வரவில்லை; உடம்பும் விரும்பவில்லை. மௌனமாக அங்கேயே உட்கார்ந்திருந்தார்.

வீட்டின் மூத்த மகனான பட்டாபிராமன் புத்தக மூட்டையை இறக்கிவிட்டு, பெற்றோரைப் பார்த்தான். அவனுக்குப் பதினாறு வயது. எஸ்.எஸ்.எல்.ஸி. படித்துக் கொண்டிருந்தான்.

''என்ன அப்பா - அம்மாவுக்கு?''

''ஒன்றும் இல்லை. சும்மா பேசிக் கொண்டிருந்தோம். நீ போய் காபி சாப்பிடு.'' அவன் சமையலறைக்குப் போவதற்குள் இரண்டாவது பெண் ஹேமா வந்தாள். வரும்போதே அவள் முகத்தில் கடுகடுப்பு இருந்தது. புத்தகப் பையை அதற்குரிய இடத்தில் எறிந்துவிட்டு, ''அப்பா! நான் இனிமேல் பள்ளிக்கூடம் போகமாட்டேன்'' என்றாள்.

''என்ன விஷயம் ஹேமா?''

''இன்றைக்குப் பூராவும் கிளாஸுக்கு வெளியில் நிறுத்தி விட்டார்கள் அப்பா. போன வாரமே 'வார்னிங்' கொடுத்தார்கள். இன்றைக்கு நான் மட்டும் யூனிபார்ம் போட்டுக் கொண்டு போக வில்லை - அதற்காக. படித்து நான் என்னப்பா செய்யப் போகிறேன்? நான் பள்ளிக்கூடம் போகவில்லை!'' என்றாள் ஹேமா.

வயது பத்து என்றாலும் - ஸரஸாவைவிட அதிகமாக வீட்டு வேலைகளில் அம்மாவுக்குத் துணையாக இருப்பவள் அவள்தான். தாயாரைவிட மணமாகவே அவளுக்குச் சமைக்கவும் தெரியும். வயதை மீறியே குடும்ப நிலைமையைப் புரிந்து கொண்டிருந்தாள் அவள்.

"இங்கே வா - ஹேமா!"

அவள் அவரருகில் வந்தாள்.

"உனக்கு யூனிபார்ம்தானே வேணும்? நாளைக்கு வாங்கித் தருகிறேன்" என்றார் ராமசாமி அவளைத் தடவிக் கொடுத்தபடி.

"பணம் ஏது அப்பா? அக்கா பணத்தில் தானே வாங்குவீர்கள்? அப்புறம் பணம் எல்லாம் செலவு செய்து விட்டால் ஸரஸா மாமியாருக்கு யார் பதில் சொல்வது? நான் படிக்கவில்லை. அம்மாவுக்கும் உடம்பு ரொம்ப மோசமாக இருக்கிறது. நான் வீட்டோடு இருந்துவிடுகிறேன்."

"சே அசடு! உனக்கு ஏன் அந்தக் கவலை எல்லாம்? உன்னை டாக்டருக்குப் படிக்க வைக்கலாம் என்று எண்ணியிருக்கிறேன். நீ படிப்பே வேண்டாம் என்கிறாயே! நாளைக்கு உனக்கு யூனிபார்ம் துணி வாங்கிவிடுகிறேன். போ. பட்டாபி வந்துவிட்டான். அவனுக்குக் காபி கொடுத்துவிட்டு நீயும் சாப்பிடு."

"பால் ஏது அப்பா? ஓ! அக்கா இருக்கிறவரை எல்லோருக்கும் காப்பி கிடைக்கும், மறந்து விட்டேன் அப்பா அப்பா! யார் வருகிறார்கள் என்று பாருங்கள்."

வாத்தியார் திரும்பிப் பார்த்தார். ஸரஸாவுடன் மஞ்சுளா வந்தாள். பங்கஜம், மஞ்சுளாவின் வலது கையைப் பிடித்துத் தொங்கி ஊஞ்சலாட முயன்று கொண்டிருந்தாள்.

"வா, அம்மா!"

"யார்? மஞ்சுவா?" என்றவாறு எழுந்திருக்க முயன்றாள் பார்வதி.

"நீங்கள் படுத்துக்கொள்ளுங்கள், அம்மா!"

"இவ்வளவு நேரம் படுத்திருந்தேன். கொஞ்ச நேரம் உட்காருகிறேன். இந்தப் பக்கம் நீ வருவதே இல்லை. எங்களை மறந்து விட்டாயா மஞ்சு?"

"நான் மறக்கிறவளா அம்மா?" என்று கேட்டுக் கொண்டே பார்வதியின் பக்கத்தில் உட்கார்ந்த மஞ்சுளா - ஜுரம் இருக்கிறதா என்று பார்ப்பதற்காக அவள் உடம்பைத் தொட்டாள்.

அவ்வளவுதான்; பார்வதியின் கண்மடை மீண்டும் திறந்து கொண்டது. கலங்குகிற கண்களை மறைப்பதற்காக ராமசாமி தலைகுனிந்து கொண்டார்.

துக்கம் அந்தரங்கத்தையும் ரகசியத்தையும் விரும்புவதில்லையா? அன்பும் அனுதாபமும் கண்டால் அது ஏன் வெடிக்கிறது?

அவர்களுடைய துக்கம் என்ன என்பதை மஞ்சுளா புரிந்து கொண்டாள்.

"என்ன நடந்துவிட்டது? எதற்காக இப்படி மனசை வதைத்துக் கொள்கிறீர்கள்?"

"எல்லாம் முடிவு செய்துவிட்டார்கள்; அதுதான் இப்போதே அழுதாகிறது!" என்றாள் ஸரஸா.

"சீ! ரொம்ப அழகாகத்தான் பேசிவிட்டாய்! பேசவேண்டிய சமயத்தில் ஊமையாக இருந்துவிடு. பேசக்கூடாத நேரத்தில் பேசத் தகாத வார்த்தை பேசு. பெற்றவர்கள் மனசு என்ன கஷ்டப்படும் என்பது கூடவா உனக்குப் புரியவில்லை?" என்று மஞ்சுளா ஸரஸாவைக் கோபித்துக் கொண்டாள்.

எம்.வி. வெங்கட்ராம்

"கல்யாணத்துக்கு முந்தியே இந்தப் புத்தி இருந்திருந்தால் - இப்போது இப்படி உட்கார்ந்து அழவேண்டாமே!"

"நீதான் புத்திசாலி ஆயிற்றே; நீ தடுத்திருக்கலாமே!"

"எனக்கு என்ன தெரியும்? நான் அவர் முகம்கூடப் பார்க்கவில்லையே. பெரியவர்கள் வார்த்தைக்கு மாறு சொல்லாமல் கழுத்தை நீட்டினேன். கழுத்தை அறுத்து விட்டார்கள்!"

"அவர்களுக்கு இஞ்சினீயர் வியாதிக்காரர் என்று எப்படித் தெரியும் ?..."

"மஞ்சு! நீ பேச வேண்டாம். அவள் சொல்ல வேண்டியதை எல்லாம் சொல்லட்டும். வேண்டும் என்றுதான் வியாதிக்காரனாகப் பார்த்து அவள் கழுத்தில் கட்டிவிட்டோம். அதனால் எங்களுக்கு ரொம்ப சந்தோஷம் பார். சரி!" என்று விசும்பினாள் பார்வதி.

கழுத்தை நொடித்து விட்டு மௌனமாக ஒருபுறம் உட்கார்ந்தாள் ஸரஸா. சொந்தத் துக்கம் அவளுக்கே விருந்தாளி ஆகிவிட்டது போலும்?

என்ன இது? தாய்க்கு மகளிடம் அன்பு இல்லையா? மகளுக்குத் தாயிடம் மரியாதை இல்லையா? தந்தை தன்னைப் பாழாக்கியதாகப் பெண் நினைத்தாளா? ஏன் இப்படியெல்லாம் பேசிக்கொள்கிறார்கள்?

அதெல்லாம் காரணம் அல்ல. அன்பும் மரியாதையும் சராசரிக் குடும்பத்தில் காணக் கிடைக்கும் அளவு இந்தக் குடும்பத்திலும் இருக்கின்றன. துக்கம், குடும்பத்தவரிடம் தன்னைப் பகிர்ந்து கொண்டு, தானே தன்னைப் பல கோணங்களில் பார்த்துக்கொண்டு, தன்னைத் தானே கடித்து மென்று தின்றுகொண்டு தன்னை வளர்த்துக் கொள்கிறது. அந்த வக்கிரத்தின் விளைவாக நடந்ததுதான் இந்தப் பேச்சு.

இந்த மெய்யை அங்கே அறியாதவர்களும் இல்லை. மஞ்சுளா சொன்னாள்: "இஞ்சினியர்தான் இங்கே வருகிறாரே! அவரை

நிறுத்திக்கொண்டு குணம் ஆன பிறகு அனுப்புவோம்'' என்று அவளும் மாதவனும் போட்ட திட்டத்தை அந்தப் பெற்றோரிடம் விவரித்தாள்.

அதைக் கேட்ட பார்வதியின் கண்ணீர் அடங்கியது. வாத்தியார் முகம் மலர்ந்தார்.

அப்போதுதான் பள்ளியிலிருந்து திரும்பிய சிவராமனை மஞ்சுளா பார்த்தாள். அவன் வாத்தியாரின் இரண்டாவது பையன்; மகாதுஷ்டன்; எட்டாவது வயதில் - அகராதி தேடாமல் அவன் எங்கிருந்து இவ்வளவு வார்த்தைகள் கற்றான் என்று கேட்பவர்களுக்கு ஆச்சரியமாக இருக்கும். கூடியிருந்த சூழ்நிலையை அவனைக் கொண்டு சரி செய்ய எண்ணினாள் மஞ்சுளா.

''சிவராமா! இங்கே வாடா! இப்போதுதான் வருகிறாயா?''

''நான் சிவராமன் இல்லை''

''யாரடா நீ?''

''நான் தமிழ் படிக்காத மேதை.''

பார்வதி, ஸரஸா உள்பட எல்லோரும் சிரித்து விட்டனர்.

''நீ எப்போதுடா மேதை ஆனாய்?''

''தமிழ் ஆசிரியர் சொல்லி விட்டார். என்னிடம் தமிழ்ப் புத்தகம் இல்லை. தமிழ் படிக்காத மேதை என்றுதான் இனிமேல் என்னை அழைப்பாராம்!''

பார்வதியின் படுக்கையைச் சுற்றி அந்தக் குடும்பமே கூடியிருந்தது. பட்டாபி மட்டும் அங்கு இல்லை. சிவராமனும் ஸரஸாவின் எதிரில் வந்து உட்கார்ந்தான்.

''வாத்தியாருக்கு நீ என்னடா சொன்னாய்?''

''மேதை என்றால் என்ன ஸார் என்று கேட்டேன். புத்தகம் படிக்காமல் புத்திசாலியாக இருப்பவன் என்று சொன்னார். 'போங்கய்யா - கொக்கு!' என்று பேசாமல் இருந்து விட்டேன்!''

"டேய்! வாத்தியாரை அப்படி எல்லாம் சொல்லக்கூடாதுடா!" என்றார் வாத்தியார்.

"அவர் அப்படித்தானே அப்பா இருக்கிறார்? ஒல்லியா - நீளமான காலோடு - உயரமா - நீட்டமான மூக்கைத் தொங்க விட்டுக் கொண்டு - கிட்ட வரும்போது கண்ணைக் கொத்த வருகிறாரோ என்று பயமாயிருக்கும். அக்கா, அவர்கையாலே அடிப்பதில்லை - தெரியுமா?"

"எப்படி அடிப்பார்?"

"இங்கே வாடா என்று பிரியமாய்க் கூப்பிடுவார். பக்கத்தில் போனதும் கழுத்தைக் குனிந்து அவர் மண்டையை நம் மண்டையில் கொண்டு வந்து 'டாங்!' என்று இடிப்பார்! எப்படி இருக்கும் தெரியுமா? 'ஏண்டா பிறந்தோம்!' என்று தோன்றும்!" என்று சொன்ன சிவராமன், கால்களைக் கட்டிக்கொண்டு உட்கார்ந்திருந்த ஸரஸாவின் முழங்கால் மீது தமிழ் வாத்தியாரைப் போல் மண்டையை இடித்துக் காட்டினான்.

பெரிய இருட்டை ஓட்டுவதற்குச் சிறு வெளிச்சம் போதும்; அவன் வருவதற்குமுன் அங்கு மண்டி இருந்த சோகம் அவன் பேச்சால் உள்ளடங்கியது போலும். ஸரஸாவின் முகம்கூட - தம்பியின் பேச்சும் முகபாவமும் பார்த்துத் தெளிந்தது.

"அரட்டை! உள்ளே போடா!" என்றாள் அவள்.

"நீ இருடா!" என்றாள் மஞ்சுளா; அவள் மேலே ஏதோ சொல்வதற்குள் சிவராமன் குறுக்கிட்டான்.

"போகட்டுமா? இருக்கட்டுமா? இரண்டு பேரும் அக்காதான். எந்த அக்கா சொல்வதைக் கேட்பது?"

"நான் கடைத் தெருவுக்குப் போகிறேன்; என்னோடு வா. தமிழ்ப் புத்தகம் வாங்கலாம்."

"எதற்கம்மா? நாளைக்கு ஹேமாவுக்காக யூனிபார்ம் துணி வாங்கப் போகிறேன். ஒரு புத்தகம் வாங்கினால் போச்சு" என்றார் ராமசாமி.

வாங்குவதைப் பற்றின பேச்சு வந்ததும் கடைக்குட்டி பங்கஜம் ''எனக்கு இந்த அக்கா போட்டிருக்காப்போல பாவாடை, சட்டை, புது சிலேட், குச்சி, ரிப்பன் இவ்வளவு என்று தன் பிஞ்சுக் கைகளை முடிந்த மட்டில் அகல விரித்தாள். அந்தக் குழந்தையும் தான் எத்தனை ஆசைகளை மனத்தில் திணித்துக்கொண்டிருந்தது!

''என்னோடு வா! எல்லாம் வாங்கித் தருகிறேன். வருகிறாயா?'' என்று கேட்டாள் மஞ்சுளா.

'ஓ' என்று அவள் மடியில் தலையைப் புதைத்துக் கொண்டாள் பங்கஜம்.

''மஞ்சுளா அக்கா நானும் உங்களோடு வருகிறேன். இந்த அப்பாவை நம்பினால் - இந்த வருஷம் பூராவும் நான் தமிழ் படிக்காத மேதைதான்!''

''போக்கிரி! போதும் - வாயை மூடு!'' என்று அதட்டினாள் ஸரஸா.

சிவராமன் அவளைப் பார்த்து அழகு காட்டினான். ''உனக்கு என்ன? சல்லிசாக சொல்லிவிட்டாய். கொக்கு கொத்தினால் என் மண்டை அல்லவா வலிக்கிறது!'' என்று சொல்லிக் கொண்டே அவன் எழுந்தான்.

''ஹேமா! நீ வாயே திறக்கவில்லையே? அக்காபோல் ஊமைக் கோட்டான் ஆகிவிடாதே!''

''நான் ஏன் கொட்டானோ கோட்டானோ ஆகிறேன்? அந்த வாயாடிதான் யாரையும் பேசவிட வில்லையே!''

''உனக்கு யூனிபார்ம் வேணும் என்று...''

''அப்பா நாளைக்கு வாங்கித் தருவார்.''

''எல்லாருமாகக் கடைத் தெருவுக்குப் போவோம், வருகிறாயா?''

எம்.வி. வெங்கட்ராம்

ஹேமா ஸரஸாவின் முகத்தைப் பார்த்தாள். அக்காவும் மஞ்சுளாவும் தோழிகள்; என்றாலும் மஞ்சுளாவுடன் போவதை ஸரஸா விரும்பமாட்டாள் என்பதை அந்தச் சிறுமி எப்படி உணர்ந்து கொண்டாள்?

தாறுமாறாக, மூலைக்கு மூலை. சாமான்கள் இரைந்து கிடந்த வீட்டில் அது அதை அதற்கு உரிய இடத்தில் வைத்ததுபோல் - வாத்தியார் வீடு களை கட்டிவிட்டது - மஞ்சுளாவின் வருகையால்; ஆனால் ஸரஸாவுக்கோ - தன் குடும்பமே மஞ்சுளாவைக் கட்டிக் கொண்டு புலம்புவதைக் காண எரிச்சலாக வந்தது. யார் இந்த மஞ்சுளா? அவளுக்கு முன்னால் ஸரஸாவின் துக்கம் தலையை விரித்துப் போட்டுக்கொண்டு ஏன் பேயாட்டம் ஆடுகிறது? குடும்பத்தவர்கள் தம் வறுமையை மஞ்சுளாவின் முன் கந்தலாகப் பிரித்துப் பரப்பிக் காட்டுவதைப் பார்க்க அவளுக்கு அருவருப்பாக இருந்தது.

''டாக்டர் நீலகண்டன் அடிக்கடி வருகிறான். இப்போது வருகிற நேரம்தான். ரொம்பக் கவனித்து பார்க்கிறான் அம்மா!'' என்றாள் பார்வதி.

''உனக்குத் தெரியாதே அம்மா? டாக்டரைத்தான் மஞ்சு கட்டிக்கொள்ளப் போகிறாள்.''

ஸரஸா சொன்னது செய்திதான். தொடத் தகாததைத் தொட்டுத் தூர எறிவது போன்ற ஒரு பாவம் அச்சொற்களில் ஒளிந்திருந்தது.

''அப்படியா? நல்ல பிள்ளை. மஞ்சுளாவின் மனசுக்கு ஏற்ற படிதான் வரனும் அமைகிறது. சௌக்கியமாக இரு அம்மா!'' என்று மனப்பூர்வமாக வாழ்த்தினாள் பார்வதி.

அவள் யதார்த்தமாகத்தான் பேசினாள். ஆனால் - ஸரஸாவுக்குத் தோன்றிய பொருள் வேறு. அவளுக்கு நல்ல மனசு இல்லாததாலா நோயாளிக் கணவன் வாய்த்தான்? பெற்றவளே அவள் மனசைக் 'கெட்டது' என்று தீர்மானித்து விட்டாளா? யாருக்கு என்ன கெடுதல் - எப்போது அவள் நினைத்தாள்? அம்மாவுமா அப்படி நினைக்கிறாள்?

''முன்னுக்கு வருகிற பிள்ளை; தொழிலில் நல்ல ஞானம் இருக்கிறது; கைராசியான டாக்டர் என்று பெயர் எடுக்கிறான்; தன்மையாகப் பழகுகிறான்'' என்று ராமசாமி வாத்தியார் பாணியில் ஒரு 'சர்டிபிகேட்' வழங்கினார்.

அவர் சொல்லி முடித்ததும் வாசலில் கார் நிற்கிற ஓசை கேட்டது; கார்க் கதவை அறைந்து மூடும் சத்தம் கேட்டது.

''டாக்டர் கமிங்!'' என்று குரல் கொடுத்தான் சிவராமன்.

''டாக்டரா!' என்ற வண்ணம் மஞ்சுளா நாணத்துடன் எழுந்தாள்.

''டாக்டர்!'' என்று மனசில் சொல்லிக்கொண்ட ஸரஸா எட்டிக்காயைச்சுவைத்தவள்போல் - முகத்தைக் கோணிக் கொண்டாள்.

16

நீலகண்டனுடைய காரும் வேகமாகச் சென்றது. வாத்தியார் வீட்டுக்கு அல்ல. நோயாளியான பார்வதிக்கு மருந்து தருவதற்குமல்ல. முகமாயம் இட்டவளிடம் மருந்து பெறுவதற்கு!

ஆஸ்பத்திரியில் இருந்தபோதே அவனுக்கு ஆற்றாமை உண்டாகிவிட்டது. கடிகார முள் நாலு மணியிலிருந்து ஐந்துக்குத் தாவியதும் அவன் பொறுமை இழந்தான். எஞ்சியிருந்த நாலைந்து நோயாளிகள் பால் கவனத்தை ஊன்றவே அவனால் முடியவில்லை. அவர்களை எல்லாம் பரிசோதித்து மருந்துச் சீட்டு எழுதிக் கொடுத்து ஊசி போட வேண்டியவர்களுக்கு ஊசி போட்டு 'பீஸை'யும் தவறாமல் வசூல்செய்து கொண்டு அனுப்பிவைத்த பிறகுதான் அவன் மனம் நிலைகொண்டது.

மனம் எங்கே நிலைகொண்டது? யாரோ அதை உந்தித் தள்ளுவதுபோல் இருந்தது. யாரோ அவனுக்குப் பின்னால் நின்று "நேரம் ஆகவில்லை? நேரம் ஆகவில்லை?" என்று துரத்துவது போல் இருந்தது.

எதற்கு நேரம் ஆகிவிட்டது?

அவனுக்காக ஸரஸா காத்திருக்கமாட்டாளா?

அவள் ஏன் காத்திருக்க வேண்டும்? அவள் இருக்க வேண்டிய இடத்தில் இருக்க வேண்டிய விதத்தில் இருக்கிறாள். அவன்தான் குறிப்பிட்ட நேரத்துக்காகக் காத்திருந்து அந்நேரத்தில் அவளை நாடி ஓடுகிறான். அந்த முகமாயத்தில் தன்னை இழப்பதற்காக ஓடுகிறான். தன்னை இழப்பதில் அவனுக்கு ஓர் இன்பம் உண்டாகிறது; இழப்பதற்காகத் தேடுவதில் ஓர் உவகை தோன்றுகிறது; தேடுவதற்காக ஓடுவதில் களிப்பு தழைக்கிறது.

அவசரம் என்று மீண்டும் வியாதிக்காரன் எவனாவது வந்து தொலைந்துவிட்டால் தேட்டம் தடைப்படுமே என்கிற அச்சம் அவனைப் பீடித்தது. கம்பவுண்டரையோ - வேலைக்காரப் பையனையோ எதிர்பாராமல் வாசல் கதவையும் ஜன்னல் கதவு களையும் அடைத்தான். வாசலில் 'அவுட்' போர்டை இழுத்து விட்டான். முகம் கழுவி, பவுடர் பூசி, உடைமாற்றி, மருந்துப் பெட்டியும் ரப்பர் குழலும் தூக்கிக் கொண்டு காருக்குள் பாய்ந்தான். அவனுடைய பரபரப்பு காரையும் தொத்திக்கொண்டது; சிறகொடிந்த பறவைபோல் ஸரஸாவின் வீட்டு வாயிலில் அது வழுக்கி விழுந்தது.

அப்போதும் அவனுக்குக் கார்மீது திருப்தி ஏற்படவில்லை. மருந்துப் பெட்டியும் ரப்பர் குழாயும் அவன் இடக்கரத்தில் எடுக்கும்போது வலக்கரம் காரின் கதவைப் 'படார்' என்று அறைந்தது; கால்கள் வீட்டை நோக்கி விரைந்தன. உயிர் தத்தளிக்கும் அவசரக் கேஸைப் பார்க்கத்தான் டாக்டர் ஒருத்தர் இப்படிப் பறக்கிறார் என்று யாராவது சந்தேகப்படலாம் என்ற எண்ணம் வேகத்தை மறித்தாலும் நடையில் அழுத்தம் ஏறியது.

வாசலில் கால் வைத்தபோது - நெஞ்சு எகிறிக் கீழே குதித்துவிடும்போல் இருந்தது. பசுமையால் கண்கள் குளிர்ந்து, நசையால் ரத்தம் சூடுண்டு, நாளங்கள் முறுக்கிக் கொள்ளும் இதமான சுகத்தை நுகரப் போகிறோம் என்ற ஆர்வத்தோடு வாசலில் கால் வைத்தான்.

"வா! நீலகண்டா!" என்று வரவேற்றது வாத்தியாரின் குரல்.

அந்தக் குரல் அவனைத் தன்னிலையில் பொருத்த முயன்றது. அசட்டையாகவும் சகஜமாகவும் வருகிறவன்போல் தலைகுனிந்து வந்தவன் அடுத்து - 'ஓ! டாக்டர்!' என்னும் ஒரு குரலை எதிர் பார்த்தான். அது கேளாதிருக்கவே தலை நிமிர்ந்தான்.

வாத்தியாருக்குப்பின் நின்றவள் - ஸரஸா அல்ல.

மஞ்சுளா!

தாமரை மொட்டு இருக்க வேண்டிய இடத்தில், மல்லிகை அரும்பு இருப்பதாக அவனுடைய ரசிகத் தன்மைக்கு தோன்றியது.

ஒரு கணம் ஏமாற்றம் அவனைப் பார்த்து இளித்தது. நாள் முழுவதும் நோயுடனும் நோயாளர்களுடனும் மல்லாடிய ஆயாசம் தோன்றியது. ஒரேகணம்தான்; மறுகணம் அச்சோர்வில் ஓர் எழுச்சி உண்டாகிவிட்டது. மஞ்சுளாவும் பெண்தானே? இவளும் கவர்ச்சிதானே?

வெறும் பெண்தானா மஞ்சுளா? அவனுக்காகவே காத்திருப்பவள். அவனும் அவளுக்காகக் காத்திருந்தவன்தானே? அவன் காத்திருந்தான் என்பது உண்மையா? உண்மையானால் - ஸரஸாவை ஏன் தேடுகிறான்? மஞ்சுளாவுக்காக ஓட வேண்டிய தில்லை என்பதற்காக ஸரஸாவுக்காக ஓடுகிறானா?

ஓடுவதால் அவன் மஞ்சுளாவுக்காகக் காத்திருப்பவன் அல்ல என்று ஆகிவிடுமா? தாமரையை வியப்பவன் மல்லிகையை மணம் கொள்ளக்கூடாதா?

எம்.வி. வெங்கட்ராம்

மேலும் அவன் மனம் சுழலாமல் மஞ்சுளாவின் பார்வை தடுத்தது. அவள் தனக்குள் சிரித்துக் கொண்டாள், எதிர்பாராமல் தன்னைச் சந்தித்ததும் டாக்டர் பொங்கி மங்கிவிட்டார் என்று. ஸரஸாவின் மனத்தில் இருந்தது போன்ற மகாராணி அவள் மனத்தில் இல்லை; ஆகையால் அவள் தன் கண்களால்தான் எதையும் பார்க்க முடிந்தது. ஒரு விஷயத்துக்கு ஒரு பொருள்தான் இருக்கும் என்று அவள் நினைத்தாள். ஒரே விஷயம் ஒவ்வொருவருக்கு - அவரவர் நோக்கிற்கு ஏற்ப - ஒவ்வொரு பொருள் தரும் என்பதை அறிந்து கொள்கிற ஆற்றல் அந்தப் புத்திசாலிக்கு ஏன் இல்லாமல் போயிற்று?

''நீலகண்டா? உட்காரேன்!'' என்று பெஞ்சைக் காட்டினார் வாத்தியார். சிவராமன் டாக்டரின் கையிலிருந்த மருந்துப் பெட்டியை வாங்கிப் பெஞ்சுமீது வைத்தான்.

''மஞ்சுளாவா!'' என்றவாறு நீலகண்டன் அமர்ந்தான். தேடுகின்ற விழிகளை அவள்மீது ஒடுக்கிக்கொண்டான்.

''மஞ்சுளா அக்காதான், டாக்டர்'' என்று ஊர்ஜிதம் செய்தான் சிவராமன்.

''டாக்டருக்குத் தெரியாதா? நீ சும்மா இருடா!'' என்றாள் ஹேமா.

''எனக்கு எல்லாம் தெரியும்; நீ சும்மா இருடீ?'' என்று உடனே அவளுக்குப் பதிலும் கிடைத்தது.

''உனக்கு என்னடா தெரியும்?''

''எட்டெட்டு அறுபத்து நாலு தெரியும், போடீ!''

''சிவராமா! சும்மா இருக்கமாட்டாய்?'' என்று அதட்டினார் வாத்தியார்.

''ஸைலன்ஸ் சொல்லுங்கள் அப்பா! வாத்தியார் என்று அப்போதான் புரியும்!''

மஞ்சுளாவுடன் நீலகண்டனும் சிரித்துவிட்டான்.

''டேய் மிஸ்சீஃப்! (விஷமம்) இங்கே வா!''

அருகில் வந்த அவன் கைகளைப் பிடித்துக்கொண்டு நீலகண்டன் மஞ்சுளாவைச் சுட்டிக்காட்டி - ''இந்தப் பெண்ணை உனக்குத் தெரியுமாடா?'' என்று கேட்டான்.

''ஊகும்! தெரியாதே!'' என்று உதட்டைப் பிதுக்கிவிட்டான் சிவராமன்.

''தெரியாதா? எல்லாம் தெரியும் என்று சொன்னாயேடா!''

''எனக்கு ஏ-பீ-ஸி-டி- எல்லாம் தெரியும்; பெருக்கல் வாய்பாடு பூரா தெரியும்!''

''அடப்பாவி! பார்த்துச் சொல்லுடா! இவளை உனக்குத் தெரியாது?''

''பார்த்தா எப்படி டாக்டர் தெரியும்? இந்த அக்காவை நான் பார்த்ததே இல்லை!'' என்று சாதித்தான் சிவராமன்.

''இவன் இப்படித்தான் ஒண்ணு கிடக்க ஒண்ணு சொல்லுவான் டாக்டர்! வாய் திறந்துவிட்டால் மூடமாட்டான் -'' என்றாள் ஹேமா.

''மூடிக்கிறத்துக்கா வாய் இருக்கு?''

''உனக்குத்தான் படிக்கிறத்துக்கு வாய் இல்லையே!''

''படிக்கிறவன் முட்டாள்; படிக்காதவன் மேதை என்று கொக்கு ஸாரே சொல்லியிருக்கார்- போப்போடி!''

சிறுவர்களின் இந்தக் கோலாகலத்தை வாத்தியார், நீலகண்டன், மஞ்சுளா மூவருமே ரசித்துச்சிரித்துக் கொண்டிருந்தார்கள். அப்போது வீட்டின் நடுக்கட்டில், தாயின் அருகில், பங்கஜத்தை

நிறுத்திக்கொண்டிருந்த ஸரஸா கோபக்குரல் கொடுத்தாள். "அங்கே என்னடா ரகளை செய்கிறாய்? சும்மா இருக்கிறாயா, இல்லை, ஏதாவது வேணுமா?"

"எனக்கு ஒண்ணும் வேணாம். டாக்டர்! ஸரஸா அக்காவுக்கு நாக்கு ரொம்ப நீளமாயிருக்கு; கொஞ்சம் கட்பண்ணி விடுங்களேன்!" என்று தெருவைப் பார்த்து ஓட்டம் பிடித்தான் சிவராமன்.

"ஒரு பாட்டம் மழை பெய்து ஓய்ந்ததுபோல் ரகளை பண்ணிவிட்டானே பயல்! மஞ்சுளா! நீ எப்போது வந்தாய்?"

கேட்டுக்கொண்டே அவன் நடுக்கட்டுக்கும் நடந்தான். பூ மணம் இங்கே இருக்கலாம்; வேணுகானம் அங்கிருந்து அல்லவா வருகிறது! நடுவில் இருந்த சுவரை கடந்தால் - இசையே நேராக வரலாமே!

"இப்போது தான் வந்தேன்."

"மாதவன் அப்புறம் வரவே இல்லையே!"

"ஒழியவில்லை. போகவேண்டும் என்று சொல்லிக் கொண்டிருந்தான்."

"உன் உத்தரவுப்படி அம்மாவைக் கவனித்து ட்ரீட்மெண்ட் செய்கிறேன். என் சிற்றறிவுக்கு எட்டியவரை நல்ல மருந்தாகத் தருகிறேன். குற்றம் குறை இருந்தால் மன்னிக்க வேண்டும்!" என்று அவன் கூறும்போது எல்லாரும் பார்வதி இருந்த இடத்தை அடைந்தனர்.

நீலகண்டன் சொன்னதை ஸரஸாவும் கேட்டாள். ஒன்பது மாச சிசு கர்ப்பத்தில் உதைப்பதுபோல் - அவள் மனத்தில் 'விண் விண்'னென்று யாரோ உதைத்தாற்போல் இருந்தது. மகாராணி! சீற்றத்தால் அவள் சிவந்து நின்றாள். 'மஞ்சுளாவின் உத்தரவுக்காகவா இந்த அறிவிலி இங்கே வருகிறான்? என்னைத் தரிசித்து - என் காலடியில் விழுந்து புரண்டு அழுது தொழுவதற்கு அல்லவா

வருகிறான்? என் முன் மண்டியிட்டு என் ஏவலைச் சிரமேல் ஏற்கத்தானே இங்கு வருகிறான்? மஞ்சுளாவின் கட்டளையை நிறைவேற்ற வருகிறானா - இந்தக் கோழை! இவன் வேடத்தைக் கலைக்கிறேனா இல்லையா பார்!' என்று வெறுப்புடன் கழுத்தை நொடித்தாள் மகாராணி; இத்தனைக்கும் - ஸரஸா குனிந்த தலை நிமிரவில்லை.

டாக்டருக்கு மஞ்சுளா பதில் சொன்னாள்; ''நீங்கள் கைராசியான டாக்டர் என்று வாத்தியார் ஸார் கொஞ்ச நேரத்துக்கு முந்திதான் சொன்னார்?''

''கைராசியால்தான் வியாதி குணமாகிறது, எனக்கு திறமை இல்லை என்கிறாயா?''

''இன்னும் நான் அப்படிச் சொல்லவில்லை, அம்மாவுக்குக் குணமானதாகவும் தெரியவில்லையே?''

''ஜுரம் இல்லை; பலவீனமாக இருக்கிறாள்; நடப்பதற்கு நாலு நாளாவது ஆகாதா?'' என்று ராமசாமி டாக்டரை ஆதரித்தார். மஞ்சுளாவும் டாக்டரும் தம்பதிகள் ஆகப் போகிறவர்கள் என்பதைக் கேள்விப்பட்டுவிட்டதால் - இளமையின் அந்தப் பொருளற்ற சல்லாபம் அவருக்கும் மகிழ்ச்சி அளித்தது.

''உன் உத்தரவுக்கு நான் பணிய வேண்டியவன்; ஆனால் நோய் கூடவா வாய் பொத்திக் கைகட்டி நிற்கும்?''

பங்கஜம் ஸரஸாவின் பிடியிலிருந்து நழுவிவிட்டாள்; மஞ்சுளாவின் கால்களைக் கட்டிக்கொண்டு ''அக்கா! ரிப்பன் வாங்கப் போகலாம்'' என்றாள்.

''அம்மாவுக்கு மருந்து கொடுத்து விட்டுப் போகலாம். உனக்கு எவ்வளவு ரிப்பன் வேணும்?''

‘‘இவ்வளவு!’’ என்று குழந்தை கைபரப்பிய அழகைப் பார்த்து மகிழ்ந்தாள் மஞ்சுளா.

‘‘ஸரஸாவுக்கு ரிப்பன் வாங்கலாமா?’’

‘‘ஊகூம்! வேணாம்!’’

‘‘பெண் குழந்தை என்றாலே சுயநலம்தான்!’’ என்றார் டாக்டர்.

‘‘ஏன் வேணாம்?’’

‘‘ஸரஸாவுக்கு நீளமா பின்னல் இருக்கு. எனக்குக் கொஞ்சம் கொடுடீ என்னு கேட்டேன். தரல்லே. நான் ரிப்பன் தரமாட்டேன்!’’

ஸரஸாவின் தலை இன்னும் நிமிரவில்லை. சோகத்தாலா அவள் தலை தாழ்ந்தது? சொல்ல முடியாது. டாக்டர் வந்ததால் தலைகுனிகிறவளும் அல்ல அவள். ‘நான் இருக்கும் இடம் தேடி வந்து என்னை அந்த நீலகண்டன் தேடித் தவிக்கட்டும்’ என்றுதான் அந்த மகாராணி விரும்பினாள்.

மஞ்சுளா தன் போக்கில் ஸரஸாவின் மௌனத்தைப் பொருள்படுத்திக் கொண்டாள். வாத்தியாரும் பார்வதியும் தெளிவு பெற்றதுபோல் ஸரஸாவும் மனத்துணிவு பெற வேண்டும் என்பதற்காகத்தான் அவள் நேரத்தைப் பேச்சால் நிரப்பிக் கொண்டிருந்தாள்.

ஆனால், நடுவில் வந்த நீலகண்டன் தெளிவு இழந்து வந்தான்; பார்வதியைச் சோதித்தவாறு - ‘‘அம்மா! உடம்பு எப்படி இருக்கிறது?’’ என்று விசாரித்தான்.

‘‘ஓய்ச்சலாக இருக்கிறது. வேறொன்றும் இல்லை. இந்தத் தடவை நீ புண்ணியம் கட்டிக் கொண்டாய் அப்பா!’’

பார்வதி மேலும் ஏதோ பேசுவதற்குள் நீலகண்டன் அவள் வாயில் தெர்மாமீடரைச் செருகிவிட்டு நிமிர்ந்தான்: ''ஸரஸா வாயே திறக்கக் காணோமே!'' என்று ஒருவாறு அவன் ஏக்கம் சொல்லுருக் கொண்டது.

தாயாரின் காலடியில் ஓரமாக உட்கார்ந்திருந்த ஸரஸா அப்போதுதான் எழுந்து நின்றாள். அடர்த்தியான இருட்டிலிருந்து பேரொளிக்குத் தன்னை வெளிப்படுத்திக் கொண்டவள்போல் - அவள் பார்வை மிரண்டது.

''ஓ! டாக்டர்! ஏதோ ஞாபகமாக இருந்துவிட்டேன்.''

நீலகண்டன் எதிர்ப்பார்த்த சொற்கள் அவள் வாயிலிருந்து வெளிப்பட்டுவிட்டன! அவன் குளிர்ந்து போனான்.

''டாக்டர்! உங்களுக்கு 'அநாடமி' (உடல் கூறு நூல்) தான் தெரியும். 'ஸைகாலஜி' (மன தத்துவம்) தெரியவே தெரியாதா?'' என்று கேட்டாள் மஞ்சுளா .

''தெரியாது என்று ஸரஸா சொன்னாளா? எனக்கு ஸைகாலஜி தெரியாது என்றா என்மேல் அவளுக்குக் கோபம்?''

''அவள் ஒன்றும் சொல்லவில்லை; நான் சொல்லுகிறேன். மனோ தர்மத்துக்கும் மருத்துவத்துக்கும் நெருங்கிய சம்பந்தம் இல்லையா? ஸரஸாவைப் பாருங்கள்''

''அவளுக்கு ஏதாவது ஃபீவரா?''

''அவளுக்குக் கோபமா, ஜுரமா, வருத்தமா என்று பார்த்துத்தான் சொல்லுங்களேன்!''

புத்திசாலிகள்தான் அசடுகளாகவும் இருப்பது வழக்கம். அவர்கள் செய்யும் பல புத்திசாலித்தனமான செயல்கள் காலத்தோடு கரைந்து மறைந்து விடுகின்றன; ஆனால் அவர்களுடைய அசட்டுத்

தனம் புத்திசாலித்தனமாக ஊரையும் உலகத்தையும் கெடுத்து வருகிறது. மஞ்சுளா புத்திசாலி; ஸரஸாவைப் பார்க்கும்படி அவளே நீலகண்டனைத் தூண்டி விட்டாள்!

"சரி! பார்த்து விடுகிறேன்!" என்று ஆனந்தமாக ஸரஸாவின் பக்கம் திரும்பினான் அவன். ஒரு புதிய சிலையைப் பார்ப்பதுபோல் அவன் பார்வை ஆழ்ந்தது.

ஸரஸா அங்கு மற்றவர்கள் இருப்பதையே மறந்து விட்டவள்போல் அவனையே வெறித்துப் பார்த்தபடி நின்றாள்; ஆனால் அவனை நினைத்து அவனை பார்க்கிற பார்வையாகவும் அது இல்லை; நேருக்கு நேர் பார்த்தும் இருவருடைய கண்களும் சந்திக்கவே இல்லை. அந்தப் பார்வையில் வேட்கையா இருந்தது? வேட்கைக்கு வெப்பம் உண்டு; ஆனால் தகிக்கின்ற இந்தப் பாலை வெப்பமா அதில் இருக்கும்? நீலகண்டன் மனசுக்குள் நாலடி பின் நகர்ந்து கொண்டான்.

குனிந்து, பார்வதியின் வாயிலிருந்த தெர்மாமீடரை எடுத்துப் பார்த்து ''நார்மல்தான்'' என்றபடி அவன் வாத்தியார் பக்கம் திரும்பினான். ஸரஸாவின் பக்கம் மாத்திரம் அல்ல - மஞ்சுளாவைப் பார்க்கவும் அவனுக்கு அச்சமாக இருந்தது!

''நான் ஸரஸாவைப் பார்க்கச் சொன்ன காரணம் நீங்கள் கேட்கவில்லையே?'' என்றாள் மஞ்சுளா.

''இன்னொரு நாளைக்குக் கேட்கிறேனே!'' என்றான் டாக்டர் அவள் பக்கமாகத் திரும்பி.

''ஸரஸா ரொம்பவும் பயந்து கொண்டிருக்கிறாள். நீங்கள்தான் தைரியம் சொல்ல வேண்டும். விளையாட்டுப் பேச்சு வேண்டாம்''

வாத்தியார் வீட்டில் ஸரஸாவின் விதி கூனிக் கும்மாளம் அடிப்பது நீலகண்டனுக்குத் தெரியாது; ஆகையால் - முக மாயத்தால் அவசமாகிப் பிதற்றிக்கொண்டிருந்தான். மஞ்சுளாவோ

அந்த வீட்டில் சலசலப்பு உண்டாக்க விரும்பித்தான் பேச்சுக்கும் சிரிப்புக்கும் இடம் பண்ணிக்கொடுத்தாள். பெற்றவர்களைப் பற்றியவரை அவள் முயற்சி ஓரளவு பலித்து விட்டது; ஆனால் ஸரஸாவின் முகம் மேலும் கூம்புவதை இப்போதுதான் மஞ்சுளா கவனித்தாள்; தன் நகைச்சுவைப் பேச்சு ஸரஸாவிடம் விபரீதமான பலனை உண்டாக்குகிறதோ என்ற சந்தேகம் இப்போதுதான் அந்தக் கெட்டிக்காரிக்குத் தோன்றியது.

''இன்னும் கொஞ்ச நேரம் விளையாடுங்களேன்!'' என்று மிகவும் மெதுவாக ஸரஸா முணுமுணுத்தாள். அவளுடைய மகாராணி பொருமிக் கொண்டிருந்தாள்; எரிகிற வீட்டில் காதலர்கள் சரசமா! என்ன திமிர்!

''ஸரஸாவுக்கு என்ன பயம். பயத்துக்கு என்னிடம் மருந்து இல்லையே!''

''முதலில் அம்மாவுக்கு மருந்து கொடுத்து முடியுங்கள்.''

''அம்மாவுக்கு மருந்து வேண்டாம். ஒரு டானிக் கொண்டு வந்திருக்கிறேன். இரண்டு மாசம் சாப்பிட்ட பிறகு அம்மாவைப் பார். பத்து வயசு குறைந்ததுபோல் சுறுசுறுப்பு உண்டாகிவிடும்!''

''எனக்கு அது வேண்டாம். சீக்கிரம் போய்ச் சேர்ந்தால் போதும். நீ வயசைக் குறைக்க வேண்டாம்!'' என்றாள் பார்வதி.

''அப்படியானால் டானிக்கை மஞ்சுளாவுக்கே தந்து விடலாம்!'' என்றாள் ஸரஸா .

மௌனம் திடீரென்று இதழ் பிரித்துப் பேசிவிட்டது. அந்தப் பேச்சில் கரவு இல்லை போலத்தான் நீலகண்டனுக்குத் தோன்றியது. தோன்றிய உடனே தயக்கம், அச்சம், குழப்பம் எல்லாம் கலைந்து ஓட அவன் உற்சாகம் பெற்றுவிட்டான். முகமாயமும் சொல் மாயமும் ஆட்டுவிக்கிற ஆட்டத்துக்கு ஆட்பட்டு ஆடிக் கிறங்கத் தான் அவன் காத்துக்கிடந்தானே!

''அவளுக்கு எதற்கு டானிக்? ஆப்பிள் ஆரஞ்சு சாறுதானே அவள் உடம்பில் ரத்தமாக ஓடுகிறது!''

''நாளைக்குக் கல்யாணமானால் அவளுக்கு உடம்பில் தெம்பு வேண்டாமா? இன்னும் கொஞ்சம் சதைவிழ வேண்டாமா?'' - தன் வளமையையும் மஞ்சுளாவின் தசை வறுமையையும்தான் அவள் அவ்வாறு குறிப்பிட்டாள் போலும். இந்தச் செம்மொழியைப் புரிந்துகொள்ளும் புலமை நீலகண்டனுக்கு இயற்கையாக அமைந்திருந்தது. ஸரஸா சொன்னதைப் புரிந்து கொண்டதும் ஸரஸாவில் மேலும் எரியத் தயாரானான் அவன்.

''ஸரஸா! நீயும் டாக்டரோடு சேர்ந்து பரிகாசம் செய்ய ஆரம்பித்துவிட்டாயா? டாக்டர் ஒரு முக்கியமான கன்ஸல்டேஷன், உங்களுக்கு அவசரமான கேஸ் ஒன்றும் இல்லையே?''

''உன்னையும் ஸரஸாவையும் விட அவசரமான கேஸ் என்ன இருக்கிறது?''

''வாத்தியார் ஸார்! நீங்கள் சொல்லுங்களேன்!''

''எனக்குச் சொல்லத் தோன்றவில்லை பார்த்தாயா!'' என்று தாடையைச் சொரிந்து கொண்டே ராமசாமியின் முகம் வாட்ட முறுவதை நீலகண்டன் கவனித்தான். அவனுடைய மாயமயக்கம் சற்றுத் தெளிந்தது. ஏதோ செய்தி இருக்கிறது என்று உள்ளுணர்வு விழித்துக் கொண்டது.

''டாக்டர் டீ.பீ. ஸ்பெஷல்லிஸ்ட்; அமெரிக்காவில்...''

''விஷயம் சொல்லாமல் ஊர் சுற்றுகிறாயே!'' என்று அவசரப்பட்டான் டாக்டர்.

''சொல்லுங்கள் ஸார்!''

''கிட்டு வருகிறான்.''

''எந்தக் கிட்டு?''

''ஸரஸாவின் கணவன்...''

''இஞ்சினீயரா? வரட்டுமே. சந்தோஷம்'' என்ற டாக்டரின் மகிழ்ச்சி உப்பை இழந்து சப்பென்றாகிவிட்டது.

''அவனுக்கு டீ.பீ.'' என்று நிறுத்திவிட்டார் வாத்தியார். மஞ்சுளா எவ்வளவோ சாமர்த்தியமாகச் செய்த பூச்சு வேலை அழிந்து விட்டது! துயரம் முழு பலத்துடன் அவரை மெழுகியது.

''கிரானிக் ஆகிவிட்டது என்கிறாள் ஸரஸா.''

''டீ.பீ.யா? கிரானிக்கா? என்ன சொல்கிறாய் மஞ்சுளா? கல்யாணம் ஆகி வருடம் கூடத் திரும்பவில்லை. என்ன என்னவோ சொல்கிறாயே. நிசமா ஸரஸா?'' - பேசினவன் டாக்டர் அல்ல; நீலகண்டன்; அவன் சொல்லில் அளவுக்கு மீறியே அக்கறை ஒலித்தது.

அவனுக்கு ஸரஸா பதில் கூறவில்லை. மனத்து மகாராணியோ அழகைத் துறந்துவிட்டு கைம்பெண் கோலத்தில் நின்று - ''இந்த அற்பன் எனக்கு வந்த துன்பத்தைப் பார்த்துச் சிரிக்கிறான்! இவனைத் தொலைத்துவிடுகிறேன்!'' என்று வெகுண்டதைக் கண்ட ஸரஸாவே பயந்துவிட்டாள்.

''என்னவோ நடந்துவிட்டது. நீதான் காப்பாற்ற வேண்டும்'' - என்றார் வாத்தியார்.

''நீங்கள் பொறுப்பு ஏற்கவேண்டும்!'' என்று மஞ்சுளாவும் வேண்டிக்கொண்டாள்.

''அவரைப் பார்க்காமல் நான் என்ன சொல்ல முடியும்? கிரானிக் என்றால் கல்யாணத்துக்கு முந்தியே ஆரம்பமாகி இருக்க வேண்டுமே; கல்யாணம் ஏன் செய்து கொண்டார்?''

''மூவாயிரம் ரூபாயும் கொடுத்து, மேலும் பணம் கொடுக்கிற தெம்போடு, இஷ்டத்துக்கு வேலை வாங்க ஒரு நர்ஸ் கிடைக்கிறதே, கல்யாணமென்ன - அதற்கு மேலும் செய்து கொள்வார் அவர்'' என்றாள் ஸரஸா.

''பெண் ஒருத்தி இப்படிப் பேசலாமா?'' என்றுதான் மஞ்சுளாவுக்கு முதலில் தோன்றியது. பெண் என்பதால் விதி ஸரஸாவிடம் இரக்கம் காட்டியதா?'' என்ற எண்ணம் மஞ்சுளாவுக்கு ஸரஸாவிடம் மேலும் அனுதாபம் கொள்ளச் செய்தது.

''ஏழைக்கு வரக்கூடாத வியாதி'' என்று பெருமூச்சுவிட்டார் வாத்தியார் ராமசாமி.

''நீங்கள் பயப்படுவதுபோல் மோசமாக இருக்காது என்று நினைக்கிறேன். என் ஹாஸ்பிடலில் வைத்துக் கவனிக்கிறேன். என்றைக்கு வருகிறார் அவர்?''

''நாளை மறுதினம் காலை ஒன்பதரை மணிக்கு நெய்வேலியிலிருந்து முதல் பஸ்; அதில் வருகிறார். மாதுவைப் பஸ் ஸ்டாண்டுக்கு அனுப்புகிறேன்''

''அவனை ஏன் தொந்தரவு செய்யவேண்டும்? நானே போய் அழைத்து வருகிறேனே?''

''அவரை எப்படிக் கண்டு கொள்வீர்கள்?''

''டி.பீ. நோயாளியை முகம் பார்த்தே சொல்லி விடுவேனே!''

''இருந்தாலும் ...''

''ஏன் சங்கடம்? நான் இங்கே வருகிறேன்; நீயும் கூட வாயேன்'' என்றான் நீலகண்டன் ஸரஸாவை நோக்கி; வாத்தியாரை அழைத்துப் போகலாம் என்றே அவனுக்குத் தோன்றவில்லை!

''அப்படியும் செய்யலாம்'' - என்றாள் ஸரஸா.

17

ஜகந்நாதன் அமைதி அடைந்துவிடவில்லை. புன்முறுவலுடன் அவர் மகனுக்கு விட்டுக் கொடுத்ததால் நஷ்டக் கணக்குதான்

என்றாலும் குடும்ப நலனுக்கு உகந்தது அந்த வழிதான் என்று அவருக்குத் தோன்றியது. கெண்டை போட்டு விரால் பிடிப்பதாகத் தான் அவர் நினைத்தார்; ஆனால் கையில் இருந்த கெண்டையோடு கையையும் இழக்கிற கதை ஆகிவிடுமோ என்ற அச்சம் அவருக்கு ஏற்பட்டது. மாதவனின் நடத்தையில் உண்டாகியிருந்த மாறுதலும், அவன் பேச்சில் இருந்த வெறியும் அவர் மனத்தை அரித்தன. தன் ஆட்சி விக்கினம் இல்லாமல் நடக்கிறது. தனக்குப் பிறகும் தன் ராஜாங்கம் நீடிக்கும் என்று அவர் பகல் கனவு காணவில்லை; நம்பியிருந்தார். தன் ஆயுள் காலத்தில் அவர் சாதித்தது கொஞ்சமா என்ன? பதினைந்து லட்சம் என்பது சிறிய விஷயமா? அதை இன்னும் பெருக்கும் திறமையும் தெம்பும் அவருக்கு இருந்தன. பரம்பரை பரம்பரையாகத் தன் பெயர் விளங்கும் என்று அவர் நம்பியதில் ஆச்சரியம் இல்லையே!

மாதவனின் போக்கு அந்த நம்பிக்கையின் அஸ்திவாரத்தைத் தகர்ப்பதாக அல்லவா இருக்கிறது! சொல்வதற்கு அற்பவிஷயம் தான்; ஆனால் ஒருவன் சின்ன விஷயத்தில் எப்படி நடந்து கொள் கிறான் என்பதைக் கொண்டே அவனுடைய குணாதிசயத்தைக் கணிக்கமுடியாதா? பெண்பார்க்க வந்தவர்களுக்கு முன்னால் நொண்டிக்காட்டினாள் மஞ்சுளா; ஆனாலும் அவள் கெட்டிக்காரி; தாயின் நேர்மையும் தந்தையின் செயல் திறனும் அவளிடம் அமைந்திருந்தன. ஆனால் மாதவனோ தகப்பனாரிடமே நொண்டிக் காட்டுகிறானே? அவரிடம் சொல்லாமலே வேலையை ராஜிநாமா செய்தான்; தங்கையின் மணம் சம்பந்தமாகத் தந்தையையே விரட்டத் துணிகிறான். கலியாணம் புரிந்து கொள்ளத் தயங்கு கிறான். ஏன் இப்படி எல்லாம் நடக்கிறது? தன் ஆட்சியில் ஏதோ கோணல் ஏற்படுவதாக அவருக்குத் தோன்றியது. இந்தக் கோணல் அவருடைய பலவீனத்தாலோ கவனக்குறைவாலோ உண்டானதல்ல என்பதும் அவருக்குத் தெரியும். விதியே அவர் ஆட்சியை வளைக்கிறதா?

மகனின் முரட்டுப் போக்கு - தசரதன் கண்ணாடியில் கண்ட முதல் நரைபோல், காலத்தின் எச்சரிக்கையாக ஜகந்நாதனுக்குத் தோன்றியது. காலனின் எச்சரிக்கையாகவும் அது இருக்குமோ? தசரதனுக்கு ராமாயணம் தெரியாது; ஆனால் ஜகந்நானுக்குத் தெரியும்; தசரதன் பார்த்த முதல் நரை, ராமனின் வனவாசத்திலும் தசரதன் மரணத்திலும் அல்லவா முடிந்தது! மாதவனின் சிறுபிள்ளைத் தனமான போக்கும் முதல் நரையாக முடியப் போகிறதா?

இந்த அச்சம் அவருக்கு ஏன் எழுந்தது என்று கேட்டால் அவராலேயே பதில் சொல்ல முடியாது; ஆனால் ஒரு காரணமும் சொல்லாமல் அந்த அச்சம் அவருக்குள் புகுந்து விட்டது.

மாதவன் ஏன் இப்படி நடந்து கொள்கிறான்? ஸரஸா என்ற பெண்ணை மணக்க ஆசைப்பட்டான்; அவள் கிட்டாதவள் ஆகிவிட்டாள்; இதனாலா அவன் இப்படி மாறிவிட் டான்? பெண் மோகத்தால் புத்தி இப்படியா பேதலித்து விடும்? மோகத்துக்கு அவ்வளவு பலம் இருக்கிறதா?

அவர் தன் வாழ்க்கை முழுவதையும் கண்ணோட்டம் விட்டுப் பார்த்தார். எத்தனையோ சந்தர்ப்பங்கள் இருந்தன; ஆனால் அவர் பயன்படுத்திக் கொள்ளவில்லை; பெண்ணழகால் அவருக்குச் சபலம் உண்டானதில்லை என்று கூறிவிட முடி யாது; ஆனால் அவர் மோகவசப்பட்டு புத்திக் கெட்டு நிலைகுலைந்ததில்லை. மனைவி யிடம் அவருக்கு மோகம் இருந்தது. ஆனால் அதில் ஒரு நெறியிருந்தது; நாள் - பணம், கிழமை - பணம், நட்சத்திரம் - பணம் என்பன போன்ற கட்டுப்பாடுகளுடன் அந்த மோகமும் அளவோடு இருந்தது.

அவருக்கா இப்படி ஒரு மகன்! கேவலம், மகாகேவலம். ஒரு பெண்ணுக்காகப் பைத்தியம் பிடித்து அலைகிற பிள்ளை! அவனால் அவருடைய நம்பிக்கைகளே பாழாகிவிடுமோ? அவரைப்போல் அவனும் ஒரு நெறிக்குள் நடக்கப் பழகுவான் என்றும் அவரால் நம்பமுடியவில்லை.

"பசுபதி! மனசே சரியாக இல்லை; ரொம்பவும் கவலையாக இருக்கிறது" என்று அவர் பெருமூச்சு விட்டார்.

பதிபதி எங்கும் எதையும் தேடாமல் பளிச்சென்று பதில் சொன்னான்: "நீங்கள் ரொம்ப அதிகமாய்த்தான் கீதை படிக்கிறீர்கள்" என்று.

அந்தப் பதில் ஜகந்நாதனுக்கு ஆச்சரியாக இருந்தது; புரியவும் இல்லை; "என்ன உளறுகிறாய்? கீதைக்கும் என் கவலைக்கும் என்ன சம்பந்தம்? கீதை படித்தால் மனசு தெளியும், கவலை குறையும் என்பார்கள். நீ நேர்விரோதமாகப் பேசுகிறாயே!"

"நீங்கள் சொன்னது சரிதான். ஆனால் கீதைப் படித்துத்தான் உங்களுக்கு வாழ்க்கையில் விரக்தி உண்டாக ஆரம்பித்து விட்டது. குடும்பத்தில் இருந்துகொண்டு தொழில் செய்கிற நமக்கு எல்லாம் எதுக்குங்க கீதை? அதைத் தூர வைத்துவிட்டுக் காரியத்தைக் கவனிக்கிறீர்களா!"

"மணிமணியாகப் பேசுகிறாயே! கீதை வீட்டைவிட்டு ஓடச் சொல்கிறதா? பற்று வைக்காமல் எதையும் செய் என்கிறது. எது செய்தாலும் கிருஷ்ணார்ப்பணமாகச் செய்யச் சொல்கிறது. அப்படித்தான் நான் எல்லாம் செய்கிறேன். எனக்கு எதுக்குப் பணமும் காசும்? உன்னைவிடக் குறைச்சலாகத்தான் சாப்பிடுகிறேன் இவ்வளவு பெரிய வீட்டில் ஒரு மூலையில்தான் கிடக்கிறேன்."

"நீங்கள் இப்படி எல்லாம் பேசும்போதுதான் எனக்குப் பயமாக இருக்கிறது."

"உனக்கு என்ன பயம்?"

"எல்லாவற்றையும் விட்டுவிட்டுப் போகிற மனசு உங்களுக்கு உண்டாகிக் கொண்டிருக்கிறதே!"

"உனக்கு வேலை போய்விடுமே என்ற பயமா?" என்று ஜகந்நாதன் சிரித்தார்.

"அதுக்குச் சொல்லவரவில்லை. தொழில் செய்கிறவர்களுக்கு கீதை லாயக்குப்படாது. எனக்குத் தோன்றியதைச் சொன்னேன்; முதலாளிக்குத் தெரியாதது நான் என்ன சொல்லி விடப் போகிறேன்?''

பசுபதியின் அறியாமையைக் காண ஜகந்நாதனுக்குச் சிரிப்புதான் வந்தது: ''முட்டாள்! தொழில் செய்கிறவர்களுக்குத் தான் கீதை தேவை. கைகட்டிக் கொண்டு உட்காரு. சும்மா இரு. தூங்காமல் தூங்கு என்றெல்லாம் கீதை சொல்லவில்லை. தொழில் செய் - தொழில் செய் என்று கோஷிக்கிறது. ''என்ன வேண்டுமானாலும் செய்; ஆனால் என்மேல் பாரத்தைப் போட்டுவிட்டுச் செய். என்ன கிடைக்கும் என்று எதிர்பார்க்காதே!'' என்று கிருஷ்ண பகவான் சொல்கிறார். ஏண்டா மண்டு! இதற்கு சந்நியாசியாகிப் போ என்றா அர்த்தம்?'' என்று அவர் கீதையின் சாரத்தைப் பிழிந்து பசுபதிக்கு ஊட்டினார்.

'என்ன கிடைக்கும் என்று நீங்கள் எங்கே எதிர்பார்க்கிறீர்கள்? ஒரு வருஷ வட்டிதான் முன்னதாக எடுத்துக் கொள்கிறீர்களே!' என்று எண்ணிக்கொண்டே பசுபதி முதலாளி கீதையை வியப்புடன் கேட்பவன்போல் கேட்டுக் கொண்டிருந்தான்: ''அப்படியா சொல்லியிருக்கு? அப்படியானால் நீங்கள் ஏன் கவலைப்படுகிறீர்கள்?''

''பார்த்தாயா? கீதையைப்பற்றிப் பேச ஆரம்பித்தால் கவலையே மறந்து போகிறது.''

''அப்படியே தொழிலையும் மறந்துவிடப் போகிறீர்களே என்றுதான் எனக்குப் பயம்.''

''நான் ஏதோ சொல்லவந்தேன்; கீதையைப்பற்றி ஆரம்பித்து விட்டாயே!''

''ஏதோ கவலை என்கிறீர்கள்.''

''ஆமாம்; இந்த மாதவன் வேலையை ராஜிநாமா செய்து விட்டு வந்திருக்கிறான்.''

அரும்பு

"நம் மாதவனுக்கு எதுக்குங்க வேலை?"

"நீ என்ன அவனைப்போலவே பேசுகிறாய்?"

"மாதவன் பார்த்து நூறு பேருக்கு வேலை தரலாம்! அவன் எதுக்கு இன்னொருத்தனிடம் கை கட்டி சேவகம் செய்ய வேண்டும்?"

"அதற்காகச் சொல்கிறாயா? ஆனால் என்னை ஒரு வார்த்தை கேட்க வேண்டும் என்றுகூட அவனுக்குத் தோன்றவில்லை."

"தோளுக்கு மேலே வளர்ந்து விட்டால் பிள்ளையும் தோழன்தானே? இதென்ன பெரிய விஷயம்? என் பயல் இருக்கிறானே; வார்த்தையாக எதுவும் வைத்துக்கொள்கிறதில்லை; எதைக் கேட்டாலும் கைநீட்டுகிறான். நான்தான் ஒதுங்கிப் போகிறேன். மரியாதையைக் காப்பாற்றிக் கொள்ள வேண்டாமா? எங்கள் பயலோடு மாதவனைச் சேர்த்துப் பேசலாமா? மாதுவுக்கு என்ன? ராஜா வீட்டுப்பிள்ளை; படித்தவன்; புத்திசாலி; வேலையை விட்டான் என்றால் - அதற்கு ஏதாவது காரணம் இருக்கும்."

"என்ன காரணம் இருக்கும் என்று நினைக்கிறாய்?"

குடும்பத்தில் ஏதோ கலகம் நடக்கிறது என்று பசுபதி எப்போதோ மோப்பம் பிடித்துவிட்டான். மாதவன் வக்கீல், விடுதலைப் பத்திரம் என்று பேசியதையும் இரண்டு முறை தான் வெளியில் எறியப்பட்டதையும் அவன் மறந்துவிடுவானா? அந்தச் செய்தி தானாக அம்பலத்துக்கு வருகிறது என்றதும் அவனுடைய ஆர்வம் அதிகம் ஆகிவிட்டது; ஆகையால் பேச்சை அவன் லாகவமாக வளர்த்தான்.

"ஆலையில் அனுபவப்பட்டவன்; ஏதாவது பெரிய தொழிலுக்குத் திட்டம் இட்டிருப்பான்."

"தொழில் பற்றிப் பேசவில்லை; தங்கைக்குக் கல்யாணம் செய்ய வேண்டும் என்றுதான் சொன்னான்."

''கல்யாணம் முடிவு செய்துவிட்டீர்களா?''

''டாக்டருக்குத்தான் தர வேண்டும் என்று தலைகீழாய் நிற்கிறான்.''

''நீலகண்டனுக்கா?'' என்று வாயிலெடுக்கப்போகிறவன் போல் சொன்னான் பசுபதி: ''அந்த இடம் நமக்குக் கௌரவப் படாதே நீங்கள் மறுத்திருப்பீர்கள்; இதுக்குத்தான் வக்கீல், விடுதலைப் பத்திரம் என்று மாது பேசினானா?'' என்ற பசுபதியின் வார்த்தைகள் முதலாளியின் தோள்மீது கைபோட முயன்றன.

''பெண்ணுக்கும் அப்படித்தான் இஷ்டம் இருக்கிறது. நான் மட்டும் ஏன் பொல்லாதவன் ஆகவேண்டும்? நானும் சம்மதித்து விட்டேன்.''

''நியாயம்தானே? கட்டிக்கொள்கிறவளே ஆசைப்பட்டால் குறுக்கே நிற்கக்கூடாது. டாக்டரும் அப்படி ஒன்றும் ஆகாத வரன் அல்ல. கைராசி இருக்கு என்று ஊரில் சொல்கிறார்கள்'' என்று பொய் பேசிக்கொண்டே போனான் பசுபதி. ஏழைக்குத்தான் ஏழையிடம் அனுதாபம் உண்டாகும் என்கிறார்கள்; ஆனால் பக்கத்து வீட்டு ஏழை பணக்காரன் ஆவதைக் கண்டு எந்த ஏழையாவது மகிழ்கிறானா? குறைந்தபட்சம் ஐந்து லட்சம் அந்தப் 'பிக்காரி' டாக்டருக்குப் 'பிரைஸ்' விழுமே!

''இதற்காகவா கவலைப்படுகிறீர்கள்?'' என்று அவன் ஜகந்நாதனைக் கவலைப் பக்கம் திரும்பினான்.

''அதுக்கு என்ன கவலை? இந்த மாதவனைப் பற்றித்தான் கவலையாக இருக்கிறது.''

''அப்படித் தப்புத்தண்டா செய்கிற பிள்ளை...''

''தப்புத்தண்டா செய்யக்கூட லாயக்கில்லாதவன் ஆகி விடுவான் போல் இருக்கிறது?''

"என்ன முதலாளி இப்படிப் பேசுகிறீர்கள்?"

"பொறுப்பு இல்லாமல் பேசுகிறான்."

"நானும்தான் கேட்டேனே. இளம் வயசு; தெரியாத்தனமாக ஏதாவது பேசுவான். இதுக்காஇப்படி மனசைக் குழப்பிக் கொள்கிறீர்கள்? தொழிலில் முடக்கி வைத்தால் தானாக வழிக்கு வருகிறான்."

"அதைத்தான் நானும் யோசிக்கிறேன்."

"இதில் யோசிப்பதற்கு என்ன இருக்கிறது? பெட்டிச் சாவியை அவனிடம் கொடுங்கள். பொறுப்பு உண்டாகிறதா இல்லையா என்று பாருங்கள்."

முடிவு இல்லாமல் யோசித்து ஒரு முடிவுக்கும் வர முடியாமல் தவிக்கிற மாதவனுக்கு நேர்மாறு அவன் தந்தை; காரியவாதி; உடனுக்குடன் முடிவு காண்கிறவர்; "அவன் இருந்தால் கூப்பிடு!" என்று உத்தரவிட்டார்.

பசுபதி உற்சாகமாய்க் கிளம்பினான். மஞ்சுளாவுக்குக் கல்யாணம் என்று கேட்டதும் அவன் மனசு கும்மாளம் அடிக்கத் தொடங்கியது. பணக்காரக் கல்யாணம்; தடபுடலாக நடக்கும்; எல்லாம் அவனுடைய மேல்பார்வையில் தானே நடக்கும்? அவனுக்கு ஏதாவது 'சிக்காதா' என்ன? தானாக எதுவும் சிக்காது; அவனுக்குச் சிக்க வைக்கத் தெரியும். ஆனை சிந்தும் கவளம் எறும்புக்கு விருந்துதானே? அந்த விருந்து பசுபதியின் மகளுக்கு உதவட்டுமே!

அதைவிட அவனுக்குக் குதூகலம் அளித்த செய்தி - மாதவனின் கிறுக்குத்தான்; அதில் அடங்கியிருந்த மர்மம் அவனுக்கு இன்னும் தெளிவுபடவில்லை. ஆனால் தகப்பனுக்கும் பிள்ளைக்கும் ஒத்துக் கொள்ளவில்லை என்பது புரிகிறது. இதை வைத்தே எவ்வளவோ சாதிக்கலாமே? மாதவன் ஒரு படித்த முட்டாள்; அவனை மடக்கிக் குடையாகப் பிடித்துக் கொள்ளப் பசுபதிக்காதெரியாது?

அவன் அறைக்குள் போனபோது மாதவன் வெளியிலிருந்து திரும்பி உடை மாற்றிக்கொண்டிருந்தான்: ''என்ன ஏஜண்ட் என்ன சேதி?'' என்று கேட்டான் அவன்.

''அப்பா உன்னைக் கூப்பிட்டார்.''

''உட்கார்ந்துதான் பேசேன்! அப்பா கூப்பிட்டாரா? கூப்பிடு கிறாரா?''

சௌகரியமாக ஒரு சோபாவில் உட்கார்ந்தபடி பசுபதி கேட்டான்: ''இரண்டிற்கும் என்ன வித்தியாசம்?''

''கூப்பிட்டார் என்றால் கேட்காது; கூப்பிடுகிறார் என்றால் கேட்கும்'' என்று சிரித்தான் மாதவன்.

''சின்ன விஷயத்தில் பெரிசாகச் சொல்லிவிட்டாயே!'' என்று ஆச்சரியப்பட்டான் பசுபதி.

அவன் ஆச்சரியம் மாதவனுக்கு ஆச்சரியமாக இருந்தது. ''நான் சொன்னதில் என்ன பெரிசு இருக்கிறது?'' என்று கேட்டான்.

''ரொம்ப அழகுதான் போ! என்னைக் கேட்கிறாயா? அதில் உள்ள பெரிசு எனக்கு என்ன தெரியும்? அதை நீ அல்லவா சொல்ல வேண்டும்?''

''உனக்குத் தெரியாததால் - அதில் பெரிசாக இருக்கிறது என்கிறாயா? அந்தப் பெரிசை அப்புறம் பார்க்கலாம். அப்பா ஏன் கூப்பிடுகிறார்?''

''அப்பா ஏதோ விரக்தியாக இருக்கிறார்.''

''அதற்கு நான் என்ன செய்ய முடியும்? அவர்தான் இப்போதெல்லாம் கீதையைக் கையிலேயே வைத்திருக்கிறாரே!''

''கீதையால்தான் அவருக்கு விரக்தி வருகிறது என்றேன்; கீதையால் விரக்தி போகிறது என்கிறாயே!''

"விரக்தி வந்தால் நான் என்ன செய்யவேண்டும்? விரக்தியைப் போக்க எனக்கு வழி தெரியாது.''

"நான் அப்படியெல்லாம் ஒன்றும் சொல்லவில்லை. ஒன்றை ஒன்பதாகத் திரிக்காதே!''

"நான் என்ன திரித்தேன்? அப்பா விரக்தியாக இருக்கிறாரென்று நீதானே சொன்னாய்?''

"அவ்வளவுதான் சொன்னேன். அதற்குமேல் நீதான் கீதையைக் கிண்டல் செய்தாய். அப்பாவிடம் போய் ஒன்று கிடக்க ஒன்று சொல்லி வைக்காதே. என் சோற்றுப்பை கிழிந்துவிடும். அவர் கீதை என்றால் உயிர்விடுகிறார். நீ படித்த பிள்ளை; பேசத் தெரிந்தவன். அப்பா எவ்வளவோ ஞானஸ்தர். அவரையே ஒரு புரட்டு புரட்டிவிட்டாயாமே!''

"இது என்ன பாஷை பசுபதி? எங்கே கற்றுக்கொண் டாய்? அப்பாவை எங்கே புரட்டினேன்? அவர் ஏதாவது சொன்னாரா?''

"கல்யாணம் முடிவாகி இருக்கிறது. இந்த ஏஜண்டுக்கு யாராவது தகவல் கொடுத்தார்களா?''

"யாருக்குக் கல்யாணம்?''

"உனக்குத்தான்!''

"எனக்கா?''

"வேறே யாருக்கு?''

"அதற்குத்தான் அப்பா கூப்பிடுகிறாரா?''

"அப்பா கூப்பிட்டதுக்கும் இதுக்கும் என்ன சம்பத்தம்?''

"எனக்குக் கல்யாணம் என்று ஏதோ சொன்னாயே?''

"சொன்னேன்.''

"அப்பா சொன்னாரா?"

"அப்படி நான் சொன்னேனா? நான் ஒன்று சொன்னால் - நீ ஒன்று சொல்கிறாயே!"

"பசுபதி! புரியும்படியாகப் பேசு!"

"இது என்ன மாது புரியாதபடி நான் ஒன்றும் சொல்ல வில்லையே. உனக்குக் கல்யாணம் ஆகவேண்டிய வயசு; முடிவாகியிருக்கும் என்று கேட்டேன்."

"அப்பாவைப் புரட்டி எடுத்ததாகச் சொன்னாயே - அது என்ன சங்கதி? அதுவும் நீயாகக் கேட்டதுதானா?"

"மாது! என்னைக் கலகம் செய்யச் சொல்கிறாயா? அங்கு நடப்பதை இங்கும், இங்கு நடப்பதை அங்கும் சொல்ல வேறே ஆளைப்பார்?"

"நானா கேட்டேன்? நீயாகத்தானே ஆரம்பித்தாய்!"

"நானா கலகத்துக்கு ஆரம்பித்தேன்?"

"அது தொலையட்டும் போ! அப்பா எதுக்குக் கூப்பிட்டார் என்று ஒரு கேள்வி கேட்டேன். அதுக்குப் பதில் தேடி இத்தனை ஊர் சுற்றியாகிறது"

"நான் அப்போதே சொல்லிவிட்டேன்; நீ அதைக் காதில் வாங்காமல் ஊர் சுற்றுகிறாய்."

"இன்னொரு தடவை சொல்லேன்."

"அப்பாவுக்கு வயசாகிவிட்டது. விரக்தியும் வந்தாயிற்று. உனக்குப் பட்டாபிஷேகம் செய்து வைத்துவிட்டு அவர் சந்நியாசம் வாங்கிக்கொள்ள யோசிக்கிறார்."

"நிசமாகவா? அப்பா சொன்னாரா அப்படி?"

"அப்பா அப்படியா சொல்வார்? படித்த பிள்ளை இப்படியா இருக்கும்? நீ கேட்டாயே என்று நடந்ததைச் சொன்னேன்."

"நடந்ததை நடந்தபடி அப்படியே எனக்குப் புரியும்படி சொல்லு பார்க்கலாம்."

"நடந்தபடி சொன்னேன். உனக்குப் புரியவில்லை என்கிறாய்; புரியும்படி எப்படி சொல்வது என்று எனக்குத் தெரியவில்லை. இந்த வீட்டில் இருபது வருஷமாக சேவகம் செய்கிறேன். மாடாக உழைக்கிறேன். ஆனால் ஒருத்தருக்காவது என்மேல் நம்பிக்கை இருக்கவேண்டுமே! நான் சொன்னதை நம்பினால்தானே அது என்ன என்று உனக்குப் புரியும்?"

"ஏஜண்ட் சார்! பசுபதி சுவாமி! உன்னிடமிருந்து நான் புரிந்து கொண்டது போதும். நீ போ; நான் பின்னாலேயே வருகிறேன்" என்றான் மாதவன் அலுத்து; எந்த தர்க்க விதிக்கும் பயப்படாத பசுபதியின் பேச்சுத் திறன் அவனைத் திணற வைத்து விட்டது.

"என் ஜாதகம் இதுதான். எங்கே போ - கெட் அவுட் என்று துரத்துகிறார்கள். சரி கிளம்பு. கையோடு அழைத்து வரும்படி முதலாளி உத்தரவு."

இருவரும் பேசிக்கொண்டே நடந்தார்கள்.

"இவ்வளவு பிரகாசமகாப் பேச எங்கே கற்றுக் கொண்டாய் - பசுபதி?" என்று கேட்டான் மாதவன்.

"அதுக்குக் காலேஜ் படிப்பு ஒன்றும் வேண்டாம். ஒரு நாள் வீட்டுக்கு வந்து எங்கள் யுவராஜாவோடு பேசிப்பார்"

"அது யாரது யுவராஜா?"

"இதுகூடவா புரியவில்லை? என் மகனைத்தான் சொல்லுகிறேன்."

"உன் மகன் உன்னைவிடக் கெட்டிக்காரனா?"

''நாங்கள் இரண்டு பேருமே கெட்டிக்காரர்கள் இல்லை. இந்தக் காலத்தில் ஒருத்தன்தான் கெட்டிக்காரன்.''

''யாரப்பா அந்தக் கெட்டிக்காரன்!''

'பணக்காரன்!' என்று மாதவன் காதருகில் வாய்வைத்து ரகசியம் பேசுவதுபோல் மெதுவாகச் சொன்னான் பசுபதி; அப்போது அவர்கள் ஜகந்நாதன் அறை வாசலை அடைந்து விட்டார்கள்.

18

முதலாளியைக் கண்டதும் பசுபதி இதுவரை கால் மாறி ஆடிய பதியை மனசின் ஒரு மூலையில் உட்கார வைத்துவிட்டு வெறும் பசுவாகத் தன் இடத்தில் போய் அமர்ந்தான்.

ஜகந்நாதன் தன் மனக்குழப்பத்தை மறைத்துக்கொண்டு புன்னகையுடன் அமரிக்கையாக உட்கார்ந்திருந்தார்: ''வா மாது! எங்காவது வெளியில் போயிருந்தாயா? உட்கார்'' என்றார். எதிர்த்துக் கலகம் செய்யும் பிள்ளைக்குத்தான் வீட்டில் வரவேற்பும் மரியாதையும் கிடைக்கின்றன!

பசுபதியின் பேச்சு மாதவனுக்குக் குதூகலம் அளித்திருந்தது; பேசுவதற்கு வாயும் குறுகுறுத்தது: ''இப்படியே ஊர் சுற்றிவிட்டு வருகிறேன். பொழுது போக வேண்டுமே!''

''அதுதான் கேட்கிறேன். உனக்கு எப்படிப் பொழுது போகிறது?''

''எனக்கும் பொழுது போய்விடுகிறது! எப்படி என்று எனக்கே தெரியவில்லை!''

ஜகந்நாதன் சிறிது தயங்கினார். ஒரு தந்தைக்குரிய மரியாதை தந்து மாதவன் பதில் கூறவில்லை என்பதை அவரால் வலியுடன்

உணரமுடிந்தது; ஒரு நண்பனுடன் பேசுவது போன்ற சுவாதீனத் துடன் மாதவன் பேசுகிறான்! படிப்பு அவனைப் புத்திசாலி ஆக்கிவிட்டதா? புத்திசாலி தன் தகப்பனை விடப் பெரியவனா?

"பசுபதி இவ்வளவு நேரம் என்ன செய்து கொண்டிருந்தாய்? நான் கூப்பிட்ட விவரம் ஒன்றும் மாதவனிடம் சொல்லவில்லையா?"

"பசுபதி சொன்னான்; எனக்குத்தான் புரியவில்லை."

"புரியாதபடி என்ன சொன்னான்?"

"உங்களுக்கு விரக்தி; எனக்குப் பட்டாபிஷேகம்; கீதை படிப்பதால் வருகிற வினை என்றான்" என்று சொல்லும்போதே மாதவனுக்குச் சிரிப்பு வந்தது.

அவன் இப்படி ஏதாவது செய்வான் என்று பசுபதி எதிர் பார்த்ததுதான்; அவன் சங்கடப்பட்டுவிடவில்லை; சங்கடப்படுகிறவன் போல் சொன்னான்: "மாது! நான் அப்படியா சொன்னேன்? நான் சொன்னது பூராவும் சொல்லாமல் அரையும் குறையுமாகச் சொன்னால் அப்பா ஏதாவது நினைத்துக் கொள்வார்."

"நீ சொன்னது பூராவையும் புரிந்து கொண்டு திருப்பிச் சொல்ல ஒரு ஆயுள் காலம் போதாது போ!"

மாதவன் கூறியதைக் கவனியாதவர்போல் ஜகந்நாதன் பசுபதியைக் கேட்டார்: "நீ என்ன சொன்னாய்? கீதையைப் பற்றி எப்படிப் பேச்சு வந்தது?"

"அப்பா கவலையாக இருக்கிறார் என்றேன்; கவலையாக இருந்தால் கீதை படிக்கட்டுமே என்று மாதவன்தான் சொன்னான். கீதை படித்தால் கவலை அதிகமாகும் என்று நான் சொன்னேன். அவ்வளவுதான்."

"காரியம் தவிர வேறு எல்லாம் செய்யவருகிறது உனக்கு; இல்லை?" என்று பசுபதியைக் கடிந்துகொண்ட ஜகந்நாதன் மகன் பக்கம் திரும்பினார். "வேலையையும் ராஜிநாமா செய்து விட்டாயே; மேற்கொண்டு என்ன செய்வதாக உத்தேசம்?"

மஞ்சுளாவும் இதே கேள்வியை மாதவனிடம் முன்பு கேட்டாள். ஏதாவது செய்ய வேண்டும்? என்ன செய்வது? ஏன் செய்ய வேண்டும்?

"என்ன செய்யவேண்டும் என்கிறீர்கள்?"

"நீ ஒன்றும் யோசிக்கவில்லையா? அன்றைக்கே என் அபிப்பிராயம் சொன்னேன்."

"இதைப் பற்றி ஒன்றும் பேச்சு வரவில்லையே."

"ஒரு மணி நேரத்துக்கு மேல் பேசினோம்! நான் ஒன்றும் சொல்லவில்லை என்கிறாய்."

"கௌரவமான பரம்பரை ஆரம்பம் ஆகவேண்டும் என்கிறீர்கள். அதற்கு நான் என்ன செய்ய வேண்டும்?"

"படித்தவன்; ஆலையில் பெரிய வேலை பார்த்தவன்; என்ன செய்வது என்று என்னைக் கேட்கிறாயா?"

"பரம்பரைக்கு அகௌரவம் உண்டாகும்படி நான் ஒன்றும் செய்யவில்லையே!"

"நான் அதையா சொல்கிறேன்?"

"கல்யாணமா? மஞ்சுளாவுக்கு ஆனபிறகு பார்க்கலாம் என்றேனே!"

"என்னடா இது! நான் ஒன்று சொன்னால் நீ ஒன்று சொல்கிறாய்..."

"இப்படிப் பேசி விட்டுத்தான் நான் சொன்னது புரியவில்லை என்கிறான்" - என்று இடைச் செருகல் செய்தான் பசுபதி.

"எனக்கு வயசாகிறது. பொறுப்புகளை எல்லாம் நீ ஒப்புக்கொள்ள வேண்டும். எனக்கும் ஓய்வு வேண்டாமா?"

"எடுத்துக் கொள்ளுங்களேன்..."

‘‘தொழிலை எல்லாம் நீ புரிந்து கொள்ள வேண்டாமா?’’

‘‘என்ன தொழில்?’’

‘‘விசித்திரமாய்க் கேட்கிறாயே; நமக்குள்ள தொழில்தான்.’’

நினைப்பதுபோல் பேசினான் மாதவன்: ‘‘இன்னும் தொழில் செய்யவேண்டுமா? தேவைக்குமேல் நம்மிடம் பணம் இருக்கிறது. இவ்வளவு பணத்தையும் என்ன செய்கிறது? மேலும் அதைப் பெருக்கினால் என்ன ஆகும்?’’

‘பயல் ரகசியமாய்க் கீதை படிக்கிறான்; அதுதான் புத்தி இப்படி ஆகிவிட்டது. பணம் - பணம் என்று பித்துப் பிடித்து அலைகிற புதுப் பணக்காரனுக்கு இப்படி ஒரு பைத்தியக்காரப் பிள்ளை வேணும்தான்!' என்று உள்ளுக்குள் மகிழ்ந்து போனான் பசுபதி. ஆனால் முகத்தைப் பூனைபோல் வைத்துக் கொண்டு ‘அப்பன் என்ன பதில் சொல்லப் போகிறான்?’ என்பதுபோல் முதலாளியைப் பார்த்தான்.

ஜகந்நாதன் நிசமாகவே திணறிப் போய்விட்டார். அவர் பலருடன் பழகியிருக்கிறார். வாழ்க்கையில் பலவித அனுபவங் களும் பெற்றிருக்கிறார். ஆனால் - ஒரு வியாபாரியின் மகன் தன் தகப்பனிடம் இம்மாதிரி கேள்விகள் கேட்டதாக கேள்விப்பட்ட தில்லை. மாதவன் அவரைக் கிண்டலாகப் பேசுவதாகவும் தெரியவில்லை. அவனுக்கு ஏதாவது புத்திக் கோளாறு உண்டாகி யிருக்குமோ என்று நினைத்தார்; பார்ப்பதற்கு அப்படியும் தெரிய வில்லையே! சந்து பொந்துகளில் அலையும் இவனை நேர்வழிக்குக் கொண்டுவர வேண்டுமே!

‘‘சொத்துச் சேர்த்து என்னோடு கொண்டு போகப் போகிறேன்’’ என்றார் அவர் நிதானமாக.

‘‘அப்பா! என்மேல் வருத்தப்பட்டுப் பேசுகிறீர்கள். இவ்வளவு பணத்தையும் என்ன செய்வது என்று எனக்குப் புரியவில்லைதான்’’

''பட்டினத்துப் பிள்ளையைப்போல் எல்லாவற்றையும் தெருவில் வாரி இரைத்துவிட்டுக் கிளம்பட்டுமா?'' என்ற கேள்வி கூட ஜகந்நாதன் வாயிலிருந்து பொறுமையாக வெளிவந்தது.

''அப்படிச் செய்ய உங்களால் முடியாது என்று எனக்குத் தெரியும். அப்படிச் செய்வது தப்பு என்றும் சொல்வேன்...''

''பட்டினத்தடிகள் ரொம்பப் பெரியவர்; சித்த புருஷர்; பெரியவர்கள் செய்ததைத் தப்பு என்று சொல்வது பாவம்! அப்பாவுக்கு வயசாகிவிட்டது. பெட்டிச் சாவியை உன்னிடம் கொடுத்துவிட்டு தீர்த்த யாத்திரை, க்ஷேத்திராடனம் செய்ய வேண்டும் என்று ஆசைப்படுகிறார். நீயும் என்ன சின்னப் பிள்ளையா? அப்பா சொன்னால் சரி என்பதைவிட்டு ஆயிரம் குதர்க்கம் செய்கிறாயே!'' என்று குறுக்கிட்டுப் பேசினான் பசுபதி.

''பசுபதி! தீர்த்த யாத்திரையும் க்ஷேத்திராடனமும் செய்கிற பிராப்தம் எனக்கு இல்லை. காலேஜில் படித்து விட்டு வந்ததை எல்லாம் என் மகன் இப்போது என்னிடம் ஒப்பிக்கிறான். நானும் அவனிடமிருந்து தெரிந்து கொள்ள வேண்டியதைத் தெரிந்து கொள்கிறேன். மாதவா! இவ்வளவு பணத்தையும் என்ன செய்வது என்று எனக்கும் புரியவில்லை. என்னைவிட நீ விஷயம் தெரிந்தவன்; படித்தவன். சொல்லு! இந்தப் பணத்தை எல்லாம் என்ன செய்யலாம்?''

''அதை நீங்கள் சொல்லவேண்டும்; நீங்கள் எவ்வளவோ கஷ்டப்பட்டு சேர்த்த சொத்து; அதைப் பற்றி முடிவு செய்ய எனக்கு என்ன அதிகாரம் இருக்கிறது?''

புத்திர சிகாமணியின் புத்திப் போக்கில் ஏதோ முடிச்சு விழுந்திருப்பதை தந்தை புரிந்து கொண்டிருந்தார்; பொறுமை இழந்தால் காரியம் கெட்டுவிடும் என்பது அவருக்குத் தெரியும்; மஞ்சுளாவின் மணத்தைப் பற்றி அன்று வெறியுடன் மாதவன் பேசினான்; விட்டுக் கொடுத்து அவர் அவனை வசப்படுத்திக்

கொண்டார். இன்று அவன் ஆவேசத்துடன் இல்லை; ஆயினும் அவன் மனப்போக்கில் இருந்த கோளாறு அவன் பேச்சில் தெளிவாகத் தெரிவதாய் ஜகந்நாதன் கருதினார். நிலைமைக்குத் தக்கபடி தன் பேச்சு முறையை மாற்றிக் கொள்வதற்கு, வல்லவரான அவருக்கா தெரியாது? மறையவிருந்த புன்சிரிப்பை மீண்டும் முகத்திலேயே நிறுத்திக்கொண்டார்.

"நான் சேர்த்த சொத்துதான்; ஆனால் எனக்காக என்று நான் சேர்க்கவில்லை. என் பிள்ளையும் அவன் வம்சத்தவர்களும் சுகமாக வாழவேண்டும் என்றுதான் இவ்வளவு பாடுபட்டேன்."

"என் ஒருத்தனுக்கு இவ்வளவு சொத்து போதாதா? நான் பேசினால் வருத்தப்படுகிறீர்கள். உங்கள் பிள்ளையும் பரம்பரையும் கௌரவப்பட வேண்டும் என்ற ஆசை நியாயமானதுதான். உங்கள் பெயர் பரம்பரையாக விளங்க வேண்டும் என்று விரும்புகிறீர்கள்; நியாயம்தான். ஆனால் இந்த ஆசை உங்களைப் பற்றினவரை சரி. உங்களுக்குப் பிறகு என்ன நடக்கும் என்று எப்படிச் சொல்வது? பசுபதி! உன் தாத்தா பெயர் என்ன?"

"பசுபதிதான்! அது எதுக்கு இப்போது?"

"தாத்தாவின் அப்பா பெயர்?"

பசுபதி தலையைச் சொரிந்து கொண்டே "ஆமாம் - சோமசுந்தரம்! இதெல்லாம் என்ன - " என்றான்.

"சோமசுந்தரத்தின் தகப்பனார் பெயர் தெரியுமா உனக்கு?"

"தெரியாது; ஆனால்..."

"எனக்குத் தாத்தா பெயர் மட்டும்தான் தெரியும். கொள்ளுத் தாத்தா பெயர்கூடத் தெரியாது. அப்பா! உங்கள் பெயர் எதுவரை நிலைக்கும் என்று எதிர்பார்க்கிறீர்கள்? உங்கள் மகனுக்குக் கல்யாணம் ஆகவேண்டும்; அவனுக்கு ஆண் குழந்தைகள் பிறக்க வேண்டும்; பிறகும் - உங்கள் பேரன்களின் குழந்தைகளுக்கு உங்கள்

பெயர் ஞாபகம் இருக்கும் என்று எப்படி எதிர்பார்க்கிறீர்கள்? அப்படியே ஞாபகம் வைத்துக்கொண்டாலும் அதனால் உங்களுக்கு என்ன பிரயோசனம்? பெயர் நிலைக்க வேண்டும் என்ற ஆசைக்கு அர்த்தம் இல்லை. நான் உங்கள் பிள்ளை; இவ்வளவு சொத்து எனக்குத் தேவையாகத் தோன்றவில்லை; எனக்குப் பிறக்கப் போகும் குழந்தைகள் என்ன நினைப்பார்களோ? என்ன செய்வார்களோ? பணக்காரப் பரம்பரைக்காக நீங்கள் செய்யும் முயற்சி பலிக்கும் என்று எப்படி இப்போது எதிர்பார்க்க முடியும்?''

பசுபதி ஆனந்தமாய்க் கேட்டுக் கொண்டிருந்தான். 'இந்த வீட்டில் கீதை வேலை செய்ய ஆரம்பித்துவிட்டது: எல்லாருக்கும் விரக்தியும் வைராக்கியமும் உண்டாகின்றன. சனி பகவான் இங்கே கால் வைத்துவிட்டார் என்றொரு சந்தோஷம்: 'என் பிள்ளை படிக்காத தத்தாரி; முதலாளி பிள்ளை படித்த தத்தாரி' என்றொரு திருப்தி; 'இந்தக் கொள்ளையில் நமக்குப் பங்கு ஏதாவது கிடைக்கும்' என்றொரு கொண்டாட்டம். உணர்ச்சிமிக்க ஒரு பிரசங்கத்தைக் கேட்டவன்போல் - அவனுடைய இரண்டு கைகளும் கொட்டு வதற்காகத் துறுதுறுத்தன; இந்த ஆவலை அடக்கிக் கொண்டான்; 'இன்னும் இந்த அறிஞர் என்ன சொல்லப் போகிறாரோ?' என்று இன்னொரு ஆர்வம் எழுந்தது. எதையும் வெளியில் காட்டிக் கொள்ளாமல் முகத்தை மேடும் பள்ளமுமாய்ச் சுருக்கிக் குறுக்கிக் கொண்டு முதலாளி முகத்தை வருத்தமாய்ப் பார்த்தான்.

ஜகந்நாதனின் முகத்தில் இன்னும் புன்சிரிப்பு இருந்தது. ஆனால் அவர் தன்னுடைய பரம்பரைக் கனவு ஆட்டம் கண்டு விட்டதை உணர்ந்தார்; அவருடைய அருமைக் குமாரனே அவரிட்ட அஸ்திவாரத்திலிருந்து ஒவ்வொரு கல்லாகப் பெயர்த்து எடுத்து உடைத்து எறிவதை அவர் கண்டார். மனம் கலக்கமுறத்தான் செய்தது. சற்றே நேரத்தில் திடப்படுத்திக் கொண்டார்.

''அன்றைக்கு நான் சொன்னதற்கு - இன்றைக்குப் பதில் சொல்கிறாய். மிகவும் கஷ்டப்பட்டு யோசனை செய்தாயா? ஏதாவது புத்தகத்தில் படித்தாயா?''

ஜகந்நாதனின் இந்தக் கிண்டல் மாதவனுக்கு உறைத்தது; ''படிப்போ - யோசனையோ எதுக்கு? நீங்களே யோசித்தால் நான் சொன்னது சரி என்று ஒப்புக் கொள்வீர்கள்.''

''நான் இவ்வளவு சொத்துச் சேர்த்தது தப்பு என்று குற்றம் சாட்டுகிறாய்; அப்படித்தானே?''

''நான் அப்படி எல்லாம் ஒன்றும் சொல்லவில்லை.''

''நான் எந்த அளவோடு நிறுத்திக் கொண்டிருந்தால் - உனக்குத் திருப்தி அளித்திருக்கும்?''

''எனக்கு அந்தக் கணக்குத் தெரியாது.''

''நான் கணக்குச் சொல்கிறேன். உனக்கு டெரிலீன் சூட் நாளுக்கு ஒன்று மாற்ற வேண்டும்; புது மெருகு கலையாத பியூக்கார் வாசலில் காத்திருக்க வேண்டும்; உன் நண்பர்களோடு கூடிச் சுற்ற வசதி வேண்டும். தங்கை மேல் பிரியமாயிருக்கிறாய்; அவள் விரும்புகிற வரனுக்குத் தரவேண்டும் என்கிறாய்; அந்தத் தங்கை நிம்மதியாக இருப்பதற்கும் வழி செய்ய வேண்டும்; இவ்வளவுக்கும் ஈடு தருவதற்கு எவ்வளவு சொத்து தேவை? ஒரு மனக்கணக்குத்தான் போடேன்''

''இவ்வளவு சௌகரியங்களும் இல்லை என்று ஆகிவிட்டால் செத்து விடுவோமா?''

''சாகமாட்டோம். உன் தாத்தா வாடகை வண்டி ஓட்டினார் என்று உனக்குச் சொல்லியிருக்கிறேனா? கொஞ்ச காலம் அவர் தெருத் தெருவாய் திரிந்து பிச்சை கேட்டார். என் தாத்தா கடைசி வரை மூட்டை தூக்கியாகவே இருந்தார். இதெல்லாம் உனக்குத் தெரியாது.''

"நீங்கள் வெட்கப்பட்டுக் கொண்டு சொல்லவில்லை. மூட்டை தூக்குவதும் பிச்சை எடுப்பதும் கேவலமா? பணக்காரனாக இருப்பது கௌரவமா? பிச்சைக்காரனும் சாகிறான்; பணக்காரனும் சாகிறான்''

"இரண்டு சாவும் ஒன்றாகுமா?'' - என்கிற அற்புதமான கேள்வியை கேட்டது ஜகந்நாதன் அல்ல; பசுபதி.

பசுபதியின் முட்டாள்தனம் சிறிது நேரம் பேசட்டும் என்று ஜகந்நாதன் மௌனமானார்.

"இழவில்கூட ஜாதி இருக்கிறதா?'' என்று வேடிக்கையாக மாதவன் கேட்டான்.

"சம்பந்தம் இல்லாமல் பேசாதே! ஜாதியைப் பற்றி இப்போது எங்கே பேச்சு வந்தது என்று பேச்சை ஒழுங்கு பண்ணினான் பசுபதி. "பணக்காரர் செத்தால் எத்தனையோ பேருக்குக் கஷ்டம், நஷ்டம். ஏழை செத்தால் அவனுக்கும் சுகம் ஊருக்கும் சுகம் .'' என்று அவன் சொன்னது கிண்டலா - முட்டாள்தனமா என்று மாதவனுக்கு மாத்திரம் அல்ல: ஜகந்நாதனுக்கும் புரியவில்லை; அவர்கள் எதுவும் சொல்வதற்கு நேரம் தராமல் பசுபதி தொடர்ந்தான்: "என்னையே எடுத்துக் கொள். என் பெயர் என் மகனுக்கே தெரியாது; சித்தர் எங்கே என்றுதான் என்னைத் தேடுவான்; என் பெயர் சொல்லி திவசம் கொடுக்கக்கூட எங்களுக்கு வக்கு இல்லை. எங்களோடு போகப் போகிற பெயர் அது. இப்போது இருந்து என்ன ஆகப்போகிறது? ராஜாக்கள் கோயில் கட்டினார்கள்; குளம் வெட்டினார்கள்; பிரபுக்கள் தர்மசத்திரம் கட்டினார்கள். அவர்கள் பெயரை இன்றும் நாம் நினைக்கிறோம். பணக்காரர்கள் பெரிய தொழில் செய்கிறார்கள்; பாக்டரி மில் வைக்கிறார்கள்; எத்தனையோ பேருக்குப் பிழைப்பு கிடைக்கிறது. அவர்கள் பெயர் மறந்து போகுமா? பெயருக்கு இருக்கிற பெருமை தெரியாமல் பேசுகிறாயே? பெயர் நிற்குமா என்கிறாய்; ஏன் நிற்காது? அப்பா எத்தனையோ பாடு பிரயாசைப்

பட்டு சொத்துச் சேர்த்திருக்கிறார்; இவ்வளவு எதுக்கு என்று தைரியமாய்க் கேட்கிறாயே! நம் பணம் பாங்கிலும் இரும்புப் பெட்டியிலும் தூங்கினால் யாருக்கு என்ன பிரயோசனம்? நூறு பேருக்கு பிழைப்புக் கிடைத்து நமக்கும் ஆதாயமாக இருக்கும்படி தொழில் செய்வதுதானே நியாயம்? தொழில் செய்ய வேண்டுமா, பணம் சேர்க்க வேண்டுமா என்று அப்பாவைப் பார்த்தே கேட்கலாமா? பெரிய தொழிலாகச் செய்ய வேண்டும் என்று அப்பா நல்லபடியாக ஆசைப்படுகிறார்; அசட்டுத்தனமாகக் கட்சி பண்ணிக் கொண்டு நிற்கிறாயே!''

ஜகந்நாதன் மறிக்காமல் கேட்டுக்கொண்டிருந்தார்; பசுபதி வெறும் முட்டாள் அல்ல என்று தெரிந்துதானே வேலைக்கு வைத்திருந்தார்? அவருடைய பாணி வேறு; பசுபதியின் பாணி வேறு; ஆனால் இருவருமே காரியவாதிகள்.

மாதவன் சிரித்தபடி கேட்டுக்கொண்டிருந்தான்; பசுபதிக்குப் பதில் சொல்ல வேண்டும் என்று தோன்றவில்லை; அதை ஒரு ஹாஸ்யமாக அவன் கருதிவிட்டான். ''உன் பையன் உன்னைச் சித்தர் என்று கூப்பிடுவான் என்றாயே - அது என்ன விஷயம்?''

பசுபதி முதலாளி முகத்தைப் பார்த்துக் கொண்டு சொன்னான்: ''அதைப்பற்றி இப்போது என்ன? முதலில் அப்பாவைச் சமாதானம் செய். கீதையையும் சித்தரையும் பற்றிச் சாவகாசமாகப் பேசலாம்.''

''நான் சித்தர் என்றுதான் சொன்னேன்; கீதையை ஏன் இதில் இழுக்கிறாய்?''

''மாதவா! அப்பாவுக்கு எதிரில் இந்த விளையாட்டுப் பேச்சு - எல்லாம் வேண்டாம். முதலாளி! மாதவனிடம் பெட்டிச்சாவி ஒன்று கொடுங்கள். செக்கில் மாதவனும் கையெழுத்துபோட நாளைக்கே ஏற்பாடு செய்கிறேன். என்ன தொழில் செய்யலாம் என்று மாதவன் யோசித்துப் பதில் சொல்லட்டும்?''

தன்னால் முடியாததைப் பசுபதி செய்து விடுவதாகவே ஜகந்நாதனுக்குத் தோன்றியது; சொன்னார்: "புதிய தொழிலுக்கு அவன் ஒன்றும் திட்டம் போடவேண்டாம்; இருக்கிறதைத் தெரிந்து கொண்டு அதை உருப்படியாய்க் காப்பாற்றிக் கொள்ளட்டும். மாதவா! பசுபதியோடு இருந்து நம் கணக்கு வழக்குகளை எல்லாம் பார்த்துக்கொள். நாளைக்கு நீயும் அவனோடு பாங்குக்குப் போ!''

"அவ்வளவுதானே? எல்லாம் நீயே பார்த்துக்கொள் என்று ஒரு வார்த்தை சொல்வதைவிட்டு அவனுக்குச் சரியாக வாதாடிக் கொண்டிருக்கிறீர்களே? இளம் வயசு; புஸ்தக வாசனை இன்னும் மறக்கவில்லை; ஏதோ பேசுகிறான். நீங்கள் அதைப் பெரிசாகக் கொண்டு மனசைக் குழப்பிக்கொள்ளலாமா? மாதவா! நீ படித்த பிள்ளை; அப்பாவோடு எப்படி பழக வேண்டும் என்றுகூட சொல்லித் தரவேண்டுமா?'' என்று சண்டையிட்ட தகப்பனையும் பிள்ளையையும் ராஜி செய்துவிட்ட பெருமிதத்தில் பேசினான் பசுபதி. இருவருக்கும் நல்லவனும் ஆகிவிட்டானே!

ஏதோ ஒரு முடிவுக்கு வருவதாக ஜகந்நாதன் எண்ணினார்; எதுவும் ஒரு முடிவுக்கு வந்ததாக மாதவன் எண்ணவில்லை; ஆனால் தகப்பனாருடன் தேவைக்கும் அதிகமாய்ப் பேசிவிட்டதாக அவனுக்குத் தோன்றியது.

"உன்னோடு இருந்து, உன் பேச்சைக் கேட்கிற பாக்கியமாவது கிடைக்கட்டுமே!'' என்றான் மாதவன்

"எல்லாம் விளையாட்டுத்தான் உனக்கு. பணத்தின் ருசி இன்னும் உனக்குத் தெரியவில்லை; அந்த ருசி தெரிந்துவிட்டால் அப்புறம் இந்த வேடிக்கை மறந்து போகும்.''

"பணம் ரொம்ப இனிக்குமோ?''

"சொந்தமாக முயற்சி செய்து சம்பாதித்துப் பார்; அப்புறம் என்னைக்கேட்கமாட்டாய்!'' என்று ஒரு பெரிய நீதி வாக்கியம் சொல்லி விட்டவன்போல் ஜகந்நாதன் முகத்தை மீண்டும் பார்த்தான் பசுபதி.

அவர் உண்மையாகவே மகிழ்ந்து போனார். பெரும் தொழில் திட்டம் மறைந்து, எப்படியாவது மாதவனை இருக்கிற தொழிலில் பழக்கிவிட வேண்டும் என்பதாக அவர் ஆசை சுருங்கிவிட்டது. எதிர்காலம் இல்லையா? பணத்தின் சுவை - பசுபதி கூறினதுபோல் - மறக்கக்கூடியதா!

மகன் அவருக்குரிய மரியாதை தரவில்லை என்பது உண்மை; அவர் பேச்சை ஏற்கவில்லை, எதிர்த்தான் என்பதும் உண்மை. ஆயினும் அவனை வழிக்குக் கொண்டுவந்துவிட வேண்டும் - வந்துவிடுவான் என்கிற நம்பிக்கை அவருக்கு ஓரளவு ஏற்பட்டது. இனி அங்கு இருப்பது உசிதமல்ல என்று அவர் எழுந்தார்: ''பசுபதி! மாதவனுக்கு விவரம் எல்லாம் சொல்லு. நாளைக்கு இரண்டு பேரும் பாங்குக்குப் போக வேண்டும். நீ இப்படி வா!'' என்று அவர் பசுபதியை அறைக்கு வெளியே அழைத்துப் போனார்.

மாதவன் காது எட்டாத தூரம் வந்த பிறகும் மெதுவான குரலில் - ''பக்கத்து வீட்டு வாத்தியார் பெண் ஊரில் இருந்து வந்திருக்கிறாள்; பார்த்தாயா?'' என்று கேட்டார்.

''தினம் பார்க்கிறேன். அவளுக்கு என்ன?''

''அவள் எப்போது ஊருக்குத் திரும்புகிறாள் என்று வாத்தியாரை ஜாடையாகக் கேள், தெரிந்துகொண்டு எனக்குச் சொல்ல வேண்டும் -'' என்று சொல்லி ஜகந்நாதன் போய் விட்டார்.

பசுபதிக்கு யோசனை ஆகிவிட்டது. நாம் பேசிக்கொண்டிருந்த விஷயத்துக்கும் வாத்தியார் பெண்ணுக்கும் என்ன சம்பந்தம்? அவள் ஊருக்குத் திரும்பினால் என்ன, திரும்பாவிட்டால் என்ன? ஓகோ... அப்படித்தான் இருக்கும்! அதுதான் இந்த மாதவனுக்குப் புத்தி தடுமாறிவிட்டது போலும்!

''எல்லாம் எனக்கு என்றார் அப்பா; உன்னிடம் ரகசியம் பேசுகிறாரே; தனக்கு என்று ஏதாவது ஒதுக்கிக்கொள்ள யோசிக்கிறாரோ?'' என்று சிரித்தான் மாதவன்.

"முரட்டுக் காளை; எப்படியாவது வண்டியில் பூட்டிவிடு என்று எனக்கு முதலாளி உத்திரவிட்டார்; வேறொன்றுமில்லை!"

"வண்டிதான் கவிழும்!"

'கவிழ்ந்தால் வண்டியில் இருப்பதை நான் பொறுக்கிக் கொள்கிறேன்!' என்று பசுபதி சொல்லவில்லை; நினைத்துக் கொண்டான்.

"அது இருக்கட்டும்; சித்தர் என்றுதான் மகன் உன்னைக் கூப்பிடுவானா?"

"வெட்டிப் பேச்சு எதுக்கு? கணக்குப் புஸ்தகம் பார்ப்போமா?" என்று பேரேட்டைத் தூக்கினான் பசுபதி.

"அது எங்கே போகிறது? உனக்கு ஏதாவது சித்தி ஆகியிருக்கிறதா?"

"அதெல்லாம் ஒன்றும் இல்லை; பணக்காரர்கள் எல்லாரும் கீதைதான் படிக்கிறார்கள்; ஏன்?"

"நான் கீதை படிக்கவில்லை; மற்றவர்கள் ஏன் படிக்கிறார்கள் என்று எனக்குத் தெரியாது. வேறு என்ன படிக்க வேண்டும் என்கிறாய்?"

"சித்தர் பாடல்களில் இல்லாததா கீதையில் இருக்கிறது?"

"பாவி! அது வேறு தெரியுமா உனக்கு? அதுதான் உன் மகன் சித்தர் என்கிறானா? பாடல் எல்லாம் உனக்கு வருமா?"

"எல்லாம் வந்துவிட்டால் நான் ஏன் உங்களிடம் பல்லை இளித்துக்கொண்டு நிற்கிறேன்? ஏதோ பொறுக்காக இரண்டொரு பாடல் தெரியும்."

"ஒன்று சொல்லேன் - கேட்கலாம்."

"என்னைப் பரிகாசம் பண்ணுவாய்."

"சேச்சே! சொல்லு சும்மா!"

பசுபதி குரலை உயர்த்தி வளைத்து ஒடித்துப் பாடினான்:

சாதிப் பிரிவிலே தீமூட்டுவோம்;
சந்தை வெளியில் கோல்நாட்டுவோம்;
வீதிப் பிரிவினில் விளையாடுவோம்;
வேண்டாத மனை யிலுறவு கொள்வோம்;
சோதித்துலாவியே தூங்கிவிடுவோம்;
சுகமான பெண்ணையே சுகித்திருப்போம்;
ஆதிப் பிரமர்கள் ஐந்து பேரும்
அறியார்களிதை என்றாடு பாம்பே!....

"உங்கள் கீதையில் இருக்கா இது?" என்று பெரும் வெற்றி கண்டவன்போல் கேட்டான் பசுபதி.

"எனக்குக் கீதை தெரியாதே; என்னப்பா செய்வேன்!" என்று வருத்தப்படுகிறவன்போல் கூறினான் மாதவன்.

"தெரியாத வரையில் நல்லதுதான்; கீதை முதலாளியை என்ன பாடுபடுத்துகிறது பார்!" என்று இதற்கும் ஒரு பதில் அளித்தான் பசுபதி.

"கெட்டிக்காரனின் முட்டாள்தனத்தாலும், முட்டாளின் கெட்டிக்காரத்தனத்தாலும் உலகம் நடக்கிறது என்பதற்குக் கீதையில் ஆதாரம் இருக்கிறதா? முட்டாள்தனம் கெட்டிக்காரத்தனம் ஆவதாலும், கெட்டிக்காரத்தனம் முட்டாள்தனம் ஆவதாலும் உலகம் நடக்கிறது என்பதற்காவது கீதையில் ஆதாரம் இருக்கிறதா?"

"இல்லை!"

"சித்தர் பாடல்களில் இருக்கிறது!"

19

நீலகண்டன் தன்னைச் சோதித்துக் கொள்ள வேண்டிய நிலையில்தான் அன்று இருந்தான்; வேதாந்தியாக அல்ல, ஒரு டாக்டராகத் தன்னைச் சோதித்துப் பார்த்துக்கொள்ள வேண்டிய நிலையில்.

அவனுடைய தொழில் நன்கு முன்னேற்றம் அடைந்து கொண்டிருந்தது; நோயாளிகளின் கூட்டம் நாளுக்குநாள் வலுத்தது; பண விஷயத்தில் அவன் கண்டிப்பாக இருந்தாலும் - அவனிடம் போனால் வியாதி கட்டாயம் குணமாகும் என்ற நம்பிக்கை ஜனங்களுக்கு ஏற்பட்டுவிட்டது. எந்த நேரமானாலும் - எந்த இடமானாலும் புறப்படுவதற்குத் தயாராக அவன் கார் காத்திருந்தது. பணம் அவனுடைய முதல் குறிக்கோள் என்பது உண்மைதான். ஆனால் அவன் தன் தொழிலை விரும்பி ஈடுபட்டுச் செய்தான். நோய்களை ஒழுங்காய்ப் பரிசீலனை செய்து - அவைகளின் காரணத்தைக் கண்டுகொண்டு, அதை நிவர்த்தி செய்ய வேண்டும் என்று உண்மையாகப் பாடுபட்டான்.

பணமும் நோயும் கவர்ந்ததுபோல மற்றொரு பொருளும் அவனைக் கவர்ந்தது. அது - பெண். பெண் அவனைக் கவர்ந்தாள் என்பது பாதி உண்மை; அவனும் பெண்ணைக் கவர்ந்தான் என்பதுதான் உண்மையின் மறுபாதி. விவரம் அறிந்த முதல் நாளே - பெண் தெவிட்டாத இனிமை என்பதை அவனுக்குக் கற்றுக் கொடுத்துவிட்டது. சமூக உணர்ச்சி, மான உணர்ச்சி, சட்ட பயம் முதலிய தடைகள்தான் அவனை காம வெள்ளத்தில் மூழ்கிவிடாமல் காப்பாற்றிக்கொண்டிருந்தன என்று சொல்லலாம்.

இரவு எவ்வளவு நேரம் கழித்துத் தூங்கினாலும், அதிகாலையில் எழுந்து கடமைக்குத் தயாராக இருப்பது அவன் வழக்கம். அன்று வழக்கத்தைவிட முன்னதாகவே - எதையோ எதிர்பார்த்துப் படுத்தவன் விழிப்பதுபோல் - விழித்துக் கொண்டான். எழுந்திருக்கும் போதே ஒரே பரபரப்பாக இருந்தது; தேவைக்கு மீறி ஹிருதயம் துடிப்பதை உணர மருத்துவப் படிப்பா வேண்டும்? நண்பர்களுடன் பிராந்தி - விஸ்கி முதலிய பானங்களை அவன் அருந்துவதுண்டு; அவை அவனுக்குப் பழகவில்லை - ருசிக்கவுமில்லை என்றாலும் அந்த வெம்மையான பானங்களின் தன்மை அவனுக்குத் தெரியும். இரவில் அதிகமாய்க் குடித்துக் கூத்தடித்துவிட்டுப் படுத்தவனுக்கு காலையில் ஒரு மயக்கம் இருக்குமே. அந்த மாதிரி ஒரு மூளைக் குழப்பம் கண் விழிக்கும்போதே இருந்தது.

இவை எல்லாம் நோயின் அடையாளங்கள்தானே? இந்த நோய் எப்படியோ அவனைப் பீடித்துவிட்டது. ஆனால் பிச்சைக் காரர்கள் நோய்களை மகிழ்ச்சியுடன் ஏற்பதுபோல், அவன் இந்த நோயை விரும்பி ஏற்றான்; அது அதிகரித்தது; அவன் அதிகம் ஆக்கினான். நோயின் தன்மைக்குப் பகைத்தன்மை உள்ள மருந்தால் நோயைத் தீர்க்க வேண்டும் என்கிற அலோபதி வைத்திய முறையை படித்துத் தேறி பட்டம் பெற்றவன் அவன்; நெருப்பை நீரால்தான் அவிக்க முடியும் - உஷ்ணத்தால் உண்டான வியாதியை குளுமை செய்யும் மருந்தால்தான் தீர்க்க முடியும் என்று அவன் உறுதியாக நம்பினான். உஷ்ணத்தை உஷ்ணத்தால் அவிக்கலாம் - அவிக்க முடியும் என்கிற 'ஹோமியோபதி' வைத்திய முறையை அவன் அறவே வெறுத்தான்.

'ஸரஸா என்பது வியாதியா? இந்த நோயை நான் வளர்த்துக் கொள்கிறேனா? வெப்பத்தால் தோன்றிய நோய்க்கு வெப்பம் ஏற்றும் மருந்து தருகிற ஹோமியோபதி வைத்தியனாக மாறி என் நோயை நானே அதிகம் ஆக்கிக் கொள்கிறேனா? ஆனால் நோயாளி துன்புறுவான்; எனக்கு இந்த வியாதி சந்தோஷம் தருகிறதே!' என்று எண்ணிய நீலகண்டன் தன் ஹோமியோபதி ஹாஸ்யத்துக்காகத் தானே புன்னகை புரிந்து கொண்டான்.

'ஸரஸா என்கிற வியாதியாலா எனக்கு இவ்வளவு படபடக்கிறது? சே! இருக்காது! இரவு பகலாக ஓய்வில்லாமல் நோயாளிகளுடன் பழகுவதால் எனக்குப் 'ப்ளட் பிரஷ்ஷர்' வந்திருக்குமோ? இந்த வயதில் பிரஷ்ஷரா? மகா பயங்கரமாயிற்றே!' என்று தன் ஹாஸ்யப் போக்கிலேயே சிரித்த வண்ணம் - அவன் தன்னையே முறைப்படி சோதித்துப் பார்த்துக் கொண்டான். 'பிரஷ்ஷர்' கிடையாது; நாடிக் கோளாறு இல்லை. ஆனால் பரபரப்பு - மார்புப் படபடப்பு - மயக்கம் எல்லாம் இருந்தன.

'ஸரஸா என்பது மிகவும் பயங்கரமான நோய்! ஆனால் - அது எவ்வளவு இனிமையாக இருக்கிறது' என்று ஹாஸ்யத்தை வளர்த்துக்கொண்ட நீலகண்டனுக்கு 'ஓகோ' என்று சிரிக்க வேண்டும் என்று தோன்றியது, சிரித்தான்; மெதுவாகச் சிரித்துக்கொண்டான். சிரித்தபோது அவன் சிகிச்சை செய்த ஒரு கிழவரின் ஞாபகம் வந்தது; பாரிச வாயுவால் படுத்த படுக்கையான அவரை அவன் எழுந்து உட்காரும் அளவுக்குக் குணப்படுத்தினான். மூளையும் ஓரளவுக்குத் தெளிவுற்று, இருந்த இடத்தில் இருந்துகொண்டே குடும்ப விவகாரங்களைக் கவனிக்கிற தெம்பு பெற்றார் அவர்.

ஆனால் அந்தக் கிழவரின் நோய் மற்றொரு திருப்பம் கொண்டது. தேவையின்றி காரணம் இன்றி பேசிக்கொண்டிருக்கும்போதே அவருக்கு அடக்க முடியாத சிரிப்பு வந்துவிடும். ஒருமுறை நீலகண்டன் போன சமயம் கிழவர் தன் மகனைக் கடிந்துக் கொண்டிருந்தார். 'நீங்களே பாருங்கள் டாக்டர்! எவ்வளவோ பாடுபட்டுச் சொத்துச் சேர்த்தேன். இந்தப் பயல் காலிகளுடன் சேர்ந்துகொண்டு... டாக்டர்! டாக்டர்! எனக்குச் சிரிப்பு ... வருகிறது!' என்று சொல்லிக் கொண்டே சில நிமிஷங்கள் சிரித்துவிட்டு கிழவர் ஓயவில்லை; மகனைத் தொடர்ந்து கோபித்துக் கொண்டார். 'டாக்டர்! இந்தச் சிரிப்பை எப்படியாவது நிறுத்துங்கள். என்னால் எதையும் கவனிக்க முடியவில்லை!' என்று நீலகண்டனை வேண்டிக் கொள்ளவும் அவர் தவறவில்லை.

‘ஸரஸா என்பது பயங்கரமான வியாதி அல்ல; எனக்குச் சிரிப்புக் கிளர்ச்சி உண்டாக்குகிற வியாதி-’ என்று டாக்டர் நீலகண்டனின் ஆராய்ச்சி தொடர்ந்தது; ‘இந்த நோயின் மூலக்கிருமி உடம்புக்கு வெளியில் இருக்கிறது; ஆனால். அது பார்த்தால் வியாதி; அது சிரித்தால் வியாதி, அவ்வளவுதானா? - அதைப்பற்றி நினைக்கிற நேரத்தில் நினைக்கிற இடத்தில் நான் நோயாளி ஆகிறேன். இது தீராத நோயா? அல்லது என்னால் தீர்க்க முடியாத வியாதியா?’ என்று அவன் எண்ணப் போக்கு சற்றே தடையுண்டது.

‘இது ஒரு கர்ம வியாதி!’ என்று சொன்னவன் - தன் ஜோக்கிற்காகச் சிரித்தவாறு தலையணையை ஓங்கிக் குத்தித் தூக்கி எறிந்துவிட்டு எழுந்து நின்றான்.

குஷ்டம், குன்மம் போன்ற கொடிய நோய்களைத்தான் கர்ம வியாதிகளாகக் குறிப்பிடுவது வழக்கம் என்று ஞாபகம் வந்ததும் - தன் ஹாஸ்யம் அவனுக்கு வருத்தம் அளித்தது. ‘சே! ஸரஸாவை ஓர் இனிய வியாதி என்று சொல்லலாம். ஆனால் கர்ம வியாதி என்று சொல்லக்கூடாது. ஸரஸா! நான் உன்னை நோய் என்றுதான் சொல்லுவேன்! என்னை நோயாளி ஆக்கியவள் நீதானே?’ என்று ஒரு மைலுக்கு அப்பால் தன் வீட்டிலிருந்த ஸரஸாவிடம் இங்கிருந்தவாறே தைரியமாகக் கூறியும் வைத்தான்.

‘நான் அலோபதி டாக்டர்; வெப்பம் வெப்பத்தால் ஆறாது; வெப்பம் குளுமையால்தான் ஆறும். ஆகையால் பச்சை ஜலத்தில் தலை கொடுத்து என் சூட்டைத் தணித்துக் கொள்கிறேன்’ என்று தன்னிடம் சொல்லிக் கொண்டே நீலகண்டன் குளியல் அறைக்குள் புகுந்து ஷவரின் கீழ் நின்றான். ஜில்லென்று தண்ணீர் தலையை அடித்ததும் உடம்பு தனக்குள் நர்த்தனம் ஆடுவது போன்ற ஓர் உணர்ச்சி உண்டாயிற்று; அந்த உணர்ச்சியில் அடங்கியிருந்த இனிய நினைவு வெளிப்பட்டது. ஸரஸா இன்று அவனுடன் தனியாகக் காரில் வருவதற்கு இசைந்திருக்கிறாள் என்கிற எண்ணம்தான் அது.

'அவள் என்னுடன் பஸ் ஸ்டாண்டுக்கு வரச் சம்மதித்தாளே - அதற்கு என்ன அர்த்தம்?' என்று தனக்குகந்த அர்த்தம் கண்டு ஆனந்தப்பட்டான் அவன்.

'அதற்கு அர்த்தம் நெய்வேலி இஞ்சினியர்தான்' என்றும் ஓர் எண்ணம் குமிழியிட்டு வந்தது; அதைச் சோப்பு நுரையில் கரைத்துத் தண்ணீரோடு விரட்டிவிட்டான்.

கெட்டி நுரையோடு. நுரையின் மென்மையுடனும் வெண்மையுடனும் மஞ்சுளாவின் உருவம் வாசனை பரப்பிக் கொண்டு எதிர்ப்பட்டது. 'பார்த்தாயா? நான் உன்னை மறக்க வில்லை; என்னால் மறக்க முடியுமா?' என்றவாறு அவளுடைய தோளைத் தட்டிக் கொடுத்தான்.

நீண்ட கூந்தலால் அடிப்பதுபோல், நீர்த்தாரை அவனை அடித்தது; மிகவும் நீளமான கருங்குழல். அதற்குச் சொந்தமானவள் அவனை வெறுப்புடன் பார்ப்பது போன்று ஓர் உணர்ச்சி எழுந்தது. அந்த வெறுப்பு அவனைச் சுண்டிவிட்டுத் தன்னிடம் இழுத்தது. 'ஸரஸா என்னை வெறுக்கிறாளா? வெறுக்கிறவள் என்னுடன் காரில் வர இணங்குவாளா? ஸரஸா - ஸரஸாதான்; மஞ்சுளா - மஞ்சுளாதான். ஸரஸாபோல் மஞ்சுளா இருக்கக்கூடாதா?' என்று அவன் விட்ட பெருமூச்சு தண்ணீரை வெந்நீர் ஆக்கியது.

குளியலை முடித்துக்கொண்டு வெளியே வந்தபோது அவன் குழப்பம் அகன்றுவிடவில்லை. அது மேலும் உல்லாசம் கொண்டது. ஸரஸாவும் மஞ்சுளாவும் இருபுறத்திலிருந்து குளிப்பாட்டியது போன்ற பரவசநிலையில் அவன் இருந்தான்.

'தண்ணீர் ஏன் உஷ்ணத்தைத் தணிக்கவில்லை? ஆகையால் ஹோமியோபதி வைத்திய முறை என்னை வென்றுவிட்டது என்று சொன்னவன், தன் நகைச்சுவையால் அத்தனிமையில் ஹோமியோபதி முறையையே கொன்றுவிட்டதுபோல் ஒரு திருப்தி கொண்டு, அட்டகாசமாய்ச் சிரித்தான்.

"என்னடா இப்படி நீயாகச் சிரித்துக் கொள்கிறாய்-? என்ன விஷயம்?" என்ற குரல் அவன் சிரிப்பை அடக்கியது.

"எனக்குப் பைத்தியம் பிடித்திருக்கிறது அம்மா!"

நீலகண்டன் என்கிற மருத்துவ அழகனை ஈன்றவள் மகன் கண் விழித்ததை மோப்ப சக்தியால் உணர்ந்தாளோ என்னவோ, அவளும் எழுந்து காபியுடன் காத்திருந்தாள். அவனுக்குப் பைத்தியம் பிடிக்கிறது என்றதும் அவளுக்குச் சற்று அச்சம் உண்டாயிற்று.

"காலையில் ஒரு மாதிரியாகப் பேசுகிறாயே; என்ன விஷயம்?"

"பைத்தியக்காரியின் பிள்ளை வேறு எப்படிப் பேசுவான்? அது சரி; நான் எழுந்தது உனக்கு எப்படித் தெரிந்தது?"

"எனக்குத்தான் பைத்தியம் பிடித்திருக்கிறதே; தெரியாமல் இருக்குமா? எதற்காக இப்படிச் சிரித்தாய்? நான் பயந்து விட்டேன் போ!"

"நீ எதுக்குத்தான் பயப்படவில்லை? நெய்வேலியிலிருந்து இஞ்சினியர் கிருஷ்ண பரமாத்மா வருகிறார். அவரை அழைத்து வர பஸ் ஸ்டாண்டுக்குப் போகிறேன்"

"யார் அவர்?"

"ஸரஸாவைக் கட்டிக்கொண்டார்."

"அவன் வந்தால் நீ ஏன் சிரிக்க வேண்டும்?"

"அவருக்கு எலும்பு உருக்கி வியாதியாம்."

"ஸரஸாவின் புருஷனுக்கா அவ்வளவு பெரிய வியாதி? அதற்காக நீ ஏன் சிரிக்க வேண்டும்? அவன் பெரிய பணக்காரனா? நிறையப் பணம் கொடுப்பானா?"

"அம்மா! உனக்குப் புத்தியே சரி இல்லை!" என்று காலியான காபி டம்ளரை அவளிடம் நீட்டினான் அவன்.

எம்.வி. வெங்கட்ராம்

''பிறந்தது முதல் தான் இதைச் சொல்லிக் கொண்டிருக்கிறாயே!''

''இஞ்சினியருக்கு டீ.பி. என்பதற்காகச் சிரித்தேன் என்கிறாயே; புத்தி இருந்தால் இப்படிச் சொல்லுவாயா?''

''நீதானேடா சொன்னாய்?''

''என்ன சொன்னேன்?''

''ஏண்டா சிரிக்கிறாய் என்றேன்; ஸரஸாவைக் கட்டியவனுக்கு வியாதி என்று சொன்னாயே!''

''அம்மா! நீ ஒரு பெரிய முட்டாள்!'' என்றான் நீலகண்டன் மீண்டும் நகைத்தவண்ணம்.

புத்திரனிடம் இந்த மகத்தான பாராட்டைப்பெற்ற சீதை அவனை ஆச்சரியமாகப் பார்த்தாள். ஒன்று பலவாகும் விந்தையைச் செய்வதால் பெண் பிறவியைச் தாய்க்குலம் என்று போற்றித் துதிக்கிறார்கள் - ஏட்டளவில். ஆனால் நடைமுறை வழக்கில் அசட்டையாகவும் அலட்சியமாகவும் நடத்தப்படும் எளிய ஜீவன் - தாய்தான். 'நீ' என்று ஒரு தந்தை விளிக்கப்படுவது மிகவும் அபூர்வம்; ஆனால் - 'நீ' என்ற எல்லையும் தாண்டி - 'அடீ! வாடீ; போடீ' என்று சொந்த மக்களின் கால் செருப்பாய்த் தேய்வதிலும் ஆனந்தம் காண்கிறது தாய்ப் பிறவி. மகன் முட்டாள் பட்டம் சூட்டியதற்காக சீதை வருத்தப்பட்டுவிடவில்லை; இந்தக் கிரீடத்தை நீலகண்டன் அவள் தலைமீது எந்தக் காலத்திலோ ஏற்றிவிட்டான்; விடியற் காலையில் எழுந்த பிள்ளை தனிமையில் இருந்து சிரித்துவிட்டுத் தாறுமாறாகவும் பேசுகிறானே என்று அவள் மகனுக்காகத்தான் அஞ்சினாள்.

நீலகண்டன் அவளுடைய ஒரே குழந்தை. அவள் கணவர் ஒரு விட புருஷர்; புனுகும், ஜவ்வாதும், சந்தனமும் மணக்க உல்லாசமாக வாழ்ந்தார். அவர் வீட்டில் சீதையை மட்டும் அலங்கரிக்கவில்லை; வீதியிலும், ஊரிலும், அத்துமீறி விளையாடியே உடலை ஒழித்தார். ஆனால் - அவர் சீதையை அநாதை விதவையாக நடுத்தெருவில்

எறிந்து விடவில்லை. அவர் பெயர் விளங்குவதற்காக சீதையை ஒரு மகனுக்கு தாய் ஆக்கினார். பூர்ணமாக விளையாடி முடிக்கு முன்பே அவருடைய உடல் பட்டுவிட்டதால் ஓரளவு சொத்தும் எஞ்சியிருந்தது. அதனால் சீதை கண்ணியமாய்க் காலம் தள்ள முடிந்தது. நீலகண்டனை வளர்த்து 'ஆளாக்கும்' ஒரே பணியைத் தன் வாழ்க்கையாகவும் வாழ்வாகவும் மேற்கொண்டாள். அவளுக்கு எழுதப்படிக்கத் தெரியாது; அதனால்தானோ என்னவோ, அவள் கைம்மையைப் பெரிய துக்கமாக ஏற்று தோற்க முடிந்தது. கணவர் அவள் உடலைச் சூறையாடி விட்டதால் மட்டும் அவள் உடலாசையை இழந்து விடவில்லை; படித்தவர்கள் உடலுக்குத் தருகிற மரியாதையை அவள் தரவில்லை.

மூச்சோடு மூச்சாக வைத்துக் கொண்டு அவள் நீலகண்டனை வளர்த்தாள்; அழகான பெண்ணாகவும் வளர்த்தாள்; கம்பீரமான ஆணாகவும் வளர்த்தாள். ஆண்களோடு அவன் படித்துப் புத்திசாலியாகி - 'டாக்டர்' என்னும் மிகப் பெரிய மனிதனாய்க் காரில் உலாவரும் மகனைப் பார்த்து அந்த அன்னை ஒரு சுற்று பருத்து விட்டாள். ஆனால் - இந்த நிறைவான மகிழ்ச்சியிலும் அவளுக்கு ஒருகுறை இருந்தது; நீலகண்டனுக்கு மணமாகவில்லையே என்னும் ஏக்கம்தான் அது. அவனுக்கு மணமாகவேண்டிய பருவம் என்பது ஒரு காரணம். சீக்கிரம் மணமாகவேண்டும் என்று அவள் எண்ணியதற்கு மற்றொரு காரணமும் இருந்தது.

அவர்களுடைய வீடு சமுத்திரம் போன்றது; நீலகண் டன் சில மாறுதல்கள் செய்து, ஐந்தாறு படுக்கை வசதியுள்ள ஓர் ஆஸ்பத்திரியாக வீட்டை மாற்றி அமைத்தான்; அப்போது சீதை மிகவும் மகிழ்ச்சி யுற்றாள் ; மகன் தனக்கு அருகில் - கண்ணெதிரில் தொழில் நடத்து வதைக் காணலாம் என்று சந்தோஷப்பட்டாள். கம்பவுண்டர் என்று ஒருவனும் சிறுவன் ஒருவனும் வேலையில் சேர்ந்தபோது அவள் மகிழ்ச்சி மிகுந்தது. இரண்டு அழகான பெண்கள் நர்ஸுகள் என்னும் இனிய பெயருடன் வந்தபோது அந்த அன்னையின் மகிழ்ச்சி

மிகவும் பெருகிவிட்டது. தன் மகனை மிஞ்சி உலகத்தில் ஆள் இல்லை என்றே முடிவு செய்துவிட்டாள். இந்தச் சமயத்தில்தான் அவளுடைய மகிழ்ச்சியில் சிறு ஓட்டை விழுந்து கசியத் தொடங்கியது.

வெண்மையாகப் 'பளிச்'சென்று வந்த நர்ஸுகள் நீலகண்டனுடனும் பளிச்சென்று பழகுவதை அவள் கவனித்தாள். 'படித்தவர்கள் இப்படித்தான் பழகுவார்கள்; தனக்கு என்ன தெரிகிறது? படித்தவர்களுக்கு உள்ள விவேகம் நமக்கு ஏது? பெண்களைப் பக்கத்தில் வைத்துக்கொள்ள வேண்டிய தொழிலாகவும் இருக்கிறதே!' - என்றுதான் அவள் முதலில் எண்ணினாள். நர்ஸுகளின் கன்னத்து வியாதியை டாக்டர் கிள்ளிப் போக்கும் மருத்துவ முறையை அறியாத அந்த அப்பாவித்தாய் - 'படித்தவர்களானாலும் ஆணும் பெண்ணும் இப்படி பழகக் கூடாது!' என்பதை அறிந்து உணரவும் தொடங்கினாள். அவளுக்குக் கணவரின் ஞாபகம் வந்தது; அந்த உல்லாச இயல்பு வாழையடி வாழை ஆகிறதாக அச்சம் கொண்டாள். அவனை எப்படிக் கண்டிப்பது என்று அவளுக்குத் தெரியவில்லை; கடிந்துகொள்ளும் வலிமையும் அவளுக்கு இல்லை. அவனைத் திருத்த வேண்டும் என்ற கவலையால் அவள் நர்ஸுகளைத் திருத்த முயன்று அவர்களிடம் ஏதோ சொல்லிப் பார்த்தாள். அவர்கள் வயது முதிர்ந்த அவளை விசித்திரமாகப் பார்த்து ஏளனமாகச் சிரித்துப் பதில் கூறாமலே அகன்றுவிட்டனர்.

நீலகண்டனுக்கு இந்தத் தகவல் எட்டாமல் இருக்குமா? அவன் தன் தாயை இழிவாக நினைக்கவில்லை. அவள் முட்டாள் என்றுதான் நம்பினான்.

''அம்மா! நீ ஆஸ்பத்திரி விஷயங்களில் தலையிடக் கூடாது. உனக்கு அதெல்லாம் ஒன்றும் புரியாது'' என்றவன் 'அதெல்லாம் அவள் பார்க்கவே வேண்டாம்' என்பதற்காக ஆஸ்பத்திரிக்கும் ஜாகைக்கும் இடையில் ஒரு சுவர் எழுப்பினான்; ஜாகைக்குத் தனி வழி வைத்தான், அவனுடைய புழக்கத்துக்கு மட்டும் ஒரு வழி அமைத்தான்; அதன் கதவுச்சாவியை அவனே வைத்துக் கொண்டான்.

நீலகண்டன் எழுப்பிய சுவர். தாயார் அவன் தொழில் செய்கிற அழகைப் பார்க்கமுடியாமல் தடுத்தது; ஆனால் அவள் அச்சத்தை வளர்த்தது. ஆஸ்பத்திரியில் நோயாளிகளின் கூட்டம் அதிகமாகி, நீலகண்டனின் செல்வாக்கு பரவுகிற வைபவத்தால் அவளுடைய அச்சம் ஆறிவிடவில்லை. அவனை வசப்படுத்திக்கொள்ளும் வலுவுள்ள பெண்ணாகப் பார்த்து அவனுக்கு மணம் முடித்துவிட வேண்டும் என்று அவள் முயற்சி செய்து கொண்டிருந்தாள். மஞ்சுளாவையும் மாதவனையும் அவள் அறிவாள்; அவர்கள் ஒரு புதிய பிரபுவின் செல்வங்கள் என்பதும் அவளுக்குத் தெரியும். ஆனால் தன் மகனுடன் மஞ்சுளாவை முடிச்சுப்போட்டுப் பார்க்க அவள் துணிந்ததில்லை.

''ஏண்டா என்னை அடிக்கடி முட்டாள் என்கிறாய்'' என்றாள் சீதை வருத்தத்துடன்.

''இல்லை; இனிமேல் சரசுவதிதேவி என்று கூப்பிடுகிறேன், சரிதானே!''

''வேண்டாம்; பெற்றவளை முட்டாள் என்றே சொல்லு. உனக்கும் கௌரவம்.''

அவள் பதிலைக் கேட்டு அவனுக்குச் சிரிப்பு வந்தது. முட்டாள் தாய்க்குப் பிறக்கும் பிள்ளை புத்திசாலியாக இருக்கக் கூடாதா? இந்த உலகத்தில் எது நியதி, எது நீதி என்கிற நிர்ணயம் இருப்பதாகத் தெரியவில்லை. முட்டாளுக்குப் புத்திசாலியான குழந்தை பிறக்கிறது; அழகான பெண்ணுக்கு அவலட்சணமான கணவன் கிடைக்கிறான் . ஸரஸாவுக்கோ -

அந்த கிட்டு என்பவன் யார்? எப்படி இருப்பான்? உயிரை உறிஞ்சுகிற நோயுள்ள அவனுடன் ஸரஸா எப்படி இணைந்தாள்? பிழைத்தாலும் அவன் புருஷனாய் உருவாக எவ்வளவு காலம் ஆகும் என்று கூற முடியாது. அதுவரை ஸரஸம் என்ன செய்யும், என்ன ஆகும்?

பிறகு ஒரு கேள்வி தோன்றியது: 'கிட்டு பிழைக்க வேண்டுமா?' இந்தக் கேள்வி அவனை டாக்டர் ஆக்கியது. பிழைக்கிற நிலையில் கிட்டு வருகிறானா என்று முதலில் தெரிய வேண்டும்; சிறிது நம்பிக்கை தருவதாக இருந்தாலும் - கிட்டுவைப் பிழைக்க வைக்க எல்லாவித முயற்சிகளும் செய்து பார்க்க வேண்டியது டாக்டரின் கடமை.

'டாக்டரின் கடமை!' என்று அவன் வாய்க்குள் முணு முணுத்துக் கொண்டான்.

'என்னவோ சொன்னாயே?' என்றாள் சீதை.

''உள்ளே போய்த் தொலை என்றேன்!''

''வீட்டுக்குள்ளேதானே இருக்கிறேன். இன்னும் எங்கே உள்ளே போகச் சொல்கிறாய்?''

நீலகண்டன் இப்போது டாக்டராக இல்லை; ஸரஸாவைச் சந்திக்கப் போகிற உல்லாசி ஆகிவிட்டான். அவன் தன்னை ஆடம்பரப்படுத்திக்கொள்ள - தாயார் தடையாக இருப்பதாய் அவனுக்குத் தோன்றியது. ஒன்பதரை மணிக்கு நெய்வேலி பஸ் வருகிறது; முன்னதாகவே ஸரஸாவின் வீட்டுக்குப் போகலாமே!

''என் எதிரில் நிற்காதே! சமையல் உள்ளுக்குப் போ!'' என்று அவன் தாயிடம் கத்தினான்.

''உன்னை எழுப்பவேண்டும் என்று சீக்கிரமாக வந்தேன். நீ இதுக்குள் விழித்துக் கொண்டு தாயாரோடு சண்டையும் போடுகிறாயே?'' என்று கேட்டுக் கொண்டே மாதவன் வந்தான்.

அப்போதுதான் நீலகண்டன் கடிகாரத்தைப் பார்த்தான்; மணி ஆறாகிச் சில நிமிஷங்கள் ஆகியிருந்தன. இவ்வளவுதானா? இதற்குள்ளாகவா அவன் இவ்வளவு பரபரப்பு அடைந்தான்? நெய்வேலி பஸ்ஸுக்கு இன்னும் மூன்று மணி நேரம் இருந்தது. அந்த மூன்று மணி நேர இன்பத்துக்குப் பெரிய தடையாக இந்த மாதவன் எங்கிருந்து முளைத்தான்?

20

மாதவனின் வருகை நீலகண்டனுக்கு மகிழ்ச்சி அளிக்கவில்லை. தர்ம வைத்தியம் செய்து கொள்ள வந்த ஏழை நோயாளியைப் பார்ப்பதுபோல் வெறுப்புடன் திரும்பினான்; 'ப்ளீஸ் டேக் யுவர் செல்ப் அவுட்' (தயவு செய்து வெளியே போவாய்) என்ற சொற்கள் நாக்கு நுனியில் தவித்தன. ஆனால் - வருகிறவன் மஞ்சுளாவின் அண்ணன் என்கிற நினைப்பும் வந்தது. அண்ணனுடன் காரில் அவனைக் கண்டதும் வெட்கி நொசித்து நின்ற மஞ்சுளாவின் உருவம் மாதவனுக்குப் பின்னால் நிற்பதுபோல் தோன்றியது. அக்கணமே அவனுக்கு உற்சாகம் உண்டாகிவிட்டது மூன்று மணி நேர ஸரஸ சுகத்தை இழக்க வேண்டுமே என்கிற ஏக்கத்தின் இடத்தை வேறு இனிய எண்ணங்கள் பற்றிக் கொண்டன. இந்த அதிகாலை நேரத்தில் மாதவன் ஏன் வரவேண்டும்? நிச்சயம் காரியம் ஏதாவது இருக்க வேண்டும்; அதுவும் நல்ல காரியமாகத்தான் இருக்க முடியும்; அதை முதலில் தெரிந்து கொள்ளலாம்; பிறகு மாதவனை ஏதாவதொரு சாக்கு சொல்லி அனுப்பி விட்டு வாத்தியார் வீட்டுக்குப் போகலாம் என்று நீலகண்டன் தீர்மானித்தான். மனசு என்பது ரப்பரால் செய்யப்பட்டதாக இருக்குமோ என்னவோ; இந்தப் பக்கம் இழுத்தாலும் நீளுகிறது; அந்தப் பக்கம் இழுத்தாலும் நீளுகிறது!

'வா மாது; எதிர்பாராத நேரத்தில் எதிர்பாராத விஜயம்; என்ன விசேஷம்?'' என்று நேராக விவகாரம் பேசத் தொடங்கினான் நீலகண்டன்.

''இவ்வளவு காலையில் எழுந்து குளித்துவிட்டு எங்கோ கிளம்புவதற்குத் தயாராக இருக்கிறாயே, ஏதாவது கேஸ் அட்டெண்ட் செய்யப் போகிறாயா?'' என்றான் மாதவன் உட்கார்ந்தபடி.

''வேறு எனக்கு என்ன அவசர ஜோலி?'' என்ற நீலகண்டன் உண்மைதான் சொன்னான்; அந்த உண்மை ஒரு பொய்யை எத்தனை அழகாக மறைத்தது!

''ஒருவேளை; அம்மாவோடு சண்டை போடத்தான் காலையில் எழுந்தாயோ என்று நினைத்தேன்'' என்று சொன்ன போது மாதவன் சிரிக்கவில்லை; அவன் பேச்சு ஹாஸ்யமாகவும் ஒலிக்கவில்லை.

அது நீலகண்டனுக்குப் புரிந்தது. ஆனால் மாதவன் ஹாஸ்யமாகத்தான் பேசியிருக்க வேண்டும். இந்தச் சந்தர்ப்பத்தில் வேறுவிதமாகப் பேச முடியாது என்று அவன் எண்ணிக்கொண்டான்; ''அம்மாவோடு சண்டையா? யார் சொன்னார்கள்? சும்மா தொண தொணத்துக் கொண்டிருந்தாள். வேலை நேரத்தில் தொந்திரவு செய்யாதே என்று வேடிக்கையாகக் கத்தினேன்'' - என்றான் நீலகண்டன் சிரித்தவாறு.

''அதெல்லாம் ஒன்றும் இல்லை!'' என்று குறுக்கிட்டாள் சீதை: ''காலையிலிருந்து ஒரு மாதிரியாக இருக்கிறான். காபி போட்டுக் கொண்டுவந்தேன் குளித்துவிட்டு வந்தான்; வேட்டி கட்டிக்கொண்டே பெரிசாகச் சிரித்தான். நான் பயந்துவிட்டேன். ஏண்டா சிரிக்கிறாய் என்று கேட்டேன், என்னை முட்டாள் என்று சொல்லிவிட்டு, உள்ளே போ என்று கத்துகிறான். என்ன விஷயம் என்று நீயே கேள்!'' நடந்ததை அவள் சுருக்கமாய்க் கூறிவிட்டாள். ஒற்றைப் பிள்ளை பெற்ற அந்த ஆச்சியின் அச்சம் தெளியவில்லை. குட்டுப்பட்டதால் அவளுக்குத் தன் தலைவலி தெரியவில்லை; மகன் கைவலிக்குமே என்று அவளுக்கு வலித்தது.

மாதவனுக்கு எதிரில் தாயாரைச் சினந்துகொள்ள மாட்டாமல் சற்றுச் சங்கடப்பட்டான் நீலகண்டன். அதே நேரத்தில் தாயார் முட்டாள்தனமாக அவன் எங்கு புறப்பட்டுக் கொண்டிருந்தான் என்பதைச் சொல்லாமல் இருந்தாளே எனச் சிறிது ஆறுதலாகவும்

இருந்தது. மிகவும் நயமாக - "அம்மா! ஏதோ விளையாட்டாகப் பேசினால் அதை எல்லாம் மாதவனிடம் சொல்லலாமா? நீ உள்ளே போ; மாதவன் ஏதோ காரியமாக வந்திருக்கிறான். நாங்கள் பேசவேண்டும்" என்றான்.

சீதைக்கு உலகத்தில் ஒரே கவலை - நீலகண்டன். அவள் அசைவதாயில்லை. "மாது! நீ கேளேன்; அவன் சிரித்ததை நினைத்தால் இப்போதுகூட எனக்குப் பயமாக இருக்கிறது!" என்றாள் அவள்.

"அப்படியா சிரித்தான் - தனியாக இருந்து கொண்டு? நீலகண்டன் அழகாய்ச் சிரிப்பானே! நீயாக அப்படிச் சிரித்துக் கொள்ளும்படி என்ன நடந்தது?" என்று கேட்டான் மாதவன்; அப்போதும் அவன் குரலில் நகைச்சுவையின் தொனி இல்லை என்பதை நீலகண்டன் கவனித்தான்.

"நீயும் அம்மாவோடு சேர்ந்து விட்டாயா? என்னவோ ஞாபகம் வந்தது; சிரித்தேன். நான் சிரிக்கவும் கூடாதா? ஒரு சிரிப்புக்காக 'என்குயரி கமிஷனே' (விசாரணைக் குழு) நியமித்து விடுவீர்கள்போல் இருக்கிறதே! அம்மா! வாய்விட்டுச் சிரித்தால் வியாதிகள் எல்லாம் குணமாகும் என்று சாஸ்திரத்தில் சொல்லி யிருக்கிறது. நீ சிரிப்பையே ஒரு வியாதி ஆக்கி விடுவாய்போல் இருக்கிறதே!" - தாயின் கவலையை ஆற்ற வேண்டும் என்று நீலகண்டன் கவலை கொள்ளவில்லை; மஞ்சுளாவின் அண்ணனைச் சிரித்த முகம் ஆக்கவேண்டும் என்று விரும்பித்தான் அவன் தனக்குத்தெரிந்த வித்தையை எல்லாம் காட்டினான்.

"தனியாகத் தாங்களே சிரித்துக்கொள்கிறவர்கள் கீழ்ப்பாக்கத்தில் தான் இருக்கிறார்கள்! ஏனம்மா? நீலகண்டன் இப்படி அடிக்கடி சிரிப்பது உண்டா?"

மாதவனின் இந்தக் கேள்வியை ஒரு பெரிய நகைச்சுவை யாகப் பாவித்துக்கொண்டு, வேண்டும் என்றே பலமாகச் சிரித்தான்

நீலகண்டன். அவன் மாதவனைச் சந்தித்துச் சில நாட்கள் ஆகின்றன; இந்தச் சில நாட்களில் அவன் உரத்துச் சிரிக்கிற புதிய பழக்கம் பெற்றுவிட்டான் என்பதை மாதவனிடம் காட்டிக்கொள்ள விரும்பினான்!

சீதை மாதவனுக்குப் பதில் உரைத்தாள். ''கிடையாதே. இன்றைக்குத்தானே இப்படி...''

''இது ஏது வம்பு! இரண்டு பேரும் சேர்ந்து டாக்டரையே பைத்தியக்கார ஆஸ்பத்திரிக்கு அனுப்பிவிடுவீர்கள்போல் இருக்கிறதே! மாது! வந்தவன் காரியத்தைச் சொல்லாமல் என்ன என்னவோ பேசுகிறாயே!''

''வந்த காரியத்தைத்தான் நான் கவனித்துக்கொண்டிருக் கிறேன். நீயாகச் சிரித்துக்கொள்கிறாய். அம்மாவை முட்டாள் என்கிறவன் நாளைக்கு மனைவியை எப்படி நடத்துவாய்?''

மாதவனின் கேள்வி மிகத் தெளிவாக இருந்தது. அதில் நகைச்சுவை இல்லை; பதில் வேண்டுகிற எளிமையும் இல்லை; ''என்ன பதில் சொல்கிறாய்?'' என்று அதட்டும் தொனி அவன் குரலில் இருந்தது. அதை நீலகண்டன் புரிந்து கொண்டான். அந்த ஒரு கேள்விக்கு எதிரொலியாகப் பல எண்ணங்கள் நீலகண்டன் மனத்தில் ஏக காலத்தில் மண்டின. மாதவன் இந்த அதிகாலையில் வந்ததற்குக் காரணம் மஞ்சுளாவின் மணம் பற்றியதாகத்தான் இருக்க வேண்டும்; இல்லாவிட்டால் 'மனைவியை எப்படி நடத்துவாய்?' என்கிற கேள்விக்கு இடம் இல்லையே! தாயிடம் சீறும் நீலகண்டன் மஞ்சுளாவை முரட்டுத்தனமாக நடத்துவானோ என்று மாதவனுக்குச் சந்தேகம் உண்டாகியிருந்தால் - அது நியாயம்தானே?

தனிமைச் சிரிப்பு இப்போது பிரபலம் ஆகிவிட்டது - அம்மாவின் அறிவீனத்தால்; அவள் முட்டாள்; அஞ்சுவாள்; ஆனால் மாதவன் இந்த ஏகாந்தச் சிரிப்புக்கு ஏன் இவ்வளவு பொருள்

கொடுத்துப் பேசுகிறான்? ஒருவேளை நீலகண்டன் ஸரஸாவுடன் பஸ் ஸ்டாண்டுக்குச் சென்று நெய்வேலிக்காரனை அழைத்து வரப்போவதை மாதவன் அறிந்திருப்பானோ? மஞ்சுளா சொல்லி யிருப்பாள். அண்ணாவைப் பஸ்சுக்கு அனுப்புவதாக மஞ்சுளாதானே சொன்னாள்? ஆளை அடையாளம் கண்டுகொள்வதற்காக ஸரஸாவையும் உடன் அழைத்துச்செல்லலாம் என்கின்ற யோசனையை வெகு பாந்தமாக வெளியிட்டவன் நீலகண்டன்தான். இதையெல்லாம் மஞ்சுளா தமையனிடம் சொல்லியிருந்தால் தவறென்ன?

அன்று வாத்தியார் வீட்டில் நிகழ்ந்த விவகாரங்களை எல்லாம் மஞ்சுளா புரிந்துகொண்டு அண்ணனிடம் சொல்லியிருப்பாளா? ஆனால் விகாரம் எதையும் நீலகண்டனோ - ஸரஸாவோ வெளிக்காட்டிக் கொள்ளவில்லையே! விகாரம் இருப்பதாகவோ - நடக்கும் என்பதாகவோ மஞ்சுளா அஞ்சுபவளானால் - அவளே ஸரஸாவை நன்றாகப் பார்க்கும்படி கூறியிருக்கமுடியுமா? மஞ்சுளாவுக்கு விகாரம் தெரியாது; விவகாரமும் தெரியாது; அவளுக்கு இவ்வளவு அற்பப் புத்தி இல்லை!

இந்த மாதவன் முதலில் ஸரஸாவை மணக்க விரும்பியவன். பிறகு என்ன காரணத்தாலோ அவளை மணக்க முன்வரவில்லை. ஆனால் ஸரஸா என்கிற போதை அவ்வளவு எளிதாகத் தெளிந்து விடுவதா? ஏமாந்து கைக்குக் கிடைக்க இருந்ததை இழந்துவிட்டு மாதவன் இப்போது துன்பப்படுகிறானா? நீலகண்டன் ஸரஸாவுடன் சௌஜன்யமாகப் பழகுவதை மஞ்சுளா சகஜமாகத் தமையனிடம் சொல்லி இருக்கலாம்; ஸரஸாவுடன் நீலகண்டன் பஸ்ஸுக்குப் போவதையும் மஞ்சுளா உரைத்திருக்கக்கூடும். தான் இழந்ததை நீலகண்டன் அடைந்து விடுகிறானோ என்று பொறாமைப்பட்டு மாதவன் இங்கே வந்திருக்கலாம் அல்லவா?

தங்கை நீலகண்டனை மணக்க விரும்பினாள்; அவள் எண்ணம் பூர்த்தியாக வேண்டும் என்று மாதவன் விரும்பினான். நண்பனான நீலகண்டன் தங்கையையே மணக்க வேண்டுமென்று அவன்

விரும்பினான். ஸரஸாவுடன் நீலகண்டன் நெருங்கிப் பழகுவதைக் கேள்விப்பட்டு மாதவன் கசந்து கொண்டு இந்நேரத்தில் வந்திருக்கக் கூடும். நீலகண்டன் தாயுடன் வக்கரித்துக்கொண்டு நிற்பதைப் பார்த்து மாதவன் மேலும் குழம்பியிருந்தால் - அதில் வியப்பு என்ன இருக்கிறது?

இவ்வளவு எண்ணங்களும் நீலகண்டன் மனத்தில் கொத்தாகப் பிலுபிலுத்தன. ஆனால் எண்ணங்கள் மாதவனைக் கொடுமைப் படுத்துவதைப்போல் அவனைப்படுத்தவில்லை. மிக லேசாகவும் அலட்சியமாகவும் அவைகளை ஊதிவிட்டு மாதவனைக் கவனித்தான்.

மாதவனின் தோற்றமும் கவனித்துப் பார்க்க வேண்டிய விதத்தில் இருந்தது. சிவந்து வெளியில் தெறித்து விழ முயலுபவை போல் துவண்டு கொண்டிருந்த கண்கள் அவன் விடிய விடியத் தூங்கவில்லை என்பதை வெளியிட்டன; முகத்தில் ஒரு நரை வீக்கம் இருந்தது. சோர்வும் அசதியும் பித்த வேகமும் அவனுக்கு இருக்க வேண்டும் என்பது வெளிச்சமாகத் தெரிந்தது; ஆகையால் அவன் சிரிக்கவோ விளையாடவோ முடியாது என்கிற சாதாரண உண்மை மருத்துவப் புலவனாகிய நீலகண்டனுக்கா தெரியாது?

நீலகண்டன் இரவில் கண் விழித்தால் - அதற்கு ஓர் இனிமையான பொருள் இருக்கும். ஆனால் இரவை இனிதாக்கத் துணிவு இல்லாத அரசிகன் மாதவன்; ஒரு லட்சாதிபதியின் மகன்; என்ன கவலை அவன் தூக்கத்தைக் கெடுத்திருக்கும்?

''ராத்திரி முழுவதும் தூங்கவில்லையா?'' என்று கேட்டான் டாக்டர்.

''நீ என் கேள்விக்குப் பதில் சொல்லவில்லை.'' என்றான் மாதவன்; அவன் தன் கேள்விக்குப் பதில் தெரிந்துகொண்டுதான் தூங்குவான் போலிருந்தது.

நீலகண்டன் சிரித்தான். ''நீ என்ன கேட்டாய்?''

"தாயாரை முட்டாள் என்று இழிவு செய்கிறவன் மனைவியை எப்படி நடத்துவான் என்று கேட்டேன்."

"காலையில் பெரிய கேள்வியாய்க் கேட்கிறாயே! ஒன்றும் இல்லாததைப் பிடித்துக்கொண்டு விடமாட்டேன் என்கிறாயே! அம்மாவிடம் அதிகப்படி பிரியமாக இருப்பவன்தான் இப்படி அவளை அதட்டுவான். அதுக்கென்று அம்மாவுக்கு அடிமை ஆகிவிடவும் கூடாது. அப்படி இருப்பவன் மனைவியைப் பிரியமாக வைத்துக்கொள்வான்."

சீதைக்குத் தன் பேச்சு ஒரு விவகாரம் ஆவது லேசாகத் தெரிந்தது; ஆனால் என்ன அது என்று விளங்கவில்லை; அங்கிருந்த மூவரில் யாருக்குத்தான் விவகாரம் புரிந்தது? அவள் கூறினாள்: "மாது! நான் ஏதோ கேட்கச் சொன்னால் நீங்கள் என்ன என்னவோ பேசுகிறீர்களே? நீலகண்டனைப் பற்றி உனக்குத் தெரியாதா? அவன் என்னிடம் பிரியமாக இல்லை என்று எப்போது சொன்னேன்?"

"நானும் அப்படிச் சொல்லவில்லையே! உங்களிடமே கத்துகிறவன்..."

"அவன் வேறு யாரிடம் கத்துவான்? நல்லதோ கெட்டதோ என்னிடம்தானே அவன் சொல்ல வேண்டும்?" என்றாள் சீதை.

அம்மாவின் மடத்தனமே தன்னை மாதவனிடமிருந்து காப்பாற்றுவதைக் காண நீலகண்டனுக்கு ஆச்சரியமாக இருந்தது; "மாது! முதலில் எனக்கு ஒரு மனைவி வந்தாகட்டும் அவள் 'ஹியரிங் எய்டு' வைத்துக்கொண்டு நான் சொல்வதைக் கேட்கும்படி மெதுவாகப் பேசுகிறேனா இல்லையா என்று பார்!" என்று மீண்டும் உரத்துப் புதுமாதிரியாகச் சிரித்தான்; ஏகாந்தச் சிரிப்பை அவன் பொதுவுடைமை ஆக்கி விட்டான்!

அதைக் கேட்டு மாதவன் வழக்கம்போல் சிரித்தான். அதைக் கண்ட நீலகண்டனுக்கு வியப்பாக இருந்தது. இவ்வளவு நேரம் மாதவன் ஏன் எரிந்தான் என்பதோ, இப்போது ஏன் அவிந்தான் என்பதோ அவனுக்குப் புரியவில்லை.

''மனைவியுடன் எப்படிப் பேசிப் பழகவேண்டும் என்பதை இப்போதே கற்றுக்கொள்ள ஆரம்பித்துவிடு. நான் உனக்கு ஒரு மனைவி தரப்போகிறேன்'' என்றான் மாதவன்.

நீலகண்டனுக்குப் புரிந்தது: நண்பன் நல்ல செய்தி தெரிவிக்கத் தான் வந்திருக்கிறான் என்று அவனால் ஊகிக்க முடிந்தது. ஆனால் பெண் வர்க்கத்தையே வெறுக்கிறவன்போல் முகத்தை வைத்துக்கொண்டு - ''எனக்கு எதுக்கப்பா மனைவி?'' என்றான். மஞ்சுளாவை மணப்பதற்குப் பெரிய தடையாக இருந்தவர் ஜகந்நாதன்; அந்த எதிர்ப்பை மாதவன் - மஞ்சுளாவும்தான் - எப்படிச் சமாளித் தார்கள் என்பதை அறிய அவனுக்கு ஆவலாக இருந்தது.

''எனக்கு எதுக்கு என்கிறவர்கள்தான் ஓயாமல் தேடி அலைகிறார்கள்!'' என்று மாதவன் உரைத்ததற்கு உள்ளூரை ஏதாவது இருக்குமோ என்று நீலகண்டனுக்குச் சந்தேகம் உண்டாயிற்று.

''நான் தேடி அலைகிறேன் என்கிறாயா?'' என்றான் நீலகண்டன் மனத்தாங்கல் கொண்டவன்போல்.

''நீ தேடி அலைந்த பொருளை - நான் உன்னைத் தேடிவந்து கொடுக்க முன் வந்திருக்கிறேன். வேண்டாம் என்று மறுத்து விடாதே!''

''மாது! நான் டாக்டர். வெறும் தத்துவம் எனக்குப் புரியாது. ஃபாக்ட்ஸூம் ஃபிகர்ஸூம் (புள்ளி விவரங்கள்) இல்லாமல் பேசினால் எனக்குப் புரியாது'' என்றான் நீலகண்டன் சிரித்தவாறு.

மாதவன் சீதையின் பக்கம் திரும்பிக் கூறினான்: ''அம்மா! மஞ்சுளாவை நீலகண்டனுக்குத் தருவதென்று முடிவு செய்து விட்டோம். அப்பா - அம்மா எல்லாருக்கும் சம்மதம்தான். உங்களிடம் சொல்ல வேண்டும் என்றுதான் காலையில் வந்தேன். உங்கள் சம்மதத்தையும் தெரிவித்தால் மேற்கொண்டு நடக்க வேண்டியதைக் கவனிக்கலாம்.''

எதிர்பார்த்த செய்திதான்; ஆனால் அது முழு உருப்பெற்று வெளியானதும் நீலகண்டன் சற்று ஸ்தம்பித்தவன் போலானான். மஞ்சுளாவின் கழுத்தில் மாலையிட்ட மணவாளனான மகிழ்ச்சி அவனைத் திணற வைத்தது; அப்போதே அவன் லட்சாதிபதியும் ஆகிவிட்டான். இவை எல்லாம் என்றாவது ஒரு நாள் கிடைக்கலாம் என்கிற நம்பிக்கை இருந்தது; ஆனால் நம்பிக்கைகள் எல்லாம் பலித்துவிடுகின்றனவா? நீலகண்டன் எதிர்பார்த்தான்; அது பலித்து விட்டது; அந்த நொடியில் அது 'திடீர் யோகமாகத்'தான் தோன்றியது. சில வினாடிகள் அவன் மௌனமான ஒரு சூனியத்தில் ஆழ்ந்தான்.

அந்த மௌனம் மௌனமாக இருந்துவிடவில்லை; அந்த மௌனத்தை - ''டாக்டர்! மறுபடியும் எப்போது வருகிறீர்கள்?'' என்ற குரல் கலைத்தது. அந்தச் சூன்யம் பூராவையும் நிரப்பிப் பரப்பிக்கொண்டு ஓர் உருவம் அமைந்தது. அது மஞ்சுளாவின் உருவம் அல்ல; ஸரஸாவின் உருவம்.

'ஸரஸா ஒரு நோயாளியின் மனைவி - பாவம்' என்று அனுதாபம் காட்டி அதற்காக அவளை நினைப்பதாக அவன் பாவனை செய்து கொண்டான். அந்தப் பாவனையிலும் ஸரஸா அந்த அனுதாபத்தை ஏற்கத் தயாராக இல்லை! அவனை வெறுப்புடன் - சுட்டுச் சாம்பலாக்குகிற வெறுப்புடன் பார்த்தாள். அவளுக்கு முன்னால் அவன் தான் நோயாளி ஆகிறான்; அல்ல - அவளை நினைக்கிற நேரத்தில் நோயாளி ஆகிறான். ஸரஸா பரஸ்திரீ; இருந்தால் என்ன? அவன் மஞ்சுளா என்கிற மெல்லியலை மணக்கப் போகிறவன்; அதனால் என்ன ?

ஸரஸாவிடமிருந்து அவன் மஞ்சுளாவிடம் ஓடிவிட வேண்டும் என்று அவன் உண்மையாகவே எண்ணினான். ஆனால் அவனால் மஞ்சுளாவின் கையையும் விடமுடியவில்லை; ஸரஸாவை நோக்கி ஓடாமலும் இருக்க முடியவில்லை!

சீதைக்கு இது முற்றிலும் புதிய செய்தி. மஞ்சுளா நல்ல அழகு; மகனைக் கட்டுப்படுத்தக் கூடியவள் என்கிற திருப்திதான் முதலில் ஏற்பட்டது. ஆனால் ஜகந்நாதன் போன்ற பெரிய பணக்காரர் தன் மகனைத் தேர்ந்தெடுத்ததுதான் அவளுக்குப் புரியவில்லை; பெருமையாகவும் இருந்தது. பரம்பரைப் பணக்காரனாவது ஏழை வீட்டோடு சம்பந்தம் செய்து கொள்ள விரும்புவான். ஆனால் புதிய பணக்காரன் பழைய பணக்காரக் குடும்பத்துடன் சம்பந்தம் செய்வதைத்தான் பெருமையாக நினைப்பான். ஒரு லட்சாதிபதி தன் மகனுக்குப் பெண் தர முன் வந்திருப்பதைக் கேட்டு அந்தத் தாயார் அப்போதே அளவுக்குமீறிப் பருத்துவிட்டாள் 'இனி நிம்மதியாக இறக்கலாம்!' என்று தன் சாவை நினைத்து அவள் கண்கள் கலங்கிவிட்டன.

"அப்பா எப்படிச் சம்மதித்தார்? என் ஸ்டேடஸ் இன்னும் உயர்ந்து விடவில்லையே!" என்றான் நீலகண்டன்.

தந்தையிடம் வாதாடி இந்த விஷயத்தை முடிவு செய்தது ஒரு சாதனை என்று மாதவன் கருதவில்லை. கருத முடியவில்லை; ஜகந்நாதன் மிக அலட்சியமாக அல்லவா மஞ்சுளாவை டாக்டரிடம் எறிந்து விட்டார்?

"சம்மதிக்காமல் என்ன செய்வார்? விடுதலைப் பத்திரம் எழுதித் தருகிறோம் என்றேன். வழிக்கு வந்துவிட்டார்."

"பயமுறுத்தித்தான் அப்பாவைப் பணியவைக்க முடிந்தது; இல்லையா?" என்ற நீலகண்டனுக்கு மனத்தெளிவு குறைவாகவே இருந்தது. அவனை எதிர்பார்த்து நாலுபேர் காத்திருக்கிறார்கள். ஊரில் அவனுடைய செல்வாக்கு நாளுக்கு நாள் ஏறுகிறது. ஆனால் நாளைக்கு மாமனாராக வரப்போகிறவருக்கு இவையெல்லாம் அந்தஸ்தாகப் படவில்லையே!

"நீங்கள் ஒன்றும் சொல்லவில்லையே அம்மா?" என்றான் மாதவன் சீதையிடம்.

"எனக்கு என்னப்பா ஆட்சேபம்? மஞ்சுளா மருமகளாய்க் கிடைத்தால் நான் அதிர்ஷ்டசாலிதான்.''

"அம்மா! மஞ்சுளா இங்கே வந்துவிட்டால் உங்களை நீலகண்டன் இப்படி அதட்ட முடியாது; அவன் இஷ்டத்துக்கு ஊர் சுற்ற முடியாது!''

அப்படி ஒரு நாட்டுப் பெண் வேண்டும் என்றுதானே சீதை தவம் கிடந்தாள்! எப்படியோ - கணவர் போனவழி மகன் போகாமல் இருக்க வழி பிறந்தால் சரிதான்!

மாதவன் வந்ததிலிருந்தே - அவன் பேசுவதிலிருந்தும் - நீலகண்டனுக்குச் சந்தேகம் தட்டிக்கொண்டு இருந்தது. மாதவன் மனத்தில் ஏதோ வைத்துக்கொண்டு வாயால் ஏதோ சொல்கிறான் என்று. அவனிடமிருந்து கிரகித்துக்கொள்ள வேண்டிய செய்தியைக் கிரகித்தாகி விட்டது; இனி அவனை எப்படியாவது வெளியேற்ற வேண்டும் என்கிற முனைப்பு நீலகண்டனுக்கு அதிகமாயிற்று. கல்யாணம் இன்றைக்கா நடக்கப் போகிறது? இன்றைக்கு அவனுக்காகக் காத்திருப்பவள் - ஸரஸா!

"அம்மா! மாதவன் வந்து எவ்வளவு நேரம் ஆகிறது? அவனுக்குக் காபி தரவேண்டும் என்றுகூட உனக்குத் தோன்றவில்லை; இதை எல்லாமா நான் சொல்லித்தர வேண்டும்? போ அம்மா; காபி கொண்டுவா!'' - இப்போதும் நீலகண்டன் தாயை முட்டாள் என்றுதான் கூறினான்; ஆனால் மிகவும் அன்பாகவும் நயமாகவும் கூறினான்; அதை மறுதளித்துப் பேச மாதவனாலும் முடியவில்லை!

சீதை உள்ளே போனதும் - "ஏன் மாது - ஒரு மாதிரியாக இருக்கிறாயே? ராத்திரி தூங்கவில்லையா?'' என்று ஆரம்பித்தான்.

"காபி சாப்பிட்டு நாம் வாத்தியார் வீட்டுக்குப் போக வேண்டியதுதானே? உனக்கு வேறு ஏதாவது வேலை இருக்கிறதா?'' என்று மாதவன் கேட்டதும் நீலகண்டன் கவிழ்ந்தவன் போலானாலும் நிமிர்ந்து விட்டான்.

"வாத்தியார் வீட்டுக்கா? எதுக்கு?" என்றான் - இப்போதுதான் உலகம் பார்க்கிற பச்சைப் பிள்ளைபோல.

"மறந்துவிட்டாயா? இஞ்சினியரை அழைத்துவரப் பஸ் ஸ்டாண்டுக்குப் போக வேண்டாமா?"

நீலகண்டன் கால் கட்டை விரலைத் தரையில் ஊன்றி மேலும் உயர்ந்தான்: "நான் வரவேண்டுமா?" என்று கேட்டான் அவன்!

மாதவனை அனுப்பிவிட்டு - ஸரஸா வீட்டுக்கு விரைய விரும்பின ஆற்றாமை ஆறி ஜில்லிட்டு விட்டது! மாதவன் நண்பன் தான்; இப்போது அதமனாகத் தோன்றினான். மாதவன் மஞ்சுளாவின் அண்ணன்தான்; ஆனால் ஸரஸாவை வழி மறிக்கிறானே!

"பஸ் ஸ்டாண்டுக்குப் போவதாய் மஞ்சுளாவிடம் சொன்னாயாமே; வேலை இருந்தால் கவனி. நான் மாத்திரம் போய் இஞ்சினியரை அழைத்து வருகிறேன். பிறகு உனக்கு ஒழியும்போது வந்து 'செக் - அப்' செய்து கொள்ளலாம்."

அந்த நிமிஷம் நீலகண்டன் மாதவனின் ஜன்ம விரோதியாக விரும்பினான்; மஞ்சுளாவைத் தனக்கு அள்ளிக் கொடுக்கிறவன் மாதவன் என்பதைக்கூட மறந்துவிட்டான். மாதவனுக்கும்தான் கிட்டுவைத் தெரியாது; அடையாளம் கண்டு கொள்வதற்காக - ஸரஸா மாதவனுடன் போவாளா? ஸரஸா - மாதவனுடனா!

"மறந்துவிட்டேன் பார்த்தாயா? பஸ் ஸ்டாண்டுக்குப் போகாவிட்டால் மஞ்சுளா என்னைக் கொன்று விடுவாள்!" - மணமாவதற்கு முந்தியே மனைவிடம் அஞ்சத் தொடங்கியவன் போல் உல்லாசி நீலகண்டன் இனிமையாகப் பேசினான்; மைத்துனனைப் பற்றியும் கவலையாக விசாரித்தான். "உடம்புக்கு என்ன என்று ஒன்பது முறை கேட்டு விட்டேன்; நீ பதிலே சொல்லவில்லையே! ராத்திரி தூங்கவில்லை என்று தெரிகிறது. நீ ரெஸ்ட் எடுத்துக்கொள்ளேன். நீயோ நானோ பஸ் ஸ்டாண்டுக்குப் போய்த்தான் ஆக வேண்டுமா?"

"கிட்டுவைக் கொண்டு வந்து சேர்த்த பிறகுதான் தூங்கப் போகிறேன்."

"அதற்காகவா தூங்காமல் இருக்கிறாய்?" என்று கேட்டான் நீலகண்டன்; தன் ஆத்திரம் அவ்வளவும் அந்த வார்த்தைகளுக்குள் அவன் அடைத்தான்; ஆனால் சாரம் இல்லாத மருந்து எவ்வளவு கெட்டித்தால் என்ன? வெடி வெடிக்கவில்லை!

"அதற்காக ஒருத்தன் தூங்காமல் இருப்பானா? ஏதோ யோசனைகள்."

"நீ எதற்கப்பா யோசனை செய்ய வேண்டும்?"

"அதுதானே எனக்குத் தெரியவில்லை."

"என்ன மாது? எதைப்பற்றி யோசனை என்று தெரியாமல் யோசிக்கிறாயா? உனக்கு என்ன கவலை?"

"எனக்கு என்ன கவலை? நான் ஏன் யோசிக்கிறேன் என்று தான் கவலையாக இருக்கிறது."

"இந்த மாதிரி ஒரு கவலை இருப்பதாய் நான் கேள்விப் பட்டதே இல்லை."

"புது தினுசுக் கவலையாக இருப்பதால் அதிகக் கவலையாக இருக்கிறது."

நீலகண்டன் ஒரு டாக்டர்; அவனுக்குச் சந்தேகம் வந்து விட்டது; மாதவனைக் கவனித்துப் பார்த்தான்; எதற்கும் ஒரு முறை நீ 'செக் ஆப்' (சோதனை) செய்து கொள்வது நல்லது, கண் விழிப்பு கூடவே கூடாது. அமைதியாக வீட்டுக்குப்போய் 'ரெஸ்ட்' எடுத்துக் கொள்!" என்று மிக எச்சரிக்கையாகக் குறி பார்த்து அம்பு எய்தான் - நீலகண்டன்.

"இஞ்சினீயர் வந்ததும் நான் இரண்டு நாள் தூங்கப் போகிறேன்" என்று நீலகண்டன் குறியிலிருந்து ஒதுங்கிவிட்டான் மாதவன்.

'ஸரஸாவைப்பற்றி இவனுக்கு என்ன இவ்வளவு அக்கறை!' என்று கையாலாகாத வேகம் வந்தது நீலகண்டனுக்கு. ஸரஸா பற்றி அக்கறை கொள்ள இந்த உலகத்தில் பாத்தியக்காரன் நீலகண்டன் ஒருவன்தான் போலும்!

இருட்டும் - இருட்டும் - இருட்டு ஆட்டம் ஆடுகின்றன!

21

மணவாளன் இன்று வருகிறான்; ஸரஸா எங்கே? ஸரஸாவோ - அவளுக்குள் அவதரித்த மகாராணியோ எங்கே போய்விடப் போகிறார்கள்?

இருட்டு பிரியுமுன்னரே ஸரஸாவுக்கு விழிப்பு வந்து விட்டது. தானாகத் தூக்கம் கலைந்து எழுந்ததாய் அவளுக்குத் தோன்றவில்லை. அவளை உலுக்கி எழுப்பியவள் மகாராணி. ஸரஸா அன்று கண்விழித்ததே மகாராணியின் முகத்தில்தான். மகாராணியின் தோற்றம் மகிழ்ச்சி அளிப்பதாக இல்லை; என்றுமே அது மகிழ்ச்சி தருவதாக இருந்ததில்லை; ஆனால், மீள முடியாத ஒரு கவர்ச்சி அதில் இருந்தது. அதிலிருந்து விடுபட ஸரஸாவால் முடியவில்லை; மகாராணியின் ஆதிக்கத்தை ஸரஸா எதிர்க்கவும் விரும்பவில்லை; மகாராணி அவள் மனத்தின் முக்கியமான அங்கமாகவே ஆகிவிட்டாள்.

ஸரஸா கண் திறந்ததும் - எதிரில் வாழ்க்கை கலங்கலான தோற்றம் அளித்தது. நோயுற்ற தாய் - நவக்கிரகங்களைப்போல் திக்குக்கு ஒன்றாக வெறும் தரையில் படுத்திருந்த குழந்தைகள் - தூங்கும்போதும் பரிதாபமாய்க் காட்சி அளித்த தகப்பனார் - இவை எல்லாம் அவளுடைய வாழ்க்கையா? அல்ல; இவை எல்லாம் அவளுக்குத் தேவை இல்லாத பரிவாரங்கள்.

அவளுடைய வாழ்க்கை நெய்வேலியிலிருந்து இன்று வருகிறது!

நெய்வேலியின் நினைவு வந்ததும் ஸரஸாவின் மகாராணி நொடித்தாள். கணவன் என்பது அர்த்தபுஷ்டியுள்ள ஒரு சொல். மனைவி அச்சொல்லுக்காகவே வாழவேண்டியவள்அந்தச்சொல்லால் தான் அவள் வாழ்கிறாள். அந்தச் சொல்லை இழந்தால் பெண் எல்லா வற்றையும் இழந்தவள் ஆகிறாள் என்கிறார்கள். என்கிறார்கள் என்பது மட்டும் அல்ல; வாழ்க்கையும் அப்படித்தான் இருக்கிறது. நெய்வேலிக்காரர் ஸரஸாவின் கணவர்; ஆனால், இந்தச் சொல் அவளுக்கு என்ன கொண்டு வந்தது? என்ன கொடுத்தது? இழந்து விடுவோமா என்று அஞ்சும்படியாக அவள் பெற்றது என்ன?

அவள் அடைந்தது ஒன்றும் இல்லை; இழந்ததோ ஏராளம். எதனால் அவளுக்கு எதுவும் கிடைக்கவில்லையோ அதற்காக அவள் உண்டு, உடுத்து, மூச்சுவிட வேண்டியதாக இருக்கிறது!

'இஞ்சினீயரை நான் வெறுக்கவில்லை. ஆனால், அவர்மீது விருப்பம் கொள்வதற்கு என்ன இருக்கிறது? அவரை விரும்பா விட்டால் நான் வெறுக்கத்தக்கவள் ஆகிவிடுகிறேன்; யாரால் வெறுக்கத்தக்கவள்?' - என்று எண்ணினாள் மகாராணி.

'யாருடைய வெறுப்புக்கும் நான் அஞ்சவில்லை. என் வெறுப்புக்குத்தான் எல்லாரும் பயப்பட வேண்டும். நான் விரும்ப வேண்டும் என்று எல்லாரும் ஏங்கவேண்டும். ஏங்குகிறவர்களை நான் வெறுப்பேன்!' என்கிற விந்தை முடிவுக்கு மகாராணி வந்தாள்; இந்த முடிவை அவள் இப்போது புதிதாய்க் கண்டுவிடவில்லை; தோன்றும்போதே அவள் இந்த முடிவோடுதான் தோன்றினாள்; இந்த முடிவை வாழ்ந்து காட்டத்தான் அவள் தோன்றினாள் போலும்!

இந்த முடிவு ஞாபகம் வந்த கையோடு அவளுக்கு நீலகண்டன் ஞாபகம்தான் வந்தது. இஞ்சினீயரைப் பஸ் ஸ்டாண்டுக்குப் போய் அழைத்து வருவதற்கு அவன் ஆர்வம் காட்டினான். அந்த ஆர்வத்தின்

பொருள் மகாராணிக்குத் தெரியாதா? ஒரு டாக்டர் நோயாளியைக் காண விரும்புகிற ஆர்வமா அது? மகாராணியின் வெறுப்பை விருப்பமாக மாற்றிக் கொள்வதற்காக ஏங்குகிற ஆர்வம் என்று அவளுக்குத் தெரியாதா?

நீலகண்டனை நினைத்ததும் மகாராணியின் உடல் எல்லாம் பதைத்தது. அவனைப் பொசுக்கிச் சாம்பலாக்கி நெற்றியில் தரிக்கவேண்டும் என்பது போன்ற ஆத்திரம் எழுந்தது. அவனோடு காரில் போகவேண்டும்; அவன் எரியாக எரிவதைப் பக்கத்திலிருந்து அவள் காண வேண்டும்!

இந்த எண்ணம் வந்ததும் மகாராணி சிறிது மகிழ்ச்சி அடைந்தாள்; அது மகிழ்ச்சிகூட அல்ல; ஒரு சிறிய அமைதி.

ஒரு மனைவி செய்யத்தக்க காரியமா இது? நோயாளிக் கணவனை வரவேற்கப் போகிறவள்... என்றொரு முணுமுணுப்பு மனத்தின் மூலையிலிருந்து கேட்டது.

இந்த முணுமுணுப்பு ஸரஸாவைச் சோகத்தில் ஆழ்த்தியது. அவள் மெதுவாக நகர்ந்து தாயாரின் அருகில் சென்று படுத்தாள்; தாயைக் கெட்டியாக அணைத்துக் கொண்டாள். மகளின் கைப்பட்டுக் கலைவதற்காக அன்னையின் துயில் காத்திருந்தது போலும், அவளும் புதல்வியைக் கெட்டியாகத் தழுவிக்கொண்டாள். சோகம் தாய்க் கோழிபோல் சிறகு விரித்து சோகத்தை அணைத்துக்கொள்கிறது; இந்த அரவணைப்பின் கதகதப்பில் சோகக் குஞ்சு எவ்வளவு சுகமாக வளருகிறது! வெகுநேரம் அம்மாவோ - பெண்ணோ வாய் திறந்து ஒரு வார்த்தைகூடப் பேசவில்லை. ஆனால் இருவருடைய கண்களிலிருந்தும் தாரை தாரையாக நீர் பெருகியது.

முதலில் பேசியவள் ஸரஸா; ஆனால், அவள் வினையாகத் தான் வாய் திறந்தாள்; ''உன் வயிற்றில் பிறந்த பாவம்தான் எனக்கு இந்தக்கதி வந்தது!'' என்றாள் அவள். அன்பால்தான் அவள் அவ்வாறு

கூற முடிந்தது; உரிமையோடும் உரைத்தாள்; ஆனால், இந்த அன்பு அந்த எளிய தாய்க்கு இனிப்பாகவா இருக்கும்?

அழப் பழகிய பார்வதிக்குப் பேசவும் தெரியும். ஆனால், அவள் பேசவில்லை. பேசி மகளை ஹிம்சிக்க அவள் விரும்ப வில்லை; மகளால் ஹிம்சிக்கப்படுவதையே அவள் விரும்பினாள். ஒரு கால் அவள் பதில் கூறத் தொடங்கியிருந்தால், 'நான் என் தாயின் வயிற்றில் பிறந்த பாவத்தால்தான் நீ என் வயிற்றில் பிறக்கிற பாவம் நேர்ந்தது' என்று சொல்லி இருப்பாளோ என்னவோ? தாய்ப் பரம்பரை பாவப் பரம்பரைதானா?

தாயார் பதில் ஒன்றும் பேசாமல் அமர்க்களமாக அழத் தொடங்கவே ஸரஸா தன் கண்களை நன்கு கசக்கிக் கொண்டாள்; எல்லாவற்றையும் வெறுப்புடன் நன்றாய்ப் பார்ப்பதற்காக!

வீடே எழுந்தது. வாத்தியார் சோம்பல் முறித்து 'ராமா! என்னைக் காப்பாற்று' என்று குரல் கொடுத்துவிட்டுக் குளிப்பதற்காக ஆற்றுக்குக் கிளம்பினார். அவருடைய மூத்தமகன் பட்டாபி எழுந்ததும் ஏதோ புத்தகத்தை எடுத்துக் கையில் வைத்துக் கொண்டு உருப்போடலானான். ஹேமா தெருவில் வந்த பாலை வாங்கி ஸ்டவ் ஏற்றி - காபி தயாரிக்கத் தொடங்கினாள். சிவராமன் ஆர்ப்பாட்டமாகவே எழுந்தான். தலையடியில் கிடந்ததலையணையை ஏளனமாகப் பார்த்தான். 'ஹூம்! இவ்வளவுதான்' என்பதுபோல் உதட்டைப் பிதுக்கிவிட்டுத் தலையணையைக் குத்திக் கொல்ல முனைந்தான். பங்கஜம் மட்டும் எவ்வித அல்லலும் இல்லாமல் கண் வளர்ந்து கொண்டிருந்தாள்.

ஹேமா கொடுத்த காபியைச் சாப்பிட்ட பிறகு ஸரஸாவுக்கு எதையும் பார்க்கக்கூடப் பிடிக்கவில்லை. அங்கிருந்து வீட்டு முன் கட்டுக்கு வந்தாள்; பெஞ்சின்மீது உடலை நீட்டிக் கிடத்திக் கண்களை மூடினாள்.

''அக்கா! அக்கா! நேரு மாமா வந்திருக்கார்?'' என்று அவளைத் தட்டி எழுப்பினான் சிவராமன்.

''நேரு மாமாவா? யாருடா அது?'' என்று திரும்பினாள் ஸரஸா.

எதிரில் பசுபதி நிற்பதைக் கண்டதும் அவள் மனத்தில் சற்று அடக்கமாயிருந்த நெருப்பு மீண்டும் பகீரென்றது. மனத்து மகாராணி நிமிர்ந்து உட்கார்ந்தாள். பசுபதி என்ற ஓர் ஆளா அங்கு நின்றான்? அவனுக்குப் பின்னால் ஒரு வரலாறே நின்றது; கடன் கொடுத்த ஜகந்நாதன் நின்றார்; உறவாடிக் கெடுக்கும் மஞ்சுளா நின்றாள்; இச்சகமாய்ப் பார்த்துப் பேசிய மாதவன் நின்றான். பசுபதி இந்தக் காலை நேரத்தில் ஏன் வந்தான்? கடன் வசூலுக்கா? இந்த நேரத்திலா?

''வாருங்கள் ஏஜன்ட் சார்!... சிவராமா! அவரை ஏண்டா நேரு மாமா என்றாய்? இங்கே வா!'' என்று தம்பியை அதட்டி அழைத்தாள்.

''இவரைப் பாரேன் அக்கா! நேர்க்கோடு போட்டதுபோல் ஒரே நேராகப் பார்க்கிறார்; அதனால் நேரு மாமா என்றேன். தப்பா அக்கா?'' என்று பணிவாய்க் கேட்டுக்கொண்டே பக்கத்தில் வந்தான் சிவராமன்.

''பெரியவர்களை இப்படி எல்லாம் பரிகாசம் செய்யலாமாடா?''

''பரிகாசம் இல்லை அக்கா! நிசமாகத்தான் சொன்னேன். என்ன செய்யவேணும் என்கிறாய்? என் தலையிலே குட்ட வேணும்; அவ்வளவுதானே? இதோ தலை!'' என்று அரை அடி முன்னுக்குத் தலையைத் தள்ளினான் சிவராமன்.

''பொடியன்; தமாஷ் செய்கிறான்; பரவாயில்லை -'' என்று சொல்லிக் கொண்டே பெஞ்சின்மீது உட்கார்ந்தான் பசுபதி.

"பெரிய வால் ஆகிவிட்டான். போ போய்ப் படி!" என்று தம்பியை நெட்டித் தள்ளினாள் ஸரஸா; அவன் உள்ளே சென்றான்.

"இந்த நேரத்தில் எங்கே புறப்பட்டீர்கள்?" என்று விசாரித்தாள் ஸரஸா.

பசுபதி காரியமாகத்தான் வந்திருந்தான். ஸரஸா எப்போது நெய்வேலிக்குப் போகிறாள் என்பதைத் தெரிந்து கொண்டு அந்தத் தகவலை அவன் முதலாளிக்குத் தெரிவிக்க வேண்டும். ஆனால், வந்த காரியத்தை அவன் அவ்வளவு சுளுவாக வெளியிட்டுவிட விரும்பவில்லை. அவன் தன் பாணியில் கச்சேரியை ஆரம்பித்தான்.

"அப்பா இல்லையா?"

"ஆற்றுக்குப் போயிருக்கிறார்."

"தினம் இந்நேரத்துக்குப் போய் விடுவாரா?"

"அப்படித்தான் பழக்கம்."

"நல்ல பழக்கம். ஆனால், எதற்கும் அதிர்ஷ்டம் வேண்டும். வாத்தியார் என்றால் கௌரவமான தொழில்; பத்து மணிக்குப் பள்ளிக்கூடம் போனால் போதும்; நாற்பது பயல்களாவது கைகட்டிக் கொண்டு நிற்பார்கள். என் பிழைப்பைச் சொல்லு! உதயத்துக்கு முன் வேலைக்கு வந்து பொழுது விடியும்போது வீட்டுக்குத் திரும்ப வேண்டும்" என்றான் பசுபதி.

அவன் என்ன சொல்ல விரும்பினானோ; ஆனால் இந்த அதிகாலையில் கடமை செய்யத்தான் வந்திருக்கிறான் என்று ஸரஸா புரிந்துகொண்டாள். அவள் சுதாரித்துக் கொண்டாள்; அவன் வாயைக் கிண்டிப் பார்க்கலாமே என்று அவளுக்குத் தோன்றியது.

"உங்கள் பிழைப்புக்கு என்ன? பெரிய லட்சாதிபதி எஸ்டேட்டில் ஏஜென்டாக இருக்கிறீர்கள். உங்களுக்கு என்ன குறைச்சல்?"

''நீயும் சொல்லிவிட்டாய் அல்லவா? ஒரு குறைச்சலும் இல்லை. நான் சொல்வதைக் கேட்டுக்கொள். பழைய பணக்காரனிடம் வேலை பார்க்கலாம்; புதிய பணக்காரனிடம் வேலை பார்க்கவே கூடாது.''

ஸரஸாவின் மகாராணி சற்று மலர்ச்சி அடைந்தாள்; ''அது என்ன அப்படிச் சொல்லுகிறீர்கள்? பணக்காரர்களை இரண்டு வகையாகப் பிரிக்கிறீர்களே?''

''உனக்கு வயசு போதாது - புரிந்து கொள்வதற்கு. இப்போது தான் கல்யாணம் ஆகியிருக்கிறது. இனிமேல்தான் பெற்று வளர்த்து ஆண்டு அனுபவிக்கப் போகிறாய். உங்கள் குடும்பத்தையே எடுத்துக் கொள்ளேன். இன்றைக்கு என்னவோ கொஞ்சம் நொடிந்திருக்கிறது; ஆனால் உன் தாத்தா காலத்தில் இந்த வீடு ஒரே கோலாகலமாக இருக்கும்; உன் தாத்தாவை எனக்குத் தெரியும். மைசூர் மகாராஜாபோல் இருப்பார். அவரைக் கொண்டுதான் நீ பிறந்திருக்கிறாய்.''

''தாத்தாவை நான் பார்த்ததில்லை...''

''அதனால் என்ன? நான் பார்த்திருக்கிறேன் பளபளவென்று இருப்பார். எப்போது பார்த்தாலும் பத்து பேர் அவருக்குப் பின்னால் கைகட்டிக் கொண்டு நிற்பார்கள். யார் எது கேட்டாலும் இல்லை என்று சொல்லமாட்டார் மகானுபாவர்.''

''அப்படி வாரி இறைத்ததால்தானே நம் குடும்பம் இந்தக் கதியில் இருக்கிறது?''

''அப்படி சொல்லக் கூடாது அம்மா. கொடுத்துக் கெட்டவர்கள் யாரும் இல்லை.''

''புதுப் பணக்காரன் என்று ஏதோ ஆரம்பித்தீர்கள்; எங்களைப் பற்றிப் பேச ஆரம்பித்து விட்டீர்களே?''

''அதைத்தானே சொல்ல வந்தேன்? பரம்பரைப் பணக்காரன் என்றால் அந்தப் போக்கே தனி, வாத்தியாரைத்தான் பாரேன்!

எவ்வளவு பெருந்தன்மையாக நடந்து கொள்கிறார்! பரம்பரை வாசனை போகுமா? புதிய பணக்காரனிடம் இந்தக் கௌரவ புத்தியை எதிர்பார்க்க முடியுமா?''

''அப்பா கையில் பணம் இல்லை பெருந்தன்மையாக நடக்கிறார். அவரிடம் பணம் வந்தால் எப்படி மாறுவாரோ?''

''அதுதான் உனக்கு வயது போதாது என்றேன். எவ்வளவு பணம் கைக்கு வந்தாலும் உன் அப்பாவுக்கு நிச்சயம் புத்திமாறாது. பணம் எதுக்கம்மா இருக்கு? நாமும் வாழ வேண்டும்; நாலு பேரை வாழவைக்க வேண்டும் என்பதுக்குத் தானே? புதிய பணக்காரனுக்கு என்ன சொல்லிக் கொடுத்தாலும் இந்தப் புத்தி வராது. அவனும் வாழமாட்டான்; பிறத்தியாரையும் வாழவிடமாட்டான். நான் சொல்வதன் அர்த்தம் போகப்போக உனக்குப் புரியும் பார்!'' என்றான் பசுபதி.

ஸரஸா அவன் பேச்சுக்கு நேரான அர்த்தம்தான் கண்டாள். ஜகந்நாதன் என்கிற புதிய பணக்காரரிடம் வாத்தியார் கடன்பட்டிருக் கிறார். புதிய பணக்காரனிடம் கடன்படுவது எப்போதும் ஆபத்துத் தான் என்பதைப் பசுபதி சுட்டிக்காட்டுவதாக அவளுக்குத் தோன்றியது.

''புதிய பணக்காரனிடம் வேலை பார்ப்பது கஷ்டம்; கடன்படுவதும் கஷ்டம்தான். மஞ்சுளாவின் தகப்பனார் அப்படிப் பட்டவராகத் தெரியவில்லையே?''

''நீ சின்னக் குழந்தை; நான் இதை எல்லாம் உன்னிடம் பேசக் கூடாது. உன்னிடம் பேசாமலும் இருக்க முடியவில்லை. உன் முகத்தைப் பார்த்தால் எனக்கே பரிதாபமாக இருக்கிறது; வாத்தியாரை நினைத்தால் கண்ணராவியாக இருக்கிறது. எதற்கும் ஜாக்கிரதையாக இருந்தால் நல்லது.''

எழுவாயை இருக்கிற இடம் தெரியாமல் மறைத்துவிட்டு, பயனிலை செயப்படுபொருள் மட்டும் உள்ள வாக்கியங்களாகப்

பசுபதி பேசுவதைக் கேட்டு ஸரஸா கொஞ்சம் பயந்து விட்டாள். நெய்வேலிக்காரர் வருகிற அதிர்ச்சியோடு இன்னுமோர் அதிர்ச்சியா!

"என்ன சொல்கிறீர்கள் ஏஜன்ட் ஸார்; கடனைத் தீர்த்து விட்டால் அப்புறம் எங்களை யார் என்ன செய்ய முடியும்? நாங்கள் யாருக்குப் பயப்பட வேண்டும்?"

"அதுதான் உனக்குப் புரியாது என்றேன். காலையில் காபி சாப்பிடலாம் என்று புறப்பட்டேன், வழியில் வாத்தியார் ஞாபகம் வந்தது. எட்டிப் பார்த்துவிட்டுப் போகலாமே என்று வந்தேன். வரட்டுமா?" என்று எழுந்திருக்கப் போகிறவன்போல் நடித்தான் பசுபதி.

ஸரஸாவுக்கு இல்லாத பொல்லாத சந்தேகங்கள் தோன்றிப் பெருகின. பசுபதி எதையோ குறிப்பாக உணர்த்தி விட்டுப் போக வந்திருக்கிறான் என்று அவளுக்குத் தோன்றியது.

"உட்காருங்கள்! காபிதானே? இதோ கொண்டு வருகிறேன்..."

"எதுக்கம்மா வீண் தொந்தரவு..."

அவனை எதிர்பாராமலே உள்ள போன ஸரஸா காபியுடன் திரும்பினாள்.

"வீண் சிரமம்!" என்றவாறு காபியைச் சாப்பிட்ட பசுபதி அழுத்தமாக உட்கார்ந்தான்.

"என்னவோ சொல்லவந்து நிறுத்தி விட்டீர்களே?" என்று அடி எடுத்துக் கொடுத்தாள் ஸரஸா.

"சொல்ல வந்ததைச் சொல்லிவிட்டேன். நீதான் புரிந்து கொள்ளவில்லை. நீ எங்கே சித்தர் பாடல்களைப் படித்திருக்கப் போகிறாய்? பெண்கள் அவசியம் சித்தர் பாடல்களைப் படிக்க வேண்டும். சித்தர்களிடம் விசேஷம் என்ன தெரியுமா? அவர்கள் எதையும் குறிப்பாகத்தான் உணர்த்துவார்கள்"

காபி சாப்பிட்டதும் தெளிவு பெறுவதற்குப் பதிலாகப் பசுபதி மேலும் போதை கொண்டு பேசுவதைக் கேட்ட ஸரஸாவுக்கு அசதியாக இருந்தது; ஆனால், அவனிடம் உண்மையைக் கறக்கவேண்டும் என்கிற அவள் ஆவல் மட்டுப்படவில்லை.

"நாங்கள் எச்சரிக்கையாக இருக்க வேண்டும் என்று ஏதோ சொன்னீர்களே?" என்று மீண்டும் அடி எடுத்துக் கொடுத்தாள் அவள்.

"இப்படி அனாவசியமாய்க் கவலைப்படுகிறவர்கள் அவசியம் சித்தர் பாடல்களைப் படிக்கவேண்டும். ஓ! என்னவோ சொல்லிக் கொண்டிருந்தேனே? ஆமாம்; இந்தக் காலத்தில் யாரையும் நம்பக் கூடாது; புதிய பணக்காரனை நம்பவே கூடாது; அவனுடைய வம்சத்தை நம்பக்கூடாது!" என்று மீண்டும் எழுவாய் இல்லாத பாஷையாகவே பசுபதி பேசினான்.

"நாங்கள் யாரையும் நம்பவில்லை; யாரும் எங்களுக்கு எதுவும் செய்ய வேண்டியதும் இல்லை!" என்றாள் ஸரஸா எரிச்சலுடன்.

"அப்படித்தான் இருக்க வேண்டும். இதுதான் பரம்பரைப் பணக்காரர்களின் குணம் என்பது. இனாமா கொடுத்துவிட்டார்கள்? கடன்! இன்றைக்கு இல்லாவிட்டால் நாளைக்கு வட்டியோடு விட்டெறியப் போகிறோம். கடன் கொடுத்துவிட்டு அதை ஒரு பெரிய உபகாரமாக ஊருக்குச் சொல்கிற அல்பபுத்தி புதிய பணக்காரனுக்குத்தான் வரும்!"

ஸரஸாவுக்கு இன்னும் விஷயம் விளங்கவில்லைதான்: "நீங்கள் என்ன சொல்கிறீர்கள்?" என்றாள் நேராக.

"அதுதான் சொல்லிவிட்டேன். நீ எதற்காகப் பிறந்த வீட்டுக்கு வந்தாய்?" என்று புதிதாக ஆரம்பிக்கிறவன்போல் கேட்டான் பசுபதி. அவளுடைய பதிலை எதிர்பாராமலே அவன் சொன்னான், "மாமியார் ஆயிரம் ரூபாய் கேட்டாள்; வந்தாய்; வாங்கிக்கொண்டு போகிறாய். மருமகளிடம் மாமியார் பணம் கறப்பது உலகத்தில் சகஜம்..."

எம்.வி. வெங்கட்ராம்

பசுபதி தன்னை எங்கு இழுத்துச்செல்கிறான் என்று புரியாமல் தவித்த ஸரஸா - ''அதற்கென்ன இப்போது?'' என்றாள்.

''அதுக்கு ஒன்றும் இல்லை. பொதுவாக - பெண் பிறந்த வீட்டில் கிடைப்பதை எடுத்துக் கொள்வதில் என்ன தப்பு? ஒரு குழந்தை - இரண்டு குழந்தை என்று ஆகிவிட்டால் அப்புறம் தாய்வீட்டு உறவு விட்டுப் போய்விடும். உன் புருஷனுக்கு நாளைக்கு இன்னும் பெரிய உத்தியோகம் ஆகி - டில்லி - பம்பாய் என்று தூக்கிவிட்டால் - பிறந்த வீடு ரொம்ப தூரம் ஆகிவிடாதா!''

ஸரஸாவோடு அவள் மனத்து மகாராணியும் பொறுமை இழந்துவிட்டாள்; ''ஏஜன்ட் ஸார் வந்த காரியத்தைச் சொல்லாமல் என்ன என்னவோ பேசுகிறீர்களே?''

''அதைத்தானே சொல்லிக் கொண்டிருக்கிறேன்!'' என்றான் பசுபதி தயக்கத்துடன்.

மௌனம் சாதித்து அவனை வெளியேற்ற வேண்டும் என்று தீர்மானித்த ஸரஸா பேசவில்லை. ஆனால் பசுபதியின் பேச்சுப் பிரவாகத்தை எந்தச் சக்தியாலும் தடை செய்ய முடியாதுபோல் இருந்தது.

''நான் சொன்னால் உனக்கு வருத்தமாக இருக்கும். போகப் போகத்தான் புரியும் வாத்தியாரை நினைத்தாலே வருத்தமாக இருக்கிறது. வாயில்லாத ஜீவன். அவருக்கு இந்த மாதிரி எல்லாம் சோதனை வரக்கூடாது. அதை நினைத்து ராத்திரி பூரா எனக்குத் தூக்கம் வரவில்லை. ஊரில் வீட்டை அடமானம் வைத்து யாரும் கடன் வாங்கவில்லையா? எத்தனை பெரிய வீடு! கல்லாகப் பெயர்த்து விற்றாலும் இருபதாயிரம் ஆகுமே! அதுகூட வேண்டாம். உன் புருஷன் இஞ்சினியர். என்ன சம்பளம் அவனுக்கு? இஞ்சினியர் என்றால் ஐந்நூறாவது இருக்காதா? மாசம் நூறு கட்டினாலும் ஆறு வருஷத்தில் கடன் அடைபட்டுப் போகிறது. உன் தம்பி தலை தூக்கின பிறகு திருப்பிவிட்டுப் போகிறான். இது என்ன பெரிய

விஷயம்? நியாய புத்தியுள்ளவனானால் கடன் கொடுத்தவன் பொறுத்துச் செய்வான். பக்கத்து வீட்டை வாங்கி இடித்துக் காடிகானாகட்டவேணும் என்கிற துர்புத்தி பரம்பரைப் பணக்காரனுக்கு வருமா? இப்போது ஒன்றும் குடிமுழுகிப் போய்விடவில்லை. எதற்கும் ஊருக்குப் போனால் உன் புருஷனிடம் சொல்லிவை. ஒரு தடவைக்கு நாலு தடவை சொன்னால்தானே அவனுக்கும் புரியும், இல்லையா? இன்னும் ஒரு வாரம் - பத்து நாளில் போகத்தானே போகிறாய்? எப்போது போவதாக உத்தேசம்!''

பசுபதியின் பேச்சில் களைகட்டி விட்டது. ஸரஸாவின் மகாராணி மஞ்சுளாவின் குடும்பம் பற்றி ஒரு கோரமான சித்திரம் வரைந்து காட்டினாள். மஞ்சுளாவின் வீட்டில் ஏதோ நடக்காமலா, பசுபதி இவ்வளவு பேசுகிறான்? ஸரஸாவின் மௌனம் கலைந்தது; ''இப்படி எல்லாமா அவர்களுக்குக் கெட்ட எண்ணம் இருக்கிறது? அவர்கள் அப்படிப் பேசிக் கொள்கிறார்களா?'' என்று கேட்டாள் அவள்.

''இதை எல்லாம் வெளிப்படையாக யாராவது பேசுவார்களா? ஒருத்தர் பார்க்கிற பார்வை - கேட்கிற கேள்வியிலிருந்தே - அவர்களுடைய அந்தரங்கம் என்ன என்று எடை போட இந்தப் பசுபதிக்குத் தெரியாதா என்ன? நான் சொல்வதைக் கேள்; சித்தர் பாடலைப் படி. இந்தச் சூஷ்மம் எல்லாம் தானாகத் தெரியும். அது இருக்கட்டும், நீ இன்னும் எத்தனை நாளைக்கு இங்கே இருக்கப் போகிறாய்?''

இந்தக் கடைசி கேள்விக்குப் பதில் அறியத்தானே பசுபதி இங்கு வந்தான்? ஏன் வந்தோம் என்பதை அவன் ஒரு நிமிஷமும் மறந்து விடவில்லை; அதை எதிரி புரிந்துகொண்டுவிடக் கூடாது என்பதற்காகத்தான் இவ்வளவு நேரம் குட்டையைக் குழப்பிவிட்டான். அவன் குழப்பிய நோக்கம் இதுதான்: ஆனால், ஸரஸாவோ வேறு விதத்தில் குழம்பிக் கொண்டிருந்தாள். அவளுடைய மனத்து மகாராணியோ பிரமைக்கு வசப்பட்டாள். மஞ்சுளாவும், அவள்

குடும்பமும் தனக்குப் பகைவர்கள் என்று அவள் பிரமை கொண்டாள். உண்மையைவிட பிரமைக்குச் சிலசமயம் அதிக வலிமை இருக்கிறதே!

"நான் இங்கேயே இருக்கப் போகிறேன்!" என்று மகாராணி தந்த ஆணவத்துடன் பதில் சொன்னாள் ஸரஸா. "யார் எங்களை என்ன செய்துவிட முடிகிறது என்று பார்க்கலாம்!"

பசுபதி ஒன்றும் புரியாதவனாய் "யார் உங்களை என்ன செய்துவிடப் போகிறார்கள்?" என்றான் யதார்த்தமாக; ஏனென்றால் அவனுடைய பேச்சுக்கு ஸரஸா கண்ட அர்த்தம் அவனுக்கு எப்படித் தெரியும்? ஆனால் நீ இங்கே எப்படி இருக்க முடியும் ஸரஸா? நாலு நாள் முன்னோ பின்னோ நீ நெய்வேலிக்குப் போக வேண்டியவள்தானே?"

ஸரஸாவுக்குப் பசுபதி நல்லவன் ஆகிவிட்டான். தன் குடும்பத்தாரிடம் உள்ள இரக்க புத்தியால்தான் அவன் இந்தக் காலை நேரத்தில் வந்திருப்பதாய் அவள் எண்ணி விட்டாள்.

"நான் போகவில்லை; அவர் இங்கே வருகிறார்."

"யார்? இஞ்சினியரா? வந்து? உன்னை அழைத்துப் போகிறாரா? ரொம்ப சந்தோஷம்."

"இல்லை, இங்கேயே இருக்கப் போகிறார்" என்று பசுபதி சிறிதும் எதிர்பாராத ஒரு தகவலை வெளியிட்டாள் ஸரஸா.

"என்னம்மா சொல்கிறாய்? இருக்கிற உத்தியோகத்தை விட்டு இங்கே வந்து என்ன செய்வது? மாதவன் பெரிய வீட்டுப் பிள்ளை; அவன் வேலையை விட்டால் பரவாயில்லை. இஞ்சினியருக்கு நிலம் நீச்சு இருப்பதாகவும் தெரியவில்லையே?" என்று மாதவன் பெயரையும் புகுத்தினான் பசுபதி.

"நிலம் நீச்சு உள்ளவர்கள்தான் வேலையை விட வேண்டுமா?" என்று சாதாரணமாக ஸரஸா சொன்னதற்குத் தன் இஷ்டத்துக்கு அர்த்தம் செய்து கொண்டான் பசுபதி.

'இந்தப் பெண் பெரிய ஆட்டக்காரி!' என்பதுதான் பசுபதி கண்ட முக்கியமான அர்த்தம்.

"எதையும் நன்றாக யோசித்துச் செய் அம்மா! என்றைக்கு வருகிறார் இஞ்சினியர்?" என்று புது உற்சாகத்தோடு கேட்டான் பசுபதி.

"பஸ்ஸில் இப்போது வந்துகொண்டிருப்பார்... காலையில் ஹோட்டலுக்குத்தான் புறப்பட்டீர்களா?"

"அப்படியே வாத்தியாரையும் பார்த்துவிட்டுப் போகலாம் என்றுதான் வந்தேன். கஷ்டத்தோடு கஷ்டம் - வட்டி மட்டுமாவது கட்டிக்கொண்டே போனால் நல்லதுதானே?" என்று திடீரென்று தார்க்கோலைப் பாய்ச்சினான் பசுபதி; அதில் ஓர் ஆனந்தம் அவனுக்கு; மாடு துள்ளி விழுந்து நாலுகால் பாய்ச்சலில் ஓடுவதைப் பார்த்து மகிழ்கிற வண்டி ஓட்டியைப்போல்.

ஸரஸா பதறித்தான் போனாள்; மகாராணி துள்ளி விழுந்தாள். "உங்களை யார் அனுப்பினார்கள்?" என்று கேட்டாள் அவள்.

"யார் அனுப்புவார்கள்? நொந்தவர்களை நோக வைக்க எனக்கு மனசு வரவில்லை. பத்துத் தடவை சொன்னால் ஒரு தடவை தான் இங்கே வருகிறேன். ஒன்பது தடவை நானே ஏதாவது சால்ஜாப்பு சொல்லிவிடுகிறேன். ஆனால், பத்தாவது தடவையும் பொய் சால்ஜாப்பு சொல்ல முடிகிறதா? வாங்குகிற சம்பளத்துக்கும் உண்மையாக நடக்க வேண்டாமா? உன்னிடம் இதை எல்லாம் பேசக்கூடாது. வாத்தியாரிடம் பேசிக்கொள்கிறேன். இதைப்பற்றி எல்லாம் நீ கவலைப்படக்கூடாது. ஆனந்தமாக இருக்கவேண்டிய வயசு..."

பசுபதி தீக்குச்சி கிழிப்பதாக எண்ணித்தான் பேசினான். ஆனால், ஸரஸாவின் மகாராணியோ பெருநெருப்பை மூட்டிக் கொண்டாள். கடைசி வரையில் பசுபதி பேசியவை - எழுவாய் இல்லாத வாக்கியங்கள்; மகாராணி ஜகந்நாதனை மறந்துவிட்டாள்; ஒரு முறை மஞ்சுளாவை எழுவாய் ஆக்கினாள்; ஒரு முறை மாதவனை எழுவாய் ஆக்கினாள்!

எம்.வி. வெங்கட்ராம்

"இந்நேரத்தில் இங்கு எங்கே வந்தாய்?" என்று கேட்டுக் கொண்டே உள்ளே வந்தாள் மஞ்சுளா. இஞ்சினியர் வரும் சமயம் ஸரஸாவுடன் இருந்து ஆறுதளிக்க வந்தவள்தான் அவள்.

"எதுக்கு வருவார்? கடன் பட்டிருக்கிறோம்; வசூலுக்கு வந்திருக்கிறார்!" என்றாள் ஸரஸா மிக வெறுப்புடன்.

"வசூலுக்கா? இந்நேரத்திலா? உனக்கு யார் சொன்னார்கள்?" என்று வேதனையோடும், ஆச்சரியத்தோடும் பசுபதியைக் கேட்டாள் மஞ்சுளா.

பசுபதி உண்மையுள்ள ஊழியனாக மாறிவிட்டான். முதலாளியின் பணத்தைக் காத்துத் தர வேண்டியது அவன் கடமை அல்லவா?

"இது என்ன கேள்வி மஞ்சுளா? வசூலுக்கு போக நேரம். காலம் இருக்கிறதா?" என்றான், மிக அசடன்போல் முகத்தை வைத்துக் கொண்டு.

"பொழுது விடிந்ததும் நட்சத்திரய்யன் மாதிரி நிற்கும்படி அப்பா சொன்னாரா?"

அஞ்சுவதற்குப் பசுபதியிடம் என்ன இருந்தது? வெகு நிதானமாகப் பதில் அளித்தான்: "உனக்கு என்ன? இங்கே சினேகிதிக்காகப் பரிந்து பேசிவிடுவாய். நான் இரண்டு முதலாளி களுக்குப்பதில் சொல்ல வேண்டியவன். அப்போது நீயும் அவர்களோடு கூடிக் குற்றம் சொல்வாய். ஸரஸா! நான் வந்து போனதாக அப்பாவிடம் சொல்லு, இஞ்சினியர் வந்தாகட்டும். ஒரு முறை வருகிறேன். சும்மா வந்தாலும் வசூலுக்கு வந்ததாக என்னைக் கரிக்கிறார்கள். என் பிழைப்பு அப்படி ஆகிவிட்டது!" என்று எஞ்சியிருந்த தத்துவங்களையும் சிந்திவிட்டு, அவன் வெளியேறினான்.

மஞ்சுளா பிரமித்து விட்டாள்; ஸரஸா அவளை வெறுப்புடன் பார்த்தாள்; ஸரஸாவின் மகாராணி திடீரென்று நீலகண்டன்மீது

பாய்ந்தாள்: 'அந்த நீலகண்டன் வரட்டும்; இந்த மஞ்சுளாவுக்கு முன்னால் அவனோடு காரில் போகிறேன்; இவளுக்கு முன்னால் அவன் மார்பில் உதைக்கிறேன்!' என்று கறுவினாள் மகாராணி!

ஆம்; உலகம் இப்படியும் நடக்கிறது!

22

பசுபதி வந்த காரியத்தை வெற்றிகரமாக முடித்துக் கொண்டு திரும்பிவிட்டான். அவன் சேகரிக்க எண்ணிய தகவல்களோடு பல சுவாரசியமான செய்திகள் அவனுக்குக் கிடைத்துவிட்டன வித்திடாமல், தண்ணீர் பாய்ச்சாமல், காலம் கடத்தாமல், பெருமரம் ஒன்றைத் தோற்றுவித்த ஒரு ஜாலத்தைத் தன் சொற்கள் செய்து விட்டன என்ற உண்மை அவனுக்கே தெரியாது. ஆட்டக்காரி ஸரஸாவை ஆட்டி விட்டோம். முதலாளி மகளையும் தூக்கி எறிந்து விட்டோம் என்னும் திருப்திதான் அவனுக்குக் கிடைத்த ஆதாயம். அன்றையப் பொழுது முழுவதற்கும் இனி அவனுக்கு வயிற்றுச் சோறுகூடத் தேவை இல்லை.

மஞ்சுளா கெட்டிக்காரி; எந்த வேதனையையும் நிதானத்துடன் கையாள வேண்டும் கையாள முடியும் என்கிற திட்டவட்டமான போக்கு உடையவள். வேதனை என்பது அவளுக்குப் பிறத்தியாரின் வேதனை; தனக்கு என்று அவளுக்குப் பெரிய கஷ்டம் எதுவும் இதுவரை வந்துவிடவில்லை; எடை காட்டும் தராசுக்கல் போல் - 'இந்த வேதனை இப்படித்தான் இருக்க வேண்டும்' என்று கணக்கிட்டு அனுபவித்தவள்தான்; அவள் போடும் திட்டங்களும் வெற்றிமுகமாக இருந்தன. இந்தச் சூழ்நிலையில் அவளால் எதையும் பரபரப்பு இன்றி அடக்கமாக ஏற்க முடிந்தது. இப்படிக் கூறுவதால் அவளுக்கு ஸரஸாவின் பாலுள்ள அனுதாபத்தைக்

குறைத்து மதிப்பிட்டதாகாது. வரக்கூடாத வேதனை வந்துவிட்டது; வந்தபின் அதைச் சமாளிக்க முனைய வேண்டுமே அன்றி - இடிந்து விழுந்து விடக்கூடாது - என்கிற சனாதனமான கருத்தைத்தான் அவள் வாழ்க்கையில் பிரயோகிக்க விரும்பினாள்.

மஞ்சுளாவுக்குப் பசுபதியின் குண விசேஷங்கள் ஓரளவு தெரியும். ஜகந்நாதனிடம் கடன்பட்டவர்கள் அவரிடம்கூட அவ்வளவு அஞ்சுவதில்லை. குறும்புகள்எல்லாம்கூடி வடிவெடுத்தாற் போன்ற தோற்றத்துடன் - அப்பாவித்தனமாய்ப் பேசுவதுபோல் ஏராளமாகப் பொடி வைத்துப் பேசுகின்ற பசுபதியிடம்தான் எல்லாரும் பயப்படுவார்கள்; வசூலுக்கென்று அல்ல - எந்தக் காரணத்துக்காகவும் அவன் தங்கள் வீட்டுக்கு வந்து விடக்கூடாது என்று ஆண்டவனிடம் வேண்டிக் கொள்வார்கள்; அவனை யாரும் மிதித்து விடவும் முடியாது; எளிதில் தாண்டிவிடவும் முடியாது. விழுந்து கிடப்பவர்களை எழுப்பி உட்கார வைத்து - ஆறுதல் கூறிக்கொண்டே 'சுளீர்' என்று சாட்டையைச் சொடுக்கும் வித்தை பசுபதிக்கு பூரணமாய்க் கைவந்திருந்தது; ஆனால், அவன் அதைத் தன் கடமையாகவும் தர்மமாகவும் அல்லவா செய்கிறான்! இந்த சூக்ஷ்மத்தை அறிந்துதான் ஜகந்நாதன் அவனுக்கு இடம் கொடுத்திருந்தார் எனலாம். இந்நிலையில் பசுபதி வாத்தியார் வீட்டுக்குக் காலம் கெட்ட காலத்தில் அடாவடியாக வசூலுக்கு வந்ததைப் பற்றி என்ன செய்ய முடியும்? பசுபதியைக் கண்டிப்பது என்பதோ திருத்துவது என்பதோ இந்த ஜன்மத்தில் நடக்கக்கூடிய காரியம் அல்ல. என்னவோ நடந்துவிட்டது; ஸரஸாவைத் தேற்ற வேண்டியதுதான்: தேற்ற முடியும் என்று எண்ணிய மஞ்சுளா எளிதில் ஆறிவிட்டாள் 'ஏதோ நடந்துவிட்டது; இந்தக் காரணத்தால் அது நடந்தது. அதை மறந்து விடு' என்று சொல்லுவதால் ஒரு வருத்தம் மறைந்துவிடும் என்று அந்தப் புத்திசாலி நினைத்ததுதான் ஆச்சரியம்.

ஸரஸாவின் நிலைமை வேறு; வாழ்க்கையில் அவள் காயமுண்டவள்; ஆறுவதற்கு வழி இல்லாத காயம்; புண் மேலும்

அதிகரித்துக் கொண்டிருந்தது. ஆகையால் அவள் வலியோடுதான் எதையும் பார்க்க முடிந்தது. 'உனக்கு வலி உண்டாக்கியது விதி' என்று மஞ்சுளா கூறலாம்; 'அந்த விதி உன் உருவத்திலும் உன் அண்ணன் உருவத்திலும் வந்ததே!' என்றுதான் ஸரஸா பதில் கூறியிருப்பாள். இப்படி எல்லாம் அவர்கள் வாய் திறந்து பேசவில்லை என்பது உண்மை; ஆனால், இருவருடைய மனப்போக்கும் பகைமையில்தான் ஒன்றுபட்டது.

ஸரஸாவுக்கு மஞ்சுளாவின் செய்கைகள் யாவுமே கோணலாகப்பட்டன. அழவைத்துச் சிரிக்கிற புத்தியை அவள் பசுபதியிடம் காணவில்லை. மஞ்சுளாவிடமும் மாதவனிடமும் தான் அது இருப்பதாக அவள் முடிவு செய்து கொண்டுவிட்டாள்; அவள் மனத்தில் ஒரு தத்துவமாக விளைந்த மகாராணியோ மஞ்சுளாவைச் சின்னாபின்னப்படுத்திவிட்டுத்தான் அமைதியுறுவாள் போல் இருந்தது. இந்த மகாராணி மிக நுட்பமான சக்தி வாய்ந்தவள் போலும். உள்ளே உள்ளதை உள்ளேயே அமுக்கிக்கொண்டு எதையும் வெளியில் காட்டிக்கொள்ளாமல் இருந்தாள்.

மகாராணி மனத்தில் பதுங்கிக் கொண்டதும் ஸரஸா சிரிக்க முயன்றவளாய்... "இரு மஞ்சுளா! காபி கரைத்துக் கொண்டு வருகிறேன்" என்றாள்.

"இப்போதுதான் சாப்பிட்டு வந்தேன். பசுபதி அதிகப் பிரசங்கித்தனமாகப் பேசினானா? எனக்குத் தெரிந்து அப்பா அவனை அனுப்பவில்லை. இப்படி ஏதாவது செய்து விடுகிறான்" என்று ஸரஸாவைத் தேற்ற முயன்றாள் மஞ்சுளா.

"அவர் அதிகப்படியாக ஒன்றும் பேசவில்லை. அரைமணி நேரத்துக்குமேல் வந்த காரியம் சொல்லாமல் ஏதேதோ பேசிக் கொண்டிருந்தார். நான் வாங்கி வந்த ஆயிரம் கையில் இருக்கிறது; நானும் ஊருக்குப் போகவில்லை; அதிலிருந்து வட்டியாவது வாங்கிக்கொண்டு போகலாமே என்று வந்திருப்பார்" - ஸரஸா மிகவும் அடக்கமாகப் பேசுகிறவள் போலத்தான் பேசினாள்.

எம்.வி. வெங்கட்ராம்

''நான் சொல்வதைக்கூட நம்ப மாட்டாயா?'' என்றாள் மஞ்சுளா வருத்தத்துடன்.

''நீ எதற்காக இப்படி வருத்தப்படுகிறாய் என்றுதான் எனக்குப் புரியவில்லை. என் மாமியார் கேட்டது ஐநூறு தான்: உன்னிடம்தான் சொல்லியிருக்கிறேனே. அதிகப்படி ஐநூறில் வட்டிக்கென்று ஏதாவது தந்து விடலாமா என்றுகூட ஒரு நிமிஷம் யோசித்தேன். எதற்கும் அப்பாவையும் ஒரு வார்த்தை கேட்டுக் கொண்டு செய்யலாம் என்று பேசாமல் இருந்துவிட்டேன். பசுபதி தவறாக ஒன்றும் பேசவில்லை; பேசுகிறவராகவும் தோன்றவில்லையே!''

பசுபதியின் பேச்சு பற்றிய ஸரஸாவின் பொழிப்புரை பற்றி என்ன நினைப்பது என்றே மஞ்சுளாவுக்கு விளங்கவில்லை. தானும் இருந்து வசூலுக்குப் பசுபதியை ஏவியதாக ஸரஸா நினைக்கக்கூடும் என்றே மஞ்சுளாவுக்குத் தோன்றவில்லை. ஆனால் ஸரஸாவும் மகாராணியும் மஞ்சுளாவுக்கு 'நல்ல சூடு' போட்டதாக மகிழ்ந்தனர். 'நீ வட்டியும் கொடுக்க வேண்டாம்; அசலும் கொடுக்க வேண்டாம்; பசுபதி இனிமேல் வந்தால் எனக்குச் சொல்லி அனுப்பு!' என்று சூத்திரம்போல் சுருக்கமாகப் பேசி இந்த விவகாரத்தை முடித்து விட்டு இன்றைய விவகாரத்தைக் கவனிக்க விரும்பினாள் மஞ்சுளா. அவளும் அண்ணனும் வட்டி மட்டும் அல்ல - அசலையும் செலவுக்கணக்கில் கொண்டு போக எண்ணியிருப்பதை அவள் வெளிப்படையாக உரைத்திருக்கலாம்; சொல்லிவிடலாமா என்றுகூட ஒரு வினாடி தயங்கினாள்; சொல்லாமல் செய்வதே சிலாக்கியம் என்று அவளுக்குத் தோன்றியது; அண்ணன் ஆயிரம் ரூபாய் தந்தபோது ஏற்க மறுத்தவள்தானே ஸரஸா? இப்போது கடனையே தள்ளுபடி செய்வதாக வாயால் சொன்னால் அதற்கொரு எதிர்ப்பு கிளப்பமாட்டாள் என்று எதிர்பார்க்க முடியுமா? ஆகையால்தான் அவள் சூத்திரம் போல் பேசினாள்.

ஆனால், ஸரஸா அதை மகாராணியின் போக்கில்தான் புரிந்து கொண்டாள். பசுபதி இங்கே போக வேண்டாம் என்று மஞ்சுளா தடுக்கமாட்டாளாம்; பசுபதி வந்தபிறகு அவளுக்குச் சொல்லி அனுப்ப வேண்டுமாம்!

''அது கிடக்கட்டும் மஞ்சு! நீ ஏது இந்தக் காலை நேரத்தில்-?'' என்று மிகவும் நிஷ்கபடமாய் ஒரு கேள்வி கேட்டாள் ஸரஸா.

மஞ்சுளா இதையும் நேர்க் கேள்வியாகத்தான் எடுத்துக் கொண்டாள். ''எதற்காக வருவேன்? அண்ணாவை டாக்டர் வீட்டுக்கு அனுப்பிவிட்டு இங்கே வந்தேன்.''

''அண்ணாவை டாக்டர் வீட்டுக்கு எதுக்கு அனுப்பினாய்?''

''என்னடீ இது. என்ன பேசுகிறோம் என்று தெரியாமல் பேசுகிறாயா?''

''அண்ணாவை டாக்டர் வீட்டுக்கு எதுக்கு அனுப்பினாய்?'' என்று மீண்டும் கேட்டாள் ஸரஸா.

இந்தக் கேள்வியின் ஜனன ரகசியம் அறியாத மஞ்சுளா வியப்புடன் சொன்னாள்: ''எல்லாம் உனக்காகத்தான். டாக்டர் மறந்திருப் பாரோ என்று ஞாபகப்படுத்தத்தான் அண்ணாவை அனுப்பினேன். இஞ்சினீயர் வருவதைக்கூட மறந்துவிட்டாயா என்ன?''

ஸரஸாவின் மகாராணி கொதித்தாள். 'இஞ்சினீயர் வருகிறார் - இஞ்சினீயர் வருகிறார்' என்று திரும்பத் திரும்பச் சொல்வதால் மஞ்சுளாவுக்கு ஆனந்தம் உண்டாகிறதா? விரும்பிய கணவனை அடையப்போகிற தன் பாக்கியத்தைக் காட்டி ஸரஸாவின் துர்பாக்கியத்தை இடித்துக் காட்டுகிறாளா? ஸரஸாவின் கணவன் நோயாளி என்ற செய்தியை மஞ்சுளா ஏன் இப்படிப் பிரபலப்படுத்திக் கொண்டு திரிகிறாள் ? அண்ணனை அவள் டாக்டரிடம் அனுப்பக் காரணம் என்ன? டாக்டர் ஸரஸாவை மொய்க்கிறான் என்பதைப் புரிந்துகொண்டுதான் இவ்வாறெல்லாம் மஞ்சுளா நடந்து கொள்கிறாள் போலும். நன்றாகப் புரிந்து கொள்ளட்டும்!

அப்படியானால் டாக்டருடன் மாதவன் வருகிறானா? ஞாபகப்படுத்தப் போனதாய்த்தான் மஞ்சுளா சொன்னாள். ஸரஸாவுடன் தனியாகச் செல்ல விரும்பிய நீலகண்டன் மாதவனை ஒதுக்கி விட்டுத்தான் வருவான் என்று ஸரஸா நம்பினாள்; மகாராணியும் எதிர்பார்த்தாள்.

ஆற்றிலிருந்து ஈர உடையுடன் திரும்பிய வாத்தியார் மஞ்சுளாவைக் கண்டதும் ''வா மஞ்சுளா! ரொம்ப சீக்கிரம் வந்து விட்டாயே!'' என்று விசாரித்தார்.

''மாப்பிள்ளை வருகிறார். ஸரஸாவைத் தயார் செய்ய வேண்டும் என்று வந்தேன்.''

வாத்தியார் தன் நன்றி உணர்ச்சியைப் பெருமூச்சாக வெளி யிட்டுவிட்டு உடைமாற்றிக் கொள்ள உள்ளே சென்றார்.

''ஸரஸா! எண்ணெய்க் கிண்ணி கொண்டுவா! தலை வாரி விடுகிறேன்.''

''இது ஒன்றுதான் இப்போது குறைச்சல்!'' என்றாள் ஸரஸா இருந்த இடத்தைவிட்டு அசையாமல்.

''பைத்தியம்! உனக்கு ஒரு குறைச்சலும் வராது காலம் மாறினால் எல்லாம் தானே சரியாகிவிடும். அதுக்காக ...''

''என்னைத் தொந்திரவு செய்யாதே. எனக்கு மனசே சரியாக இல்லை'' என்று முகத்தைத் திருப்பிக் கொண்டாள் ஸரஸா.

மஞ்சுளா விடுபவளாகத் தெரியவில்லை. அவளே உள்ளே சென்று - எண்ணெய்க் கிண்ணம் கொண்டு வந்தாள். வலுக் கட்டாயமாக ஸரஸாவை இழுத்து உட்கார வைத்தாள். எண்ணெய் தடவி தலைவாரத் தொடங்கினாள்.

அசாத்தியமான நீளமும் அடர்த்தியும் உள்ள அக்கூந்தலைத் தொட்டபோது மஞ்சுளாவுக்கு ஒரு மகிழ்ச்சி உண்டாயிற்று. மிகுந்த ரசனை உணர்ச்சியுடன் பின்னிவிடத் தொடங்கினாள். அவள்

மனத்தில் ஒரு விசித்திரமான ஆசை எழுந்தது. அவள் ஆணாக இருந்து அந்த அளகபாரத்தை ஏந்தி இருந்தால் எவ்வளவு ஆனந்தமாக இருக்கும்! இந்த எண்ணம் உண்டானதும் அவளுக்குச் சிரிப்பு வந்தது. சிரிப்பைப் புன்னகை ஆக்கிக் கொண்டவளுக்கு ஸரஸாவின் துர்ப்பாக்கியம் ஞாபகம் வந்தது. அந்தக் கூந்தல் அற்புதத்தை ரசித்து அனுபவிக்கத் தகுதியற்ற ஒருவனுக்கு அல்லவா ஸரஸா வாழ்க்கைப் பட்டிருக்கிறாள்! மாதவன் ஏன் இந்தப் பாக்கியத்தை இழந்தான்? ஸரஸா இவ்வளவு பெரிய துர்ப்பாக்கியத்துக்கு ஏன் ஆளானாள்?

ஸரஸா முதலில் தலைகொடுப்பதற்குப் பிடிவாதம் செய்தாள். இஞ்சினியருக்காகவா இந்த அலங்காரம்? அழகையும் அலங்காரத்தையும் பார்வையால் அனுபவிக்கிற தென்புகூட அவருக்கு இல்லையே! 'நான் இஞ்சினியரை வெறுக்கவில்லை. ஆனால் - அலங்கரித்துக் கொண்டு அவருக்கு முன்னால் நின்று அவரை முட்டிவிட வேண்டுமா?' என்று எண்ணினாள் மகாராணி. உடனே நீலகண்டன் ஞாபகம் வந்தது; அவளுடைய எண்ணம் திசைமாறியது. 'நான் மஞ்சுளாவின் டாக்டரை வெறுக்கிறேன். அவனை மூட்டு வதற்காகவே நான் அலங்காரம் செய்து கொள்கிறேன்!' என்று தீர்மானித்தாள் அந்த மகாராணி. எல்லா மகாராணிகளுக்கும் அவர் களுடைய இச்சைதான் தர்மம் போலும் சரியோ - தவறோ, அவளுக்கு மஞ்சுளாவிடம் துவேஷம் இருக்கலாம். அதற்காக நீலகண்டனை ஏன் வெறுக்க வேண்டும் என்பதை இந்த மகாராணி எண்ணிப் பார்க்கவே இல்லை! அவள் ஸரஸாவின் கண்ணுக்கு முன்னால் ஒரு சித்திரமே வரைந்து காட்டினாள்: ஸரஸா பின் சீட்டில் உட்கார்ந்திருக்க நீலகண்டன் கார் ஓட்டிக்கொண்டிருந்தான். நீலகண்டனுடைய கைகள் நடுங்கிக்கொண்டிருந்தன; முகம் வியர்த்தது; இந்த மனக்காட்சியைப் பார்த்து ஸரஸாவுக்குச் சிரிப்பு வந்தது.

'எனக்கு இந்த மாதிரிக் கூந்தல் இருந்தால் டாக்டரிடம் அதைக் காட்டியே அவரைப் பித்தன் ஆக்கி விடுவேன்' என்று எண்ணினாள் மஞ்சுளா.

'மஞ்சுளா பின்னிவிட்ட கூந்தலில் அந்த நீலகண்டனைக் கட்டிப் போடுகிறேன்' என்று நகைத்தாள் ஸரஸாவின் மகாராணி. 'மஞ்சுளா பின்னிவிடுவாள்; மாதவன் மகிழ்வான் என்று ஒரு காலத்தில் எதிர்பார்த்தேன்!' என்று பெருமூச்சு விட்டாள் ஸரஸா.

"மஞ்சுளா அக்கா! பூக்கொண்டு வந்து விட்டேன்!" என்றவாறு எதிரில் வந்து நின்றான் சிவராமன். அவன் கையில் இலை சுற்றிய பொட்டணம் ஒன்று இருந்தது.

"எங்கிருந்துடா கொண்டு வருகிறாய்?" என்று கேட்டாள் ஸரஸா.

"நான் கட்டிவைத்தேன்; வரும்போது மறந்தாற்போல் வந்து விட்டேன். கொண்டுவரச் சொல்லி சிவராமனை அனுப்பினேன்."

"எதுக்காக நீ இப்படி எல்லாம் செய்கிறாய்?"

"உனக்குச் செய்யவேண்டியதைச் செய்கிறேன். இதுகூடவா தப்பு? மனதை ஒரேயடியாய்க் குழப்பிக்கொள்ளாதே. இஞ்சினியர் வரும்போது நீ தெளிவாக இருக்க வேண்டும்."

"இருக்கிற தெளிவு போதும் போ!"

சிவராமனால் பேசாமல் இருக்க முடியுமா?

ஸரஸாவின் பின்னலை முறைத்துப் பார்த்துக்கொண்டே "பெண்ணாகப் பிறக்கவில்லையே என்று இருக்கிறது" என்றான் அவன்.

"இது என்னடா ஆசை திடீரென்று?" என்று மஞ்சுளா கேட்டாள்.

நீளமாய்த் தலைமயிர் வளர்க்கலாம்; பூ வைத்துக்கொள்ளலாம். உன் கையால் பின்னிவிட்டுக் கொள்ளலாமே."

''ஒரு பெண்ணைக் கட்டிக்கொடுத்துவிட்டு ஒன்பது பேரிடம் தோப்புக்கரணம் போடுகிறார் அப்பா... நீயும் பெண்ணாய்ப் பிறந்திருந்தால் உனக்கு இருக்கிற வாய்க்கு வினையே வேண்டாம் போ!'' என்றாள் ஸரஸா .

அதைக் கவனியாதவள் போல் மஞ்சுளா - ''பூ வைத்துப் பின்னிக் கொள்ளவா பெண்ணாக வேணும் என்கிறாய்? இப்போதும் என்ன - முடி வளர்த்துக் கொள்ளலாமே!'' என்றாள்

''இனிமேல் எனக்கு முடி வளராது!''

''ஏண்டா வளராது? நிறைய வளரும். நான் பின்னி விடுகிறேன்; சரிதானே?''

''கணக்குப் பரீட்சையில் எனக்கு என்ன மார்க் தெரியுமா? நூற்றுக்கு நூறு!'' என்று சம்பந்தம் இல்லாமல் சொன்னான் சிவராமன்.

''கணக்குக்கும் முடி வளருவதற்கும் என்னடா சம்பந்தம்?''

''கணக்கில் கெட்டிக்காரர்களாக இருப்பவர்களுக்குத் தலை மயிர் வளராதாம்! எங்கள் கணக்கு வாத்தியார் கண்ணாடி வழுக்கை!''

உடை மாற்றிக் கொண்டு வந்த வாத்தியார்... ''என்னடா மஞ்சுளாவிடம் வம்பு செய்கிறாய்?'' என்றார்.

''வம்பு செய்யவில்லை. வழுக்கை ஆராய்ச்சி செய்கிறான். கணக்கில் நிறைய மார்க் வாங்குகிறவர்களுக்குத் தலை மயிர் வளராதாம்!'' என்று சிரித்தாள் மஞ்சுளா.

வாத்தியார் சிரிக்க முயன்றார்; ''இவன் வாயை மூடுவதற்கே நேரம் போதாதுபோல் இருக்கிறது! வாத்தியார்கள் இவனைப் பற்றி புகார் செய்யாத நாளே இல்லை.''

''இப்படியும் ஒருத்தன் வேண்டியதுதானே? சிவராமன் பக்கத்தில் இருந்தால் நேரம் போகிறதே தெரியவில்லை!'' என்று மஞ்சுளா அவனைப் பாராட்டினாள். அவன் பூரிப்புடன் தகப்பனாரை நிமிர்ந்து பார்த்தான்.

"போடா; காலை நேரத்தில் ஏதாவது புத்தகம் படிக்கக் கூடாதா?" என்றார் வாத்தியார்.

"ரொம்பப் படித்தால் நமக்குக் கட்டுபடி ஆகாது அப்பா!" என்றான் சிவராமன் சிறிதும் தயங்காமல்.

"நீ ரொம்பத்தான் படித்துவிட்டாய் போடா" என்றாள் மஞ்சுளா.

"நான் கொஞ்சமாய்ப் படிக்கிறதுக்கே வாத்தியார்கள் மார்க் போட முடியவில்லை. மார்க்கு எல்லாம் நூற்றுக்குள்ளேதானே இருக்கு!"

"இந்தப் பயல் அதிகம் படித்து நான் பார்த்ததில்லை. எப்படியோ வகுப்பில் முதல் மார்க் வாங்கிவிடுகிறான்" என்று பெருமைப்பட்டுக் கொண்டார் வாத்தியார். மாப்பிள்ளை என்கிற துன்பம் வருகிற நேரத்திலும் - புத்திர பாக்கியத்தின் பெருமை அவருக்கு மகிழ்ச்சி அளித்தது.

"வாத்தியார்களைக் காக்கா பிடித்திருப்பான்!" என்று சிவராமனைச் சீண்டினாள் மஞ்சுளா.

"அந்தப் பழக்கம்தான் நம்மகிட்டே கிடையாது. ஒன்றுக்கு ஒன்பதாகப் பதில் எழுதினால் மார்க் ஏன் போடமாட்டார்களாம்? கணக்கு வாத்தியாரைத்தான் எனக்கு ரொம்பப் பிடிக்கும். ஒரு நாள் சைபரோடு சைபர் கூட்டினால் என்னடா என்று கேட்டார். இரண்டு சைபர் என்றேன். ஒரு சைபர்தாண்டா என்றார். ஒண்ணும் ஒண்ணும் ஒண்ணுதானா? இரண்டுதானே? ஒரு சைபரோடு இன்னொரு சைபர் சேர்ந்தால் இரண்டு சைபர்தான் என்றேன். அவருக்கு கோபம் வந்து விட்டது. நறுக்கென்று தலையில் குட்டினார். வலித்தது; பல்லைக் கெட்டியாய்க் கடித்துக்கொண்டு இரண்டு சைபர்தான் என்று கத்தினேன். அப்புறம்தான் நான் சொன்னது சரி என்று அவருக்குப் புரிந்தது. வழுக்கை மண்டையில் குட்டிக்கொண்டே உட்கார்ந்து விட்டார்!" என்று அக்காட்சியை நடித்துக் காட்டினான் சிவராமன்.

''வாயை மூடுடா மண்டு!'' இதுவரை மௌனம் சாதித்த ஸரஸா திடீரென்று கேட்டாள்; ''உன் கல்யாணத்துக்கு நாள் குறித்து விட்டார்களா?''

''நாள் குறித்தால் உனக்குத் தெரியாமல் இருக்குமா?''

''எப்படியும் ஆவணியில் முடிந்துவிடும்; இல்லையா?''

''அப்படித்தான் தோன்றுகிறது; அப்பாதான் ரொம்ப அவசரப்படுகிறார். அதைப் பற்றி இப்போது என்ன?'' - என்றாள் மஞ்சுளா சற்று நாணத்துடன்.

'அப்பாதான் தடையாக இருந்தார்; அவரே இப்போது அவசரப்படுகிறாரா? பார்த்தீர்களா அப்பா? இந்தப் பிடிவாதக்காரி பிடித்ததை சாதித்துக்கொண்டு விட்டாள்!' என்று உதட்டளவில் ஸரஸா மஞ்சுளாவைப் பாராட்டினாள்: 'நீலகண்டனை மணந்து மஞ்சுளா சுகமாக வாழப் போகிறாளா? வாழ முடியுமா?' என்று மகாராணி கொக்கரித்ததை ஸரஸாவினால்கூடப் புரிந்துகொள்ள முடியவில்லை.

''அப்படி நடப்பது நல்லதுதானே? எதுக்கும் அதிர்ஷ்டம் வேண்டும்'' - என்று பொதுவாகச் சொல்லி வைத்தார் வாத்தியார். அதிர்ஷ்டத்தைத் தவிர வேறு எதையும் அவர் இதுவரை நம்ப முடிந்ததில்லை; அந்த அதிர்ஷ்டமோ எப்போதுமே அவரை விட்டு எட்டியே நின்றது, மகளின் அதிர்ஷ்டக் குறையை அவர் ஒரு நொடியாவது மறக்க முடியுமா?

மஞ்சுளா பின்னி முடித்துவிட்டாள். அந்தக் கூந்தலைப் பின்னி முடிப்பதற்குள் அவள் கைகள் சோர்ந்து விட்டன. மல்லிகைச் சரத்தையும் சூட்டினாள்.

''ஸரஸா! சேலை மாற்றிக்கொள்ளேன்; அப்புறம் குளித்துக் கொள்ளலாம்.''

ஸரஸா வேண்டா வெறுப்புடன் போகிறவள்போல் எழுந்து உள்ளே சென்றாள்.

"மஞ்சுளா அக்கா! நீங்கள் ஒருத்தரை எதிர்பார்க்கிறீர்கள்; எனக்குத் தெரியும்!" என்றான் சிவராமன் பெரிய மனிதன்போல்.

"உன் அக்கா புருஷனைத்தான் எதிர்பார்க்கிறோம்" என்றாள் மஞ்சுளா.

"அதுக்கு முந்தி -"

"நான் யாரையும் எதிர்பார்க்கவில்லை."

"பொய் சொல்லக்கூடாது அக்கா! உங்கள் டாக்டர் வருகிறார்!" என்றான் சிவராமன் டக்கென்று.

"எங்கேடா?" என்று வாசலைப் பார்த்தாள் மஞ்சுளா, சிறிது பரபரப்புடன்.

"நான் சொன்னது சரிதானே?" என்று கைகொட்டிச் சிரித்தான் சிவராமன். "கார் சத்தம் கேட்கவில்லை?"

"இல்லையே!"

"எனக்குக் கேட்குதே!" என்று சொல்லிக் கொண்டே அவன் வாசலுக்கு ஓடினான். திண்ணையிலிருந்து எட்டிப் பார்த்துத் திரும்பி வந்தான்.

"நான் சொன்னது கரெக்ட்! டிரைவர் டாக்டர் கமிங்!" என்று கத்தினான் அவன்.

எல்லோரும் எதிர்பார்த்ததுதான். மஞ்சுளாதான் மாதவனை டாக்டரிடம் அனுப்பினாள். நெய்வேலிக்காரர் வருவதை ஞாபக மூட்டுவது ஒரு காரணம். தகப்பனார் கல்யாணத்துக்கு இசைந்து விட்டார் என்பதை அண்ணன் டாக்டரிடம் சொல்லியிருப்பான் என்பதும் அவளுக்குத் தெரியும். சிநேகிதியின் துயரம் மஞ்சுளாவைத் துன்புறுத்தியது என்பது உண்மைதான்; அதற்காக அவள் தன் சொந்த மகிழ்ச்சிக்கு இடம் தரக்கூடாதா? செய்தி கேட்டு நீலகண்டன் மிகவும் மலர்ச்சி அடைந்திருப்பான். அந்த மலர்ச்சியைப் பார்த்து மலரக் காத்திருந்தாள் மஞ்சுளா.

மஞ்சுளாவின் ஆர்வத்துக்கு ஸரஸாவின் ஆவல் குறைந்து விடவில்லை என்பதற்குப் பதிலாக மகாராணி ஸரஸாவின் ஆவலை உச்சத்துக்கு ஏற்றிவிட்டாள் என்பதுதான் பொருத்தமாக இருக்கும்.

"அந்த டாக்டர் வரட்டும்!" என்று மகாராணியின் கால்கள் குறுகுறுத்தன.

தனக்குப் பிடித்த சேலையை உடுத்திக்கொண்டு ஸரஸா முன் ஹாலுக்கு வந்தபோது - நாலு விழிகள் அவளைச் 'சப்'பென்று பார்ப்பதை அவள் உணர்ந்தாள். முதலில் வந்தவன் மாதவன்; பின்னால்தான் நீலகண்டன் வந்தான்.

'மாதவனா? இவன் ஏன் இப்போது இங்கே வருகிறான்?' என்று ஸரஸாவின் மகாராணி முதலில் வெகுண்டாள். ஆனால் மாதவனின் உருவம் மகாராணியை உலுக்கிவிட்டது. அவள் தன்வசமிழந்து அவனையே வெறித்து நோக்கினாள். மாதவன் என்ற சக்தியை அவளால் எதிர்க்க முடியவில்லை. மாதவன் என்ற மகா பாக்கியத்தை அவள் நிரந்தரமாக இழந்துவிட்டாள் என்று ஞாபகம் வந்தபோது மகாராணி கலக்கமுற்றாள். நீலகண்டனைத் திரும்பிப் பார்க்க வேண்டுமென்றுகூட அவளுக்குத் தோன்றவில்லை. மாதவனைப் பார்க்கவும் முடியவில்லை. புது மணப்பெண் போல் ஸரஸா தலைகுனிந்து நின்றாள்.

வாத்தியார் மிகவும் விநயமாக "மாதுவா? இன்றைக்குத்தான் வழி தெரிந்ததா? வா நீலகண்டா!" என்று இருவரையும் வரவேற்றார். துக்கம் நேர்ந்த இடத்தில் எத்தனை பெரிய கூட்டம். இருந்தாலும் ஒரு பெரிய மனிதர் - பணக்காரர் - பிரமுகர் வந்தால் ஒரு கலகலப்பு உண்டாகிறது. துக்கத்தில் இருப்பவர்களுக்குப் பெரிய பலமும் ஆறுதலும் உண்டாகின்றன. எளியவர்களுக்கும் ஏழைகளுக்கும் இது இயற்கை. ஒருவருக்கு இருவராக உதவி புரிய வந்ததால் வாத்தியாரின் துக்கம் குன்றியதில் ஆச்சரியமில்லை.

மாதவனும் நீலகண்டனும் பேசாமல் உட்கார்ந்தார்கள். காரணம் இல்லாமல் ஒரு நிசப்தம் சில நிமிஷங்கள் அங்கு நிலவியது. புத்தகத்தில் இருப்பதை மாணவர்களுக்குச் சொல்லித் தருவதுபோல் வெளி உலகத்தைப் பார்த்துப் பழகிய ஆசிரியர் தென்புடன் பேச்சைத் தொடங்கினார். ''மாது! நீ வந்து ஒரு வாரம் ஆகிறதாம்; இந்தப் பக்கமே தலைகாட்ட வில்லையே?''

''மாதவனுக்கு ஓய்வு ஏது? எது எதைப் பற்றியோ யோசிக் கிறான்; ஏன் யோசிக்கிறோம் என்று தெரியாமல் யோசிக்கிறான்; அதுக்கே நேரம் போதவில்லையே அவனுக்கு!'' என்று விசித்திரமான ஒரு பதிலைக் கூறினான் நீலகண்டன். மாதவனைக் கேலி செய்கிற உரிமை அவனுக்கு இருந்தது. இப்போது அவன் பேசியது கேலி என்றால் அவன் சிரித்த முகத்துடன் ஏன் பேசவில்லை?

மாதவனும் அதைக் கவனிக்கவில்லை; மஞ்சுளாதான் அதைக் கவனித்தாள். அவள் எதிர்பார்த்த மலர்ச்சி நீலகண்டன் முகத்தில் காணப்பட வில்லை என்பதையும் கவனித்துக் கொண்டாள். மாறாக - அவன் களை இழந்த தோற்றம் அளித்தான். ஏன் அப்படி? அண்ணா செய்தியைத் தெரிவிக்கவில்லையா?

மாதவன் இரவு முழுவதும் தூங்காமல் சோர்ந்து இருந்ததை அவள் அறிவாள். ஆனால் அவன் டாக்டரிடம் சொல்ல வேண்டியதைக் கட்டாயம் சொல்லியிருப்பான். அப்படியானால் டாக்டர் அடியுண்டவன்போல் தோற்றம் அளிப்பானேன்? மஞ்சுளாவை அவன் பார்க்கிற பார்வையில் ரசம் ஒன்றும் காணப்படாதது ஏன்? அவன் எதையும் பார்க்கிறவனாகவும் தெரியவில்லையே! மாதவனுக்கும் நீலகண்டனுக்கும் இடையில் என்னவோ நடந்துள்ளது என்று குழப்பம் அடைந்தாள் மஞ்சுளா.

ஸரஸா வேறுவிதமாய்க் குழம்பிக் கொண்டிருந்தாள். மாதவன் என்ற சக்தியின் அமுக்கத்திலிருந்து மகாராணி தன்னை ஓரளவு விடுவித்துக்கொண்டாள். மாதவன் அவள் இருக்கும்

திசையையே பார்கிறவனாகத் தெரியவில்லை; தூங்கிக் கொண்டே நடந்து வந்து உட்கார்ந்தவனாய் இருந்தான் அவன். வழக்கம்போல் அவன் தன்னை அசட்டை செய்வதாக மகாராணி கருதினாள். ஆனால் அவள் ஏவலுக்காக கைகட்டி நிற்கிற நீலகண்டன்கூட அவள் பக்கம் தலையெடுத்துப் பார்க்கவில்லையே - ஏன்? மஞ்சுளாவுக்காகவோ மாதவனுக்காகவோ பயப்படுகிறானா? அல்லது ஸரஸாவுடன் கார் ஏறும்வரை இப்படிப் பாசாங்கு செய்யப் போகிறானா?

"நான் பத்து மணிக்குப் பள்ளிக்கூடம் போகவேண்டும். அதற்குள் பஸ் ஸ்டாண்டிலிருந்து திரும்பி விடுவீர்களா?" என்று வாத்தியார் கேட்டார்.

"பஸ் ஸ்டாண்டுக்கு யார் வரப் போகிறீர்கள்?" என்று மாதவன் கேட்டான்; அவன் குரல் - கண்விழிப்பால் - கரகரத்தது; ஆனால் அதில் அதிகாரத் தொனி இருந்தது.

"நான் வருகிறேன். ஸ்கூலுக்கு இன்றைக்கு மட்டம்!" என்று முன்னால் நகர்ந்து ஆஜர் கொடுத்தான் சிவராமன்.

"இஞ்சினீயரை உனக்குத் தெரியுமாடா?" என்று கேட்டான் மாதவன்.

"ஓ எஸ்! அவரை ஒரு தடவை பார்த்தால் ஒன்பது வருஷமானாலும் மறக்க முடியாதே."

மாதவன் சிவராமனுடன் பேசி நேரம் கடத்த விரும்பாதவன்போல் வாத்தியாரிடம் சொன்னான். "இன்றைக்கு நீங்கள் பள்ளிக்கூடம் போகாவிட்டால் என்ன? நீங்களே நேரில் சென்று மாப்பிள்ளையை அழைத்து வருவது நல்லது இல்லையா?"

"ஸரஸா வருகிறாள்; நீங்கள் போகிறீர்கள்..." என்று தயங்கினார் ஆசிரியர்.

"ஸரஸா எங்களோடு வருவது அழகாயிராது. நீங்கள்தான் வரவேண்டும்; அதுதான் மரியாதை" என்று வழக்கில் தீர்ப்புச் சொன்ன நீதிபதி எல்லாரும் அதை ஏற்றுக்கொள்ள வேண்டும் என எதிர் பார்ப்பதுபோல் சொன்னான் மாதவன்.

எம்.வி. வெங்கட்ராம்

‘‘அதுவும் சரி; நானே வருகிறேன்’’ என்று வாத்தியாரும் உடனே குழைந்தார்.

இந்தத் திருப்பத்தை அங்கு எதிர்பாராதவள் ஸரஸா ஒருத்திதான். வீட்டை விட்டுக் கிளம்பும் போதே ஸரஸா உல்லாசம் இல்லை என்று ஆகிவிட்டதால்தான் நீலகண்டன் அசடு வழிந்தான். மாதவன் நீலகண்டனுடன் வந்தாலும் இப்படி ஓர் ஏற்பாடு செய்வான் என்று ஸரஸா நினைக்கவில்லை. அவளுடைய மகாராணி வெறுப்புடன் மஞ்சுளாவைப் பார்த்தாள்; இந்தச் சூழ்ச்சிக்கெல்லாம் மஞ்சுளாதான் மூலகாரணம் என்று அவள் எண்ணம். அதே பார்வையில் இன்னும் அதிக வெறுப்பு கலந்து நீலகண்டனைப் பார்த்தாள். மஞ்சுளா குற்றம் செய்தால் நீலகண்டனை தண்டிக்க வேண்டும் என்பது இந்த மகாராணியின் நீதி!

‘‘அப்பா நீங்கள் அனாவசியமாக எதுக்கு லீவ் எடுக்க வேண்டும்?’’ என்று சன்னமாய்க் குறுக்கிட்டாள் ஸரஸா.

‘‘அப்பா போவதுதான் முறை. ஒருநாள் லீவ் எடுத்துக் கொண்டால் பரவாயில்லை’’ என்றாள் மஞ்சுளா.

அதைக் கேட்ட ஸரஸாவின் மகாராணி மேலும் சீற்றம் கொண்டாள். ‘எல்லாம் இவளுடைய சாகசம்தான்!’ என்று பதைத்தாள். நீலகண்டன் ஏதாவது சொல்லுவானோ என்று எதிர்பார்த்தாள்; அவன் வாயைத் திறக்கவில்லை. நாளைக்கு மஞ்சுளாவை மணக்கப் போகிறவன்; இப்போதே மனைவிக்கும் மைத்துனனுக்கும் பயப்பட ஆரம்பித்துவிட்டான்போல் இருக்கிறது. கோழை! முட்டாள்!

‘‘லேட்டாக வரும் என்று எதிர்பார்க்க ரயில் இல்லை. இப்போது புறப்பட்டால் சரியாக இருக்கும். நீ இங்கேதானே இருப்பாய் மஞ்சுளா?’’ என்று அவளிடம் முதல் முறையாகப் பேசினான் டாக்டர்.

‘‘ஆம்’’ என்ற மஞ்சுளா சிறிது ஆறுதல் அடைந்தாள்.

"சட்டை மாட்டிக்கொண்டு வந்து விடுகிறேன் -" என்று தயார் செய்து கொண்டார் வாத்தியார்.

"நான் இப்படியேதான் வரப்போகிறேன்!" என்றான் சிவராமன்.

"நீ எதுக்குடா? ஒரே கூட்டமாகப் போனால் வருகிறவர் பயந்துவிடப் போகிறார்!" என்று ஸரஸா எரிச்சலுடன் சொன்னதை யாரும் கேட்டதாகவே தெரியவில்லை.

கார் புறப்பட்டுச் சென்றது. ஸரஸாவுக்கு மற்றவை மறந்து நெய்வேலித் துன்பம் நினைவுக்கு வந்தது. அவள் கலக்கமுற்றாள். அவளுடைய மகாராணியோ மிகப் பயங்கரியாக வடிவெடுத்தாள்; அவள் வாயில் சொற்கள் உடைந்து சிதறின; அவளுடைய மார்பகம் பெருத்துப் பருத்தபோது ஸரஸாவுக்கு மூச்சுவிட முடியாமல் திணறியது. இருந்த இடத்திலேயே அவள் மயங்கி விழுவதைக் கண்ட மஞ்சுளா பதறியவளாய் அவளைத் தாங்கிக் கொண்டாள்.

23

பஸ் ஸ்டாண்டை அடைவதற்குள் நீலகண்டன் தன்னைத் திருத்திக் கொண்டான். ஸரஸாவின் வீட்டில் நடந்துகொண்ட விதமும், மஞ்சுளாவுடன் தாராளமாய்ப் பேசாமல் வந்ததும் முறையல்ல என்று அவனுக்குத் தோன்றியது. இவ்வாறு பலவீனத்தைக் காட்டிக் கொள்வதால் தனக்கே இடையூறு ஏற்படும் என்பதை அவன் உணரலானான். ஸரஸாவின் வீட்டில் அவன் இவ்வளவு உரிமையுடன் பழக முடிவதே மஞ்சுளாவினால்தான். அவன்மீது ஏதாவது சந்தேகம் உண்டானால் அங்கு போக முடியாதபடி மஞ்சுளாவோ மாதவனோ சுலபமாய்த் தடுக்க முடியும் என்பதும் அவனுக்குப் புரிந்தது.

எம்.வி. வெங்கட்ராம்

ஒரு சந்தர்ப்பம் கிடைத்தது; அது மாதவனால் நழுவி விட்டது. அது அவ்வளவு பிரமாதமான சந்தர்ப்பமா என்ன? ஸரஸாவுடன் சிறிது நேரம் சற்று தூரம் காரில் சுற்றியிருக்கலாம்; ஆனால் - குறித்த நேரத்தில் பஸ் ஸ்டாண்டுக்குத் திரும்ப வேண்டியதுதானே? ஸரஸா ஊருக்குத் திரும்பப் போவதில்லை. அவள் கணவன் நீலகண்டனிடம் தான் சிகிச்சை பெறப்போகிறான். அவளுடன் நெருங்கிப் பழகுவதற்கு எத்தனையோ சந்தர்ப்பங்கள் கிடைக்குமே. நெய்வேலியிலிருந்து வருகிறவன் எந்த நிலையில் வருகிறானோ ? எந்த நிலையில் வந்தால் என்ன? வியாதியின் பெயர் பெரியதாக இருக்கிறது; இரண்டு மூன்று ஆண்டுகளாவது ஆகும் அவன் ஆளாக. அதற்குள் -

அதற்குள் மஞ்சுளா நீலகண்டனின் உடைமை ஆகிவிடுவாள்.

காலையில் மாதவன் சொல்லிய செய்தியில் உள்ள இனிமை இப்போதுதான் அவனுக்கு இனித்தது. மஞ்சுளா ஸரஸாபோல் இல்லை; என்றாலும் மஞ்சுளாவும் அழகுதானே? அழகுடன் அந்தஸ்தும் சேர்த்துக் கொண்டு வருகிறாள். அத்தோடு சரணாகதியாகும் அன்பும் அளிக்க வருகிறாள். ஸரஸாவின் போதையால் இதையெல்லாம் அவன் மறந்தாற்போல் இருந்துவிட்டானே! இப்படி எண்ணியபோதுதான் அவனுக்கு மாதவனிடம் அக்கறை ஏற்பட்டது. நண்பனுக்காகவும் தங்கைக்காகவும் மாதவன் எவ்வளவு சிரத்தை எடுத்துக்கொள்கிறான்? ஆனால் அவன் ஏன் இப்படி குழம்பியிருக்கிறான்?

நெய்வேலி பஸ் வருவதற்கு இன்னும் இருபது நிமிஷங்களுக்கு மேல் இருந்தன. ஆசிரியர் ராமசாமி ஏழ்மையின் அடக்கத்துடனும் பணிவுடனும் மாதவனுடன் பேசிக்கொண்டிருந்தார். உற்சாகமாக இருந்தவன் சிவராமன் ; தான் ஏறி வந்த காரை ஆச்சரியத்துடன் வலம் வந்து பார்த்தான்; தொட்டுப் பார்த்தான்; தட்டியும் பார்த்தான்.

''அதை ஏண்டா முறைக்கிறாய்?'' என்று நீலகண்டன் சிவராமனை வம்புக்கு இழுத்தான்.

"இதெல்லாம் கெட்டித் தகரமா என்று பார்த்தேன்."

"வெறும் தகரடப்பா இல்லைடா; நாற்பதாயிரம் ரூபா!"

"அவ்வளவுதானா?" என்று சிறுவன் சொன்னதைக் கேட்டு நீலகண்டன் அசந்துவிட்டான்.

"நாற்பதாயிரம் என்றால் எவ்வளவு என்று தெரியுமாடா?"

"தெரியாமல் என்ன? ஃபார்டி தவ்ஸண்ட்! லட்ச ரூபா இருக்கும் என்று நினைத்தேன். ரொம்ப சீப்!"

"மாது! சிவராமன் சொன்னதைக் கேட்டாயா? உன் கார் ரொம்ப சீப் என்கிறான்."

"அவனுக்கும் ஒன்று வாங்கித் தந்தால் போகிறது!" என்றான் மாதவன்.

"யாருக்கு? எனக்கா?" என்றான் சிவராமன்.

"உனக்குத்தான். கார் பிடிக்காதோ?"

"எனக்குப் பிடிக்காது. கார் வயிற்றுக்குத் தீனி போட நம்மால் முடியாது."

"அதுக்காகவா கார் வேண்டாம் என்கிறாய்?"

"பின்னே என்ன? உங்களைப் போல் பணக்காரர்களாயிருந்தால் கார் வைத்துக்கொள்ளலாம். இங்கே ஒழுங்கா ஒரு உப்புமா கிடைக்கவில்லை. கார் சவாரி கேட்குதா?" என்றான் சிவராமன்.

"அதென்னடா உப்புமாவைப் பிடித்தாய்?" என்று கேட்டான் நீலகண்டன்.

"உப்புமா என்றால் உப்புமாதான்! நாள் பூராவும் சாப்பிட்டுக்கொண்டேயிருக்கலாமே! உங்கள் பாதாம் ஹல்வாவை இவ்வளவுக்குமேல் சாப்பிட முடியுமா?" என்று கட்டை விரலும் சுட்டு விரலும் கூட்டிச் சின்முத்திரை காட்டினான் பொடியன்.

எம்.வி. வெங்கட்ராம்

நீலகண்டன் தொடர்ந்து சிவராமனைத் தூண்டியிருப்பான். ஆனால் மாதவன் கவனம் வேறு பக்கம் திரும்பிவிட்டதைக் கண்டான். அவனுக்கு எதிரில் போய் நின்றுகொண்டு "மாது! என்ன விஷயம்? யோசனையாகவே இருக்கிறாயே; என்னிடம்கூடச் சொல்லக்கூடாதா?" என்று கேட்டான்.

"சொல்லக்கூடாத விஷயம் ஒன்றும் இல்லை; சொல்வதற்கும் ஒன்றும் இல்லை" என்றான் மாதவன்.

"வாத்தியார் சார்! மாதவனைப் பார்த்தீர்களா? ஒரு மாசம் ஜுரமாக இருந்தவனைப் போல் இல்லை?"

அதையெல்லாம் கவனிக்க ஆசிரியருக்கு நேரம் ஏது? நீலகண்டன் சொன்ன பிறகுதான் அவர் மாதவனைப் பார்த்தார்: "மாது! உடம்புக்கு என்ன? ஒரு மாதிரி இருக்கிறாயே?" என்று கவலையோடு விசாரித்தார்.

"ஒன்றுமில்லை; ராத்திரி தூக்கம் இல்லை. இஞ்சினியரை வீட்டுக்குக் கொண்டுபோய் சேர்த்துவிட்டு நாலு மணி நேரம் நிம்மதியாய்த் தூங்கினால் எல்லாம் சரியாகிவிடும்."

"வாத்தியார் இருக்கிறார்; நான் இருக்கிறேன்; நாங்கள் பார்த்துக்கொள்ள மாட்டோமா?"

"என்னை விட்டுவிட்டீர்களே டாக்டர்?" என்று அங்கும் குரல் கொடுத்தான் சிவராமன்.

"சிவராமன் ஒருத்தன் போதுமே; இஞ்சினீயரை சிரிக்க வைத்தே க்யூர் பண்ணிவிடுவானே!"

"வந்தாயிற்று; பஸ் வந்ததும் - வீட்டுக்குத் திரும்பிப் போய்த் தூங்கினால் போச்சு."

"சாப்பாட்டுக்குப் பிந்தித்தான் தூங்க வேணும்; முந்தித் தூங்கினால் வியாதி. கிளாஸ் டீச்சர் சொல்லியிருக்கிறார். இல்லையா டாக்டர்?" என்று டாக்டரையும் கலந்தான் சிவராமன்.

''பேசாமல் இருடா!'' என்று அவனை அடக்கப் பார்த்தார் வாத்தியார்.

''யூ நீட் எ தரோ செக் அப் (உன்னை நன்றாகச் சோதனை செய்ய வேண்டியது அவசியம்) வீட்டுக்குப் போயாகட்டும் -'' என்றான் நீலகண்டன், மாதவனிடம்.

''இந்த வயதில் உடம்பு இப்படி இருக்கலாமா? ரொம்பக் கவனித்துக் கொள்ளவேணும்!'' என்றார் வாத்தியார்; அவருக்கு வேறொன்றும் சொல்லத் தோன்றவில்லை.

''நிறைய வாக்கிங் போகணும். காரில் உட்கார்ந்து கொண்டே இருந்தால் எங்கே நடக்கிறது? தலைகீழா நிற்கணும். வியாதியே வராதாம். நேரு மாமா புஸ்தகத்திலே இருக்கு!'' என்று வாத்தியார் மகனும் தனக்குத் தெரிந்த புத்திமதிகளைக் கூறினான்.

அன்று காலையில் மாதவன் நல்ல செய்தி கொண்டு வந்தாலும் சிறிது முரட்டுத்தனமாகப் பழகினான்; நீலகண்டன் மனவேகத்தை எவ்வளவோ அடக்கிக்கொண்டாலும் சற்று முறைப் பிசகாகவே நடந்து கொண்டான். அதை நேர் செய்து மாதவனை மகிழ்விக்க வேண்டும் என்பது நீலகண்டன் விருப்பம். அதற்காகத் தான் அவன் நண்பனின் உடல்நிலை பற்றி இவ்வளவு சிரத்தை காட்டினான். நண்பன் மனத்தில் ஸரஸா பற்றின தடுமாற்றம் இருக்குமா என்பதைக் கண்டுபிடிக்க வேண்டும் என்பதும் அவன் ஆசைதான். ஆனால் மாதவனிடமிருந்து ஒன்றுமே வெளியாகவில்லை.

திடீரென்று மாதவன் கேட்டான்: ''நீலகண்டா! எனக்கொரு சந்தேகம். எனக்கு டீ.பீ. இருக்குமோ?''

''உனக்கெல்லாம் அது எதுக்கப்பா வருது?'' என்றார் ஆசிரியர் சிறிது பதறியவராக.

''வியாதி கேட்டுக் கொண்டா வரும்? மனுஷன் யாரையும் கேட்டுக்கொண்டு பிறப்பதில்லை; யாரையும் கேட்டுக்கொண்டு

வியாதியும் வருவதில்லை. யாருக்கு வியாதி வராது என்று நினைக்கிறோமோ அவர்களுக்குத்தான் வியாதி வருகிறது. இல்லையா டாக்டர்?''

''அதெல்லாம் சரிதானப்பா; உனக்கு எப்படி டீ.பி. பயம் உண்டாயிற்று?'' என்று தாங்கமுடியாத வியப்புடன் கேட்டான் நீலகண்டன்; தூக்கம் கெட்டிருக்கலாம்; அதற்காக ஒருத்தன் இப்படி எல்லாமா பேசுவான்?

''ஏன்? எனக்கு இருக்காதா? இருக்கக் கூடாதா?'' என்றான் மாதவன்.

''போதும் - வாயை மூடு! பாக்கு வெற்றிலை வைத்து அதை வெல்கம் பண்ணுவாய்போல் இருக்கிறதே! கண்விழிப்பு உன் மூளையைக் குழப்பி இருக்கிறது; ஸ்லீபிங் பில்ஸ் (தூக்க மாத்திரை) ஒன்று தருகிறேன். சாப்பிட்டு நன்றாகத் தூங்கி எழுந்தால் இந்தப் பயம் எல்லாம் போய்விடும்'' என்றான் டாக்டர்.

மாதவன் அதற்கு மறுமொழி ஒன்றும் கூறாமல் - ''வாத்தியார் சார்! உங்களிடம் நீலகண்டன் சொன்னானா?'' என்று கேட்டான்.

''எதைப் பற்றி?''

''அவன் கல்யாணம் பற்றி ஒன்றும் சொல்லவில்லையா?''

''டாக்டர் சொல்வாரா? ஸரஸா அக்கா சொன்னாள்; மஞ்சுளா அக்கா சொன்னாள். எங்கள் வீட்டில் எல்லாருக்கும் தெரியும். டாக்டர்வர்றார்என்று சொன்னேன். மஞ்சுளாஅக்காநடுங்கிவிட்டாள்!''

''ஏண்டா பொய் சொல்லுகிறாய்?'' என்றான் நீலகண்டன்.

''அந்தப் பழக்கம்தான் என்கிட்டே கிடையாது. என் கண்ணாலே பார்த்தேன். மஞ்சுளா அக்கா எழுந்து நின்றாள். கைகால் எல்லாம் வெடவெடன்று உதறல் எடுத்துட்டுது'' - என்று நடுங்கிக் காட்டினான் சிவராமன்.

மாதவனுக்குக்கூட சிரிப்பு வந்துவிட்டது; ''பயல் ரொம்ப கெட்டிக்காரனாயிருக்கிறானே!'' என்றான் அவன்.

''அது என்னவோ நீங்கள்தான் சொல்கிறீர்கள். தலையில் விழுகிற குட்டுதான் கெட்டியாக விழுது!''

''ஓயாமல் பேசுகிறான்; என்ன வேண்டுமானாலும் பேசுகிறான்; இவனை என்ன செய்வதென்றே தெரியவில்லை -'' என்று அலுத்துக் கொள்கிறவர்போல் பெருமைப் பட்டுக் கொண்டார் ஆசிரியர்.

''ஒன்றும் செய்ய வேண்டாம்; அவன் இஷ்டத்துக்குப் பேசட்டும். யாரும் காது கொடுத்துக் கேட்காவிட்டால் என்னடா செய்வாய்?'' என்று கேட்டான் டாக்டர்.

''நானாக யாரோடும் பேசுவதில்லை. பேசு பேசு என்று பேச வைக்கிறார்கள். அப்புறம் வாயாடி என்று குற்றம் சொல்கிறார்கள்.''

''இவ்வளவு பேச்சும் இவனுக்குள் எங்கிருந்து உற்பத்தி ஆகிறது?'' என்று வியப்புடன் கேட்ட மாதவன் அடுத்து நீலகண்டனிடம் கேட்டான்: ''அப்படியானால் எனக்கு டீ.பீ. இருக்காது என்கிறாயா? அல்லது - இருக்கக்கூடாது என்று உன் அபிப்பிராயத்தைச் சொல்கிறாயா?''

''உனக்கு டீ.பீ. இல்லை; பைத்தியம் பிடிக்கிறது'' - என்றான் நீலகண்டன்; ''கல்யாணம் செய்தால் இந்தப் பைத்தியம் தெளிந்து விடும். வாத்தியார் சார், மாதவனுக்கு என்ன குறைச்சல்? இராத் தூக்கம் வருவதில்லை என்றால் என்ன அர்த்தம்? கண் விழித்து விட்டுப் பிதற்றுகிறான் பாருங்கள். கல்யாணம் பண்ணிவைத்தால் தான் இதுக்கொரு முடிவு ஏற்படும். இல்லையா?''

''அதுவும் நியாயம்தான்'' - என்றார் வாத்தியார்.

''எது நியாயம் என்கிறீர்கள்? கல்யாணம் கல்யாணம் என்று பைத்தியம் பிடித்து அலைவதா? எனக்கு அந்தப் பைத்தியம் பிடிக்கவில்லை. கல்யாணம் பண்ணிக் கொள்கிற பைத்தியக்காரத் தனம் நான் செய்யப் போவதும் இல்லை'' என்றான் மாதவன் .

''வாத்தியார் சார்! கேட்டீர்களா? கல்யாணம் பண்ணிக் கொள்வது பைத்தியக்காரத்தனமாம்!''

''ஒருவிதத்தில் மாது சொல்வதும் சரிதானே? ஆனால் யாரும் கல்யாணம் செய்து கொள்ளாமல் இருப்பதில்லை -'' என்று மத்தியஸ்தமாய்ப் பேசினார் ஆசிரியர்.

''அதைத்தான் நானும் சொல்கிறேன்! கல்யாணமா - ஐயோ வேண்டாம் என்று கோழைத்தனமாய் ஓடுவதற்கு பதிலாகத் தைரியமாய்க் கல்யாணம் செய்துகொள்வது நல்லது இல்லையா? - நான் துணிந்துவிட்டேன் சார்!'' என் றான் நீலகண்ட ன்.

''ஷட் அப்! இந்தக் கல்யாணப் பேச்சைக் கேட்டுக் கேட்டு எனக்கு அலுப்பாயிருக்கிறது. எங்கே போனாலும் இதே பேச்சுத்தானா?''

''ஹோல்டான்! ஹோல்டான்! நெய்வேலி பஸ் வந்தாச்சு!'' என்று கூக்குரலிட்டான் சிவராமன்.

அந்த அறிவிப்பைக் கேட்டதும் மூவருடைய முகபாவமுமே மாறியது; அவர்களுடைய உடம்பிலிருந்த ரத்தமே காற்றில் கற்பூரமானதுபோல் மறைந்து முகம் வெளிறிவிட்டனர்; எண்ணங்கள் தனித்தன்மை இழந்து குழம்பிய குழப்பத்தால் ஒரு மௌனம் நிலவியது; பஸ் ஸ்டாண்டில் எழுந்து கொண்டிருந்த பலவித ஒலிகளுக்கு இடையில் அந்த மௌனம் கொஞ்ச நேரம் புதைந்து கிடந்தது. அந்த மௌனத்தின் கூர்மை சிவராமன் வாயைக்கூட சிறிது நேரத்துக்குத் தைத்து மூடி வைத்துவிட்டது.

இஞ்சினியர் கிட்டுவை அடையாளம் கண்டுகொள்வதில் யாருக்கும் எவ்வித சிரமமும் ஏற்பட்டு விடவில்லை. பல பிரயாணிகள் இறங்கினார்கள்; யாரையும் பார்த்து 'நீங்கள்தானே இஞ்சினீயர்?' என்று கேட்க மாதவனுக்கோ நீலகண்டனுக்கோ தோன்றவில்லை. பூக்கடைக்கு விளம்பரம் வேண்டியதில்லை என்கிறார்கள்; கிட்டுவுக்கும் தேவைப்படவில்லை. ஒரு துணிப்பையுடன் கச்சலாக

இறங்கியவன் நெய்வேலி நாயகன் என்று இனம் காண மாதவனுக்கு மருத்துவப் படிப்பு வேண்டியிருக்கவில்லை; நீலகண்டனுக்கு ஆராய்ச்சி அறிவு அவசியமாகவில்லை.

''அவர்கள் இருவரையும் கவனியாத கிட்டு ''மாமாவா?'' என்றவாறு ஆசிரியரை அணுகினான்.

''கிட்டு! என்ன இப்படி!'' என்னும்போது வாத்தியாரின் குரல் தழுதழுத்தது, கண்கள் கலங்கின.

நீலகண்டன் கிட்டுவைப் பார்க்கவில்லை; அவனுடைய நோயைத்தான் பார்த்தான்; முற்றி முதிர்ந்த வியாதி; ஒரு டாக்டரின் திறமையை நன்கு சோதனை செய்யும் வலிமை உள்ள வியாதி. 'இந்த வியாதியை நான் வெல்லுவேன்!' என்று நீலகண்டனுக்குள் இருந்த டாக்டர் கூறிக்கொண் டான். 'கிட்டுவோடு ஸரஸாவும் என் அருகில் இருப்பாள்!' என்று நீலகண்டனுக்குள் இருந்த வசந்தன் பூரித்தான். அவனுடைய உல்லாசத் தன்மை கற்பனையின் உதவியால் மீண்டு விட்டது. 'இஞ்சினியர் கிட்டுவின் உடம்பு கட்டிடத்தின் புளூபிரிண்ட் பிளான்; இதை வைத்துக்கொண்டு ஒரு அற்புதமான மாளிகை கட்டப் போகிறேன்' என்று பொருள் செறிவுடன் எண்ணமிட்ட அவன் தனக்குள் நகைத்துக் கொண்டான்.

மாதவனின் மனோநிலை மேலும் குழப்பம் ஆயிற்று. பூகோளத்தில் செளகரியத்துக்காக அட்சரேகை - மகர ரேகை - பூமத்திய ரேகை என்று கோடு போட்டுக் காட்டுகிறார்கள் அல்லவா? அதுபோல மாதவன் மனத்தில் வெறும் ரேகையாக இருந்த கிட்டு முழு உடலோடு எதிரில் நின்றான். முழு உடலா? தேர்ச்சீலைபோல் காற்றாடும் சட்டைக்குள் கிட்டுவின் முழு உடம்பா இருந்தது; ஓர் எலும்புக்கூடு இருந்தது. அந்தக் கூட்டின் எலும்புகள்கூட சாரமற்று நொறுங்கிவிடத் தயாராக இருப்பதாய் அவனுக்குத் தோன்றியது. அவனுக்கு அப்படி மட்டும் தோன்றவில்லை; வாயிலிட்ட முறுக்கு

‘பொற பொற’வென்று கடிபடுவதுபோல் தன் உடம்பிலுள்ள எலும்புகளை யாரோ கவ்விக் கடித்து நொறுக்குவது போன்ற ஓர் உணர்ச்சிப் பிரமையை அவன் அடைந்தான்.

வாத்தியாருக்குச் சொச்சமிருந்த தன் எதிர்காலம் மட்டும் நோயுற்றதாகப் படவில்லை. தன் வாரிசுகளின் எதிர்காலமே இருளடைந்து வந்ததாய்த் தோன்றியது. கிட்டுவின் எண்ணெய்ப் பிசுக்கு உள்ள கண்களோ ‘என்னைப் பார்த்துத் தயவு செய்து அழுங்கள் மாமா! என்மேல் கோபம் கொள்ளாதீர்கள்’ என்று கெஞ்சுவது போலிருந்தன; வாத்தியார் கண்களைத் துடைத்துக் கொண்டார்.

யாரும் யாரையும் அறிமுகம் செய்து வைக்கவில்லை. அங்கு தன் வசத்தில் இருந்தவர்கள் நீலகண்டனும் சிவராமனும்தான். சிவராமன் அத்தானைப் பார்த்து விலகி நின்று விட்டான். தன் பேச்சைக் கேட்கிற அளவு தென்பு அவருக்கு இல்லை என்று அவனுக்குக்கூடத் தெரிந்துவிட்டது.

‘‘லக்கேஜ் ஒன்றும் இல்லையே?’’ என்று நீலகண்டன்தான் ஆரம்பித்தான்.

கிட்டு அவனை அறியாமையுடன் பார்த்தான்; மாதவனையும் பார்த்தான்; இருவரும் கனவான்கள்; போர்ட்டர்கள் அல்ல.

‘‘லக்கேஜ் நான் மட்டும்தான். தாங்க்ஸ்’’ என்ற கிட்டு ‘இவர்கள் யார்?’ என்பதுபோல் மாமனாரைப் பார்த்தான்.

‘‘நான் உங்கள் மாமனாரின் ஃபாமிலி டாக்டர். ஐ வில் லுக் ஆஃப்டர் யூ. என் பெயர் நீலகண்டன்; இவர் மாமனாரின் பக்கத்து வீட்டுக்காரர். மாதவன் என்று பெயர். உங்கள் வைஃப் ஸரஸாவும் இவர் தங்கையும் க்ளோஸ் ஃபிரண்டஸ்’’ என்று தானாக அறிமுகம் செய்து வைத்த நீலகண்டன் - ‘‘அஃப்கோர்ஸ் - யூ நீட் நோ இன்டிரொடக்ஷன்’’ என்று முடித்தான்.

"தாங்க்ஸ்!" என்று கிட்டு கூறியது அவன் காதுகளுக்கே கேட்டிராது: "மாமா; இரண்டு வண்டிகள் பேசிக்கொள்வோமா?"

கிட்டு இஞ்சினியரிங் காலேஜில் படித்தவன்; சர்க்கார் உத்தியோகத்தில் இருந்துபல பேருடன்பழகியவன்; அனுபவசாலியான அவன் பேசும்போதுஏன்இப்படி நடுங்குகிறான்என்று நீலகண்டனுக்கு விளங்கவில்லை; நோயால் உண்டான நடுக்கம் அல்ல அது.

"நான் கார் கொண்டு வந்திருக்கிறேன்" - என்று மாதவனும் பேச்சில் கலந்து கொள்ள முயன்றான். "அப்படியானால் நாங்கள் மட்டும் வண்டியில் வருகிறோம்" - என்றான்கிட்டு.

"நோ! நோ' உங்களை அழைத்துப் போகத்தான் வந்தோம்; எல்லாரும்காரிலேயே வீட்டுக்குப் போகலாம்" என்றான்நீலகண்டன்.

"என்னை அழைத்துப் போகவா? காரிலா? உங்களுக்கு எதுக்குக் கஷ்டம்?" என்று நடுங்கியபடியேதான் சொன்னான் கிட்டு.

"கஷ்டமா? காரில் போகிறோம்; அதில் என்ன கஷ்டம்?" என்ற மாதவன் குரலும் நடுங்கியது.

கிட்டு நோயாளி; நோயாளிகள் நிலைகுலைந்து நடப்பது சகஜம்; ஆகையால் கிட்டுவின்தடுமாற்றத்தை நீலகண்டன் ஊகித்து அறிய முடிந்தது. ஆனால் மாதவன் இவ்வளவு அதீதமாக நடந்து கொள்வதை நீலகண்டனால் புரிந்துகொள்ள முடியவில்லை. 'ஒரே பைத்தியக்காரத்தனமாக இருக்கிறது!' என்று எண்ணினான் அவன்.

வாத்தியார் ஸ்ரீ ராமச்சந்திர மூர்த்தியைக் கூப்பிட்டு ஓரளவு சமாதானம் ஆகிவிட்டார். "கிட்டு! மாதவனும் டாக்டரும் உனக்காகத் தான் வந்தார்கள். வீட்டுக்குப் போய் எல்லாவற்றையும் சாவகாச மாய்ப் பேசிக் கொள்ள லாம்."

"சரி, கிளம்பலாமா?" என்ற நீலகண்டன் "டேய் மிஸ் சீஃப் அங்கே என்ன பார்க்கிறாய்? வா போகலாம்" என்று அழைத்தான்.

எம்.வி. வெங்கட்ராம்

''நான் அப்போதே ரைட் கொடுத்து - விட்டேன்; நீங்கள்தான் லேட்'' என்று கார் நோக்கி நடந்தான் சிவராமன்.

இவ்வளவு சொல்லியும் கிட்டு நடுங்கிக்கொண்டுதான் காரில் ஏறினான். இத்தகைய பிரமாண்டமான வரவேற்பை அவன் எதிர்பார்க்கவில்லை. அநாமதேயமாகப் பஸ்ஸிலிருந்து இறங்கி யாருக்கும் தெரியாமல் மனைவியிடம் சரணடைய வந்தவன் அவன். இரண்டு காளைகளுடனும் காருடனும் மாமனார் ஆர்ப்பாட்டமாய் வரவேற்கவே அவன் வெட்கத்தால் கூனிக் குறுகிச் சட்டைக்குள் சுருங்கிவிட்டான்; கையிலிருந்த பையை சிவராமனிடம் கொடுத்து விட்டு காரில் உட்கார்ந்தான். பஸ் பிரயாணத்தால் ஏற்கெனவே அவன் களைப்பாயிருந்தான். காரில் இருப்பதை மறக்க விரும்பியவன் போல் கண்களை மூடிக்கொண்டான்.

தூக்கக் கலக்கத்தில் இருப்பவன்போல் தோற்றம் அளித்த மாதவனை காரின் முன் சீட்டில் உட்கார வைத்து விட்டு - டிரைவர் சீட்டில் நீலகண்டன் அமர்ந்து கொண் டான்.

வாத்தியார் வீட்டை அடைந்தபோது மஞ்சுளா மட்டும் வாசலில் நின்று அவர்களை வரவேற்றாள். கல்யாணத்தின்போது கிட்டுவை அவள் பார்த்திருந்தாள். இப்போது அவனைப் பார்க்க அவளுக்குத் திகைப்பாயிருந்தது. இவ்வளவு துர்ப்பலமான நிலையில் அவன் இருப்பான் என்று அவள் எதிர்பார்க்கவில்லை. ஸரஸாவின் பாக்கியம்தான் அவனைக் காப்பாற்ற வேண்டும் என்று மஞ்சுளா எண்ணினாள். ஹாலில் இருந்த பார்வதியும் கிட்டுவின் நலிந்த உருவத்தைப் பார்த்தாள். ''வாருங்கள் மாப்பிள்ளை!'' என்றாள். இந்த நேரத்தில் அழுகை ஒதுங்கி நிற்குமா? அதை மறைத்துக் கொள்வதற்காக அவள் உள்ளே சென்று விட்டாள்.

ஆசிரியர் ஸ்ரீ ராமபிரான்மீது பாரத்தைப் போட்டு விட்டுத் தன்னிலையில் இருந்தார். கிட்டுவை சௌகரியமாக உட்கார வைத்தார். மாதவனும் நீலகண்டனும் உட்கார்ந்தார்கள். மூன்று

பேர் ஸரஸாவை ஆவலுடன் எதிர்பார்த்தனர். அவளை ஏன் காணவில்லை என்று யாருக்கும் புரியவில்லை. மஞ்சுளா கொண்டு வந்த காபியை எல்லாரும் சாப்பிட்டு முடித்தார்கள்.

வாத்தியாரோ மாதவனோ பேசுவார்கள் என்று தோன்ற வில்லை. கூட்டத்தை நடத்த வேண்டிய பொறுப்பு தன்மீது விழுந்திருப்பதை நீலகண்டன் உணர்ந்தான்; தலைமையைத் தானே ஏற்றுப் பெருமை பெற அவன் நிச்சயித்து விட்டான். ''மஞ்சுளா! இஞ்சினியரிடம் விஷயத்தைப் பேசி முடித்து விடலாமே?'' என்றான் அவன்.

''இப்போதுதானே வந்திருக்கிறார்? சாயங்காலம் பேசிக் கொள்வோமே.''

முற்றிலும் புதியவர்களுக்கு இடையில் மாட்டிக்கொண்டு கிட்டுதவித்தான்; அக்கூட்டத்தில் ஒரு பெண்ணும் சேர்ந்து கொள்ளவே அவன் பாடு திண்டாட்டம் ஆகிவிட்டது. அவர்கள் எதைப்பற்றித் தன்னுடன்பேசவிரும்புகிறார்கள் என்று அவனுக்குத்தெரியவில்லை. வெளிச்சம் பார்க்கும் ஆந்தைபோல் கண்களைப் பரப்பிக் கொண்டு அவன் விழித்தான்; 'நான் ஒரு தவறும் செய்யவில்லை; என்னைக் கோபித்துக்கொள்ளாதீர்கள்!' என்று எல்லாரிடமும் கருணை மனுச் செய்து கொள்வதுபோல் இருந்தது அவன் பார்வை.

''இஞ்சினியர் கைப்பையோடு வந்திருப்பதைப் பார்த்தால் இங்கே அதிக நாள் தங்குகிறவராய்த் தெரியவில்லை. எதற்கும் இப்போதே விஷயத்தைப் பேசுவதில் தப்பு இல்லையே?'' என்றான் டாக்டர்.

மாதவன் திடுமென்று குறுக்கிட்டான்; ''கிட்டு! நீங்கள் ஏன் இப்படித் தந்தி கொடுத்தீர்கள்? அதைப் பார்த்து நாங்கள் எல்லாரும் ஒரேயடியாகப் பயந்து விட்டோம். அப்புறம் ஒரு லெட்டராவது போடக்கூடாதா?''

எம்.வி. வெங்கட்ராம்

இந்தக் கேள்விகளைக் கிட்டு மனத்தில் வாங்கிக்கொள்ளவே முடியவில்லை. வாத்தியாரோ - ஸரஸாவோ கேட்டிருந்தால் அவனுக்குப் புரிந்திருக்கும். தந்தியைப் பார்த்து இவர்கள் எல்லாரும் ஏன் பயப்பட வேண்டும் என்று அவனுக்குப் புரியவில்லை: இவர்களை ஏன் சமாதானப்படுத்த வேண்டும் என்றும் புரிய வில்லை. இதை எல்லாம் கேட்க வேண்டிய ஸரஸா எங்கே? அவளுக்கு அவன்மேல் கோபமா? கிட்டுவின் நடுக்கம் மிகுந்தது.

அண்ணனின் அநாகரிகமான பேச்சுக்கு மஞ்சுளா மதுரமான மெருகு கொடுத்தாள்; ''தந்தி வந்தபோது ஸரஸா எங்கள் வீட்டில் என்னோடு இருந்தாள். ரொம்பப் பயந்து விட்டாள். நீங்கள் இந்த உடம்போடு இப்படிப் புறப்பட்டு வந்திருக்கிறீர்களே; விவரமாக ஒரு லெட்டர் எழுதியிருந்தால் நாங்கள் அங்கு வந்திருப்போமே'' என்றாள் அவள்.

வாய் திறக்க வேண்டிய வேளை வந்துவிட்டது என்று உணர்ந்து விட்டவர்போல் வாத்தியார் உரைத்தார் : ''மஞ்சுளாவும் ஸரஸாவும் அடிநாளிலிருந்தே சிநேகம்; மாதவன் தங்கை. இவர்கள் எல்லாம் பிரத்தியட்ச தெய்வம் போல்! இவர்கள் உதவியிராவிட்டால் ஸரஸாவின் கல்யாணம் நடந்திருக்காது. இப்போதும் இவர்கள் ரொம்ப உதவியாக இருக்கிறார்கள். உங்கள் அம்மா பணம் கேட்டார் களாமே; அதையும் மஞ்சுளாதான் ஏற்பாடு செய்து கொடுத்தாள். உங்களுக்கு உடம்பு சரியில்லை என்றதும் எல்லாரும் ஒரே கவலை யாக இருக்கிறார்கள்'' என்று விவகாரத்தைச் சுருக்கிச் சொன்னார்.

''ஸரஸா நெய்வேலிக்குத் திரும்பிவிடக்கூடாது என்றுதான் தந்தி கொடுத்தேன்; நேரில் போகிறோமே, சொல்லிக் கொள்ளலாம் என்று லெட்டர் போடவில்லை'' - என்று மாதவனின் கேள்விக்குப் பதில் கூறித் தயங்கி நிறுத்தினான் கிட்டு.

''ஸரஸா எங்கேயாவது போயிருக்கிறாளா?'' என்று மஞ்சுளாவைக் கேட்டார் ஆசிரியர்; இத்தனை நேரம் கழித்துத்தான் அவருக்கு லௌகிகம் ஞாபகம் வந்தது. மருமகனின் ஆவல் புரிந்தது.

"உள்ளே தான் இருக்கிறாள்; வருவாள்" என்றாள் மஞ்சுளா. ஸரஸா மயங்கி விழுந்ததையோ அவள் சற்று நேரத்துக்கு முந்தித்தான் தெளிந்து மீண்டும் அசதியாகப் படுத்திருந்ததையோ வெளியிட அவள் விரும்பவில்லை. வந்ததும் வராததுமாய்க் கிட்டுவுக்கு இப்படி ஓர் அதிர்ச்சி தரக்கூடாது என்று அவள் எண்ணினாள்.

உள்ளேதான் இருக்கிறாள் ஸரஸா - வெளியில் வரவில்லை என்ற செய்தி கிட்டுவுக்குப் பெருத்த ஏமாற்றம் அளித்தது; மற்றவர்களுக்கும் இந்தப் புதிர் புரியவில்லை.

"ஸரஸாவை அழைத்துப் போகலாம் என்ற எண்ணத்தோடு வந்திருந்தால் அதைக் கைவிட்டு விடுங்கள். உங்கள் உடம்பு இருக்கிற நிலையில் உங்களையும் நாங்கள் ஊருக்கு அனுப்பப் போவதில்லை. நீலகண்டன் உங்களைப் பார்த்துக் கொள்வான். வேணும் என்றால் இன்னும் பெரிய டாக்டர்களைக் கலந்து கொள்கிறோம். வேலையை இன்றைக்கே ரிசைன் செய்து விடுங்கள்..." என்று முழு திட்டத்தையும் சொல்லி முடித்தான் மாதவன்; அவன் பேச்சு ஜி.ஓ. (சர்க்கார் உத்தரவு) பாணியில் இருந்தது.

"அதுதான் எனக்கும் உசிதமாய்ப் படுகிறது. இனியும் உடம்பைக் கவனித்துக் கொள்ளாமல் இருக்கக்கூடாது" என்று மெழுகினார் வாத்தியார்.

கிட்டு மேலும் பரவலாக விழித்துக்கொண்டே கூறினான்: "வேலையை ராஜிநாமா செய்து விட்டுத்தான் இங்கே வந்தேன். நான் செய்யாவிட்டால் அவர்களே விலக்கிவிடுவார்கள் போல் இருந்தது. வேலை போன பிறகு அங்கே இருக்கப் பிடிக்கவில்லை.

யாரும் எதிர்பாராத தகவல் இது! ஆனால் எல்லாருக்குமே பெரிய சங்கடம் தீர்ந்த ஆறுதல் உண்டாயிற்று. ஸரஸா சொல்லியதிலிருந்து கிட்டுவின் பெற்றோர்களைப்பற்றி அங்கிருந்த எல்லாருக்கும் ஓரளவு தெரிந்திருந்தது. ஆனால் - நோயாளியான மகனை அவ்வாறு பஸ் ஏற்றி அனுப்பிய தாய் தந்தையரின்

கொடுமையை அவர்களால் சபிக்காமல் இருக்க முடியவில்லை. எது எப்படியானால் என்ன? கிட்டு உரிய இடத்துக்கு வந்துவிட்டான்; அவன் பிழைக்க வேண்டியது தானே முக்கியம்?

பல சாட்சிகளுக்கு இடையில் கொலைக் குற்றம் ஒப்புக் கொண்டவன் போல் கிட்டு தனக்குள் உறைந்து கொண்டிருந்தான். 'எல்லாரும் என்னை ஹிம்சிக்கிறார்களே! காப்பாற்ற மாட்டாயா?' என்று ஸரஸாவை எண்ணிப் புலம்பியது அவன் உள்ளம்.

''வாத்தியார் ஸார்! இங்கே கொஞ்சம் வருகிறீர்களா?'' என்று மஞ்சுளா அவரைக் கூடத்துக்கு அழைத்துச் சென்று நடந்ததைத் தெரிவித்தாள். ''இஞ்சினியர் வந்ததும் சொல்ல வேண்டாம் என்று இருந்தேன். எதற்கும் டாக்டரை ஒரு வார்த்தை கேட்போமா?''

ஆசிரியருக்குத் தலை சுற்றியது.

''இப்போது ஒன்றும் இல்லை. அசந்து தூங்குகிறாள்''... என்று அவரைத் தேற்றிய மஞ்சுளா மீண்டும் முன்னால் வந்து ''டாக்டர்! உங்களை வாத்தியார் கூப்பிடுகிறார்'' - என்றாள்.

நீலகண்டன் உள்ளே சென்றான்! நடந்ததை அறிந்ததும் ''சிவராமன் எங்கே? காரில் ஸ்டெதாஸ்கோப்பும் பெட்டியும் இருக்கின்றன. கொண்டு வரச் சொல்லு!'' என்றான். அவனுக்கு ஒரே பரபரப்பாக இருந்தது. என்ன பரபரப்பு? அவனுடைய நோயாளி ஸரஸா! அவளைத் தொட்டுக் கைபிடித்து நாடி பார்த்து -

அவனுடைய வாடை பட்டதாலோ அல்லது அவன் குரலோசையாலோ - அவன் சொன்னதைக் கேட்டவாறு கண் விழித்தாள் ஸரஸா . அவளை மயங்கி விழச் செய்த மகாராணி குரூரமாய் நீலகண்டனைப் பார்த்தாள். இந்த அதமன் என்னைத் தொடுவதா? என்று அவள் எண்ணியதும் ஸரஸாவின் உடல் கூசியது. சரேலென்று எழுந்து நின்றாள் -

''அவர் வந்தாயிற்றா?'' என்று கேட்டவள் பதிலுக்காகக் காத்திராமல் முன் ஹாலுக்குச் செல்லும் வாயிலில் நின்று அங்கு உட்கார்ந்திருந்த தன் உயிரைப் பார்த்தாள்.

அந்த உயிரோ - கிட்டு என்கிற பூஞ்சை உடலில் - மிக விரிவாக விழித்துக்கொண்டே உட்கார்ந்திருந்தது; அதுவும் ஸரஸாவைப் பார்த்தது. அவன் பார்வையிலிருந்து - அவன் என்ன பார்க்கிறான் என்பதோ அல்லது யாரைப் பார்க்கிறான் என்பதோ தெரியவில்லை.

யார் இந்தக் கிட்டு என்பவன்? ஸரஸாவின் கழுத்தில் கயிறு கட்டிய ஒரே தோஷத்தால் இவ்வளவு உள்ளங்களைக் கலக்குகிற உரிமை அவனுக்கு ஏன் ஏற்பட்டது? இத்தனை வலிமை உள்ள இவன் யார்?

கால புருஷனோ அவன்?

24

உணர்ச்சிகளின் விளையாட்டில்தான் மனித வாழ்க்கை நடக்கிறது. உணர்ச்சிகள் அடங்கும்போது வாழ்க்கை முடிவுறுகிறது. புத்தி பூர்வமான வாழ்க்கை நடத்துவதாகச் சிலர் சொல்லிக் கொள்கிறார்கள்; அவர்களுடைய வாழ்க்கையை ஊன்றிக் கவனித்தால் உணர்ச்சிகளின் விபரீதமான வக்கிரமே புத்தியின் பெயரால் ஆட்சி செலுத்துவதைக் காணலாம். ஒரு கோடியில் ஒருவனுக்குத்தான் புத்தி பூர்வமான வாழ்க்கை லபிக்கிறது; அங்கும் உணர்ச்சிகள் சிறப்பாக ஆளுவதைக் காணலாம்.

ஸரஸாவின் வீட்டில் ஒரு கும்பல் கூடியிருந்தது. ஒவ்வொருவருக்கும் ஒருவகை உணர்ச்சிச் சிக்கல்; எண்ணியோ எதிர்பார்த்தோ எல்லாருடைய உள்ளங்களும் கொந்தளிப்பில் இருந்தன. இந்தக் கொந்தளிப்பு சரியல்ல - அதை ஆற்றி அமைக்க வேண்டும் என்பது

நல்ல தர்ம சாத்திரம்தான் ; ஆனால், 'இப்படி நீ நடக்க வேண்டும்!' என்று கட்டளை இடுவதுதானே சாத்திரம்? எந்த உணர்ச்சியும் சாத்திரத்துக்குப் பணிவதில்லை. உணர்ச்சிகள் யாவும் தம்போக்கில் ஓடி ஆடி ஏறி இறங்கிக் குதித்துத் தாண்டிச் சுற்றிச் சுழித்து எழுந்து விழுகிற விந்தை மனித உள்ளத்தில் தினசரி நடந்து கொண்டுதான் இருக்கிறது. இன்று ஸரஸாவின் வீட்டில் உணர்ச்சிகள், ஒரே கோலாகலமாக விளையாடிக் கொண்டிருந்தன.

இந்த வைபவத்திற்கு அடிப்படைக் காரணம் ஸரஸாதான் என்பதில் யாருக்கும் சந்தேகம் இருக்க முடியாது. அவள் கதிர்க் கோளாக இடையில் சுற்றிக்கொண்டு நிற்க, மற்றவர்கள் துணைக் கோள்களாக அவளைச் சுற்றி வந்தார்கள் எனலாம். இஞ்சினியர் கிட்டுவைச் சுற்றித்தான் மற்றவர்கள் இயங்கினார்கள் என்று தோன்றலாம். அவனுக்கு இங்கு சிறப்பு ஏற்பட்டதற்குக் காரணம் அவன் ஸரஸாவின் கணவன் என்பதால்தானே? வருகிறான் - வந்து கொண்டே இருக்கிறான் - வந்துவிட்டான் என்கிற பரப்பரப்பான அறிவிப்புகளோடு உலகமா அவனை எதிர்பார்த்தது? எதிர்பார்த் தவர்கள் சிலர்தான்; இந்தச் சிலரில் ஒவ்வொருவரும் ஸரஸாவைத் தான் ராணியாக மனத்தில் உட்கார வைத்திருந்தனர். ஸரஸா ராணியாக வாழ வேண்டும் என்பதற்காகவே எல்லாரும் கிட்டுவை வாழ வைக்க விரும்பினார்கள்!

ஸரஸா என்ன நினைக்கிறாள்? மற்றவர்களைவிட மிகுதியான ஆவலுடன் கிட்டுவை எதிர்பார்க்கக் கடமைப்பட்ட வள் அல்லவா அவள்? அவன்மீது கணவன்மீது மனைவிக்கு இருக்க வேண்டிய அன்பு அவளுக்கு இருந்ததா? மாதவனிடம் வெகுண்டு, நீலகண்டனை வெறுத்து, மஞ்சுளாவைத் துவேஷித்த மகாராணி கிட்டுவைப் பற்றி என்ன நினைக்கிறாள் என்பதும் ஒரு சுவாரசியமான கேள்வி தானே?

ஸரஸா தன் கணவனின் வருகை பற்றித் தெளிவாக எதையும் நினைக்கவில்லை என்பதுதான் இக்கேள்விகள் எல்லாவற்றிற்கும் ஒழுங்கான பதிலாக இருக்க முடியும். அவன் வருகிறான் என்கிற

செய்தி அவளுக்கு மிகையாகவோ, மிருதுவாகவோ ஓர் ஆவலை அளிக்கவில்லை. மனைவி பிறந்தகம் வந்த சில நாட்களில் பின்னாலேயே ஓடிவரும் கணவன் துளசிதாசரைப் போல் மோகத்தாலோ வேகத்தாலோ தூண்டப்பட்டு வருபவனாக இருக்க முடியாது என்று அவளுக்கு நன்கு தெரியும். ஏதாவது ஒரு நெருக்கடியான காரணம் இருக்கலாம் என்று அவள் ஊகிக்க முடிந்தது; அது என்ன நெருக்கடி என்பது பற்றியும் அவள் கவலை கொள்ளவில்லை. மஞ்சுளாவைப் போல் 'விதித்தபடிதான் எல்லாம் நடக்கின்றன விதி நம்மைக் கைவிடாது' என்று அவள் துணிந்து விட்டதாகவும் கூற முடியாது. அவ்வாறானால் - அவள் கணவன்மீது வெறுப்புக் கொண்டு விட்டாள் என்றும் சொல்ல முடியாது. வாழ்க்கையில் ஏமாற்றமுற்ற அவளுக்கு எல்லாம் கசந்தது. தன் ஏமாற்றத்துக்குக் காரணம் மஞ்சுளாவும் மாதவனும்தான் என்று அவள் தீர்மானமாக நம்பினாள். அந்த எண்ணத்தின் சங்கற்பத்தில் அவதரித்தவள்தான் மகாராணி, மகாராணி மாதவனைவிட அதிகமாய் மஞ்சுளாவை வெறுத்தாள். மஞ்சுளாவை வெறுத்த காரணத்தாலேயே நீலகண்டனை அவள் வெறுத்தாள். அவர்கள் அவளுடைய வெறுப்பை வளர்த்தார்கள் என்பது தவறு; மகாராணி தானாகவே அதை வளர்த்துக் கொண்டாள். அதற்கு நியாயமான - தர்க்கரீதியான காரணமோ சூழ்நிலையோ தேவைப்படவில்லை; அவர்கள் எது செய்தாலும் வெறுக்க வேண்டியதுதான் - அவர்கள் வெறுக்கப்பட வேண்டியவர்கள் என்கிற கொள்கையோடு மகாராணி ஸரஸாவை இயக்கிக் கொண்டிருந்தாள். ஆற்றில் விழுந்து விட்டோம் - கரையேற வழியில்லை - மூச்சுக்காகத் திணறிக் கொண்டே அமுங்க வேண்டியதுதான் என்கிற விதத்தில் ஸரஸா அடங்கி அமர்ந்திருந்தாள்; ஆனால் மகாராணியோ நாம் மாத்திரம் அமுங்கக் கூடாது - நமக்குத் துணையாகச் சிலரையும் இழுத்துக் கொண்டு அமுங்குவோம் என்று விரும்பினாள்; அதற்காகவே நீலகண்டனையும் மஞ்சுளாவையும் வெறுத்தாள்; வெறுப்பை வளர்த்தாள்; வெறுப்புக்குத் தீனி வெறுப்புத்தான்.

நீலகண்டனை உதாசீனப் படுத்திவிட்டு ஹாலில் எட்டிப் பார்த்த ஸரஸா காற்றில் கரையத் தயாராக இருப்பவன்போல் உட்கார்ந்திருந்த கணவனை மட்டும் பார்க்கவில்லை; எலும்புருக்கி நோயால் துன்புறுகிறவன்போல் துவண்டு உட்கார்ந்திருந்த மாதவனையும் பார்த்தாள். 'மாதவன் ஏன் இப்படி வாட்டமாக இருக்கிறான்?' என்ற கேள்வி சுறுசுறுவென்று அவளைச் சுட்டது. மறு விநாடியே மகாராணி ஸரஸாவின் வாயில் ஒரு கேள்வியைப் படைத்தாள். ''நீங்கள் எதற்காக இங்கு வந்தீர்கள்? நான்தான் பணத்தோடு வருவதாகச் சொன்னேனே?''

கிட்டு வேலையும் வீடும் துறந்து வந்த செய்தியை அவள் இன்னும் கேள்விப்படவில்லை. அதற்காக மாத்திரம் அவள் இக்கேள்விகளைக் கேட்டுவிடவில்லை. 'இவர்களுக்கு முன்னால் நீங்களும் இழிவு செய்துகொண்டு என்னையும் இழிவுபடுத்தி வீட்டீர்களே?' என்பதுதான் அவள் கேள்வியின் தொனி.

கேள்வியே புரியாதபோது அதன் தொனி கிட்டுவுக்கு எப்படி விளங்கும்? ஒரு தடவை பகிரங்கமாக அவன் தன் விஜயத்தின் நோக்கத்தை வெட்கத்தோடு சொல்லி முடித்து விட்டான். மீண்டும் அந்த வெட்கக்கேட்டை விளம்பரப்படுத்திக் கொள்ள வேண்டும் என்ற எண்ணமே அவன் நடுக்கத்தை அதிகமாக்கியது; பரிதாபமாக 'என்னைக்காப்பாற்று' என்பதுபோல் விழிகளைப் பரப்பிக்கொண்டு ஸரஸாவை நோக்கி விழித்தான் அவன்.

கிட்டு முட்டாள் அல்ல; படித்தவன்; ஆனால் புதிய மனிதர்களோடு பழகுவதற்கும் மனைவியின் கேள்விக்குப் பதில் கூறுவதற்கும் ஏன் இவ்வாறு நடுங்குகிறான்? அவனுடைய துரதிர்ஷ்டம் பிடித்த வாழ்க்கைதான் அதற்குக் காரணம்.

சேலத்தில் ஒரு நடுத்தரக் குடும்பத்தில் எட்டுக் குழந்தை களுக்குத் தலைவனாகப் பிறந்தவன் அவன். பெற்றவர்கள் சற்று விசித்திரமானவர்கள். இருவரிலும் தாயார்தான் இல்லத் தலைவி.

ஈன்ற மக்களைப் பட்டினி போட்டுவிட்டு வயிறு வளர்க்கும் தாய்மார்கள் இந்தப் பூமண்டலத்தில் அப்படி ஒன்றும் அபூர்வம் இல்லை. விலங்கினத்திலும் அரியதான இந்தப் பண்புக்குக் கிட்டுவின் தாய் ஒரு பிரதிநிதி. தகப்பன் ஒரு ஜவுளிக்கடையில் குமாஸ்தாவாக ஏதோ சம்பாதித்தான். சம்பாதித்ததை மனைவியிடம் கொடுத்தான்; அவள் போட்டதைச் சாப்பிட்டான்; அவளை எதிர்த்துப் பேச அவன் என்றும் துணிந்ததில்லை; அந்தத் துணிவை இழந்ததால் அவனுக்குக் கிடைத்த ஆதாயம் எட்டுக் குழந்தைகள் என்பது ஆச்சரியம் அல்ல; அந்த அளவுக்கு அவள் கணவனுக்குச் சுகம் தந்தாளே என்பதுதான் இதில் கவனத்துக்குரிய தகவல். இக்காரணத்தால், வேறு எந்தவித சுகமும் அறியாத கணவன் மனைவியிடம் சரணாகதி ஆகிவிட்டான்.

கிட்டு நன்றாகப் படித்தான். பெற்றோரை எதிர்பாராமல் யாசகம் வாங்கியே பள்ளிப் படிப்பை முடித்தான். கல்லூரிப் படிப்புக்கு ஸ்காலர்ஷிப் உதவியது; படிப்பில் அவன் மிகவும் தீட்சணயம். வழக்கம்போல் ஏட்டுப் படிப்பு குடும்ப நிர்வாகத்துக்குப் பயன்படவில்லை; நிர்வாகம் இன்ஜீனியருக்குப் புரியவில்லை என்பது சரியல்ல. தந்தையைப் பின்பற்றி தாயிடம் அடங்குவதையே அவன் தர்மமாக ஏற்று ஒழுகினான்.

நெய்வேலியில் அவனுக்கு உத்தியோகம் கிடைத்ததும் குடும்பமே அங்கு பெயர்ந்தது. வேறு வழி இல்லை என்பது ஒரு காரணம், தனியாக மகனை விட்டால் அவன் தன் கையை விட்டு நழுவி விடுவானோ என்று கிட்டுவின் அன்னை அஞ்சியது அதைவிட முக்கியக் காரணம்.

கிட்டுவை இந்த நோய் எப்படி, ஏன், எப்போது பீடித்தது என்று யாருக்கும் தெரியாது. அது பரம்பரை வியாதி அல்ல என்பது உண்மை. வேலையில் சேருவதற்காக அவன் மருத்துவ சோதனைக்கு உட்பட்டபோது, அது ஒரு சடங்கு என்பதால் சரியாய்க் கவனிக்கப் படவில்லையோ என்னவோ? சிறிது சிறிதாக அது வெளிப்படத்

தொடங்கியதும் அவன் தாய் கைப்பாகத்தையும் நாட்டு வைத்தியத்தையும்தான் நாடினாள். அவன் ஒருவனுடைய வருவாயைக் கொண்டுதான் குடும்பமே வாழ்ந்தது. அதனால்தான் நாட்டு மருந்தாவது அவனுக்குக் கிடைத்தது; அந்த வீட்டுக்கு வரும் வியாதிகள் கவனிப்பார் இல்லாமல் ஓடிவிடுவதுதான் இதுவரை வழக்கம். இப்படியும் பெற்றவள் ஒருத்தி இருப்பாளா என்று யாராவது கேட்டால் அவர்கள் உலகம் பார்க்காத பேதைகளாய்த்தான் இருப்பார்கள்.

கிட்டு தன் உடம்பை ஏன் கவனித்துக் கொள்ளக் கூடாது? பலமுறை அவன் யோசித்தது உண்டு. யோசிப்பதில் அவன் கெட்டிக்காரன்; எதையும் சட்டென்று கிரகித்துக் கொள்ளும் ஆற்றலும் அவனுக்கு இருந்தது; ஆனால், அவன் செயல் திறன் எல்லாம் ஆபீஸ் அளவோடு சரி; வேறு எந்த வேலைக்கும் அவன் யோசனை மயமாகவே இருப்பான். ஆபீஸ் டாக்டரைக் கலந்தால் வேலைக்கே ஹானி ஏற்படும். வெளி டாக்டர்களைக் கலந்து கொள்ள அவனிடம் பணம் இல்லை. சம்பளம் வாங்கியதும் நல்ல டாக்டரிடம் காட்டிக்கொள்ள வேண்டும் என்று ஒவ்வொரு முறையும் யோசிப்பான்; சம்பளம் கைக்கு வந்ததும் யோசனையோடு பணத்தைத் தாயிடம் கொடுப்பான்; அவளிடம் மறுபடியும் எப்படிப் பணம் கேட்பது என்கிற யோசனையிலேயே பணம் செலவழிந்திருக்கும். யோசனை செய்வதற்காக நோய் இடைவேளை ஏதாவது தருகிறதா? அது தன்பாட்டில் வளர்ந்தது; நோயைவிட, அதைக் கவனித்துக் கொள்ள முடியவில்லையே என்கிற கவலை அதிகமாக வளர்ந்தது; இந்தக் குணாதிசயத்தால் அவன் மனத்தில் எப்போதும் ஓர் அச்சம் குடிகொண்டது.

கல்யாணப் பேச்சு வந்ததும் அவன் அச்சம் மேலும் மிகுந்தது. தன் உடம்பு உள்ள நிலையில் கல்யாணம் செய்து கொள்வது உசிதம் அல்ல என்று தாயாரிடம் சொல்லவும் செய்தான். அடித்துப் பேசவில்லை. கெஞ்சினான்.

மூவாயிரம் வரதட்சிணை என்ற பேராசை கிட்டுவின் தாயாரைத் தூண்டிக்கொண்டிருந்தது. பானை பிடிக்கிறவள் பாக்கியம், அவனுடைய நோய் நீக்கி உத்தியோக உயர்வும் கிடைக்கும் என்று அவள் நம்பினாள்; நம்பினாளோ என்னவோ உறுதியாகச் சொன்னாள். அப்போது கிட்டுவின் உடம்பு இப்போது உள்ளதைப்போல் அவ்வளவு கேடு அடையவில்லை என்பதையும் குறிப்பிட வேண்டும். வழக்கப்படி தாயாரின் சொல்தான் வென்றது.

கல்யாணத்தின்போது கிட்டு அசிரத்தையாகத்தான் ஸரஸாவைக் கவனித்தான். அசாதாரணமான அவள் அழகு அவன் மனத்திலும் ஒரு நம்பிக்கையை உண்டாக்கிவிட்டது. அவள் தனக்கு வாய்த்தது பாக்கியம் என்று அவன் நினைத்தான்; அந்தப் பாக்கியத்தால் சர்வமங்களங்களும் சித்தி ஆகும் என்று நம்பினான்.

ஆனால் ஸரஸாவை ஏகாந்தத்தில் சந்தித்தபோது நம்பிக்கை அவனைக் கைவிட்டது. தாயிடம் அஞ்சிப் பழகிய கோழைத்தனம் தலையெடுத்தது. ஸரஸாவின் அற்புதமான அழகு தன்னால் பாழாகி விடுமோ என்ற பீதி அந்தப் படித்த முட்டாளுக்கு இப்போதுதான் உண்டாயிற்று. அவளைத் தீண்டுவதற்கு மட்டுமல்ல: அணுகவும் அஞ்சினான். காலில் விழாத குறையாக அவளிடம் தன் கையாலாகாத கதையைக் கூறினான்; குணமான பிறகு கணவனாவதுதான் நியாயம் என்று நீதியும் சொன்னான்.

மாதவன் மணக்க முன்வரவில்லை என்றதும் பெற்றோருக்கு நம்மால் தொல்லை வேண்டாம் என்று கழுத்தைக் கொடுத்தவள் தானே ஸரஸா? கணவன் ஓர் இஞ்சினியர் என்பதே அவளுக்கு சற்று ஆறுதலாயிருந்தது. அவன் தன் இயலாமையை வெளியிட்டதும் ஸரஸாவின் அதிர்ச்சி தெர்மாமீட்டரை உடைத்து விட்டது. ஆனால், அவளால் கிட்டுவை வெறுக்கவோ கோபிக்கவோ முடியவில்லை. மோவாயைப் பிடித்துக் கெஞ்சி, காலில் விழுவதற்குத் தயாராக இருப்பவன்மீது எப்படிக் கோபம் கொள்ளமுடியும்?

கிட்டு நேரத்தின் நிர்ப்பந்தத்தால் அவளிடம் உண்மை சொல்லித் துறவி ஆகிவிட்டான். ஆனால் நோயோடு வேட்கையும் அவனைச் சோதிக்கத் தொடங்கியது. கண் படைத்த ஆண்களைக் கலங்கச் செய்யும் ஸரஸாவின் உடல் கட்டு அவனுடைய உடைமை ஆகியும் அதை அவன் துய்க்க வழியில்லை; ஆனால், வியாதியால் வேட்கை ஒழிகிறதா? நோயின் தாபத்தோடு மோகத்தின் தாபமும் அவன் உடலை சூறையாடத் தொடங்கியது.

இந்த நிலையிலும் நோயைக் கவனித்துக் கொள்வதற்குத் தாய்தான் இடையூறாக நின்றாள். ஸரஸா கால் வைத்த வேளைதான் தன் அருமை மகனைக் கொடிய நோய் பீடித்தது என்று அவள் வெளிப்படையாகக் குற்றம் சாட்டத் தயங்கவில்லை. இப்படிப் பழியை மருமகள்மீது ஏற்றிவிட்டு அவள் தன் மனச்சாட்சியைத் திருப்தி செய்து கொண்டுவிடவில்லை; கிட்டுவைக் காப்பாற்ற வேண்டிய பொறுப்பு பெற்றவளைவிடக் கட்டியவளுக்குத்தான் அதிகம் என்று உணர்த்தவும் ஆரம்பித்தாள். நோய் கொஞ்சம் கொஞ்சமாகக் கிட்டுவின் உடம்பை அரித்துத் தின்று கொண்டிருந்தது.

அவனுடைய நோயின் பெருமை உரிய காலத்தில் அலுவலகத்திலும் பரவியது. முதலில் அனுதாபம் காட்டினார்கள்; பிறகு எல்லாருக்கும் அச்சம் ஏற்பட்டது. இறுதியாக தகவல் அதிகாரிகளுக்கும் எட்டிவிட்டது. அவனாக ராஜிநாமா செய்யாவிட்டால் வெளியேற்றப்படுவான் என்கிற நிலைமை எழுந்தது. ஒரு மாத நோட்டீஸ் ராஜிநாமாவில் அவன் கையெழுத்து வாங்கப்பட்டது.

ராஜிநாமாக் கடிதத்தில் ஒப்பமிட்டபோதே கிட்டுவின் உடல் நடுங்கியது. நடுக்கம் உடலோடு அமையவில்லை. மனத்திலும் இருந்தது. நோயுடனும் மோகத்துடனும் அச்சம் சேர்ந்து கொண்டது. தாயிடமும் மனையாளிடமும் இந்தச் செய்தியை எப்படி வெளியிடலாம் என்று நாள் கணக்கில் யோசனை செய்யும்போது அன்னை ஒரு புதிய பிரச்னையைக் கிளப்பினாள். 'ஐநூறு கொண்டுவா!' என்று அவள்

ஸரஸாவை விரட்ட ஆரம்பித்தாள். அதற்காக ஸரஸா பிறந்த வீட்டுக்குச் சென்றதும் கிட்டுவுக்கு ஒரு விதத்தில் சௌகரியமாயிற்று. எப்படியோ தைரியமாகத் தாயிடம் ராஜிநாமாத் தகவலைத் தெரிவித்தான்.

கொடியவளோ நெடியவளோ அக்குடும்பத்தின் நிர்வாக அதிகாரி கிட்டுவின் தாய்தான். குடும்பம் அதோகதி ஆகிவிடும் என்று அவளும் முதலில் பயந்தாள். கிட்டுவின் சேமநிதி கொஞ்சம் இருந்தது; அத்தோடு ஸரஸா கொண்டு வருவதாக இருந்த ஐநூறும் சேர்த்து நெய்வேலியிலேயே சாப்பாட்டு விடுதி சிறிய அளவில் நடத்துவதற்குத் திட்டமிடத் தொடங்கினாள்.

இந்தச் சமயத்தில்தான் கிட்டு ஆயுளில் முதல் முறையாக ஒரு 'ஸ்டண்ட்' வேலை செய்தான். சேம நிதியைக் குடும்பப் பொதுவுக்கு வழங்க அவன் தயாராக இருந்தான் ஆனால், ஸரஸாவிடம் ஐநூறு வாங்கித்தர அவன் இசையவில்லை; அவன் புத்தி கொஞ்சம் தீவிரமாக வேலை செய்தது. உத்தியோகம் போனபிறகு தாயை நம்பிப் பயனில்லை என்று அவனுக்குத் தெரியும்; என்றாவது ஒருநாள் மனைவியோடு வெளியேற நேரும் என்பதும் அவனுக்குப் புரிந்தது. மனைவியையும் மாமனாரையும் மேலும் கடன் பளுவில் ஆழ்த்துவது தவறு அல்லவா? அவனுக்கே அது இடையூறு ஆகலாம் என்று யோசித்த கிட்டு ஸரஸா கொண்டு வரும் பணத்தைத் தாயிடம் தர முடியாது என்று திட்டவட்டமாகத் தெரிவித்தான். அவன் துணிச்ச லாகப் பேசியதைக் கேட்டு ஆச்சி ஆச்சரியப்பட்டாள்; கர்ச்சித்தாள்; அழுதாள். கிட்டு நடுங்கினான். ஆனால், உறுதியாக இருந்தான். சேமிப்புப் பணத் தைத் தந்தையிடம் தருவதற்கான ஏற்பாடு செய்தான். பெற்றவர்களுக்கும் உடன் பிறந்தவர்களுக்கும் தன்னால் அல்லல் வேண்டாம் என்று சொல்லிவிட்டு ஸரஸாவுக்குத் தந்தி கொடுத்தான்.

சுருங்கச் சொன்னால், ஸரஸாவை நாடி வந்த இஞ்சினியர் ஓர் அனாதை. ஸரஸாவின் திருமணம் பல பேரை வதைத்தது. ஆனால்

நிர்க்கதியாக வீதியில் அலைய வேண்டிய கிட்டு ஆகிவிடக் கூடாது என்பதற்காகவே விதி அவனை ஸரஸாவுடன் பிணைத்ததோ என்னவோ!..........

பதில் சொல்லப்பட்ட கேள்வியை மீண்டும் ஸரஸா எறியவே கிட்டு பிரமாதமாக விழித்து அற்புதமாக நடுங்கினான்.

அவனுடைய விழிப்பையோ உளைச்சலையோ ஸரஸாவோ அவளுடைய மகாராணியோ கவனிக்கவில்லை. மகாராணி தன் ஆட்சியை நிலைநாட்ட விரும்பினாள்; அங்கிருந்த அத்தனை பேரும் அவள் ஆளுகைக்கு உட்படவேண்டியவர்கள்; அந்த நோக்கத்துக் காகவே மகாராணி ஸரஸாவைப் பேச வைத்துக் கொண்டிருந்தாள்.

"அம்மா கேட்டபடி பணம் தயாராகிவிட்டது; அதிகமாகவே ஏற்பாடு செய்துவிட்டேன். பணம் இல்லாமல் வந்துவிடுவேன் என்று அம்மா உங்களையும் அனுப்பினாளா? உங்கள் உடம்பைக் கவனித்துக் கொள்வதற்கும் போதுமான பணம் இருக்கிறது. எனக்குக் கடிதம் போட்டிருந்தால் நான் விவரம் எழுதியிருப்பேனே!"

கிட்டுவுக்கு வாயோடு நாவும் நடுங்கியதால் பேசமுடியவில்லை; பதில் சொல்லக் கடமைப்பட்டவன்போல் மாதவன் கூறினான்: "இஞ்சினீயர் ராஜிநாமா கொடுத்துவிட்டு வந்திருக்கிறார். விவரம் தெரிந்து கொள்ளாமல் ஏதேதோ பேசுகிறாயே. அவருக்கு இனி ஒரே வேலை - உடம்பைக் கவனித்துக் கொள்வதுதான்: எனக்கும் அதுதான் வேலை."

"வேலையை ராஜிநாமா செய்தீர்களா? என்னிடம் ஒரு வார்த்தை சொல்லவில்லையே!" என்று குறைபட்டுக் கொண்ட ஸரஸா கேட்டாள்; "வேலையை விட்டு விட்டு என்ன செய்வது?"

இஞ்சினியர் தற்காலிகமாக இங்கே வருகிறார்; அவரைக் கட்டாயப்படுத்தி ராஜிநாமா கொடுக்கச் செய்ய வேண்டும்; இங்கேயே நிறுத்திக்கொண்டு சிகிச்சை செய்ய வேண்டும் என்று மாதவன் திட்டமிட்டது ஸரஸாவுக்குத் தெரியாதா? இப்போது அதற்கு

விரோதமாக அவள் பேசவே மாதவனுக்குக் கோபம் வந்துவிட்டது! ''ராஜிநாமா தராவிட்டால் அவர்களே வெளியேற்றி இருப்பார்களாம். இஞ்சினீயர் இந்த உடம்போடு இன்னும் உழைக்க முடியும் என்று உனக்குத் தோன்றுகிறதா? இந்த மாதிரி சொல்ல உனக்கு எப்படி மனசு வந்தது?''

ஸரஸாவுக்கு இப்போது கிட்டுவின் அலுவலக விஷயம் தெளிவாயிற்று; அவள் மாதவனுக்குப் பதில் கூற விரும்பவில்லை; ''நீங்கள் என்னிடம் ஏன் சொல்லவில்லை?'' என்று கணவனையே கேட்டாள்.

மிகவும் சிரமத்துடன் கிட்டு கூறினான்:- ''ஸரஸா! எனக்கு ரொம்பக் களைப்பாக இருக்கிறது. சாவகாசமாக எல்லாம் சொல்கிறேனே!''

அவன் உண்மையாக விரும்பியதும் அதைத்தான். அவளைப் பக்கத்தில் உட்கார வைத்துக்கொண்டு சந்தடி இல்லாமல் அழுது கொண்டே அமைதியாக நடந்ததைக் கூறி அவளிடம் தன்னை ஒப்படைத்துக்கொள்ள வந்தவன் அவன்.

வாத்தியார் கொஞ்சம் தெம்பாக இருந்தார்; மாதவன், நீலகண்டன், மஞ்சுளா போன்ற பக்கபலத்தால் உண்டான தெம்பு அது. கஷ்ட காலத்தில் எல்லாரும் கைவிட்டு ஒதுங்கிவிடுவது உலக வழக்கு. மாதவன் போன்ற நல்லவர்கள் துணைக்கு வருவதே கஷ்ட காலத்திலும் ஒரு நல்லகாலம் இருக்கிறது என்பதற்கு அடையாளம் அல்லவா? ஸ்ரீராமச்சந்திரமூர்த்தி அவரைக் கைவிடவில்லை என்பதற்கும் அது சான்று இல்லையா? எனவே எல்லாம் நல்ல படியாகவே நடக்கும் என்று அவருக்கு நம்பிக்கை உண்டாகிக் கொண்டிருந்தது.

''ஸரஸா! மாப்பிள்ளை சொல்வது சரி. எல்லாம் பிறகு பேசிக் கொள்ளலாம். அம்மா எங்கே? இன்றைக்கு மாதவன், நீலகண்டன், மஞ்சுளா எல்லாரும் இங்கே சாப்பிடட்டும். அதைக் கவனி போ!'' என்றார் தந்தை.

"அம்மா அழுது கொண்டிருக்கிறாள். ஹேமா பள்ளிக்கூடம் போய்விட்டாள். என்னால் இன்றைக்கு சமையல் செய்ய முடியாது. எல்லாருக்கும் விருந்து வைக்க வேண்டிய நாள் தான் இன்று."

அவள் சொன்னதைக் கேட்டால்தானே மாதவனுக்கு அதில் உள்ள சூடு உறைக்கும்? அவன் புதிதாக வாய் திறந்தான், "டீ.பீ. ஒரு பயங்கரமான வியாதி. ரொம்பக் கொடுமை செய்யும். கிட்டு! உங்களிடம் சொல்வதில் தப்பு ஒன்றும் இல்லை. எனக்கும் டீ.பீ. இருக்கிறது!" என்றான் அவன் மிகவும் பெருமையாக,

கிட்டுவுக்கு என்ன பதில் சொல்வது என்று தெரியவில்லை. மாதவன் பணக்காரன் என்று அவனுக்குப் புரிந்தது. அவன் மாமனாருக்கு வேண்டியவன் என்றும் தெரிந்தது; ஆனால், அவனுக்கு டீ.பீ. இருக்கிறது என்று கிட்டுவுக்கு எப்படித் தெரியுமா? அப்படியே இருந்தாலும் கிட்டுவுக்கு ஆதாயம் என்ன? பணக்காரன்; பேஷாக டீ.பீ. வரலாம் என்று எண்ணுகிற நல்ல புத்தியும் கிட்டுவுக்குக் கிடையாது.

ஆசிரியர் பஸ் ஸ்டாண்டிலேயே மாதவனின் பிதற்றலைக் கேட்டவர். ஆனால், மாதவன் போன்ற படித்த பணக்காரன் பிதற்றுவான் என்று அவரால் நினைக்க முடியவில்லை.

"மாது! நீயும் நீலகண்டனிடம் காட்டிக் கொள்வதுதானே? ஆரம்பத்திலேயே இதைக் கிள்ளி எடுத்து விட வேண்டும்" என்றார் அனுதாபத்துடன்; அவர் ஏழை வாத்தியார்; கொடுப்பதற்குப் புத்திமதியைத் தவிர வேறு ஒன்றும் அவரிடம் இல்லை; சிக்கனம் இல்லாமல் அதை அவர் அள்ளிக் கொடுத்தார்.

"நான் எதற்காக நீலகண்டனிடம் காட்டிக்கொள்ள வேண்டும்?" என்றான் மாதவன்.

"இன்னும் பெரிய டாக்டர்களைக் கலந்து கொள். எவ்வளவு செலவானாலும் சரி. இந்த வியாதியை வைத்துக் கொள்ளக்கூடாது."

''நானா வைத்துக் கொண்டிருக்கிறேன்? அது தானாக வந்தால் நான் அதை என்ன செய்ய முடியும்?'' என்று மிக அற்புதமான ஒரு பதிலைக் கூறினான் மாதவன்.

மாணவர்களிடம் கேள்வி கேட்டே பழகிய ஆசிரியப் பெருமான் இந்தக் கேள்விக்கு விடை தெரியாமல் திணறிப் போனார்!

ஸரஸா மாதவன் சொன்னதைக் கேட்டுக் கொண்டிருந்தாள். மாதவனுக்கும் டீ.பி.யா? அதைக் கேட்டு அவளோ மகாராணியோ மகிழ்ந்துவிடவில்லை: குழம்பினார்கள். அதற்கு மேலும் அங்கு நிற்க அவளால் முடியவில்லை. உள்ளே போகத் திரும்பிய அவள் கூடத்தில் கண்ட காட்சி மகாராணியை உசுப்பிவிட்டது.

மிக நெருங்கி, தொட்டுக்கொள்வதுபோல் நின்றுகொண்டு மஞ்சுளாவும் நீலகண்டனும் உரையாடிக் கொண்டிருந்தனர்.

உரையாடுகிறார்களா? ஸரஸமாடுகிறார்களா? அவர்கள் உல்லாசமாக இருக்கட்டும்; ஒயிலாக இருக்கட்டும்; அவர்கள் வீட்டோடு இருக்கட்டும். இங்கே இந்த வீட்டில், ஸரஸாவுக்கு முன்னால் ஏன் இந்த நாடகமாடுகிறார்கள்? நோயாளிக் கணவன் வந்துள்ள இந்நேரத்தில் அவர்களுக்கு எப்படி இந்த அற்ப புத்தி வரமுடிகிறது? மஞ்சுளா அகங்காரி என்றால் இந்த நீலகண்டனுக்குமா இவ்வளவு துணிவு வந்து விட்டது? 'என்னை உதாசீனம் செய்ய முடியுமா அவனால்?' என்று சீறினாள் மகாராணி.

★★★

ஸரஸா எண்ணியதுபோல் மஞ்சுளாவும் நீலகண்டனும் நாடகமா ஆடிக்கொண்டிருந்தனர்?

நீலகண்டன் சோதனைக்கு முனையுமுன் ஸரஸா துள்ளி எழுந்து கணவனைக் காணப் போனதை அவனும் மஞ்சுளாவும் இயற்கையான நடத்தையாகவே நினைத்தார்கள் அவள் சோக வேகத்தால் மயங்கி விழுந்ததையும் அவர்கள் பெரிய நோயெனக் கருதவில்லை.

அவர்களுக்குக் கிடைத்திருந்த தனிமை சல்லாபத்துக்கு வாய்ப்பானதும் அல்ல. மஞ்சுளாவின் தகப்பனார் சம்மதம் அளித்த தகவல் இன்றுதான் நீலகண்டனுக்கு எட்டியிருந்தது. ஆனால் அந்த உற்சாகத்தைச் சுவைக்கிற சூழ்நிலையில் அவர்கள் இல்லை.

மஞ்சுளா அருகில் இருந்ததாலேயே நீலகண்டன் மகிழ்வுற்றது உண்மை; அது அவன் இயற்கை; ஆனால் அவன் அதை ஆடம்பரமாக வெளியில் காட்டிக்கொள்ளவில்லை.

''மாதவன் எல்லாம் சொன்னான். நீயும் அவனும் சேர்ந்து அப்பாவை ரொம்பப் பயமுறுத்திவிட்டீர்களாமே?''

மஞ்சுளா புன்னகையால் பதில் உரைத்தாள். ஜகந்நாதனுடன் போராட முற்பட்டவன் மாதவன்தான்; அவளையும் சேர்த்து டாக்டர் பாராட்டியபோது அவளால் குளிராமால் இருக்க முடியவில்லை. அதைக் காட்டிக் கொள்ளாமல் சொன்னாள்: ''அண்ணாதான் விவரம் சொல்லி இருப்பானே... இஞ்சினீயர் உடம்பு இவ்வளவு மோசமாக இருக்கும் என்று நான் எதிர்பார்க்கவில்லை; உங்களுக்கு என்ன தோன்றுகிறது?''

''இப்போது ஒன்றும் சொல்ல முடியாது. ரொம்ப 'டிரையிங் கேஸாக' இருக்கும், டயக்னோஸிஸ் பண்ணின பிறகு சொல்லுகிறேன். ஸரஸாவிடம் நீ இவ்வளவு அக்கறை காட்டுவதுதான் எனக்கு ஆச்சரியமாக இருக்கிறது.''

''ஆச்சரியம் என்ன இதில்? அண்ணாவை மணந்து கொண்டு எவ்வளவோ நிம்மதியாக வாழவேண்டியவள்...''

''அண்ணா சம்மதிக்கவில்லையா?'' என்று கேட்டான் நீலகண்டன். இக்கேள்வியின் பதில் மாதவனின் அந்தரங்கத்தை வெளியாக்கும் என்று அவன் எதிர்பார்த்தான்.

மிகச் சுருக்கமாக நடந்ததைத் தெரிவித்தாள் மஞ்சுளா; ஒரு ரகசியத்தை வெளியிடுகிறோம் என்ற எண்ணமே அவளுக்கு

இல்லை; தெரிந்துகொள்ள உரிமை உள்ளவரிடம் சொல்ல வேண்டியதைச் சொல்வதாய்த்தான் அவள் கருதினாள்.

ஸரஸாவை ஏமாந்து இழந்தவன் மாதவன் என்ற செய்தி நீலகண்டன் மனத்தைத் துரத்தியது. அதனால்தான் மாதவன் இப்படி நிலைகுலைந்து விட்டானா? மஞ்சுளா கூறுவதைக் கேட்டால் ஸரஸாவும் மாதவனை விரும்பியதாகத் தெரிகிறது. அவ்வாறானால் நீலகண்டனுடைய ஸ்தானம் எங்கே?

"எனக்கு ஒரு யோசனை. இஞ்சினீயரின் வியாதி ஸீரியஸாக இருக்கிறது. இன்ஃபெக்ஷஸ்... (தொற்று நோய்)... இத்தனை குழந்தைகள் உள்ள வீட்டில் அவரை வைத்துக்கொள்வது தப்பு. என் ஹாஸ்பிடலில் வைத்துக்கொண்டு கவனித்தால் நல்லது. நான் அடிக்கடி நேரில் பார்த்துக் கொள்ளலாம்."

டாக்டராகத்தான் நீலகண்டன் பேசினான்; அவன் பேச்சுக்குள் மோகம் பத்திரமாயிருந்ததை யாரால் கண்டுகொள்ள முடியும்?

"நல்ல யோசனைதான்!" என்று கணவனாக வரப்போகிறவனின் உதாரகுணத்தை மெச்சினாள் மஞ்சுளா.

"இப்போதே கிட்டுவைக் காரில் ரிமூவ் பண்ணிவிடலாமே-" என்று அவசரப்பட்டான் அவன்

"இப்போதா? வேண்டாம்; வந்தவர் நாலுநாள் இங்கே இருக்கட்டும். நீங்கள் தினம் விஸிட் செய்ய வேண்டும்."

"அது ஒரு டாக்டரின் பொறுப்பு" என்று புன்சிரிப்பு செய்த நீலகண்டன் முகத்தில் ஸரஸாவை எண்ணி மஞ்சுளாவைப் பார்த்ததால் உண்டான ரத்தச் சிவப்பு பரவியது.

அந்தச் சிவப்பு மஞ்சுளாவையும் சிவப்பாக்கியது.

அப்போதுதான் ஸரஸா அவர்களைப் பார்த்துக் கொண்டே வெறுப்புடன் உள்ளே வந்தாள்.

எம்.வி. வெங்கட்ராம்

இரண்டு ஆறுகளும் என்னிடம்தான் சங்கமம் ஆகப் போகின்றன என்ற மகிழ்ச்சி நீலகண்டனுக்கு; ஸரஸாவைக் கண்டதும், ''மஞ்சுளாவும் நானும் ஒரு யோசனை செய்திருக்கிறோம்'' என்று ஆரம்பித்தான். ஆனால் ஸரஸா தலைகுனிந்து கொண்டு சமையல் அறையை நோக்கி நடந்தாள்.

''சரி, மஞ்சு! இனியும் நாம் இங்கே இருக்கக்கூடாது. அவர்கள் எவ்வளவோ பேசவேண்டியிருக்கும். என்ன இருந்தாலும் நாம் அன்னியர்கள்தானே? கிளம்பலாமா?'' என்று நீலகண்டன் கேட்கும் போது பங்கஜத்தைக் கையில் பிடித்துக்கொண்டு சிவராமன் வந்தான். இவ்வளவு நேரம் அவ்விருவரும் காரைச் சோதனை செய்து கொண்டிருந்தார்கள்.

''கார் நமக்குச் சரிப்படாது'' என்று சிவராமன் தலையை விசிறினான்.

''ஏண்டா?'' என்றாள் மஞ்சுளா.

''ரொம்ப சின்னதா இருக்கு. நாங்கள் எல்லாம் ஏறினால் அது படுத்து விடும்.''

''கார்... எனக்குப் பயமாயிருக்கு'' என்று பங்கஜம் மஞ்சுளாவைக் கட்டிக்கொண்டாள்.

சமையலறையிலிருந்து பார்வதி வெளியே வந்தாள்; அழுகை என்றைக்கும் அவளுக்குத் துணை; இன்று அதற்கு ஒரே கொண்டாட்டமாயிருந்தது. அழுகிறவர்கள் பாக்கியவான்கள் என்றால் அவள் மகா பாக்கியவதி; இந்த ஜன்மாவில் அவள் அழுகிற அழுகையால் அவளுடைய கர்மாக்கள் யாவும் கரைந்திருக்க வேண்டும்!

''நான் பிறகு வருகிறேன். பங்கஜத்தை என்னோடு அழைத்துப் போகிறேன்'' என்று விடை பெற்றாள் மஞ்சுளா.

''நீங்கள்தான் காப்பாற்ற வேண்டும்'' என்று கண்களைக் கசக்கினாள் பார்வதி.

''அது எங்கள் பொறுப்பு; கவலைப்படாமல் இருங்கள்!'' என்று வரம் கொடுத்துவிட்டு ஹாலுக்கு வந்தான் நீலகண்டன்.

''நாம் போவோமா மாது?''

''எங்கே?'' என்று கேட்டான் மாதவன். என்றைக்கும் அங்கேயே இருக்க வந்தவன்போல்!

''வீட்டுக்குப் போக வேண்டாமா?''

''போகலாமா?''

''எழுந்திரு;'' என்று அவனைக் கைபிடித்து எழுப்பிய நீலகண்டன். ''சீயர் அப் கிட்டு! நான் சாயங்காலம் வருகிறேன்'' என்று கிட்டுவையும் தேற்றினான்.

''கட்டாயம் வரவேண்டும்'' என்று ஆசிரியர் வேண்டிக் கொண்டார்.

''நிச்சயம்.''

மாதவனோடு வெளியில் வந்ததும் நீலகண்டன் சொன்னான்: ''மாது! நீ இரண்டு நாள் ரெஸ்ட் எடுத்துக்கொள். தூக்க மாத்திரை அனுப்புகிறேன். சாப்பிட்டு நன்றாகத் தூங்கு .''

''தூங்கினால் டீ.பி. போய்விடுமா?''

''ஓ! முதலில் நீ தூங்கு. மூளை சுத்தமானால் உனக்கு வியாதியே இல்லை.''

''தூங்கினால் டீ.பீ. போய்விடும் என்று ஒரு டாக்டர் சொல்வானா? அவ்வளவு லேசான வியாதியா அது? நீலகண்டா! டீ.பீ. பற்றி நிறைய ஆராய்ச்சி செய். உலகத்திலிருந்தே அதை ஒழித்துக் கட்ட வேண்டும்; அப்படி ஒரு மருந்து கண்டுபிடி.''

''கண்டுபிடிக்கிறேனா இல்லையா என்பதைப் பாரேன்.''

''உன்னால் முடியுமா?''

"கட்டாயம் முடியும்."

"முடிந்தால் உனக்கு ஒரு லட்ச ரூபாய் பரிசு தருகிறேன்."

"ரைட்! இப்போது தூங்குவோம்!"

25

சில நாட்களாகப் பசுபதி மிகவும் உற்சாகமாயிருந்தான். அவனுடைய ஜாதகத்தில் குடியிருந்த நவக்கிரகங்களும் புரட்சி செய்து அவனை உச்சிக்குத் தள்ளுவதாய் அவனுக்குத் தோன்றியது. நடப்பு எல்லாம் அப்படி இருந்தது. ஒரு நாள் காலை எட்டு மணிக்கு ஜகந்நாதன் வீட்டுக்குச் சென்று கொண்டிருந்தவன் காலில் ஒரு துண்டுக் கடிதம் தட்டுப்பட்டது. காலால் ஒதுக்கிவிட்டு நடக்கத்தான் எண்ணினான். கடிதத்தின் நிறம் அவனைக் குனிய வைத்தது. கசங்கிய நூறு ரூபாய் நோட்டு! ஒன்றே ஒன்றுதான்; விரல்களால் தேய்த்துத் தேய்த்துப் பார்த்தான்: ஒன்றுதான். ஒன்றுதானா என்று கொஞ்சம் ஏமாற்றமாக இருந்தது. காலில் இடறிய அதிர்ஷ்டம் இன்னும் உருப்படியாக வந்திருக்கக்கூடாதா என்று முதலில் பட்டது. வரப்போகிற பல நூறுகளுக்கு இது ஒரு முன்னறிவிப்பாக இருக்கும் என்று சமாதானம் செய்து கொண்டான். இந்த நூறு அனாமத்தாய்க் கிடைத்தது; இதைப்பற்றி வீட்டில் மூச்சுவிடக் கூடாது; இதிலிருந்து ஒரு காசு தொடக்கூடாது. வல்லவனுக்குப் புல்லும் ஆயுதம் இல்லையா? இந்த நூறை ஆயிரம் ஆக்கி ஆயிரத்தைப் பதினாயிரம் ஆக்கி...

அல்நாஷர் போல் வெறும் கனவு காண்கிறவன் அல்ல பசுபதி; ஜகந்நாதனின் சீடன்; பணம் பெருக்கும் வித்தை அவனுக்கா தெரியாது? நூறை எப்படி ஆயிரம் ஆக்குவது என்று திட்டமிட்டுக் கொண்டே நடக்கும்போது அது கள்ள நோட்டாக இருக்குமோ

அரும்பு

என்றொரு பயம் ஏற்பட்டது. ஜகந்நாதனுக்காக அன்று வசூல் செய்த தொகையோடு அதைக் கலந்து பாங்கில் தள்ளிய பிறகுதான் அவனுக்கு அமைதி உண்டாயிற்று.

அமைதி அடைந்து அவன் உட்கார்ந்து விடவில்லை. பணத்துக்குப் பறக்கிறவர்கள் எங்குதான் இல்லை? யார் பறக்கிறவர்கள், அசலைவிட அதிகமாய் வட்டி கட்டிக்கொண்டே இருப்பவர்கள் யார் என்பதை மோப்பத்தாலேயே கண்டுபிடிக்க வல்லவன் அவன். மூன்று பவுன் நகையை ஈடாக வைத்துக்கொண்டு மாதம் ஒன்றுக்கு நூற்றுக்கு இரண்டரை வீதம் வட்டி நிபந்தனை பேரில் ஒருவனுக்குக் கடன் கொடுத்தான் மாமூல்படி மூன்று மாத வட்டியை 'அட்வான்சாக' எடுத்துக்கொண்டான். அத்துடன் அவன் அமைந்துவிடவில்லை. ஜகந்நாதனின் ஏஜண்டு என்கிற முறையில் அவனுக்குப் பல வட்டிக்கடைக்காரர்களுடன் பழக்கம் இருந்தது. ஈடு நகையைக் குறைந்த வட்டிக்கு அடகுவைத்து இரண்டு நூறு கடன் வாங்கினான். இந்தத் திட்டத்தின் அடிப்படையில் அவன் சுறுசுறுப்பாக இயங்கினான். ஒரே வாரத்தில் வட்டியாக அவனுக்கு அறுபது ரூபாய் கிடைத்தது. நாலைந்து பேர் அவனிடம் கடன்பட்டுவிட்டார்கள். ஆயிரத்துக்கு மேலேயே 'ரோலிங்'கில் வந்துவிட்டது. என்றாவது ஒருநாள் ஜகந்நாதனைப் போல் ஒரு பெரிய லேவாதேவிக்காரன் ஆகி விடலாம் என்று அவனுக்கு நம்பிக்கையும் உண்டாயிற்று.

இந்த முதலாளித்தனம் வந்ததும் அவன் நிமிர்ந்து நடக்க ஆரம்பிக்கவில்லை. முன்னைவிடக் குனிந்து நடந்தான். அவனிடம் எக்கச்சக்கமாகப் பாசாங்கு சேர்ந்தது. முகக்ஷவரம் செய்துகொள்வதை நிறுத்திக் கொண்டான். துணிக்குச் சோப்பு போட்டு வெளுப்பதையும் பதினைந்து நாளைக்கு ஒரு முறை என்று விதித்துக் கொண்டான். வீட்டில் அவனுக்கு இருப்புக் கொள்ளவில்லை; தன் வரவு செலவு மனைவி மக்களுக்குத் தெரிந்துவிடக்கூடாது என்று அஞ்சினான். தெரிந்தால் அவனுடைய முதலீடு ஒரு மாச வேக்காடுக்குக்

கூடக் காணாது என்று அவனுக்குத் தெரியும். கணிசமாக முதல் சேர்ந்தபிறகு திடீரென்று சொல்லி வீட்டில் உள்ளவர்களை அதிர்ச்சிக்குள்ளாக்க வேண்டும் என்பது அவன் யோசனை. காபி, வெற்றிலைச் செலவுகளைத் தன்னிடம் கடன்பட்டவர்களின் பொறுப்பு ஆக்கிவிட்டான். ஒரு சின்னப் பிடி அவனுக்குக் கிடைத்து விட்டது. அதைக்கொண்டு பணம் சேர்க்க அவன் பல திட்டங்களை இராப்பகலாக வகுத்துக் கொண்டிருந்தான். இந்தத் திட்டங்களில் முக்கியமானது மஞ்சுளாவின் கல்யாணம், பணக்காரன் வீட்டுக் கல்யாணம். எவ்வளவோ கீழே கொட்டும்; அள்ளிக் கொள்ளலாம். இந்தக் கல்யாணத்துக்குப் பூர்வாங்கமாக முதலாளியின் வீட்டில் ஒரு நெருக்கடி காற்றோடு கலந்து வருவதைப் பசுபதி கவனித்து விட்டான்; அதை எந்த நேரத்தில் எப்படிப் பயன்படுத்திக் கொள்ளலாம் என்று காத்திருந்தான் அரசாங்கத்தைப்போல் அவன் முன்கூட்டித் திட்டமிடவில்லை; தூங்குகிறவர்களாய்ப் பார்த்து மொட்டை அடிக்க வேண்டும் என்பதுதான் அவன் திட்டத்தின் அடிப்படை. 'நான் முன்னேறுகிறேன்; முதலாளி ஆகிறேன்' என்கிற எண்ணம் அவனைச் சதா விரட்டிக் கொண்டிருந்தது.

'சித்தர் பாடல்களைப் பாராயணம் செய்வதால்தான் இத்தனையும் நடக்கின்றன' என்கிற நியாயமான ஒரு முடிவும் கண்டான் பசுபதி. சித்தர்களின் பெயர்கள்கூட அவனுக்குத் தெரியாது. அவர்களின் பாடல்களில் நூற்றுக்குத் தொண்ணூற்றொன்பது விகிதம் அவனுக்குப் புரிவதில்லை. பாக்கி ஒரு பகுதியின் அர்த்தம் யார்யாரோ சொல்லித்தான் அவனுக்குக் கேள்வி. அதிலும் சோற்றுக்கும் பருப்புக்கும் மறந்ததுபோக சொச்சத்தைத்தான் கையிருப்பாக அவன் வைத்திருந்தான்; அதுவே யதேஷ்டமாக அவனுக்குப்பட்டது. சித்தர் பாடல்களின் ஆதிகாலப் பிரதி ஒன்று வைத்திருந்தான். தொட்டால் தூளாய் விடும் அந்தப் புத்தகத்தின் ஏடுகளைப் பயபக்தியுடன் புரட்டி அரிதாய்க் கிடைக்கும் ஓய்வு நேரத்தைப் பயன்படுத்துவது அவன் வழக்கம். இந்தச் சிரத்தை பயன் தராமல் போய்விடுமா? பயன் அளிக்க ஆரம்பித்து விட்டதே!

அன்று காலையில் அவன் கடைக்கு வருகிற வழியில் நண்பன் ஒருவனைச் சந்தித்தான். இந்த நண்பன் மற்றொரு சித்தர் பித்தன்; குதம்பைச்சித்தரின் பாடல் ஒன்றுக்குப் புதிய உரை ஒன்று பசுபதிக்குச் சொல்லிக்கொடுத்தான். அதையும் வாங்கி வாயில் போட்டுமென்று அசை போட்டுக் கொண்டே அவன் தன் அலுவலறையில் நுழைந்தான்.

அவன் வந்ததே சீக்கிரம்; அதற்கு முன்னரே அங்கு உட்கார்ந்து பேரேடுகளைப் புரட்டிக்கொண்டிருந்தார் ஜகந்நாதன்; வாயில் இருந்த பாடலை அப்படியே விழுங்க முயலுகிறவன் போலவும், அது உள்ளே இறங்காமல் தொண்டையில் சிக்கிக் கொண்டு தவிக்கிறவன் போலவும் முகத்தை வைத்துக் கொண்டு முதலாளியைப் பார்த்து விழித்தான்.

ஜகந்நாதன் முகத்தில் தெளிவு இல்லை. ஏதோ ஓர் அச்சம் அவர் பிடரியைப் பிடித்து அழுத்துவதைத்தான் முகம் தெளிவாய்க் காட்டியது. பசுபதியைக் கண்டதும் தனி வழியில் துணை கிடைத்த தெம்பு அவருக்கு உண்டாயிற்று. ''என்ன பசுபதி! ஒரே பாட்டும் கூத்துமாயிருக்கிறதே, என்ன சங்கதி?'' என்று விசாரித்தார் அவர்.

''ஒன்றுமில்லை'' என்று ஐந்து நாள் தாடியைச் சொரிந்தான் அவன்; எல்லாரும் தன்னைப் பார்த்து அனுதாபப்பட வேண்டும் என்றுதானே அவன் முகத்தை அசுத்தமாக வைத்திருந்தான்? அந்த அசுத்தத்தில் ஒரு புன் சிரிப்பு படர்ந்தது.

''ஒன்றுமில்லாமலா பாட்டு அமர்க்களப்படுகிறது? காலையில் வராத கடன் ஏதாவது வசூல் செய்துகொண்டு வந்து விட்டாயா?'' - பாக்கி வசூலானால்தான் பாட்டு பிறக்கும் என்பது ஜகந்நாதன் எண்ணம். ஆனால் அவர் பாக்கி வசூலாவதால் பசுபதிக்கு என்ன மகிழச்சி உண்டாகும் என்பதை அவர் எண்ணிப் பார்க்கவில்லை. தன் மகிழ்ச்சி பசுபதியின் மகிழ்ச்சியாக இருக்கவேண்டும் என்று அவர் எதிர்பார்த்தார் போலும். சம்பளம் தந்து படி அளக்கிறவர் அப்படி எதிர் பார்ப்பது தவறு இல்லையே!

"இந்த நேரத்தில் எங்கே வசூலுக்குப் போகிறது? ஒரு நாள் காலை நேரத்தில் வாத்தியாரிடம் வசூலுக்குப் போனேன். பாக்கி கேட்கப் போகிறோம். காலை நேரம் என்ன. சாயங்காலம் என்ன? அவர்களுக்கு சௌகர்யமாக இருக்கிறபோது நாம் போய்க் கேட்க முடியுமா? இது நம் பெண் மஞ்சுளாவுக்குத் தெரியவில்லை. அந்த இடத்திலேயே என்னை முறத்தில் போட்டுப் புடைத்து விட்டாள். இனிமேல் வசூலுக்குப் போவதானால் மஞ்சுளாவையும் ஒரு வார்த்தை கேட்டுக்கொண்டு போகிறது என்றே தீர்மானித்து விட்டேன்."

"மஞ்சுளா என்ன செய்தாள் என்கிறாய்? வாத்தியாரிடம் வசூலுக்குப் போகிற வேலை இல்லையே!"

"அந்த ஸ்டார் எப்போது தொலையும் என்று பார்க்கச் சொன்னீர்களே?"

"ஸ்டாரா? என்ன அது?"

"வாத்தியார் மகள் - அந்த ஆட்டக்காரி எப்போது ஊருக்குப் போவாள் என்று தெரிந்து கொண்டுவரச் சொன்னீர்களே? மறந்து விட்டீர்களா? அவள் இங்கே இருந்தால் நம் குடும்பத்துக்கே ஆகாது என்று கூடப் பயந்தீர்களே?"

"நான் அப்படியா சொன்னேன்?" என்று கேட்டார் ஜகந்நாதன். ஒருவேளை அப்படிச் சொல்லியிருப்போமோ என்று அவருக்கே சந்தேகமாகிவிட்டது. பேசுவதை எல்லாம் அவர் பேரேட்டிலா பதிவு செய்து கொள்கிறார்? அவர் சொல்லாமல், அவர் ஸரஸாவுக்காகப் பயந்தார் என்று பசுபதிக்கு எப்படித் தெரியும்? அவர் ஸரஸாவைப் பற்றி பயந்ததும் மெய்தானே?

"மாதவனிடம் கணக்கு ஒப்படைத்தபோது நீங்கள் என்னைத் தனியாய்க் கூப்பிட்டுச் சொன்னீர்களே என்று மொத்தமாகப் பதில் கூறிப் பசுபதி தொடர்ந்தான்; அதுக்காக ஒருநாள் காலையில் அங்கே போனேன். போன நேரம் வாத்தியார் இல்லை. அந்தப் பெண் மாத்திரம் இருந்தாள். பெண்ணா அது! என்ன ராங்கி! போனதும்

'ஊருக்கு எப்போது?' என்று கேட்க முடிகிறதா? மெதுவாய்ப் பேச்சுக் கொடுத்தேன். 'வட்டியிலாவது கட்டிக்கொண்டு வந்தால் சுமை தெரியாதே' என்று நைஸாகக் கேட்டு வைத்தேன். கேட்டது சரிதானே? அதுக்காக என்னை நட்சத்திரய்யன் என்று சொன்னாளே. சொல்லலாமா?''

"அந்தப் பெண்ணா சொன்னாள்?"

"என்ன அது? அந்தப் பெண் என்னை அப்படிச் சொல்வாளா? சொன்னால் நான் விட்டு வருவேனா? நம் பெண் மஞ்சுளா சொன்னாள். கேட்டுக்கொண்டேன்; உங்கள் உப்பைச் சாப்பிட்டுக் கொண்டே உங்களிடம் ரோசம் காட்ட முடியுமா?"

"அது சரி; அந்தப் பெண் இன்னும் ஊருக்குப் போகவில்லையா?"

"அந்த ஸ்டார் இப்போதெல்லாம் போவாளா?" என்று மடியில் கட்டிக்கொண்டு வந்திருந்த இடியை மெதுவாக ஜகந்நாதன் தலைமீது போடுகிறவன்போல் கூறினான் பசுபதி; 'இப்போதெல்லாம் அவள் போகமாட்டாள் - உங்களை எல்லாம் தொலைத்துக் கட்டி விட்டுத்தான் போவாள்' என்ற மறைபொருள் பசுபதிக்கு மகிழ்ச்சி அளித்தது.

"போய்வந்த சேதியைச்சுருக்கமாய் சொல்லித் தொலையேன்!"

"நான் சொல்லிக்கொண்டுதானே இருக்கிறேன்? அந்தப் பெண் என்ன பேச்சு பேசுகிறாள் என்கிறீர்கள்! 'புதுப் பணக்காரனிடம் கடன்பட்டால் கஷ்டம்தான்' என்று என்னிடமே சொல்கிறாளே, என்ன நெஞ்சழுத்தம் இருக்கும்? அவள் பேசினதை எல்லாம் உங்களிடம் சொல்லக் கூடாது; இன்றைக்கே பிராது கொடுத்து விட்டு வேறே வேலை பாருடா என்பீர்கள். அந்த வாத்தியார் நல்ல மனுஷன்; அவரை நினைத்தால் பாவமாயிருக்கிறது; பாவம். ஒரு நல்ல மனுஷனுக்கு இப்படி எல்லாம் கஷ்டம் வரக்கூடாது."

''ஸரஸா எப்போது நெய்வேலிக்குப் போகிறாளாம்?''

''அவள் ஊருக்குப்போவதாக நான் சொல்லவில்லையே?''

''இங்கேயே வாழாவெட்டியாக இருக்கப் போகிறாளா?'' என்றார் ஜகந்நாதன் ஆத்திரத்துடன்.

''ஒரு வாரம் - பத்து நாளாக நீங்கள் ஊரில் இல்லை; இங்கே நடக்கிற கூத்து உங்களுக்கு என்ன தெரியும்?'' என்றான் பசுபதி, முதலாளியைவிட ஆத்திரமாய்.

அவனுடைய குண நலன்கள் எல்லாம் ஜகந்நாதனுக்குத் தெரியாதா? கேள்வி கேட்டு விசாரித்து அவனிடமிருந்து எந்த விஷயமும் வாங்க முடியாது என்பதை அறிந்த அவர் அவனை அவன் போக்கில் விட்டுவிட்டார்; தன் ஆவலை மட்டுப்படுத்திக் கொள்ள முயன்றார்; என்றாலும் பசுபதி ஏதோ கெட்ட செய்தி சொல்லப் போகிறான் என்ற கலக்கம் அவர் மனசைச் சூழ்ந்தது.

''நீ போன சமயம் வாத்தியார் இல்லை; ஸரஸா மட்டும் இருந்தாள். என்ன நடந்தது?'' என்று ஆரம்பித்துக் கொடுத்தார் எஜமானர்.

''என்ன நடக்கும்? நான் சொல்லியா உங்களுக்குத் தெரிய வேண்டும்? உங்களை மட்டும் அவள் திட்டவில்லை; வெளியே போ என்று சொல்லாத குறையாக என்ன என்னவோ பேசினாள். என்னைச் சொல்லட்டும்; நான் யார்? வெறும் குப்பைக்கூடை; எதையும் வாங்கிப் போட்டுக்கொள்வேன். ஆனால் நாலு வார்த்தைக்கு ஒரு வார்த்தை புதுப் பணக்காரன் - புதுப் பணக்காரன் என்று சொன்னால் எனக்குக் கோபம் வருமா வராதா? அப்படியும் நான் கோபத்தை அடக்கிக் கொண்டேன். கோபத்தை அடக்கத் தெரியாவிட்டால் சித்தர் பாடல் படித்து என்ன பிரயோசனம்? இப்படி எல்லாம் விதண்டாவாதம் செய்கிறவர்களிடம் பணத்தை வசூல் செய்ய வேண்டுமே என்று எனக்குக் கவலையாகிவிட்டது. நம்ம பணம் இல்லாவிட்டால் அந்த ராங்கிக்காரி கன்யாகுமரியாய்த்

தானே நிற்க வேண்டும்? இஞ்சினீயர் பெண்சாதி என்றால் வாயில் வந்தபடி எல்லாமா பேசச் சொல்லுது? இந்த வீட்டிலிருந்து அரிசி போய்த்தான் அங்கே அடுப்பு எரியுது. இந்த லட்சணத்தில் அவள் நம்மைப் பார்த்துப் புதுப் பணக்காரன் என்று நாக்கிலே நரம்பு இல்லாமல் சொல்கிறாளே; சொல்லலாமா?'' என்று புதுப் பணக்காரனிலேயே முடித்தான் பசுபதி.

புதுப் பணக்காரன் என்று ஜகந்நாதனுக்கு பட்டம் சூட்டியவன் அவனேதான்; ஸரஸா சொன்னாள் என்று அவன் இப்போது கூறுவதும் நிசம்தானே! இந்த விருது ஜகந்நாதனுக்கு மகிழ்ச்சி தரவில்லை. ஸரஸா தன்னை மிகவும் இழிவுபடுத்தி விட்டதாகவே அவருக்குப்பட்டது. ஏற்கனவே அவருக்கு அவளிடம் வேகம் இருந்தது; அது இன்னும் மிகுந்தது. அவள் இவ்வளவு துணிச்சலாய் பேச தைர்யம் கொடுத்தது யார்? மாதவனும் மஞ்சுளாவும்தானே? அவருக்குத் தன் குடும்பத்தின் மீதே சினம் எழுந்தது. ''அந்தப் பீடை எப்போது ஊரை விட்டுத் தொலையப் போகிறது?''

அவர் வாய் வார்த்தை முடியுமுன் தொடர்ச்சியாகப் பசுபதி கூறினான்: ''அது தொலையவில்லை; தொலையப் போவதும் இல்லை; இங்கேயே இருந்து தொலையப் போகிறது. அந்தப் பெண்டுகள் செட்டி இஞ்சினியர் - அவள் புருஷன் இருக்கிறானே - அவனும் வேலையை விட்டுவிட்டு இங்கேயே வந்து விட்டான்!''

செய்தியை மிகவும் சாதுரியமாகக் கீழே தள்ளிவிட்ட பசுபதி, அது முதலாளியை எப்படி ஹிம்சிக்கிறது என்று பார்க்க விரும்பு கிறவன் போல், மேலுதட்டோடு கீழுதட்டைச் சேர்த்து வாயைப் பரப்பிக்கொண்டு அவரைக் கூர்மையாக - அதிலும் ஓர் அனுதாபத்தைக் கரைத்துக் கொட்டிக் கொண்டு பார்த்தான்.

'கடலில் புயல் உருவாகிறது - கரை அருகில் இருப்பவர்கள் ஜாக்கிரதை' என்று எச்சரிக்கிறார்கள் அல்லவா? அந்த எச்சரிக்கை போலத்தான் பசுபதியின் செய்தி ஜகந்நாதனைப் பயமுறுத்தியது.

எம்.வி. வெங்கட்ராம்

ஸரஸாவைத் தன் குடும்பத்தின் பாதையிலிருந்து விலக்கிவிட்டதாக அவர் கனவு கண்டார்; ஆனால் அந்த மாயக்காரி இங்கேயே குடிபெயர்ந்து வருகிறாளே; அது எதைக் காட்டுகிறது?

''பெருமாள் பெத்த பெருமாள் ஆன கதையாயிருக்கிறதே! உனக்கு நிச்சயமாய்த் தெரியுமா?'' என்றார். ஸரஸாவிடம் அவர் எதற்காக அஞ்சுகிறார் என்பதைப் பசுபதியிடம் தெளிவாய்க் காட்டிக் கொள்ளாமல்.

''நெய்வேலிக்காரன் வந்தாச்சு; மாதவனும் நம் காரும் பக்கத்து வீட்டு வாசலில் காத்துக்கொண்டு கிடக்கிறது!'' என்று மாதவனை முன் நிறுத்திப் பேசிய பசுபதி எஜமானனின் அச்சம் தனக்குத் தெரியுமென்பதை மறைமுகமாய் வெளிப்படுத்தினான்.

''நம் கார் அங்கு ஏன் இருக்கவேண்டும்?'' என்று மாதவனை நீக்கிவிட்டுக் கேட்டார் முதலாளி.

''இது என்னங்க? அந்தப் பெண்ணும் மஞ்சுளாவும் சினேகம். தங்கையோடு அண்ணாவும் போகிறான்; காரும் போகிறது. அதிலே என்ன தப்பு?'' எதிலும் எங்கும் தப்பு காணாத தருமபுத்திரன்போல் ஒரு கேள்வியைக் கேட்டுவிட்டுப் பசுபதி சொன்னான்: ''ஒரு விஷயம்தான் புரியவில்லை.''

''எந்த விஷயம் புரியவில்லை?'' என்றார் ஜகந்நாதன் கொஞ்சம் கிலியுடன்.

''டாக்டர் காரும் அங்கே அடிக்கடி வருகிறது.''

''நீலகண்டன் காரா? அவன் எதுக்கு அங்கே வருகிறான்?''

''எதுக்கு வருவான்? மாதவனைப் பார்க்க வருகிறான் என்று தோணுகிறது. மாதுதான் அங்கேயே இருக்கிறானா, நீலகண்டனும் அங்கே போய்விடுகிறான் என்று நினைக்கிறேன்'' என்று பசுபதியே ஒரு விடைகூறினான்: ''வாத்தியார் பெண் சரியான கில்லாடி; நம் பெண்தானாகட்டும்; சினேகம் என்றால் ஓர் அளவு வேண்டாமா?

எட்டியிருந்து அள்ளிக் கொடுக்கலாம்: அணைத்துக்கொண்டு ஊட்டலாமா? யாருடன் எப்படிப் பழகுவது என்று வரையறை வேண்டாமா? ஆனால், எதுக்கும் வயசாகணும். எல்லாம் குழந்தைகள் விளையாட்டுப் புத்தி போகவில்லை.''

பசுபதி வாயில் வந்ததை எல்லாம் வழங்கிக் கொண்டிருந்தான். எஜமானனைத் தன் சொற்கள் குடைகின்றன என்று அவன் புரிந்து கொண்டான்; அதற்காகத் தன் மீது தப்பு வராது என்றும் அவனுக்குத் தெரியும்.

ஜகந்நாதனுக்கோ தன் அதிர்ஷ்டத்தின் அஸ்தமனம் ஆரம்பமாகி விட்டதாகத் தோன்றியது. ஸரஸாவுக்காகவா அவர் அஞ்சினார்? மகன் கெட்டவனா? அதுவும் இல்லை. அவனுடைய நிலையில்லாத புத்தியின் பலவீனம்தான் அவருக்கு அச்சம் அளித்தது. பெண் உறுதியான புத்தி உடையவள்; அவள்கூட அண்ணனின் போக்கோடு போகிறாளே! ஓர் ஆபத்து வரும்போது கெட்டவைகளால் மட்டும் அது வருவதில்லை; நல்லவைகளாலும் ஆபத்து வருகிறது: நல்லது செய்கிறோம் என்று எண்ணிக்கொண்டே ஆபத்தை விலைக்கு வாங்கிக்கொள்வது உலக வழக்கு. மகனும் மகளும் நல்லவர்கள். அவர்களே ஆபத்தை விலைபேசுகிறார்களே! இதைப்பற்றி யோசனை கேட்பதுபோல் அவர் பசுபதியிடம் பேச விரும்பவில்லை. அவன் புத்திசாலி அல்ல என்று அவருக்குத் தெரியும்; ஆனால் உலக அனுபவம் உள்ளவன். அதன் விளைவாக அவனிடமிருந்து நல்ல யோசனையாக ஏதாவது வெளிவராதா என்று அவர் எதிர்பார்த்தார்.

அதற்குத் தோதாகப் பசுபதி சொன்னான்: ''எனக்கு ஒரு யோசனை. ஞாபகப்படுத்த வேண்டியது என் கடமை இல்லையா? மஞ்சுளாவின் கல்யாணம் சீக்கிரம் முடிந்துவிட்டால் இந்த வம்புக்கெல்லாம் ஒரு முடிவு ஏற்பட்டுவிடும்.''

"நாள் குறிக்க சோதிடரை அழைத்துவரச் சொன்னேனே? ஆவணி மாசம் முதல் முகூர்த்தத்தில் வைத்துக் கொண்டு விடுவோம், நடுவில் ஒன்றரை மாசத்துக்கு மேல் இருக்கிறதே!"

"ஒண்ணரை மாசம் ஊதினால் பறந்து விடுகிறது. இப்போதே ஏற்பாடுகளை ஆரம்பித்தால்தானே நல்லது? அதுக்கே நூறு நாள் காணாதே; ரொம்பக் காலத்துக்குப் பிறகு நம் வீட்டில் ஒரு கல்யாணம் வருகிறது. இந்த வட்டாரத்தில் இந்தமாதிரிக் கல்யாணம் நடந்ததில்லை என்று சொல்லும்படி ஜமாய்த்துவிட வேண்டும். மாதவன் தலையிலே பொறுப்பைக் கட்டி கவனிக்கச் சொல்லி விட்டால் அவன் இந்தப் பக்கம் அந்தப் பக்கம் திரும்பிப் பார்க்க நேரம் இருக்குமா? இந்தக் கல்யாணம் அவன் நடத்தட்டும்; அப்புறம் அவனாகவே 'எனக்கும் ஒரு கல்யாணம் பண்ணி வையுங்கள்' என்று கேட்கிறானா இல்லையா பாருங்கள். கேட்கும்படி நான் செய்கிறேன்."

"அவன் போகிற போக்கைப் பார்த்தால் அப்படி எல்லாம் மாட்டிக் கொள்கிறவனாகத் தெரியவில்லையே! கணக்கு வழக்கு களை எல்லாம் ஒழுங்காய்க் கவனித்துக் கொள்கிறானா?"

"அதைத்தானே சொல்ல வந்தேன். பெரிய உத்தியோகம் பார்த்தவன், சொல்லவா வேண்டும்? நாலு பக்கம் கூட்டுப் புள்ளி போட எனக்கு நாலு மணி நேரம் ஆகிறது. மாது பதினைந்து நிமிடத்தில் பார்த்துவிடுகிறான். ஒரு மிஸ்டேக் வரவேண்டுமே! என்னோடு சில பெரிய புள்ளிகளிடம் வசூலுக்குக்கூட வந்தான்; அவனாக வருவானா? அழைத்துக் கொண்டு போனேன்."

செக் புத்தகத்தைப் புரட்டிக் கொண்டே ஜகந்நாதன் கேட்டார்: "பாங்கியிலிருந்து அவன் பணமே எடுக்கவில்லையே?"

"மாதுவுக்கு பணம் எதுக்கு?" என்று விசித்திரமாய்க் கண்களைச் சிமிட்டினான் பசுபதி: "புலிக்குப் பிறந்தது பூனை

ஆகுமா! பணம் என்றால் வேப்பெண்ணெய் சாப்பிடுவதுபோல் முகத்தை வைத்துக் கொள்கிறான். ஆனால் ஒரு காசுகூட வீண் செலவு செய்வதில்லை. செய்வானா? செய்ய விடுவேனா!''

நிலைமையை உபயோகப்படுத்திக்கொண்டு பசுபதி அதிகப்படி நெருக்கம் கொண்டாடுவதை ஜகந்நாதன் உணர்ந்தார்: ''செலவு செய்ய வேண்டாம்; விருத்தி செய்ய வழி தெரிகிறதா?''

''நியாயமான பேச்சு. அதுக்கும் நான் ஒரு வழி கண்டுபிடிக்கிறேனா இல்லையா பாருங்கள்!'' என்றான் பசுபதி தன்னை விட்டுக் கொடுக்காமல்.

''பார்ப்போம்.'' - என்று ஜகந்நாதன் விட்ட பெருமூச்சைக் கெட்டியாகப் பிடித்துக்கொண்டான் பசுபதி.

''கீதையை எடுத்து வைத்தீர்களா இல்லையா?'' என்று உரிமையுடன் கேட்டான் அவன்; அவர் கையில் கீதை இருந்தால் அவனே பிடுங்கி எடுத்துவிடுவான் போன்ற உரிமை.

''உனக்குப் பித்தம் தலைக்கு ஏறி இருக்கிறது. கீதை படிப்பதை நிறுத்தினால் மாதவன் சம்பாதிக்க ஆரம்பித்து விடுவானா?''

''மாதவன் சம்பாதிக்கிறானோ இல்லையோ, நீங்கள் பெருமூச்சு விடமாட்டீர்கள். எப்படி, எவ்வளவு கலகலப்பாக இருந்த வீடு இது! கீதை வந்தது; உங்கள் முகத்தில் இருந்த களையே குறைந்து விட்டதே! நீங்கள் பெருமூச்சு விட்டுக் கவலைப்பட்டதை முந்தி நான் பார்த்ததே இல்லை. நானா உங்களுக்குச் சொல்கிறது?''

பேச்சு மாறுவதை ஜகந்நாதனும் விரும்பினார். பசுபதியைச் சற்றுப் பிதற்றவிட்டு மகிழலாம் என்று எண்ணினார். ''சித்தர் பாடல் படிக்கும்படி சொல்லப் போகிறாயோ?''

புண்ணடைந்த மதவெறியனுக்கு வருவதைப்போல் பசுபதிக்கு ஆவேசம் வந்துவிட்டது: ''சொல்லக்கூடாதா? 'எல்லாம் துறந்துவிட்டு என்னிடம் வா!' என்று கீதையில் கிருஷ்ணன்

சொல்கிறானே. அப்படிச் சொல்லலாமா? குடும்பத்தில் இருக்கிறவர் களுக்குச் சொல்லுகிற வார்த்தையா இது? வாழும் வீட்டில் வைத்துக் கொண்டு அதைப் படிக்கலாமா?'' என்று அவன் அடக்கமான குரலில் கர்ச்சித்தான்; கீதை எதிர்ப்பட்டால் கிழித்து எறிந்து விடுவான் போல் இருந்தது அவன் வெறி.

''சித்தர்கள் சந்நியாசிகள் தானே அப்பா? குடும்பத்துக்கு என்ன சொல்லிவிட்டார்கள்?''

''அப்படிக் கேளுங்கள்; நியாயம். சித்தர்கள் சொன்னதை யார் புரிந்து கொண்டார்கள்? புரிந்து கொள்ளாமல்தான் இப்படி ஏதாவது சொல்லிக்கொண்டே இருக்கிறார்கள். சந்நியாசிக்கும் அதில் சத்து இருக்கிறது; குடும்பஸ்தனுக்கும் சத்து இருக்கிறது. ஏழையும் படிக்கலாம்; பணக்காரனும் படிக்கலாம்; ஏழை படித்தால் பணக்காரன் ஆகலாம்; பணக்காரனுக்கு மேலும் சொத்து சேரும்'' என்று மெய்யான நம்பிக்கையுடன்தான் பேசினான் பசுபதி: ''சித்தர்கள் என்றால் சித்தி அடைந்தவர்கள். சித்தி என்றால் வெற்றி. இதை எல்லாம் உங்களுக்கு நானா சொல்வது?''

''சொல்லு, சொல்லு; உன்னைத்தவிர வேறு யார் எனக்கு இதைச் சொல்லப் போகிறார்கள்!'' என்றார் முதலாளி புன்சிரிப்புடன்.

காசு பணம் செலவு இல்லாமல் தன்னிடம்தானே கேட்க முடியும் என்று எண்ணிக்கொண்ட பசுபதி தொடர்ந்தான்: ''குதம்பைச் சித்தர் பாடல் உங்களுக்குத் தெரியுமா! மாங்காய்ப் பாலுண்டு மலைமேல் இருப்போர்க்கு - தேங்காய்ப் பால் ஏதுக்கடீ குதம்பாய் தேங்காய்ப்பால் ஏதுக்கடி?'' என்று முதலாளிக்கு மரியாதை தந்து பாடாமல் வசனமாகவே சொல்லி நிறுத்தினான் அவன்.

''தேங்காய்ப்பால் நமக்குத் தெரியும்; மாங்காய்ப் பால் என்றால் என்ன? மாங்காயில் பால் ஏது? பதினைந்து வருஷமாக யோசிக்கிறேன்; புரியவே இல்லை''

''பதினைந்து வருஷமாகவா இரண்டு அடிக்கு அர்த்தம் தேடுகிறாய்?''

''பின்னே என்ன? சித்தர் பாடலைப் புரிந்து கொள்வது என்றால் அப்படி ஒன்றும் லேசான காரியம் அல்ல - கனமான மூளையுள்ள தன் தலையைப் பலமாக ஆட்டினான் பசுபதி.

''மாங்காயில் பால் இருக்கிறது என்று கண்டுபிடித்து விட்டாயா?''

''மாங்காயில் பால் ஏதுங்க? கெட்டிக்காரர்களையே சித்தர் பாடல் கவிழ்த்துவிடும். உங்களுக்கே விளங்கவில்லை என்றால் பாருங்களேன். அது மாங்காயும் இல்லை, தேங்காயும் இல்லை. அச்சுப் போட்டவன் தப்பாய்ப் போட்டிருக்கிறான். இன்றைக்குக் காலையிலே கண் திறந்ததும் இந்தப் பாட்டு ஞாபகம் வந்தது; பளிச்சென்று அர்த்தம் உதயமாச்சு. நம்பியவர்களை சித்தர்கள் கை விடுவார்களா? சட்டுவத்துக்குக் கறியின் சுவை தெரியுமா? புஸ்தகம் போடுகிறவனுக்கு அர்த்தம் தெரியுமா? மங்காப் பாலுண்டு மலை மேல் இருப்போர்க்குத் தங்காப் பால் ஏதுக்கடீ என்பதுதான் அசல்.''

''மங்காப் பால் - தங்காப் பால்; என்ன அது?''

''மங்காப் பால் என்றால் என்றைக்கும் மங்காத பால்; அது அமுதம். தலையில் இருக்கிறது; மூளையிலிருந்து வடியும்; அது சாப்பிட்டால் சாவே இல்லை. தங்காப்பால் என்றால் தாய்ப்பால்; மாட்டுப் பால் எல்லாம்தான்; இந்தப் பாலை எல்லாம் எவ்வளவு சாப்பிட்டாலும் சாகவேண்டியதுதானே! அமுதம் சாப்பிட்டவன் மலைமேல் இருப்பான்; தாய்ப்பால், மாட்டுப் பால், ஆட்டுப் பால் சாப்பிடுகிறவன் எல்லாம் கீழே இருப்பான் என்கிறார் சித்தர். எவ்வளவு சூக்ஷ்மத்திலே அர்த்தம் இருக்குது பார்த்தீர்களா? நான் சொன்னது சரிதானே?'' என்று முதலாளியையே வாதுக்கு அழைத்தான் பசுபதி.

பதினைந்து ஆண்டுகள் ஆராய்ச்சி செய்து அவன் கண்டுபிடித்த பொருள் அல்ல அது. தெருவில் கண்டெடுத்த பொருள்போல்,

வருகிற வழியில் நண்பன் ஒருவனிடமிருந்து கிடைத்த பொருள் அது. உண்மை எல்லோருக்கும் சொந்தம் என்ற பொது நியாயத்தை அனுசரித்துத்தான் அவன் அதைத் தனதாக்கிக் கொண்டான். அவனுக்குப் புரிந்த அர்த்தம்கூட ஜகந்நாதனுக்கு எட்டவில்லை.

"தலையிலே பால் ஏது? தலைப்பால் சாப்பிட்டு மலைமேல் இருக்கிறவனுக்குத் தாய்ப்பால் வேண்டாம் என்கிறது சரி. நாம் தரையில் குடும்பத்தோடு இருக்கிறவர்கள் ஆயிற்றே! நமக்கு இதிலே என்ன சங்கதி இருக்கிறது?''

பசுபதி முதலாளியிடம் தோற்றுவிடுவான்போல் இருந்தது. அதனால் அவனுக்கும் கோபம் வந்துவிட்டது 'அவன் பொய்யா சொல்லுகிறான்? சித்தர் பாடல் படிக்காமல் இருந்தால் தெருவில் பணம் கிடைத்துப் பெருகுமா?' - என்பதை எண்ணிப் பார்த்தான் அவன். அர்ச்சுனனுக்காக என்றே கர்ணன் வைத்திருந்த நாகாஸ்திரம் போல் அவனிடம் 'ஸ்டாக்கில்' எப்போதும் இருந்த ஓர் அஸ்திரத்தை எய்தான். ''உங்களுக்கும் எனக்கும் தெரியவில்லை என்பதுக்காக அதிலே குடும்பஸ்தனுக்கு ஒன்றும் இல்லை என்று ஆகிவிடுமா? மலைமேல் இருப்பவன் என்றால் சந்நியாசி என்று யார் அர்த்தம் சொன்னார்கள்? அமுதம் சாப்பிட்டு மலையத்தனை பெரியவன் ஆவான் என்று அர்த்தம் ஆகாதா? நான் சொல்லுகிறேன், கேளுங்கள். சித்தர் பாடலை படிக்க வேண்டாம்; புரிந்துகொள்ள வேண்டாம்; வீட்டில் வைத்திருந்தாலே போதும்; லட்சுமி களை தாண்டவ மாடும். கீதை படிக்கிறதுக்கு முன்னால் உங்களுக்கு எப்படி பணம் சேர்ந்தது? வீட்டில் அமைதி இருந்தது? கீதையைத் தொட்டீர்கள்; வரவேண்டியதும் வரவில்லை; குடும்பத்திலும் ஒரேகலகம். இதை என் வாயால் சொல்லலாமா? நீங்களே யோசித்துப் பாருங்கள்!''

ஜகந்நாதன் தோற்றுத்தான் போனார்; பசுபதி மேலும் அஸ்திரங்களைத் தொடுக்குமுன் நல்ல வேளையாக லட்சுமி உள்ளே வந்து அவரைக் காப்பாற்றினாள்.

"எங்கே கலகம் என்கிறான் பசுபதி?" என்றவாறு அவள் சோபாவில் சாய்ந்தாள்.

"கலகம் பற்றி நான் ஒன்றும் சொல்லவில்லையே!" என்றான் பசுபதி சொன்னதை மறந்தவன்போல்.

"சைனாவில் கலகம்!" என்று மனைவியிடம் சீறினார் ஜகந்நாதன்: "பத்து நாள் நான் ஊரில் இல்லை; இங்கே என்ன எல்லாம் நடக்கிறது! உனக்கு என்ன புரிகிறது? உங்கள் பரம்பரைக்கே அந்த ஸ்தானம் காலியாச்சே; மூக்கை அறுத்துக் கொண்டு போனதுகூடத் தெரியாமல் தூங்கி வழிகிற பரம்பரையாச்சே!"

பரம்பரையை அவர் இழுத்து இடித்ததைக்கூட லட்சுமி பொருட்படுத்தவில்லை; தனக்குத் தெரியாமல் வீட்டில் ஏதோ கலகம் என்றதும் பதறிவிட்டாள்: "கலகமா? எனக்கு ஒன்றும் தெரியாதே! என்ன நடந்தது?"

"பசுபதி! நாம் பேசிக்கொண்டிருந்ததை எஜமானி அம்மாவிடம் சொல்லு."

பசுபதி வடிகட்டின முட்டாளாக வடிவெடுத்தான்; "ஹி - ஹி - சித்தர் பாடலைப் பற்றி அம்மாவிடம் பேசுவாங்களா?" என்றான் அவன்!

"உன் பெண்ணும் பையனும் எங்கே?"

"என்னிடம் சொல்லிக் கொண்டா அவர்கள் வெளியே போகிறார்கள்?"

"எங்கே போவார்கள்? பக்கத்து வீட்டில் போய் உட்கார்ந்திருப் பார்கள். மஞ்சுளாதான் அந்தப் பெண்ணுக்குச் சினேகம்; இந்தப் புத்திகெட்ட பயல் அங்கே அலைகிறானே. நல்லதுக்கா? இவர்கள் தருகிற தைரியம் அந்தப் பெண்ணுக்கு நாக்கு நீளுகிறது. நம்மைப் புதுப் பணக்காரன் என்று பசுபதியிடமே திட்டுகிறாளாம்!"

புதுப் பணக்காரனைப் புதுப் பணக்காரன் என்பதைவிட பெரிய அவமதிப்பு இல்லை; கணவர் சொன்னதைக் கேட்டு லட்சுமி அணிந்திருந்த பவுனுக்கும் வைரங்களுக்கும்கூட கோபம் வந்தது; ''சொன்னாளா? சொல்லட்டும். அவள் குணத்துக்குத் தக்கபடிதான் எல்லாம் அமைகிறது.''

''அவளுக்கு என்ன குறைந்து விட்டது? பணம் கொடுத்து இஞ்சினியராகப் பார்த்துக் கட்டிக் கொடுத்தோமே, அந்தத் திமிர்தான் இப்படிப் பேசச் சொல்கிறது!''

''உங்களுக்கு விஷயம் தெரியாதா? அந்த இஞ்சினியருக்குக் டீ.பீ. வேலையிலிருந்து விலக்கிவிட்டார்கள். அவன் தாய்க்காரி ரொம்பப் பொல்லாதவளாம்; மகனை வீட்டை விட்டே துரத்தி விட்டாள். அவன் மாமனார் வீட்டோடு வந்து விட்டான்'' என்றாள் லட்சுமி. தங்களைப் புதுப் பணக்காரர்கள் என்று ஏளனம் செய்கிறவர்களுக்கு இப்படித்தான் வரும் என்பது போன்ற ஒரு திருப்தி அவள் பேச்சில் இருந்தது.

பசுபதிக்கு இந்தத் தகவல்கள் தெரியாது. அவன் ஜகந்நாதனை முந்திக்கொண்டான்: ''இப்படி ஏதாவது இருக்கும் என்று நினைத்தேன். டாக்டர் கார் அடிக்கடி வருகிறதே யாருக்கு என்னவோ என்று நினைத்தேன். அப்படியா விஷயம்? பாவம்; ஆட்டுக்கும் அளந்து தான் ஆண்டவன் வால் வைக்கிறான்!''

லட்சுமியைப்போல் ஜகந்நாதன் திருப்தி அடையவில்லை. கணவனோடு ஸரஸாவும் பக்கத்து வீட்டில் நிலைத்துவிடுவாளே!

''எவன் எக்கேடு கெட்டால் நமக்கு என்ன? இஞ்சினியருக்கு வியாதி என்றால் மாதவன் மருந்து சாப்பிடப் போகிறானா? இனிமேல் அவன் வாத்தியார் வீட்டுக்குப் போகக்கூடாது என்று சொல்லிவிடு.''

பசுபதி பேச்சில் இப்போது புதிய வித்தை காட்டினான்: ''மாதவன் உத்தமமான பிள்ளை! அவனைப் பற்றி ஒரு மாதிரியாகப் பேசுகிறீர்களே! நீங்களே இப்படிச் சொல்லலாமா?'' என்று அவன் மாதவனுக்கு வக்காலத்து வாங்கிக்கொண்டு சொன்னான். இதுவரை அவன் மாதவனைப் பற்றிக் கூறியதை எல்லாம் இச்சொற்கள் துடைத்துவிட்டன!

''நீ சும்மா இரு; உனக்கு ஒன்றும் தெரியாது'' என்ற தலைவர் லட்சுமியிடம் சொன்னார்: ''அந்தப் பெண் வந்தால், இனி இந்த வீட்டு வாசலை மிதிக்கக்கூடாது என்று சொல்லிவிடு!''

மனைவி கணவரின் கொள்கையைத் தயங்காமல் ஏற்றாள். அவரைப் போலவே அவளுக்கும் ஸரஸாவிடம் பயமாக இருந்தது.

முதலாளி அடுத்த கட்டளை பிறப்பித்தார்: ''பசுபதி! நாளைக்கு முதல் வசூல் வாத்தியார் வீட்டில்தான். வட்டி வாங்காமல் அந்த இடம் விட்டு நகரக்கூடாது!''

பசுபதி அவருக்கு நஞ்சு ஊட்டிய பிறகுதான் அமுதம் ஊட்டினான். ஆனால் அமுதத்தைவிட விஷம்தான் வேகமாய் வேலை செய்து கொண்டிருந்தது.

26

சிவராமன் மாதவன் அறையில் முகாம் போட்டிருந்தான். நெய்வேலிக்காரர் வீட்டிற்கு வந்தபிறகு அவனுக்கு அங்கு தங்கவே பிடிக்கவில்லை. பள்ளிக்கூடம் போய் வருகிற நேரம் போக மற்ற நேரங்களில் தெருவைக் கடைப்பிடிக்கத் தொடங்கினான். அன்றைக்கும் எங்கெங்கோ சுற்றி முடித்துவிட்டு மாதவன் அறையில் தலை

கொடுத்தான். சற்றும் எதிர்பாராத வரவேற்பு அவனுக்குக் கிடைத்தது. அவன் ஆயுசில் கண்டிராத பிஸ்கத்துக்களும், சாக்லட்டுகளும் மாதவன் கொடுத்தான்.

"தினமும் இதையா சாப்பிடுகிறீர்கள்? இரண்டு டின் சாப்பிட்டால் கூட போதாது போலிருக்கிறதே!"

"சாப்பாட்டுக்கு இல்லை. டிபனுக்குத்தான் வைத்துக் கொள்கிறது! உனக்குப் பிடிக்கவில்லையா?"

"பிடிக்கவில்லையா! தினம் கிடைக்கவில்லையே என்று பார்க்கிறேன். யாருக்காவது பிஸ்கத்தும் சாக்லட்டும் பிடிக்காமல் இருக்குமா?"

அவன் சுவைத்துச் சாப்பிடுவதைச் சுவாரசியமாகப் பார்த்துக் கொண்டே மாதவன் கேட்டான்: "நான் ஒன்று கேட்கிறேன்; சொல்லுவாயா?"

"எத்தனை வேண்டுமானாலும் கேளுங்கள். 'பட்பட்' என்று பதில் சொல்கிறேன். பாடப் புஸ்தகத்திலிருந்துதானே?"

"நீதான் படிப்பில் சூரப்புலி ஆயிற்றே; நான் வேறே விஷயம் கேட்கப் போகிறேன்."

மாதவன் சிறுவனுடன்தான் பேசிக்கொண்டிருந்தான். ஆனால், அறிஞர்கள் நிறைந்த அவையில் மிகவும் சிக்கலான தத்துவப் பிரச்னையைக் கிளப்புகிறவன்போல் யோசித்து யோசித்துப் பேசினான்.

"கேளுங்கள் அண்ணா! பிஸ்கத்தும் சாக்லட்டும் கொடுத்துக் கேட்கிறீர்கள்; சொல்லாமல் இருப்பேனா?"

"உங்கள் வீட்டு விஷயமாய்க் கேட்கப் போகிறேன். மறைக்காமல் சொல்ல வேண்டும்" என்று தன் முன்னுரையை விஸ்தாரமாக்கினான் மாதவன்.

அவனுடைய தயக்கத்தைப் பார்த்து சிவராமனுக்கும் தயக்கமாகிவிட்டது: ''எங்கள் வீட்டு விஷயமா? எனக்கு என்ன தெரியும்? உங்களுக்குத்தான் எல்லாம் தெரியுமே?''

''எனக்குத் தெரிந்தால் உன்னிடம் ஏன் கேட்கிறேன்?'' என்று மாதவன் மேலும் தயங்கினான்.

சிவராமன் பிஸ்கத்துகளை வாயில் திணிக்கத் தயங்கவில்லை; ''சொல்லுங்கள் அண்ணா?'' என்று அவன் மாதவனைத் தூண்டினான்.

மாதவன் கால்களால் அறையின் நீளத்தைக் கணக்கிட்டான்; கடிகாரத்தைப் பார்த்தான்; ரேடியோவையும் படுக்கையையும் பார்த்தான்; பிறகு நாற்காலியில், சிவராமனுக்கு அருகில் உட்கார்ந்தான்.

''எங்கள் வீட்டில் என்ன இருக்கு? கடிகாரம், ரேடியோ, கட்டில், கார், பிஸ்கட், சாக்லட் ஒன்றுமே கிடையாது. நேரத்தில் சாதமே கிடைக்காது; சாக்லட்டுக்கு எங்கே போவது? வேறே என்ன இருக்கு?'' என்று மாதவன் கேட்கப்போகிற கேள்வியை எதிர்பார்த்து யோசனையில் விழுந்தான் சிவராமன்.

''அதெல்லாம் இல்லை; உன் அக்கா இருக்கிறாளே. அவளைப் பற்றி -''

''ஹேமாவா? பெரிய வாயாடி. ஒரு மரக்கால் இட்டிலி மாவு அரைத்துக் கொடுக்கச் சொல்லுங்கள்; சளைக்கமாட்டாள்; படிப்புதான் வராது. அவளுக்கும் சேர்த்து நான் படிக்கிறேன்.''

''பெரிய அக்கா...''

''ஸரஸா அக்காவைப் பற்றியா? நான் பேசக்கூடாது. அவளைப் பற்றிப் பேசினால் கிள்ளுவாள், குட்டுவாள். பெரிய அக்கா; யார் என்ன செய்ய முடியும்? ஆனால் ரொம்பப் படித்து விட்டாள். அவ்வளவு படித்ததால்தான் அத்தானுக்கு வியாதி வந்தது. அதிகம் படித்தால் இப்படித்தான் ஆகுமா?'' என்று சிவராமனே ஒரு கேள்வி கேட்டான்.

"போடா பைத்தியம்! படிக்கிறதுக்கும் வியாதிக்கும் என்ன சம்பந்தம்? நான் ஒன்று கேட்டால் நீ ஒன்று சொல்கிறாயே."

"நீங்கள் ஒன்றும் கேட்கவில்லையே அண்ணா?"

"இஞ்சினியர் வந்தபிறகு ஸரஸா அடிக்கடி அழுகிறாளா?" என்று துணிந்து கேள்வியை சிவராமனிடம் போட்டான் மாதவன்.

"இல்லையே!"

"அழவே இல்லையா?"

"அழுகிறாளே; அடிக்கடி இல்லை; நாளுக்கு ஒரே ஒரு தடவை அழுகிறாள். யாருக்கும் தெரியாமல் கண்களைத் துடைத்துக் கொண்டு வேலை பார்க்கிறாள். அம்மாதான் எப்பவும் அழுது கொண்டே இருக்கிறாள். அம்மா அழ ஆரம்பித்தால் யாருமே அவளை 'பீட்' செய்ய முடியாது. அதனாலேதான் எனக்கு வீட்டிலே இருக்கவே பிடிக்கவில்லை."

மாதவன் இரண்டாவது கேள்வியைக் கேட்டான்; "சரியாகச் சாப்பிடுகிறாளா?"

"உடம்புக்கு வந்தபிறகு அம்மாவால் சாப்பிட முடியவில்லை. ஒரு பிடி சாதம் அதிகமானால் வாயிலெடுக்க வருது என்கிறாள்."

"அம்மா இல்லை; ஸரஸாவைக் கேட்கிறேன்."

"அவளுக்கு உடம்புக்கு ஒன்றும் இல்லையே. சாப்பிடுகிறாளே!"

"வழக்கம் போலத்தானே சாப்பிடுகிறாள்?"

இந்தக் கேள்வி சிவராமன் என்ற அறிஞனுக்கு விளங்க வில்லை; பேசாமல் இருந்தான்.

"அவளைப் பார்த்தால் சரியாகச் சாப்பிடுகிறவள்போல இல்லையே!" என்றான் மாதவன்.

"நான் கவனிக்கவில்லை அண்ணா!"

"ராத்திரி சரியாகத் தூங்குகிறாளா?"

"ராத்திரி ஒன்பது மணிச் சங்கு ஊதியதும் என் தலை கீழே சாய்ந்துவிடும். விடியற்காலை ஐந்து மணிக்குத்தான் கண் திறப்பேன். தூங்கும்போது என்ன நடந்தாலும் எனக்குத் தெரியாது; ஸரஸா அக்கா தூங்குகிறாளா, அழுகிறாளா என்றும் தெரியாது."

தனக்குக் கிடைக்க வேண்டிய தகவல் கிடைக்காத குறையுடன் மாதவன் கேட்டான், "இதை எல்லாம் நீ கவனிக்கிறதில்லையா?"

இவைகளை எல்லாம் கவனிக்க வேண்டும் என்ற பொறுப்பு அந்த எட்டு வயது இளைஞனுக்கு இதுவரை உண்டாகவில்லை; மாதவன் பிஸ்கத்தும் சாக்லட்டும் கொடுத்து இந்தக் கேள்வியைக் கேட்டதும் இவைகளைக் கவனியாதது குற்றம் என்றுகூட அவனுக்குத் தோன்றத் தொடங்கியது. "இனி கவனிக்கிறேன்" என்றான் பொறுப்புடன்.

"கவனித்து என்னிடம் சொல்ல வேண்டும்!"

"ரைட்! நாளைக்கே வந்து சொல்கிறேன்; இன்றைக்கு ராத்திரி தூங்கமாட்டேன்!" என்று சபதம் செய்தான் சிவராமன்.

"இன்னொரு விஷயம்."

மீண்டும் கஷ்டமான கேள்வியாக வரப் போகிறதோ என்ற கவலை சிறுவனுக்கு வந்துவிட்டது; "எங்கள் வீட்டில் வேறே விஷயம் இல்லையே!" என்றான் அவன்.

"டாக்டர் உங்கள் வீட்டுக்கு அடிக்கடி வருகிறாரா!"

"காலையிலே வர்றார். அத்தானைப் பார்க்கிறார். நான் ஸ்கூலுக்குப் போனபிறகு அவர் வருகிறாரா இல்லையா என்று எனக்குத் தெரியாது. சாயங்காலம் வர்றார்; அப்போது நீங்களும்கூட வருகிறீர்களே!"

எம்.வி. வெங்கட்ராம்

மாதவன் மறுபடியும் தயக்கப்பட்டான்: "நான் கேட்பதுகூட உனக்குப் புரியவில்லை, யாரும் இல்லாத சமயம் டாக்டர் வருகிறாரா?"

பிஸ்கட் தட்டு காலியாகிவிட்டது. வாத்தியாரைத் திணற வைக்கிற சிவராமன் மாதவனிடம் திணறிவிட்டான்: 'யாரும் இல்லாத சமயம் டாக்டர் வந்தால் எனக்கு அது எப்படித் தெரியும்?' என்று அவனுக்கே யோசனை ஆகிவிட்டது. மேலும் கடுமையான கேள்வி வந்துவிடுமோ என்று அஞ்சியபடியே அது வந்துவிட்டது.

"டாக்டருடன் பேசும்போது ஸரஸா சிரிக்கிறாளா?" என்று கேட்டான் மாதவன்.

சிவராமனுக்குப் பிரமை அடித்தாற்போல் ஆகிவிட்டது. இப்படி எல்லாம் உலகத்தில் கேள்விகள் இருக்கின்றன என்ற ஞானம் அவனுக்கு இன்னும் வரவில்லை. ஸரஸா சிரிப்பதையும் அழுவதையும் கணக்கு எடுக்க வேண்டும் என்று அவனுக்குத் தோன்றியதில்லை: பிஸ்கட் சுவையை இந்தக் கேள்விமாரி கெடுத்துவிட்டது. வாயடியால் எல்லாரையும் வீழ்த்திக் கொண்டிருந்தவன் அங்கிருந்து ஓடிவிடலாமா என்று யோசிக்க ஆரம்பித்தான்.

"அக்காவையே கேட்டுக்கொண்டு வந்துவிடுகிறேனே?" என்றவாறு அவன் எழுந்தான்.

மாதவன் இப்போதுதான் திடுக்கிட்டான். அவன் விளையாட்டாகப் பேசவில்லை; ஆனால் அது வினை ஆகிவிடுமோ என்று அவனுக்குப் பயம் கண்டது. சிவராமனை இழுத்து உட் கார வைத்துப் பிளேட்டில் இன்னும் பிஸ்கட்கள் வைத்தான்.

"அசடு! சாப்பிடு! அக்காவைப் போய் இதைக் கேட்கலாமா? புத்திசாலிப் பிள்ளை; தெரிந்திருக்கும் என்று நினைத்தேன்: உனக்கு ஒன்றும் தெரியவில்லை!"

அச்சமயம் மஞ்சுளா வந்து சேர்ந்தாள்: "சிவராமனா, நீ எப்போதுடா வந்தாய்?"

அவளைக் கண்டதும் சிவராமனுக்கு மூச்சு தாராளமாக வந்தது: ''நான் வந்து இரண்டு பிளேட் பிஸ்கட் காலி செய்துவிட்டு மூன்றாவது பிளேட்டைக் காலி செய்கிறேன். அண்ணா இருபது கேள்வி கேட்டார்; பதில் சொல்லத் தெரியவில்லை'' என்றான் சந்தோஷமாய்.

''கணக்காக அண்ணா இருபது கேள்வியா கேட்டார்? ஒரு கேள்விக்கும் உனக்குப் பதில் தெரியவில்லையா?'' என்று கேட்டாள் மஞ்சுளா.

சிவராமன் தன் மண்டையை உருட்டப் போகிறான் என்று அஞ்சிய மாதவன் ஏதோ சொல்ல வாயெடுத்தான்; அதற்குள் சிவராமன் கூறினான்: ''மனக்கணக்கு போட்டார். 'ஒரு லட்சத்து ஒன்பதாயிரத்து ஐநூத்திப் பத்தொன்பதை தொண்ணூறாயிரத்து அறுநூத்தி அறுபத்தி மூன்றால் பெருக்கு' என்றார். அவர் சொன்ன நம்பர்களை மனசில் எழுதி எழுதிப் பார்க்கிறேன்; நிற்கவே இல்லை. ஒரு குட்டு குட்டிக் கொள்கிறேன்!'' என்று வலிக்காமல் குட்டிக் கொண்டான் சிவராமன்.

அவன் இப்படி ஒரு பதில் சொல்லுவான் என்றோ, அவனுக்கு இவ்வாறு பேசத் தோன்றும் என்றோ மாதவன் எப்படி எதிர்பார்க்க முடியும்? 'மஞ்சுளாவிடமிருந்து தப்பிவிட்டோம்' என்கிற ஓர் ஆறுதல் உண்டாயிற்று: ''பேசிக்கொண்டே இருக்கிறான்; தலையை வலிக்கிறது'' என்றான் அவன்.

''அக்கா! நான் பேசவே இல்லை. பிஸ்கட் கொடுத்து என் வாயை மூடிவிட்டார். அண்ணாதான் கேள்வி கேள்வியாய் கேட்டார். எனக்கு ஒன்றுமே தெரியவில்லை.''

''ஒரு கேள்விக்குக் கூடவா உனக்குப் பதில் தெரியவில்லை?'' என்றாள் மஞ்சுளா.

''பெரியவர்களாலேயே பதில் சொல்ல முடியாது; நான் சின்னப் பையன்தானே? நீங்கள் இப்போது இங்கே இருக்கிறீர்கள்;

இந்த நேரத்தில் எங்கள் வீட்டில் என்ன நடக்கிறது என்று கேட்டால் உங்களுக்குத் தெரியுமா?'' என்று சிவராமன் மாதவன் கேட்ட கேள்விகளின் அறியாமையை வெளியாக்கினான்.

மேலும் அந்த மகானுபாவன் வாய் திறப்பதற்குள் மாதவன் குறுக்கிட்டான்; ''சிவராமா! எங்களுக்குக் கொஞ்சம் வேலை இருக்கிறது. கொஞ்சம் பிஸ்கட் தருகிறேன். தங்கைக்குக் கொண்டு போய்த் தருகிறாயா?''

''பங்கஜத்துக்கா? அவள் உடம்புக்கு இது ஒத்துக்கொள்ளுமோ?'' என்று பொட்டணத்தை வாங்கிக்கொண்ட சிவராமன் சொன்னான்: ''அண்ணா! ஸரஸா அக்காவையே கேட் டுக்கொண்டு வந்து பதில் சொல்கிறேன். நாளைக்கு சாயங்காலம் வருகிறேன்.''

அவன் ரயிலாக ஊதிக்கொண்டே ஓடி மறைந்தான். அவன் கடைசியாகச் சொன்னதிலிருந்து, மாதவன் அவனுடன் ஸரஸாவைப் பற்றிப் பேசியிருக்கிறான் என்பதை எளிதில் ஊகித்துக் கொண்டாள் மஞ்சுளா! ஸரஸாவிடம் என்ன கேட்கிறேன் என்கிறான்?''

''அவன் உளறுவதுக்கு எல்லாம் எனக்கு எப்படிக் காரணம் தெரியும்?'' என்றான் அவன் கோபமாக. அவனுக்குத் தன்மீதே சினம் வந்தது. சிவராமனிடம் வாய் கொடுத்ததே தப்பு என்று தோன்றியது. அதுகூடத் தப்பு அல்ல; ஸரஸாவைப் பற்றி நான் நினைப்பதால் தானே அவளைப் பற்றிப் பேசுகிறேன். அவளைப் பற்றி நினைக்கக் கூடாது என்றும் அவன் நினைத்துக் கொண்டான்.

மஞ்சுளா தடம் புரண்டு போக விரும்பவில்லை; ஆகையால் அந்த விஷயத்தை அப்படியே விட்டுவிட்டாள்: ''பசுபதியோடு நீ வசூலுக்குப் போவதை சொல்லிச் சொல்லி அம்மா மாய்ந்து போகிறாள். உனக்குப் பொறுப்பு வந்துவிட்டது என்று அப்பாவும் சந்தோஷப்பட்டாராம்.''

''அப்பா சந்தோஷப்படாமல் என்ன செய்வார்? கொடுத்ததைத் திருப்பிக் கேட்பதைவிடக் கொடிய காரியம் ஒன்றும் இல்லை.

வீடும் நகையும் ஜாமீனாக வைத்துக்கொண்டு கடன் கொடுப்பது, வாங்கியவர்கள் கஷ்டப்படும்போது அவர்கள் பொருளை அபகரித்துக் கொள்வது; இதில் மனிதத்தனம் ஏதாவது இருக்கிறதா?'' என்றான் மாதவன்.

''எண்ணுவதற்கு வேலி போட முடியாது. கொடுத்ததைக் கேட்பது கொடுமை என்பதைப் பொது நியாயமாக எண்ண முடியுமா? திருப்பித்தர முடியாதவர்களை ஹிம்சிப்பது தவறு என்பது நியாயமாக இருக்கலாம். ஆனால் வாங்கியதைத் திருப்பித்தர வேண்டும் என்ற எண்ணத்தைத்தான் தர்மமாக நம்புகிறோம். இப்படிச் சொல்லிக்கொண்டேதான் வசூலிக்கப் போகிறாயா?'' என்று மஞ்சுளா சிரித்தாள்.

''வசூலுக்குப் போய் நான் என்ன செய்தேன்? பசுபதி பேசுவதை வேடிக்கை பார்த்துக் கொண்டிருந்தேன். அப்பா சரியான ஆளாகத்தான் பிடித்தார். பசுபதியைக் கண்டாலே எல்லாரும் நடுங்குகிறார்கள்; அவன் எப்போது வாயை மூடுவான் என்று தவிக்கிறார்கள். பசுபதிக்கு எதிரி என்ன பேசுகிறான் என்றாவது புரிகிறது என்கிறாயா? பணம் வாங்கிக்கொண்டபிறகுகூட அரைமணி நேரம் லெக்சர் செய்கிறான். அவன் பேசுகிற அழகைப் பார்க்கவே அவனோடு போனேன். இனி போகப் போவதில்லை. எனக்கு வெட்கமாயிருக்கிறது!''

''வெட்கப்படுவதற்கு இதில் என்ன இருக்கிறது?''

''நம்மிடம் பணம் இருக்கிறது. தேவைப்பட்டவர்களுக்குத் தந்தோம். சௌகரியப்பட்டால் திருப்பித் தந்துவிட மாட்டார்களா? நாமும் அவர்களைப்போல் பணத்துக்காகப் பறக்க வேண்டுமா? அப்பாவின் பெறுமானம் பதினைந்து லட்சம் என்கிறாரே அது கூடத் தப்பு. வீடு, நிலம், நகைகள், கறுப்புப் பணம் எல்லாம் சேர்த்தால் இருபத்தைந்துக்கு மேலே தேறும். இன்னும் சேர்க்க வேண்டும் என்று பறப்பது புத்திசாலித்தனமா? இவ்வளவு பணத்தையும் என்ன செய்வது என்று நினைத்தாலே பயமாக இருக்கிறது.''

"மாது! உன் 'லாஜிக்' (தர்க்க விதி) எனக்குப் பிடிபடவில்லை. நீ சொல்கிறபடி பார்த்தால் உலகத்தில் ஒரு தொழிலும் நடக்காது. சாதாரணமாய்க் கொடுத்து வாங்கித்தான் வாழ்க்கை நடக்கிறது. அதைக்கூட நீ நம்ப மறுக்கிறாய். அப்பா பணம் சேர்க்கிறார்; நல்ல வழியா, இல்லையா என்று கேட்க நமக்கு அதிகாரம் இல்லை. ஆனால் நாம் அதை நல்லபடியாகப் பயன்படுத்த முடியும் என்றுகூட உன்னால் நம்பமுடியவில்லையே! சிந்தனையாளர்கள் என்று சொல்லிக்கொண்டு சிலர் இருக்கிறார்கள். அவர்களுக்கு ஒரு செயலும் செய்ய வராது; செய்யவும் தெரியாது. மூளையை இஷ்டத்துக்கு அலையவிட்டுத் தோன்றியதை எல்லாம் சிந்தனைச் செல்வம் என்று உலகத்துக்கு வாரி வழங்குவார்கள்; அந்த 'செட்'டில் இருக்க வேண்டியவன் நீ. தோன்றுகிற நினைவுகளை எழுதியாவது வை; புத்தகம் போட்டு உலகத்துக்கு வழங்குவோம். சிந்தனையாளன் என்று எல்லாரும் என் அண்ணாவைப் புகழ்ந்தால் எனக்கும் பெருமைதானே?'' என்றாள் மஞ்சுளா சிரித்துக்கொண்டே.

"நான் சொல்வதை எல்லாம் சிந்தனை என்கிறாய். எனக்கு ஒன்றுமே பிடிக்கவில்லை என்பதுதான் உண்மை!'' என்றான் மாதவன் அலுப்புடன்.

"செயலில் இறங்கிவிட்டாயே என்று நானும் சந்தோஷப் பட்டேன். இப்போது அதுகூட மாறிவிட்டது; கணக்குப் பார்க்கப் பிடிக்கவில்லை, வசூலுக்குப் போகப் பிடிக்கவில்லை. பணம் அதிகமாகக் கையில் இருப்பதும் பிடிக்கவில்லை என்கிறாய். என்ன என்னவோ யோசனை செய்கிறாயே, உனக்கு எது பிடிக்கும் என்பதைப் பற்றி யோசனை செய்யேன்.''

"எனக்கு என்ன பிடிக்கும் என்று எனக்குத் தெரியாதா? நான் காத்திருக்கிறேன்; உன் கல்யாணம் முடிந்தபிறகு நான் எதற்காகக் காத்திருக்கிறேன் என்று தெரியும்.''

"என்ன என்று தெரியாமல் எதையோ தேடுவதாக ஒரு தடவை சொன்னாய். இப்போது எதற்காகவோ காத்திருப்பதாகச் சொல்கிறாய். இம்மாதிரி பேசுகிற ஓர் ஆள் இருப்பதாக யாராவது சொன்னால் என்னால் நம்ப முடியாது; இப்படியும் இருக்க முடிகிறதே என்று உன்னைப் பார்த்து ஆச்சரியமாயிருக்கிறது. எதுவும் செய்ய முடியாது என்ற கோழைத்தனம், வாழ்க்கையில் ஒன்றும் இல்லை என்ற அவநம்பிக்கை - இந்த இரண்டும் உன்னைக் குழப்பிக் கொண்டிருக்கின்றன. இதை மீறி நடக்க உன்னால் முடியாதா?"

"என் நினைவில் தோன்றியதைத் தெளிவாகச் சொன்னால் அதைக் கோழைத்தனம் என்கிறாய். எதற்காகவோ காத்திருப்பதாய் எனக்குத் தோன்றுகிறது. அது உண்மை; அதை அவநம்பிக்கை என்று விட்டாய்... அது சரி, இஞ்சினியர் கிட்டுவை என்ன செய்யப் போகிறீர்கள்?" என்று மாதவன் வேறு விஷயத்துக்கு மாறினான்.

"டாக்டர் பார்க்கிறார். தன் ஆஸ்பத்திரிக்கு அழைத்துப் போகவேண்டும் என்று அவசரப்படுகிறார். ஸரஸா தாமதப்படுத்து கிறாள். எல்லாம் உனக்குத் தெரியும்; என்னிடம் ஏன் கேட்கிறாய்?"

"கிட்டுவை நீலகண்டன்தான் பார்க்க வேண்டுமா?" என்று கேட்டான் மாதவன் திடீரென்று.

"அவர் ஸ்பெஷலிஸ்ட்; பார்த்தால் என்ன? வேண்டாம் என்கிறாயா?"

"நீலகண்டன் நல்ல டாக்டர் என்பதை நான் மறுக்கவில்லை. எனக்கு என்ன தோன்றுகிறது தெரியுமா? சொன்னால் உனக்கு வருத்தமாக இருக்கும்."

"நீ என்ன சொன்னாலும் வருத்தப்பட மாட்டேன்."

"நீ ரொம்பப் புத்திசாலி என்று எனக்குத் தெரியும். எந்த விஷயத்தையும் நிதானமாக யோசித்துத்தான் முடிவு செய்கிறாய். நீலகண்டன் விஷயத்தில் நீ அவசரப்பட்டுவிட்டாய் என்று எனக்குத் தோன்றுகிறது."

இவ்வாறு ஒரு கருத்தை மாதவன் கூறுவான் என்று மஞ்சுளா எதிர்பார்க்கவில்லை; அவன் உரைத்ததுபோல அவளுக்குச் சிறிது மனத்தாங்கலாக இருந்தது; சமாளித்துக் கொண்டு கூறினாள்: "என்ன அண்ணா! நீ இப்படிக் கட்சி மாறுகிறாய்?"

"அப்பா கட்சியில் நான் சேர முடியுமா? இதைப்பற்றி நான் பேசக்கூடாது. இஞ்சினியரை நீலகண்டன் ஆஸ்பத்திரிக்கு அனுப்புவதை நான் விரும்பவில்லை. ஆனால் என் இஷ்டமோ உன் இஷ்டமோ எதுவும் நடக்காது. கிட்டுவை ஸரஸா அங்கேதான் அழைத்துப் போவாள்."

மாதவன் மிகவும் தெளிவாகத்தான் பேசிக்கொண்டிருந்தான்; ஆனால் கெட்டிக்காரிக்குப் புரியவில்லை: "நீயும் இருந்து செய்த முடிவுதானே? இப்போது ஏன் இப்படிச் சொல்கிறாய்?" என்று கேட்டாள்.

"தோன்றுகிறது; சொல்லுகிறேன். நீலகண்டன் டிரீட்மெண்ட் செய்து, கிட்டு பிழைத்துக்கொள்வான் என்று நம்பித்தானே நாம் எல்லாம் செய்கிறோம்? கிட்டு பிழைக்கவில்லை என்று வைத்துக் கொள்; அப்போது என்ன நடக்கும்?"

"கெட்டதை ஏன் எதிர்பார்க்க வேண்டும்?"

"எதிர்பார்க்கக் கூடாது என்பது சரி. நடக்கக்கூடாது என்று தடை விதிக்க முடியுமா? கெட்டது நடந்துவிட்டால் ஸரஸா என்ன செய்வாள்?"

இந்தக் கேள்வி எழுந்த காரணமோ, மாதவன் அதற்கு என்ன பதில் எதிர்பார்க்கிறான் என்பதோ மஞ்சுளாவுக்கு விளங்கவில்லை. அப்படி நடக்கட்டும் என்று மாதவன் எதிர்பார்க்கிறானா? ஸரஸாவை அப்போது ஏற்கலாம் என்று எண்ணுகிறானா? கிட்டு இருக்கிறபோதே இத்தகைய எண்ணங்களுக்கு இடம் தரலாமா? 'தருகிறவன் மாதவன் இல்லையே!' என்றும் அவள் எண்ணினாள்.

''அப்படி நேராது; தெய்வாதீனமாக அப்படி நேர்ந்து விட்டால், அந்தச் சமயம் ஸரஸவுக்கு எது இஷ்டமோ அப்படிச் செய்யட்டும். நாம் என்ன செய்ய முடியும்?''

''கிட்டு பிழைக்கமாட்டான்'' என்றான் மாதவன் உறுதியாக.

''டாக்டரிடம் அவநம்பிக்கையாக இருக்கிறதா அண்ணா?''

''எந்த டாக்டரும் கிட்டுவைக் காப்பாற்ற முடியாது. நீயும் ஸரஸாவும் ஜாக்கிரதையாக இருக்க வேண்டும்'' என்று மாதவன் கூறியது ஒரு தீர்க்கதரிசியின் குரலாக மஞ்சுளாவின் செவிகளில் விழவில்லை; நள்ளிரவைச் சிலிர்க்க வைக்கும் சாகுருவியின் அவல ஓசையாகத்தான் பட்டது.

''டீ.பி. என்று சொல்லிக்கொண்டு நீ பிரமைப்பட்டாயே - அதுபோல்தான் இதுவும்.''

''அது பிரமை என்று யார் சொன்னார்கள்?''

''டாக்டர்தான் உறுதியாகச் சொன்னார். ஒரு வியாதியும் இல்லை என்கிறார்.''

''உன் டாக்டர் சொல்லிவிட்டால் உனக்கு வேதவாக்கு! நீலகண்டன் சொல்லுவதால் ஒரு வியாதி இல்லாமல் போய் விடாது. இனிமேல் நான் டீ.பீ. பற்றிப் பேசமாட்டேன். டீ.பீ., கல்யாணம் என்றால் எனக்கு அருவருப்பாயிருக்கிறது; எப்போது பார்த்தாலும் இதே பேச்சுத்தானா?''

தன்னைப் புண்படுத்துவதற்காக அண்ணன் பேசவில்லை என்பதைத் தங்கை அறிவாள்; அவன் பேசுவதைக் கேட்க அவளுக்கு விசனமாகத்தான் இருந்தது.

''அப்நார்மலாகவே (தறிகெட்ட மனநிலையிலே) பேசுகிறாயே, உனக்கு அது புரியவில்லையா?''

"எது நார்மல் (ஒழுங்கான மனநிலை)' எது அப்நார்மல் என்று எனக்குப் புரியவில்லை; உங்களுக்கும் புரியவில்லை. கோயிலுக்குப் போகிறேன்; வலம் வருகிறேன்; பிரார்த்தனை செய்கிறேன்; எனக்கு நார்மல்ஸி வந்துவிடுமா?" என்று எகத்தாளமாகக் கேட்டான் மாதவன்.

மஞ்சுளா மௌனத்தைத் தஞ்சம் அடைந்தாள்; நம்பிக்கை அற்றவர்கள் வாழ முடியாது என்ற பழைய உண்மையை அவனுக்கு ஞாபகப்படுத்தத்தான் அவளால் முடியும். அதனால் பயன் எதுவும் இராது என்று அவளுக்குத் தெரியும்.

'எனக்குக் கல்யாணம் வருகிறது; ஆனால் நல்ல விஷயமாக எதுவும் நாம் பேசவில்லை' என்று எண்ணிய அவள் பெருமூச்சு விட்டாள்.

27

"இங்கே வரும்போது என்ன நினைத்துக்கொண்டு வந்தேன் தெரியுமா?" என்று கேட்டான் கிட்டு,

"சொல்லுங்கள்."

"உன்னைப் பார்த்துவிட்டுச் சாகப் போகிறோம் என்றுதான் நினைத்தேன்; இப்போது என்ன தோன்றுகிறது தெரியுமா?"

தனக்குத் தோன்றியதை ஸரஸா கூறவில்லை; கிட்டு சொன்னான்: "இனி நான் சாகமாட்டேன்; பிழைத்துக் கொள்வேன் என்று தோன்றுகிறது. உன் பக்கத்தில் வந்தவுடன் எனக்கு உயிர் வந்துவிட்டாற்போல் இருக்கிறது."

ஸரஸா சிரித்தாள். கணவன் அவளைப் போற்றித் துதி பாடுகிறான்; அதனால் மகிழ்ந்து அவள் சிரிக்கவில்லை. அழகான பெண்ணுக்கு முன்னால் இளைஞன் கலைஞன் ஆகிறான்; குரங்கு,

கோமாளி அல்லது அசடும் ஆகிறான். தன்னுடைய வலிமையை உணர்ந்துவிட்ட அழகியால் உலகத்தையே ஆட்டிப் படைக்க முடியும்; ஸரஸாவுக்குத் தன் வலிமை தெரியும்; அதை எண்ணி அவள் சிரித்தாளா? தன்னுடைய பலமே தனக்குப் பலவீனம் ஆகிவிட்டது என்றும் அவளுக்குத் தெரியும்; அவள் எல்லாரையும் ஆட்டிப் படைக்க முடியும்; கணவனை காலடித் தலையணை ஆக்கிக்கொள்ள முடியும்; ஆனால் அவன் காலடித் தூசியாய்க் கிடக்கிறானே, அதை எண்ணிச் சிரித்தாளா?

கிட்டு அங்கே வந்து பதினைந்து நாளாகிறது. அவன் வெளிப் பட்டதே அவமானமாய்க் கருதினாள் ஸரஸா. அவளுடைய உலகம் மிகவும் சுருக்கமானது. அவளுடைய குடும்பத்தாரையும் கிட்டுவின் குடும்பத்தாரையும் தவிர, மஞ்சுளா, மாதவன், நீலகண்டன் முதலிய சிலர்தான் அவள் உலகத்தில் நிரம்பி இருந்தனர். இந்த உலகத்தில் கணவனின் 'இல்லாமை' யால் பெரும் இழுக்கு ஏற்பட்டுவிட்டதாக ஸரஸா முதலில் எண்ணினாள். ஆனால் கிட்டு இங்கு வந்த இரண்டு மூன்று நாட்களில் இந்தப் பலவீனத்தை ஸரஸாவின் மகாராணி ஒரு பலமாக மாற்றிவிட்டாள்; மகாராணி தன் விருப்பங்களை நிறை வேற்றிக் கொள்வதற்குக் கிட்டுவைக் கைப்பாவையாகப் பயன் படுத்திக்கொள்ள வழி கண்டுவிட்டாள். நீலகண்டனோடு மாதவனும் கிட்டுவை டாக்டரின் சொந்த ஆசுபத்திரிக்கு அழைத்துப்போக அவசரப் பட்டார்கள். ஸரஸா இசையவில்லை; இசையாதவளாகவும் காட்டிக் கொள்ளவில்லை. 'அப்புறம் ஆகட்டும்' என்று ஒன்று ஒன்றாய் நாள் கடத்தினாள் அவள். நாளோடு கிட்டுவின் நோய் வளருகிறதே என்று மாதவனும் மஞ்சுளாவும் அச்சம் கொண்டனர்; அதே காரணம் காட்டி நீலகண்டனும் பயமுறுத்தினான். அவர்களோடு வாத்தியார் குடும்பமே அவசரப்பட்டது. ஆனால் ஸரஸாவின் மகாராணி பொறுமையைப் போர்த்துக்கொண்டாள். எல்லாரும் தவிப்பதைப் பார்த்து அவள் மகிழ்ந்தாள்; மஞ்சுளாவும் நீலகண்டனும் தவிப்பதைக் காண அவள் மகிழ்ச்சி மிகுந்தது.

கணவனுக்கென வீட்டின் பின் கட்டில் இருந்த பெரிய அறை ஒன்றைச் சுத்தம் செய்து ஒதுக்கினாள்; ஒரு பெஞ்சின்மீது மெத்தையும் தலையணைகளும் போட்டாள்; அறை காற்றோட்டமானது என்பதோடு அங்கு தனிமையும் கிடைக்கும் என்பதை மஞ்சுளா, நீலகண்டன், மாதவன் ஆகியோர் அறிந்துகொள்ள வேண்டும் என்பது மகாராணியின் அந்தரங்க நோக்கம். கணவனுக்குத் தேவையானதைத் தேவையான நேரத்தில் செய்வதை அவள் தன் முதல் கடமையாக்கிக் கொண்டாள். நீலகண்டன் நேரம் தவறாமல் வந்தான்; அவனே மருந்துகளும் கொண்டுவந்து கொடுத்தான். வேளை தவறாமல் மருந்து கணவனுக்குத் தருகிற பொறுப்பு மனைவியுடையதுதானே? அந்தப் பொறுப்பையும் நீலகண்டனிடம் விடமுடியுமா? டாக்டரின் ஆலோசனைப்படி கணவனின் ஆகார விஷயத்திலும் அவள் எச்சரிக்கையாக இருந்தாள்; இந்த வியாதி மருந்தால் மட்டும் தீராது. புஷ்டியான ஆகாரம் அவசியம் என்றான் டாக்டர்; பழங்கள் பிஸ்கத்துக்கள், ஹார்லிக்ஸ் பாட்டில்களாக மஞ்சுளாவும் மாதவனும் கொண்டுவந்து குவித்தார்கள். ஸரஸா அவர்கள் யாருடனும் அதிகமாகப் பேசுவதில்லை; பழம் முதலியவைகளைக் கொண்டுவந்து தரவேண்டாம் என்றுகூடக் கூறினாள். ஆனால் அண்ணனும் தங்கையும் அவளுடைய மறுப்பை கவனிக்கவில்லை. அவர்கள் செய்யத் தோன்றியதை எல்லாம் செய்துகொண்டே இருந்தார்கள். இதனால் கிட்டு மட்டும் அல்ல, வாத்தியார் குடும்பமே பழச்சாற்றில் திளைத்துக் கொண்டிருந்தது.

ஸரஸா பேசுவது. முன்பைவிட இப்போது குறைந்துவிட்டது; பெற்றோருடனும் உடன்பிறந்தவர்களுடனும்கூடப் பேச்சைச் சுருக்கி விட்டாள். மஞ்சுளா பேசினால், கேட்டுக் கொள்வாள்; நாலு வார்த்தைக்கு ஒரு வார்த்தை பதில் சொல்லுவாள். மாதவனுக்கு முன்னால் அதிகமாக நிமிருவதுகூட இல்லை. நீலகண்டன் தனித்து வந்தால் சகஜமாய்ப் பழகுவதுபோல் பாசாங்கு செய்தாள். ஆனால் இப்போது கவலையால் அவள் மெலிந்து உருகிவிடவில்லை; மாறாக அவள் மகிழ்ச்சியாகத்தான் தோற்றம் அளித்தாள்.

கிட்டுவைப் பார்த்தாலே அவளுக்குச் சிரிப்பு வந்தது. அவன் சட்டையே அவனை இளக்காரம் செய்வதைக் கண்டு அவள் சிரித்தாள். அவன் பார்வையில் இருந்த கருணை மனு அவளுக்குச் சிரிப்பு மூட்டியது. நரம்புகள் தாமே முறுக்கிக்கொண்டு தாமே தளர்த்திக் கொள்வது போல் அவன் உடல் நடுங்குவதைப் பார்த்து அவள் தனக்குள் சிரித்துக்கொண்டாள். குழந்தையாக அவன் மிழற்று வதைக் கேட்டும் அவள் சிரித்தாள். இவ்வளவுக்கும் மேலாக, 'நான் மீண்டு விடுவேன்; மீண்டு உன்னை ஆள்வேன்' என்று பொருள்பட அவன் சிரமத்துடன் ஆசைப்படுவதைக் காணும்போது அவளுக்குச் சிரிப்பு வந்தது. கணவன் மீண்டு விடுவானோ என்று ஸரஸாவோ மகாராணியோ அஞ்சவில்லை; அவளை ஆண்டுவிட வேண்டும் என்று இப்போதே அவன் வேட்கைப்படுவதைப் பார்த்துத்தான் அவள் சிரித்தாள்.

இந்த வேட்கைதான் கிட்டுவுக்கு உயிராசை தருகிறது. இந்த வேட்கையால்தான் இந்த நீலகண்டனும் மாதவனும் அவளுக்கு முன்னால் நடை பாவாடை விரித்து பூச்சொரிந்து உபசாரம் செய்கிறார்கள். இந்த வேட்கையால் எல்லாரும் மட்கி மடிய வேண்டும் என்று எண்ணித்தான் மகாராணி சிரித்தாள்: ஸரஸாவையும் சிரிக்க வைத்தாள்.

பதினைந்து நாளில் கிட்டுவின் உடம்பு தேறிவிடவில்லை! ஆனால் அவன் மனசில் வயசு குறைந்துவிட்டது என்பது வாஸ்தவம். அவன் கூறியதுபோல் சாகப் போகிறோம் என்று எண்ணித்தான் அவன் இங்கே வந்தான். வந்தபிறகு சத்துள்ள ஆகாரத்தால் மட்டுமல்ல, ஸரஸாவின் நெருக்கத்தாலேயே அவனுக்கு வாழ வேண்டும் - வாழ முடியும் என்கிற விறுவிறுப்பு உண்டாகிவிட்டது.

மஞ்சுளா, மாதவன், நீலகண்டன் முதலியவர்கள் இப்போது அவனுக்குப் புதியவர்கள் அல்ல; யார் - எவர் என்பதைத் தெரிந்துகொண்டு விட்டான்; அவர்களுடன் தாராளமாக இல்லா விட்டாலும் சகஜமாகப் பழகினான். மஞ்சுளாவின் ஒட்பத்தை

வியந்தான்; மாதவனின் சிரத்தையை வணங்கினான்; நீலகண்டனின் கடமை உணர்ச்சியைப் போற்றினான். எல்லாரையும் அவன் புரிந்து கொண்டவனாகத்தான் தோன்றியது.

ஸரஸாவுடன் பேசுவதில் மகிழ்ச்சி கண்ட கிட்டு மேலும் சொன்னான்: ''நடந்தது எல்லாம் கனவுபோல் இருக்கிறது. இங்கே வந்து பதினைந்து நாள்தான் ஆகிறது. அதற்குள் என் குடும்பமே வெகுதூரம் எட்டிப் போய்விட்டதுபோல் தோன்றுகிறது. அவர்கள் எல்லாரையும் நான் மறந்துவிட்டேன் என்றே சொல்லலாம். இங்கே எனக்கு இப்படி எல்லாம் நடக்கும் என்று நான் எதிர்பார்க்கவில்லை. நீங்களும் கஷ்டப்படுகிறவர்கள்; என்னால் அதிகமாகக் கஷ்டப்படப் போகிறீர்கள் என்று பயந்தேன். இப்போதும் உங்களுக்குக் கஷ்டம் தான். ஆனாலும், நான் பயந்தது மாதிரி இல்லை. கூடப் பிறந்தவள் கூட இவ்வளவு உதவி செய்யமாட்டாள்; மஞ்சுளாவுக்கு உன்னிடம் ரொம்பப் பிரியம்தான்; இல்லையா ஸரஸா?''

''நல்ல பாம்புகூடப் பார்க்க அழகாய்த்தான் இருக்கிறது'' என்று நறுவிசாகப் பதிலளித்தாள் ஸரஸா.

இந்த மாதிரி ஒரு பதிலை எதிர்பாராத கிட்டு கேட்டான்:

''ஏன் இப்படிச் சொல்கிறாய்? அவள் இங்கே பழகுவதைப் புதியவர்கள் யாராவது பார்த்தால் உன் தங்கை என்றுதான் நினைத்துக்கொள்வார்கள். அவள் அண்ணா மாதவன் இவ்வளவு அக்கறை எடுத்துக்கொள்கிறார்: அவள்தானே காரணம்?''

அதுதானா காரணம்? காரணம் ஒரு கதை - மின்னலாய் ஸரஸாவுக்கு முன்னால் மின்னி மறைந்தது. அவள் ரத்தம் சிவந்து பிறகு வெளிறியது. கிட்டுவின் ஸ்தானத்தை நிரப்ப வேண்டியவன் மாதவன்; அதற்கு இடைஞ்சலாக இருந்தவள் மஞ்சுளா என்பதைக் கிட்டுவிடமே அவள் எப்படிக் கூறமுடியும்? கிட்டு தன்னையே பார்ப்பதை ஸரஸா கவனித்தாள்; தான் நினைக்கிறதை எல்லாம் அவன் கேட்கிறானோ என்று அவளுக்குச் சந்தேகம் உண்டாகியது.

''டாக்டர் மஞ்சுளாவைக் கலியாணம் செய்து கொள்ளப் போகிறவர். அதனால்தானே அவர் இவ்வளவு பொறுப்பாக எல்லாம் செய்கிறார்?'' என்றான் கிட்டு.

'மஞ்சுளாவுக்காக டாக்டர் ஒன்றும் செய்யவில்லை: எல்லாம் எனக்காகத்தான் நடக்கின்றன' என்று ஸரஸாவின் மகாராணி சொல்லத்தான் விரும்பினாள். ஆனால் விரும்புவதைச் சொல்லி விட்டால் இந்த மகாராணிக்குப் பெருமை ஏது? ஆகையால் ஸரஸா சொன்னாள்; ''இவர்களை எல்லாம் உங்களுக்குத் தெரியாது. எல்லாவற்றுக்கும் சேர்த்துப் பில் அனுப்பிவிடுவார்கள். மஞ்சுளாவின் அப்பா ஒரு பெரிய ஷைலக் : அவர் மகள்தானே?''

கிட்டு சிறிது வியப்படைந்தவனாய்க் கேட்டான்: ''பில் செய்து விடுவார்களா? நிசமாகவா? அப்படிச் செய்கிறவர்களாய்த் தெரியவில்லையே?''

''தனியாகப் பில் போடுவார்கள் என்றா அர்த்தம்? வட்டியாக வசூல் செய்து கொள்வார்கள். இந்த வீடு அவர்களுக்குப் பக்கத்து வீடாக இருக்கிறது. இதை எப்படியாவது வாங்கிவிட வேண்டும் எனறு அவர்கள் நோக்கம். அதற்காக இப்படிகூடப் பழகுகிறார்கள்; சமயம் பார்த்துக் கழுத்தில் கத்தி வைக்கலாம் அல்லவா?''

''என்னால் நம்ப முடியவில்லையே...''

''இந்த நல்ல பெண் வருகிறாளே, இவளே தன் அப்பாவைத் தூண்டிவிடுகிறாள்; என் காதால் கேட்டேன். அவர்கள் வீட்டில் பசுபதி என்றொரு ஏஜண்ட் இருக்கிறார். ரொம்ப நல்லவர். வீட்டின் பேரில் கடன் கொடுத்ததே இந்த உள்நோக்கத்தோடுதான் என்று சொல்லிவிட்டார்.''

மஞ்சுளாவை வெறுப்பதற்கு இந்தத் துரும்பைத்தான் தூணாக எண்ணிப் பிடித்துக்கொண்டிருந்தாள் ஸரஸா; மனத்திலேயே ரகசியமாகவும் வைத்திருந்தாள். இன்று அதைக் கணவனிடம் வெளியிட்டுத் தன் வெறுப்பை வளர்த்தாள் அவள்.

கிட்டுவால் நம்ப முடியவில்லை; ஸரஸாவே சொல்வதால் நம்பாமலும் இருக்க முடியவில்லை; ‘‘எனக்கு உடம்பு குணமாகட்டும். எனக்கு உள்ள குவாலிபிகேஷனுக்கு எந்த பிரைவேட் காண்டிராக்டரும் வேலை தருவான்; இந்தக் கடன்களை எல்லாம் சுலபமாகத் தீர்த்து விடலாம்’’ என்று அவளுக்குத் தைரியம் கூறினான் கிட்டு. அது ஒரு பலவீனன் பேச்சு; ஆனால் அவனுக்குத் தன் எண்ணத்திலும் பேச்சிலும் பலவீனம் சேர்ந்துவிட்டது என்று எங்கே புரிகிறது?

அதைக் கேட்டதும் ஸரஸாவுக்கு மீண்டும் சிரிப்புத்தான் வந்தது. ‘இப்போது உங்களுக்குள்ள ஒரே குவாலிபிகேஷன் எமலோகத்துக்குப் போவதுதான்’ என்று இரக்கமில்லாமல் எண்ணினாள் மகாராணி. ஸரஸாவுக்கோ சிவராமன் ஞாபகம் வந்தது; அந்த சோனிப்பயல் இல்லாத மீசையை முறுக்கிவிட்டுக் கொண்டு, கூடை மார்பைப் புடைத்துக் கொண்டு, தன்னை தேசிங்குராஜனாகப் பாவித்தவனாய், ‘கோட்டை கொத்தளம் மீதிலேறிக் கூசாமல் குதிப்பேன்!’ என்று வீரத்தனமாகப் பாடுவான். கிட்டு சிவராமனைப்போல் பாடவில்லை; அவன் பாடவே வேண்டியதில்லை; சிவராமன் பாடுவதில் உள்ள வீரச் செறிவு கிட்டுவின் பேச்சிலேயே ஒலிக்கிறதே!

‘‘ஏன் சிரிக்கிறாய்?’’ என்று கேட்டான் கிட்டு.

‘‘பணம் எல்லாரையும் கெடுக்கிறது. மஞ்சுளாவிடம் நாம் கடன்படாமல் இருந்தால் அவள் நல்லவளாகவே இருந்திருப்பாள், இவர்களிடம் மாட்டிக்கொண்டு விழிக்கிறோமே என்று நினைத்தேன்; சிரிப்பு வந்துவிட்டது!’’ என்றாள் ஸரஸா; பணம் பற்றியும் கடன்படுவது பற்றியும் அவள் கூறியது சத்தியம்; என்றாலும், அவள் அதைப் பிரயோகித்ததில் சத்தியம் இருந்ததா என்பதைப் பகுத்துப் பார்க்கக் கிட்டுவினால் இயலாது; கிட்டுவினால் மட்டும் அல்ல, வேறு யாராக இருந்தாலும் முடியாது; அசத்தியத்தின் வலிமை சத்தியத்தைத் துணை கொள்ளும்போது இரட்டிக்கிறது.

அந்தச் சமயத்தில் பார்வதி அங்கு வந்து ஸரஸாவின் எதிரில் தரை பள்ளமாகும்படி அழுத்தமாக உட்கார்ந்தாள். ஏதோ சண்டை பிடிப்பதற்கான முஸ்தீபுடன் அவள் வந்திருக்கிறாள் என்று முகம் பார்த்தாலே தெளிவாய்த் தெரிந்தது. மாப்பிள்ளை வந்த புதிதில் அவனுக்கு முன் நின்று பேசவே தயங்கியவள் அவள். வீட்டோடு வந்துவிட்ட மாப்பிள்ளைக்கு எத்தனை நாள் மரியாதை கிடைக்கும்? பார்வதி கிட்டுவை மரியாதைக் குறைவாக நடத்தவில்லை; அவளுக்கு அது தெரியவும் தெரியாது; ஆனால் மாப்பிள்ளைக்கு முன்னால் இயற்கையாகப் பழகத் தொடங்கினாள்; குரலைத் தூக்கிப் பேசவும் அழவும் இப்போது அவள் தயங்குவதிலலை. ''ஏண்டியம்மா! என்ன நினைத்துக்கொண்டு இப்படிச் செய்கிறாய்?'' என்று கேட்டாள் அவள் வந்ததும்.

ஸரஸா வாய் திறக்கவில்லை; ஆப்பிள் பழம் ஒன்றை எடுத்துத் தோல் சீவித் துண்டு போட்டுக் கொண்டிருந்தாள். தாயார் எதைக் குறிப்பிட்டுக் கேட்கிறாள் என்று அவளுக்குத் தெரியும். ஆனால் தாயார் அழுகுடன் வந்து உட்கார்ந்து கேள்வி கேட்டதையே கவனியாதவள்போல் அவள் தன் வேலையில் ஈடுபட்டிருந்தாள்.

''அவர்கள் எல்லாம் வாய் ஓயாமல் சொல்லிக்கொண்டே இருக்கிறார்கள்; எல்லாரும் பெரிய வீட்டுக் குழந்தைகள். அவர்கள் நமக்கு இவ்வளவு தூரம் ஒத்தாசை செய்ய வந்ததே பெரிய காரியம்'' என்று பார்வதி தொடருவதற்குள் ஸரஸா முணுமுணுத்தாள்.

''அந்தப் பெரிய வீட்டுக் குழந்தைகள் இல்லாவிட்டால் உலகமே அஸ்தமித்துவிடும்!''

''என்னடீ சொல்கிறாய்? எனக்கும் கேட்கும்படிதான் சொல்லேன்.''

ஸரஸா மீண்டும் மௌனி ஆகிவிட்டாள். பார்வதி கிட்டுவிடம் கூறினாள்: ''நீங்களே சொல்லுங்கள். மாப்பிள்ளை! நீலகண்டன்

உங்களை ஆஸ்பத்திரிக்குக் கூட்டிக்கொண்டு போகிறேன் என்கிறான்; மஞ்சுளாவும், மாதவனும் ஓயாமல் சொல்லிக் கொண்டிருக்கிறார்கள். இவள் இப்படிப் பிடிவாதம் செய்தால் என்ன அர்த்தம்? நாளைக்கு ஏதாவது 'முன்னே பின்னே' ஆகிவிட்டால் யாருக்குக் கஷ்டம்? அவர்கள் நமக்குச் செய்யவேண்டும் என்று என்ன வந்தது? இன்றைக்கு அந்தப் பிள்ளை நீலகண்டன் ரொம்ப வருத்தப்பட்டான். உங்களைச் சொந்தத் தம்பியாகக் கவனித்துக் கொள்கிறான். அவனுக்குப் பக்கத்தில் இருந்தால் இன்னும் கவனித்துப் பார்க்கலாம் என்கிறான். அதுதானே நியாயம்?''

ஸரஸாவின் முகம் கோணியது. ஆனால் மகாராணி புன்னகைத்தாள்; நீலகண்டன் தூண்டிவிட்டுத்தான் அம்மா பேச வந்திருக்கிறாளா? நோயாளியை அப்புறப்படுத்த வேண்டும் என்பதா நீலகண்டனின் அக்கறை? ஸரஸாவை அப்புறப்படுத்திவிட வேண்டும் என்பதுதான் அவன் நோக்கம் என்று மகாராணிக்குத் தெரியாதா? அது எளிய காரியம் என்று அந்தப் பேதை நினைத்தானா? ஸரஸா தாயிடம் கூறினாள்: ''மாப்பிள்ளை இங்கே இருப்பது கஷ்டமாக இருந்தால் அதைச் சொல்லேன் அம்மா. ஏன் இப்படிச் சுற்றிவளைத்துப் பேசுகிறாய்?''

எதிர்பாராத இத்தாக்குதலைப் பார்வதியால் ஏற்க முடிய வில்லை; ''மாப்பிள்ளை! இவள் பேசுவதை நீங்களே கேளுங்கள்'' என்றாள் நொந்தவளாய்.

மேலே ஏறவும் பயந்து கீழே இறங்கவும் தெரியாமல் மாட்டிக் கொண்டவன்போல் கிட்டு விழித்தான். உலகத்தில் புறப்படும் கேள்விகளுக்கு எல்லாம் பதில் கூறத் தகுதியும் திறமையும் உடையவள் ஸரஸா ஒருத்திதான் என்று நினைப்பவன்போல் அவள் முகத்தை விநயமாகப் பார்த்தான். பார்வதி அடுத்தாற்போல் தன்மீதே பாய்ந்து விடுவாளோ என்கிற அச்சமும் அவனுக்கு இருந்தது. மாமனார் வீட்டில் அகதியாக வந்தவன் அதிகப்படி மரியாதையை எதிர் பார்க்கக் கூடாது என்று அவனுக்கும் தெரியாதா?

''மாப்பிள்ளை! நீங்களே சொல்லுங்கள்; நான் என்ன தப்பாகப் பேசிவிட்டேன்?'' என்று மறுபடியும் மருமகனிடம் முறையிட்டாள் மாமியார்; அவனோ தட்சிணாமூர்த்தியாகி மௌனமாயிருந்தான்.

''தப்பாக நீ என்ன பேசிவிட்டாய்? உன் குழந்தைகளுக்கு வியாதி தொத்திக் கொள்ளுமோ என்று ஜாக்கிரதை செய்து கொள்கிறாய்; அதிலே என்ன தப்பு இருக்கிறது? கைக்காசுக்குச் செலவு இல்லாமல் ஒரு கற்றுக்குட்டி டாக்டரிடம் இவரைக் காட்டி என் கண்ணைத் துடைக்கப் பார்க்கிறீர்கள். உங்களை நான் குற்றம் சொல்லவில்லை; கடன்பட்டுக் கட்டிக் கொடுத்தாகிவிட்டது; நாலு குழந்தைகள் இருக்கிற வீடு. எனக்காகவே எல்லாம் தொலைக்க முடியுமா? எனக்கும் வக்கு இல்லை. இவருக்கும் வக்கு இல்லை; உங்கள் காலைச் சுற்றிக் கொண்டிருக்கிறோம். இதோ பார் அம்மா! நீ எங்களுக்காகக் கவலைப்படவே வேண்டாம். என் நகைகள் இருக்கின்றன; விற்று இவருக்கு வேண்டியதைச் செய்கிறேன். வேறு இடம் பார்த்துக் கொண்டு போய் விடுகிறோம். என்னால் உங்களுக்கு ஒரு சிரமமும் வேண்டாம்'' என்று பொரிந்து தள்ளினாள் ஸரஸா.

உம்மணா மூஞ்சியாகவும் உள் அமுங்கியாகவும் நடமாடிய அந்த மகாராணி இவ்வளவு பெரிய கற்களைப் பொறுக்கி எங்குதான் ஒளித்து வைத்திருந்தாளோ? அவை பார்வதியின் தலைமீது 'மடேல் மடேல்' என்று விழுந்தன. அதற்கு மேலும் பார்வதியால் தாங்க முடியுமா? இவ்வளவு நேரம் அவள் பொறுத்ததே பெரிய காரியம். வாய் மூக்கு நரம்புகள் வலித்துக் கோண அவள் கண்களில் நீர்மடை திறந்து கொண்டது.

அந்த வீட்டில் பார்வதியின் அழுகைக்கு யாரும் ஒருவித மரியாதையும் செலுத்துவதில்லை. ஏதாவது ஒரு குறிப்பிட்ட முகூர்த்தத்தில் வந்தால் அதற்கு ஒரு சலுகை காட்டுவார்கள். சாப்பிடுவதையும் தூங்குவதையும்போல் அவள் அழுவதையும் வைத்திருந்ததால் யாரும் அதைப் பொருட்படுத்துவதில்லை.

எதையுமே பொருட்படுத்தாத ஸரஸா இன்னும் ஒரு பெரிய கல்லாகப் போட்டாள்: ''உன் அழுகைக்குப் பயந்து அந்த கற்றுக் குட்டி டாக்டரிடம் காட்டி என் தலையில் கல்லைப் போட்டுக் கொள்ள எனக்கு இஷ்டம் இல்லை'' என்றாள் அவள்.

கிட்டு எல்லாவற்றையும் பார்த்துக் கேட்டுக்கொண்டிருந்தான் டாக்டரைப் பற்றி ஸரஸா இப்படி ஓர் அபிப்பிராயம் சொல்வாள் என்று அவனும் எதிர்பார்க்கவில்லை. எல்லாரும் அவனை ஸ்பெஷலிஸ்ட் என்கிறார்கள்; கவனமாகவும் பிரியமாகவும் சிகிக்சை செய்கிறான். ஆனால், கணவனுக்காகப் பரிந்துதானே ஸரஸா இந்த டாக்டரிடம் காட்ட மறுக்கிறாள்: காரணம் இல்லாமல் இருக்குமா? அவன் மாமியாரையும் சமாதானப்படுத்த விரும்பினான்; ''ஸரஸா! அம்மா சொல்வதையும் கேட்டுக் கொண்டுதான் பதில் சொல்லேன்'' என்றான்.

''சாப்பிடுங்கள்'' என்று ஆப்பிள் துண்டுகள் வைத்த தட்டை அவனிடம் நீட்டினாள் ஸரஸா.

தனக்காகப் பரிந்து பேசுகிற அவள் தனக்கு ஏதாவது பதில் கூறுவாள் என்று கிட்டு எதிர்பார்த்தான். ஆனால் அவளோ பழத்தோல் களைக் கையில் எடுத்துக்கொண்டு மௌனமாக அறையிலிருந்து வெளியேறினாள்; பெற்றுப் போற்றி வளர்த்த தாயாருக்குக் கிடைக்காத மரியாதை நேற்று வந்த தனக்குக் கிடைக்கும் என்று எதிர்பார்த்தது தவறு என்பதை அவன் உணர்ந்தான். 'ஸரஸா கோபமாக இருக்கிறாள்! நான் பேசியிருக்கக் கூடாது' என்று அவன் ஆற்றிக் கொண்டாலும் பழம் சாப்பிட அவனுக்கு மனம் வர வில்லை.

சுமார் அரைமணி நேரம் பார்வதி அழுது ஓய்ந்தாள். சேலைத் தலைப்பால் முகம் துடைத்துக் கொண்டாள். படுக்கையில் உட்கார்ந்திருந்த மாப்பிள்ளை அவளுக்கு முன்னால் சாய்ந்து கொள்ள முடியாமல் தவிப்பதையும் பழத்தட்டு வைத்தபடி இருப்பதையும் கவனித்தாள்.

"நீங்கள் சும்மா சாய்ந்து கொள்ளுங்கள். பழம் சாப்பிடுங்கள்" என்று உபசரித்தவள் தன் விவகாரத்துக்கே திரும்பினாள்: "முகம் பார்க்காமல் எவ்வளவு நிர்த்தாட்சண்யமாய் பேசுகிறாள் பார்த்தீர்களா? நீலகண்டன் வீட்டுப் பிள்ளைபோல் பழகுகிறான்; கைராசியான டாக்டர் என்று ஊரில் எல்லாரும் சொல்கிறார்கள். அவனே பார்க்கட்டும் என்று முதலில் இவளும் ஒப்புக் கொண்டாள். மஞ்சுளாவுக்கும் மாதவனுக்கும் தெரியாமல் இவளுக்கு மாத்திரம் அவனைப் பற்றித் தெரிந்துவிடுமா? இவள் இப்படி நினைத்து நினைத்துப் பேசினால் என்ன செய்வது?"

பார்வதியின் கடைசிச் சொற்களைக் கேட்டுக்கொண்டே வந்த ஸரஸா சொன்னாள்: "யாரும் ஒன்றும் செய்ய வேண்டாம் என்றுதானே நான் சொல்கிறேன்? என் கஷ்டம் என்னோடு இருக்கட்டும்; உங்களுக்கு எங்களால் ஒரு கஷ்டமும் வேண்டாம். இந்த டாக்டரிடம் ட்ரீட்மெண்ட் செய்துகொள்ள எனக்கு இஷ்டம் இல்லை. அவர் வந்தாலும் சொல்லிவிடு."

கோதாவில் கீழே விழுந்த பயில்வானை, எழுந்திருக்க நேரம் கொடுத்து, எழுந்ததும் பலமாய்க் குத்துவதுபோல் அவள் சொற்கள் பார்வதியை அறைந்தன. கிட்டு தலையிட்டு ஏதாவது சொல்லுவானோ என்று எதிர்பார்த்து அவனைப் பரிதாபமாய்ப் பார்த்தாள் பார்வதி. ஆனால் அவனோ இரு பக்கங்களிலும் மொத்துண்ட 'ரெப்ரீ' போல் பிரமாண்டமாய் விழித்தான்; அதிக நேரம் உட்கார்ந்தபடியே இருந்ததால் கால்கள் மரத்து வழக்கத்தைவிட அதிகமாய் அவன் உடல் நடுங்கியது.

"நீங்கள் ஏன் சாப்பிடாமல் இருக்கிறீர்கள்? சாப்பிடுங்கள்" என்று ஒரு பழத்துண்டை அவனிடம் நீட்டினாள் ஸரஸா. "நீங்கள் இதில் எல்லாம் பட்டுக்கொள்ளக் கூடாது" என்றவள் தாயார் பக்கம் திரும்பி, "அந்த டாக்டர் வந்தால் நீ சொல்லிவிடு அம்மா!" என்றாள்.

பார்வதி திடப்படுத்திக் கொண்டாள்; மகளின் துன்பம் அவளுக்குப் புரிந்தது; ஆனால் அது இவ்வாறெல்லாம் நிறம் மாறும் என்பது அவளுக்குப் புரியவில்லை; பொறுமையாகவே பேசினாள்: "மஞ்சுளா வரட்டும்; அவளையும் ஒரு வார்த்தை கலந்துகொண்டு செய்யலாம்."

"அவளை எதற்காகக் கலக்க வேண்டும்? அவள் யார்? தெருவில் நின்று வேடிக்கை பார்க்கிறவர்கள்; நாளைக்கு ஏதாவது ஒன்று நடந்தால் கைகொட்டிச் சிரிப்பார்கள். அவர்களை எல்லாம் இங்கே யார் கூப்பிடுகிறார்கள்? அனாவசியக் கும்பலும், கூச்சலும் சகிக்க முடியவில்லை."

இப்போதுதான் பார்வதி பொறுமை இழக்கத் தொடங்கினாள். மஞ்சுளா முதலியவர்கள் தங்கள் நன்மைக்காகப் பாடுபடுகிறார்கள் என்று அவள் மனசுக்குத் தெரியும்; அவர்களிடம் நன்றி உணர்ச்சி பாராட்ட வேண்டும் என்று மனப்பூர்வமாக நம்பினாள். அவர்களையும் ஸரஸா இழிவாகப் பேசவே அவளுக்கும் கோபம் வந்தது. "ரொம்ப அழகாய்த்தான் பேசுகிறாய்! உபகாரம் செய்கிறவர்களை..."

"உபகாரம் செய்யும்படி யாரும் அவர்களிடம் கெஞ்சவில்லை; செய்கிறதையும் செய்துவிட்டு ஊர் எல்லாம் தமுக்கு அடிக்கிற கூட்டம்."

பார்வதியின் கோபம் மிகுந்தது. பலவீனர்களுக்குள்ள பெரிய ஆயுதம் சாபம் கொடுப்பதுதான். வயிற்றில் பிறந்துவிட்ட கொடுமையால் அவள் மகளைச் சபிக்கவும் முடியவில்லை; "வாயில் வந்ததை எல்லாம் பேசாதே. உன் பீடை, நல்லது கூட வாதெரியாமல் போகிறது?"

"எனக்கு ஒன்றும் தெரியவேண்டாம்; தெரிந்து கொண்டிருக்கிற வரை போதும். அந்த டாக்டர் இனி இவரைத் தொட்டுப் பார்க்கக் கூடாது. நீ சொல்கிறாயா? நான் சொல்லட்டுமா? அவரை இங்கே வரவேண்டாம் என்று சொல்ல எனக்கு என்ன அதிகாரம் இருக்கிறது? இது உங்கள் வீடு."

''மாப்பிள்ளை! இவள் பேசுகிற லட்சணத்தை...''

''என் அவலட்சணம்தான் ஊரெல்லாம் தெரிந்து கிடக்கிறதே! அந்த டாக்டரைப் பார்த்தாலே என் அடிவயிற்றில் 'பகீல்' என்கிறது.''

''அம்மா! பெண்ணே! கொஞ்சம் மெதுவாகத்தான் பேசேன். டாக்டர் வருகிற நேரம். அவன் காதில் விழப் போகிறது.''

''விழுந்தால் என்ன? அவருக்கு நீ பயப்படு; நான் எதற்காகப் பயப்பட வேண்டும்?''

உண்மையாகவே - அந்நேரத்தில் அறைக்கு வெளியே காலடிச் சத்தம் கேட்டது.

''நீலகண்டன் வருகிறான்போல் இருக்கிறது'' என்று குரலை அடக்கிக்கொண்டு சொன்னாள் பார்வதி; 'இசைகேடாக ஒன்றும் பேசிவிடாதே!' என்ற வேண்டுகோளும் அவள் குரலில் ஒலித்தது.

வெகு நேரமாய்ச்சுகாசனத்தில் இருந்த கிட்டுவுக்கு கால்களோடு உடம்பே மரத்து விட்டாற்போல் இருந்தது; அவனுடைய அனுமதி கோராமலே அவன் உடல் தானாகப் படுக்கையில் சாய்ந்து கொண்டது.

ஸரஸாவின் தலை மார்போடு புதைந்தது; மகாராணியோ எல்லாம் நடக்கவேண்டிய விதத்தில் ஒழுங்காய் நடக்கின்றன என்று என்ணி நகைத்துக் கொண்டாள்.

28

நல்ல வேளையாக நீலகண்டன் வரவில்லை; மாதவனோ மஞ்சுளாவோ வரவில்லை. ஸரஸா தன் கணவனிடம் 'நல்லவர்' என்று பொருத்தமாக வருணித்தாளே. அந்தப் பசுபதி மஹாசயர் தான் ஆரவாரமாய் அங்கு விஜயம் செய்தார்.

கிட்டு சோர்ந்து படுக்கையில் சாய்ந்தாலும் - டாக்டர் வந்ததும் ஸரஸா விபரீதமாக ஏதாவது பேசுவாள் - கலவரம் நடக்கப் போகிறது என்று எதிர்பார்த்து மார்பு படபடவென்று அடித்துக் கொண்டது. பதினைந்து நாள் பழக்கம் என்றாலும் நீலகண்டன் தெரிந்த முகமாய்ப் பழகிவிட்டான்; பொறுப்பாகவும் கவனித்துக் கொண்டான்; ஸரஸா கூறிய படி வேறு டாக்டர்களிடம் சிகிச்சை செய்துகொள்ளத் தேவையான பணவசதி அவர்களுக்கு ஏது? 'உயிர் பிழைக்கலாம்' என்ற நம்பிக்கை ஸரஸாவின் அவசரத்தால் பொய்த்து விடுமோ என்ற அச்சம் அவனுக்கு உண்டாகிவிட்டது. நீலகண்டன் அந்நேரத்தில் வரவில்லை என்றதும் அவனுக்கு அமைதி ஏற்பட்டது.

அவனைவிட அதிகமாய் அஞ்சியவள் பார்வதிதான்; அவள் வியாதியாய்க் கிடந்தபோதே நீலகண்டன் அக்கறையாக எல்லாம் செய்தான்; இப்போதும் பிரதி பிரயோசனம் ஒன்றும் எதிர்பார்த்து அவன் ஒன்றும் செய்யவில்லை. இந்த முரட்டுப் பெண் அவனை ஏடாகூடமாக ஏதாவது பேசிவிடப் போகிறாளே, அதை எப்படி சமாளிப்பது என்றுதிகைத்திருந்தாள் பார்வதி. நீலகண்டன்வரவில்லை என்றதும் அவளுக்குப் பெருத்த நிம்மதி உண்டாயிற்று. ஆனால் இந்த நிம்மதி மகிழ்ச்சி ஆகவில்லை; இந்த வீட்டில் பசுபதிக்கு என்ன வேலை? எமனுடைய ஆக்ஞைப்படிதானே எமதூதன் வருகிறான்? கடன் கொடுத்தவன் வந்தால் என்ன - அவன் ஏஜண்ட் வந்தால் என்ன? கடன்பட்ட நெஞ்சம் கலங்கத்தான் செய்கிறது.

நீலகண்டன் வரவேண்டும். அவனைத் துரத்தி அடித்து வேடிக்கை பார்க்க வேண்டும் என்று காத்துக் கொண்டிருந்த ஸரஸா பசுபதியைக் கண்டதும் ஏமாற்றம் அடையவில்லை; சிறிது மகிழ்ச்சி அடைந்தாள். மஞ்சுளாவின் குடும்பத்தார் கட்டுகிற ரகசியக் கோட்டையில் பலவீனமான பகுதியாகப் பசுபதியை அவள் கணித்து விட்டாள்; ஆகையால் அவன் நல்லவனாகத்தானே இருக்க முடியும்?

பசுபதியோ மகாகோபக்காரன்போல் பூமியைக் கால்களால் உதைத்துக் கொண்டே வந்தான். அந்த நோயாளி அறையில் புகுந்ததும் அங்கிருந்த வாடையை மோந்துத் தயங்கி நின்றான்; இந்த வாடை இங்கு வரும் என்று அவனுக்குத் தெரியும்; ஆனாலும் புதிதாக அந்த வாடை கண்டவன்போல் முகத்தைச் சுளித்துக் கொண்டான். மியூஸியத்தில் உள்ள விந்தைப் பொருளைப் பார்ப்பதுபோல் கிட்டுவைப் பார்த்தான்; பிறகு ஸரஸாவைப் பார்த்தான்; அப்பால் பார்வதியையும் பார்த்தான். சித்தர் பாடல் ஒன்றுக்குப் புதிய உரை கண்டுபிடித்துவிட்டு எல்லாம் புரிந்து கொண்டவன்போல் தலையை மேலும் கீழுமாக மூன்று முறை ஆட்டிவிட்டு மிகவும் ஆழமாய்ப் பெருமூச்சு விட்டான்; அவனுக்குத் தானாக வந்த பெருமூச்சு ஒன்று; அவன் 'பிரஷ்ஷர்' கொடுத்து வெளியேற்றிய பெருமூச்சுகள் இரண்டு; ஆக மூன்று பெருமூச்சுகளும் ஒன்றுகூடி அந்த அறையிலிருந்த ஆஸ்பத்திரி வாடையை வெளியே துரத்திவிடும்போல இருந்தது!

'மஞ்சுளா வீட்டில் ஒரு ஏஜண்ட் இருக்கிறார், ரொம்ப நல்லவர் என்று சொன்னேனே. இவர்தான். பசுபதி என்று பெயர். பெயரைப் போலவே நல்ல குணம்' என்று பசுபதியை இருமுறை நல்லவனாக்கிக் கிட்டுவுக்கு அறிமுகம் செய்துவைத்த ஸரஸா பசுபதியிடம் சொன்னாள்: ''ஏஜண்ட் சார்! உட்காருங்கள்! உங்களைப் பற்றிப் பேசிக்கொண்டிருந்தோம். நீங்களே வந்துவிட்டீர்கள்!''

''நான் நல்லவன் என்று இஞ்சினியரிடம் வேறே சொல்லி விட்டாயா? நல்லவன் நாசமாய்ப் போனான்! நல்லவனுக்கு இது காலம் இல்லை; நல்லவனுக்குத்தான் நானூறு ஆபத்து தேடிக் கொண்டு வரும். ஸரஸா! நீ சின்னப்பெண்; சுமங்கலியாக தீர்க்காயுசாய் வாழவேணும், உன் வாயால் என்னை நல்லவன் என்று சொல்லாதே! நல்லவன் செய்கிற தொழிலா நான் செய்கிறேன்? கேவலம் கும்பிக்காக இந்த அல்பத்தனமான சேவகம் செய்கிறேனே; நல்லவனாக இருந்தால் செய்வேனா? துண்டை விரித்துத் தலையில் போட்டுக் கொண்டு நாலு வீட்டில் பிச்சை எடுத்தாவது பிழைக்கமாட்டேனா?''

இருவரும் பரஸ்பரம் முகஸ்துதிதான் செய்து கொண்டார்கள்; ஆனால் இரண்டு பேருக்கு இடையிலும் எவ்வளவு வேற்றுமை? முகஸ்துதிபோல் வஞ்சனையானது வேறொன்றும் கிடையாது.

பசுபதியைத் துதி பாடினால் அவன் ஏமாந்து மஞ்சுளா வீட்டு மர்மங்களைக் கக்குவான் என்று ஸரஸா எதிர்பார்த்தாள்; அவன் சொல்லுகிற ஒவ்வொரு சொல்லும் ஒரு ரகசிய வெளியீடு என்று அவள் கருதினாள்! நல்லவனுக்கு ஆபத்து. அற்பத்தனமான சேவகம் என்பன போன்ற பசுபதியின் பதப்பிரயோகங்கள் அவனைக் குறிப்பதாக அவள் நினைக்கவில்லை; தங்களையே மறைமுகமாய்க் குறிப்பிடுவதாய் அவள் கருதினாள். கருதியதும் தாயார் பக்கம் திரும்பி - ''உன்னுடைய நல்லவர்களைப் பற்றி ஏஜண்ட் சார் சொல்வதைக் கேட்டுக்கொள்!'' என்றாள் மிகுந்த வெறுப்புடன்.

பார்வதிக்குப் பசுபதி பேசுவதில் உள்ளூரை இருக்கின்றது என்ற நயம் தெரியாது; ஆகையால், ஸரஸாவோடு பசுபதி அந்நியோந்யமாகப் பழகுகிறான் என்கிற மட்டில் சந்தோஷம் அடைந்தாள்.

பசுபதிக்கோ, அங்கு தான் ஒரு பிரமுகராக வரவேற்கப் படுகிறோம் என்பது விளங்கிவிட்டது; வாய் புறுபுறுவென்று அவனுக்கு ஊறத் தொடங்கியது. கிட்டுவின் வியாதியைப் பார்வையாலேயே 'டயக்னோஸ்' செய்து கூறினான்: ''இஞ்சினியருக்கு இப்படி ஒரு வியாதி இருக்கிறது என்று என்னிடம் சொல்லக்கூடாதா? நான் வேண்டியப்பட்டவன் என்று உங்களுக்குத் தோன்றவில்லை; இல்லையா?'' என்றான்.

பார்வதி பழைய காலத்து மனுஷி; வியாதிகளை எல்லாம் பயமுறுத்துகிற தோற்றத்தோடுள்ள பசுபதி வைத்தியனாக இருக்க முடியும் என்று அவளுக்குத் தோன்றியது; ''உங்களுக்கு வைத்தியமும் வருமா?'' என்று அவள் ஒரே ஒரு கேள்வி கேட்டுவிட்டாள்.

உதடுகளை ஒட்டி வாயை விரித்து கன்னங்களை தேங்காய் நார்போல் சுருக்கிக் கண்களை இடுக்கிக்கொண்டு பார்வதியை வெகு அலட்சியமாகப் பார்த்தான் பசுபதி: 'சித்தர் பாடல் படிக்கிறவனுக்கு இது ஒரு பெரிய காரியமா?' என்பதுதான் அவன் பார்வையின் பொருள்; ஆனால், ஆய்ந்து அவிந்து அடங்கிய அடக்கத்தை அவன் இழந்துவிடவில்லை; நிறைகுடம் தளும்பாது என்று பசுபதிக்குத் தெரியாதா? சொன்னான்: ''பெரியவர்கள் இட்ட பிச்சை; ஏதோ கொஞ்சம் வைத்தியம் வரும். அந்த அளவுக்குக்கூட இந்தக் காலத்து வைத்தியர்களுக்குத் தெரியவில்லையே? ரஸத்தைச் சூரணம் ஆக்க எவனுக்குத் தெரியும்? தங்க பஸ்பம் என்று ஊரை ஏமாற்றுகிறான்களே! எவனாவது அசல் தங்கத்தைப் பஸ்பம் செய்கிறானா? டீ.பீ.க்கு அசல் தங்கத்தைப் பஸ்பம் செய்து கொடுத்தால் காற்றோடு பறக்கும். அவ்வளவுக்கு நம்மால் முடியுமா? ஏழைக்கு சித்தர்கள் மருந்து சொல்லியிருக்கிறார்கள். வீடு கட்டப் பிளான் போடுகிற இஞ்சினீயர் உடம்பைப் பிளானாய்க் கவனித்துக்கொள்ள வேண் டாமா? சட்டைக்குள்ளே அவர் எங்கே இருக்கிறார் என்று தேடிக்கண்டுபிடிக்க வேணும்போல் இருக்கிறதே! நாளைக்குக் குழந்தை குட்டியோடு வாழணும் என்று ஜாக்கிரதையாக இருக்க வேண்டாமா? அதிகச் செலவு இல்லாமல் ஒரே மாசத்தில் இவரைக் குணப்படுத்திக் காட்டுகிறேன். என்ன சொல்கிறீர்கள்?'' என்று கிட்டுவின் நோய்க்கு சவால் விட்டான் பசுபதி.

முதலிலேயே வெடவெடத்துக்கொண்டிருந்த கிட்டுவின் உடம்பு அந்தச் சவாலைக் கேட்டு மேலும் நடுங்கத் தொடங்கியது. நீலகண்டனை ஸரஸா விரட்டத் துடிக்கின்ற இந்நேரத்தில், இந்த அசுர வைத்தியரிடம் தன்னை அடகு வைத்து விடுவார்களோ என்கிற கிலி அவனைப் பிடித்தது.

ஆண்டவன்தான் செலவில்லாத வைத்தியத்துக்காக இந்த உதவியை அனுப்பியிருக்கிறார் என்று ஏழை பார்வதிக்குச் சபலம்

தட்டிவிட்டது: ''உங்களுக்கு இவ்வளவு விஷயம் தெரியும் என்று எங்களுக்குத் தெரியாதே!'' என்று அவள் பசுபதியைத் தட்டிக் கொடுத்துவிட்டாள்.

பசுபதி தன்வந்திரியாக அவதாரம் எடுத்துவிட்டான்: ''வீரம் என்றால் என்ன என்று உங்களுக்குத் தெரியுமா?'' என்று ஒரு சின்னக் கேள்வியைக் கேட்டுவிட்டு ஒரு மூச்சு விட்டான்; யாருக்கும் அங்கு பதில் சொல்லும் வீரம் இல்லை என்பதைக் கண்டதும் கூறினான்: ''வீரம், பூரம் என்பதெல்லாம் பாஷாணம், விஷம்; விஷம் என்றால் பயமாக இருக்கிறதா? அது மருந்துச் சரக்குதான். அதைப் பக்குவமாய் உபயோகம் செய்ய இந்தக் காலத்தில் ஒரு பயலுக்கும் தெரியவில்லை. வீரத்தோடு இன்னொரு சின்ன வஸ்து சேர்க்க வேண்டும். இருபத்தைந்து வருஷத்து மாங்கொட்டை வேண்டும். இன்னும் இரண்டொரு கடைச்சரக்கு சேர்ந்து நான் ஒரு சூரணம் செய்து தருகிறேன்; ஒரே மாசம். நாளுக்கு இரண்டு வேளை, ஒரு சிட்டிகை! அப்புறம் இஞ்சினீயர் என்ன ஆகிறார் என்று பாருங்கள்!''

''என்ன ஆவேன்? செத்துப் போவேன்!'' என்று அப்போதே வீரபாஷாணம் சாப்பிட்டவன்போல் மெதுவாக முணுமுணுத்தான் கிட்டு.

''என்ன சொல்கிறீர்கள் இஞ்சினீயர் சார்? இந்த மருந்து வேண்டாம் என்றால் சித்த வைத்தியமுறையில் இன்னும் சல்லிசாக ஒரு மருந்து சொல்லட்டுமா? பச்சிலை, மூலிகைகள் தேடிக் கொண்டு வருவது உங்கள் பொறுப்பு; ஒரு காசு செலவு கிடையாது!''

பசுபதியின் பேச்சுத் திறமையால் முன்னரே அடியுண்ட அனுபவம் ஸரஸாவுக்கு இருந்தது; இந்தப் போக்கில் அவனை விட்டால் கிட்டுவோடு தானும் உயிர் துறக்க நேரும் என்று அவளுக்குத் தோன்றியது. மிரண்டு ஓடுகிற மாட்டுக்கு முன்னால் புல்லைக் காட்டிக்கொண்டே அதன் கழுத்தில் கயிறு போட்டுக் கட்டுத்தறியில் கட்டுவதுபோல் ஸரஸா இடைமறித்துக் கூறினாள்;

"ஏஜண்ட் சார்! உங்கள் மாப்பிள்ளைதான் இங்கே டிரீட்மெண்ட் செய்கிறார். போட்டியாக நீங்கள் மருந்து கொடுப்பது தெரிந்தால் அவர் வருத்தப்பட மாட்டாரா?"

"யாரது எங்கள் மாப்பிள்ளை?" என்று புகையிலை விழுங்குவதுபோல் வெறுப்பை உள்ள தள்ளிக்கொண்டே கேட்டான் பசுபதி.

"நீலகண்டன்தானே மஞ்சுளாவைக் கட்டிக்கொள்ளப் போகிறார்? அவர் உங்களுக்கு மாப்பிள்ளை இல்லையா?"

"டாக்டர் நீலகண்டன்தானே? கெட்டிக்காரர் இல்லை என்று நான் சொன்னேனா? என்ன இருந்தாலும் தொழிலுக்குப் புதிசுதானே? பால ஜோசியம் - விருத்த வைத்தியம் என்று தெரியாமலா பெரியவர்கள் சொன்னார்கள்? இருபத்தைந்து வருஷத்து மாங்கொட்டை ஏதுக்குக் கேட்கிறேன்? வயசாக ஆக அதுக்கு உள்ள சக்தியே தனி. நீங்களும் பாருங்கள்: நானும் தேடுகிறேன். கிடைத்தால் இஞ்சினீயருக்கு அதிர்ஷ்டம்" என்றுமீண்டும் மாங்கொட்டையைத்தேடலானான்பசுபதி.

"உங்களிடம் மருந்து சாப்பிட்டால் மாப்பிள்ளை என்ன சொல்வார்?" என்றாள் ஸரஸாவும் மாப்பிள்ளையை விடாமல்.

"ஒரு மூட்டை மருந்துகொண்டுவந்து இறக்கப் போகிறேன். மாப்பிள்ளை கண்ணில் விழுந்துவிடுமாக்கும்! என் மருந்து சாப்பிடுவதாக நான் ஏன் அவரிடம் சொல்கிறேன்? இஞ்சினீயருக்குக் குணமாக வேணுமானால் நீங்களும் அதை வெளியில் சொல்லக் கூடாது?" என்று மருந்து கொடுக்க நிபந்தனை விதித்தான் பசுபதி.

"மாப்பிள்ளை என்றால் இப்படி நடுங்குகிறீர்களே!" என்று அவனைப் பரிகாசம் செய்தாள் ஸரஸா.

அங்கே ஸ்டூலில் உட்கார்ந்து கொண்டுதான் பசுபதி பேசிக் கொண்டிருந்தான்: ஆனால் அவன் முன்னைப்போல வெற்று வேட்டு இல்லை; குட்டி வட்டிக் கடைக்காரன் ஆயிற்றே; அவன்

மனசு ஏதோ புள்ளிக்கணக்கு போட்டுக் கொண்டிருந்ததால் ஸரஸா சொன்னதை அவன் சரியாகக் கவனிக்கவில்லை; "நான் எதுக்குப் பயப்படுவேன்? லைசன்ஸ் இல்லாமல் செய்கிறவர்கள்தான் பயப்பட வேண்டும்!" என்று கூறிவிட்டான் அவன்.

"லைசன்ஸா? எதுக்கு லைசன்ஸ்?"

"லைசன்ஸா? இந்தக் காலத்தில் மருந்து கொடுக்க லைசன்ஸ் வாங்கவேண்டும்; உனக்குத் தெரியுமா? லைசன்ஸ் இல்லாமல் இந்தக் காலத்தில் குழந்தைகூடப் பெறக்கூடாது; லைசன்ஸ் இல்லாமல் மருந்து கொடுத்தால் உள்ளே தள்ளிவிடுவான். பரோபகாரமாக நான் இஞ்சினீயருக்கு மருந்து கொடுக்கிறேன்; எவனாவது போலீசில் சொல்லட்டும். நான்தானே கம்பி எண்ண வேணும்?" என்று சாமர்த்தியம் பண்ணிவிட்டான் பசுபதி; ஜகந்நாதன் என்ற புதுப் பணக்காரர் லைசன்ஸ் இல்லாமல் அடகு பிடிக்கிறார் என்ற ரகசியத்தைத்தான் அவன் அஜாக்கிரதையாக உளறிக் கொட்டிவிட்டான்.

மேலும் அவனை அங்கே உட்கார வைத்துப் பேசவிட ஸரஸாவுக்குத் தைரியம் இல்லை; கணவனை அவள் வெறுத்தவள் அல்லவே! கிட்டுவைக் காப்பாற்ற விரும்பினாள் அவள். "ஏஜெண்ட்சார். வெளியே போய் பேசலாமா? இவருக்கு ரொம்பக் களைப்பாக இருக்கிறது; கொஞ்ச நேரம் தூங்கட்டும். இதைச் சாப்பிடுங்கள்" என்று இரண்டு ஆப்பிள் பழங்களை அவனிடம் கொடுத்துவிட்டு, அவன் பின்தொடர வேண்டும் என்று எதிர் பார்த்தவளாய் அறையிலிருந்து வெளியே நடந்தாள் அவள்.

"இதெல்லாம் எதுக்கு?" என்று வாயால் சொல்லிக் கொண்டே, 'இரண்டுதானா?' என்பதுபோல் முகத்தை வைத்துக் கொண்ட பசுபதி எழுந்து நின்றான். ஆனால், ஸரஸாவைப் பின் தொடரவில்லை; நோயாளிக்கு ஆறுதலாக நாலு வார்த்தைகள் சொல்லாமல் போகிற அளவு அவன் லௌகிகம் தெரியாதவனா?

அரும்பு

"உங்களோடு எனக்குப் பழக்கமில்லை. நாம் எல்லாரும் ஒரே வர்க்கம்; கஷ்டப்படுகிற ஜாதி. ஸரஸா ரொம்ப நல்ல பெண்; அவள் இங்கே பிறக்க வேண்டிய பெண்ணா? அரண்மனையில் பிறக்க வேண்டியவள்; அழகுக்காகவா சொல்கிறேன்? மனசும் தங்கம். உங்கள் விஷயத்திலேயே பாருங்களேன். மாதவன் எல்லாம் சொன்னான்; கேட்க வருத்தமாயிருந்தது. பெற்றவளே ஒதுக்கி விட்டாளாமே? அவளால்தான் இந்த வியாதி உங்களுக்கு வந்தது; மாதா பிதா செய்தது மக்களுக்கு என்று பெரியவர்கள் சும்மாவா சொல்வார்கள்? இந்நேரத்தில்கூட இந்தப் பெண் உங்களைக் கைவிடாமல் கண்ணுக்குள் வைத்துக்கொண்டு காப்பாற்றுகிறாளே, ஊரெல்லாம் தேடினாலும் இந்தமாதிரி ஒரு பெண் கிடைப்பாளா? நீங்கள் எதற்கும் கவலைப்பட வேண்டாம். நீங்கள் படித்தவர்கள்; நான் சொல்ல வேண்டுமா? மருந்து தருவது என் பொறுப்பு; அப்புறம் உங்களுக்கு என்ன பயம்? சரிதானே? ஆனால் நீங்களும் ஒரு காரியம் செய்ய வேண்டும். மருந்தால் மட்டும் வியாதி குணமாகாது. கடவுளை நம்பவேணும்; சித்தர் பாடல் புஸ்தகம் பார்த்திருக்க மாட்டீர்கள்; ஒரு புஸ்தகம் வாங்கி வைத்துக் கொள்ளுங்கள்; நானும் ஸரஸாவிடம் சொல்லுகிறேன். ஓய்வாக இருக்கும்போது புரட்டிக் கொண்டே இருங்கள். ஒரே மாசம்! வியாதி பறக்கிறதா இல்லையா என்று பாருங்கள்! இல்லாவிட்டால் என்னைக் கேளுங்கள்..."

"ஏஜண்ட் சார்!" என்று வெளியிலிருந்து குரல் கொடுத்தாள் ஸரஸா.

கிட்டு அசதியால் துவண்டு மயங்கிச் சன்னமாய்க் குறட்டை விடத் தொடங்கினான். பார்வதியோ கடனைக்கூட மறந்து விட்டாள்; ஏகப்பட்ட சொற்கள் தேனீக்கள் போல் காதுகளுக்குள் குடைந்து உட்புகுந்து ரீங்காரம் செய்வது போன்ற பிரமையில் உட்கார்ந்திருந்தாள்.

பசுபதியும் வெளியே போகத் துணிந்துவிட்டான். அறை மூலையில் திறந்து கிடந்த கூடையில் ஆப்பிள் பழங்கள்

குவிந்திருப்பதை அவன் கண்கள் கண்டுகொண்டன. இவ்வளவு கொட்டிக் கிடக்கிறதே. இரண்டுதானே நமக்குக் கொடுத்தாள் என்று அவனுக்குக் கோபம் வந்தது. அந்தக் கோபத்துக்குப் 'படுத்திருந்து வட்டி வாங்கிக் கொண்டுவா!' என்ற ஜகந்நாதன் கட்டளை தூபம் போட்டது. தாடியை பிய்த்துக் கொண்டே வெளியில் வந்தான்.

அவனைக் கண்டதும் ஸரஸா சமத்காரமாய் ஒரு கேள்வி கேட்டாள்: ''வசூலுக்கு வந்த இடத்தில் வைத்தியம் சொல்லுகிறீர்களே? முதலாளிக்குத் தெரிந்தால் என்ன ஆகும்?''

''உனக்கு யார் சொன்னார்கள்?''

''எதைக் கேட்கிறீர்கள்?''

''நான் வசூலுக்குத்தான் வந்தேன் என்று உனக்கு எப்படித் தெரியும்?'' ஸரஸா எந்தப் பதிலை அவனிடமிருந்து எதிர் பார்த்தாளோ அது வந்துவிட்டது.

பசுபதியின் பாணியைக் கையாளுவதாக நினைத்துக் கொண்டு ஸரஸா, ''எனக்கு எல்லாம் தெரியும்!'' என்றாள் புன்சிரிப்புடன்.

அந்த சித்த புருஷரோ தன் ஞானக் கண்களால் அவள் பேச்சுக்குப் பல அர்த்தங்கள் கண்டார். மஞ்சுளா கெட்டிக்காரப் பெண்! அவள் ஸரஸாவிடம் ஒன்றும் கூறியிருக்க முடி யாது. அந்தப் பைத்தியக்கார மகாதேவன் மாதவன்தான் இவளிடம் ஏதாவது சொல்லியிருப்பான் என்று அவன் மிகவும் லலிதமான ஒரு முடிவுக்கு வந்தான். ஜகந்நாதன் உத்தரவிட்டதைப்பற்றி மாதவனுக்கோ மஞ்சுளாவுக்கோ தெரியாது என்பதை அவன் வசதியாக மறந்துவிட்டான்.

''உனக்கு எல்லாம் தெரியும் என்றால் நான் என்ன செய்ய முடியும்?'' என்றான் அவன் சினமாக. ''நாய் வேஷம் போட்டாயிற்று; குரைக்காமல் இருக்க முடியுமா? நான் குரைக்கிறேன் என்று நீ வருத்தப்பட்டுப் பிரயோசனம் இல்லை. இந்தா இந்த இரண்டு ஆப்பிள்களும் நீயே வைத்துக்கொள்!''

அவனோடு பழகியதாலோ என்னவோ ஸரஸாவுக்கும் ஞான திருஷ்டி வந்துவிட்டது. அவன் அதிகப் பழங்கள் கேட்கிறான் என்று புரிந்து கொண்டாள்: ''நீங்கள் சாப்பிடத்தானே கொடுத்தேன்? குழந்தைகளுக்கு வேறே தருகிறேன். உங்கள்மேல் எனக்கு என்ன வருத்தம்? அவர்கள் சொல்கிறபடிதானே நீங்கள் செய்ய வேண்டும்? அவர்கள் ஏதாவது சொல்லிக்கொண்டுதானே இருக்கிறார்கள்!''

மேலும் பழங்கள் கிடைக்கும் என்கிற நம்பிக்கை வந்ததும் பசுபதியின் கோபம் ஆறிவிட்டது. ''உனக்கு உலகம் தெரியவில்லை; சித்தர் பாடலும் படிக்கறதில்லை. ராஜாங்க கிநேகிதம் என்று சந்தோஷப்படுகிறாய்; என்றைக்கும் பணக்காரன் சிநேகமும் போலீஸ்காரன் சிநேகமும் ஆபத்து. ஆப்பிளும் ஆரஞ்சுமாய்க் கொட்டுவார்கள். ஆப்பிளை நறுக்கிப் பார்த்தால் என்னையொத்த ஏழையின் ரத்தம் கொட்டும். சிவவாக்கியர் கல்லையே கும்பிடாதே என்கிறார்; பணக்காரனை கும்பிடச் சொல்வாரா? பணக்காரனை நம்பி நான் என்ன வாழ்ந்தேன்? வாரத்துக்கு ஒருமுறை முகச்சவரம் என்பது போய் மாதம் இரண்டுமுறை ஆகியிருக்கிறது.''

அவன் மீண்டும் சூக்குமத்தில் புகுந்து விளையாடத் தொடங்கிவிடுவானோ என்று அஞ்சிய ஸரஸா சொன்னாள். ''ஒரு கோடீசுவரர் வீட்டு ஏஜெண்ட் பேசுகிற பேச்சாக இல்லையே! ஷேவிங் செலவு என் பொறுப்பு; சங்கோசமில்லாமல் கேளுங்கள்; சரிதானே?'' என்றவள் அவனிடம் ஓர் எட்டணா நாணயத்தை நீட்டினாள்; ''அவர்கள் என்னவோ சொன்னார்கள் என்கிறீர்களே?''

'இவ்வளவுதானா' என்ற பாவத்துடன் எட்டணாவைப் பையில் செலுத்திவிட்டுப் பசுபதி கேட்டான்: ''யார் என்ன சொன்னார்கள்?''

''உங்களுக்கு ரொம்ப மறதி; இங்கே வசூலுக்குப் போகும் போது அவர்கள் என்னவோ...''

எம்.வி. வெங்கட்ராம்

"அதை நான் சொல்லலாமா? நான் யார்? ஒரு சேவகன்; போடா என்றால் போகிறேன்; வாடா என்றால் வருகிறேன்; பணம் தராவிட்டால் அங்கேயே படுத்துக்கொள் என்றால் கையோடு பாயும் தலையணையும் எடுத்துக்கொண்டு போகிறேன். எனக்கு என்ன இதில்? அவர்கள் சொல்லி நாலு நாளாயிற்று: வந்தேனா? வருவேனா? என்னால் என்ன பண்ண முடியும்? நாலு நாள் லேட் செய்யலாம். அதுக்குப் பிறகு உங்கள் பாடு அவர்கள் பாடு" என்று முன்னிலை யிலும் படர்க்கையிலும் தாண்டவமாடினான் பசுபதி.

ஸரஸா அவன் கூறியதைத் தெளிவாகப் புரிந்து கொண்டாள்; வசூலாகும்வரை இங்கேயே படுத்துக்கொள்ளும்படி பசுபதிக்கு எஜமானர்கள் உத்தரவு. கறக்க வேண்டிய செய்தியை அவள் கறந்து விட்டாள். அச்செய்தியோ அவளைச் செம்மையாகப் புடைத்தது. ஸரஸாவின் மகாராணியோ, 'மஞ்சுளாவின் குடும்பமே விஷக் கிருமிகளின் கும்பல்!' என்று மிகுதியான இரை தின்ற பெருச்சாளி வளைக்குள் நுழையத் திணறுவதைப்போல் பெருமூச்செறிந்தாள்.

"நான் உங்களுக்குக் கெடுதி செய்ய நினைப்பேனா!... அடேடே! மாப்பிள்ளை! வாருங்கள், வாருங்கள்!" என்று முப்பத்து நாலேகால் மஞ்சள் பற்களையும் முன் நிறுத்திப் பெருங்குரலில் வரவேற்பு அளித்தான்.

அப்போதுதான் ஸரஸாவும் நீலகண்டன் வந்ததைக் கண்டுகொண்டாள்.

பசுபதியின் பக்கத்தில் ஸரஸாவைக் கண்ட நீலகண்டனுக்கு 'அழகியும் கருங்குரங்கும்' என்ற கதை ஞாபகம் வந்தது. சிரிப்பும் வந்தது. "யாரது? மாமாவா? ஏது இவ்வளவு தூரம்?" என்றான் குதூகலமான கேலியுடன்.

29

இமைக்கிற நேரம்தான். அதற்குள் ஸரஸாவின் மனத்தில் மாயம் விளைவித்துவிட்டாள் மகாராணி; இருப்பதை இல்லாததாகவும் இல்லாததை இருப்பதாகவும் காட்டும் இந்திர ஜாலத்தை யாரும் கண்டிருக்க முடியாது; ஆனால் மகாராணிகளும் மகாராஜாக்களும் மனத்தில் புகுந்துகொண்டு இம்மாதிரி ஜாலங்கள் செய்வதை யாராவது கவனித்திருக்கிறீர்களா?

''நீலகண்டன் என்ற கற்றுக்குட்டி டாக்டர் என் கணவனைக் கையால் தொடவும் கூடாது'' என்று வீம்பு பேசினாள் ஸரஸா. அவன் வந்ததும் விரட்ட வேண்டும் என்று காத்திருந்தாள்; ஆனால் அவள் மனத்தில் மற்றொரு திருப்பம் உண்டாக்கினாள் மகாராணி. டாக்டர் மீதிருந்த வெறுப்பு தணலாக அரற்றிக்கொண்டிருந்தது; அதன்மீது வெறும் சாம்பல் வைத்து மூடினாள்; அதன்மேல் மஞ்சுளா மீதும் மாதவன்மீதும் இருந்த துவேஷத் தீ கொதித்தது; அதையும் நீரால் மறைத்தாள். பிறகு, மிகவும் தண்மையாக நீலகண்டனை நோக்கினாள்; அனலுக்கு மேல் புனல் பெருகி ஓடியது!

ஸரஸாவின் முகத்தில் புதிய பசுமையைக் கண்டான் நீலகண்டன்; இதுவரை அவனுக்குக் காணக் கிடைக்காத பசுமை; அவளை இந்நிலையில் காணக் கால்களால் நடந்து வந்தது தப்பு! இரு கைகளையும் ஊன்றி நடந்து வந்திருக்க வேண்டும் என்பது போன்ற ஓர் உற்சாகம் அவனுக்குள் மூண்டது. பசுபதி என்ற அசடனின் தலையை உருட்டி ஸரஸாவோடு விளையாட முற்பட்டான் அவன்.

''மாமாவைப் பார்த்து ரொம்ப நாளாகிறது.''

பசுபதி அஷ்டவக்கிரன்போல் உடம்பை எட்டுக் கோணலாக வளைத்துக்கொண்டு கூறினான்; ''ஏராளமான பணத்தை வேடிக்கையாக

வாரி இறைத்துவிட்டோம். அதையெல்லாம் ஒழுங்காக ஒன்று சேர்ப்பது என்றால் லேசான காரியமாகவா இருக்கிறது? கடன் வாங்க வருகிறவர்கள் நாலுநடை நடந்து வாங்கிக்கொண்டு போய்விடுகிறார்கள். அதைத் திருப்பிக் கேட்க நானூறு தடவை நாம் நடக்க வேண்டியிருக்கிறது. இந்த அலைச்சலில் யாரைப் பார்க்க முடிகிறது - பேச முடிகிறது? நீங்களும்தான் முதலாளி வீட்டுக்கு வருவதில்லை; இனிமேல் வருவதும் உசிதம் இல்லை.''

''இனிமேல் நான் உங்கள் முதலாளி வீட்டுக்கு வரக் கூடாது என்கிறீர்களா?'' என்றான் நீலகண்டன் புரியாதவன்போல்.

பெரிய ஹாஸ்யத்தைக் கேட்டவன்போல் பசுபதி நகைத்தான்; ''கல்யாணம் முடிவாகிவிட்டதே; இப்போது மாமனார் வீட்டுக்கு யாராவது வருவார்களா? சின்ன முதலாளி உங்களோடு வரவில்லையா?''

''மாதவனா? அவன் உங்களோடு இருப்பான் என்று நினைத்தேன். எங்கே போயிருப்பான் அவன்?''

''பசுபதி சார்! மேற்க போகிற வண்டிக்கும் கிழக்கே போகிற வண்டிக்கும் இந்த வீடுதான் ஜங்‌ஷன்; டாக்டர் வருகிற நேரமும் மஞ்சுளா வருகிற நேரமும் எப்படியோ ஒத்துப் போகிறது'' என்றாள் ஸரஸா.

''அப்படியா? அதிலே என்ன தப்பு? பிறந்தபோதே போட்ட முடிச்சு. புதிசாகவா பழகப் போகிறார்கள்?'' என்று பசுபதி டாக்டரைத் தாங்கிக்கொண்டான்.

''அதைத்தான் நானும் சொல்கிறேன். கல்யாணம் ஆனபிறகு புதுசாகவா பழகப் போகிறார்கள்?'' என்று நீலகண்டனை நோக்கி விபரீதமாகச் சிரித்துவிட்டுப் பசுபதியிடம் கூறினாள்; ''நீங்கள் பழைய காலத்து மனுஷர்; உங்களுக்கும் இந்த நாகரிகம் எல்லாம் பிடிக்கிறதே!''

எந்த விஷயத்தைத் தொட்டு எங்கே ஆரம்பிப்பது என்று பசுபதிக்கு இன்னும் அத்துபடி ஆகவில்லை; நீலகண்டனுக்கு

முன்னால் எதைப் பேசலாம், எதைப் பேசக்கூடாது என்பதற்கு அவனுக்கு இன்னும் ஒரு பிடிமானம் கிடைக்கவில்லை; தயக்கத்தோடு சொன்னான்: ''காலத்தோடு ஒத்துப்போக வேண்டியதுதானே? முன்னே பின்னே பார்க்காமல் நாங்கள் கல்யாணம் பண்ணிக் கொண்டோம்; கறுப்பா சிவப்பா என்றுகூடத் தெரியாமல் தாலி கட்டினோம். கல்யாணம் ஆன பிற்பாடு - கறுப்பும் இல்லை, சிவப்பும் இல்லை, செங்கறுப்பு என்று தெரிந்தால் யாருக்குக் கஷ்டம்? நான் சொல்வது சரிதானே மாப்பிள்ளை?''

''நீங்கள் சொல்வது சரியாக இல்லாமல் போகுமா? மாதவன் உங்கள் சிஷ்யப் பிள்ளை ஆகிவிட்டான்; உங்களைப்பற்றி எல்லாம் சொல்லியிருக்கிறான்; சித்தர் பாடல்களை அக்கு வேறு ஆணி வேறாகப் பிரித்துப் போடுகிறீர்களாமே? உங்களுக்குத் தெரியாதது எங்களுக்கு என்ன தெரிந்துவிடப் போகிறது?'' என்றான் நீலகண்டன் சிரிக்காமல்.

''மாதவன் சொல்லிவிட்டானா?'' என்று பசுபதி இளித்தான்: ''எனக்கு என்ன தெரியும்? உங்களைப்போல் நானும் படித்தவனா? கொஞ்சம் கேள்வி ஞானம்; மாதவனிடம் இரண்டு பாட்டுகள் சொன்னேன்; அதைப்போய் இப்படிப் பிரமாதப்படுத்திக்கொண்டே போகிறானே!''

''பசுபதி சார்! ரொம்ப அடக்கமாய்ப் பேசிக்கொள்கிறார் டாக்டர்! இவரை லேசாக நினைத்து விடாதீர்கள், பாட்டு மாத்திரம் இல்லை; சித்த வைத்தியமும் தெரிந்து வைத்திருக்கிறார். இருபத்தைந்து வயசான மாங்கொட்டையில் மருந்து தயாரித்துக் கொடுப்பதாகச் சொல்லி இருக்கிறார். ஒரே மாசத்தில் டி.பீ. ஓடிப்போகும் என்கிறார்.''

''மாமா எனக்குப் போட்டியாகக் கிளம்பிவிட்டாரா? அப்படியானால் நான் மூட்டை கட்ட வேண்டியதுதான்!'' என்றான் நீலகண்டன்.

என்னை இப்படி காட்டிக் கொடுக்கலாமா என்பதுபோல் பார்வையால் செல்லமாக ஸரஸாவைக் குட்டிவிட்டுப் பசுபதி சொன்னான்: "மாப்பிள்ளை இந்தப் பெண் சொல்வதை நம்பாதீர்கள். உபசாரத்துக்கு ஒரு வார்த்தை சொன்னேன். இந்தக் காலத்து வியாதிகள் சித்த வைத்தியத்துக்குக் கட்டுப்படுமா? காலத்துக்குத் தக்கபடி புதிசு புதிசாக வியாதிகள் வருது; இந்த வியாதிகளைத் தீர்க்க உங்களைப்போல் எக்கச்சக்கமாகப் படிக்கணும். பழைய வியாதி களுக்குத்தான் சித்த வைத்தியத்தில் மருந்து சொல்லியிருக்கிறது" என்று பலமாகப் போட்டான் அவன்.

நீலகண்டனோடு ஸரஸாவும் சிரித்தாள்.

டாக்டர், மாமா உறவைக் கைவிடாமல் பேசினான்; "அது என்ன மாமா அப்படிச் சொல்லிவிட்டீர்கள்? சித்தர்கள் பெரியவர்கள்; எதிர்காலம் எல்லாம் தெரியுமே. இந்தக் காலத்தில் என்ன வியாதிகள் வரும் என்று தெரிந்துகொண்டு மருந்து எழுதி வைத்திருக்க மாட்டார்களா?"

பசுபதி தயங்கவில்லை; "சித்தர்களுக்குத் தெரியாமல் இருக்குமா? அவர்கள் சொல்லி இருப்பார்கள்; நமக்குத் தெரியவில்லை. மாப்பிள்ளை! இப்போது வயிற்றில் குழந்தை வரும்போதே ஒரு புது வியாதி கொண்டு வருகிறது. வியாதிக்குத் தோதாக நாகரிகம் வளருது. டாக்டர்களுக்கு நல்ல சான்ஸான காலம். நிறையச் சம்பாதியுங்கள். பணத்தைப் பத்திரப்படுத்த நான் இருக்கிறேன். எனக்கு சித்த வைத்தியம் தெரியும் என்று இந்தப் பெண் சொன்னாளே, இது நிசம்தான்; எனக்கு எல்லா வியாதிகளுக்கும் மருந்து தெரியும்" என்று ஸஸ்பென்ஸ் கொடுத்து நிறுத்திய பசுபதி யுவனையும் யுவதியையும் அர்த்தபுஷ்டியுடன் பார்த்தான்.

"கேட்டீர்களா? நான் சொன்னது சரிதானே?" என்றாள் ஸரஸா.

''எல்லா வியாதிகளுக்கும் மருந்து தெரியும் என்றால் மாமாவைக் கொண்டு போய்ப் பூட்டி வைத்துக்கொள்ள வேண்டியது தான்; தேவைப்படும்போது 'கன்ஸல்ட்' செய்து கொள்ளலாம்!''

''நீங்கள் பூட்டிவைக்கவும் வேண்டாம். திறந்து பார்க்கவும் வேண்டாம். நானே உங்களோடு வருகிறேன் என்கிறேனே! சீதனத்தோடு என்னையும் தரவேண்டும் என்று மாமனாரைக் கேளுங்கள். உங்களோடு வந்து இருந்து விடுகிறேன்; மஞ்சுளாவுக்கும் ஒத்தாசையாக இருக்கும். எல்லா வியாதிகளுக்கும் மருந்து தெரியும் என்றேனே. என்ன மருந்து என்று கேட்கவில்லையே?''

''எல்லா வியாதிகளுக்கும் ஒரே மருந்துதானா?'' என்றான் நீலகண்டன் வியப்போடு.

''ஒரு உடம்புக்கு ஆயிரம் மருந்து எதுக்கு? நான் சொல்கிற மருந்து உங்கள் மாமனாரிடம் ஏராளமாக இருக்கிறது; பணம்!''

பசுபதியை அசடன் என்று நீலகண்டன் எண்ணியிருந்தான்; ஆனால் அவன் தன்னைப் பிருஹஸ்பதி ஆக்கிவிட்டதை உணர்ந்தான். பசுபதி பேசிய விதத்தால் நீலகண்டனுக்குச் சிரிப்பு வந்தது! அவன் சிரிப்புக்கு ஸரஸா அழகான எதிரொலி கொடுத்தாள்; அதனால் அவன் இன்னும் அதிகமாய்ச் சிரித்தான்.

பசுபதிக்குப் பார்வை தணிந்த இரு கண்கள் இருந்தன; ஆனால் அவை எதையும் பார்க்கத் தவறுவதில்லை; தனக்கே உரித்தான விதத்தில் விஷயங்களை அர்த்தப்படுத்திக் கொள்ள அவனும் தவறுவதில்லை. அவனும் ஒரு காலத்தில் இளைஞனாக இருந்தவன் தானே? ஸரஸா சிரித்தால் நீலகண்டன் ஏன் சிரிக்கிறான் என்று அவனுக்குப் புரியாமல் போய் விடுமா? 'இந்தப் பெண் படாஸ்டார்தான்' என்ற தன் பழைய முடிவை அவன் ஊர்ஜிதம் செய்து கொண்டான்.

''மாமாவிடம் இவ்வளவு சரக்கு இருக்கிறது என்று எனக்குத் தெரியாமல் போய்விட்டதே! மாமா இங்கே வைத்தியம் செய்யத்தான் வந்தாரா? மருந்து ஏதாவது கொடுத்தாரா?'' என்று கேட்டான் நீலகண்டன்.

பசுபதி இப்போதும் தயங்கினான். நீலகண்டனிடம் தான் வந்த காரியத்தை வெளியிடுவது பொருத்தமாக இருக்குமா என்று அவனுக்கு மட்டுப்படவில்லை.

அவன் பதில் சொல்லத் தேவை இல்லாமல் ஸரஸா முந்திக்கொண்டாள். நீலகண்டனைச் சிரிக்க வைக்கவேண்டும் என்பதற்காகத்தான் ஸரஸாவின் மகாராணி பசுபதியை விதூஷகனாக ஆடவிட்டுக் கதாநாயகியாக நின்று கொண்டிருந்தாள். பசுபதி கடனைப்பற்றி நீலகண்டனிடம் சொல்லி அவமானப் படுத்தி விடுவானோ என்று ஸரஸா அஞ்சினாள். ''பசுபதியின் வாயிலாகத் தெரியாவிட்டால் மஞ்சுளா அல்லது மாதவன்மூலம் நீலகண்டனுக்கு இவ்விஷயம் தெரியாமல் போய் விடுமா?'' என்று அவன் வாயை மூடினாள் மகாராணி. கடனையும் வறுமையையும் விளம்பரம் செய்வது அகௌரவம்தான். ஆனால் ஃபீஸ் வாங்க மறுத்து மருந்தும் கொடுத்து வைத்தியம் செய்யும் நீலகண்டனுக்கு அவள் குடும்பத்தின் பொருளாதாரக் கேடு தெரியாதா?

'அப்படி நம்மை அகௌரவமாக நினைக்கிறவனானால் நீலகண்டனுக்கு, இங்கே என்ன வேலை?' என்று எண்ணினாள் மகாராணி. 'ஸரஸா என்னும் அகப்பொருளை நாடித்தானே இங்கே வருகிறான்? அவன் எனக்கு அடிமை செய்யவருகிறான். மஞ்சுளாவின் சிநேகிதி என்பதற்காக இங்கே வரவில்லை என்பதை இந்தப் பசுபதியும்தான் தெரிந்து கொள்ளட்டுமே!' என்ற விந்தை முடிவும் செய்தாள் மகாராணி. ஆகையால் நீலகண்டனுக்கு மிகவும் அமைதியாக ஸரஸா பதில் கூறினாள் ''வசூலுக்கு வந்த இடத்தில்தான் ஏஜண்ட் வைத்தியம் செய்கிறார். பாயும் தலையணையும் கொண்டு வந்திருக்கிறார். நாங்கள் பணம் தரும் வரை இங்கேயே படுத்துக் கொள்ளும்படி முதலாளிகளின் உத்தரவு'' என்று கூறும்போது புன்னகை ரோஜவாய் அவள் முகம் சிவந்தது.

ஸரஸா நினைத்துக் கொண்டிருந்ததுபோல், வாத்தியார் வீட்டின் பேரில் கடன் வாங்கிய விஷயம் ரகசியமாக இல்லை.

நீலகண்டனுக்கும் அது தெரியும். ஆனால் ஸரஸாவின் வீட்டிலுள்ள குழப்பநிலை மஞ்சுளாவுக்கும் மாதவனுக்கும் தெரிந்திருக்கும் போது அவர்களுடைய தகப்பனார் அப்படி கட்டாய வசூலுக்கு அனுப்புவார் என்று நீலகண்டனால் நம்ப முடியவில்லை; ஆகையால், ''இப்படி எல்லாம் இருக்காது, ஸரஸா'' என்றான்.

அவன் கூறியதைப் புரிந்து கொள்ளாத பசுபதி ஸரஸாவிடம் சொன்னான்: ''இதை எல்லாம் போய் மாப்பிள்ளையின் காதில் போடலாமா? வட்டியாவது கட்டிக் கொண்டிருந்தால் உங்களுக்குப் பாரம் குறையும் என்று அன்றைக்குப் பேச்சுப் பராக்கில் சொன்னேன்.''

அவன் பேச்சு ஸரஸாவின் பதிலுக்குத் தேவை இல்லாமல் செய்துவிட்டது. அவள் மௌனமாக இருந்தாள். அவள் முகத்தில் புன் சிரிப்பு இன்னும் அடர்ந்தது.

''நீங்கள் வந்தது மஞ்சுளாவுக்கோ மாதவனுக்கோ தெரியுமா மாமா?'' என்று கேட்டான் நீலகண்டன்.

''மாப்பிள்ளையானாலும் கேட்கக்கூடாத கேள்வியைக் கேட்டுவிட்டதாகப் பசுபதிக்குத் தோன்றிவிட்டது. அதையெல்லாம் நான் சொல்லலாமா?'' என்றான் அவன் அப்பாவித்தனமாக.

''டாக்டர்! அர்த்தமில்லாத கேள்வி கேட்கிறீர்களே? ஏஜண்ட் எங்கே போகிறார் - வருகிறார் என்று அவர்களுக்குத் தெரியாதா? பண விஷயம் வேறே; சிநேகிதம் வேறே. இரண்டையும் நாம் சம்பந்தப்படுத்தக்கூடாது'' என்று சாந்தமாகக் கூறினாள் ஸரஸா.

''சிறு வயசானாலும் நல்ல விஷயஞானம் இருக்கிறது'' என்று உலையை ஊதினான் பசுபதி.

''மஞ்சுளாவுக்குத் தெரிந்திருக்காது!'' என்றான் நீலகண்டன்.

''மஞ்சுளாவின் குணம் மாப்பிள்ளைக்குத் தெரியாதா?'' என்றான் பசுபதி; ஆனால் அந்த அசடின் வாயிலிருந்து ''நான் வந்தது மஞ்சுளாவுக்குத் தெரியாது'' என்ற வார்த்தைகள் வெளிவரவில்லை.

ஸரஸாவின் பார்வையில் ஒரு மென்மை திரண்டது; அந்த மென்மையால் நீலகண்டன் மிகவும் மெலிந்துவிட்டான் என்பதைப் பசுபதியும் உணர்ந்தான். ஸரஸா இனிமையாகச்சொன்னாள்: "நாளைக்கு மனைவியாகப் போகிறவள்; விட்டுக் கொடுத்துப் பேசுவீர்களா? மஞ்சுளாவைப் பற்றி நான் தப்பாக என்ன சொல்கிறேன்? உங்களுக்கு இப்போதுதான் மஞ்சுளாவைத் தெரியும்; அவளும் நானும் சின்னக்குழந்தையிலிருந்தே பழகியவர்கள். அவளைப் பற்றி எனக்குத் தெரியாதா?''

"மாமா! நீங்கள் இங்கே படுத்துக்கொள்ள வேண்டாம்; எனக்கு ஒரு சின்ன உபகாரம் செய்வீர்களா?''

"நான்தான் காத்துக் கொண்டிருக்கிறேனே'' என்றான் பசுபதி.

"இரண்டு மணி நேரம் கழித்து வீட்டுக்கு வருகிறீர்களா? நான் பணம் தருகிறேன். வட்டி எவ்வளவு ஆகிறது?''

"நீங்களா? நீங்கள் தருகிறேன் என்று சொல்கிறீர்களா? நானூறு ரூபாய் ஆகுமே?'' என்று பசுபதி ஆச்சரியப்படவில்லை; மிகுந்த ஆச்சரியம் அடைந்தவனைப்போல் படபடத்தான். 'இந்த அர்ச்சுன டாக்டர் ஸரஸாவுக்காகப் பணம் மட்டும் தரமாட்டான்; அவளுடைய திருவடிகளைக் கழுவித் தீர்த்தமும் சாப்பிடுவான்' என்று அவன் புள்ளி போட்டு வெகு நேரமாயிற்று!

"ஏன், நான் பணம் தந்தால் அது உங்களுக்கு வரவாகாதா?''

"அதுக்காகச் சொல்லவில்லை. இது பண விஷயம் - ''

"நாளைக்கு உங்களுக்கு மாப்பிள்ளையாக வரப்போகிறவர் இப்படி எல்லாம் ஊதாரித்தனமாக வாரி இறைக்கலாமா என்று கேட்கிறீர்கள், இல்லையா பசுபதி?'' என்று ஸரஸா சிரித்த சிரிப்பில் இருந்த கோபம் நீலகண்டனைச் சிரிக்கவைக்கவில்லை: "எனக்காக நீங்கள் எதற்குப் பணம் தர வேண்டும்? நான் தருவதாகத்தான் இருந்தேன்; அதற்குள் நீங்கள் வந்தீர்கள்.''

ஸரஸா நீலகண்டன் பதிலை எதிர்பாராமல் உள்ளே சென்று சிறிது நேரத்தில் திரும்பி வந்தாள். நாலு நூறு ரூபாய் நோட்டுகளைப் பசுபதியிடம் கொடுத்துக்கொண்டே கூறினாள்; ''பணத்துக்கு ரசீது அனுப்புங்கள் ஏஜண்ட்! எல்லா வியாதிகளுக்கும் ஒரே மருந்து பணம்தான் என்று சொன்னீர்களே, அது தப்பு; பணம்தான் எல்லா வியாதிகளாகவும் வருகிறது.''

நீலகண்டன் வாய் திறப்பதற்கு சந்தர்ப்பம் இல்லாமலே எல்லாம் நடந்து கொண்டிருந்தன. பசுபதியோ தலையையும் தாடியையும் பலமாகச் சொரிந்துகொண்டு சொன்னான்: ''நான் ஒன்றுமே சொல்லவில்லை. நீயே எல்லாம் சொல்லிக்கொண்டு பணமும் தருகிறாய். நான் வசூலுக்கா வந்தேன்? வந்த இடத்தில் பணம் வசூலானால் வாங்கிக்கொள்ள வேண்டியது என் கடமை.'' என்று பணத்தைப் பையில் போட்டுக் கொண்டதோடு அவன் நிறுத்திக் கொள்ளவில்லை; ''நான் ஏழை; இந்தக் கஷ்டம் எல்லாம் எனக்கும் தெரியும். உங்களுக்கு ரொம்பப் போதாத காலம்; இஞ்ஜினியருக்கு உடம்புக்கு வந்திருக்கிற நேரத்தில் இந்தப் பணம் உங்கள் கையில் இருந்தால் எவ்வளவோ ஒத்தாசையாக இருக்கும். இந்த இளம் பிராயத்திலே உனக்கு இவ்வளவு சோதனை வரக்கூடாது. என்னை வித்தியாசமாக நினைத்துவிடாதே; நான் ஏழை'' என்றதோடும் அவன் முடித்துக்கொள்ளவில்லை.

பேச்சுக்கு பதிலாக அவன் முகம் - நார் நரம்புகள் உள்ள இருதயத்தைப் போலலே கவிந்து சுருங்கியது; கண்களிலிருந்து 'படபட'வென்று நீர்த்துளிகள் கொட்டின ; மேல் துண்டை எடுத்துத் துடைத்தக் கண்ணீரைப் பெருக்கினான் அவன். இரக்கத்தாலும் வருத்தத்தாலும் அவன் அழுகிறானா அல்லது - இந்த அழுகையும் அவனுடைய குணாதிசயத்தில் ஓர் அம்சம்தானா என்பதை ஆண்டவன்கூட ஆராய்ச்சி செய்துதான் கண்டுபிடிக்க முடியும்!

இந்தச் சிவலீலை ஸரஸாவையும் நீலகண்டனையும் திகைப்பில் ஆழ்த்தியது. பசுபதிக்குள்ள இந்தப் பெருந்தன்மை தனக்கு இல்லையோ என்று நீலகண்டனுக்கு வெட்கமாக இருந்தது; ஜகந்நாதனுக்கு அக்குணம் இல்லை என்றால் வியப்பதற்கில்லை; மாதவனுக்கு இல்லையோ என்று எண்ணியபோது அவன் வெட்கம் மிகுந்தது; மஞ்சுளாவுக்குமா இல்லாமல் போய்விட்டது என்று எண்ணியதும் அவனுக்குத் தலைகுனிவாக இருந்தது!

பசுபதியின் அழகான அழுகை ஸரஸாவின் மகாராணி ஆடிய நாடகத்தில் உச்சகட்டமாக அமைந்தது.

"நீங்கள் இப்போது எதுக்காக அழுகிறீர்கள் என்று புரியவில்லையே!"

"மாப்பிள்ளை! உங்களுக்கு அது புரியாது. ஏழையின் கஷ்டம் ஏழைக்குத்தான் புரியும்."

"நானும் ஏழைதான் மாமா! என்னிடம் இருபது லட்சத்துக்கு சொத்து இல்லை. அதுக்காக நீங்கள் அழ ஆரம்பித்துவிட வேண்டாம். நிறுத்துங்கள்!" என்று அதட்டலாகச் சொன்னான் நீலகண்டன்; பசுபதியின் முகத்திலும் கழுத்திலும் உள்ள நரம்புகள் எல்லாம் சுளுக்கிக்கொள்ளுமோ என்று டாக்டரான அவனே பயந்து போனான்.

"மாப்பிள்ளை சொல்லும்போது தட்டக்கூடாது." என்று முகத்தை அழுத்தித் தேய்த்துக்கொண்டு அழுகையைத் துடைத்தான் பசுபதி; அழுகை ஓய்ந்தாலும் விசும்பல் நிற்கவில்லை; நொடிக்கு ஒருமுறை கழுத்து நரம்பு நொடித்து வலித்துத் தலை ஆடி நின்றது. அதை மீறிக்கொண்டு பேசுவதற்குத் தவித்தான் அவன்.

இன்றைய நாடகத்தில் பசுபதியின் பாகம் முடிந்துவிட்டது - இனி அவன் தேவை இல்லை என்று ஸரஸாவின் மகாராணிக்குத் தோன்றியது; ஸரஸா கூறினாள். "டாக்டர்! இனிமேலும் உங்கள் மாமாவை இங்கே நிறுத்திவைக்கக்கூடாது; அப்புறம் அவர் சம்பளத்

தையும் எங்களிடமே வசூலித்து விடுவார்கள்! இதோ வந்துவிட்டேன்'' என்றவாறு உள்ளே விரைந்த ஸரஸா, ஒரு பையில் பத்து ஆப்பிள் பழங்களைப் போட்டுக்கொண்டு வந்து பசுபதியிடம் நீட்டினாள்.

அவள் மறக்காததுடன் இவ்வளவு பழங்களும் தருவாள் என்று பசுபதி எதிர்பார்க்கவில்லை. விசும்பலும் நின்றுவிட்டதால் அவன் ஒரு சொற்பொழிவுக்குத் தயாரானான்.

"இனிமேல் நீங்கள் இங்கே நிற்கக்கூடாது. சொந்த வேலையாக வாருங்கள்; எவ்வளவு நேரம் வேண்டுமானாலும் பேசுங்கள்; கேட்கிறேன். இப்போது நீங்கள் போக வேண்டியது தான்'' என்று அன்போடும் உரிமையோடும் அவனை வெளியே போகச் சொன்னாள் ஸரஸா.

இனி அங்கு நிற்க முடியாது என்பதைப் பசுபதி அறிந்து நாக்கைச் சுருட்டிக் கட்டிக்கொண்டான்; "உனக்கு ரொம்ப நல்ல மனசு அம்மா! நான் வரட்டுமா, மாப்பிள்ளை?'' என்று அவன் சுருக்கமாக விடைபெற்றான்.

அவன் போனபிறகு சிறிது நேரம் மௌனம் சுவர்க் கோழிகளாய்க் கிரீச்சிட்டது. ஸரஸாவின் மகாராணி தன்னை ஆடம்பரப்படுத்திக் கொண்டாள். நீலகண்டனை உல்லாசமாகப் பார்த்து முறுவலித்தாள். "உன் கழுத்தில் லலிதையாகக் கை போடுகிறேன்; காளியாய் உன் கழுத்தை ஒடிக்கிறேன்'' என்று அவள் சொல்லிக்கொண்டாள்.

நீலகண்டன் ஏதோ தவறு செய்துவிட்டவன் போன்ற தயக்கத்துடன் ஸரஸாவைப் பார்த்தான். அவள் விழிகளில் ஸரஸம் எழுந்து தன்மீது குதிப்பதை உணர்ந்தான். அக்கணமே அவன் அவளிடம் தன்னை இழந்தான். ஸரஸாவின் பார்வை எதை எதையோ உரத்த குரலில் பேசுவதைக் கேட்டான். அந்தப் பேச்சைத் தன்னைத் தவிர யாராவது கேட்கிறார்களா என்று சுற்றிலும் பார்த்தான்.

"நான் ஒரு முடிவு செய்துவிட்டேன்'' என்றாள் ஸரஸா.

"எதைப் பற்றி?"

"இஞ்சினீயரை கவர்ன்மெண்ட் ஹாஸ்பிடலில் சேர்க்கப் போகிறேன்."

"அவரைக் கவர்ன்மெண்ட் ஹாஸ்பிடலில் எதற்காகச் சேர்க்க வேண்டும்? நான் எதற்காக இருக்கிறேன்?" என்றான் நீலகண்டன்; ஸரஸாவின் பார்வையில் மாறுதல் இல்லை; ஆனால் அவள் பேச்சில் ஏன் இந்த அபஸ்வரம் என்று அவனுக்குப் புரியவில்லை.

"உங்களைப் பற்றி நான் ஒன்றும் சொல்லவில்லையே! ஆனால் நீங்கள் மஞ்சுளாவுக்குக் கட்டுப்பட்டவர்தானே?"

"அவளுக்கு நான் ஏன் கட்டுப்பட வேண்டும்? அவளுக்காகவா நான் இஞ்சினீயருக்கு டிரீட்மெண்ட் செய்கிறேன்?"

"என் தாட்சிண்யத்துக்காகவா செய்கிறீர்கள்? மஞ்சுளா சொல்லித்தானே நீங்கள் எல்லாம் செய்கிறீர்கள்; அப்படிச் செய்வதும் தப்பு இல்லை" என்று வார்த்தைகளை நிதானமாகப் பிரயோகித்தாள் ஸரஸா!

"மஞ்சுளா சொல்லி நான் இங்கு வருகிறேன் என்பது சரி. ஆனால் அவள் சொல்லித்தான் நான் எதையும் செய்கிறேன் என்று நீ சொல்லலாமா? உனக்காக நான் செய்ய மாட்டேனா?"

"எனக்காக நீங்கள் எதையாவது ஏன் செய்ய வேண்டும்? இஞ்சினீயரை உங்கள் ஆஸ்பத்திரிக்கு அனுப்புகிறேன் என்று வைத்துக் கொள்ளுங்கள். நாளைக்கு மஞ்சுளாவின் மனசு மாறுகிறது; யாருடைய மனசை யார் கண்டார்கள்."

"யாருடைய மனசைப் பற்றியும் எனக்குத் தெரியாது; என் மனசு மாறாது."

"இந்த வம்பு எல்லாம் எதற்கு? நீங்கள் இருவரும் மணக்கப் போகிறவர்கள். பேசாமல் கவர்ன்மெண்ட் ஆஸ்பத்திரிக்குப் போய்விட்டால் யாருக்கும் தொந்தரவு இல்லை."

''என்னை நீ புரிந்துகொள்ளவே இல்லையா, ஸரஸா?'' - நீலகண்டனின் இந்தச் சாதாரணக் கேள்வியில் மறைபொருள் ஏதாவது ஒலிக்கிறதா? ஒலிப்பதைக் கேட்டாள் ஸரஸா.

''உங்களை நம்பலாம் அல்லவா?'' ஸரஸாவின் இக்கேள்வியும் சாதாரணமானதுதான்; ஆனால் அதற்குள் நுட்பமான தொனிகளைக் கேட்டான் நீலகண்டன்.

''என்னை நீ நம்பவே மாட்டாயா?''

''நம்பாமல் என்ன செய்வது? இஞ்சினீயரை உங்கள் ஆஸ்பத்திரிக்கு சீக்கிரத்தில் அழைத்துக்கொண்டு வருகிறேன். ஆனால் இந்த விஷயத்தை மஞ்சுளாவிடமோ அவள் அண்ணா விடமோ நீங்கள் சொல்லக்கூடாது.''

ஸரஸாவின் வாயிலிருந்து சிந்திய ஒவ்வொரு சொல்லும் ஓர் அழகான பெண்ணாக வடிவெடுத்து ஓடிவந்து தன்னைத் தழுவிக் கொள்வது போன்ற களிப்பு அடைந்தான் அவன். ஆஸ்பத்திரிக்குப் போகிற சாதாரண விஷயத்தை அவள் ஏன் ரகசியம் ஆக்குகிறாள் என்பதை அவன் எண்ணிப்பார்க்கவில்லை; பெரிய பாக்கியம் ஒன்று அவனை நாடி வீட்டுக்கு வரப்போகிறது; சில்லறை விஷயங்களை அவன் எப்படிக் கவனிப்பான்?

30

உலகத்தில் உள்ள எல்லா வியாதிகளுக்கும் ஒரே மருந்து பணம் என்றான் பசுபதி; எல்லா வியாதிகளுக்கும் பணம்தான் காரணம் என்றாள் ஸரஸா. நோயும் மருந்தும் தொழிலாய்க் கொண்ட டாக்டர் நீலகண்டன் மௌனம் சாதிக்க, மாதவன் மருந்து பற்றி ஒரு கவலையும் படாமல், வியாதிபற்றித் தீவிரமான ஆராய்ச்சியில் ஈடுபட்டிருந்தான்!

மாதவன் மிகவும் மெதுவாய்க் காரை ஓட்டி வந்தான். ஆனால் அவன் சிந்தனைகள் எந்த 'ஸ்பீடா மீட்டருக்கும்' (மோட்டாரின் வேகம் அளக்கும் கருவி) கட்டுப்படாமல் ஓடிக்கொண்டிருந்தன. கைகால்கள் தாமாக ஜாக்கிரதை கொண்டு காரை இயக்கின. வீட்டை நெருங்கும்போது கார் ஐந்து மைல் வேகத்திலும் இருந்திருக்காது. ஸரஸா தன் வீட்டு வாசலில் நின்று கொண்டிருந்தாள். கார் தன்னைத் தேடி வருகிறது என்று எண்ணி நின்றாள். ஆனால், அது அவளை அலட்சியமாய்க் கடந்து சென்றது; ஓட்டியவனோ அவளையும் அவள் சாய்ந்திருந்த தூணையும் பேதம் இல்லாமல் பார்த்துவிட்டுத் தெருவை நோக்கிப் பார்வையைத் திருப்பினான். உண்மையாகவே மாதவன் அவளைப் பார்க்கவில்லை; அவன் கண்களில் பார்வையில்லை; எதிரில் வந்தவர்களுக்குக் கண்கள் இருந்ததால் தான் காரில் விழாமல் உயிர் தப்பினார்கள்.

எந்த விஷயத்தைப் பற்றியும் அரைகுறையாக யோசிக்கும் பழக்கம் அவனுக்கு இல்லை; அவனுடைய 'நான்'லிருந்துதான் எந்த யோசனையையும் அவன் தொடங்குவது பழக்கம். 'டாக்டராலும் கண்டுபிடிக்க முடியாத நோயால் நான் பீடிக்கப்பட்டிருக்கிறேன்' என்ற எண்ணமே அவனை நோய்ப்பற்றிச் சிந்திக்க உந்தியது. மறையும் பொருளுக்குத் தோற்றம் இருக்க வேண்டும்; வியாதி எப்படித் தோன்றுகிறது? எப்போது தோன்றியிருக்கும்?

'சிருஷ்டி அநாதி; மனிதன் அநாதி என்கிறார்கள்; அதுமாதிரி வியாதியும் அநாதி என்று சொல்வது பொருத்தமாக இருக்குமா? இருக்காது. இருக்காது என்று எப்படிக் கூற முடியும்? பெற்றவர்களால் குழந்தைகளுக்கு நோய் வருகிறது; பெற்றவர்களுக்கு எங்கிருந்து நோய் வந்தது?'

'என்றைக்கு உடம்புக்கு அந்நியமான பொருள்கள் உடம்புக்குள் செல்ல ஆரம்பிக்கின்றனவோ - என்றைக்குக் குழந்தை தாயிடம் பால்

உண்ணத் தொடங்குகிறதோ, அன்றைக்கே வியாதிக்கு வரவேற்புக் கொடுக்கப்பட்டு விடுகிறது. அதற்காகச் சாப்பிடாமல் இருக்க முடியுமா? பசியும் தாகமும் வியாதிக்கு மூலம்.'

'அவ்வளவுதானா? மூச்சுவிடும் தொழிலால் காற்றை உள்ளே செலுத்துகிறோம்; காற்றில் கணக்கற்ற கிருமிகள் இருக்கின்றன. அவையும் உடம்புக்குள் போகின்றன. சுவாசிப்பதும் வியாதிக்கு மூலம்; அதற்காக மூச்சுவிடாமல் இருக்க முடியுமா?'

'ஒலியும் ஒளியும் இல்லாத இடங்கள் உண்டா? ஒலியால் காதுகள் நோய்ப்படுகின்றன; ஒளியால் கண்களுக்கு வியாதி வருகிறது. அதற்காக நிசப்தத்திலும் இருட்டிலும் இருக்க முடியுமா? அல்லது நிசப்தத்தாலும் இருட்டாலும் வியாதி வராது என்று கூற முடியுமா?'

'ஒருவருடன் ஒருவர் தொடர்பு கொள்வதால் நோய் தோன்றுகிறது; கல்யாணத்தில் இரு உடல்கள் ஒன்றுபடுகின்றன. அதனாலும் நோய் வருகிறது. ஆக, உடம்பு நோயில் பிறக்கிறது; நோயில் வளருகிறது; நோயில் மடிகிறது. சிருஷ்டி அநாதி என்றால், மனிதன் அநாதி என்றால், வியாதியும் அநாதிதான். விளையாட்டாகச் சொன்னால் உலகம் நோய்களின் லீலாக்கிருகம்!' விளையாட்டாகவே இந்த அசைக்கமுடியாத முடிவைக்கண்டு பிடித்துவிட்டான் மாதவன். பிறகு அவனுடைய சிந்தனை பொது (Universal) உண்மையிலிருந்து குறிப்பு (Particular) உண்மைக்கு நகர்ந்தது. 'நீலகண்டன் எனக்கு வியாதியே இல்லை என்கிறான். ஒரு டாக்டராக இருந்தும் அவன் அப்படிச் சொல்வதுதான் ஆச்சரியம். எனக்கு வியாதி இல்லை என்று சொல்ல நீலகண்டன் யார்? அதிகாரியா? என் உடம்பு பற்றி எனக்குத் தெரியாதது அவனுக்கு எப்படித் தெரியும்? லட்சணங்களை வெளியில் காட்டும் வியாதிகள் உள்ளன. உள்ளே இருந்தே கொல்லுகிற நோய்களும் இருக்கின்றன. இருந்திருந்து உடம்பு நடுங்குவதும், இரவில் தூக்கம் வராமலிருப்பதும் நோயின் லட்சணங்கள். இந்தத் தெளிவான அறிகுறிகளைத் தவிர வெளிவராமல்

உள்ளேயே அமுங்கிக் கிடப்பவை எத்தனையோ! உடம்புக்கு அந்நியமான பொருள் உடம்புக்குள் போவதால் வியாதி வருவது போலவே மனத்துக்கு அந்நியமான பொருள்கள் மனத்துக்குள் போவதாலும் வியாதிகள் வருகின்றன. மனம் எங்கே இருக்கிறது என்று தெரியாது; அது எப்படி இயங்குகிறது என்றும் தெரியாது. ஆகையால் அதற்குச் சொந்தமான பொருள் எது - அந்நியமான பொருள் எது என்று யாராலும் கண்டுபிடிக்கவே முடியாது. இக்காரணத்தால் உடலை விட மனமே நோய்களின் கோலாகலமான இருப்பிடம் ஆகிறது. பெயரிட்டு அடையாளம் கண்டுகொள்ள முடியாது, கணக்கிட்டுக் கணிக்க முடியாத அளவு நோய்கள் மனத்தில்தான் தோன்றுகின்றன; பெயரிடாமல் மனிதனால் எந்தப் பொருளையும் புரிந்துகொள்ள முடியாத காரணத்தால் மனத்தில் தோன்றும் நோய்களுக்கு எண்ணங்கள் என்றும் யோசனைகள் என்றும் பெயர் வைத்திருக் கிறார்கள்' என்ற இன்னொரு முடிவைக் கண்டுபிடித்தான் மாதவன்.

'வியாதியை மருந்தால் நீக்க முயலுகிறார்கள்; ஒரு மருந்தால் ஒரு வியாதி குணமாகலாம். ஆனால் அந்த மருந்து மற்றொரு வியாதிக்குக் கதவைத் திறந்துவிட்டுப் போகிறது என்பது உண்மை அல்லவா? ஆகையால் சிருஷ்டி அநாதி; உடம்பு அநாதி; மனம் அநாதி; வியாதியும் அநாதி' என்கிற துல்லியமான ஞானோதயம் ஏற்பட்டபோது அவன் கார் வீட்டு வாசலை நெருங்கிவிட்டது.

புத்தர் 'அழகான மனைவியையும், குழந்தையையும், அரண்மனையையும், அரச போகத்தையும் துறந்து மனிதனின் துக்கங்களுக்குக் காரணம் என்ன - அவைகளுக்கு மாற்று என்ன - என்கிற அமிர்தத் தத்துவத்தைக் கண்டுபிடித்த பின்னரே தாய்நாட்டுக்குத் திரும்புவேன்!' என்று சபதம் செய்துவிட்டு ரதத்தில் வெளியேறினாராம். மாதவன் அவ்வாறு சபதம் எதுவும் செய்யாமல் தான் வீட்டிலிருந்து காரில் வெளியேறினான். ஆனால், முனிவர் களோடு சம்வாதம் செய்தும் யோக சாதனைகள் புரிந்தும் வராத

ஞான உதயம் போதிமரத்தடியில் புத்தருக்கு ஏற்பட்டது என்றால் காரில் சுற்றும்போது மாதவனுக்கு ஞானம் உதயமாயிற்று. புத்தர் அமிர்தத் தத்துவம் கண்டுபிடித்தார். மாதவனின் தத்துவம் அமிர்தத் தத்துவமா இல்லையா என்பதைக் காலம்தான் முடிவு செய்ய வேண்டும்!

உண்மையைக் கண்டுபிடித்த தெளிவு அவன் முகத்தில் ஜாஜ்வல்யமாய்ப் பிரகாசித்தது. 'வியாதி அநாதி' என்கிற தத்துவம் அவனை நடத்திச் சென்றது. வீட்டுக்குள் கால் வைத்ததும் அவனை வரவேற்க ஒரு வியாதி காத்திருந்தது!

"இங்கே வா மாதவா! உன்னைப் பார்க்கவே முடியவில்லையே! எங்கே போயிருந்தாய்?" என்று அவனை நிறுத்தினார் ஜகந்நாதன்; அவர் குரல் சற்று தூக்கலாகவே இருந்தது.

'நான் ஒரு வியாதிப் பிண்டம்; என்னைப் பெற்ற இவரும்...' என்று ஏதோ யோசனை தொடங்கிய மாதவன் - "நான் எங்கே போயிருந்தேன்?" என்று அவரையே கேட்டான்.

"அதைத்தானே நானும் கேட்கிறேன்?"

பின்னக் கணக்கால் சின்னாபின்னமான மாணவன்போல் மாதவன் விழித்தான்; எங்கே போனோம் - எங்கே வந்தோம் என்று அவனுக்கே தெரிந்தால்தானே அவருக்குப் பதில் கூறமுடியும்?

"காரிலிருந்து இப்போதுதான் இறங்குகிறாய்; எங்கே போனாய் என்று கேட்டால் தடுமாறுகிறாயே! நீ சொல்ல வேண்டாம்; நீ எங்கே போயிருந்தாய் என்று எனக்குத் தெரியும்" என்றார் ஜகந்நாதன். மகன் வெட்கியோ அஞ்சியோ போன இடம் பற்றித் தன்னிடம் சொல்லத் தயங்குகிறான் என்று அவர் நினைத்தார்; அவன் இம்மாதிரி வெட்கமும் அச்சமும் அடைந்தால் கட்டாயம் தேறிவிடுவான் என்று அவருக்குச் சிறு நம்பிக்கையும் உண்டாயிற்று!

மாதவனுக்கோதான் போன இடம் தனக்கே தெரியாதபோது தந்தைக்கு எப்படித் தெரிந்தது என்று வியப்பாக இருந்தது. ''அது உங்களுக்கு எப்படித் தெரிந்தது?'' என்றான்.

''எப்படியோ தெரிந்தது. போனதைச் சொல்லிக்கொள்ள வெட்கப்படும்படியான இடத்துக்குப் போகலாமா?'' என்றார் தகப்பனார் 'பிஸினெஸ்' புன்னகையுடன்.

''வெட்கப்படும்படியான எந்த இடத்துக்குப் போனேன்?''

''அப்படியானால் இப்போது எங்கிருந்து வருகிறாய்?''

''தெருவிலிருந்து வருகிறேன்'' என்று மாதவன் உண்மையைத் தான் சொன்னான்.

ஆனால், ஜகந்நாதனுக்கோ தன்னோடு விளையாடும் அளவுக்கு மைந்தனுக்குத் துணிச்சல் வந்துவிட்டதாகத் தோன்றியது. அவனைப் பார்த்தால் விளையாடுகிறவனாகவும் தோன்றவில்லை; இதற்காகப் பேச்சை வளர்க்க அவர் விரும்பவில்லை.

''வாத்தியார் வீட்டிலிருந்துதானே வருகிறாய்?'' என்றார் நேராக.

''நான் அங்கே போய் நாலுநாள் ஆகிறது. அங்கே போவதானால் ஏன் வெட்கப்பட வேண்டும்?''

''நீ அங்கெல்லாம் அடிக்கடி போகலாமா?''

''போனால் என்ன?'' என்றான் மாதவன்.

தவறான கேள்வி கேட்ட வாத்தியார்போல் ஜகந்நாதன் இப்போது விழித்தார். மகனுடன் பேசிக்கொண்டிருந்தார். மரியாதையைக் காப்பாற்றிக் கொள்ள வேண்டியிருந்தது. ஒரே மகன்; புத்திசாலி; ஆனால், தறிகெட்டுத் திரிகிறானே என்று வருத்தமாகவும் இருந்தது. எவ்விதப் பிரச்னையும் எழமுடியாத வகையில் வாழ்க்கைப் பாதையைச் செம்மைப்படுத்தி வைத்திருந்தார்;

ஆனால், பாதை தானாகப் பிளந்து கொண்டதுபோல் வயிற்றுப் பிள்ளையே பிரச்னையாகக் கிளம்பினானே என்று சிறிது கலக்கமாகவும் இருந்தது. அல்ப புத்திக்காரன் என்றால் சொல்லியோ அதட்டியோ கட்டுப்படுத்தலாம்; ஆனால், அதிபுத்திக்காரனைக் கட்டுப்படுத்துவது எளிய காரியமா? அவனை மடக்குவதற்காக அவர் ஆயிரம் கேள்விகளைச் சாமர்த்தியமாகத் தயாரித்து வைத்திருப்பார்; ஆனால், இந்த ஆயிரம் கேள்விகளுக்குப் பதில் சொல்லாமல் இருப்பதுடன் ஆயிரம் கேள்விகளால் அவன் அவரை அடித்துத் துவைத்துவிட்டுப் போய் விடுகிறானே! அவனை எப்படி வசப்படுத்துவது?

''நீ மேஜர் ஆனவன்; இன்ன இடத்துக்குத்தான் போகலாம் என்று உன்னைக் கட்டுப்படுத்த எனக்கு அதிகாரம் இல்லை. இப்போது பெரிய மனிதர்கள் எல்லாரும் நம்மோடு சகஜமாகப் பழகுகிறார்கள்; உறவு கொண்டாடுகிறார்கள். நான் வெறும் குமாஸ்தாவாக இருந்தபோது யாரும் நம்மைத் திரும்பிக்கூடப் பார்த்ததில்லை.''

''நாமும் அப்படி இருக்க வேண்டும் என்கிறீர்களா?''

''அப்படி இருப்பதுதான் நமக்கு எப்போதும் லாபம். கஷ்டப்படுகிறவர்களுக்கு எட்டியிருந்து உதவி செய்வதுதான் புத்திசாலித்தனம். அவர்களோடு சேர்ந்தால் கைப்பொருளுக்கு நஷ்டம்; மனசுக்கும் வீண் கஷ்டம். உலகத்தில் உள்ள கஷ்டங்களை எல்லாம் போக்க முடியுமா?''

பெரியவர் ஒருவர் சின்னப் பையனைப் பார்ப்பதுபோல் தகப்பனாரை அனுதாபத்துடன் பார்த்தான் மாதவன். ''உங்களுடைய வியாதி உங்களுக்குத் தெரியவில்லை. ஆனால், அது அதிகமாகிறது'' என்று தான் கண்டுபிடித்த தத்துவத்தைத் தந்தைக்குப் பிரயோகம் செய்தான் அவன்.

'கால்ஷியம் இஞ்செக்ஷன்' செய்து கொண்டதுபோல் ஜகந்நாதனுக்கு உடம்பெல்லாம் 'குப்' என்று வெம்மையுண்டது. மகனுக்குப் பைத்தியம் பிடிக்கிறதோ என்ற பழைய சந்தேகம்

தலைதூக்கியது. உள்ளது ஒன்று; அதுவும் பைத்தியம் ஆகிவிடுமா? இத்தனை அகடவிகடங்கள் செய்து அவர் எதற்காகச் சம்பாதிக்கிறார்?

மாதவன் மேலும் சொன்னான். ''ஒன்றுக்கு ஒன்று சம்பந்தம் இல்லாமல் பேசுவது வியாதியின் லட்சணம்தானே? எங்கே போனாய் என்று கேட்டீர்கள்; எங்கே போனோம் என்று எனக்கே தெரியாதபோது அது உங்களுக்குத் தெரியும் என்றீர்கள். அது எந்த இடம் என்றால் வாத்தியார் வீடு என்று சொல்கிறீர்கள் அங்கே போக ஏன் வெட்கப்பட வேண்டும் என்றால் வெறும் குமாஸ்தாவாக இருந்தபோது உங்களை யாரும் திரும்பியும் பார்க்கவில்லை என்கிறீர்கள். ஒன்றுக்கொன்று சம்பந்தம் இல்லாமல் குழப்பமாகப் பேசுவது பெரிய மனோ வியாதி இருப்பதற்கு அடையாளம்.''

மகனுக்குப் பைத்தியம் பிடிக்கிறதோ என்று அவர் அஞ்சியது போக, அவனே அவரைப் பைத்தியம் என்று தொகுத்துக் கூறினான். 'இப்படி எல்லாம் ஒரு பைத்தியக்காரன் பேச மாட்டான். அதிகமாய்ப் படித்த மேதாவித்தனத்தால் வந்த வினை இது!' என்று ஜகந்நாதன் தேற்றிக் கொண்டார். பைத்தியம் என்பதைவிட அதிகப் பிரசங்கி - மேதை என்கிற சொற்கள் உயர்ந்தவை இல்லையா?

''நான் உன்னைக் கலந்து பேசக் கூப்பிட்டேன்; நீ என்னென்னவோ பிதற்றுகிறாயே!''

பிதற்றல் என்பது சரியான சொல்: பிதற்றுகிறவர்கள் எல்லாரும் பேசுவதாகத்தான் சொல்லுகிறார்கள் அப்பா நீங்கள் ஒரு நாள் பூராவும் பேசுவதைக் கணக்கெடுத்துப் பாருங்கள். பேசியதைவிடப் பிதற்றியது அதிகம் என்று தெரியும். பேசினால் என்ன, பிதற்றினால் என்ன? எல்லாரும் சாக வேண்டியதுதானே? இதிலே இன்னொரு வேடிக்கை பாருங்கள். ஒவ்வொருத்தனும் எதிரி பிதற்றுவதாக நினைக்கிறான்; இப்படி நினைப்பதால்தான் எல்லாரும் உயிரோடு இருக்கமுடிகிறது. தான் பிதற்றுவதாக ஒப்புக்கொள்கிறவன் முட்டாள் ஆகிறான். நீங்கள் பிதற்றுவதாய் நீங்கள் நினைக்கிறீர்கள். இதனால் இரண்டு பேருக்கும் சந்தோஷம்!''

அவன் பேசியதை எல்லாம் ஜகந்நாதன் கேட்கவில்லை; அவருக்குத் தலைசுற்றிக்கொண்டிருந்தது; இந்தப் பேச்சு படிப்பின் விளைவா? படித்தவர்கள் எல்லாருமா இப்படிப் பேசுகிறார்கள்? அவருக்கென்று இவன் அவதாரம் எடுத்து வந்திருக்கிறான்!

அவருடைய மனம் எரிவாய்ப்பட்டுக் கொதித்தது. யாரும் அவரை எதிர்த்து மட்டும் அல்ல - எதிர் நின்று பேசியதும் கிடையாது. சொந்த மகனே அவரை இழிவு செய்கிறான். ஒரே மகன்தான்; பைத்தியம் என்றால் சிகிச்சை செய்யலாம். அதிகப் பிரசங்கி என்றால் இப்படியே வளரவிடக் கூடாது; இனியும் குனிந்தால் அவருக்கும் அவமானம், அவனுக்கும் கேவலமாகும் என்று அவருக்குத் தோன்றியது. அவர் அஞ்சினாற்போல் இணக்கமாக நடந்து கொண்டதன் விளைவாகத்தான் அவன் தன் நாக்கை இஷ்டத்துக்கு மேயவிடுகிறான் என்று அவர் நினைத்தார். இப்படியே அவனை விடக்கூடாது! ஆனால் அடியோடு அவனை விட்டுவிட முடியாதே! ஒருமுறை பரீட்சார்த்தமாகவாவது அவனை 'எறிந்து' பார்க்கவிரும்பினார் அவர்.

ஜகந்நாதன் சாத்விகர் அல்ல; பொதுவாக முன்கோபி என்றே எல்லாரும் அஞ்சுவார்கள். ஆனால் எந்தக் கோபத்தையும் கட்டுப்படுத்தவும் அளவோடு வெளியிடவும் அவருக்கு ஆற்றல் இருந்தது. கோபத்தால்தான் அன்றைக்கு அவர் கட்டளைக்குமேல் கட்டளை பிறப்பித்தார். மஞ்சுளாவும் மாதவனும் பக்கத்து வீட்டு வாசலை மிதிக்கக்கூடாது - அந்த நாடகக்காரி ஸரஸா இங்கே வரக்கூடாது என்று மனைவி மூலம் உத்தரவிட்டார்; மனைவி இன்னும் அதை நிறைவேற்றவில்லை என்று அவருக்குத் தெரியும். படுத்து சண்டித்தனம் செய்தாவது வாத்தியார் வீட்டிலிருந்து வட்டிப் பணம் வசூலித்து வரும்படி பசுபதிக்குக் கட்டளை இட்டார்.

பசுபதி வெற்றி வீரனாகத் திரும்பினான். சாமர்த்தியமாக அவன் கோட்டையைப் பிடித்தது பற்றிக் கதை கதையாகக் கூறினான். ஸரஸாவின் வீட்டில் கூடைகளிலிருந்து ஆப்பிள் பழங்கள் பறிப்பது

பற்றியும், அங்கு போகிறவர்களுக்குக் கனி ரசவிருந்து நடப்பது பற்றியும் சுவைபட வருணித்தான். ஒரு டஜன் ஆப்பிள் அன்போடு கொடுத்தாளே அந்தப் பெண் - அதைப்பற்றிச் சொல்லாமல் இருப்பானா? அவ்வளவு நன்றி கெட்டவனா அவன்? அவன் போன சமயம் மாதவன் அங்கு இல்லை; ஆனால் அடிக்கடி வருவான் என்று ஸரஸா சொன்னதையும் அவன் முதலாளியிடம் கூறத் தவறவில்லை. ஸரஸா என்கிற நல்ல பெண் கஷ்டப்படுவதைச் சகிக்கமாட்டாமல் அவள் கணவனுக்குச் சிகிச்சை செய்யும் நீலகண்டன் - முதலாளியின் மாப்பிள்ளை - தானாக வெட்டிப் பணம் கொடுக்க வந்த உதார குணத்தையும் அவன் அழகாக வருணித்தான். பசுபதி பொய் கூறவில்லை; பார்த்ததையும் கேட்டதையும்தான் விவரித்தான். ஜகந்நாதனின் குடலைக் குழப்ப அது போதாதா?

அவருக்குக் கோபம் வந்தது; அதை அடக்கினால் அதற்கு உடன்பிறப்பான அச்சம் அவரை ஆக்கிரமித்தது. இதெல்லாம் என்ன? என்ன நடக்கிறது? பக்கத்து வீட்டுப் பெண் - அவள் ஒரு பெண்தானா? அல்லது எல்லாவற்றையும் நிர்மூலமாக்க வந்த நாசகாளியா?

வட்டிப் பணத்தைப் பசுபதியிடமிருந்து வாங்கிக் கொண்ட போது அவர் மகிழ்ந்து விடவில்லை; இந்த வசூலினால் ஏதாவது கேடு விளையுமோ என்று பயம்கூட வந்தது. அதைத் திருப்பி அனுப்பிவிடலாமா என்று வெகுநேரம் யோசனை செய்தார்; அப்படிச் செய்வது ஒரு பலவீனமான செயலாக இருக்கும் என்று அந்த எண்ணத்தைக் கைவிட்டார். மஞ்சுளாவும் மாதவனும் தகவலைக் கேள்விப்பட்டு அவரைக் கேட்க வருவார்கள்; அப்போது என்ன பதில் சொல்லலாம் என்றும் யோசித்து வைத்திருந்தார்.

அவர் எதிர்பார்த்ததுபோல் அவர்கள் யாரும் அவரிடம் அதைப்பற்றிக் கேட்கவில்லை. பசுபதி அவர்களிடம் இதை ஏன்

சொல்லவில்லை என்பதற்கு யாராலும் காரணம் கண்டுபிடிக்க முடியாது. நீலகண்டன் வாயை மூடிவிட்டு ஸரஸாவும் மௌனி ஆகிவிட்டாள். ஆகையால் மஞ்சுளாவுக்கும் மாதவனுக்கும் இந்த அத்தியாயம் தெரியாமல் போய்விட்டது.

அவர்களாக அவரிடம் வராமல் இருக்கவே ஜகந்நாதன் தானே இந்த விஷயம் பற்றி மாதவனிடம் பேச விரும்பினார். அதற்காகத்தான் அவர் மாதவனை நிறுத்தினார். ஆனால் அவனோ ஜீவாதாரமான பிரச்னைகளைக் கிளப்பி அவரைக் கவிழ்த்து விட்டானே? கீழே கவிழ்ந்த ஜகந்நாதன் தூசியைத் தட்டிக் கொண்டு நிதானித்துக் கொள்ளவே சிறிது நேரம் ஆயிற்று.

''மஞ்சுளாவின் கல்யாண விஷயமாக உன்னோடு பேச நினைத்தேன். உன்னிடம் எந்த விஷயத்தைப் பற்றி எப்படிப் பேசுவது என்று எனக்குப் புரியவில்லை.''

''நீங்கள் நினைத்தது எனக்கு எப்படித் தெரியும்? நீங்கள் பேசியதற்குத்தான் நான் பதில் சொன்னேன்.''

''தங்கைக்கு வரன் கண்டுபிடித்துக் கொண்டுவந்து தட புடல் செய்தாயே - பிறகு அதைப் பற்றி ஏன் பேசவே இல்லை ?''

''பேசாவிட்டால் என்ன? சதா அதே நினைப்புதான். கல்யாணம் முடியட்டும் என்று காத்திருக்கிறேன்'' என்றான் மாதவன்.

பேச விரும்பிய விஷயம் தவிர வேறு எதைப்பற்றியும் அவனிடம் பேசுவதில்லை என்று ஜகந்நாதன் நினைத்திருந்தார். ஆனால் அவனுடைய சிலேடைப் பேச்சு அவர் உறுதியை மாற்றி விட்டது. 'காத்திருக்கிறேன் என்று அவன் கூறியதும் தொழிலுக்காக ஏதாவது திட்டம் வைத்திருப்பானோ - அதை அமுலாக்கத்தான் காத்திருக்கிறானோ என்ற பேராசை அந்தத் தந்தையின் மனத்தில் விளைந்துவிட்டது: ''எதற்காகக் காத்திருக்கிறாய்?'' என்றார் ஆவலுடன்.

"இப்போது நாம் அதைப்பற்றிப் பேசக்கூடாது! நான் பிதற்ற ஆரம்பித்துவிட்டதாகச் சொல்வீர்கள். இப்போது கல்யாணம் பற்றிப் பேசுவோம். நாள் குறித்து விட்டீர்கள். அழுகுணிசித்தன் சொன்னான். அதைப்பற்றிப் பேசுவதற்கு என்ன இருக்கிறது?"

அவன் காத்திருக்கிற செய்தியை ஜகந்நாதனும் கைவிட்டார்; "கல்யாணம் தானாக நடந்துவிடுமா? பூர்வாங்கமாகச் செய்ய வேண்டிய காரியங்கள் ஒன்றும் இல்லையா?"

"நீங்கள் இருக்கிறீர்கள்; சித்தர் பெருமான் இருக்கிறார். எனக்கு என்ன தெரியும்?"

"கணக்கு வழக்குகள் பார்ப்பதில் நீ ரொம்பக் கெட்டிக்காரனாக இருப்பதாய்ப் பசுபதி சொன்னான். கல்யாணம் முடியட்டும் என்றுதான் நானும் காத்திருக்கிறேன். நூற்பு மில் ஒன்று ஆரம்பிக்கலாமென்று யோசனை செய்கிறேன். முதலில் இந்தக் கல்யாணம் முடியட்டும். இப்போதிருந்தே அதற்கான காரியங்களை ஆரம்பிக்க வேண்டும். நீயும் பசுபதியும் கவனித்துக் கொள்ளுங்கள். நம் வீட்டில் நடக்கப் போகிற முதல் கல்யாணம். கச்சேரி, ஊர்வலம் எல்லாம் விசேஷமாக இருக்க வேண்டும்."

"வீண் செலவு ..."

"செலவு பற்றி அக்கறை இல்லை. நமக்கு ஒரே பெண்; ஒரு பெரிய டாக்டருக்குத் தருகிறோம். தாராளமாகவே எல்லாம் செய்யவேண்டும்."

"அதுவும் சரிதான்; நம் பணம் நாலு பேருக்கு உபயோகப் படட்டுமே!"

அவனுடைய கிண்டலைக் கவனியாதவர்போல் ஜகந்நாதன் பேசினார்: "ஏற்பாடுகள் செய்ய வேண்டியது உன் பொறுப்பு. கல்யாணம் முடியும்வரை நீ எங்கும் வெளியில் போகக்கூடாது" என்றார் கட்டளையிடும் குரலில்.

"நான் எங்கே போகிறேன்?"

"எப்போது பார்த்தாலும் வாத்தியார் வீட்டில் என்ன வேலை? நீயும் மஞ்சுளாவும் அங்கே போவதை நான் வெறுக்கிறேன்."

மாதவன் கோபமாக ஏதாவது பதில் கூறுவான் என்று எதிர் பார்த்து நிறுத்திய ஜகந்நாதன் ஏமாந்தார்; அவன் சிரித்தான்; சிரித்து விட்டுச் சொன்னான். "இதைச் சொல்லத்தான் இவ்வளவு நேரம் பேசினீர்களா? நான் அங்கே போவது உங்களுக்குப் பிடிக்கவில்லை; என்னால் போகாமல் இருக்க முடியாது. அங்கே ஸரஸா இருக்கிறாள். அவள் கணவன் நோயாளியாக வந்திருக்கிறான்; வாத்தியார் மிகவும் கஷ்டப்படுகிறார்; அவர்கள் சிரமப்படுவதை நான் பார்த்துக் கொண்டிருக்க முடியாது."

ஒளிவு மறைவு இல்லாமல் அவன் தன் சிறுமையை வெளியிட்டு அவரையும் சிறுமைப்படுத்துவதாய் ஜகந்நாதனுக்குப்பட்டது. சிறுகச் சிறுகக் கண்ணாடிக் குழலில் உள்ள மருந்தை ஊசி முனையால் செலுத்துவதுபோல் கோபத்தை வெளியிடத்தான் அவர் எண்ணி யிருந்தார். ஆனால் குழலை உடைத்துக்கொண்டு கோபம், கீழே சிந்தத் தொடங்கியது; "படித்தவன்தானே நீ? எது கௌரவம் என்று கூடவா தெரியாது? இந்த வீட்டுப் பிள்ளையும் மாப்பிள்ளையும் அந்தப் பெண்ணுக்கு முன்னால் கைகட்டி நின்றால் நமக்கு எவ்வளவு கௌரவம்!"

"என்ன சொன்னீர்கள்?" என்று ஆரம்பித்த மாதவன் தயங்கினான்: "மாப்பிள்ளையா? கைகட்டி நிற்கிறானா?" - கேள்விகளை கேட்கும்போதே அவன் கண்களுக்கு முன்னால் ஒரு சிறு காட்சி தோன்றி மறைந்தது; ஸரஸாவுக்கு முன்னால் நீலகண்டன் நிற்கிறான்; அவள் முகத்தில் புன்னகை; அவன் உல்லாசமாக அவளைப் பார்த்து சிரித்தான்; அவ்வளவுதான்; இச் சிறு காட்சி ஜோடனை அவன் எண்ணத்தில் நிகழ்ந்தது; அக்கணமே அவனுடைய அறிவு, ஆராய்ச்சி யாவும் நிலைகுலைந்து விட்டன.

எம்.வி. வெங்கட்ராம்

"எனக்கு என்ன தெரியும்? நானா பார்த்தேன்? மாப்பிள்ளை மாத்திரம் இல்லை; இந்த வீட்டுப் பிள்ளையும் அங்கே போவதைப் பற்றி..."

"மாப்பிள்ளை என்று நீலகண்டனைத்தானே சொல்கிறீர்கள்?"

"அதைப்பற்றி உனக்கு இப்போது என்ன சந்தேகம் வந்தது?"

"அவன் ஸரஸாவிடம் கைகட்டி நிற்கிறான் என்று யார் சொன்னார்கள்?"

"நான் வீட்டோடு இருக்கிறவன்; யாராவது சொல்லாமல் எனக்கு எப்படித் தெரியும்? நெருப்பு இல்லாமல் புகை வராது. என் குழந்தைகளின் புத்தி இப்படிப் போகவேண்டாம்" என்ற ஜகந்நாதன் அடுத்த தாக்குதலை ஆரம்பித்தார். "வாத்தியார் முகம் பார்த்து இரக்கப்பட்டது தப்பாகிவிட்டது; நம் ஒத்தாசை இல்லாமல் அந்தப் பெண்ணுக்குக் கல்யாணம் நடந்திருக்குமா? அந்தக் குடும்பம் பக்கத்தில் இருந்தால் நம் குடும்பத்துக்கே ஹானி வரும். வட்டிப் பணம் வசூலாகி விட்டது; அசலுக்காகப் பிராது செய்ய..."

மகனைக் கவனித்த ஜகந்நாதன் பேச்சுத் தடையுண்டது. அவன் இருந்த இடத்தைவிட்டு எழுந்தான்; அவனுடைய உடலிலிருந்து நரம்புகள் எல்லாம் 'விண்'ணென்று தெறித்து வெளிப்பட்டன; முஷ்டியை இறுக்கிக்கொண்டு அவரை வெறித்துப் பார்த்தான். அவன் தன்னை அடித்து நொறுக்கப் போகிறான் என்ற அச்சம் ஜகந்நாதனுக்கு உண்டாயிற்று; அவனைத் தடுத்து நிறுத்தப் பசுபதி பக்கத்தில் இல்லையே என்று ஏக்கமும் எழுந்தது.

"வசூலுக்கு யார் போனார்கள்?" என்றான் மாதவன் கரகரத்த குரலில்.

ஏன் இந்தப் பேச்சை எடுத்தோம் என்று ஜகந்நாதனுக்குத் திகிலாக இருந்தது; முடிந்தவரை நிதானமாகவே பேசினார்: "நான் தான் பசுபதியை அனுப்பினேன்; பணம் கொடுத்தார்கள்; வாங்கி கொண்டோம். என்ன தப்பு?"

இசிவு வந்தவனைபோல் மாதவன் கை முஷ்டிகள் மூடுவதும் திறப்பதுமாக இருந்தன. எந்த நிமிஷமும் அவன் தன்மேல் பாய்வான் என்று ஜகந்நாதன் எதிர்பார்த்தார்; இந்த இக்கட்டான நிலையை எப்படிச் சமாளிப்பது என்று யோசிக்கும்போதே அவர் ஏமாற்றமுற்றார். எழுந்த விசையிலேயே விழுந்து உட்கார்ந்தான் மாதவன். நீரில் கரையும் உப்புபோல் கோபம் அவன் உடலில் கரைவதாய் அவருக்குத் தோன்றியது. மீண்டும் அவன் எழுந்தான்; அவரை மிகவெறுப்புடன் பார்த்தான்.

''உங்களுக்கு வியாதி முற்றிவிட்டது; இனி நீங்கள் சாக வேண்டியதுதான்'' என்று சபிக்கிறவன்போல் கூறிவிட்டு அங்கிருந்து 'விடு விடு' என்று உள்ளே நடந்தான்!

மகன் கையால் அடிபடும் கீழ்த்தரமான அவமானம் நேரப்போகிறது என்ற அச்சம்தான் ஜகந்நாதனை ஆட்கொண்டிருந்தது; அடிப்பதற்குப் பதிலாக அவன் அவரைக் கொன்றுவிட்டே போய் விட்டான்! இவ்வாறு அவன் தன்னைச் சபிப்பான் என்று ஜகந்நாதன் எதிர்பார்க்கவில்லை; அவர் மனத்தில் பல ஆயிரம் எண்ணங்களின் பிரதிநிதியாக ஒரே ஒரு எண்ணம் எழுந்தது ; 'நான் சாக வேண்டியது தான்!' என்று எண்ணினார் அவர்.

ஆமாம்; செத்தபின் தந்தையை அவமதிக்க மகனால் முடியாது அல்லவா?

31

'**எ**ல்லாம் நடக்க வேண்டிய விதத்தில் ஒழுங்காய் நடக்கின்றன' என்று ஸரஸாவின் மகாராணி நகைத்துக் கொண்டது வாழ்க்கையில் ஏற்பட்ட ஏமாற்றத்தால் எழுந்த குரூரமான நகைப்பாகும். மஞ்சுளா நல்லவள்; சுயநலம் துறந்த சந்நியாசினி

அல்ல. என்றாலும் பரோபகாரம் செய்வதில் அவளுக்கு மகிழ்ச்சி கிடைக்கிறது. அவளும் 'எல்லாம் நடக்க வேண்டிய விதத்தில் ஒழுங்காய் நடக்கின்றன' என்று எண்ணினாள். வாழ்க்கையில் பசுமையும் துளிரும் இலையும் கனியுமே அவளுக்குத் தென்பட்டன; அதனால் எழுந்த நம்பிக்கையால்தான் அவள் அவ்வாறு எண்ணினாள்; ஆகையால் திருப்தியாக இருந்தாள்.

ஸரஸாவின் உலகத்தைப் போலவே மஞ்சுளாவின் உலகமும் சுருங்கியது; ஆனால் அவள் ஸரஸாவைப் போன்று காட்டுத் தனிமையில், குட்டைச் சேற்றில் முளைத்த செந்தாமரையாக இல்லை. மஞ்சுளா கவனித்தாள் - கவனிக்கவும் பட்டாள். அவள் டாக்டரை வரித்தாள், மணத்துக்கு நாள் குறித்தாகி விட்டது; அவள் கனவைப் பூர்த்தி செய்ய நாற்பத்தைந்து நாட்கள்தான் காத்திருக்கின்றன. விரும்பியவனைப் பெற்றோரின் இணக்கத்துடன் மணப்பதைவிட பெரிய பேறு ஒரு பெண்ணுக்கு இருக்கிறதா? இக்காரணத்தால் மஞ்சுளா பூரித்தாள். அவள் ஸரஸாவை அந்நியமாக எண்ணியதில்லை; உடன் பிறக்காத குறைதான்; ஸரஸாவின் துன்பத்தை அகற்றத் தன்னால் இயன்றதை எல்லாம் செய்தாள்; இஞ்சினியரின் உடல்நிலை முதலில் அவளுக்கு அச்சம் அளித்தது. அவளுடைய டாக்டர் அக்கறையாகச் சிகிச்சை செய்கிறார்; எப்படியாவது கிட்டுவைக் காப்பாற்றுவதாக உறுதியும் கூறிவிட்டார். அவள் தன்னால் முடிந்ததைச் செய்து வருகிறாள்; ஆனால் உலகத்தில் நடைபெறும் நிகழ்ச்சிகள் யாவும் மனுஷ யத்தனத்தாலேயே நடந்துவிடுகின்றன என்று கூறமுடியுமா? கடவுளின் பங்கு என்று ஒன்று இருக்கிறதல்லவா? அதை மஞ்சுளா ஒருநாளும் மறந்ததில்லை. பகவான் கருணைக் கடல்; ஸரஸா என்ற அறியாப் பெண்ணை இனியும் சோதிக்கமாட்டார் என்று மஞ்சுளா உறுதியாக நம்பினாள். அண்ணன் மாதவனின் மனக்குழப்பம் அவளுக்கு வேதனை தந்தது. ஆனால், அதுவும் காலப்போக்கில் மாறுதல் அடையும் என்றே அவள் எண்ணினாள். இந்தச் சூழ்நிலையில் அவள் ஓரளவு திருப்தியாகவே இருந்தாள். ஆண்டவனை அடிக்கடி தொழுது திருப்தியை வளர்த்துக் கொண்டாள்.

அந்தத் திருப்தியில் ஒவ்வொரு பிடியாக மண்ணை அள்ளிப் போட்டு அணைத்துக் கொண்டிருந்தான் மாதவன் 'நீலகண்டன் விஷயத்தில் நீ அவசரப்பட்டுவிட்டாய்' என்றான் அவன் மஞ்சுளாவிடம். அதற்குக் காரணமாகக் கூறும்போது - 'ஸரஸா இஞ்சினியரை நீலகண்டன் ஆஸ்பத்திரிக்குத்தான் அழைத்துப் போவாள்; நாம் தடுத்தாலும் கேட்கமாட்டாள்' என்றான். மாதவன் தெளிவாகத்தான் சொன்னான். நீலகண்டனையும் ஸரஸாவையும் நெருங்கவிட்டது தவறு என்று மாதவன் மனக்குழப்பம் அடைந்திருந்தான் என்பது உண்மை; அளவுகடந்த யோசனைகளுக்கு இடம் அளித்து யோசித்ததையே சில சமயம் வாய்விட்டுப் பேசியதுதான் அவன் பலவீனம். அவன் சித்தப்பிரமை கொண்டவன் என்று மஞ்சுளா கருதவில்லை. ஸரஸாவிடம் அவன் ஈடுபாடு கொண்டிருந்ததும், அந்த ஈடுபாடு அவனை வலுவாக ஆட்டி வைப்பதையும் அவள் அறிவாள்; ஸரஸாவின் துயரத்தைத் தன் துயரமாக சுவீகரித்துக் கொண்ட மாதவனின் மென்மையும் மஞ்சுளாவுக்குத் தெரியும். இவ்வளவெல்லாம் இருந்தும் ஸரஸாவும் நீலகண்டனும் பழகுவதை மாதவன் ஏன் விபரீதமாகப் புரிந்து கொள்கிறான்? அவனுக்குப் புரிவது மஞ்சுளாவுக்கு ஏன் புரியவில்லை?

ஸரஸாவும் நீலகண்டனுமா? ஸரஸாவால் அப்படி நடந்து கொள்ள முடியுமா? அவள் மஞ்சுளாவுடன் முன்போல் இயற்கையாகப் பழகவில்லை; ஆனால் என்றைக்குத்தான் ஸரஸா உணர்ச்சிகளைத் தாராளமாக வெளியிட்டாள்? அவளைப் பற்றி மஞ்சுளாவுக்குத் தெரியாதா? இருவரிடமும் இளமை மண்டிக் கிடந்தது. மஞ்சுளாவை விட ஸரஸாவின் இளமை கவர்ச்சிமிக்கது என்பதும் உண்மை; அத்தோடு மஞ்சுளாவுக்கு வேறு சில உண்மைகளும் தெரியும். சநாதனமான கருத்துக்களால் பண்பட்டவளானாலும் மஞ்சுளாவின் இளமை நீலகண்டனை எண்ணும்போதும் பார்க்கும்போதும் குமுறிப் பொருமுவது வழக்கம்; ஆனால், ஸரஸாவின் இளமை - மாதவனிடம் எழுந்த விருப்பின்போதும் சரி- குமுறிப் பொருமியதை

மஞ்சுளா காணவில்லை; உடலையும் அதன் தேவைகளையும் மஞ்சுளா கவனித்த அளவு ஸரஸா கவனித்ததே இல்லை; இந்த ஸரஸாவைப் பற்றியா மாதவன் அஞ்சுகிறான்? அதுவும் மஞ்சுளாவின் டாக்டரோடு இணைத்துப் பார்த்தல்லவா அஞ்சுகிறான்?

நீலகண்டனைப் பற்றி மாதவன் தொடக்கத்திலேயே எச்சரித்தான்; அவன் பெண்களைக் கவருகிறான் - பெண்களால் கவரப்படுகிறான் என்று மாதவன் கூறினான். அப்போது அந்த வருணனை தன் டாக்டருக்கு வழங்கப்பட்ட கௌரவவிருதாக மஞ்சுளாவுக்குத் தோன்றியது. இப்போது அச்சம் அடைந்தாள். ஸரஸா நீலகண்டனிடம் கவர்ச்சியுண்டாள் என்றால் அவளைக் குறைகூற முடியாது. ஸரஸா துர்ப்பாக்கியவதி; துன்பத்தால் குழம்பியவள். அவளுடைய நிராதரவான நிலையைப் பயன்படுத்திக்கொண்டு டாக்டர் அவளைத் தடம்புரண்டு நடக்கத் தூண்டுகிறானா? நீலகண்டன் அவ்வாறு செய்யக்கூடியவனா? செய்வானா? மஞ்சுளாவின் ஹிருதயத்தில் அருச்சிக்கப்படுகிறவன்; அவளை அடைவதற்காகத் தவம் கிடப்பதாகச் சொல்லிக் கொண்டவன்; அவன் இப்படிச் செய்யமாட்டான் என்று மஞ்சுளா எண்ணினாள். அவர்களுடைய திருமணம் நெருங்குகிற இந்நேரத்தில் அவன் இவ்விதம் செய்யமுடியாது என்று அவளுக்குத் தோன்றியது. 'நான் வழிபடும் தேவதை சாத்வீகமானது ரத்தமும் மாமிசமும் கேட்காது' என்று அந்தப் பேதை நம்ப முயன்றாள்.

ஸரஸா நல்லவள்; நீலகண்டனும் தப்பு வழிக்குப் போகிறவன் இல்லை; அப்படியானால் மாதவன் எதனால் சந்தேகம் கொண்டான்? காரணம் இல்லாமல் அவன் நீலகண்டனைப் பற்றிக் குறைகூற மாட்டான் என்பதையும் மஞ்சுளா நம்ப வேண்டியதாகத்தான் இருந்தது. பூகோளப் படத்தில் இருப்பதுபோல் உலகம் உருண்டை - முட்டை வடிவம் என்று எண்ணிவிட்டாள் அந்தக் கெட்டிக்காரி; அது வட்டமோ முட்டை வடிவமோ அல்ல - நிச்சயமாகக் கோடு போட்டு அதை அளக்க முடியாது என்பதையோ - எந்தக் கணிப்புக்கும் கட்டுப்படாத 'கோணல்கள்' அதில் இருப்பதையோ உணர அவள்

தவறிவிட்டாள். மேடும் பள்ளமும் இருக்கும் என்று தெரிந்து கொள்ளாமல் நடப்பதால்தான் நல்லவர்கள் விழும்போது பலமாய்க் காயம் அடைகிறார்கள் போலும்!

மஞ்சுளாவின் மனத்திலும் பலமாய்க் காயம் பட்டது. எந்தத் துன்பத்தையும் அவள் இதுவரை நேராக அனுபவித்ததில்லை; அவள் அனுபவிக்கும் கன்னித் துன்பம் இது. 'நான் யாருடைய காலடியில் என் மனத்திலுள்ள அன்பு பூராவையும் கொட்டினேனோ அவனுக்கு என்மீது போதிய அன்பு இல்லை என்று தெரிவது ஒரு துக்கம்தானே?' சில நாட்கள் அவள் செய்வதறியாது சிந்தனை வசப்பட்டாள். நல்ல ரத்தவோட்டம் உள்ள உடலை அணுகும் நோய் விரைவாகத் தணிவதுபோல் - மனபலத்தால் அவள் துன்பம் தணிந்தது! அவள் தணித்துக்கொண்டாள். 'நான் எதற்காக மனசைக் குழப்பிக்கொள்ள வேண்டும்? ஸரஸா எனக்குத் துரோகம் செய்யமாட்டாள். மாதவன் கூறியது போன்ற பலவீனம் டாக்டருக்கு இருக்கலாம்; ஆனால் அவர் ஸரஸாவின் துர்ப்பாக்கியத்தைப் பயன்படுத்திக் கொள்ளமாட்டார். அண்ணா சொன்னது உண்மை என்றே கொண்டாலும், அதை ஒழுங்குபடுத்த முடியாதா? நான் அண்ணனைப்போல் ஏன் குழம்ப வேண்டும்?' என்று மனசுக்கு ஹிதமான வார்த்தைகள் கூறினாள் மஞ்சுளா. அவள் நல்லவள்தான்; ஆனால் மனத்தின் எவ்வளவு ஆழத்தில் சுயநலம் பதுங்கியிருந்து நிறக்கவர்ச்சியுடன் வெளிவருகிறது! 'நீலகண்டனிடமிருந்து ஸரஸாவைக் காப்பாற்ற வேண்டும்' என்று அவள் எண்ணினாள்; அதன் பொருள் என்ன? 'ஸரஸாவிடமிருந்து என்னைக் காப்பாற்றிக் கொள்ள வேண்டும்!' என்ற சுயநலம்தானே?

அண்ணன் கூறியதை மட்டும் வைத்துக் கொண்டு அவள் ஒரு முடிவுக்கு வர விரும்பவில்லை. அவன் கூறியதில் உண்மை எவ்வளவு என்று தன் மனசுக்குத் தெளிவு செய்து கொள்ள விரும்பினாள் அவள்; ஆகையால் டாக்டர் வருகிற நேரம் பார்த்து அவள் ஸரஸாவின் வீட்டுக்குப் போகத் தொடங்கினாள்; இந்தக்

கண்காணிப்பு வேலை அவளுக்கு வெட்கமாயிருந்தது! 'ஸரஸாவைக் காக்க வேண்டும்' என்ற எண்ணத்தால் அந்த வெட்கத்தை உதறினாள்.

டாக்டரும் ஸரஸாவும் நெருங்கிப் பழக வேண்டும் என்று தூண்டிவிட்டவள் மஞ்சுளாதானே? அண்ணன் தங்கை மாதிரிப் பழகுவார்கள், பழகுகிறார்கள் என்று நம்பியிருந்தாள். ஆனால் இப்போது அவள் பார்வையே மாறுபட்டுவிட்டது. சகஜமாகப் பார்ப்பதுபோல் அவள் நுட்பமாக எல்லாவற்றையும் கவனித்தாள். ஸரஸா டாக்டருக்கு உரிய கௌரவம் அளித்துப் பழகவில்லை என்பதைக் கண்டுபிடிக்க மஞ்சுளாவுக்கு நேரமாகவில்லை; இதை உணர்ந்ததும் முதலில் அவளுக்கு வருத்தமாக இருந்தது. 'ஸரஸாவின் சுபாவம் அது; வேண்டும் என்று அவள் டாக்டரை அவமதிக்க வில்லை' என்று மஞ்சுளா செய்துகொண்ட சமாதானம் அவளுக்கு ஓரளவு திருப்தி அளித்தது; மாதவன் சொன்னதுபோல் ஸரஸா டாக்டருடன் கல்மிஷமாகப் பழகவில்லை என்றுதானே ஏற்படுகிறது? ஒவ்வொரு சமயம் ஸரஸா நீலகண்டனை வெறுப்பால் சுட்டுவிட முயலுகிறவள்போல் பார்ப்பதாக மஞ்சுளாவுக்குத் தோன்றியது. ஸரஸா டாக்டரை வெறுக்கக் காரணம் இல்லை. என்ன இருந்தாலும் டாக்டர் அவளுக்கு அந்நியர்தானே? எப்போதும் அவள் சங்கோசப் பிராணி; அவளுடைய கூச்சம் எனக்கு வெறுப்பாகத் தோன்றுகிறது என்று மஞ்சுளா எண்ணிக்கொண்டாள். இந்த எண்ணமும் அண்ணாவின் ஊகத்தைப் பொய்ப்பிப்பதாக அவளுக்குப்பட்டது. சில சமயம் காரணம் இல்லாமல் ஸரஸா டாக்டரிடம் அதிகப்படியாகச் சிரிப்பதாய் மஞ்சுளாவுக்குத் தோன்றியது. ஊதியம் இல்லாத 'கௌரவ' டாக்டரிடம் நன்றி காட்டுவதற்காக அவ்வப்போது ஸரஸா அவ்வாறு சிரிப்பதாக மஞ்சுளா அதற்கும் காரணம் கற்பித்துக் கொண்டாள். மொத்தத்தில், ஸரஸாவின் நடத்தையில் மஞ்சுளாவுக்கு எவ்வித மாற்றமும் தென்படவில்லை; அண்ணாவின் கணக்குப் பிசகிவிட்டது என்ற நினைப்பு அவளுக்குப் பெரும் ஆறுதல் அளித்தது!

ஆனால் நீலகண்டனின் நிலை என்ன? அதைக் கண்டுபிடிக்க மஞ்சுளாவுக்கு நெற்றிக்கண் தேவைப்படவில்லை. ஸரஸாவின் வீட்டில் கால் வைக்கும்போதே, எதிரில் நிற்கிற மஞ்சுளாவையும் தாண்டிச் சென்று, நீலகண்டனின் கண்கள் ஓடி ஓடி யாரைத் தேடுகின்றன? ஸரஸா தோற்றம் கொடுத்ததும் அவன் கண்கள் போதை கொள்வதையும் முகம் மலர்ச்சி கொள்வதையும் மஞ்சுளா கண்டாள். மஞ்சுளாவுடன் பேசும்போது சிரிக்க வேண்டிய சமயத்தில் கூடச் சிரிக்காதவன் ஸரஸா வாய் திறந்தாலே சிரிப்பானேன்? அவனுடைய பார்வை தன்னைத் தழுவுவதைவிட இறுக்கமாக ஸரஸாவைத்தழுவிக்கொள்வதை அவள் வேதனையுடன்கவனித்தாள். ஸரஸா பேசாமடந்தை ஆகும்போது அவள் வாய் முத்தம் சிந்தாதா என்று டாக்டர் அசடு வழிவதைக் காண மஞ்சுளாவுக்கு வெட்கமாக இருந்தது. 'அண்ணா பைத்தியக்காரத்தனமாக ஒன்றும் சொல்லி விடவில்லை' என்ற முடிவுக்குத்தான் அவள் வர முடிந்தது.

டாக்டர் குற்றவாளி என்ற கண்டுபிடிப்பு அவளுக்கு மிகத் துயரம் தந்தது. இத்துயரம் மிருகத்தனமாக அவளைத் தாக்கவில்லை; சாரிகட்டிய எறும்புகள்போல் மொய்த்துக் கடித்தன. ஆனால் அவள் செயலிழந்து உட்கார்ந்து விடவில்லை; இவ்விஷயத்தில் அவள் தன் தந்தையைப்போல் கெட்டிக்காரி. அவளுக்குத் துயரம் தருவதானாலும் உண்மை உண்மைதான்; டாக்டர் பலவீனமான மனப்போக்கு உடையவர்; அவர் ஸரஸாவைக் கவர முயற்சி செய்கிறார். 'ஸரஸாவைக் காப்பாற்றவேண்டும்' என்று யோசித்த அவள் அதற்கான திட்டமும் வகுக்கலானாள். இந்த எண்ணம் நேர்மையானதுதான்; தர்ம சாஸ்திரங்களுக்கு உகந்த நல்லதோர் எண்ணந்தான். ஆனால் மனோதர்மம் 'இதுதான் இது' என்ற வரையறைக்கு அகப்படுமா? நல்லவர்கள் அறத்துக்கு அஞ்சி நல்ல எண்ணங்களாகப் பொறுக்கி எடுத்து எண்ணுகின்றனர்; ஆனால் இந்த நல்ல எண்ணங்களே சில சமயங்களில் நஞ்சில் தோய்ந்து வெளிப்படுவது உண்டு. இதை அறிவால் பகுத்து உணர முடியுமா? தனக்குச் செலுத்தவேண்டிய

கப்பத்தை நீலகண்டன் ஸரஸாவிடம் செலுத்துகிறான் என்பதைக் கண்டு மஞ்சுளாவின் மனத்தைப் 'பொறாமை' என்ற 'கெட்ட' உணர்ச்சி பீடிக்கவில்லை என்று யாரால் கூற முடியும்? டாக்டர் ஸரஸாவைச் சந்திப்பதைத் தடுக்க வேண்டும் என்று எண்ணினாள் மஞ்சுளா. இந்த எண்ணத்துக்குப் பொருள் என்ன? ஒரு சொல்லுக்குப் பல பொருள்கள் ஏற்படுகின்றன; அதனால் உலக வழக்கில் சொல்லாலும் பேச்சாலும் குழப்பம் உண்டாகிறது. ஓர் எண்ணத்துக்குப் பல பொருள்கள் ஏற்படும்போது - மனத்தில் குழப்பம் உண்டாகிறது; அதனால் 'நல்லது' என்று நாம் கருதுவது நல்லதாக இருப்பதில்லை; கெட்டது என்று நாம் கொள்வது கெட்டதாக இருப்பதில்லை. 'எனக்கும் டாக்டருக்கும் இடையில் இந்தப் பீடை எங்கே வந்தாள்?' என்று சாதாரண புத்தி உள்ள ஒரு பெண் எண்ணியிருப்பாள். ஆனால் மஞ்சுளா நல்லவள்; கெட்டிக்காரி. ஆகையால் ஸரஸாவைக் காக்க வேண்டும் என்று எண்ணினாள்! இது கபடத்தின் நாடகம்தானே?

மஞ்சுளாவிடம் யோசனைகளுக்குப் பஞ்சம் இல்லை. ஸரஸாவுக்கு நன்மையாக இருக்க வேண்டும்; டாக்டரையும் அகற்றி விட வேண்டும்; அதற்கு ஏற்ற ஒரு உபாயம் கண்டுபிடித்தாள். அதை எப்படி அமுலுக்குக் கொண்டு வருவது என்று யோசித்தவள் - அன்றைக்கு மத்தியானம் ஸரஸாவைத் தன் வீட்டுக்கு அழைத்து வந்தாள்.

ஸரஸா வந்த பிறகும் வெகுநேரம் மஞ்சுளா தயங்கினாள். தன் யோசனையை எப்படி வெளியிடுவது என்று அவளுக்குப் புரியவில்லை. நன்மையைத்தான் அவள் விழைந்தாள்; 'கபடமாகப் பேசுகிறோம்' என்று அவளுக்கு ஏனோ தோன்றியது!

"ஸரஸா! இஞ்சினீயரை டாக்டரின் ஆஸ்பத்திரிக்கு அனுப்பாமல் ஏன் காலதாமதம் செய்கிறாய்? முற்றிய வியாதி; கவனித்துப் பார்க்க வேண்டாமா?" என்று ஒருவாறாக ஆரம்பித்தாள் மஞ்சுளா.

தனியாகப் பேச வேண்டும் என்று அவள் அழைத்தபோதே ஸரஸா அதன் காரணத்தை ஊகித்து விட்டாள். அவளுடைய

மகாராணி இப்போதெல்லாம் அடங்குவதே இல்லை. மஞ்சுளா இந்தக் கேள்வியை எழுப்பினால் என்ன பதில் கூறுவது என்று தயாரித்தும் வைத்திருந்தாள்: "நான் ஏன் காலம் கடத்துகிறேன் என்று சொன்னால் உனக்கு வருத்தமாக இருக்கும். மெல்லுவதா விழுங்குவதா என்று தெரியாமல் விழிக்கிறேன்" என்றாள் ஸரஸா.

"என்ன விஷயம்? விழிப்பதற்கு இதில் என்ன இருக்கிறது?"

"டாக்டரைப் பற்றித்தான்" என்று நிறுத்திக்கொண்டாள் ஸரஸா.

தன்னைப்போல் அவளும் எதையோ சொல்லத் தயங்குவதைக் கண்டாள் மஞ்சுளா. 'டாக்டரைப் பற்றி என்ன சொல்லப் போகிறாளோ?' என்று அச்சத்தோடும் ஆவலோடும் "டாக்டரைப் பற்றி என்ன?" என்றாள்.

"அவரை நீதான் அனுப்பினாய். ரொம்பக் கெட்டிக்காரர். ஸ்பெஷலிஸ்டு... உன்னைக் கவர்ந்த மாப்பிள்ளை. அவரைப் பற்றி நான் ஏதாவது சொன்னால் உனக்கு வருத்தமாக இருக்கும்."

மஞ்சுளா மேலும் சற்றுக் குழம்பினாள்; "உள்ளதைச் சொன்னால் எனக்கு என்ன வருத்தம்?"

"இஞ்சினீயருக்கு வந்திருப்பதோ பெரிய வியாதி; அநுபவம் உள்ள டாக்டரிடம் காட்டினால் நல்லது என்று தோன்றுகிறது. இதை உன்னிடம் எப்படிச் சொல்வது என்றுதான் யோசித்துக் கொண்டிருந்தேன்."

நீலகண்டனைப் பழித்து மஞ்சுளாவை வருத்தவேண்டும் என்பதுதான் ஸரஸாவின் நோக்கம்; கேட்கும்போது மஞ்சுளாவுக்கு வருத்தமாகத்தான் இருந்தது. ஆனால் அவள் ஸரஸாவிடமிருந்து வேறுவிதமான குற்றச்சாட்டுகளை எதிர்பார்த்து அல்லவா அஞ்சினாள்? அத்தகைய புகார் ஒன்றும் இல்லை என்றதும் அவள் அமைதியும் அடைந்தாள். ஸரஸா கூறுவதில் ஒரு நியாயம் இருப்பதாகவும்

அவளுக்கு இப்போது தோன்றியது; டாக்டர் எவ்வளவோ கெட்டிக்காரராக இருக்கலாம்; ஆனால் அனுபவஞானத்துக்கு என்றைக்கும் விசேஷ மதிப்பு இருக்கிறதல்லவா? ஸரஸாவை டாக்டரிடமிருந்து காப்பதற்கு அனுசரணையாகவும் இந்த ஏற்பாடு இருக்கிறதே!

''நானும் அதை யோசித்தேன். இஞ்சினீயரை வேலூருக்கு அழைத்துக்கொண்டு போகலாம் என்று யோசிக்கிறேன்.''

மஞ்சுளா இப்படிக் கூறியதும் ஸரஸாவின் மகாராணி கரவுடன் அவளைப் பார்த்தாள்; 'ஸரஸாவை ஊரிலிருந்தே வெளியேற்றி உன் டாக்டரைக் காப்பாற்றச் சூழ்ச்சி செய்கிறாயா? வேலூருக்குப் போனால் நீலகண்டன் எனக்குப் பின்னால் நாய்க்குட்டிபோல் அங்கும் வரமாட்டானா?' என்று கருவினாள் அவள்.

''வேலூருக்குப் போகலாமா? இந்த வியாதிக்கு அந்த இடத்தைவிட நல்ல ட்ரீட்மெண்ட் வேறு எங்கும் கிடைக்காது என்கிறார்கள்'' என்று மீண்டும் கேட்டாள் மஞ்சுளா.

''வேலூருக்குப் போகலாம்; வியன்னாவுக்குப் போனால் இன்னும் விசேஷம்; பணம்தான் வேண்டும். வேலூரில் 'பெட்' கிடைக்க வேண்டுமானால் மூன்று மாசம் காத்திருக்க வேண்டுமாம். 'ஸ்பெஷல் வார்டு' என்றால் லட்சாதிபதிகளுக்குத்தான் தாங்கும்.''

''பணம் பணம் என்று ஏன் அதைப் பற்றியே பேசிக்கொண்டிருக்கிறாய்?''

''பணம் இல்லாதவர்கள் அதைப்பற்றித்தானே பேச முடியும்? என் சக்திக்கு முடிந்ததைத்தான் நான் யோசிக்க முடியும். அப்பா அம்மாவுக்கு வேண்டிய ஹிம்சை கொடுத்தாகிவிட்டது. மேலும் அவர்களுக்குப் பாரமாக இருக்க எனக்கு இஷ்டம் இல்லை. நீயே சொல்லு! இதோ ஹேமாவும் வளர்ந்து கொண்டே இருக்கிறாள்; அவளுக்குக் கல்யாணம் செய்ய வேண்டும். எல்லாவற்றையும்

எனக்காக அவர்கள் ஒழிக்க முடியுமா? அதுக்காக நான் ஒரு முடிவு பண்ணி இருக்கிறேன். இஞ்சினீயரைக் கவர்ன்மெண்ட் ஆஸ்பத்திரியில் சேர்க்கப் போகிறேன். இப்போது இருக்கிற டாக்டர் கெட்டிக்காரராம்; ஜாக்கிரதையாகப் பார்க்கிறாராம்.''

''அங்கே நீ ஒன்றும் போகவேண்டாம். கவர்ன்மெண்ட் ஆஸ்பத்திரியில் மனிதர்களை மனிதர்களாகவா நடத்துகிறார்கள்? வேலூர் ஸானிடோரியத்துக்குப் போக நான் ஏற்பாடு செய்கிறேன். பணத்தைப்பற்றி நீ கவலைப்படவேண்டாம்.''

அதைக்கேட்டு ஸரஸாவின் மகாராணி கொதிப்பு அடையாமல் இருக்க முடியுமா? வட்டி வசூலுக்கு ஒருபுறம் ஆளை அனுப்பி வேலூருக்குப் போக உதவுவதாய்ச் சொல்கிறாளே - மஞ்சுளா, அது கபடமில்லையா?

ஸரஸா அவள் யோசனையை ஏற்கவும் இல்லை; மறுக்கவும் இல்லை; மௌனமாக இருந்தாள். அந்த மௌனத்தைச் சம்மதமாக ஏற்றுக்கொண்டாள் மஞ்சுளா.

பிறகு சிறிது நேரம் இருவரும் ஏதேதோ பேச முயன்றார்கள்; ஆனால் மேலே நடந்த சிறு சம்பாஷணை இருவருக்கும் இடையில் ஒரு சுவரை எழுப்பிவிட்டதாக இருவருமே உணர்ந்தனர். இந்தப் புழுக்கத்தை விசிறிவிட முனைந்தாள் மகாராணி: ''உங்கள் ஏஜெண்ட் பசுபதி வேடிக்கையான மனிதர். நாடகத்தில் விதூஷகன் வருவானே அம்மாதிரி இல்லையா?'' என்றாள் ஸரஸா திடீரென்று.

பசுபதியின் பெயர் வந்ததும் மஞ்சுளாவுக்குச் சிரிப்பு வந்தது: ''சரியான பைத்தியம். மாதவன் அவனுக்கு அழுகுணிச்சித்தர் என்றே பெயர் வைத்துவிட்டான். நமக்கும் புரியாமல் அவனுக்கும் புரியாமல் என்ன பேச்சுப் பேசுகிறான்! ஆனால் காரியவாதி; அதனால்தான் அப்பா அவனை விடாமல் வைத்திருக்கிறார். அண்ணாவுக்குப் பசுபதி ஒரு பொழுதுபோக்கு ஆகிவிட்டான்.''

மஞ்சுளாவின் சொற்கள் ஸரஸாவுக்கும் மகாராணிக்கும் ஒரு தெளிவு தந்து கொண்டிருந்தன. மஞ்சுளாவும் மாதவனும் அறிந்து தான் பசுபதி வசூலுக்கு வந்திருப்பான் என்று ஸரஸாவின் துர்ப்பாக்கியத் தோடு விளையாடுவதை இந்த அண்ணனும் தங்கையும் விநோதமான பொழுதுபோக்காய் எண்ணுகிறார்கள் போலும்! ஸரஸா புன்னகை மாறாமல் சொன்னாள்: ''மாங்கொட்டையிலிருந்து ஒரு மருந்து தயார் செய்து தருவதாகப் பசுபதி ஒப்புக்கொண்டிருக்கிறார். ஒரே மாசத்தில் இஞ்சினீயரின் வியாதி பறந்துவிடும் என்று காரண்டி தருகிறார். அவருக்கு சித்தவைத்தியம்கூட வருமாம். இஞ்சினீயரைக் குணப்படுத்திவிட்டுத்தான் எழுந்திருப்பார் போல் இருந்தது. பார்த்தேன்; பேசாமல் வட்டிப் பணம் கொடுத்து அனுப்பி வைத்தேன்.''

''வட்டி கொடுத்தாயா? ஏன் கொடுத்தாய்? பசுபதி வசூலுக்கா வந்தான்?'' என்றாள் மஞ்சுளா யதார்த்தமாய்த் திடுக்கிட்டு.

''வசூலுக்கு வந்ததாக அவர் சொல்லவில்லை. வாய் திறந்து பணம் என்று கேட்கவும் இல்லை. வந்தவர் புறப்படுகிறவராகவும் இல்லை; அங்கேயே படுக்கை போட்டுவிடுவார் போல் இருந்தது. நானாகத்தான் பணம் கொடுத்து அனுப்பினேன்'' - என்று யதார்த்தமாகப் பேசுகிறவள்போல் புன்னகையோடு சொன்னாள் ஸரஸா.

''என்னைக் கேட்காமல் பணம் தரலாமா?''

''அதனால் என்ன மஞ்சு? எங்களுக்கும் பாரம் குறைய வேண்டியதுதானே?''

''உங்களுக்கு ஒரு பாரமும் இல்லை. எல்லாப் பாரங்களையும் தீர்க்க அண்ணாவும் நானும் யோசனை செய்திருக்கிறோம். இஞ்சினீயருக்குக் குணம் ஆகவேண்டும் என்ற ஒரே கவலைதான் நீ வைத்துக்கொள்ள வேண்டும். இதற்கெல்லாம் சீக்கிரம் முடிவு தேடுகிறேன்.''

'வஞ்சனை இவ்வளவு தினுசாக வேஷம் போடுமா!' என்று உருக்கமாய் எண்ணினாள் மகாராணி. ஸரஸா மௌனம் பூண்டாள்.

அவள் வந்தபோது இருந்ததைவிட புறப்பட்டுப் போனபிறகு மஞ்சுளாவின் அமைதி குலைந்துவிட்டதே. ஏன்? கிட்டுவை வேலூருக்கு அழைத்துப் போகும் யோசனையை வெளியிட்டதன் மூலம் 'ஸரஸாவைக் காப்பாற்றி விட்டோம்' என்கிற நிம்மதி அல்லவா உண்டாக வேண்டும்? அந்த நிம்மதி மஞ்சுளாவுக்கு உண்டாகவில்லை.

மஞ்சுளாவின் அறையிலிருந்து வெளியில் வந்த ஸரஸாவும் மகிழ்ச்சியாக இல்லை. மஞ்சுளாவின் கபடத்துக்குப் பதிலாகக் கபடம் செய்து விட்டோம் என்ற திருப்தி மகாராணிக்கு இருந்தது. ஆனால் மகாராணியின் திருப்தி ஸரஸாவின் திருப்தி ஆகிவிடுமா? மஞ்சுளா ஏன் இப்படி நாடகம் ஆடுகிறாள்? அவளுக்கு இவ்வளவு துர்ப்புத்தி இருப்பது அடிநாளிலேயே எனக்கு ஏன் தெரியாமல் போய்விட்டது? தெரிந்திருந்தால் இந்தத் துன்பமே இல்லையே!' என்று விசனமாக யோசித்துக் கொண்டே ஸரஸா நடந்தாள். ஹாலுக்கு வந்தபோது அங்கிருந்த லட்சுமி அவளைப் பிடித்துக் கொண்டாள்.

"ஏண்டி அம்மா ஸரஸாவா? இப்போதுதான் வந்தாயா? உட்காரேன்!" என்று மிக அன்பாக உபசரித்தாள் லட்சுமி. 'இந்தப் பெண்ணால்தான் தன் மகனுக்கும் புத்தி கெட்டது' என்பதை அவள் எப்போது மறந்தாள்? இந்த வீட்டில் இவளைச் சேர்க்கக்கூடாது என்று கணவர் உத்திரவிட்டதையும் அவள் மறந்து விட்டாளா?

"மஞ்சு கூப்பிட்டாள்; பேசிவிட்டுப் போகிறேன்" என்று தயக்கத்துடன் உட்கார்ந்தாள் ஸரஸா.

"இங்கே முன்போல் நீ வருவதே இல்லையே? உனக்கு எங்கே ஒழியும்? இஞ்சினீயர் படுத்தப்படுக்கையாக இருக்கிறானாமே. என்ன செய்கிறது? எப்படியாவது நீ சௌகரியமாக இருக்கவேணும் என்று நாங்களும் எத்தனையோ செய்தோம். ஆனால் தலையில் எழுதியிருக்கிறதை யாரால் அழிக்கமுடியும்? இந்த வயசில் உனக்கு இப்படிக் கஷ்டம் வரவேண்டாம் என்றாள் லட்சுமி; 'உனக்கு இது போதாது!' என்கிற தோரணை அவள் பேச்சில் இருந்ததோ இல்லையோ, இருப்பதாகத் தோன்றியது ஸரஸாவுக்கு.

எம்.வி. வெங்கட்ராம்

அவள் பேசவில்லை; லட்சுமி தொடர்ந்தாள்; ''மஞ்சுளா தான் உனக்குச் சிநேகிதி இந்த மாதவன் எதுக்காக உங்கள் வீட்டில் பழியாகக் கிடக்கிறான்? நான் ஒரு விஷயம் சொல்லுகிறேன்; நீ வருத்தப்படக்கூடாது. என்னகர்மமோ - அந்தப் பிள்ளையாண்டானுக்கு இந்த வியாதி வந்திருக்கிறது. அந்த வியாதிக்காரர்கள் காற்றுப் பட்டாலே மற்றவர்களுக்கும் அது வந்துவிடுமாமே? மஞ்சுளா கல்யாணம் ஆகவேண்டியவள்; உங்கள் வீட்டுக்கு வரவேண்டாம் என்று சொல்லிவிடு. மாதவனும் நீ சொன்னால்தான் கேட்பான். நீ புத்திசாலி; உனக்குத் தெரியாதா? வியாதி குணமாகட்டும்; அப்புறம் நீ இங்கே தாராளமாக வரலாம்; உங்கள் வீடு வேறு - இந்த வீடு வேறா? இல்லையா ஸரஸா?'' என்று லட்சுமி சொல்லவில்லை; அவள் மீதிருந்த வைரமும் தங்கமும் பேசின. அவற்றுக்கு இதயம் ஏது?

ஸரஸாவோ முதுகுப் பக்கம் திடும் என்று விழுந்த இந்த அடியை எதிர்பார்க்கவில்லை. அழுகையைக் கஷ்டத்துடன் விழுங்கிக்கொண்டாள்.

''உங்கள் குழந்தைகளுக்கும் புத்தி சொல்லுங்கள்'' என்று மட்டும் சொல்லிவிட்டு எழுந்தாள்; மகாராணியோ - 'இது வீடு அல்ல; பாம்புச் சந்தை. நெருப்பு வைத்துத்தான் இந்தச் சந்தையை ஒழிக்க வேண்டும்' என்று சபித்தாள்!

கெட்டவர்களிடம்தான் கபடம் இருப்பதாய் நினைக்கிறீர்கள்; கவனித்துப் பாருங்கள்; நல்லவர்களிடமும் அது இருக்கிறது; ஆனால் நல்லவர்கள் யார்? கெட்டவர்கள் யார்?

32

'என்ன நடந்துவிட்டது? எதற்காக நான் கவலைப்பட வேண்டும்?' என்று எண்ணிக் கவலைப்பட்டுக்கொண்டிருந்தாள்

மஞ்சுளா. கோணுகிற ஊசியைத் தட்டி நிமிர்த்திவிடலாம்; ஆனால் இரண்டாவது, மூன்றாவது முறை தட்டிக்கொண்டே இருந்தால் ஊசி ஒடிந்துபோகும் என்கிற நியாயம் மஞ்சுளாவுக்குத் தெரியாதது அல்ல. ஆனாலும் இப்போதைக்கு ஊசி சரியாகிவிட்டது;- தைப்பதற்கு இடைஞ்சல் இல்லை என்கிற சமயோசிதத் திருப்தி அடைகிறார்கள் அல்லவா? அம்மாதிரி ஒரு திருப்திதான் அவளுக்கு ஏற்பட்டது; 'இனிமேல் கோணாது' என்று அவள் சமாதானம் செய்து கொண்டாள்.

ஸரஸாவிடமிருந்து டாக்டரை விலக்குவதற்குப் பூர்வாங்கமான ஏற்பாடுகளை எல்லாம் அவள் செய்துவிட்டாள்; மாதவனுடன் கலந்துகொண்டு இஞ்சினீயரை வேலூருக்கு அழைத்துச் செல்ல வேண்டியதுதான். கிட்டு வேலூருக்குப் போவதுடன் பிரச்னை தீர்ந்து போகுமா என்ற கேள்வியைப் பற்றியும் புத்திசாலியான அவள் சிந்திக்காமல் இல்லை. ஸரஸா வேலூருக்குப் போனபிறகு மஞ்சுளாவுக்குத் திருமணம் நிகழப் போகிறது; கணவராகிவிட்ட டாக்டரை மடக்கி வைத்துக் கொள்ள முடியாதா? 'முடியும்' என்ற நம்பிக்கை அவளுக்கு ஏராளமாக இருந்தது.

'மணமான பிறகுதான் அவள் டாக்டரை மடக்க முடியுமா? இப்போது அவளால் முடியாததை ஸரஸா சாதித்து விட்டாளா?' என்னும் கேள்விகள் அடுத்து எழுந்தன. இந்தக் கேள்விகள் அருவமாக வரவில்லை; அவளுடைய கண்களில் ஒரு காட்சியை உருவாக்கிக் கொண்டு வந்தன. ஏற்றம்மிக்க பெண்ணிளமைக்கு முன்னால் ஆண்மை தலைகுனிகிறது; அந்த வசீகரம் மஞ்சுளாவைவிட ஸரஸாவுக்கு அதிகம்; அந்த அதிகத்துக்கு முன்னால் டாக்டர் ஏக்கம் ஆகிநிற்கும் சிறு காட்சிதான் மஞ்சுளா கண்டாள். 'ஸரஸா குற்றவாளி அல்ல' என்று அவள் பலமுறை கூறிக்கொண்டாள்; ஏனென்றால், ஸரஸா குற்றவாளியோ என்ற எண்ணம் அவளுக்கு அடிக்கடி தோன்றிக்கொண்டிருந்தது.

'டாக்டரை நான் வசீகரிக்கவே இல்லையா? ஸரஸாவுக்காக அவருக்கு உண்டாகும் வேட்கை எனக்காக உண்டாகவே இல்லையா?'

என்ற பெருமூச்சுகளும் அவளிடம் தோன்றின. 'டாக்டர் எனக்குச் சொந்தம்; ஸரஸாவைக்காப்பாற்றி, அவர்மீது எனக்குள்ள பாத்தியதையை ஸ்தாபித்துக் கொள்வேன்' என்று ஓடிய யோசனைகளுக்கு இடையில் மாதவன் வந்ததைக்கூட அவள் கவனிக்கவில்லை.

புத்திசாலியான மஞ்சுளா அப்படி மனசை ஆட்டுக் கல்லில் இட்டு மாவாக அரைத்துக்கொண்டிருந்தாள் என்றால், அறிவாளியான மாதவன், கொள்ளி வைத்துவிட்டுச் சுடுகாட்டிலிருந்து திரும்புகின்றவன் போன்ற மங்கலமான களையோடு வந்திருந்தான். வந்தவன் சில நிமிஷங்கள் மௌனம் பூண்டான்; வந்த இடத்தையும் காரணத்தையும் எதிரில் இருக்கும் மஞ்சுளாவையும் மறந்து விட்டவன்போல் தோன்றினான் அவன்.

"உன்னை நினைத்தேன்; நீ வந்துவிட்டாய்!" என்று மஞ்சுளா தொடங்கியதை மாதவன் கேட்டதாகத் தெரியவில்லை.

"எனக்கு ஒரு சந்தேகம்; அதுக்குத்தான் உன்னிடம் வந்தேன்" என்று தானாக ஆரம்பித்தான் அவன்.

'சந்தேகம்' என்றதும் மஞ்சுளாவுக்குத் 'திக்' என்றது. அவன் கிளப்பிவிட்ட சந்தேகத்தினால்தானே அவள் பல 'உண்மைகளை'க் காண முடிந்தது; ஸரஸாவையும் டாக்டரையும் பற்றி அவன் இன்னும் சந்தேகங்களைக் கிளப்பப் போகிறானோ என்று அவளுக்குக் கவலை உண்டாகிவிட்டது; "யாரைப் பற்றிச் சந்தேகம்?" என்று கேட்டாள் அவள்.

"இந்த உடம்புக்கும் மனசுக்கும் என்ன சம்பந்தம்?" என்று அடிப்படைச் சந்தேகத்தைக் கேள்வியாய்க் கேட்டான் அண்ணன்.

தங்கைக்குச் சிரிக்கத்தான் தோன்றியது; காரணம் இல்லாமல் அவள் பயந்துவிட்டாளே! 'அண்ணாவுக்கு இப்படி விசித்திரமான சந்தேகங்கள் வருகின்றனவே' என்றும் அவளுக்குச் சிரிப்பு வந்தது.

''எனக்கும் ஒரு சந்தேகம்'' என்றாள் அவள்: ''உடம்புக்கும் உயிருக்கும் என்ன சம்பந்தம்?''

''சிரிக்கிறாய்; நான் நிசமாகத்தான் கேட்கிறேன். மனசு, மனசு என்கிறார்களே, அது என்ன? அது உடம்பில் எங்கே இருக்கிறது? உடம்பை இப்படி ஆட்டிவைக்க அதனால் எப்படி முடிகிறது?''

''நல்ல கேள்விகள்; பதில் சொல்லத்தான் எனக்கு ஞானம் இல்லை. ரொம்ப காலத்துக்கு முந்தியே நம் பெரியவர்கள் இந்தக் கேள்விகளுக்கு எல்லாம் பதில் சொல்லிவிட்டார்கள்; இப்போது மனோத்தத்துவ வல்லுநர்களும் பதில் சொல்லுகிறார்கள். என்னைக் கேட்பதற்குப் பதிலாக அந்தப் புத்தகங்களைப் படித்தால் தெரிந்து விடுமே!''

''படித்துத்தான் தெரிந்துகொள்ள வேண்டுமா? நாமாகக் கண்டுகொள்ள முடியாதா?''

''எல்லா விஷயங்களைப் பற்றியும் நாமே யோசித்துக் கண்டுபிடிக்க முடியாது. எல்லாவற்றையும் பற்றி யோசித்து எதைப் பற்றியும் ஒரு முடிவுக்கு வரமுடியாமல் இருப்பதைவிட ஏதாவது ஒன்றுபற்றி யோசித்து முடிவு காண்பது நல்லதுதான். மனசுபற்றி யோசிக்கிறாயா? செய்! இந்த ஆராய்ச்சிக்கும் புத்தகங்களின் உதவி வேண்டும்; மற்றவர்கள் முன்பே சொல்லி முடித்ததை இப்போது நீ புதிசாய்க் கண்டுபிடித்துப் பயனில்லை.''

''அதற்குள் என்னை ஆராய்ச்சிக்காரன் ஆக்கிவிட்டாயே! நான் எந்த ஆராய்ச்சியும் செய்யவில்லை. என்னைப் பற்றி யோசித்துப் பார்க்கிறேன்.''

''அதுவும் ஒரு பெரிய ஆராய்ச்சிதானே? இதையாவது 'லாஜிகலாக' (தர்க்கமுறைக்கொவ்வ) ஒழுங்காய்ச் செய். மாது, ஒன்றும் செய்யாமல் இருப்பதைவிட இது எவ்வளவோ நல்ல காரியம். திடீரென்று இந்த ஆராய்ச்சியில் எப்படி இறங்கினாய்?''

"எனக்குச் சில விஷயங்கள் பிடிக்கின்றன; சில விஷயங்கள் பிடிக்கவில்லை. ஏன் அப்படி நேருகிறது? எனக்குப் பிடிக்காததை யாராவது சொன்னால் கோபம் வருகிறது. கோபம் வருவது மனத்தின் தொழில்; இல்லையா? கோபம் வரும்போது நெஞ்சுத் துடிப்பு அதிகமாகிறது: உடம்பில் சூடு ஏறுகிறது. நரம்புகள் முறுக்கிக் கொள்கின்றன. உடம்பு நடுங்குகிறது. ஆகையால் என்ன ஏற்படுகிறது? மனசு என்பது உடம்புக்குள்தான் இருக்கிறது என்று ஏற்படுகிறது. 'உடம்புக்குள் மனசு எங்கு இருக்கிறது?' என்று யோசித்து யோசித்துப் பார்க்கிறேன்; புரியவில்லை; மூளைதான் மனசின் வாசஸ்தலம் என்று சொல்லலாமா? மார்பு படபடக்கிறதே; ஆகையால் அங்குதான் மனசு இருக்கிறது என்று ஏன் சொல்லக் கூடாது? இப்படியே பார்த்தால் மனத்தில் தோன்றும் எண்ணங்களுக்கு ஏற்ப உடம்பு காரியம் செய்கிறது; ஆகையால் மனசு உடம்பு முழுவதும் சஞ்சாரம் செய்வதாய்த் தோன்றுகிறது. 'அவ்வாறாயின், மனசுக்கு ஏதாவது உருவம் உண்டா? அல்லது மின்சாரம்போல் அது ஒரு சக்திதானா?' என்று யோசித்தேன். அது ஒரு சக்திதான் என்ற முடிவுக்குத்தான் வரமுடிகிறது..."

மௌனமாய்க் கேட்டுக் கொண்டிருந்த மஞ்சுளா கூறினாள்: "உன் முடிவை ஏற்கவோ மறுக்கவோ எனக்குத் தெம்பு இல்லை. இவ்வளவு தெளிவாக யோசிக்கிற உனக்கு உலக நடப்பில் உள்ள சாதாரண விஷயங்கள் புரியாமல் இருப்பதுதான் ஆச்சரியம்; அண்ணா யார்மீது கோபம் கொண்டு இந்த ஆராய்ச்சி செய்தாய்?"

"நீ சொன்னது வாஸ்தவம்; கோபத்திலிருந்துதான் நான் யோசனை செய்ய ஆரம்பித்தேன். ஆனால், என் முடிவு எல்லா உணர்ச்சிகளுக்கும் பொருந்தும். மகிழ்ச்சி உண்டானால் 'மனசு குளிர்ந்தது' என்கிறோம். மனசு குளிர்ந்ததை நாம் எப்படி அறிகிறோம்? நெஞ்சுத்துடிப்பில் ஒரு மாறுதல், மூளையில் ஓர் அமைதி ஏற்படுகிறது. உடம்புக்குள் உண்டாகும் இந்த 'இம்ப்ரெஷ்ஷன்'களைத் (பதிவுகளை) தான் மனசு குளிர்ந்ததாய்க் குறிப்பிடுகிறோம். இல்லையா?"

மஞ்சுளாவுக்கு மனம் குளிர்ந்து கொண்டுதான் இருந்தது; அண்ணன் புதிதாக எதையோ கண்டுபிடிக்கிறானே என்று அவள் மகிழவில்லை; அவனுடைய அறிவுத் தெளிவுதான் அவளுக்கு மகிழ்ச்சி அளித்தது; இஞ்சினியரை வேலூருக்கு அனுப்பும் விஷயத்தை இந்நேரத்தில் பேசித் தீர்த்து விடலாம் என்று எண்ணினாள் அவள்.

''யாரைக் கோபித்துக்கொண்டு ஆராய்ச்சியை ஆரம்பித்தாய்? கோபத்தை நீ வருணிப்பதைப் பார்த்தால் பெரிய கோபமாக இருக்கும்போலத் தெரிகிறதே!''

''உன் அருமை அப்பாவைத்தான். இன்னும் கொஞ்சநேரம் அவருக்கு எதிரில் இருந்திருந்தால் அவரை அடித்து நொறுக்கி இருப்பேன்!''

தமையனைப் பற்றி தங்கைக்கு உண்டான மகிழ்ச்சி இந்தப் பதிலைக் கேட்டதும் நொறுங்கியது: திடுக்கிட்டுக் கேட்டாள்: ''என்ன அண்ணா சொல்கிறாய்? என்ன நடந்தது?''

''எஜமானர் உத்தரவிட்டிருக்கிறார். அழுகுணிச்சித்தன் வாத்தியார் வீட்டுக்கு வசூலுக்குப் போயிருக்கிறான். கிட்டு வந்திருப்பது உன் தகப்பனாருக்குத் தெரியும்; இந்த நேரம் பார்த்து வசூலுக்கு ஆளை அனுப்பினாரே. நெஞ்சில் ஈரம் இருந்தால் செய்வாரா? பசுபதி அங்கே போய் என்ன ரகளை செய்தானோ? பணத்தைப் பறித்துக்கொண்டு வந்து விட்டான். இத்தோடு விட மாட்டாராம் பெரியவர். வாத்தியார் வீட்டை ஏலத்துக்கு இழுக்கப் போகிறாராம்; அப்போதுதான் நம் குடும்பம் உருப்படுமாம். மனிதப் பிறவிதானே அது?'' என்று கூறும்போதே அவனுடைய ஆராய்ச்சிக்குப் பாத்திரமான கோபத்துக்கு அவன் பாத்திரமாகிவிட்டான்; அவன் வருத்தத்திற்கு ஏற்ப உடம்பு நடுங்கியது.

அவனுடைய கோபத்தின் உக்கிரத்தைத் தரிசித்த மஞ்சுளா அஞ்சிவிட்டாள். பசுபதியிடம் பணம் கொடுத்ததை ஸரஸாவும்

அவளிடம் சொல்லியிருந்தாள். இதற்கு ஒரு முடிவு காணவேண்டும் என்பதுதான் அவள் விருப்பமும். ஆனால் இந்த விஷயம் இப்படி ஒரு விபரீதத்தை விளைவிக்கும் என்று அவள் எதிர்பார்க்கவில்லை. அமைதியாகவே பதில் அளிக்க முயன்றாள்: ''அப்பா கோபத்தில் ஏதாவது சொல்லியிருக்கலாம், அதற்காக நீ வாய்க்கு வந்ததை...''

''பெற்றவர் என்பதற்காக அவர் செய்வதெல்லாம் சரி என்று சாதிக்கிறாயா?''

''இல்லை; திருத்த முடியும் என்கிறேன். நெருப்பு என்றால் வாய் வெந்துவிடுமா?''

''வாய் வேகாது; மனசு வேகும். உன்னைப் பெற்றவர் அத்தோடு நிறுத்தவில்லை. இந்த வீட்டுப் பிள்ளையும் மாப்பிள்ளையும் வாத்தியார் வீட்டுக்குப் போவது ஸரஸாவுக்கு சேவகம் செய்யவாம்.''

''அப்பாவா அப்படிச் சொன்னார்?''

''அவர் சொல்லாமல் நானா சொல்கிறேன்? அந்த வீட்டுக்குப் போவதே மானக்கேடாம். மஞ்சுளாவின் மனத்தில் புகை மூட்டம் கண்டது. ஊரில் இப்படி ஒரு வதந்தி கிளம்பி இருப்பதற்காக அவள் கலங்கி விடவில்லை. மாதவனுக்குத் தீயது எண்ணும்படி ஒரு நோக்கம் இல்லாவிட்டாலும், ஸரஸாவுக்கு அவன் உதவி செய்ய முனைவதன் அடிப்படை என்ன? டாக்டரின் நோக்கம் நோயாளிக்கு சிகிச்சை செய்வது மட்டும்தானா? இந்த நோக்கங்கள் பற்றிய விசாரம் அவளுக்கு இருக்கலாம்: வெளியில் தெரியும்படி இந்த நோக்கங்கள் நடமாடினவா?

''அப்பாவுக்கு இப்படி எல்லாம் யார் சொல்லி இருப்பார்கள்? பசுபதியின் வேலையாக இருக்குமா?''

''ஏன், உன் தகப்பனாருக்குச் சுயபுத்தி இல்லையா? இதைவிட அதிகமாய்ப் பேசக்கூட அவருக்குப் புத்தி இருக்கிறது!''

"டாக்டரைப் பற்றி நீயும் இப்படித்தானே குறிப்பிட்டாய் அண்ணா" என்றாள் மஞ்சுளா, சிறிது ஆற்றாமையுடன்.

"நான் என்னைப் பற்றித்தான் பேசுகிறேன். வேறு யாரைப் பற்றியும் என்னால் பேச முடியாது. என்னைப் பற்றியே எனக்குச் சரியாகத் தெரியாதபோது பிறரைப் பற்றி நான் என்ன சொல்ல முடியும்?" என்று நிர்த்தாட்சண்யமாகப் பதில் கூறினான் மாதவன்.

தந்தையோடு சேர்ந்து அண்ணனும் டாக்டரைத் துச்சமாகப் பேசுவதை அவள் வேதனையுடன் உணர்ந்தாள்: அந்த வேதனையை வெளியிட்டு மாதவனைக் குழப்ப அவள் விரும்பவில்லை. 'ஸரஸாவை காப்பாற்ற வேண்டும்' என்ற தன் முடிவை உறுதி செய்து கொண்டாள். சிறிது தாமதித்துக் கூறினாள்; "சரி, மாது! இப்போதைக்கு அவசியமானதைக் கவனிப்பதை விட்டு வேறு எதையோ பேசிக்கொண்டிருக்கிறாயே!"

"சரி உன் கல்யாணம் பற்றிப் பேசுவோம்" என்றான் மாதவன் சிரிப்பு இல்லாத முகத்துடன்.

சுற்றி வளைத்துப் பாராமல் நேராகப் பார்த்தால், அவன் சொன்னது உண்மைதான்; ஆனால் இந்த உண்மை மஞ்சுளாவுக்கு எவ்வளவு கசந்தது! அதற்காகவே அதை விழுங்கிவிட்டுச் சொன்னாள்: "அதைப்பற்றி நான் பேசவில்லை. ஸரஸா கிட்டுவை கவர்ன்மென்ட் ஹாஸ்பிடலில் சேர்த்து விடுகிறேன் என்கிறாள்."

"சேர்க்கட்டுமே! எல்லாருக்குமே நல்லது!" என்று குத்தலாகப் பேசினான் மாதவன்.

"கிட்டுவுக்கு நல்லதா? இந்த கவர்ன்மெண்ட் ஆஸ்பத்திரியில் மனித வைத்தியமா செய்கிறார்கள்? மிருகங்களைப் போல்தானே நடத்துகிறார்கள். இஞ்சினியரை நீ வேலூருக்கு அழைத்துப் போக வேண்டும். ஸரஸாவிடம் சொல்லி விட்டேன்."

பேசாமல் தங்கையின் முகத்தைச் சிறிது நேரம் கூர்ந்து பார்த்தான்: அவன் முகத்தில் புன்னகை தோன்றியது. "நீ கெட்டிக்காரி" என்றான் அவன்.

"திடீரென்று நான் எப்படிக் கெட்டிக்காரி ஆனேன்? ஏன் அப்படிச் சொல்லுகிறாய்?"

"எப்போதுமே நீ கெட்டிக்காரிதான். டாக்டரை ஸரஸாவிட மிருந்து விலக்கவேண்டும் என்பதுதானே உன் நோக்கம்?"

திருடர்கள் திருடும்போது பிடிபட்டால் வெட்கப்படு வதில்லை; நல்லவர்கள் என்று பிரபலமானவர்கள் களவாடும்போது பிடிபட்டால், வெட்கத்தால் உருகிவிடுகிறார்கள். அடுக்கு அடுக்காய் நல்ல எண்ணங்களை அடுக்கி அவைகளுக்கு அடியில் அந்த நோக்கத்தைப் பத்திரமாய் ஒளித்து வைத்திருந்தாள் அவள்; அதை மாதவன் வெகு அநாயாசமாக வெளியில் இழுத்துவிடவே, அவள் உடலில் இருந்த ரத்தம் முழுவதும் முகத்திற்குத் தாவியது.

"ஸரஸா இஞ்சினியரோடு வேலூருக்குப் போய் விடுவாளே என்று உனக்கு வருத்தமாக இருக்கிறதா?" என்று கேட்டுவிட்டாள் பதட்டமாக; பேசியபின் ஏன் பேசினோம்?" என்றுபட்டது அவளுக்கு; வாயிலிருந்து வெளிவந்த ஒலியை மீட்டுக்கொள்ள முடியுமா?

"ஆமாம், நான் ஸரஸாவைக் கட்டிக்கொள்ளப் போகிறவன், அவள் வேலூருக்குப் போனால் கல்யாணம் நின்றுவிடுமோ என்று எனக்குக் கவலையாக இருக்கிறது!" என்று அவன் சொன்ன சொற்கள் அவளை ஊசிகளாய்க் குத்தின.

தேவை இல்லாமல் அவனைச் சீண்டி விட்டோம். அவனை எப்படிச் சமாதானப்படுத்துவது என்று மஞ்சுளா தவித்துக் கொண்டு மௌனமாக இருந்தாள்; அந்தத் தவிப்பைத் தணிப்பவன்போல் மாதவன் மிகச் சமாதானமாய்ச் சிரித்தான்.

"உடம்போடு வியாதி பிறக்கிறது. உடம்பை ஒப்புக் கொள்கிறவர்கள் வியாதியை ஒப்புக்கொள்கிறதில்லை. நீயும் ஒரு நோயாளிதானே?" என்று மந்தகாசத்துடன் ஒரு சூத்திரம் சொன்னான் மாதவன்.

தீவிரமான ஆராய்ச்சிக்குப் பிறகுதான் அவன் இக்கருத்துக்களை உதிர்த்தான் என்று மஞ்சுளாவுக்கு எப்படித் தெரியும்? அவன் ஏதோ அலங்காரமாகப் பேசுகிறான் என்று அவள் எண்ணிக்கொண்டாள். அவன் புன்னகையோடு பேசுவதே அவளுக்கு இதமாயிருந்தது. "நீ சொல்வது புரியவில்லை மாது!" என்று அடக்கமாகச் சொன்னாள்.

"உன் வியாதி உனக்குப் புரியவில்லை என்கிறேன். வியாதியைப் புரிந்துகொண்டுதான் என்ன ஆகப் போகிறது? வியாதி போய் விடுமா? அல்லது போக்கிவிட முடியுமா? சரி, அதுபற்றி இப்போது பேச வேண்டாம். இஞ்சினியரை வேலூருக்கு அனுப்பத் திட்டம் போட்டிருக்கிறாய்; நான் அழைத்துப் போய் ஸ்பெஷல் வார்டில் சேர்க்கிறேன். உனக்கும் எனக்கும் சம்மதம்; ஸரஸாவுக்குச் சம்மதமா?"

"சம்மதிக்காமல் இருப்பாளா? அவளுக்கும் நல்லதுதானே?"

"யாருக்கு எது நல்லது என்று யாரால் தீர்மானிக்க முடியும்? டாக்டரும் வேலூருக்கு வரவேண்டி இருக்குமே?"

அவன் மறுபடியும் விஷமமாகப் பேசுகிறானோ என்று பார்த்தவாறு மஞ்சுளா சொன்னாள்: "அதனால் என்ன? வியாதியின் ஹிஸ்டரியை (வரலாறு) அங்கு சொல்ல வேண்டாமா? நான் ஏதாவது பேச நினைத்தால், நீ ஏதாவது பேசிக் குழப்பி விடுகிறாயே! சொல்ல வந்ததே மறந்து போகிறது."

"நான் சொல்லவேண்டியதை நீயே சொல்லிவிடுகிறாயா? நான் மனசைப் பற்றிப் பேச வந்தேன். நீ என்ன என்னவோ..."

"மனசு எங்கே போய்விடப் போகிறது? அதைப்பற்றி என்றைக்கு வேண்டுமானாலும் பேசிக் கொள்ளலாம். இப்போது..."

''உன் கல்யாணம் பற்றிப் பேசுவோமே!'' என்று நகைத்தான் மாதவன்; ''அப்பா பெரிய பிளான் போட்டிருக்கிறார். பசுபதி அதை இன்னும் பெரிசாக்குகிறான். மதுரை மீனாட்சி கல்யாணம்போல் பத்திரிகைகளில் எல்லாம் உன் கல்யாணம் அடிபடப் போகிறது?''

''ரொம்பவும் அடிபட்டுவிடாமல் நீ பார்த்துக்கொள்; அதைப் பற்றி எனக்கு என்ன? நான் வாத்தியாரைப் பற்றிச் சொல்ல வந்தேன். அவர்கடனை நீ சீக்கிரம் 'ரைட் ஆஃப்' (ரத்து) செய்துவிட வேண்டும்.''

''முதலில் அப்படித்தான் நினைத்தேன்; இப்போது அந்த உத்தேசம் இல்லை''

''ஏன் மாது?''

''உன் தகப்பனார் என்னதான் செய்கிறார் என்று பார்க்கப் போகிறேன். என்றைக்காவது அவர் பிராது, ஜப்தி என்று ஆரம்பிக்கப் போகிறார். அவரைத் தீர்த்துக் கட்டிவிடப் போகிறேன். எதற்காகவோ காத்திருப்பதாகச் சொன்னேனே, ஒருவேளை இதற்காகத்தான் காத்திருக்கிறேனோ என்று இப்போது தோன்றுகிறது!''

''லட்சணமாய்த்தான் பேசுகிறாய், போ! கல்சர்டாக (பண்பாட்டுடன்) பேசப் பழகிக்கொள்''

''கல்ச்சரா? மனசில்தானே அதுவும்...'' என்று மனத்தில் புகுந்து மௌனமானான் மாதவன்.

''ரா. சிவராமன் ஆஜர்!'' என்று கூறிக்கொண்டே, லங்கையி லிருந்து திரும்பிய அங்கதன்போல் அமர்க்களமாய் வந்து குதித்தான்... சிவராமன்; புழுதியும் மண்ணும் அவனை அழுக்குப்படுத்தின. மஞ்சுளாவோடு மாதவனும் இருப்பதைப் பார்த்துச் சற்றுப் பயந்தவனைப்போல் இரண்டு கைகளையும் கட்டிக்கொண்டு ஒரு ஸ்டூல்மீது உட்கார்ந்தான்.

"எங்கிருந்துடா வருகிறாய்?" என்று கேட்டாள் மஞ்சுளா. மாதவன் அவனைப் பார்த்தாலும் வாய் திறக்கவில்லை. 'கல்ச்சரு'க்கும் மனசுக்கும் உள்ள தொடர்பை ஆராய்ந்து கொண்டிருந்தான் போலும்!

"வேறு எங்கிருந்து வருவேன்? நேராகத் தெருவிலிருந்து வருகிறேன். எனக்கு ஒன்றுமே பிடிக்கவில்லை அக்கா! தெருவிலே நாய் ஓடிண்டே இருக்கு; நானும் ஓடிண்டே இருக்கேன். வீடு பள்ளிக்கூடம் ஒன்றுமே பிடிக்கவில்லை!" என்று காஷாய வேட்டியைக் கையில் எடுத்தவன்போல் விரக்தியாகப் பேசினான் சிவராமன்.

"என்னடா இது, நீயும் மாது அண்ணா போல் பேச ஆரம்பித்து விட்டாய்? இந்த வயசில் வீட்டை எதுக்குடா வெறுக்கிறாய்?" என்று தானும் சிரித்து அண்ணனையும் சிரிக்க வைக்க முயன்றாள் மஞ்சுளா.

"உங்களுக்கு என்ன? சொல்லிவிடுவீர்கள். பத்துத் தலை இருந்தால் நானும் தைரியமாய்ப் பேசுவேன்."

"எதுக்குடா பத்துத் தலை? ராவணன் மாதிரி இருக்கணுமா?"

"என்னை ராவணன் என்று யார் சொல்றா? எல்லாரும் மாருதிராவ் என்றுதானே சொல்றா?"

"பின்னே பத்துத் தலை வைத்துக்கொண்டு என்னடா செய்யப் போகிறாய்?"

"அத்தான் வந்தாரா அக்கா? ஆப்பிளும் சாத்துக்குடியும் வந்தது. நான் சின்னப் பையன்தானே? பழத்தைப் பார்த்தால் சாப்பிடத் தோணாதா? பளபளன்னு ஆப்பிள் கண்முன்னாலே இருந்தால் வாய் சும்மா இருக்குமா அக்கா? கேட்குது! கடிக்கிறேன். இந்த ஸரஸா அக்காவுக்கு என்ன நஷ்டம்? 'குரங்கு மாதிரி கொறித்துக்கொண்டே இரு!' என்று தலையில் போடுகிறாள்.

எம்.வி. வெங்கட்ராம்

நானும் கணக்குப் பண்ணிக்கொண்டே இருக்கேன். பெரிய அக்கா எப்போ குட்டினாலும் மூணு அல்லது ஆறு குட்டுதான் குட்டுகிறாள். அந்த அக்காவாலேதானே ஆப்பிளே கிடைக்குது; அவள் குட்டட்டும். இந்த அம்மா சும்மா இருக்கப்படாதா? 'குரங்கு, குரங்கு!' என்று ஒண்ணே ஒண்ணு என்று குட்டுகிறாள்; கண் முழி பிதுங்குது. பெரியவர்கள் கைக்கு வேலை வேணும்; குட்டட்டும்; மண்டு ஹேமா இந்தப் பக்கம் போகும்போது ஒரு குட்டு; அந்தப் பக்கம் போகும்போது ஒரு குட்டு என்று போடுகிறாள்; இதை எல்லாம் பார்த்துக்கொண்டே இருக்கா சின்னக் குரங்கு? அதுதான் பங்கசம். நான் கீழே உட்கார்ந்தால் போதும், ஷொட்டு ஷொட்டு என்று தலையில் வைக்கிறாள். இப்படி ஆளுக்கு ஒன்று குட்டினா, வீடு எனக்குப் பிடிக்குமா அக்கா?'' என்று அபிநயத்துடன் சொன்னான் சிவராமன்.

"அப்பா குட்டமாட்டாரா?'' என்று மஞ்சுளா கேட்டாள்.

"அப்பாவை நான் குட்டமாட்டேன்! குட்டத் தெரியாத வாத்தியார் அப்பா. 'ஏண்டா இது?' என்று என்னைப் பார்த்து கெஞ்சிவிட்டுப் போய்விடுவார்.''

"பள்ளிக்கூடத்தில் உன் தலைக்கு ஆபத்தாக இருக்காதே? நீ கெட்டிக்காரப் பிள்ளை; நிறைய மார்க் வாங்குகிறாயே!'' என்று மேலும் அவனைத் தூண்டிவிட்டாள் மஞ்சளா.

"கெட்டிக்காரன் தலையிலேதான் நிறையக் குட்டு விழுது. இன்றைக்குப் பாருங்கள் அக்கா! 'சோஷல்' (சமூகம்) சார் பாடம் நடத்த வேண்டியதுதானே? கிளாசிலே அரட்டை அடிக்க ஆரம்பித்தார். 'இந்த ஊரிலே பெரிய பணக்காரர் யார்?' என்று கேட்டார். எனக்குக் கோபம் வருமா வராதா? 'நான்தான் பெரிய பணக்காரன்'னு எழுந்து நின்றேன். சோஷல் சாருக்கு அப்பா சாரைத் தெரியும். 'டேய் அன்னக்காவடி! சும்மா உட்கார்!' என்றார். சும்மா இருப்பேனா? 'யார் சார் அன்னக்காவடி? அன்னக்காவடி ஆப்பிள் சாப்பிடுமா? ஹார்லிக்சைச் சாக்கடையில் கொட்டுமா? அன்னக்காவடி கார்

சவாரி செய்யுமா? நாளுக்கு மூணு வெள்ளி ஊசி போட்டுக் கொள்ளுமா? கைகால் அசங்காமல் படுத்துக்கிடக்குமா?'ன்னு விளாசித் தள்ளிவிட்டேன். நான் சின்னப் பையன்தானே? எனக்குப் பதில் சொல்லத் தெரியலியே என்று சோஷுலுக்கு வெட்கமாய்ப் போச்சு. நறுக்கு நறுக்குன்னு இரண்டே இரண்டு குட்டுதான். எனக்கு என் பேரே மறந்து போச்சு அக்கா! இதுக்குத்தான் பத்துத் தலை கேட்டேன். யாராவது குட்ட வந்தால், 'குட்டிண்டே இரு' என்று ஒரு தலையைக் குடுத்துட்டு நிக்கலாமே!''

மஞ்சுளா குதூகலமாய்ச் சிரித்தாள். ''குட்டுக்காகவா பத்துத் தலை கேட்கிறாய்? பத்துத் தலை இருந்தால் பத்து வாய் இருக்கும். எல்லா வாயாலும் ஆப்பிளும் ஆரஞ்சும் சாப்பிடலாம் என்றுதானே?''

''இருபது கையாலே அள்ளி பத்து வாயாலே சாப்பிட்டு என்ன ஆகப்போவுது? எங்க சோஷல் ஒரு குட்டு வைத்தால் பல் எல்லாம் கொட்டிப் போயிடுமே அக்கா!''

''உன் தலையை நான் காப்பாற்றுகிறேன்; ஸ்கூலுக்கும் போகவேண்டாம்; வீட்டுக்கும் போகவேண்டாம்; இங்கேயே இருந்துவிடேன்.''

''இருந்துடலாம். நிறைய பிஸ்கத்தும் சாக்லட்டுமாய் கிடைக்கும். ஓசியிலே கார் சவாரி செய்யலாம். ஆனால் அண்ணாவை நினைத்தா பயமாயிருக்கு!'' என்று கருவிழியை ஈசானிய மூலைக்குக் கொண்டுபோய் மாதவனை ஒரு மாதிரியாகப் பார்த்தான் சிவராமன்.

''அண்ணாவுக்குக் குட்டத் தெரியாதுடா. அவரைப் பார்த்து ஏண்டா பயப்படுகிறாய்.''

''கேள்வி கேட்பாரே! கிளாஸ் வாத்தியார் எல்லாம் நான் கேள்வி கேட்டாலொங்குன்னு ஓடுவாங்க. அண்ணா கேள்வி கேட்டால் பிஸ்கத்துகூட தொண்டையிலே சிக்கிக் கொள்ளுது அக்கா.''

''அவ்வளவு கஷ்டமான கேள்வியா அண்ணா கேட்கிறார்?''

''எங்க கிளாசிலே இருக்கிற பசங்கள் அத்தனை பேரும் சேர்ந்து வந்தாலும் அண்ணா கேள்விக்கு பதில் சொல்ல முடியாது; தெரியுமா? ஹோல் கிளாசிலே நான்தான் ஃபஸ்ட். எனக்கே தெரியல்லே என்றால் யாருக்குத் தெரியும்? தெரியாதுன்னு சும்மா இருப்பேனா? பிஸ்கத்தும் சாக்லட்டும் சாப்பிட்ட வாய் சும்மா இருக்குமா? அண்ணா கேள்விக்கெல்லாம் ஆன்ஸர் (விடை) கண்டு பிடிச்சுட்டேன்'' என்று மார்பை நிமிர்த்திக் கொண்டான் சிவராமன்.

''அண்ணா. உன் கேள்விக்கெல்லாம் சிவராமன் பதில் சொல்லப்போகிறான்'' என்று அண்ணனைச் சிரிக்க அழைத்தாள் மஞ்சுளா.

''சொல்லட்டுமே!'' என்ற மாதவன் 'கல்ச்சரை' அலசுகிறவன் போல் அந்த அறையில் குறுக்கும் நெடுக்குமாக நடக்கலானான். அவன் சிரிக்காவிட்டால் மஞ்சுளா சிரிக்கக் கூடாதா?

முதலிலேயே வாயாடி; தட்டிக் கொடுக்கப்பட்டதும் தம்பி மேலும் சண்டப் பிரசண்டன் ஆனான்: 'அண்ணா ஒரு க்வெஸ்சன் பேப்பர் (கேள்வித்தாள்) தான் கொடுத்தார்; ஆனால் கேள்விகள் எல்லாமே ஹார்ட் (கஷ்டம்) எவ்வளவு கஷ்டப்பட்டு விடை கண்டு பிடிச்சேன் தெரியுமா? ஒவ்வொரு க்வெஸ்சனாக (கேள்வி) விடை சொல்லட்டுமா?''

''சொல்லு''

''க்வெஸ்டின் ஒன்: ஸரஸா அக்கா சரியாகச் சாப்பிடுகிறாளான்னு அண்ணா கேட்டார். கவனிச்சுப் பார்த்தேன். அக்கா சாப்பிட உட்காருகிறாள். ஒரு கவளம் சோற்றுக்கு ஒருவாய் தண்ணீர் சாப்பிடுகிறாள். சோற்றை மாவாப் பிசைகிறாள்; மருந்து போலச் சாப்பிடுகிறாள். நாலு வாய் சாப்பிட்டதும் சோற்றை அனாதையா விட்டுவிட்டு எழுந்து ஓடுகிறாள். வாயிலெடுக்கப் போகிறாளோன்னு பார்த்தேன்; ஒருநாளும் வாயில் எடுக்கவில்லை. ஸரஸா அக்கா அரைச் சாப்பாடுகூடச் சாப்பிடல்லை.''

மஞ்சுளா வியப்புடன் கேட்டாள். ஹாஸ்யத்துக்குள் மறைந்திருக்கும் சோகமும் சிருங்காரமும் அவளைத் துன்புறுத்தின. ஸரஸா சாப்பிடுகிறாளா என்று கேட்ட மாதவனின் மன ஆழம் அவளுக்குத் தெரியாதா? சோற்றை ஸரஸா அனாதை ஆக்குவதன் ரகசியம் அவளுக்குத் தெரியாதா? சிறுவனான சிவராமன் மாதவனுடைய கேள்விகளுக்கு இவ்வளவு நுட்பமாக பதில் சொல்வது வியப்பாக அவளுக்கு இருந்தது. அன்றொரு நாள் சிவராமனுடன் பேசிக் கொண்டிருந்ததையும் அவள் வந்ததும் அவன் சிறுவனை விரட்டியதையும் அவள் மறக்கவில்லை. 'மனசு எவ்வளவு நுட்பமாக விளையாடுகிறது!' என்று எண்ணினாள் அவள். மாதவன் சிவராமன் பேசுவதைக் கவனிக்கவில்லை என்பதை மஞ்சுளா கவனித்து விட்டாள்; சிறுவனின் வாயை இத்தோடு மூடிவிடலாமா என்று அவள் தயங்கிக் கொண்டிருந்தாள்.

சிவராமன் பிஸ்கத்தையும் சாக்லட்டையும் எண்ணிக் கொண்டு ஆடம்பரமாகப் பேசினான். "க்வெஸ்சன் டூ (இரண்டாவது கேள்வி) ஸரஸா தூங்குகிறாளான்னு இரண்டு ராத்திரி கண் முழிச்சிண்டிருந்தேன். அக்கா ராத்திரி எல்லாம் தூங்கறதே இல்லை; நான் பார்க்கிறபோதெல்லாம் 'வாக்' பண்ணிண்டே இருந்தாள்; இல்லாவிட்டால் நிற்பாள். படுத்தால் இப்படியும் அப்படியுமா புரண்டுகொண்டே இருப்பாள். அக்கா தூங்கி நான் பார்க்கல்லே.''

மஞ்சுளா இன்னும் தயங்கிக்கொண்டிருந்தாள், சிறுவனுடைய பேச்சில் இருந்த சுவாரசியம் அவள் தயக்கத்தை நீட்டியது.

சிறுவன் எதைக் கண்டான்? "க்வெஸ்சன் த்ரீ: (கேள்வி மூன்று) ஸரஸா அக்கா மூன்று நாளாய் நிறைய அழுகிறாள். அம்மா ஹாலில் உட்கார்ந்து அழுகிறாள்; எல்லாரும் பாருங்கோன்னு சொல்லிவிட்டு அழுகிறாள். அக்கா ரூமுக்குள்ளே இருந்துண்டு ரகசியமா அழுகிறாள். பவுடரைஅப்பிண்டு அழுததை மறைக்கிறாள்.''

அவனைத் தடுப்பதா வேண்டாமா என்று மஞ்சுளாவால் இன்னும் முடிவு செய்ய முடியவில்லை.

ஆனால் அங்கதன் வாலில் நெருப்புப் பந்தத்தைக் கட்டிக் கொண்டு அடுத்த வீட்டுக்குப் பாய்ந்து விட்டான்: ''க்வெஸ்சன் ஃபோர்: (கேள்வி நாலு) டாக்டரோடு பேசும்போது ஸரஸா அக்கா சிரிக்கிறாளான்னு பார்த்தேன். அக்கா சிரிக்கிறதே இல்லை. டாக்டர்தான் சும்மா சும்மா...''

அவன் அதற்குமேல் சொன்னதை மஞ்சுளா கேட்கவில்லை.

'இடியட்! மூடு வாயை! போ வெளியே! முட்டாள்!'' என்று சிறுவனின் தோள்களைக் குலுக்கிப் பலமாகக் கத்தினான் மாதவன்.

தள்ளாடுகிற ஸ்டூலைத் தள்ளிவிட்டு சிவராமன் நடுங்கிக் கொண்டே எழுந்தான். மாதவனைப் பார்க்க அவனுக்குப் பயமாக இருந்தது. பிஸ்கத்துக்காகவும் சாக்லட்டுக்காகவும் ஊறிக்கொண்டிருந்த வாய் உலர்ந்து விட்டது. இங்கு அவன் தலையில் குட்டு விழவில்லை; மனசில் விழுந்தது குட்டு. அதை அவனால் தாங்க முடியவில்லை. அழுகை பொத்துக்கொண்டு கொட்டியது. நாலுகால் பாய்ச்சலில் ஓடியே போய்விட வேணும் என்றுதான் அவன் எண்ணினான். ஆனால், அவனுடைய இரண்டு கால்களும் வரையறை இல்லாமல் நடுங்கின. எப்படியோ அவைகளை இழுத்துக்கொண்டு அவன் வெளியே நடந்தான்.

''போடா கழுதை!'' என்று மீண்டும் கத்தினான் அந்தப் பண்பட்ட ஆராய்ச்சியாளன்.

மஞ்சுளா வாய் திறக்கவே நேரம் கிடைக்கவில்லை; அவளைவிடப் புத்திசாலியானாலும் வாய் திறந்து கொள்ளுமா?

33

ஜகந்நாதனும் பசுபதியும் நீலகண்டன் வீட்டை நெருங்கும் போது பிற்பகல் மூன்று மணி இருக்கும்; அன்று ஞாயிற்றுக்கிழமை;

தெருக்கள் எல்லாம் வெறிச்சோடிக் கிடந்தன; வெயிலும் கடுமையாக இருந்தது. ஜகந்நாதனுடைய சட்டை வேர்வையில் நனைந்து சொட்டிக் கொண்டிருந்தது. அவர் ஜரிகை அங்கவஸ்திரத்தின் விசிறி மடிப்பு நுனியைப் பிரித்து விசிறிக்கொண்டே நடந்தார். பசுபதி அவருக்குக் குடை பிடித்துக்கொண்டு நடந்தான். அவரை விட அவன் குள்ளன்; பெரிய சிலைக்குச் சாமரம் விசிறுகிறவன்போல் வலது கையில் குடையை உயர்த்தித் தூக்கிப் பிடித்துக்கொண்டு சென்றான்.

"காரிலேயே வந்திருக்கலாம்; இதோ இதோ என்று ஒரு மைலுக்கு மேல் நடந்துவிட்டோமே; எனக்காகச் சொல்லவில்லை. எனக்கு என்ன? இந்தக் கட்டை வெறும் செருப்பு; வெயிலிலும் வேகும், மழையிலும் நனையும். உங்கள் உடம்புக்கு இதெல்லாம் ஒத்துக் கொள்ளாது.''

"இதுவும் எல்லாம் பார்த்த கட்டைதான். நடந்து வரவேண்டும் என்றுதானே புறப்பட்டேன்'' என்றார் ஜகந்நாதன். அவரும் பசுபதியைப்போல் வெப்ப தட்பங்களை அறிந்தவர்தான்; ஆனால் அதெல்லாம் வெகு காலத்துக்கு முந்தி; இப்போது நிழலில் இருந்து பழகிவிட்ட உடம்பு வெயிலைப் பார்த்து மிரண்டது.

நீலகண்டன் வீடு ஜகந்நாதன் வீட்டிலிருந்து ஒன்றரை மைல் இருக்கும். காரில் போனால் ஐந்து நிமிஷப் பிரயாணம். ஆனால் மத்தியானம் சாப்பிட்டுச் சிறிது ஓய்வு எடுத்துக்கொண்டு நடந்து போகத்தான் விரும்பினார் அவர். தப்புச் செய்த மாணவனை முன்பெல்லாம் வெயிலில் நிறுத்துவார்கள் அல்லவா? 'இந்த உடம்புக்கு ரொம்ப சுகம் கொடுத்து விட்டோம்; இதைக் கொஞ்சம் வெயிலில் உலர்த்த வேண்டும்' என்பது போன்ற மனோபாவத்துடன் தான் அவர் பாத யாத்திரையாக நீலகண்டன் வீட்டுக்குக் கிளம்பினார்.

அந்த மனோபாவம் அவர் முகத்தில் தெளிவாகப் பிரதிபலித்தது. ஒரு காலத்தில் அவர் பணம் தேடி அலைந்தார். பணத்தில்தான் நிம்மதி இருப்பதாக அவருக்குத் தோன்றியது. அவர் கனவுகண்டதை

விட மிகுதியாகவே பணம் குவிந்தது; இந்தப் பணத்தை மேலும் பெருக்குவதால் நிம்மதி கிடைக்கும் என்று தோன்றியது; பெருக்கிக் கொண்டே போனார்; நிம்மதியும் கிடைத்துவிட்டாற்போல் இருந்தது; ஆனால் இப்போது 'நிம்மதி பணத்தில் இல்லை' என்று அவருக்குத் தோன்றத் தொடங்கியது.

அவருக்குப் புத்தி இருந்தது; புத்தியைப் பயன்படுத்தும் ஆற்றல் இருந்தது; ஆற்றலைச் செயலாக்கும் உறுதி இருந்தது; எந்த எதிர்ப்பையும் தாங்கி வெற்றி கொள்ளும் வலிமையும் இருந்தது. இந்த வலிமைக்கு இரக்கமோ ஈரமோ கிடையாது; வெற்றி ஒன்று தான் அதன் லட்சியம். அதனால் அவர் உயர்ந்து வாழ்க்கையில் ஓர் உச்சிக்கு ஏறிவிட்டார். இவ்வளவு உயரம் ஏறிவிட்டபிறகு இப்போது ஓர் எதிர்ப்பு எழுந்துள்ளது; எந்த எதிர்ப்பையும் எள்ளுகின்ற அவர் இந்த எதிர்ப்பால் சோர்ந்துவிட்டார். பகைவனுடன் போராடுவதாக இருந்தால், சாதுரியங்களை எல்லாம் பிரயோகித்து அவனை வீழ்த்தலாம். சொந்த மகனே பகைவனாக வந்தால் அவனை வீழ்த்த முடியுமா? இருவரில் யார் விழுந்தாலும் அழிவு அவருக்குத்தானே?

அவருக்கு அவமானமாகவும் இருந்தது. அவர் ஏறிநிற்கும் உயர்வை அண்ணாந்து பார்த்து வியந்து ஊர்க்காரர்கள் கை கட்டிக்கொண்டு நிற்கிறார்கள். அவர் தனக்காக மட்டும் இவ்வளவும் உயரம் ஏறவில்லை; யாருக்காக ஏறுகிறோம் என்று எண்ணினாரோ அந்த மகனே, 'உச்சியில் ஏறி நிற்கிறீர்களே இதனால் என்ன பிரயோசனம்?' என்று ஏளனம் செய்கிறான்.

வரவேண்டிய கடனை வசூல் செய்வதற்காக ஜப்தி செய்வதும், ஏலம் போடுவதும், வாரண்டில் பிடிப்பதும், சிறையில் அடைப்பதும் தர்ம நியாயமான காரியங்கள். வாத்தியார் வீட்டை ஏலத்துக்குக் கொண்டுவரப் போவதாகச் சொன்னதில் தவறு என்ன இருக்கிறது? அதைக்கேட்டதும் மாதவன் முரட்டுத்தனமாய்த் துடித்ததையும், 'உங்களுக்கு நோய் முற்றிவிட்டது' என்றதையும் அவரால் மறக்க முடியவில்லை. இப்படி ஒரு பிள்ளையா? ஒரு பெண்ணுக்காகவா இவ்வளவு வெறி கொள்கிறான்?

அன்றிலிருந்து அவர் பசுபதியைத் தன் அருகிலேயே வைத்துக் கொள்ளலானார். முக்கியமான அலுவல்கள் இருந்தால்தான் அவனை வெளியில் அனுப்புவார். மஞ்சுளாவின் கல் யாணத்துக்கு முன்னேற்பாடுகள் செய்யத் தொடங்கினார். பாட்டுக்கச்சேரிகள், டான்ஸ், காலக்ஷேபங்கள், ஷ்பெஷல் மேளம், ஊர்வலம், வாணவேடிக்கை எல்லாவற்றுக்கும் விரிவான திட்டம் போட்டார். பசுபதி 'பெரிசு' என்று எண்ணிய யோசனைகளை எல்லாம் அவர் மிஞ்சிவிட்டார். அவனுக்கே வியப்பாக இருந்தது; 'புதுப்பணக் காரருக்கு சிண்டு விறைத்துக் கொண்டிருக்கிறது; எலெக்சனுக்கு நிற்கிறவர்போல் திட்டம் போடுகிறாரே!' என்று எண்ணினான். ஜகந்நாதன் ஒருகால் இவ்வாறெல்லாம் விளையாடித் தன் கவலை களையெல்லாம் மறக்க விரும்பினாரா? அல்லது பணத்தால் இப்படி விளையாடலாம் என்று மாதவனுக்குக் காட்ட விரும்பினாரா? இரண்டுமே நிசம்தான்.

அவர் குடும்பத்தில் வழக்கம்போல் இருந்தாலும் மனத்தில் சசஜபாவம் இல்லை; கேள்விகளும் பதில்களுமாக அவர் தனக்குள் ஒரு போராட்டமே நடத்திக்கொண்டிருந்தார் 'ஏதோ கிரகக் கோளாறு. அதனால்தான் மாதவன் வெறிபிடித்தவன்போல் இருக்கிறான். காலப்போக்கில் அவன் குணம் மாறும்' என்று அவர் சமாதானம் செய்து கொண்டார்; முரட்டுப் போக்கிரிகளாக இருந்தவர்கள் புத்தி மாறி நல்லவர்களானதை அவர் பலமுறை கண்டிருக்கிறார்; மாதவன் போக்கிரியும் அல்லவே!

தன் பலவீனங்களை அவர் எளிதில் வெளிக்காட்டிக் கொள்கிற பழக்கம் கிடையாது. மகனால் ஏற்பட்ட மனச்சரிவை மறைத்துக் கொண்டார் . கல்யாணம் முடிந்தபிறகு புதிய தொழில் ஏதாவது தொடங்கவேண்டும் என்று பசுபதியுடன் யோசனை செய்யத் தொடங்கினார். இந்த யோசனையின் ஓர் அம்சமாகவே அவர் நீலகண்டனையும் சந்திக்க விரும்பினார்.

வீட்டுக்கு மாப்பிள்ளையாக வரப்போகிறவன்; அவனையும், அவன் தாயையும் வீட்டையும் பார்த்துத் தொழிலைப் பற்றியும் தெரிந்து கொள்ளலாம். நீலகண்டன் படித்தவன்; மாதவனின் நண்பன்; ஆனால் மாதவனைப்போல புத்திக் குழப்பம் இல்லாதவன்; அவனோடு கலந்து புதிய தொழில் ஏதாவது செய்ய முனைந்தால் அவனுடைய துணையும் கிடைக்கும். அதனால் மஞ்சுளாவுக்கும் நல்லது. மாதவ னுக்கும் நல்லது என்று அவருக்குத் தோன்றியது.

அவருடன் நடந்த பசுபதியின் மனநிலை ஆனந்தமாக இருந்தது. ஆனால் முதலாளியின் முகம் வாடி இருந்ததைக் கண்ட அவன் தன் முகத்தை வாட்டிக்கொண்டான். அவருடைய முகவாட்டத்தின் காரணம் அவனுக்கு விவரமாகத் தெரியாவிட்டாலும் ஓரளவு தெரிந்திருந்தது. ஜகந்நாதனும் மாதவனும் பேசிக்கொள்ள வில்லை என்பதை அவன் கவனித்தான். தகப்பன் இருக்கும் இடத்தில் பிள்ளை இருப்பதில்லை; பிள்ளை நிற்கும் இடத்தில் தகப்பன் நிற்பதில்லை என்பதையும் பசுபதி கவனித்துக் கொண்டான். அவ்விருவரும் பூசலிட்ட செய்தி முதலாளி வாயிலாக அவனுக்குத் தெரியும். இவற்றையெல்லாம் பார்க்க அவனுக்கு ஆனந்தமாக இருந்தது. அவனுக்கு என்ன? அவன் அமெரிக்காவுக்கும் நண்பன். ரஷ்யாவுக்கும் நண்பன்; சமாதானத்தாலும் லாபம் சண்டையாலும் லாபம்; கல்யாணம் நடந்தாலும் ஆதாயம், சாவு விழுந்தாலும் ஆதாயம். லாபம் கிடைத்துக்கொண்டே இருக்க வேண்டும். அவ்வளவுதான் அவனுக்கு.

நீலகண்டன் என்ற ஏழை மஞ்சுளாவை மணந்து திடீர்ப் பணக்காரன் ஆவதை அவனால் ரசிக்க முடியவில்லை; என்றாலும் அவன் தன் வெறுப்பைக் காட்டிக்கொள்ளவில்லை; மாறாக நீலகண்டனைப் பற்றி முதலாளிக்கு நல்லெண்ணம் ஏற்படும்படி பேசுவதையே அவன் இப்போதைய ராஜதந்திரமாக வைத்துக் கொண்டான். ஜகந்நாதனின் திருமணத் திட்டம் பெரிதாக ஆக பசுபதி நீலகண்டனைப் போற்றிப் பேசுவதும் அதிகமாகியது.

பிள்ளை உதவாக்கரை ஆகிவிடுவானோ என்று முதலாளி துஞ்சும்போது மாப்பிள்ளை கெட்டிக்காரன் என்று அவருக்குத் தைரியம் சொல்லவேண்டியதும் அவன் தர்மம்தானே?

"பழங்காலத்து வீடு; ஆனாலும் ரொம்பப் பெரிசாக இருக்கிறது. காரில் போகிற போக்கில் பார்த்ததுதான். இவ்வளவு பெரிதாயிருக்கும் என்று நினைக்கவில்லை" என்றார் ஜகந்நாதன் நீலகண்டன் வீட்டைப் பார்வையிட்டு.

"இரண்டு வீடுகளை இடித்து அரண்மனைபோல நாம் வீடு கட்டிக்கொண்டோம். அதுக்கே இது முக்கால் இருக்கும் போலிருக்கே! ஆனால் நம் வீட்டிலே இருக்கிற சௌகரியம் இதிலே இருக்குமா?"

"வாசலில் கூட்டம் ஒன்றும் காணோமே; நாள் முழுவதும் ஓயாத கூட்டம் என்று வருணித்தாயே?"

"நான் பொய்யா சொன்னேன்? இன்றைக்கு என்ன கிழமை? விடுமுறை நாள். இரண்டும் கெட்டான் நேரத்தில் வந்திருக்கிறோம். டாக்டருக்கு லீவ் வேண்டாமா?" என்றவாறு தாழிடாமல் மூடியிருந்த கதவுகளைத் தள்ளித் திறந்து உள்ளே கால் வைத்தான் பசுபதி. ஹாலில் யாரையும் காணவில்லை; "டாக்டர்! டாக்டர்சார்!" என்று குரல் கொடுத்தான்.

நீலகண்டன் வீட்டு முன் ஹால் அது; நோயாளிகள் உட்காருவதற்காக வரிசையாக நாற்காலிகளும் பெஞ்சுகளும் போடப்பட்டிருந்தன. டாக்டர் அமருவதற்கென ஒரு நாற்காலியும், அதற்கு எதிரில் பெரிய மேஜை ஒன்றும் இருந்தன. மேஜையைப் போர்த்திருந்த விரிப்பும் அதன்மீது இருந்த சாமான்களும் ஒழுங்காய் அடுக்கி வைக்கப்பட்டிருந்தன. டாக்டரின் நாற்காலிக்குப் பின்னால் வீட்டுக் காம்ரா அறை இருந்தது; அது இப்போது டாக்டர் முக்கியமான 'கேஸ்'களைத் தனித்துச் சோதனை செய்யும் அறையாகப் பயன்பட்டு வந்தது. அந்த அறையின் ஒரு கதவு திறந்திருந்தது. பசுபதியின் குரலைக் கேட்டதும், 'யாரது?' என்று கடுப்புடன்

கேட்டுக்கொண்டே நீலகண்டன் வெளியில் வந்தான். முக்கியமான அலுவலுக்கு இடையில் தொல்லை செய்யப்பட்டவனைப் போன்ற வெறுப்புடன் அவன் பார்த்தான். எதிரில் பசுபதி தரிசினம் அளிக்கவே முகத்தைச் சுளித்துக்கொண்டு, "ஓ! பசுபதி மாமாவா?" என்று சற்று உரக்கச் சொல்லிவிட்டு அறைக் கதவையிழுத்துப் பூட்டிவிட்டுச் சாவியை மேஜைமீது எறிந்தான்.

"மாமாவா? என்ன விசேஷம்? எனக்கு வேலை இருக்கிறதே!" என்றான் நீலகண்டன். 'எங்கே ஐயா வந்து தொலைந்தீர்?' என்று அவன் கேட்கவில்லை; பசுபதிக்குப் புரிந்தது.

மாப்பிள்ளை இப்படித் தன்னை வரவேற்பார் என்று அவனும் எதிர்பார்க்கவில்லை. சித்தர்களின் சீடனான அவன் அதனால் கலங்கி விடவில்லை. இரண்டு விரல்களை உதடுகள்மீது வைத்து, 'உஸ்ஸ்....! உரத்துப் பேசக்கூடாது!' என்னும் பாவனையில் முகத்தை வைத்துக்கொண்டு, 'முதலாளி!' என்று ரகசியம் சொல்வதுபோல் சிறிது உரக்கக் கூறிவிட்டு தெருக் கதவைப் பார்த்தான் பசுபதி.

"யாரது? உங்கள் சிஷ்யப்பிள்ளை மாதவனோடா வந்தீர்கள்?" என்று ஒரு செவிடனுடன் பேசுவதுபோல் பலத்த குரலில் கேட்டான் நீலகண்டன். அவன் கேட்கும்போதே. விசிறிமடி விரித்து வேர்வையைத் துடைத்துக்கொண்டே ஜகந்நாதன் உள்ளே வந்தார்.

பசுபதி கம்பீரமாக நீலகண்டனைப் பார்த்தான். 'நான் தனியாக வரவில்லை; வெறும் கையோடும் வரவில்லை; ஒரு மூட்டை தங்கம் கொண்டு வந்திருக்கிறேன்!' என்ற பெருமிதம் அவன் பார்வையில் இருந்தது. ஜகந்நாதனைப் பார்த்ததும் நீலகண்டன் கைகட்டிக்கொண்டு நிற்காவிட்டாலும், மகிழ்ச்சியால் பூரித்து சற்றுத் தலைகுனிந்து மரியாதையாக நிற்பான் என்று பசுபதி எதிர்பார்த்தான்; ஆனால் நீலகண்டன் உப்பவும் இல்லை, உடையவும் இல்லை.

''வாருங்கள்!'' என்று மிக நிதானமாக அவன் ஜகந்நாதனை வரவேற்றான்; முன் தகவல் இல்லாமல் அவர் வந்ததற்காக அவன் அடைந்த வியப்பைக்கூட வெளிக்காட்டிக்கொள்ளவில்லை. அஸ்தமன சூரியன் ஒளி குன்றுவதுபோல் அவன் முகத்தில் வாட்டம் தோன்றுவதையும் பசுபதி கவனிக்கத் தவறவில்லை.

''முதலாளி இந்த வீட்டில் கால் வைக்கக்கூடியவரா? தெரியாத்தனமாக ஒரு பெண்ணைப் பெற்றுவிட்டு வேறு வழி இல்லாமல் இங்கு வந்திருக்கிறார். அவரைக்கூட இவன் மதிக்க வில்லையே!'' என்ற எண்ணங்களை மனத்துக்குள் விழுங்கிக் கொண்டான் பசுபதி.

இந்தப் புகைச்சல் எதையும் கவனியாமல் புன்னகையோடு, நீலகண்டன் காட்டிய ஒரு நாற்காலியில் ஜகந்நாதன் அமர்ந்தார். பசுபதி அவருக்கு எதிரிலிருந்த பெஞ்சில் உட்கார்ந்தான். நீலகண்டன் மின்சார விசிறியின் பொத்தானை அழுத்தினான்.

''நடந்தா வந்தீர்கள்? கார் எடுத்துக்கொண்டு வந்திருக்கலாமே?''

''ஞாயிற்றுக்கிழமைதான் உனக்கு ஓய்வாக இருக்கும் என்று பசுபதி சொன்னான். பார்த்துவிட்டுப் போகலாம் என்று வந்தேன். டிரைவர் வரவில்லை; ராகுகாலத்துக்கு முந்தி வரவேண்டும் என்று புறப்பட்டேன்.''

விசாரிக்க வேண்டியதை எல்லாம் விசாரித்து விட்டு அடுத்து என்ன பேசுவது என்று தெரியாமல் விழிப்பவன்போல் நீலகண்டன் கூறினான்; ''நல்லவேளை; இன்னும் பதினைந்து இருபது நிமிஷம் கழித்து வந்திருந்தால் நான் வெளியே புறப்பட்டிருப்பேன். சரியாக நாலு மணிக்கு நான் ஒரு கேஸைப் பார்க்க வேண்டும்.''

''இன்னும் அரைமணி நேரம்தான் நீங்கள் இங்கே இருக்கலாம்; பிறகு நீங்கள் கிளம்பவேண்டியதுதான்!'' என்று அவன் சொல்வது போலவே பசுபதிக்குத் தோன்றியது; முதலாளி அவமதிக்கப்பட்டதால்

அவனுக்கு நியாயமான கோபம் வந்தது. கோபத்தை எந்த மேடையில் எந்த வேஷத்தில் நடிக்க விட வேண்டும் என்பதுதான் பசுபதிக்கு கைவந்த வித்தை ஆயிற்றே.

"மாப்பிள்ளை எவ்வளவு அவசரமான கேஸானாலும் இன்றைக்கு நீங்கள் தள்ளிவைக்க வேண்டியதுதான். உங்களுக்கு ஜோலி அதிகம் என்று எங்களுக்குத் தெரியாதா? அதனால்தான் லீவ் நாளாகப் பார்த்து வந்தோம். இளம் பிராயம்; ஓடி ஆடி சம்பாதிக்க வேண்டிய வயசு; நிறையப் பணம் சம்பாதிக்க வேண்டும் என்று அன்றைக்கே வாத்தியார் வீட்டில் நான் சொன்னேனா இல்லையா? ஆனால் அதுக்காக கல்யாணம் கூடவா மறந்து போகும்? மாமனார் வந்திருக்கிறார்; முதல் தடவை இப்போதுதானே வந்திருக்கிறார்? உங்கள் தொழிலைப் பற்றி நான் நிறையச் சொல்லி இருக்கிறேன். நேரில் பார்த்துப் பேசவேண்டும் என்று ஆசையாக வந்திருக்கிறார். படம் பிடிக்கிற மிஷின், கரண்டு ஒத்தடம் கொடுக்கிற மிஷின் எல்லாம் வைத்திருக்கிறீர்களாமே? மாமனாருக்குக் காட்ட வேண்டாமா? எல்லாம் அந்த ரூமில்தான் இருக்கா?" என்று நிகழ்ச்சி நிரலின்படி நடவடிக்கைகளைத் தொடங்கி வைப்பவன்போல் பேசிய பசுபதி அடுத்து நீலகண்டன் அறையைத் திறந்து தொழில் கருவிகளைக் காட்டவேண்டும் என்று எதிர்பார்த்தான்.

"இந்த அறைக்குள்ளேதான் எல்லாம் இருக்கிறது. இப் போது அங்கே போகக்கூடாது. உள்ளே ஒரு பிணம் கிடக்கிறது" என்று தயங்கிக்கொண்டே கூறினான் நீலகண்டன்.

"பிணமா?" என்று நாற்காலியோடு ஒட்டிக்கொண்டான் பசுபதி. "மாப்பிள்ளை, யார் பிணம்?"

நீலகண்டன் முகத்தில் இப்போதுதான் சிறிது தெளிவு தோன்றியது: "பிணம் என்றதும் பயந்து விட்டீர்களே! பக்கத்துக் கிராமத்தில் ஒரு மோட்டார் ஆக்ஸிடென்ட்; ஒரு பிச்சைக்காரன் செத்துவிட்டான். ஒரு சோதனைக்காகக் கொண்டு வந்தேன். இது என் தொழில், இதைப்பற்றி இப்போது பேசவேண்டாமே!"

"அதுக்குத்தான் ஆஸ்பத்திரியும் வீடும் தனித்தனியாக இருக்கவேண்டும் என்கிறது" என்றார் ஜகந்நாதன்.

"குடியிருப்பு போர்ஷனைத் தனியாகப் பிரித்துக் கட்டி விட்டேன். அம்மாஉள்ளேஇருக்கிறாள்; அங்கேபோய்ப்பேசலாமே?"

முதல் முறை மாமனார் மாப்பிள்ளை வீட்டுக்கு வரும்போது அவன் பிணத்தோடு இருந்தால் நல்ல சகுனமா கெட்ட சகுனமா என்று பசுபதியால் தீர்மானிக்க முடியவில்லை; ஆனாலும் அவனுக்கு அசுவாரசியமாக இருந்தது முதலாளியின் முகத்தைப் பார்த்தான். அவர் எழுந்திருக்க விரும்புகிறவராகத் தெரியவில்லை; இங்கிருந்தே ஏதோ அவர் பேச விரும்புகிறார் என்பதைப் புரிந்து கொண்டான். அவர்கள் அம்மாவைக் காண உள்ளே வருவார்கள் என்று எதிர்பார்த்து எழுந்த நீலகண்டன் அவர்கள் இருந்த இடத்தை விட்டு அசையாதிருக்கவே மீண்டும் நாற்காலியில் அமர்ந்தான்.

"முகூர்த்தத்துக்கு நாள் குறித்தாகிவிட்டது அம்மாவையும் கலந்துகொண்டு பாக்கு வெற்றிலை மாற்றுக்கொள்ள வேண்டியது தானே? மாதவன் எல்லாம் சொல்லி இருப்பானே? எல்லாம் முறைப் படி நடக்கும். அதைப்பற்றி பேச நான் இப்போது வரவில்லை. உன் தொழில் எப்படி நடக்கிறது?"

நீலகண்டன் எப்போதும் கலகலப்பான சுபாவம் உடையவன். ஜகந்நாதனை இன்று அவன் புதிதாகச் சந்திக்கவில்லை. அவரோடு தாராளமாய்ப் பழகாவிட்டாலும் சகஜமாகப் பேசுவான். ஆனால் இன்று அவன் நடத்தை ஒரு தயக்கம் கொண்டது. அறையில் அரைகுறையாக அறுத்துப்போட்டு வந்த பிணத்தின் நினைவு அவனை உறுத்திக்கொண்டிருந்ததோ என்னவோ!

மஞ்சுளா என்ற வைர மகுடத்தை அவன் தலையில் சூட்டப் போகிற ஜகந்நாதன் வந்திருக்கிறார் என்பதை அவன் மறக்க வில்லை. ஆனால் அந்தஸ்தில்லாதவன் என்று சொல்லி அவர் தன்னைப் பிரஷ்டம் செய்து வந்ததையும் அவன் மறக்கவில்லை.

அவர் தொழில் பற்றி விசாரிக்கத் தொடங்கியதும், அந்தஸ்தை அளந்துகொண்டு போகத்தான் வந்திருக்கிறாரோ என்று அவனுக்குத் தோன்றியது.

''ஊரில் பழைய டாக்டர்கள் எத்தனையோ பேர் இருக்கிறார்கள். அவர்களை எல்லாம் தாண்டிக்கொண்டுதானே என்னிடம் வர வேண்டும்? ஏதோ சுமாராக நடக்கிறது'' என்றான் அவன்.

''மாப்பிள்ளை அடக்கமாய்ச் சொல்லிக்கொள்கிறார். இவர் தொழிலை ஆரம்பித்ததும் பெரிய டாக்டர்கள் எல்லாரும் படுத்து விட்டார்கள்'' என்று மீண்டும் மாப்பிள்ளையைத் துதித்தான் பசுபதி.

''மாதம் ஐநூறு ரூபாய் கிடைக்குமா?''

''இதுவரை ஆயிரத்துக்குக் குறையவில்லை'' என்றான் நீலகண்டன் கசப்புடன்.

''நான் என்ன சொன்னேன். பார்த்தீர்களா?'' என்பதுபோல் பசுபதி ஒரு வெற்றிப் பார்வையை முதலாளிமீது செலுத்தினான்.

ஜகந்நாதனுக்கும் திருப்தி உண்டாயிற்று. பிள்ளைபோல் இல்லாமல் மாப்பிள்ளை வருவாயில் கருத்தாக இருக்கிறானே! மஞ்சுளா எப்போதும் அதிர்ஷ்டசாலிதான் என்று அவருக்குத் தோன்றியது: ''பரவாயில்லை, ஆரம்பம்தானே?'' என்றார் மகிழ்ச்சியாக.

மாப்பிள்ளையை அருச்சனை செய்யவேண்டும் என்ற ஒரே நோக்கம் பசுபதிக்கு; விட்ட இடத்தில் மறுபடியும் ஆரம்பித்தான்: ''ஆயிரம் என்ன, மாப்பிள்ளை மனசுவைத்தால் ஐயாயிரம்கூட சம்பாதிப்பார். சம்பாதிக்கிறது என்ன பெரிய காரியமா? நாலு பேருக்கு உபகாரம் செய்ய வேண்டாமா? டாக்டர் பணக்காரர்கள் என்றால் கன்னத்தில் அறைந்து பீஸ் வாங்கி விடுகிறார். ஏழைபாழை களுக்கு இனாமாக வைத்தியம் பார்க்கிறார். பக்கத்து வீட்டு வாத்தியார் கஷ்டப்படுகிறாரே என்று அந்த பெண்ணுக்குக் கல்யாணம் பண்ணிவைத்தோம். தரித்திரம் விடிந்ததோ? இஞ்சினீயர் வியாதிக்

காரனாக இங்கேயே வந்து படுத்துவிட்டார். மாப்பிள்ளைதான் வேளை தவறாமல் போய்ப் பார்க்கிறார். ஊசிகூட இனாமாய்த்தான் போடுகிறார். எல்லாம் யாருக்காக நடக்கிறது என்கிறீர்கள்? நம்ம மஞ்சுளாவுக்கு அந்தப் பெண் வேண்டியவள், மஞ்சுளா சொன்னால் மாப்பிள்ளை தட்டுவாரா? எல்லாம் அமோகமாய் நடக்கிறது. அந்த இஞ்சினீயருக்கு ராஜயோகமாய்த்தான் வந்திருக்கு. ஊரிலிருந்து வந்தபோது குச்சிபோல வந்தான்; இப்போது ஆள் தேறிவிடுவான் போல் இருக்கு!...''

புகழப்பட்டவர்கள் மகிழ்வார்கள்; ஆனால் நீலகண்டனின் முகம் ஏன் வற்றலாகிறது? பசுபதியை அவன் பார்வை ஏன் அறைகிறது?

''தர்ம வைத்தியம் என்று ஆரம்பித்தால் அதற்கு ஒரு முடிவே இருக்காது. ஊரிலே தரித்திரங்களுக்குக் குறைச்சலா? இந்தத் தர்ம கைங்கரியங்களை எல்லாம் இவனும் கொஞ்சம் வயசானபிறகு வைத்துக்கொள்ள வேண்டும்.'' என்று ஜகந்நாதன் சற்று மூச்சுவிடு முன், ''ஆயிரத்தில் ஒரு வார்த்தை'' என்ற சொற்களை இடையில் செருகினான் பசுபதி.

''யார் கஷ்டத்தை யாரால் போக்க முடியும்? வாத்தியார் பெண்ணுக்குக் கல்யாணம் செய்து வைத்தோம்; வாழ முடிந்ததா? அவரவர்கள் விதியை அவரவர்கள் அநுபவிக்கத்தான் வேண்டும். உபகாரம் செய்யக்கூடாது என்று நான் சொல்லவில்லை. ஆனால் நம் காரியத்தைக் கெடுத்துக்கொள்ளக் கூடாது. வாத்தியாரை நினைத்தால் எனக்கும் கஷ்டமாகத்தான் இருக்கிறது. நாம் என்ன செய்யமுடியும் என்கிறீர்கள்? மஞ்சுளாவும் மாதவனும் அவர்களுக்கு எவ்வளவோ செய்கிறார்கள்; செய்யட்டும். நெய்வேலிக்காரனுக்குக்கர்ம வியாதியாக வந்திருக்கிறது; அந்த வீட்டுக்கு அடிக்கடி போகலாமா? நாமும் ஜாக்கிரதையாக இருக்க வேண்டாமா? நீலகண்டா , நீ டாக்டர்;

வியாதியிலிருந்து விலகி நிற்க உனக்கு வழி தெரியும். மஞ்சுளாவும் மாதவனும் அந்த வீட்டுக்கே போகக்கூடாது என்று சொல்கிறேன்; கேட்கிறார்களா? நீயும் அவர்களுக்குச் சொல்லு.''

நீலகண்டன் வாயே திறக்கவில்லை.

''நீ இந்தத் தொழிலை ஏன் விரிவாகச் செய்யக்கூடாது? நாலைந்து டாக்டர்களைச் சம்பளத்துக்கு வைத்துக்கொள்கிறது. ஒரு பெரிய நர்ஸிங் ஹோம் நடத்தலாமே'' என்றார் ஜகந்நாதன்.

நீலகண்டன் ஏதாவது பதில் சொல்ல வேண்டி இருந்தது; ''எனக்கும் அந்த யோசனைதான், நல்லமுறையில் ஃபார்மஸி (மருந்துக் கடை) ஒன்றும் நடத்தலாம்.''

''மருந்தில் இருநூறு முன்னூறு பெர்சண்ட் லாபம் கிடைக்கும் என்று யாரோ சொன்னார்கள். செய்தால் என்ன? ஏதாவது நல்ல தொழில் செய்ய வேண்டும் என்று நானும் யோசிக்கிறேன். உன் ஃபிரண்ட் மாதவனுக்குத் தொழில் என்றாலே கசக்கிறது. பணம் சேர்த்து என்ன ஆகப் போகிறது என்கிறான். உன்னோடு அவனையும் சேர்த்துவிட்டால் நர்ஸிங் ஹோம், மருந்துக்கடை எல்லாமே நடத்தலாமே. உன்னோடு இருந்தால் அவனுக்கும் உற்சாகம் உண்டாகும்.''

''செய்யலாம்; மாதவனையும் கலந்துகொண்டு செய்வோமே'' என்றான் நீலகண்டன்.

மாப்பிள்ளை கூறியதைக் கேட்டு மாமனார் மகிழ்ந்து போனார். ''உங்களுக்கு வியாதி முற்றிவிட்டது; இனி நீங்கள் சாக வேண்டியதுதான்!'' என்று அவருடைய ஏக புதல்வன் சபித்ததை அவர் மறக்கவில்லை; அச்சொற்கள் அவர் மனத்தை வாட்டிக் கொண்டுதான் இருந்தன. மகன் சபித்துச் செத்துவிடுவோம் என்று அவர் அஞ்சவில்லை; மகனுக்குக் கீழ்ப்புத்தி அதிகமாகிறதே என்று தான் வருந்தினார்; அவனுடைய அந்த மனவியாதிக்கு டாக்டர்

மாப்பிள்ளையிடம் மருந்து கிடைக்கும் என்கிற நம்பிக்கை அவருக்கு ஏற்பட்டுவிட்டது; யாராக இருந்தாலும், எவ்வளவு கெட்டிக்காரனாக இருந்தாலும் வாழ்க்கையில் எதையாவது நம்பித்தான் ஆகவேண்டியிருக்கிறது. நீலகண்டனை மதியாமல் பேசிய அதே ஜகந்நாதன் அவனாலேயே தன் குடும்பத்தைச் செம்மைப் படுத்திக் கொள்ளலாம் என்று யோசிக்கலானார்!

''முதலில் தனலட்சுமியை மாப்பிள்ளை வீட்டில் பிரதிட்டை செய்வோம்; மஞ்சுளா இந்த வீட்டில் காலடி வைத்தாகட்டும். அப்புறம் பாருங்கள், மாப்பிள்ளை! பணம் கொடகொடவென்று கொட்டுதா இல்லையா என்று. ஊரிலே வியாதி இல்லாத பிராணி இருக்கா? ஆஸ்பத்திரியும் மருந்துக்கடையும் வைத்தால் எல்லாரும் நம்மைத் தேடித்தானே வரவேணும்? மாப்பிள்ளை, இப்போதே சொல்லிவிட்டேன். நான்தான் காசியராக உட்காருவேன்'' என்று பசுபதி முதலாளியின் திட்டத்துக்கு இறுதி வடிவம் கொடுத்தான்: ''அந்த ரூம்லே ஏதாவது மிஸின் ஓடுதா? ஏதோ சத்தம் கேட்குதே!''

''அதுவா? சொன்னேனே; பிணத்தைச் சுத்தம் செய்கிற மெஷின்...''

''பிணத்தைச் சுத்தம் செய்கிறதா?''

''பார்க்கிறீர்களா?'' என்று கசப்புச் சிரிப்புடன் கேட்டான் நீலகண்டன்.

''ஐயோ'' என்ற பசுபதியின் முகம் வயது முதிர்ந்த வேப்ப மரத்துப் பட்டைபோல் தாறுமாறாகச் சுருக்கம் கொண்டது.

''இது தொல்லை பிடித்த தொழில்; இரவு பகல் எப்போதும் வேலை இருக்கும். டயம் பிரகாரம் எல்லாம் செய்ய வேண்டும். நாலு மணிக்கு நான் அட்டெண்ட் பண்ணவேண்டிய கேஸ் இருக்கிறது. உள்ளே வாருங்கள்; அம்மாவோடு பேசிவிட்டுப் போகலாம்'' என்றான் நீலகண்டன் பணிவாக.

அவன் காரியத்தில் கண்ணாக இருந்ததைப் பற்றி ஜகந்நாதன் மிகவும் மனநிறைவு அடைந்தார்: எழுந்தார். பசுபதிக்கு என்னவோ அப்படித் தோன்றவில்லை; அந்த இடத்தில் நிலவிய ஆஸ்பத்திரி வாடைக்குமேல் ஏதோ ஒரு வாடையை அவன் மூக்கு மோப்பம் பிடித்துவிட்டது! வரக்கூடாத நேரத்தில் வந்துவிட்டவர்களை விரட்டுவதுபோல் நீலகண்டன் தங்களை விரட்டுகிறான் என்று அவனுக்குத் தோன்றியது; அவனும் எழுந்தான்.

★★★

நீலகண்டன் வீட்டுக்கு வரும்போது ஜகந்நாதனின் மனம் குழம்பியிருந்தது; அங்கிருந்து திரும்பும்போது அவர் மனம் தெளிந்துவிட்டது. நீலகண்டனின் தாயார் காட்டிய விநயம் அவருக்குப் பிடித்துவிட்டது. மஞ்சுளா சௌகரியமாக வாழ்வாள் என்ற நம்பிக்கை அவருக்கு ஏற்பட்டது. மாதவன்தானே அவருக்குப் பிரச்னை? நோயோடு வலிக்கண்டால் 'பெனிசிலின்' ஊசி போடுகிறார்கள்; நோய் தீராவிட்டாலும் வலி மறைகிறது; புண் இருந்தால் அது மேலும் அதிகரிக்காமலும் புரை ஏறாமலும் பெனிசிலின் தடுக்கிறது. அவ்வகைப் பயன் நீலகண்டனால் மாதவனுக்குக் கிட்டும் என்ற நம்பிக்கையும் அவருக்கு ஏற்பட்டது. சம்பந்தி அம்மாளுடன் கலியாணம் பற்றிச் சிறிதுநேரம் பேசிவிட்டு, அவள் கொடுத்த டிபனும் காபியும் சாப்பிட்டு, அவர்களிடம் விடை பெற்றுக் கொண்டு முதலாளியும் ஏஜண்டும் தெருவுக்கு வந்தார்கள்.

''மாப்பிள்ளையைப் பற்றி என்னவோ பயந்தீர்களே? இப்போது என்ன சொல்கிறீர்கள்?'' என்று கேட்டான் பசுபதி; அவனைப்பற்றி அவரைப் பயமுறுத்தியவனும் அவன்தானே? இப்போது அவனே மாப்பிள்ளைக்கு வக்கீல் ஆகிவிட்டான்!

''கொஞ்சம் மைனர்தான்; ஆனால் பணத்தைக் கோட்டைவிட மாட்டான்.'' என்றார் முதலாளி; பணத்தை விடாதவன்தான் நல்லவன், கெட்டிக்காரன் என்பதுதானே அவர் அகராதியில் அர்த்தம்?

"மைனராக இருந்தால் என்ன? நம்ம பெண் கையிலே லகான் வந்துவிட்டால், மாப்பிள்ளை இந்தப் பக்கம் அந்தப் பக்கம் பார்த்து விடுவாரா? நீங்களும்தான் வாழைப்பழத்தில் ஊசி ஏற்றுவதுபோல் சன்னமாய் அவருக்குச் சொன்னீர்களே..."

"அந்த அம்மாவும் நல்ல மாதிரி. என்னவோ மஞ்சுளா அதிர்ஷ்டசாலி, எல்லாம் நல்லவிதமாக அமைகிறது. இந்தப் பயல்தான்..."

"மாதவனைத்தானே சொல்கிறீர்கள்? இந்தக் கல்யாணம் ஆகட்டும்; நீங்களும் டாக்டரோடு இப்போது திட்டம் போட்டீர்களே; இழுத்த இழுப்புக்கு அவனைக் கொண்டு வருகிறேனா இல்லையா என்று பாருங்களேன்" என்று அவன் சொல்லிக் கொண்டிருக்கும் போதே தெருக்கோடியை அடைந்துவிட்டார்கள்: "முதலாளி! நீங்கள் ஒரு வண்டி வைத்துக்கொண்டு வீட்டுக்குப் போங்கள். நான் பக்கத்துத் தெரு குப்புசாமியைப் பார்த்துவிட்டு வருகிறேன். நாளைக்குத்தான் வரச் சொன்னார். இன்றைக்குப் போய் ஒரு வார்த்தை ஞாபகப்படுத்திவிட்டு வருகிறேன்."

ஜகந்நாதனைப் பிரிந்த பசுபதி பக்கத்துத் தெரு பக்கம் நடக்கவில்லை. வந்த வழியே திரும்பி விரைந்தான். நீலகண்டன் வீட்டுக் கதவும் ஜன்னல் கதவுகளும் மூடி இருந்தன. அவன் கதவைத் தட்டவில்லை; ஜன்னல் கதவுகளின் இடுக்கிலிருந்து உள்ளே பார்த்தான்.

முதலில் அவன் கண்களுக்குத் தென்பட்டது ஒரு பெண் வடிவம். கண்களை இடுக்கிக்கொண்டு நன்றாகப் பார்த்தான். அந்தப் பெண் ஸரஸாதான் என்பது உறுதி ஆயிற்று. அவளுக்குப் பக்கத்து நாற்காலியில் நீலகண்டன் ஆந்தைபோல் விழித்துக் கொண்டிருந்தான்.

இன்னும் என்ன தெரிய வேண்டும்? 'அடப்பாவி கெடுத்தாயே!' என்று முணுமுணுத்துக்கொண்டே தெருவில் இறங்கினான் பசுபதி.

எம்.வி. வெங்கட்ராம்

''நல்லவன், நல்லவன் என்று நாலு ஊர் கேட்க நான் இவனைப் பற்றிக் கத்திக்கொண்டே இருக்கிறேன். இந்த அர்ச்சுனன் சட்டைப்பைக்குள்கூட ஒரு பெண்ணை வைத்துக் கொண்டிருப்பான் போல் இருக்கே! அவனைச் சொல்லக்கூடாது; இந்த மானம் கெட்ட பெண்ணுக்குப் புத்தி ஏன் இப்படிப் போகுது. வீடு தேடி வந்தால் இவன் தான் என்ன செய்வான்?... ரூமுக்குள்ளே இந்தமோகினிப் பிசாசைப் பூட்டி வைத்துக்கொண்டு, உள்ளே பிணம் இருக்கு என்று ஒரேபோடாகப் போட்டானே! அவன் சொன்னதும் சரிதான்; எல்லாருமே பிணம்தானே! காற்று இருந்தால் உடம்பு என்கிறோம்; காற்று போய்விட்டால் பிணம். எல்லாரும் பிணம்தான், பிணத்துக்கு ஆசைப் பட்டுத்தான் இவ்வளவு கலாட்டாவும் நடக்கிறது'' என்று சித்தனாகவும் பித்தனாகவும் அங்கலாய்த்துக் கொண்டே நடந்தான் பசுபதி.

34

எப்போதும் உற்சாகமாக இருப்பவன் நீலகண்டன். ஞாயிற்றுக்கிழமை என்பதால் அன்று அதிகப்படி உற்சாகமாக இருந்தான். விடுமுறை நாளானதால் ஓய்வு கிடைக்கும் என்பதற்காக அவன் குதூகலம் அடையவில்லை; அதிகப்படி உல்லாசமாக இருக்கலாம் என்பதே அவன் குதூகலம். உல்லாசம் என்பதும் ஒருவகையில் கடுமையான உழைப்புத்தானே? ஞாயிறு நீலகண்டனுக்கு முழு விடுமுறை நாளும் அல்ல; காலையில் ஏழு முதல் பத்து மணிவரை ஆஸ்பத்திரி இருந்தது. வழக்கம்போல் அன்றும் கூட்டம் நெரிந்தது. எல்லாரையும் கவனித்து அனுப்புவதற்குள் மணி பதினொன்று ஆகிவிட்டது ஆஸ்பத்திரிப் படுக்கைகளில் உள் நோயாளிகளாக இருந்த நாலு பேரையும் அன்று 'டிஸ் சார்ஜ்' செய்ய வேண்டியிருந்தது. நர்ஸுகள் இருவரும் புறப்பட்டனர்; கம்பவுண்டரும் கிளம்பவிருந்த நேரத்தில் ஒரு புதிய 'கேஸ்' வந்தது.

மூன்று பேர் காரில் வந்து இறங்கினார்கள். பக்கத்துக் கிராமத்தின் மிராசுதார். இவர் மகன். அவர்களுக்குத் துணையாக வந்த நண்பர் ஒருவர். மூவரில் மகன்தான் நோயாளி என்றதும் நீலகண்டனுக்கு வியப்பாயிருந்தது. அந்த இளைஞனுக்கு இருபத்தைந்து வயதிருக்கும்; நிமிர்ந்து நின்றால் நாலு பேரை அடிக்கக்கூடியவன் போன்ற உடல் கட்டு; ஆரோக்கியமான முகத்தெளிவும் இருந்தது.

மிராசுதாரின் நண்பர் இளைஞனின் நோயை விவரித்தார். ஒரு வருடமாய் அவனுக்குச் சிகிச்சை நடந்து கொண்டிருந்தது. முதலில் நீர் பிரிவதில் அல்லல் ஏற்பட்டது. கட்டுப்படாமல் நீர் பிரிந்தது; பிறகு தலைச்சுற்றும் மயக்கமும் சேர்ந்தன; எந்தப் பொருளையும் உற்று நோக்க முடியவில்லை; பார்த்தால் பார்க்கிற இடத்தில் மயங்கி விழவேண்டியதுதான். இப்போது நடை தள்ளாடுகிறது; ஐந்து படிகள் ஏறினால் உடனே தலைச்சுற்று, மயக்கம். சாப்பாட்டிலும் குழப்பம்; பசியே இல்லை; பசித்தாலோ மூன்று நபர் சாப்பாட்டை அவன் ஒருத்தனே சாப்பிடுகிறான்.

சிகிச்சையின் வரலாற்றையும் நண்பர் விவரித்தார். ஊரில் உள்ள பெரிய டாக்டர்கள் அத்தனைபேரும் பார்த்து விட்டார்கள். உடம்பில் வைட்டமின் பி குறைவு என்று ஊசி போட்டு மாத்திரைகள் கொடுத்தார் ஒருவர்; இரண்டு மாத சிகிச்சைக்குப்பின் பயன் காணாமல் வேறு டாக்டரிடம் போனார்கள்; அவர் இது 'ஸி டெஃபிஷியன்ஸியால் வந்த கோளாறு' என்று உடம்பு பூராவும் ஊசி குத்தினார். மூன்றாமவர் பொதுவான பலவீனம் என்று நாளுக்கு மூன்று இஞ்செக்ஷன் செய்தார். ஒரு குணமும் தெரியாததுடன் நோய் கடுமையாகியிருப்பதும் தெரிகிறது.

டாக்டர்கள் செய்த சிகிச்சைக்கு ஆதாரமாக அவர்கள் எழுதித் தந்த சீட்டுக்களை எல்லாம் நண்பர் நீலகண்டனிடம் கொடுத்தார். அவை தவிர நீர், ரத்தம் முதலியவைகளைச் சோதனை செய்து கண்ட முடிவுகளின் சான்றுகளையும் அவர் கொடுத்தார். உடம்பின் பெரும் பாலான அங்கங்கள் எக்ஸ்ரே எடுக்கப்பட்டிருந்தன; அந்தப் படங்களையும் நீலகண்டன் வாங்கிக்கொண்டான்.

மிராசுதாருக்குத் துணையாக வந்த நண்பர் கூறினார்: "கண்களில் ஏதாவது கோளாறு இருக்கும் என்று டெஸ்ட் பண்ணிப் பார்த்தோம்; கண்களில் கோளாறு இல்லை. மூக்கில் சதை வளர்ச்சி இருக்கிறது என்று ஒரு ஸ்பெஷலிஸ்ட் மின்சாரத்தால் பொசுக்கினார். எல்லாக் கடிதங்களும் அதிலேயே இருக்கின்றன. மெட்ராசுக்குப் போகலாம் என்று யோசித்துக் கொண்டிருந்தோம். நேற்று உங்களைப் பற்றிக் கேள்விப்பட்டோம். கன்ஸல்ட் பண்ணிக்கொண்டு போக வந்தோம்."

"உடம்பில் வலியோ எரிச்சலோ இல்லை. இது என்ன வியாதி என்றே தெரியவில்லையே டாக்டர்! இந்த ஹிம்சைக்கு உயிர் போய்விட்டால் நல்லது என்று தோன்றுகிறது" என்றான் நோயுற்ற இளைஞன்.

அவன் தகப்பனார் சொன்னார். "எனக்கு இரண்டு பையன்கள் தான்; இவன் மூத்தவன். கல்யாணம் ஆகி இரண்டு வருஷம் ஆகிறது. குழந்தை ஒன்றும் இல்லை. டாக்டரிடம் எதையும் மறைக்கக்கூடாது என்பார்கள். பெண்சாதி முகத்தைக்கூட இவன் பார்க்க முடியவில்லை; கொஞ்சநேரம் அவளோடு இருந்தால் மயங்கி விழுந்துவிடுகிறான்; சில சமயம் அவளை அடித்துக் கடித்துவிடுகிறான். பிறகு கேட்டால் 'நான் ஒன்றும் செய்யவில்லையே' என்கிறான். ஏவல், சூன்யம் என்றார்கள்; மந்திரவாதிகளை வைத்துப் பார்த்தேன்; ஒன்றும் இல்லை என்று விட்டார்கள். டாக்டர்! செலவுக்காக நான் கவலைப் படவில்லை. கவனித்துப் பார்த்து நீங்கள்தான் காப்பாற்றவேண்டும்" என்று அழாத குறையாக அவர் வேண்டிக்கொண்டார்.

எல்லா விவரங்களையும் நீலகண்டன் பொறுமையாகக் கேட்டுக்கொண்டான். பிரபலமான டாக்டர்கள் அனைவரும் கைவிட்ட கேஸ் அவனிடம் வந்திருக்கிறது. அவர்களால் நோயாளியின் நோயையே கண்டுபிடிக்க முடியவில்லை என்பது வெளிப்படை. அவர்கள் எழுதிக்கொடுத்த மருந்துகள், ஊசிகள், ரத்தம், நீர் முதலிய சோதனைகளின் முடிவுகள் எல்லாவற்றையும் கவனித்தான்; அவை ஒருவித நோயையும் காட்டவில்லை. எக்ஸ்ரே படங்களும் நோய் இருப்பதாய்க் குறிப்பிடவில்லை.

சின்னங்களைக்கொண்டு எல்லா வியாதிகளின் மூலத்தையும் கண்டுபிடித்துவிட முடியாது என்பது உண்மை; 'டயக்னோஸ்' (வியாதிச் சோதனை) செய்வதில் இணையற்றவர் என்று இந்த ஊரில் பிரபலமான முத்துசாமியையும், மண்ணும் மருந்தாகும் கைராசி பெற்ற சுப்பிரமண்யத்தையும் ஏமாற்றிவிட்ட இது என்ன நோய்? யோசனையில் ஆழ்ந்தவனாய் நீலகண்டன் நோயாளின் 'பிரஷ்ஷர்' (ரத்த அமுக்கம்), ஹிருதயம், நாடி சோதனை செய்தான்; ஒரு கோளாறும் புலனாகவில்லை,

''தலையை யாரும் எக்ஸ்ரே எடுக்கவில்லையா?'' என்று அவன் கேட்டான் திடீரென்று.

''இல்லையே, தலையை எதுக்கு?''

''வியாதி இருக்கிற இடம் தவிர மற்ற எல்லா இடங்களும் எக்ஸ்ரே எடுத்திருக்கிறார்கள்'' என்று வெற்றி அடைந்தவன் குரலில் சொன்னான் நீலகண்டன், 'இது ப்ரெய்ன் டியூமர் கேஸ்' (மூளைக் கொப்புளம்) ஆபரேஷன்தான் செய்யவேண்டும்; மேஜர் ஆபரேஷன். நீங்கள் மெட்ராசுக்குத்தான் போகவேண்டும். நீங்கள் தாமதிக்கும் ஒவ்வொரு நிமிஷமும் அபாயகரமானது.''

வந்தவர்கள் மகிழ்வதற்கு என்ன இருக்கிறது? ஆனால் இன்ன வியாதிதான் என்று அறுதி இடப்பட்டதால் அவர்களுக்கு நீலகண்டனிடம் ஒரு மதிப்பு உண்டாகியது. உரிய காணிக்கையைச் செலுத்திவிட்டு அவர்கள் விடை பெற்றார்கள்.

நீலகண்டனுக்கு கர்வமாக இருந்தது. மருத்துவத் தொழில் உன்னதமானதுதான்; ஆனால் அதில் ஈடுபட்டுள்ளவர்கள் எல்லாரும் உயர்ந்தவர்கள் என்று கூற முடியுமா? மற்ற துறைகளில் இருப்பதைப் போலவே இத்துறையிலும் பொறாமையும் போட்டியும் இருக்கின்றன. நீலகண்டன் மிக விரைவாகப் பிரபலமானதுபற்றி ஊரிலிருந்த மற்ற டாக்டர்களுக்கு அசூயை ஏற்பட்டது. அவனிடம் சிகிச்சை செய்து கொண்ட நோயாளி யாராவது வேறு டாக்டரிடம் போக நேர்ந்தால்,

'அந்த 'ரெக்ரூட்' பார்த்த கேஸா? நான் பார்க்க முடியாது' என்று அவர் மறுத்துவிடுவார். வாடிக்கைக்காரர்களிடம் பழைய டாக்டர்கள் அவனை ஏளனம் செய்வதையும் அவன் கேள்விப்பட்டிருக்கிறான். இவற்றால் அவனுக்கும் ஆத்திரம் வந்தது; ஆனால் அந்த ஆத்திரத்தை அவன் தன் தொழிலபிவிருத்திக்குத் திருப்பிவிட்டான். மற்ற டாக்டர் களைப் பற்றி மரியாதையாகப் பேசுவதையே வழக்கமாய்க் கொண்டான். இந்தமாதிரி யுக்திகளால் அவன் தொழில் முன்னேற்றம் கண்டது.

குளிக்கும்போதும் சாப்பிடும்போதும் அவனுக்குக் களிப்பாக இருந்தது 'ரெக்ரூட்' (கற்றுக்குட்டி) என்று அவனைக் கேலி செய்த டாக்டர்களால் கண்டுபிடிக்க முடியாத நோயை அவன் எளிதில் கண்டுவிட்டான்; இதை அறிந்தால் அவர்கள் முகம் எப்படி வாட்ட முறும் என்று எண்ணிப் பார்க்க அவனுக்கு இதமாக இருந்தது.

சாப்பிட்டுவிட்டு ஆஸ்பத்திரிப் பகுதிக்கு வந்தான். 'ஈஸி சேரில்' சாய்ந்தான். 'நோயை நிர்ணயிப்பதுதான் டாக்டரின் முக்கியான வேலை; அதைச் சரியாகச் செய்வதற்குச் சோம்புவதால்தான் பல டாக்டர்கள் தோல்வி அடைகிறார்கள். நான் அந்தத் தவறைச் செய்யாமல் விழிப்புடன் இருக்க வேண்டும்' என்று சந்தோஷமாக நினைத்துக் கொண்டான் இந்த மகிழ்ச்சியும் கர்வமும் அவனுக்கு ஒரு விறுவிறுப்பை உண்டாக்கின.

அன்று கடைசியாக வந்த நோயாளியின் ஞாபகம் வந்தது. திடகாத்திரம் படைத்த இளைஞன்; கூட வந்தவர்கள் கூறியதுபோல் தப்புத்தண்டாவுக்குப் போகாதவன், கெட்ட பழக்கவழக்கங்களும் அவனுக்கு இல்லை; ஆயினும் மண்டையைப் பிளந்து பார்க்க வேண்டிய கொடிய கோளாறு அவனுக்கு வந்துள்ளது! நோய்கள் வருவதன் காரணங்கள் என்ன என்பது டாக்டர்களுக்குத் தெரியும்; ஆனால் எந்த நோய்களை டாக்டர்கள் தடுத்து நீக்க முடிந்தது? அல்லது நோய்களின் ஆதிமூலத்தையாவது டாக்டர்கள் கண்டு விட்டதாய்க் கூற முடியுமா? 'உனக்கு இனி வியாதி வராது' என்று எவனுக்காவது எந்த டாக்டராவது உறுதி தரமுடியுமா?

ஆஸ்பத்திரியில் நோயாளிகள் படுகிற அவஸ்தையைப் பார்ப்பவர்கள் ஆண்களாக இருந்தால், 'இனி பெண்களைத் திரும்பியும் பார்க்கக்கூடாது' என்று வைராக்கியம் செய்து கொள்வார்கள். பெண்களாக இருந்தாலோ ஆண்களை வெறுக்கத் தொடங்குவார்கள்; பிரசவ வைராக்கியம், மசான வைராக்கியம் போன்றதுதான் இந்த ஆஸ்பத்திரி வைராக்கியமும். ஆனால், நோய்களோடும் அவைகளின் ஆபாசத்தோடும் நித்ய சகவாசம் வைத்துள்ள நீலகண்டனுக்கு மேலே சொன்னதற்கு நேர் விரோதமான வைராக்கியம்தான் உண்டாயிற்று. உடம்பு ஆபாசமானதுதான்; ரத்தம், சீழ், எலும்பு எல்லாமே ஆபாசங்கள். இந்த ஆபாசங்களுக்கு மத்தியில்தான் இன்பம் இருக்கிறது; அதை நிராகரிக்க முடியுமா? உடம்புக்கு எப்போது, எந்த விதத்தில் வியாதி வரும் என்று யாரும் கூறமுடியாது; ஆகையால் எந்த இன்பத்தையும் நுகருவதற்குக் காலதாமதம் செய்யக்கூடாது' என்பதுதான் அவன் முடிவு; டாக்டரானதால், கிளர்ச்சியை மூட்டும் மருந்துகளும் தடுப்பு மருந்துகளும் அவனுடைய முடிவுக்கு உரம் அளித்தன.

சாய்வு நாற்காலியில் கிடந்தவன் பால்ஸாக் என்ற பிரெஞ்ச் ஆசிரியரின் கதைப் புத்தகம் ஒன்றைக் கையில் எடுத்துக் கொண்டான். அவனுக்கு மிகவும் பிடித்தவர்கள் பால்ஸாக், மோபஸான் என்னும் பிரெஞ்ச் ஆசிரியர்கள்தான் உடலின் வேட்கையையும், மனம் உடலை வேட்டை ஆடுவதையும் அவர்கள் மிக நுட்பமாக வருணிப்பதை எவ்வளவு முறை படித்தாலும் அவனுக்கு அலுப்பதில்லை. பால்ஸாக்கின் கதையைப் படிக்கும்போதே அவன் மனத்தில் குதூகலம் எழுந்தது.

அவன் ஆஸ்பத்திரியில் லதா, பாக்கியம் என்னும் இரண்டு நர்ஸ்கள் இருந்தார்கள். இருவரையும் வீட்டுக்குப் போகாமல் இங்கேயே இருக்கச் சொல்லி இருக்கலாமே என்று தோன்றியது. மூவரும் 'பிரிட்ஜ்'' (ஒருவகை சீட்டாட்டம்) ஆடிக்கொண்டிருக்கலாமே! 'பெண்கள் எதிரில் இருந்தாலே ஒரு உற்சாகமாகத்தான் இருக்கிறது!'

என்று கூறிச் சிரித்துக்கொண்டான் லதாவும் பாக்கியமும் இருபுறமும் அமர்ந்து சீட்டு ஆடுவதாகவும், 'வெல்டன்!' என்று அவர்கள் முதுகில் தட்டுவதாகவும் கற்பனையில் தரிசனம் செய்து அவன் உடலும் மனமும் வெம்மையுண்டன.

உடனே அவன் மனம் ஸரஸாவிடம் ஓடியது. இவ்வளவு நேரமும் அவன் அவளை மறந்துவிட்டான் என்பதில்லை. காலையிலிருந்து அவனுக்கு ஓய்வே கிடைக்கவில்லை; ஸரஸா வீட்டுக்குப் போக முடியவில்லை. சாப்பிட்டுச் சிறிது நேரம் களைப்பாறிவிட்டு அங்கு போகலாம் என்று எண்ணியிருந்தான். அவளைப் பற்றிய எண்ணத்தோடு அவளுடைய முழுவடிவும் கண்முன்னால் வந்தது.

'காமம் என்பது ஒரு தாகம்; மஞ்சுளா போன்ற குளிர்ந்த பானத்தால் அது அடங்குவதில்லை. ஸரஸா போன்ற வெம்மையான பானத்தால்தான் அந்தத் தாகம் அடங்கும்; வெம் பானத்தால் ஒரு போதை உண்டாகும் என்பது உண்மைதான். போதையில் கிறு கிறுப்பதும் ஓர் ஆனந்தம்; இந்த ஆனந்தம் நிரம்பிய 'காப்சூல் ஸரஸா!' என்று எண்ணும்போது அவன் உடல் முழுவதுமே சிரித்தது; சிலிர்த்தது. 'அதிர்ஷ்டசாலிக்குத்தான் புதையல் கிடைக்கிறது; ஸரஸா என்ற புதையல் எனக்குத்தான் கிடைக்கும்; புதையலை இழந்தவன் மாதவனைப்போல் பைத்தியக்காரன் ஆகவேண்டியது தான்' என்று அவன் மீண்டும் நகைத்துக் கொண்டான். ஸரஸா கணவனை இந்த ஆஸ்பத்திரிக்கே அழைத்துவர இசைந்துவிட்டதை நினைக்க அவன் சிரிப்பு மேலும் விரிவடைந்தது.

நினைத்து உருகவேண்டிய மஞ்சுளாவைப் போகிற போக்கில் நினைத்துவிட்டு, மாதவனையும் எள்ளிவிட்டு, ஸரஸாவின் வடிவின்பத்தைக் கற்பனையால் சுவைத்துக் கொண்டிருந்த நீலகண்டனுக்கு அவளே 'டாக்டர்! ஓ டாக்டர்!' என்று நொசித்து நொடித்துக்கொண்டே கூப்பிடுவதாக ஒரு பிரமை உண்டாயிற்று. இந்தச் செவியின்பமும் கற்பனைதான் என்று எண்ணும்போதே

கதவு தட்டும் சத்தம் தெளிவாய்க் கேட் டது. கையிலிருந்த பால்ஸாக் புத்தகத்தைக் கீழே போட்டுவிட்டு, கற்பனைச் சுகம் கலைக்கப் பட்ட ஆற்றாமையுடன் எழுந்து கதவைத் திறந்தான்.

எதிரில், பால்ஸாக்கின் பெண் தத்துவம், தூலமாய்ப் பிரத்யட்சமாகிப் பிரசன்னமாய் நின்றது! எதிரில் வேட்கை ஸரஸாவின் வடிவத்தில் சதை உடுத்து நின்றது!

அவனைப் பார்த்ததும் ஸரஸாவின் முகத்தில் ஒரு செயற்கை முறுவல் அரும்பியது; அவனைக் கடந்து சென்று ஹாலில் இருந்த ஒரு நாற்காலியில் உட்கார்ந்தாள். நெளிந்தாடும் கூந்தலுக்குப் பின்னால் அதைக் கைப்பற்றுவோமா என்று கிறங்கிக்கொண்டே நீலகண்டன் நடந்தான். அவளுக்கு எதிரில் இருந்த நாற்காலியில் அமர்ந்தான்.

வேறு எந்தப் பெண்ணுக்கு முன்னாலும் அவனுக்கு இத்தகைய மலைப்பு ஏற்படுவதில்லை. பெண் - அவனுக்குப் போகப் பொருள்தான்; எளிதில் கிட்டிவிட்டதால் பெண் இன்பத்தை அவன் அலட்சியப்படுத்தியதில்லை. பெண்களை ஆளுவதாய் ஆண்கள் எண்ணுகிறார்கள்; பெண்கள் தாழ்ந்தவர்கள் என்றும் நினைக்கிறார்கள்; ஆனால் ஆளுவதாய் ஆண்கள் நினைக்கிற ஏகாந்தத்தில் அவர்கள்தான் பெண்களால் ஆளப்படுகிறார்கள். பெண் தனக்கு இன்பம் தருவதாய் ஆண் நினைக்கிறான்; ஆனால் அவனிடமிருந்து பெண்தான் இன்பத்தைக் கவர்ந்து கொள்கிறாள் என்பதுதான் உண்மை. இந்த ரகசியம் நீலகண்டனுக்கு அநுபவ பூர்வமாய்த் தெரியும். ஆனால் ஸரஸா அவன்மீது செலுத்தும் ஆதிக்கம்தான் அவனுக்கே அர்த்தமாகவில்லை. அவளைப் பார்க்கும்போதே கோடை வெயிலில் சிக்கிவிட்ட மனப்புழுக்கம் ஏன் உண்டாகிறது? அவளுடைய அழகின் ஏற்ற இறக்கங்கள் மகிழ்ச்சி அளிக்க வேண்டியவை; அவனுக்கு ஏன் அச்சமும் உண்டாகிறது?

''நீயா? நீ.....'' என்று அவன் குழறினான்.

''ஓ! டாக்டருக்கு நான் யார் என்பதே மறந்து விட்டதா? நான் வாத்தியார்ராமசாமியின் 'டாட்டர்' (மகள்); நெய்வேலி இஞ்சினியரின் 'ஒய்ப்' (மனைவி)''

உமிழ்நீர் ஊறி வாயில் ரஸமயமான சொற்கள் பிறக்கத் தொடங்கின, நீலகண்டனுக்கு. ''நீ யாருடைய மகள், யாருக்கு மனைவி என்பது எனக்கு ஞாபகம் இல்லை; நீ ஸரஸா என்பதை மட்டும் நான் மறக்கவே இல்லை. வெயிலில் உடம்பை இப்படிப் பொரிந்து கொண்டு வருகிறாயே என்று கேட்டால்...''

''நல்லவேளை நான் யார் என்பதுகூட மறக்காமல் இருந்தீர்களே!''

மின்சார விசிறி முழு வேகத்துடன் சுற்றியது. காற்றின் சேஷ்டையைத் தாங்கமாட்டாமல் ஸரஸா அணிந்திருந்த பட்டுச்சேலை உடம்பைவிட்டுப் பறந்து போகப் படபடப்பதை ஆவலுடன் கவனித்துக் கொண்டே நீலகண்டன் சொன்னான்: ''உன்னைத்தான் நினைத்துக் கொண்டிருந்தேன்; நீ வந்துவிட்டாய். காலையிலிருந்து மூச்சுவிட முடியாமல் வேலை. சாப்பிட்டு இப்போதுதான் உட்கார்ந்தேன்; கொஞ்சநேரம் ரெஸ்ட் எடுத்துக் கொண்டு உங்கள் வீட்டுக்குப் புறப்படலாம் என்று எண்ணிக் கொண்டிருந்தேன். ஐ ஆம் லக்கி தெட் யூ ஹாவ் கம் ஹியர்! (நீ இங்கு வந்தது என் அதிர்ஷ்டமே).''

''நான் வந்ததில் உங்களுக்கு 'லக்' (அதிர்ஷ்டம்) என்ன இருக்கிறது?''

''நீயே என்னைத் தேடிவந்திருக்கிறாயே!''

''இந்த முகஸ்துதி எதுக்காக? என்னிடம் உங்களுக்கு ஏதாவது காரியம் ஆகவேண்டுமா?''

நீலகண்டன் வாயால் பதில் சொல்லவில்லை; இனாம் கேட்க வந்த சேவகன் எஜமானுக்கு முன்னால் குழைவானே, அதுபோன்ற ஓர் எளிமை அவன் முகத்தில் தோன்றியது.

ஸரஸா எப்போது தனித்திருந்தாள்? அவளுடைய மனத்தின் மகாராணிதான் அவளை இப்போதும் இயக்கிக் கொண்டிருந்தாள். மகாராணிதான் ஸரஸாவை வெயிலில் இழுத்துக்கொண்டு வந்தாள். வெயிலில் உள்ள அனல் சக்தியைத் திரட்டிக்கொண்டு போய் நீலகண்டன் தலையில் கொட்ட வேண்டும் என்றுதான் மகாராணியின் ஆசை. எரிப்பதற்கென்று கூட்டி ஒதுக்கிவைக்கப் பட்ட குப்பை செத்தைகளின் குவியலைப் பார்ப்பதுபோல் மகாராணி அவனை வெகு அலட்சியமாய்ப் பார்த்தாள்: ''உங்கள் ஜாகை இதுதானா?'' என்று கேட்டாள் ஸரஸா.

''வீட்டில் கடைசிப் போர்ஷன்தான் ஜாகை. என்ன ஜாகை? அம்மா மட்டும்தானே; சமைத்துப் போடுகிறாள்; நான் என்ன செய்தாலும் குறுக்கிடமாட்டாள். 'ரெஸிடென்ஷல் போர்ஷனை' (ஜாகைப்பகுதி) தனியாகப் பிரித்து விட்டேன்; அம்மா இங்கே வரமுடியாது. உள் நோயாளிகளின் படுக்கைகள் இந்த ஹாலுக்கு அடுத்தாற்போல் இருக்கிறது. கேஸ்களைத் தனியாகச் சோதனை செய்யும் அறை இதுதான். பார்க்கிறாயா? வாயேன்!''

இந்த ஹாலின் தாராளத்திலிருந்து அந்த அறையின் நெருக்கத்துக்கு அவளை அழைத்துப்போக வேண்டும் என்பதுதான் அவன் விருப்பம். மறுப்பு சொல்லாத ஸரஸா பின்தொடர நீலகண்டன் அறைக்குச் சென்றான்.

அதுவும் விசாலமான அறை. மூன்று கண்ணாடி பீரோக்கள் இருந்தன; இரண்டில் மருந்துப் பெட்டிகளும் சீசாக்களும் நிறைந்திருந்தன. மூன்றாவதில் ஆபரேஷன் செய்ய உதவும் கருவிகள் ஜொலித்தன. நோயாளியைப் படுக்க வைக்கும் உயரமான பெஞ்ச் ஒன்று கிடந்தது. எக்ஸ்ரே முதலிய சாதனங்கள்; ஒரு மூலையில் நீர்க் குழல், வாஷ் பேஸின், சோப்பு, ஒரு டவல்; நாற்றங்களை மறைப்பதற்காக 'டெட்டால்' நாற்றம்.

அந்த அறையில் இப்போது இருந்தவர்கள் சராசரி புத்தியுள்ள சீவன்கள் அல்லவே! ஸரஸாவின் மனத்திலோ ஒரு மகாராணி ஆட்சி

செலுத்துகிறாள்; இந்த மகாராணி துவேஷ ரூபிணி; வெறுப்பு என்னும் பண்பால் உருவானவள் அவளுக்கு உடம்பும் வெறுப்பதற்கான ஒரு பொருள்தான்; ஆகையால் அவள் ஸரஸாவின் உடம்பையும் நீலகண்டன் உடம்பையும் பொருட்படுத்தவே இல்லை. நீலகண்டன் மனத்திலோ போகப்பிரியனான ஒரு பாதுஷா குடியிருந்தான். தாஜ்மஹால் கட்டி, அதைச் சுற்றிலும் நீச்சல் குளங்கள் கட்டி தன்னைத் தவிர வேறு ஆண்வாடை இல்லாத அழகியர் கும்பலுடன் நீரில் குதித்து, விழுந்து புரண்டு கும்மாளம் இடுவதையே வாழ்க்கைப் பயனாய்க் கருதுகிறவன் அந்தப் பாதுஷா; உடலுக்குள் உள்ள இன்பங்களைத் தேடிக் காண்பதுதான் அவன் கொள்கை; அவன் தன் உடலைப் போற்றி ஸரஸாவின் உடலை வழிபடுகிறவன். உடலை வெறுக்கும் பெண்ணும் உடலை விரும்பும் ஆணும் இருந்த அத்தனிமையை சிருங்கார ரசம் நிறைந்ததாய் வருணிக்க முடியுமா?

"மிகக் குறுகிய காலத்தில் நன்றாக எஸ்டாப்லிஷ் பண்ணிக்கொண்டு விட்டீர்கள்" என்று மிகவும் லௌகிகமாய்க் கூறினாள் ஸரஸா.

"கடுமையாக உழைக்கிறேன்; ஏராளமாகச் சம்பாதிக்க வேண்டும், சுகமாக இருக்க வேண்டும் என்பதுதான் என் ஆசை."

"இங்கே யாரையும் காணோமே!"

"ஹாலிடே இல்லையா! நர்ஸ்களும் கம்பவுண்டரும் போய்விட்டார்கள். மத்தியானத்துக்குமேல் ஆஸ்பத்திரி கிடையாது. யாரும் வரமாட்டார்கள்; அவசரம் என்று இப்போது யார் வந்தாலும் நான் கவனிக்கப்போவதில்லை" என்றான் நீலகண்டன் விகாரமுற்ற குரலில்.

"அப்படியானால் தனியாகத்தான் இருக்கிறீர்களா?" என்று பெருமூச்சுவிட்டாள் ஸரஸா."

"தனிமையை எதிர்பார்த்துத்தானே நீ வந்தாய்?" என்று கேட்டு நீலகண்டன் சிரிக்க விரும்பினான்; தன் கையைப் பற்றிக் கொள்ள அவள் அவனுக்கு அனுமதி கொடுத்துவிட்டதாய்த் தோன்றியது; ஆனால் அவன் கைகள் எழுந்திருக்கவில்லை!

"உங்களுக்குத் தடை உத்தரவு ஒன்றும் வரவில்லையா?"

"தடை உத்தரவா? எதுக்கு?"

"உங்கள் மஞ்சுளாவிடமிருந்து உத்தரவு ஒன்றும் வரவில்லையா?"

"மஞ்சுளாவா? அவள் எனக்கு ஏன் உத்தரவு போடுகிறாள்?"

"நீங்கள் எங்கள் வீட்டுக்குப் போகக்கூடாது என்று மஞ்சுளா சொல்லவில்லையா?"

"ஆரம்பத்தில் அவள்தானே என்னை உன்னிடம் அனுப்பினாள்? இப்போது எதற்காகப் போக வேண்டாம் என்பாள்? புரியும்படிப் பேசு ஸரஸா!"

"அவள் வீட்டில் நான் கால் வைக்கக்கூடாது. என் வீட்டில் அவள் கால் வைக்கக்கூடாது என்று உத்தரவாகி இருக்கிறது"

"உனக்கு யார் சொன்னார்கள்?"

"வேறு யாரும் சொல்லவில்லை. உங்கள் மாமியார் - மஞ்சுளாவின் தாயார் என்னிடம் நேரில் சொன்னாள்."

"அவர்களுக்கு ஏதாவது பைத்தியம் பிடிக்கிறதா, என்ன விஷயம்?"

"நீங்கள் ஒரு டாக்டர்; அவர்களுக்குப் பைத்தியம் பிடிக்கிறதா என்று உங்களுக்குத்தான் தெரியும். என்னைப் பொறுத்தவரை அவர்கள் பைத்தியக்காரர்களாய்த் தோன்றவில்லை..."

இந்த நேரத்தில்தான், 'டாக்டர்...! டாக்டர்!' என்று பசுபதியின் குரல் அழைத்தது: நீலகண்டனுக்கு ஆத்திரம் பற்றிக்கொண்டு

வந்தது. குரல் தெருப் பக்கமிருந்து வராமல் ஹாலிலிருந்து கேட்கவே, 'நான் ஒரு இடியட்! தெருக் கதவைத் தாளிடாமல் வந்துவிட்டேன். ஒரு நிமிஷம் உட்கார்; வந்துவிட்டேன்!' என்று கூறியவாறு கடுப்புடன் அறையிலிருந்து வெளியில் வந்தான் அவன்.

ஹாலில் பசுபதி நிற்பதைக் கண்டதும் அவன் சினம் மிகுந்தது; அதை வெளிக்காட்டவும் முடியவில்லை; பசுபதியை எளிதில் வெளியேற்ற முடியாது, அவனுடைய நடமாட்டத்தைக் கட்டுப் படுத்தவும் முடியாது என்பதும் நீலகண்டனுக்குத் தெரியாதா? பசுபதியின் அனர்த்தப் பார்வையிலிருந்து ஸரஸாவை அகற்ற வேண்டும் என்ற சமயோசித புத்தியால்தான் அறைக் கதவை மூடிப் பூட்டினான். பசுபதிக்குப் பின்னால் ஜகந்நாதனும் தொடரவே, நீலகண்டன் தன் விவேகத்தை எண்ணிப் பெருமூச்சு விட்டான்.

பசுபதியை வெளியில் தள்ளலாம்; ஜகந்நாதனை என்ன செய்வது? இன்பத்தை அறையில் பூட்டி வைத்த தவிப்பினால் அவர்கள் பேச்சிலும் அவன் மனப்பூர்வமாய்க் கலந்துகொள்ள முடியவில்லை; என்றாலும் பெண்ணையும் பொன்னையும் அள்ளித் தரப்போகும் மாமனார் திருப்தி அடைந்து விட்டார் என்பதையும் அவன் புரிந்து கொண்டான்.

அறைக்குள் அடைபட்ட ஸரஸாவும் மகாராணியும் வெளியில் நடப்பதை எல்லாம் கேட்டுப் பொருமிக் கறுவிக் கொண்டிருந்தனர்!

35

ஜகந்நாதனும், பசுபதியும் நாலைந்து வீடுகள் தாண்டிச் செல்லும்வரை பார்த்துக் கொண்டிருந்த நீலகண்டன் தாராளமாக மூச்சுவிட்டான். வாயில் கதவை அடைத்துத் தாழிட்டான்; ஜன்னல் கதவுகளையும் இழுத்து மூடினான். உள்ளே இருக்கும் ஸரஸாவின்

ஞாபகம் சூடாக உடம்பில் பரவியது; நாடி நரம்புகள் புரண்டு இடம் மாறுவதுபோல் ஓர் உணர்ச்சி உண்டாயிற்று. ரத்தவோட்டம் திசை தப்பி தாறுமாறாகச் செல்வதுபோல் பிரமை ஏற்பட்டது. சிறிது நின்று மார்பை அழுத்தித் தேய்த்துக் கொண்டான்.

ஸரஸா இருந்த அறை வாசலில் நின்றபோது அவனுக்குச் சிரிப்புச் சிரிப்பாக வந்தது. 'நான் ஒரு மந்திரவாதி; இந்த அறைக் கதவை மந்திர சக்தியால் திறக்கப் போகிறேன்; மூடிக்கிடந்த அறையில் ஒரு மலர் மஞ்சம் தோன்றப் போகிறது; அதில் ஒரு மங்கை புரண்டு கொண்டிருப்பாள்!' என்று அவனுக்கு ஒரு கற்பனை தோன்றியது; சிரித்தான். அறைக்குள் பூட்டப்பட்டதற்காக ஸரஸா சினந்து கொள்வாளா? அந்தச் சினமே ஒரு பாக்கியம்தான்; அவளுடைய மோவாயைக் கையில் ஏந்தி மன்னிப்புக் கோரலாம் அல்லவா? மீண்டும் நீலகண்டன் மார்பைத் தேய்த்துக் கொண்டான்; கண்களைக் கசக்கிக் கொண்டான்.

பூட்டைத் திறந்து அவன் வலப்புறத்துக் கதவைத் திறக்கும் போதே, இடது கதவைத் திறந்துகொண்டு ஸரஸா வெளிவந்தாள்; நெருக்கடியிலிருந்து திமிறித் துள்ளி வெளியில் விழுந்தவள் போன்ற வேகம் அவளிடம் காணப்பட்டது. புதுமாப்பிள்ளைபோல் பரபரப்பாக இருந்த நீலகண்டன் அவள் அறைக்குள்ளேயே இருக்க வேண்டும் - இருப்பாள் என்று எதிர்பார்த்தான்; அவள் வெளியில் வந்துவிடவே அவனுக்குச் சற்று ஏமாற்றமாக இருந்தது. அவனும் திரும்பினான்.

''அறையை எதற்காகப் பூட்டினீர்கள்?'' என்றாள் ஸரஸா நின்றவாறே; 'உனக்குப் புத்தி இருக்கிறதா?' என்ற ஒலி நயம் அவள் கேள்வியில் இருந்தது.

தூரத்தில் இருந்தபோது, அவளைத் தொட்டுச் சமாதானம் செய்யலாம் என்று கற்பனை செய்து மகிழ்ந்த நீலகண்டன், அவளுடைய இந்த ஒரு கேள்வியாலேயே அந்த எண்ணத்தைக்

கைவிட்டான்; தொட வேண்டாம். அவளைச் சமாதானப் படுத்தினால் போதும் என்று அவனுக்குத் தோன்றியது. 'கதவைத் தாழிடாமல் வந்தது முட்டாள் தனம்' என்று அவன் தொடங்கினான்.

''அது முட்டாள்தனம் அல்ல; என்னை அறையில் போட்டு மூடினீர்களே, அது முட்டாள்தனம்.''

''கதவு திறந்து கிடந்ததால்தானே அவர்கள் உள்ளேவர முடிந்தது? கதவு மூடியிருந்தால் வாசலில் இருந்தபடியே கத்திவிட்டுத் தொலைந்திருப்பார்கள். வந்தவர்கள் யார் என்று கவனித்தாயா?''

''உங்கள் மாமனார் வந்தார். அவர் ஏஜண்ட் வந்தார். அதற்காக என்னை ஏன் உள்ளே அடைக்க வேண்டும் என்றுதானே கேட்கிறேன்?''

''நீயும் நானும் தனியாக இருப்பதைப் பார்த்தால் அவர்கள் என்ன நினைப்பார்கள்?''

''அவர்களுக்கு என்ன புத்தி இருக்கிறதோ, அந்த புத்தி போகிற போக்கில் நினைப்பார்கள். அவர்கள் என்ன நினைத்தால் எனக்கு என்ன? உங்கள் மாமனார்; உங்களுக்குப் பெண் கொடுக்கப் போகிறவர்; வெறும் பெண்ணா தரப் போகிறார்? லட்சக்கணக்கில் பணம் கொட்டித்தரப் போகிறார். நீங்கள் அவருக்குப் பயப்பட வேண்டியது நியாயம்; பயப்படுங்கள்! நான் எதற்காகப் பயப்படவேண்டும்? டாக்டரைக் கன்ஸல்ட் செய்யப் பெண்கள் வரக்கூடாதா? டாக்டர்! உங்களைப்பற்றி நான் எண்ணியது தவறாகிவிட்டது. உங்களை நான் ஒரு ஜென்டில்மன் (கனவான்) என்று எண்ணியிருந்தேன்!''

பேசியவள் ஸரஸா; அதனால்தான் நீலகண்டனுக்குக் கோபம் வரவில்லை; கோபம் வருவதிருக்கட்டும்; அவனுக்குத் திகிலாக இருந்தது, ஸரஸா கோபித்துக் கொண்டு வெளியேறிவிடுவாளோ என்று. பிரியம் உள்ளவளின் வாயில் உள்ள தாம்பூலத்தைப் பிரியப்பட்டவன் தன்வாயில் வாங்கிக்கொள்வது ஒரு சுகம்தான்; ஆனால், அவள் வாயிலிருந்த தாம்பூலத்தை முகத்தில் துப்பினாலும்,

அதில் ஒரு சுகம் கண்டான் நீலகண்டன். விநயமாய்க் கூறினான். "உட்கார்ந்து பேசு ஸரஸா! எதற்காக இப்படிப் பதட்டப்படுகிறாய்? என்னவோ நடந்துவிட்டது. அவர்கள் வரும்போது ஏதோ சொல்லிக் கொண்டிருந்தாய். மஞ்சுளாவின் தாயார் என்ன சொன்னாள்?"

இந்தப் பழைய கதை குறிப்பிடப்பட்டதால் தணிந்தவள் போல் உட்கார்ந்தாள் ஸரஸா. மின்சார விசிறிக்கும் நீலகண்டனைப் போல் தலை சுற்றிக் கொண்டிருந்தது. 'இந்த மேடு பள்ளங்களிலிருந்து என்னைக் காப்பாற்றுங்கள்!' என்று கதறுவதுபோல் அவள் கட்டியிருந்த பட்டுச்சேலை பிய்த்துக் கொண்டு பறக்கத் துடிப்பதை விடாயுடன் கவனிக்கத்தான் செய்தான்; உமிழ்நீரை விழுங்கித் தன் ஆத்திரத்தை அவன் அடக்கிக்கொண்டான். நீச்சல் குளத்தடியில் நிற்கும் பாதுஷாவாக அவன் இப்போது இல்லை; விவேகமான ராஜதந்திரத்தால் ராஜபுத்திரப் பெண்ணைக் கவர விரும்பும் பாதுஷாவாக அவன் மாறிவிட்டான். 'அவசரப்பட்டு இருக்கக் கூடாது' என்ற மனப்பான்மையைச் சந்தர்ப்பம் சிருஷ்டித்தது.

ஸரஸாவின் மகாராணியோ நகைத்துக் கொண்டாள்; பலி ஆடுபோல் நீலகண்டன் கழுத்தை நீட்டிவிட்டது அவளுக்குத் தெரியும். 'மாமனாருக்கு முன்னால் ஸரஸாவோடு பேசப் பயப்படுகிறாயா? அவ்வளவு மானஸ்தனா நீ? நீ மானம் கெட்டவன் என்பதை உன் மாமனார், மஞ்சுளா, மாதவன் எல்லாரும் அறியச் செய்கிறேன்!' என்று முறுவலித்துக் கொண்டாள்.

"உங்கள் மாமியார் என்ன சொன்னாள் என்று இனிமேல் நான் உங்களிடம் சொல்லக்கூடாது. நீங்கள் எல்லாரும் ஒன்று சேர்ந்து விடுவீர்கள்; என்னைப் பழிகாரி ஆக்கி விடுவீர்கள்."

"நடந்ததைச் சொல்லு ஸரோ"

"இது என்ன, எனக்குப் புதுப் பெயர் வைக்கிறீர்கள்?"

"அப்படிக் கூப்பிட்டால்தான் எனக்குச் சந்தோஷமாக இருக்கிறது!" என்று சொல்லிக்கொண்டே அவளுக்குப் பக்கத்திலிருந்த

நாற்காலியில் அமர்ந்து, முழங்கால்கள்மீது முழங்கைகளை ஊன்றிக் கொண்டு ஸரஸாவின் பக்கமாய்க் குனிந்த நிலையில் அவன் உட்கார்ந்தான்.

அவன் அப்படி உட்கார்ந்ததைக் கவனியாதவள்போல் ஸரஸா, ''உங்களுக்குச் சந்தோஷமாக இருந்தால் போதுமா? எனக்குச் சந்தோஷமாக இருக்க வேண்டாமா?'' என்றாள்.

''ஸரோ என்பது அழகாயில்லையா?''

''உங்களுக்கு அழகாய்த் தோன்றுவது எல்லாம் எனக்கு அழகாய் இல்லையே; என்ன செய்வது?'' என்று சிரித்தாள் ஸரஸா.

''உனக்கு அழகாய்த் தோன்றுவதுதான் எனக்கும் அழகாய்த் தோன்றும்!''

''எல்லாரையும் போல் ஸரஸா என்றே அழையுங்கள்; அது போதும்.''

''எல்லாருக்கும் எதிரில் நீ எனக்கு ஸரஸாதான். இப்படித் தனியாக இருக்கும்போது நீ எனக்கு ஸரோ'' என்று நீலகண்டன் துணிந்து சொல்லாடினான்.

மகாராணி சிரித்தாள்; ஸரஸா சொன்னாள். ''உங்கள் மாமனார் பேசியதை எல்லாம் கேட்டுக் கொண்டிருந்தேன்; நான் வந்த காரியம் முடிந்துவிட்டது. நான் புறப்படுகிறேன்.''

''வந்த காரியம் என்ன என்றே நீ சொல்லவில்லையே! மஞ்சுளா வீட்டுக்கு நீ போகக்கூடாது. உன் வீட்டுக்கு அவள் வரக்கூடாது என்று அவள் தாயார் ஏன் சொன்னாள்?''

''மாமியாரைப் பற்றி உங்களுக்குத் தெரியாதது எனக்கு என்ன தெரியும்? நாங்கள் அவர்களிடம் கடன்காரர்கள் என்பது ஒரு காரணமாக இருக்கலாம்; இஞ்சினீயர் வியாதியஸ்தர்; அவர் வாடை பட்டு அவர்கள் குழந்தைகளுக்கு வியாதி வந்துவிடப் போகிறது என்ற பயமாக இருக்கலாம்.''

அரும்பு

"இந்த ஞானம் மஞ்சுளாவுக்கும் மாதவனுக்கும் இல்லையா? தெரியாமலா அவர்கள் பழகுகிறார்கள்?"

"மஞ்சுளாவும் அவள் அண்ணாவும் சொல்லிப் பெரியவர்களுக்கு ஞானம் வந்திருக்கக் கூடாதா? அவர்கள் நேரில் என்னிடம் சொல்லத் தயங்கி, பெரியவர்கள்மூலம் 'இங்கே வரவேண்டாம்?' என்று எனக்குச் சொல்லி இருக்கக் கூடாதா?"

நீலகண்டன் விகாரமாக இருந்தான்: எது நேர், எது கோணல் என்று நிர்ணயிக்கிற புத்தி அவனுக்கு ஏது? - "நீ சொல்வதுபோல் இருக்காது ஸரோ! அண்ணன் தங்கை இருவருக்கும் இந்த அல்ப புத்தி கிடையாது; பெரியவர்கள் ஒருமாதிரிதான்."

"'தாலிகட்டியபாடில்லை; மனைவியையும் மைத்துனரையும் விட்டுக் கொடுக்காமல் பேசுகிறீர்களே! அப்படிப் பேசுவதுதான் நியாயம். மாமனாரும் உங்களுக்குப் புத்தி சொன்னதைக் கேட்டேன். இன்னும் கொஞ்சம் வயதானபிறகு தர்ம கைங்கரியங்களில் ஈடுபடலாம் என்று அவர் சொன்னதிலும் நியாயம் இருக்கிறது. இந்த வயசில் நீங்கள்செய்வதும்தர்மமாகவும் இருக்காது; கைங்கரியமாகவும் இருக்காது!" என்று விசித்திரமாய்ச்சிரித்தாள் ஸரஸா.

அவளுடைய சொற்களுக்கு இடையில் சிக்கிக்கிடந்த பொருளை நீலகண்டன் மகிழ்ச்சியுடன் கவனித்தான். ஒருவேளை, இந்தக் காரணத்தால்தான், ஸரஸாவுடன் டாக்டர் பழகுவது தவறு என்று அஞ்சித்தான் மஞ்சுளாவும் அவள் குடும்பத்தினரும் ஸரஸாவைப் பகிஷ்கரிக்க முற்பட்டுவிட்டார்களா என்ற எண்ணம் அவனுக்கு உதயம் ஆயிற்று. அதனால்தான்கடுமையானவெயிலையும் பாராமல் இங்கு வந்துஜகந்நாதன்அவனுக்கு அறிவுரைவழங்கினாரா? அவனுக்கு மஞ்சுளா கிட்டுவதே அதிர்ஷ்டம்; அவளோடு வரும் செல்வம் அவனுடைய அதிர்ஷ்டத்தை இரட்டிப்பாக்குகிறது. மஞ்சுளாவோ அவளைச் சேர்ந்தவர்களோ அவனைப் பற்றிச்

சந்தேகம் கொள்ளும்படி நடப்பது உசிதம் அல்ல என்று அவனுக்குத் தோன்றியது. ''அவர்கள் அப்படி எல்லாம் நினைக்கிறார்களா?'' என்று கேட்டான்.

''எப்படி நினைக்கிறார்களா என்கிறீர்கள்?''

''நானும் நீயும்...'' என்றவனுக்கு அதை ஒழுங்கான மொழியில் சொல்லத் தெரியவில்லை.

''ஓ! அப்படி அவர்கள் நினைப்பதாக உங்களுக்குத் தோன்றுகிறதா? நினைக்கக் கூடியவர்கள்தானே? எதுவும் நினைப்பார்கள்; அவர்களுக்கு அப்படித்தான் நினைக்க முடியும். ஆனால், யார் என்னைப் பற்றி என்ன நினைக்கிறார்கள் என்பதைப் பற்றி எனக்கு அக்கறை இல்லை. அதைப்பற்றி நீங்கள் கவலைப்பட வேண்டாம் என்றுதான் அப்போது முதல் சொல்லுகிறேன். அவர்களிடம் நீங்கள் நல்ல பிள்ளையாக நடந்துகொள்வது உங்களுக்கு நல்லது; மஞ்சுளா அழகான பெண்; அழகான பெண்கள் ஆயிரம் பேர் கிடைப்பார்கள்; ஐந்து லட்சம் ரூபாயுடன் கிடைப்பது கஷ்டம்; இல்லையா?''

ஸரஸாவின் பக்கமாய்க் குனிந்து உட்கார்ந்திருந்த நீலகண்டன் இப்போது நேராக நிமிர்ந்துவிட்டான். ''அதற்காக அவர்கள் சொல்கிறபடி எல்லாம் நான் கேட்க வேண்டும் என்கிறாயா?''

''கேட்பது நல்லது; அதனால் ஆதாயம் இருக்கிறது என்றால் ஏன் கேட்கக் கூடாது? நீங்கள் சௌகரியமாக இருந்தால்தான் எனக்கும் சந்தோஷம். மஞ்சுளா சந்தோஷமாக இருந்தால்தானே எனக்கும் சந்தோஷம்? மாமனார் சொல்கிறபடி நடந்து கொள்ளுங்கள். அது அவர் அபிப்பிராயம் மாத்திரம் இல்லை; உங்கள் எதிர்கால மனைவி, மைத்துனர், மாமியார் எல்லாருடைய எண்ணமும் அதுதான். இன்ஜினீயருக்கு நீங்கள் டிரீட்மெண்ட் செய்வது அவர்கள் யாருக்கும் பிடிக்கவில்லை. ஆகையால் அதை நீங்கள் கைவிடுவதுதான் சரி.''

''நான் இஞ்ஜினீயருக்கு டிரீட்மெண்ட் செய்வதை மஞ்சுளாவோ அவள் குடும்பத்தாரோ தடுக்க முடியாது. அதற்கு உன் சம்மதம்தான் எனக்குத் தேவை; நீதான் அவரோடு இங்கு வருவதாக ஒப்புக்கொண்டிருக்கிறாயே!'' என்றான் நீலகண்டன்; அவனுக்கு ரோஷம் பிறந்துவிட்டது.

''உங்களுக்கு என் சம்மதம் கிடைக்காமல் போய்விடுமா? என் விஷயம் இருக்கட்டும். நீங்கள் அவர்கள் மனசு நோகும்படி நடந்துகொள்ளக் கூடாது. மஞ்சுளாவும் அவள் அண்ணாவும் என்னை ஊரைவிட்டே வெளியில் அனுப்பப்பார்க்கிறார்கள். அதற்கு அவர்கள் சரியான காரணம்தான் சொல்லுகிறார்கள். எவ்வளவுதான் கெட்டிக்காரர் என்றாலும் நீங்கள் தொழிலுக்குப் புதிசு. வேலூருக்குப் போனால் நல்லது என்பது அவர்கள் யோசனை; நல்ல யோசனைதான்; இல்லையா டாக்டர்?''

''உனக்கு யார் சொன்னார்கள்?'' என்றான் நீலகண்டன் அதிகமாகும் ஆத்திரத்துடன்.

''ஏன், மஞ்சுளாவே சொன்னாள். அவள் சொன்னது சரி என்றே எனக்கும் தோன்றியது. உங்களைக் கேட்காமல் முடிவு சொல்வேனா? யோசித்துச் சொல்வதாய்ப் பதில் சொன்னேன்.'' என்று ஸரஸா அவன்மீது பார்வையை அமர்த்தினாள்.

ஸரஸா தனக்கு அளிக்கும் மரியாதையைக்கூட மஞ்சுளா அளிக்கவில்லை என்று நீலகண்டனுக்குத் தோன்றியது. ''நான் ஒரு டாக்டர் என்பதைக்கூட மஞ்சுளா நம்பவில்லை என்கிறாயா?''

''நான் அப்படியா சொன்னேன்? அவளும் அப்படிச் சொல்லவில்லை. வேலூர் டீ. பீ. சிகிச்சைக்குப் பிரபலமான இடம். அங்கு போகலாம் என்றுதான் அவள் சொன்னாள். உங்களைப் பற்றி அவள் தாழ்வாகப் பேசுவாளா? உங்களிடம் உயிரையே வைத்திருக் கிறாள், அவளைப்பற்றி நான் அப்படி எல்லாம் சொல்ல மாட்டேன்.''

"என்மீது நம்பிக்கை இருந்தால் வேலூர் யோசனை ஏன் வருகிறது?"

"காரணம்தான் சொல்லிவிட்டேனே. உங்கள் மைத்துனர்...."

"ஸரோ! இன்னும் எனக்குக் கல்யாணம் ஆகவில்லை. அதற்குள் மாமனார், மைத்துனன் என்றெல்லாம் உறவு வைத்துப் பேசாதே. இந்த உறவு முறைகளைக் கேட்டாலே எனக்கு எரிச்சலாக வருகிறது."

"மஞ்சுளா மனைவி என்பதைத் தவிர வேறு எந்த உறவு முறையும் உங்களுக்குப் பிடிக்கவில்லை. அப்படித்தானே?" என்று லேசாகச் சிரித்தாள் ஸரஸா. "மஞ்சுளா மனைவி என்றால், அவள் அண்ணா மைத்துனர்தானே? அவர் என் தம்பி சிவராமனை அடித்து விரட்டுகிறாராம்."

"அவன் எதுக்காக சிவராமனை விரட்டுகிறான்? அவன் ஒரு 'மானிக் டிப்ரெஸ்ஸிவ்' (சோகப்பித்தன்). சிவராமனோடு என்ன தகராறு?"

"சிவராமன்தான் சொன்னான். மஞ்சுளாவோடு பேசிக் கொண்டிருந்தானாம். பக்கத்தில் இருந்த உங்கள் மைத்துனர் திடீரென்று 'இடியட்! போடா வெளியே!' என்று கத்தினாராம். எங்களைக் கண்டாலே அவர்கள் எல்லாருக்கும் பிடிக்கவில்லை..."

"மாதவனைப் பற்றி நீ நினைக்கிறது தப்பு; உன்னால்தான் அவனுக்குப் புத்திக் குழப்பமே ஏற்பட்டது..."

"என்னால் அவருக்கு ஏன் புத்தி குழம்புகிறது?"

ஸரஸாவை இழந்த ஏமாற்றம்தான் மாதவனை ஒரு குழப்ப மனிதன் ஆக்கிவிட்டது என்ற விவரத்தை மஞ்சுளாவிடமிருந்து நீலகண்டன் அறிந்து கொண்டிருந்தான். அதை வெளியிடத்தான் அவன் முற்பட்டான். ஆனால், ஸரஸாவிடம் அதை வெளியிட்டால்

தனக்கே அது கேடாக முடியும் என்ற அச்சம் அவனுக்கு உண்டாயிற்று. ''ஒரு நோயாளியை மணந்து நீ கஷ்டப்படுவதைப் பார்த்து அவனால் பொறுக்க முடியவில்லை. அவனுக்கு உன்மீது வெறுப்பு என்றால் நம்ப முடியவில்லை'' என்று அவன் சாமர்த்தியமாகத் தன் பதிலின் திசையை மாற்றினான்.

''அதென்னவோ நீங்கள்தான் இப்படிச் சொல்லுகிறீர்கள். நான் வேலூருக்குப் போய்விட்டால் எல்லாருக்கும் நிம்மதி என்று தோன்றுகிறது. உங்களிடம் கலந்துகொள்ளாமல் நான் ஒரு முடிவுக்கு வரவிரும்பவில்லை. நீங்கள் இஞ்சினீயரிடம் ரொம்பவும் பிரியமாக இருக்கிறீர்கள். எவ்வளவோ அக்கறையாகக்கவனிக்கிறீர்கள். உங்களிடம் சொல்லாமல் போக எனக்கு மனம் வரவில்லை.''

''நீ வேலூருக்கும் போகக்கூடாது; வியன்னாவுக்கும் போகக்கூடாது'' என்று எழுந்தான் நீலகண்டன்; ரயில் ஏறப்போகிற வளை வழிமறிக்கிறவன்போல் அவளுக்கு எதிரில் நின்றான். ''நீ இங்கே வருவதாகச் சொன்னாய், வரப் போகிறாயா, இல்லையா?''

மிக விசனமுற்றவள்போல் முகத்தை நீட்டிக் கொண்டாள் ஸரஸா. ''அவசரப்படாதீர்கள்; உங்கள் இஷ்டத்துக்கு விரோதமாக நான் ஒன்றும் செய்துவிடப்போவதில்லை. உங்களைப் பற்றி அவர்கள் எல்லாரும் என்ன நினைப்பார்கள்? முகூர்த்தத்துக்கு நாள் குறித்துவிட்டார்கள் பாக்கு வெற்றிலை மாற்றிக்கொள்ள வரப்போகிறார்கள். இந்நேரத்தில் அவர்கள் மனசு நோகும்படி நடந்துகொள்ளக் கூடாது.''

''அவர்கள் மனசு நோவதைப் பற்றி எனக்கு அக்கறை இல்லை; நீ எப்போது இங்கே வருகிறாய். அதைச் சொல்லு.''

''மஞ்சுளா வருத்தப்படுவாள்...''

''காரணம் இல்லாமல் வருத்தப்படுகிறவர்களைப் பற்றி எனக்குக் கவலை இல்லை. நீ எப்போது இங்கே வருகிறாய்?'' என்றான் நீலகண்டன் பிடிவாதமாய்.

அவனுடைய பதட்டப் பிடிவாதத்தைத் திருப்தியுடன் கவனித்தாள் மகாராணி. குட்டினால் அவள் கை வலிக்குமே என்று அவன் தானாகவே தலையைச் சுவர்மீது மொத்திக்கொள்ளத் தயாராவதை அவள் புரிந்துகொண்டாள். அவனை இன்னும் கொஞ்சம் குலுக்கிப் பார்க்கத் தோன்றியது அவளுக்கு. யோசிப்பவள் போன்று ஸரஸா சிறிது மௌனமாயிருந்தாள்.

''டாக்டர்! நீங்கள் என்னை மன்னிக்கவேண்டும். மஞ்சுளாவும் நானும் சேர்ந்தே வளர்ந்தவர்கள் . அவள் மனசு நோக நான் ஒன்றும் செய்ய முடியாது. அந்த நாற்காலியில் உட்காருங்கள்'' என்று எதிரிலிருந்த நாற்காலியைக் காட்டினாள் அவள்; அவன் உட்கார்ந்தான். ''நான் இங்கே வருவதில்லை என்று முடிவு பண்ணிவிட்டேன். நீங்கள் மன்னிக்க வேண்டும்.''

''என் இஷ்டத்துக்கு விரோதமாக ஒன்றும் செய்யமாட்டேன் என்றாயே! இந்த முடிவை சொல்லத்தானா?''

''இதில் உங்கள் இஷ்டம் பெரிதில்லை; உங்கள் நன்மையையும் நினைத்துத்தான் சொல்லுகிறேன் என் முடிவை மாற்றிக் கொள்ளும்படி வற்புறுத்தாதீர்கள்'' என்றாள் அவள் முடிவாக.

நீலகண்டன் பேசவில்லை. அவளையே வெறித்துப் பார்த்துக் கொண்டிருந்தான். ஸரஸா மிகவும் அடக்கமாக உட்கார்ந்திருந்தாள். சேலையைக் கட்டுப்படுத்திவிட்டதால் அவள் மிகவும் ரகசியமுற்றுவிட்டதாக அவனுக்குப்பட்டது. அதனாலேயே அவன் தாகம் அதிகமுற்றதாகவும் தோன்றியது. தாகம் எடுக்கும்போது தண்ணீர் கிடைக்காமல் இருப்பது ஒரு கஷ்டம்; தண்ணீரை எதிரில் காண்பித்து, அதைச் சாப்பிட முடியாத தூரத்தில் வைப்பது அதிகப்படித் துன்பம்தானே?

மோகம் வாயால் மட்டுமா பேசுகிறது? பலாத்காரமாக ஒடுக்கப்பெற்ற மோகம் அவனை மிகமிக ஏழை ஆக்கிவிட்டது. எல்லா வீடுகளிலும் ஏமாற்றமுற்று கடைசி ஒரு வீட்டுப் பிச்சையை

நம்பி பசியேப்பக்காரனைப்போல் பரிதாபமாக அவன் அவள் முகத்தை நோக்கினான்; கண்கள் மட்டும் அல்ல அவன் உடலே இரக்கம் வேண்டி அவளைக் கெஞ்சியது.

ஸரஸாவின் மகாராணியோ மகா செருக்குடன் புன்னகை புரிந்தாள்! சிறை பிடிக்கப்பட்ட பகை அரசனைப் பார்ப்பதுபோல் அலட்சியமாகப் பார்த்தாள். அப்போது ஸரஸாவின் கண்களூடே பார்த்த நீலகண்டனுக்கு அவை, "வா! வா!" என்று வரவேற்பதைப் போல் தோன்றின. ஒருமுறை "எட்டிப்போ!" என்று உதைப்பவை போல் மறுமுறை தோன்றின.

பெண்மை போற்றப்படுவதை விரும்புகிறது. அடக்கப் பட்டுத் தாழ்வதில் அது ஆனந்தம் கொள்கிறது என்கிற ரகசியத்தை அவன் அனுபவபூர்வமாக அறிந்தவன். ஸரஸாவின் பெண்மை எதை வேண்டுகிறது என்று அவனுக்குப் பிடிபடவில்லை; பிடிபடாததாலேயே அவன் துன்பம் மிகுந்தது.

ஒன்றும் தெரியாதவள்போல் ஸரஸா சொன்னாள். "நோயாளி களின் படுக்கைகள் எங்கே இருக்கின்றன? எல்லா வசதிகளும் செய்திருப்பதாய்ச் சொன்னீர்களே, எனக்குக் காட்டக் கூடாதா?"

ஸரஸா முன் செல்ல, தீனி வேண்டிப் பின்னால் ஓடிவரும் நன்றியுள்ள பிராணிபோல் பின்னால் நடந்தான் நீலகண்டன். முன் ஹாலை அடுத்து வரிசையாக அறைகள் இருந்தன; ஒன்றைத் திறந்துகொண்டு ஸரஸா உள்ளே போனாள். பணக்கார நோயாளி ஒருவன் எவ்விதக் குறையும் இன்றித் தங்குவதற்கான எல்லா வசதிகளும் அங்கு இருந்தன.

"மிகவும் சௌரியமாக இருக்கிறதே; இவ்வளவு கன்வீனி யண்டாக இருக்கும் என்று நான் எதிர்பார்க்கவில்லை. இஞ்சினீயர் இங்கே தங்கவேண்டும் என்று ஆசைப்பட்டேன்; அவருக்கு அதிர்ஷ்டம் இல்லை." என்ற ஸரஸாவின் குரலில் இருந்த குழைவு நீலகண்டனைத்தான் தட்டிக் கொடுத்தது.

எம்.வி. வெங்கட்ராம்

அவள் பார்வை வெள்ளை விரிப்புக்கடியில் பம்மிக்கிடந்த படுக்கையை ரசித்தது; அவன் பார்வை படுக்கையோடு அவளையும் ரசித்தது. அவள் இங்கு வரத்தான் விரும்புகிறாள். ஆனால், நிர்ப்பந்த மாகத் தடுக்கப்படுகிறாள் என்பதுதானே அவன் புரிந்துகொண்ட உண்மை? அவள் விலகி வேலூருக்குப் போய் விடுவாளோ என்ற எண்ணத்தையே அவனால் ஏற்க முடியவில்லை.

ஹரிநாமம் பஜனை செய்கிற பக்தர்களுக்கு வேர்க்கும். ரோமம் சிலிர்க்கும். அழுகை வரும், சிரிப்பும் வரும் என்று பாகவதம் கூறுகிறது. மோகவசப்பட்டவர்களும் ஒருவித நாம பஜனைதானே செய்கிறார்கள்? அழகான ஒரு படுக்கையும், அதற்கருகில் வழிபாட்டுக்குரிய தேவியும் நிற்பதைத் தரிசித்த நீலகண்ட பாகவதரின் உள்ளம் நெக்குருகியது. நேற்றுவரை இந்தப் படுக்கை ஒரு நோயாளியையும் அவன் துன்பத்தையும் குறிப்பிட்டது. இப்போது அது மலர் மஞ்சமாகத் தோற்றம் அளித்தது. அதன்மீது அவளை அள்ளிப்போட்டு அலங்கரிக்க வேண்டும் என்னும் குறுகுறுப்பு அவனுக்கு உண்டாயிற்று; அந்த முனைப்பால் அவனுக்கு வேர்த்தது; உடல் சிலிர்த்தது; ஆனால், அந்த முனைப்பு பயனற்றது, அந்தப் படுக்கைக்கு அவளைச் சுமக்கும் பாக்கியம் கிடையாது. கேவலம் அது நோயாளிகளைத்தான் ஏற்கவேண்டும் என்ற எண்ணம் வந்ததும் அவன் கலங்கள் கலங்கின!

''நீ வேலூருக்குப் போகக்கூடாது'' என்றான் அவன் திடீரென்று, உவர்க்கும் குரலில்.

அப்போதுதான் கவனிப்பவள் போன்று, மகாராணியின் பாவையான ஸரஸா அவனைப் பார்த்தாள். மிகவும் அனுதாபத்துடன் பார்த்தாள். ''டாக்டர்! உங்களைத் தவிர வேறு யாரிடமும் டிரீட்மெண்ட் செய்துகொள்ள எங்களுக்கு இஷ்டம் இல்லை. என்னால் உங்களுக்குத் தொந்திரவு கூடாது என்றுதான் கவலையாக இருக்கிறது. கல்யாணம் ஆவதற்கு முந்தியே மனைவியோடு மனஸ்தாபப்பட்டுக் கொள்ளலாமா?''

"நான் யாருடைய மனஸ்தாபத்துக்காகவும் கவலைப்பட வில்லை. நீ வேலூருக்குப் போகக்கூடாது."

"ஏது, ஏது, இந்த அற்ப விஷயத்துக்காகக் கல்யாணத்தைக்கூட நிறுத்திவிடுவீர்கள்போல் இருக்கிறதே!" என்ற ஸரஸா, சிரித்தாள்.

"என் போக்கில் யாரும் குறுக்கிடுவதை நான் விரும்பவில்லை."

"என் மேல் பழி வரக்கூடாது."

"உன்மேல் என்ன பழி வரும்? உன் கணவரைப் பற்றி உனக்கு இல்லாத கவலை அவர்களுக்கு என்ன வந்தது? இந்த விஷயத்தில் அவர்கள் தலையிட்டால் கல்யாணமும் நிற்க வேண்டியதுதான்" என்றான் நீலகண்டன் பரபரப்பாக.

"யோசனை செய்து பேசுங்கள். உங்கள் மனசு நோகக்கூடாது என்றுதான் இஞ்சினீயரை இங்கே அழைத்துவரச் சம்மதிக்கிறேன். ராத்திரிச் சாப்பாட்டுக்குப் பிறகு, பத்து மணிக்கு வருகிறீர்களா? அவரை அழைத்துக்கொண்டு வந்துவிடலாம்."

"இன்று ராத்திரியா? நல்ல யோசனை; நாளைக்குக் காலையில்தான் அவர்களுக்குத் தெரியும். என்ன செய்கிறார்கள் என்று பார்க்கலாம்."

நீலகண்டனுக்குள் குமுறிய அழுகை மறைந்தது. சிரிப்பு வந்தது; சிரிப்பு வெறியாக வந்தது. வெறிகொண்ட நாய் துரத்தித் துரத்திக் கடிக்குமே அதுபோல் ஸரஸாவைத் துரத்தித் துரத்திக் கடித்துக் குதற வேண்டும்போல் வெறி மூண்டது. மனிதனா கையால் அந்த வெறியை அடக்கிக்கொண்டான்.

"பத்து மணிக்கு வருகிறீர்களா? வீட்டுக்குப் போய் ஏற்பாடு செய்கிறேன்" என்று சொல்லிக்கொண்டே அறையிலிருந்து வெளியில் வந்தாள் ஸரஸா.

"புறப்பட்டாயா, ஸரோ?"

"வந்து எவ்வளவு நேரம் ஆகிறது? அம்மா தவித்துக் கொண்டிருப்பாள்'' என்றவாறு வாயிலை நோக்கி நடந்தாள் அவள்.

நீலகண்டனின் தவிப்பு அடங்கவில்லை. ஆனால், அவன் ஏமாந்தவனாகவும் இல்லை; 'உரிய காலத்தில்தான் ஆபரேஷன் செய்யவேண்டும். காலம் தவறி ஆபரேஷன் செய்வதும் தவறுதான்'' என்று எண்ணினான் அந்த டாக்டர்!

36

நீலகண்டனுடன் ஸரஸாவைக் கண்டுவிட்டான் பசுபதி. அவனுக்கு நீலகண்டனைப்பற்றி ஒருநாளும் நல்லெண்ணம் இருந்ததில்லை; முதலாளி வீட்டார் தேர்ந்தெடுத்த மாப்பிள்ளை என்ற ஒரே காரணத்தால்தான் அவன் டாக்டரைப் போற்றிக் கொண்டிருந்தான். ஸரஸாவைப் பற்றியும் பசுபதிக்கு நல்ல அபிப்பிராயம் இல்லை. உலகத்தில் யாரையும் நல்லவர்களாக அவனால் பார்க்க முடிந்ததில்லை என்பதுதான் உண்மை. ஆகையால் நீலகண்டனோடு ஸரஸாவைக் கண்டதும் அங்கலாய்ப்பாக இருந்தாலும், அவன் பதறி விடவில்லை. அந்த ஏகாந்த சேவைக்கு அவன் உலகப்போக்குப்படிதான் அர்த்தம் செய்துகொண்டான். அதனால் முதலாளிக்கு அவமானம் என்று அவன் கவலைப் படவில்லை. மஞ்சுளாவுக்குத் துன்பம் வந்துவிட்டதாக அவன் அஞ்சிவிடவில்லை. இந்த அருமையான செய்தியை எவ்வாறு பயன்படுத்தி ஆதாயம் அடையலாம் என்று, ஒரு செய்தி நிருபன் போலத்தான் அவன் கவலைப்பட்டுக் கொண்டிருந்தான்.

முதலாளியிடம் அதை வெளியிடுவது தவறு என்று அவனுக்குத் தோன்றியது; முன்கோபியான அவர் வெகுண்டு கல்யாணத்தையே நிறுத்திவிடுவாரோ என்று அவனுக்கு அச்சமாக இருந்தது.

மஞ்சுளாவிடம் சொல்லிப் பயன் இல்லை; ஏதாவது குழப்பம் செய்துவிடுவாள். சமயம் பார்த்து மாதவனிடம் இத்தகவலைக் கூறி, டாக்டரை எச்சரிக்கச் சொல்லவேண்டும் என்ற முடிவுடன்தான் அவன் மறுநாள் மாதவனை அணுகினான்.

''என்ன அழுகுணி! ஆளைத் தனியாகப் பார்க்கவே முடியவில்லையே! எப்போது பார்த்தாலும் முதலாளியோடு ஒட்டிக் கொண்டிருக்கிறாயே, என்ன விஷயம்?'' என்றான் மாதவன் பசுபதியைக் கண்டதும்.

''அழுகுணி என்று நீ கூப்பிடு; நீ கூப்பிட்டால் நான் ஓடிவர வேண்டியவன். ஊரெல்லாம் சொல்லி வைத்திருக்கிறாயே அதுதான் எனக்குப் பிடிக்கவில்லை'' என்றவாறு புகழப்பட்ட கர்வத்துடன் உட்கார்ந்தான் பசுபதி. ''விசிறியைப் போடேன். வெயிலில் அலையும்போது ஒன்றும் தெரியவில்லை. நிழலுக்கு வந்துவிட்டால் உடம்பு சுகம் தேடுது. என்ன கேட்டாய்? அப்பாவோடு ஒட்டிக் கொண்டிருக்கிறேனே என்றுதானே கேட்டாய்? உனக்கென்ன? மைனர்; சோக்காளி. ஒரு கல்யாணம் என்றால் லேசாகவா இருக்கிறது? தங்கைக்குக் கல்யாணம் செய்தாக வேணும் என்று ஒற்றைக்காலால் நின்றது நீதானே? இப்போது எட்டி இருந்துகொண்டு வேடிக்கை பார்க்கிறாய்.''

''வாத்தியார் வீட்டுக்கு வசூலுக்குப் போனாயே, என்னிடம் ஏன் சொல்லவில்லை?'' என்று கேட்டான் மாதவன் அவன் குரல் வழக்கம்போல் இல்லாமல் கோபத்தோடு இருப்பதைப் பசுபதி கவனித்தான்.

பசுபதி இக்கேள்வியை எதிர்பார்த்து வரவில்லை; தன் போக்கில் போய் நீலகண்டனைப்பற்றி எச்சரிக்க வந்தவன் அவன். மாதவன் மறிக்கவே, சிறிது யோசித்தான்.

''நான் உன்னிடம் சொல்லவில்லையா? நான் சொல்லவில்லை என்று உனக்கு ஞாபகம் இருக்கிறதா? நான் சொல்லி நீ மறந்திருக்கக்

கூடாதா? நான் படிக்காதவன். அசடு என்பதுக்காக எல்லாரும் சேர்ந்து என் மேல் பழி போடுகிறீர்களே, இது நியாயமா?'' என்று மாதவனைவிடக் கோபமாக முறையிட்டான் அவன்.

பசுபதியின் வேகம் மாதவனைச் சற்றுப் பின்னடையச் செய்துவிட்டது. அவனுக்கும் சந்தேகம் வந்துவிட்டது; ''நீ எப்போது என்னிடம் சொன்னாய்? எனக்கு ஞாபகமே இல்லையே!''

''அதைச் சொல்லு; உனக்கு ஞாபகம் இல்லை என்றால் அது என் தப்பா? இனிமேல் உன்னிடம் பேசினால் எப்போது என்ன பேசினேன் என்பதைக் குறித்து வைத்துக்கொள்கிறேன். சரிதானே? வசூலுக்குப் போனதை உன்னிடம் சொல்லவில்லை என்றே இருக்கட்டும்; எதற்காகச் சொல்லவேண்டும்? பெரிய முதலாளி 'வசூலுக்குப் போடா!' என்றால் சின்ன முதலாளிக்கு அது தெரியாமல் போய் விடுமா; சின்னவருக்குத் தெரியாமல் பெரியவர் உத்தரவு போடுவாரா? அப்படி அவர் உத்தரவு போட்டிருந்தால் எனக்கு எப்படித் தெரியும் ? ஊருக்கு இளைத்தவன் பிள்ளையார் கோயில் ஆண்டி என்று ஆகிவிட்டது என் கதை. வாத்தியார் வீட்டுக்கு நான் வசூலுக்குப் போனேன் என்று யார் சொன்னது? முதலாளி போகச் சொன்னார்; நான் அதுக்காக அங்கே போவேனா? ஈரத்துணியைக் கழுத்தில் போட்டு கத்திவைக்க நான் பணக்காரன் இல்லை. வாத்தியாரும், அவர் பெண்ணும் படுகிற அவஸ்தை எனக்குத் தெரியாதா?''

இந்தக் கேள்வி மாரியால் மாதவன் அயர்ந்து விடவில்லை. கேள்விகளில் பாதியை அவன் கேட்கவில்லை. ''நீ கேட்காமல் அவர்களாகப் பணம் கொடுத்தார்களா?''

''அப்படி வரிசைக்கிரமமாகக் கேள். பதில் சொல்லுகிறேன்'' என்ற பசுபதி தன் மனசை வரிசைப்படுத்திக் கொண்டான்; ''வாத்தியார்

வீட்டுக்கு நான் ஏன் போனேன் என்று நீ கேட்டிருக்க வேண்டும். அந்த இஞ்சினீயர் வியாதிக்காரனாக வந்து படுத்துவிட்டானே என்று பார்க்கப் போனேன்; போகக்கூடாதா?''

''அப்பா உன்னை அனுப்பவில்லையா?''

''அனுப்பவில்லை என்று சொன்னேனா? ஏழையின் கஷ்டம் தெரியாத பிள்ளை நீ; அப்பா கோபத்தில் ஆயிரம் சொல்லுவார். அதை எப்படி நிறைவேற்றுவது என்று எனக்குத்தானே தெரியும்! அவர் சொன்னதுக்கும் பழுது வந்துவிடக் கூடாது; ஏழைகளுக்கும் கஷ்டம் வரக்கூடாது; அதுக்குத்தான் இஞ்சினீயரைப் பார்க்கப் போனேன்.''

''ஏழைகளைக் கஷ்டப்படுத்தக் கூடாது என்றுதான் வட்டிப் பணம் கேட்டாயா?''

''மாதவா! நீ சின்ன முதலாளி என்பதுக்காக என்ன சொன்னாலும் வாய் மூடிக்கொண்டு பேசாமல் இருக்கிறேன்; நான் பணம் கேட்டேன் என்று யார் சொன்னது? யார் எப்படிச் செத்தால் என்ன, பணத்தைக் கீழே வை என்று சொல்ல நான் பணக்காரன் இல்லை அப்பா!''

''நீ கேட்காமல் அவர்களாகப் பணம் கொடுத்தார்கள் என்கிறாயா?''

''இது கேட்டாயே; நியாயமான கேள்வி. அவர்களாய்ப் பணம் கொடுத்திருக்கக்கூடாதா? அப்படிக் கொடுத்தால் நான் வாங்கிக் கொள்ளக்கூடாதா? வாங்கிக் கொள்ளாவிட்டால் அது நான் சாப்பிடும் உப்புக்குத் துரோகம் இல்லையா?''

அறிஞன் மாதவனுக்குப் பசுபதியின் பேச்சிலிருந்த தர்க்க ஒழுங்கு என்றைக்கும் புரிந்ததில்லை; அதை ஒரு ஹாஸ்யமாகவே அனுபவித்தவன். அப்பாவின் உத்தரவைப் பசுபதி நிறைவேற்றப் போனானா அல்லது அவ்வாறு காட்டிக்கொள்ளப் போனானா?

அவன் கேட்டு அவர்கள் பணம் தந்தார்களா அல்லது அவன் கேளாமல் அவர்கள் ஏன் பணம் தரவேண்டும் என்பவை எல்லாம் சட்டினியில் அரைபட்டு உருவிழந்த சாமான்கள்போல் குழம்பி விட்டன. நூல் கண்டில் சிக்கல் ஏற்பட்டால் அதைப் பிரிக்க அதிகப் பொறுமை தேவைப்படுகிறது. சிக்கல் உள்ளவரை நூலைக் கத்தரித்து விடுவதுதான் சுலபம்; இந்த நியாயத்தைத்தான் மாதவன் பசுபதியிடம் கையாள முடிந்தது: ''பணம் வசூலித்துக்கொண்டு வந்ததையாவது நீ என்னிடம் சொல்லியிருக்கக் கூடாதா?''

பசுபதி மிக வியப்புடன் சின்ன முதலாளியைப் பார்த்தான்; ''மாதவா! நீ படித்த பிள்ளை; பெரிய கம்பெனியில் வேலை பார்த்தவன்: ஒரு கோட்டீஸ்வரன் இந்தச் சின்ன விஷயம் நான் சொல்லித்தான் உனக்குத் தெரிய வேண்டுமா? கணக்குப் புஸ்தகத்தைத் தினம் ஒரு தடவையாவது புரட்டிப் பார் என்று எத்தனை தடவை தலையில் அடித்துக் கொள்கிறேன். நீ கேட்டால்தானே? கணக்குப் பார்த்தால் யார் பணம் கொடுத்தார்கள். யார் தரவில்லை என்று தெரிந்துவிடுகிறது. ஏஜண்டை நம்பியே ஒரு தொழிலை நடத்த முடியுமா? நாளைக்கு நான் கண்ணை மூடிவிட்டால் இந்தக் கேள்வியை யாரிடம் கேட்பாய்? வெறும் எலும்பைக் கடித்துவிட்டு நாய்போலக் காவல் காக்கிறேன்; என்னைப்போல் இன்னொருத்தன் கிடைப்பானா?''

பசுபதியின் சொல்லழகைச் சுவைக்கும் மனோநிலையில் மாதவன் இல்லை: ''அது சரி! நீ இப்போது வந்த காரணம் என்ன?'' என்றான் சலிப்புடன்.

''நான் வந்த காரியத்தைச் சொல்வதுக்கு முன்னால் நீதானே வம்புக்கு இழுத்தாய்? நான் பணம் வாங்கிக்கொண்டு வந்தது தப்பு என்கிறாயா?''

''நான் ஒன்றுமே சொல்லவில்லை.''

"பின்னே எதுக்காகக் கிரிமினல் வக்கீல்போல் கிராஸ் செய்தாய்? பணம் கொடுத்ததை மட்டும் அந்தப் பெண் உன்னிடம் சொன்னாளே. நான் அழுததைச் சொன்னாளா?"

"அந்தப் பெண் ஒன்றும் என்னிடம் சொல்லவில்லை; நீ எதுக்காக அழவேண்டும்?"

"எதுக்காக அழுவார்கள்? ஏழையின் கஷ்டம் ஏழைக்குத்தான் புரியும். ஸரஸா பணம் கொடுத்தாளா? - கும்பி எரிந்தது; அந்தப் பணம் அவர்கள் கையில் இருந்தால் எவ்வளவு உதவியாக இருக்கும்! இந்த நேரத்தில் போய் பாவிப்பெண் பணம் கொடுக்கிறாளே என்று நினைத்தேன். அழுகை வந்தது."

"வசூலுக்குப் போகிற இடத்தில் இந்த நாடகம் வேறு ஆடுகிறாயா?; அழுதுவிட்டுத்தான் பணம் வாங்கிக்கொண்டு வந்தாயா?"

"இப்போது நினைத்தால் ஏன் அழுதோம் என்று வருத்தமாக இருக்கிறது."

"ஏழைகளுக்காக இரக்கப்பட்டது தப்பு என்று வருத்தமா யிருக்கிறதா?" என்று சிரித்தான் மாதவன்.

"நல்லவர்கள் கஷ்டப்பட்டால் நாலுநாள் கூட உட்கார்ந்து அழலாம்; அதைத்தான் சொல்ல வந்தேன்."

"வாத்தியார் கெட்டவர் என்கிறாயா?"

"அவரைப் பற்றியா பேசுகிறோம்? என்னிடம் பணம் கொடுத்தவளைப் பற்றிச் சொல்கிறேன்."

"ஸரஸா கெட்டவள் என்று சொல்கிறாயா?"

"நான் என் வாயால் அப்படிச் சொல்வேனா? சொன்னால் என் தோலை உரித்துச் செருப்புத் தைத்து விடுவாயே!"

எம்.வி. வெங்கட்ராம்

"அழுகுணி! ஏதாவது சொல்லிவிட்டுத் தொலை; எதிரிக்குப் புரியவேண்டும் என்றே உனக்குத் தெரியவில்லை."

"எனக்கு எதிரி என்று யாரும் இல்லை!" என்றான் பசுபதி கர்வத்துடன்.

"இதைச் சொல்லத்தான் இங்கே வந்தாயா?"

"இல்லையே; ஸரஸா பணம் தந்தபோது பக்கத்தில் சாட்சி இருந்ததே. அது உனக்குத் தெரியுமா?" என்று மீண்டும் அடியிலிருந்து ஆரம்பித்தான் பசுபதி.

"உன்னிடம் பணம் கொடுக்க சாட்சி எதுக்கு?"

"சாட்சி யார் என்று கேட்கவில்லையே?"

"சொல்லேன்."

"இந்த வீட்டுக்கு மாப்பிள்ளையாக வரப்போகிறவர்தான் சாட்சியாக இருந்தார். அவர்கூட உன்னிடம் நான் அழுததைப் பற்றிச் சொல்லவில்லையா?"

"நீலகண்டனைச் சாட்சியாக வைத்துக்கொண்டு அழுதேன் என்கிறாயா!"

"சாட்சி வைத்துக்கொண்டு அழும்படி என் தலையில் எழுதவில்லை. மாப்பிள்ளை அங்கே இருந்தாரே, உன்னிடம் ஏதாவது சொல்லியிருப்பார் என்று கேட்டேன்" என்று பல பொருள் களைக் கண்களுக்குள் வைத்திருப்பவன்போல் கண்களைப் பத்திரமாய் உள்ளே இடுக்கிக்கொண்டான்.

"நீலகண்டனை நான் பார்க்கவே இல்லை."

"அதுதான் தப்பு. நீ மாப்பிள்ளையை அடிக்கடி பார்த்துக் கொள்ளவேண்டும். வீட்டுக்கணக்கைக் கவனிக்க நான் இருக்கிறேன். அவரை நீதான் கவனித்துக் கொள்ளவேணும்; இரண்டு வேலையும் என்னால் செய்யமுடியாது."

''பசுபதி, எதையும் நேராகப் புரியும்படிச் சொல்லு. மாப்பிள்ளையை ஏன் கவனித்துக் கொள்ளவேணும்?''

''கணக்குப் புஸ்தகத்தில் முன்னே பின்னே இருந்தால் நான் ஜவாப்பு: மாப்பிள்ளை முன்னே பின்னே இருந்தால் நீதான் ஜவாப்பு.''

மாதவனுக்குக் கொஞ்சம் கொஞ்சமாகத்தான் புரிந்தது; ''மாப்பிள்ளையிடம் 'முன்னே பின்னே' என்ன இருக்கிறது?''

அறையில் தங்களைத் தவிர வேறு யாரும் இல்லை என்று உறுதி செய்து கொள்கிறவன்போல் சுற்றிலும் ஒருமுறை பார்த்துக் கொண்டான் பசுபதி; ''நீ செலக்சன் செய்த மாப்பிள்ளை; எல்லாப் பழியும் உன் மேலேதான் வரும்'' என்றான் ரகசியமாக.

''வாத்தியார் வீட்டுக்கு நீலகண்டன் போவதால் பழி வரும் என்கிறாயா?''

''நான் அப்படிச் சொல்லவில்லை. வியாதியஸ்தன் இருக்கிற வீட்டுக்கு டாக்டர் போனால் அது தப்பா? வட்டிப் பணத்தை டாக்டரே தருவதாகச் சொன்னார்; இரக்க குணம் இருப்பவன் அதைத் தப்பு என்று சொல்வானா?'' என்ற பசுபதி மீண்டும் குரலைத் தாழ்த்தி ரகசியமாக்கினான்: ''நான் சொல்ல வந்த விஷயம் வேறே.''

நீலகண்டன் ஸரஸாவுக்காகப் பணம் தர முன்வந்தான் என்பதே மாதவனுக்குப் புதிய செய்தி; அதற்கு மேலும் 'விஷயம்' இருப்பதாகப் பசுபதி கூறவே அவன் மனசில் சுறுசுறுவென்று சுட்டது: ''சொல்வதை சுருக்கமாகச் சொல்லி முடி; எனக்கு வேலை இருக்கிறது!''

''அப்பா காதுக்கு எட்டிவிடக்கூடாது. அவர் புண்ணியத்திலே அரை வயிற்றுக்குச் சோடை இல்லாமல் காலக்ஷேபம் நடக்கிறது; அதில் மண் விழுந்துவிடக்கூடாது.'' என்ற பசுபதி மறுபடியும் தன்னைச் சுற்றிப் பார்த்துக்கொண்டான்.

"நான் யாரிடமும் சொல்லவில்லை, விஷயத்தைச் சொல்லு!" என்று அவசரப்பட்டான் மாதவன்.

"நேற்று சாயங்காலம் அப்பாவும் நானும் எங்கே போனோம் தெரியுமா?"

"தெரியாதே."

"மாப்பிள்ளை வீட்டுக்குப் போனோம்."

"போனால் என்ன?"

"எதுக்குப் போனோம் என்று கேளு. டாக்டர் நம் வீட்டுக்கு மருமகனாக வரப் போகிறவர்; அவரோடு உன்னையும் சேர்த்து விட்டு ஏதாவது தொழில் செய்யவேணும் என்று அப்பாவுக்கு ஆசை. முதலாளி என்னவோ நல்ல திட்டமாய்த்தான் போடுகிறார். ஆனால் என்றைக்கு இந்த வீட்டில் கீதை கால்வைத்ததோ அன்றைக்கிருந்து அவர் போடுகிற ஒரு திட்டமும் பலிக்கவில்லை."

"ஏன் நீலகண்டன் என்னோடு கூட்டுச்சேர மறுத்து விட்டானா?"

"மறுத்து விடுவாரா? நான் பேசும்போது குறுக்கே பேசக்கூடாது. நீ கேட்கிற கேள்விக்குப் பதில் சொல்லிக்கொண்டே இருந்தால் நான் சொல்லவந்த விஷயம் கீழே விழுந்துவிடுகிறது. அப்பாவும் நானும் மாப்பிள்ளை வீட்டுக்குப் போனோமா? லீவ் நாள்தானே, டாக்டரும் வீட்டில் இருந்தார். டாக்டர் என்றால் எலும்புக்கூடு படம் பிடிக்கிற மிசின், அது இது என்று சாமான் இருக்குமே; அதை எல்லாம் பார்க்கவேணும் என்று அப்பாவுக்கு ஆசை; டாக்டர் டெஸ்ட் பண்ணுகிறாரே அந்த அறையை எங்களுக்கு முன்னாலேதான் அவர் பூட்டினார்; 'அந்த ரூமிலேதான் எல்லா மிசினும் இருக்கு, ஆனால் உள்ளே ஒரு பிணத்தை வைத்துக் கொண்டு சோதனை செய்கிறேன்; உள்ளே போகக்கூடாது' என்று மாப்பிள்ளை சொன்னார்; நம்பாமல் இருக்க முடியுமா?"

"பிணத்தையா கொண்டுவந்தான்?"

"அடடா! குறுக்கிடாமல் கேட்கச் சொன்னால் நடுவில் ஏதாவது பேசிக் குழப்பம் செய்கிறாயே!" என்று அதட்டிவிட்டுப் பசுபதி தொடர்ந்தான்: "ரூமுக்குள் பிணம் இருக்கு என்றாரா? அப்பா தொழில் பற்றி சொன்னார்; மொத்தத்துக்கும் மாப்பிள்ளை தலை ஆட்டிவிட்டார். சம்பந்தி அம்மாளோடும் பேசினோம்; சும்மா சொல்லக்கூடாது; அந்த அம்மா ரொம்ப நல்லமாதிரி. அவர்களோடு பேசிவிட்டுக் கிளம்பினோம். எனக்கு என்னவோ மனசு சமாதானப் படவில்லை. லட்சாதிபதி மாமனார் நல்ல வெயில் நேரத்தில் வேர்க்க விறுவிறுக்க வீடுதேடி வந்திருக்கிறார்; அவரிடம் டாக்டர் சரியாக முகம் கொடுத்துகூடப் பேசவில்லை. ஊசிமேலே உட்கார்ந் திருப்பவர்போல் தவித்துக்கொண்டே பேசினார். 'அர்ஜன்ட் கேஸ் இருக்கு; வெளியில் போகவேணும்' என்று சொல்லி எங்களை வெளியே துரத்துவதிலேயே குறியாக இருந்தார். எனக்குக் கோபம் வருமா வராதா? எனக்குக் கோபம் வராவிட்டாலும் நான் சாப்பிடுகிற உப்பு சும்மா இருக்குதா? உனக்குக் கோபம் வந்தால் அப்பா என்கிற மரியாதைகூட இல்லாமல் அவரைத் திட்டித் தீர்த்துவிடுகிறாய்; எனக்குக் கோபம் வந்தால் நான் அப்படி எல்லாம் திட்ட முடியுமா? அப்புறம் சித்தர் பாடல் படித்துத்தான் என்ன பிரயோசனம்? டாக்டரை பார்த்து நாலு வார்த்தை கடுமையாகப் பேசி புத்தி சொல்லவேணும் என்று தோன்றியது. அப்பாவை வண்டி ஏற்றி வீட்டுக்கு அனுப்பிவிட்டு, 'விறுவிறு' என்று மாப்பிள்ளை வீட்டுக்குப் போனேன்" என்று மூச்சுவிட்டான் பசுபதி.

மாதவனுக்குச் சுவாரசியப்படவில்லை; பசுபதியும் டாக்டரும் ஏதாவது சண்டை போட்டிருப்பார்கள் என்று அனுமானம் செய்து கொண்டவன், "டாக்டர் உன்னைத் தாறுமாறாத் திட்டி விட்டானோ?" என்றான் கொட்டாவி விட்டுக்கொண்டே.

பசுபதி ஒரு புதிர்ப் பிரகிருதி. எந்தச் சாமானையும் உபயோகம் இல்லாதது என்று தூக்கி எறிகிற பழக்கம் அவனிடம் கிடையாது.

சிறு துரும்பும் உதவும் என்ற நம்பிக்கை உள்ள அவன் கையில் கிடைப்பதை எல்லாம் ஓரிடத்தில் போட்டு வைப்பது வழக்கம். நீலகண்டனும் ஸரஸாவும் ஏகாந்த சேவை அளித்த விஷயத்தை மலிவாக விலைபேச அவன் விரும்பவில்லை. ஆகையால் மாதவன் கேள்வி கேட்டதும் அட்சியமாகப் பார்த்தான்; ''யார் அவசரப் பட்டாலும் பணக்காரன் அவசரப்படக்கூடாது. நான்தான் ஒன்று, இரண்டு என்று கிரமமாக சொல்லுகிறேனே! என்ன சொன்னேன்? டாக்டர் வீட்டுக்குப் போனேனா? வாசல் கதவு, ஜன்னல் கதவு எல்லாம் கெட்டியாக மூடி இருந்தது; அர்ஜன்ட் கேஸ் என்றாரே மாப்பிள்ளை. நிசமாகவே வெளியே போய்விட்டாரோ என்று நினைத்தேன். எதுக்கும் பார்க்கலாம் என்று ஜன்னல் இடுக்கிலிருந்து பார்த்தேன். அங்கே என்ன இருந்தது என்கிறாய்? காலம் ரொம்பத் தான் கெட்டுக் கிடக்குது; யாரை நம்புவது என்று தெரியவில்லை. ஏழைகள் கஷ்டப்படுகிறார்கள் என்று நாம் அழுகிறோம்; ஆனால் ஏழைகள் இப்படி எல்லாம் இருப்பதால்தான் கஷ்டப்படுகிறார்கள். கஷ்டப்படுகிறவர்களைப் பார்த்தால் நம்மால் அழாமல் இருக்கவும் முடியவில்லை; அழுவது தப்பு என்றும் தோன்றுகிறது'' என்ற மகா போதத்துடன் சிரம பரிகாரம் செய்யலானான் பசுபதி.

மாதவனுக்கு இன்னும் புரியவில்லை; ''ஜன்னலிலிருந்து என்ன தெரிந்தது? ஏழையும் அழுகையும் இப்போது எங்கே வந்தது?''

பசுபதி எக்கச்சக்கமாய்ப் பெருமூச்சுவிட்டான்; ''குறிப்பாகச் சொல்லிவிட்டேன். புரியவில்லை என்கிறாய். சித்தர் பாடல் படிக்கிறவனானால் புரிந்து கொண்டிருப்பான்.''

''ஜன்னலிலிருந்து என்ன தெரிந்தது?''

''அந்தக் கண்றாவியை என் வாயால் சொல்ல வேணுமா? சொன்னால் உனக்குக் கோபம் வரும். அப்பாவையே திட்டுகிறவன். என்னை அடிக்க வந்துவிடுவாய். நீ அடித்தாலும் நான் சொல்லாமல் இருக்கப்போவதில்லை. ரூமிலே பிணம் இருக்கு என்று டாக்டர்

சொன்னாரா? அந்தப் பிணம் எழுந்து உட்கார்ந்து மாப்பிள்ளையோடு குலாவிக்கொண்டிருந்தது. என்னாலே நம்ப முடியவில்லை. கண்களைத் தேய்த்துக்கொண்டு பார்த்தேன். ஏழை ஏழை என்று ஓடி ஓடி உதவி செய்கிறாயே அந்தப் பெண்தான் டாக்டரோடு இருந்தாள்!''

புழுக்களின் ஒரு கூட்டம் வயிற்றைக் குழப்பி உடலெங்கும் குடைவதுபோன்ற ஓர் உணர்ச்சி மாதவனுக்கு உண்டாயிற்று; அவனுக்குத் தன்மீதே அருவருப்பு ஏற்பட்டது. ''யாரைச் சொல்கிறாய் பசுபதி?'' என்றுதான் அவனால் கேட்க முடிந்தது.

''இவ்வளவு போதாதா? பெயரையும் சொல்ல வேணுமா? நீ தலையில் வைத்துக்கொண்டு கொண்டாடுகிறாயே, அந்த வாத்தியார் பெண்தான்.''

மாதவனும் பேசட்டும் என்று மனமிரங்கி ஒரு சந்தர்ப்பம் கொடுத்தான் பசுபதி. ஆனால் பேசுகின்ற மனோநிலை மாதவனுக்கு ஏற்படவில்லை; எண்ணங்கள் குழம்பி வந்தன; தர்மம், அதர்மம் என்று மாதவன் விசாரிக்கவில்லை; மஞ்சுளாவைப் பற்றியும் அவன் நினைக்கவில்லை. ஸரஸா என்றொரு வஸ்து அவனுக்குள் அடர்ந்து கிடந்தது. அந்த வஸ்து அழகானது. ஆகையால் அது அவனுடன் அடர்ந்து கிடந்தது என்று இப்போது கூறமுடியாது. அழகையும் அவலட்சணத்தையும் பற்றி அவன் இப்போது சிந்திக்கவில்லை. நாமஜபம் செய்யும் பக்தனுக்கு நாமமே ஆண்டவனாவதுபோல் ஸரஸாவின் பெயரே அவனுக்குள் விரவிக் கிடந்தது போலும்; அந்த அருவம் அவனை நெருக்கியது. எங்கோ வெகுதொலைவில், இரண்டு கைகளாலும் பூமியைத் தொட்டுக்கொண்டு வெறும் முதுகைக் காண்பிப்பது போலவும் யாரோ அந்த முதுகின்மீது சவுக்கால் அடிப்பது போலவும் அவனுக்கு ஒரு பிரமை ஏற்பட்டது. பிரமையால் வலி உண்டாகுமா? அவனுக்கு வலித்தது.

மாதவன் வாய்க்குப் பெரிய பூட்டுப் போட்டுவிட்டோம் என்ற திருப்தி பசுபதிக்கு ஏற்பட்டது. இனி எல்லாப் பிரச்னைகளையும்

அவனே அலசி முடிவுகாணலாம் அல்லவா? இந்தச் சுயேச்சை உணர்ச்சியுடன் அவன் விட்ட இடத்திலிருந்து ஆரம்பித்தான்: ''மாதவா! நான் சொல்வதைக் கவனமாய்க் கேள். இந்தத் தகவல் அப்பாவுக்குஎட்டிவிடக்கூடாது. அவர்விசுவாமித்திரர். கல்யாணத்துக்கே தடை உத்திரவு போட்டு விடுவார். மாப்பிள்ளையை நான் குற்றம் சொல்ல மாட்டேன். இருக்கவேண்டிய இடத்தில் இருந்தால்தான் ஏழைக்கும் மரியாதை; இந்தப் பெண் டாக்டர் வீட்டைத் தேடிக்கொண்டு போயிருக்கிறாளே. போகலாமா? மாப்பிள்ளை என்ன கிழமா, குருடா? நீ என்ன செய்யவேணும், தெரியுமா? மஞ்சுளாவிடம் பக்குவமாய் விஷயத்தைச் சொல்லிவிடு. கல்யாணம் ஆகும்வரை நீ டாக்டரோடுதான் இருக்கவேணும். வாத்தியார் பேரில் இரக்கமாக இருக்குதா? வேறே டாக்டர் இஞ்சினீயரைப் பார்க்கட்டும்; நாம் பணம் கொடுத்துவிடுவோம். மாப்பிள்ளை இனி வாத்தியார் வீட்டு வாசலை மிதிக்கக்கூடாது; சரிதானே?'' என்று பசுபதி யோசனைகளைச் சில்லறையாகக் கொட்டும்போது நடுவில் வந்து சேர்ந்தாள் மஞ்சுளா .

வந்தவள் பசுபதியையோ, மாதவனின் குழப்பத்தையோ கவனிக்கவில்லை; ''ஸரஸா நெய்வேலிக்காரரை டாக்டர் வீட்டுக்கு அழைத்துப் போனது உனக்குத் தெரியுமா அண்ணா?'' என்று கேட்டாள் அவள்.

மாதவன் உடல் நெய்வேலி நாயகனின் உடல்போல் 'வெட வெட' என்று நடுங்கியது; ''நிசமாகவா?'' என்று அவன் பசுபதியைக் கேட்டான்.

''நேற்று சாயங்காலம் ஸரஸாவோடு பேசிக்கொண்டிருந்தேன் அண்ணா. வேலூருக்குச் சீக்கிரம் போகவேண்டும் என்று அவளே சொன்னாள். ராத்திரி பத்து மணிக்கு டாக்டர் வந்தாராம். எஞ்சினியரைக் காரில் அழைத்துக்கொண்டு போயிருக்கிறார். ஸரஸாவும் அவள் தாயாரும்கூடப் போயிருக்கிறார்கள். இப்போது அங்கே போனேன்.

வாத்தியார் சொன்னார். டாக்டர் உன்னிடம் ஏதாவது சொன்னாராமாது?''
புத்திசாலியான அவள் குரலில் சிறிது பதைப்பு இருக்கத்தான் இருந்தது.

''உன் ஹீரோவைப் பற்றி இனி என்னிடம் பேசாதே மஞ்சு!''
என்றான் மாதவன். அவன் குரலில் அடாவடித்தனம்தான் இருந்தது.

அதைக் கவனிக்க விரும்பாத மஞ்சுளா கூறினாள்: ''இஞ்சினியரின் கண்டிஷன் (நிலைமை) மோசம் ஆகியிருக்குமா? ராத்திரி திடீரென்று அழைத்துக்கொண்டு போயிருக்கிறார்களே?''

''உன் ஹீரோவை எப்படியாவது காப்பாற்ற வேண்டும் என்று பார்க்கிறாய்; இல்லையா? உன் கண்டிஷன்தான் மோசமாயிருக்கிறது; ஸரஸா வேலூருக்குப் போகமாட்டாள்; நீலகண்டன் வீட்டுக்குத்தான் போவாள் என்று சொன்னேனே? அதுதான் நடந்திருக்கிறது. பசுபதியைக் கேள்; சொல்லுவான்'' என்று தன்னிடம்கூட இரக்கம் இல்லாமல் கூறினான் மாதவன்.

பசுபதி எல்லாவற்றையும் கேட்டுக்கொண்டுதான் இருந்தான். நாய் பின்னால் வருகிறது என்று நம்பி நடக்கும்போது அது ஆபாசமான சந்தில் ஓடுவதைக் காண்கிறவன்போல் இவ்வளவு நேரம் தான் உதிர்த்த யோசனைகள் திசைதப்பிவிட்டதைப் பசுபதி உணர்ந்தான். அதற்காக அவன் கலங்கி விடவில்லை. நிலவரம் மாறுவதற்கு ஏற்ப நிறம் மாறுவதுதானே அவன் கொள்கை. புதிய நெருக்கடிக்கு என்ன யோசனைகள் கூறலாம். அதைத்தான் எப்படிப் பயன்படுத்திக் கொள்ளலாம் என்று அவன் யோசிக்கலானான். அண்ணனுக்கும் தங்கைக்கும் இடையில் நீலகண்டன், ஸரஸாவைப் பற்றி ஏற்கனவே வாக்குவாதம் நடந்திருக்கிறது என்பதையும் அவன் கவனிக்கத் தவறவில்லை. குழந்தைகள் விளையாடுவதை வேடிக்கை பார்க்கிற பெரியவர்கள், அவை சண்டை போடும்போது அதட்ட வேண்டும் என்று காத்திருப்பதுபோல் அவன் மாதவனும் மஞ்சுளாவும் பேசுவதை வேடிக்கை பார்த்துக் கொண்டிருந்தான். மாதவன் அவன் பெயரைக் குறிப்பிடவே, மத்தியஸ்தம் செய்ய வேண்டிய தருணம் வந்துவிட்டதை உணர்ந்தான்.

37

அடிமேல் அடி எடுத்து வைக்க வேண்டும் என்ற விழிப்புடன் பசுபதி பேசத் தொடங்கினான்: ''ரோகங்களின் ராஜா; முற்றி விட்டால் எந்த நேரத்தில் என்ன நடக்கும் என்று சொல்ல முடியாது. இங்கிலீஷ் மருந்தால் அதைக் குணப்படுத்த முடியாது. சித்த வைத்தியத்தால் குணப்படுத்தலாம்; ஆனால் அது இன்றைக்கு இளப்பமாகிவிட்டது. சித்தர்களின் பரிபாஷை லேசில் புரிகிறதா? குருமுகமாக உபதேசம் வாங்கியவர்களுக்குத்தான் அது புரியும். இந்தக் காலத்தில் குரு ஏது? சிஷ்யன் ஏது? நான் என்ன சொல்ல வந்தேன் என்பதை மறந்துவிட்டேனே. நெய்வேலித் தம்பிக்கு இந்த வியாதி கர்ம வியாதியாக வந்திருக்கு. நேற்று அவன் உடம்பு மோசமாகியிருக்கும். அந்தப் பெண் ஸரஸா என்னதான் செய்வாள்? நம்ம மாப்பிள்ளையிடம் அழுதிருப்பாள். அவர் அவசரமாக வந்து அழைத்துக்கொண்டு போயிருப்பார். இதிலே நாம் சங்கடப் படுவதற்கு என்ன இருக்கிறது?''

மாதவன் சிறிது பொறுமை இழந்தவனாய்க் கூறினான். ''பசுபதி! உன் வியாக்கியானத்தை நாங்கள் கேட்கவில்லை. என்னிடம் சொன்ன கதையை மஞ்சுளாவிடமும் சொல்லு! அவள் கட்டாயம் அதைத் தெரிந்துகொள்ள வேண்டும்?''

பசுபதி பரிதாபமாய், ''என்னை இந்த எக்கச்சக்கத்தில் மாட்டி வைக்கிறாயே!'' என்று பார்ப்பவன்போல் அவனைப் பார்த்தான். மாதவன் எதைப்பற்றிக் குறிப்பிடுகிறான் என்று பசுபதிக்குத் தெரியாதா? மிகவும் நாசுக்காக மஞ்சுளாவிடம் பேசவேண்டிய ஒரு விஷயத்தைத் திடீரென்று அவள் தலையில் கோயில் சிதறுகாயாக அடித்து உடைக்கும்படி இந்தப் பைத்தியக்காரன் சொல்கிறானே என்று அவனுக்குக் கோபம் வந்தது. விலைமதிக்கவொண்ணாத

செய்தி இப்படி மலிந்து தெருத்தெருவாகச் சுற்றுகிற தலைக் கூடையில் வந்துவிட்டதே என்று வருத்தமாகவும் இருந்தது: "மாதவா! நான்தான் திரும்பத்திரும்ப சொல்கிறேனே. நான் அவர்களிடம் வாய் திறந்து பணம் கேட்கவில்லை. அந்த ஸரஸா ரொம்ப ரோசக்காரி. அவளாகத்தான் கொடுத்தாள். இதை ஒவ்வொருத்தராக எல்லாரிடமும் நான் சொல்லிக்கொண்டே இருக்கணுமா?" என்று மிகப் பழைய விஷயத்தின்மீது தாவி ஏறி நின்றுகொண்டான் அவன்; மாதவன் கேட்ட கேள்வியைப் புரிந்து கொண்டதாகவே காட்டிக்கொள்ளவில்லை.

"நான் அதையா கேட்கிறேன்? என்றான் மாதவன்; ஸரஸாவின் நாடகத்தைத் தன் வாயால் சொல்லவே அவனுக்குக் கூச்சமாக இருந்தது; பசுபதியே அதை வெளியிட வேண்டும் என்று அவன் விரும்பினான்.

பசுபதியும் இந்த நேரத்தில் அத்தகவலை வெளியிட்டு அலங்கோலம் அடைய விரும்பவில்லை. வேறு எதைப்பற்றிக் கேட்கிறாய்?" என்றான் விட்டுக் கொடுக்காமல்.

மஞ்சுளாவின் பரபரப்பு அடங்கவில்லை. அண்ணாவுக்கும் தெரியாமல்தான் டாக்டரோடு ஸரஸா போயிருக்கிறாள் என்று அவளுக்கு விளங்கிவிட்டது. எல்லாம் ஒழுங்காக நடக்கின்றன என்று அவள் எண்ணியிருந்த நேரத்தில் இந்தச் செய்தி இசைகேடாக வந்தது. எதிர்பாராமல் திடீரென்று ரயில் தண்டவாளத்திலிருந்து புரண்டுவிட்டதுபோல அவளுக்குள் ஓர் அச்சம் மூண்டது. முதலில் ஸரஸாவின் மேல் ஆத்திரம் ஆத்திரமாக வந்தது. ஆனால் அவளுடைய விவேகம் முழுக் குற்றத்தையும் ஸரஸாவின்மீது ஏற்ற விரும்பவில்லை. டாக்டரை அவள் குறைகூறக் கூடாது; ஆனால் அவர் குறைகள் நிறைந்தவராக இருக்கிறாரே!

மாதவன் டாக்டரைப் பழிப்பான் என்று அவளுக்குத் தெரியும்; அது அவனுக்குச் சுலபம்; ஆனால் அது அவளுக்குச் சுலபமாக

முடியுமா? என்னை இழிவுபடுத்திக்கொள்ள நான் விரும்புகிறேனா? என்னை யாராவது பழித்தாலோ அல்லது இழிவு செய்தாலோ எனக்கு அவமானமாக இருக்கிறது. அம்மாதிரியான அவமானம் தான் மஞ்சுளாவும் அடைந்தாள்.

அவளுக்குப் பல சந்தேகங்கள் உண்டாயின. வேலூருக்குப் போகவேண்டும் என்று ஆர்வம் காட்டிய ஸரஸா டாக்டர் வீட்டுக்குச் சென்றது ஏன்? அப்படிப் போனவள் மஞ்சுளாவிடம் ஏன் தெரிவிக்கக் கூடாது? அவசரமானாலும் அண்டை வீட்டுக்கு செய்தி அனுப்பக்கூடவா நேரம் இருந்திருக்காது? மஞ்சுளா தன் நலனில் அக்கறை உள்ளவள் என்பது ஸரஸாவுக்குத் தெரியாதா? இவ்வளவு நெருக்கமாகப் பழகிய பிறகும் ஸரஸாவால் இப்படி நடந்து கொள்ள முடிவது ஆச்சரியம்தான்.

அவ்வாறு ஸரஸாவைப் பொறுப்பாக்கவும் மஞ்சுளாவின் மனம் துணியவில்லை. டாக்டர் இவ்வாறு ஒழுகுவதுதான் மஞ்சுளாவுக்கு வியப்பாக இருந்தது. மஞ்சுளாவை அடைய வேண்டும் என்ற தாபத்தை அவர் காட்டிக்கொண்டதன் அடிப்படைதான் என்ன? வெறும் பணம்தானா? 'என்னிடம் அவர் சிறிதும் கவர்ச்சியுறவில்லையா?' என்ற எண்ணம் மஞ்சுளாவின் நெஞ்சில் குமைந்தது. கவர்ச்சி பற்றியும் மனக்கிளர்ச்சி பற்றியும் பிறகு பார்க்கலாம், கல்யாணம் நிச்சயமாகிவிட்ட சமயத்தில், மணமகளின் தோழிக்குப் பின்னால் மணமகன் அலைவது பெரிய இழிவு என்பதைக்கூட டாக்டர் மறந்திருப்பாரா? டாக்டர்! உங்கள் பார்வை, தோற்றம், பேச்சு எல்லாமே பொய்தானா? பொய்யையா மெய் என்று நம்பிவிட்டேன்?

டாக்டரிடம் உள்ள உண்மைக்குத்தான் நான் மனத்தைக் கொடுத்தேன். பொய்களையெல்லாம் விலக்கி அந்த உண்மையை வெளிப்படுத்த வேண்டியதுதான் என் கடமை என்னும் அவள் எண்ணம் ஆரோக்கியமானதுதான்; ஆனால் நோயுற்ற பல நினைவு களுக்கு இடையில் அது என்ன செய்யமுடியும்?

அண்ணனிடம் தகவல் அறிந்து அவனிடம் கலந்துகொண்டு மேற்கொண்டு செய்யவேண்டியதைக் கவனிக்க வேண்டும் என்று அவனை நாடி வந்தாள் மஞ்சுளா. அவன் டாக்டரைப் பழித்து அவள் துன்பத்தை வளர்த்ததோடு மற்றொரு வேதனையையும் அவளுக்கு நன்கொடையாக வழங்கக் காத்திருந்தான் போலும்; பசுபதியைச் சாட்சிக்கு அழைத்துப் பேச முற்படுகிறானே!

தலைச்சன் குழந்தையைப் பெறுகிற பெண்ணின் அங்கங்கள் மிக நோகின்றன. அடுத்தடுத்து குழந்தைகள் பெறும்போது அவளுக்கு வலியும் குறைகிறது; குறைந்த வலியைத் தாங்கிக் கொள்ளவும் தெம்பு வந்துவிடுகிறது. மஞ்சுளா இதுவரைப் பிறருடைய துன்பத்தையும் அதிர்ச்சியையும் அனுமானமாய்த்தான் கண்டவள்; நீலகண்டனின் நடத்தையால் உண்டான வேதனை அவள் மனசுக்குத் தலைச்சன்; அவளை அது மிகவும் சங்கடப்படுத்தி விட்டது; ஆறுதல் கூறவேண்டியவன் மாதவன்; ஆனால் அவனோ, சிசுவை வெளியேற்றுவதற்காகக் கர்ப்பிணியின் வயிற்றில் குத்துகிற கயவன்போல் பேசிக்கொண்டிருந்தான்; அவனோடு பேசுவதற்குப் பதிலாகப் பசுபதியிடமிருந்து விஷயத்தை அறிந்துகொள்வதுதான் அவளுக்கு உசிதமாய்த் தோன்றியது. "பசுபதி! அண்ணா என்னிடம் என்ன சொல்லச் சொல்லுகிறான்? உனக்கு இவ்வளவு வயசாகிறது; ஒரு விஷயத்தையும் எங்களுக்குப் புரியும்படி நேராகச் சொல்லத் தெரியவில்லையே உனக்கு?" என்றாள் அவள்.

"நீங்கள் சிறு குழந்தைகள்; அனுபவம் போதாது. நான் ஒன்று சொன்னால் நீங்கள் ஒன்று நினைத்துக்கொள்கிறீர்கள். நான் வெறும் ஆனா ஆவன்னா. நான் பேசுவதே புரியவில்லை என்கிறீர்களே; வேடிக்கைதான். நீங்கள் படித்தவர்கள்; நீங்கள் பேசுவது எனக்கு எப்படிப் புரியும்? மாதவனும் நானும் ஆயிரம் பேசினோம்; அவன் கேள்வி கேட்கிறானே. அதையாவது தெளிவாய்க் கேட்கிறானா? அப்பாவோடு சண்டை போடுகிறானே, போடலாமா? அவர் எவ்வளவு பெரியவர்! உங்களுக்காக அவர் எவ்வளவு சிரமப்படுகிறார்!

எம்.வி. வெங்கட்ராம்

பணம் பணம் என்று பறக்கிறார். எதுக்காக? உங்களுக்காகத்தானே? அவரைப் போய் அல்பமாய்ப் பேசுகிறானே மாதவன், பேசலாமா? நாளைக்கு இந்த சமுத்திரத்தை எப்படி நிர்வாகம் செய்யப் போகிறானோ என்று எனக்கு ஏகக் கவலையாக இருக்கிறது'' என்று பசுபதி ஆகாயத்தில் ஒரு காலும் பாதாளத்தில் ஒரு காலுமாக நின்றானே ஒழிய. தரையில் நின்று, மாதவன் கேள்விக்குப் பதில் கூறி மஞ்சுளாவுக்குத் தகவல் தெரிவிக்க மறந்துவிட்டான்.

மாதவனுக்கு மஞ்சுளாவைப்போல் நீலகண்டனின் நடத்தை பற்றிச் 'சந்தேகம்' இல்லை; டாக்டரும் ஸரஸாவும் இசைந்துதான் எல்லாம் நடக்கின்றன என்று அவன் உறுதியாக நம்பினான். இந்த நம்பிக்கையால் அவனுக்கு உண்டான வேதனை, சந்தேகத்தால் மஞ்சுளாவுக்கு உண்டான வேதனையைவிடக் குறைந்ததெனக் கூறமுடியுமா? அவன் தனக்குள் பல காட்சிகளைக் காணத் தொடங்கினான். கடைத்தெருவில் மனித மந்தை ஒன்று அவனைப் பார்த்துக் கொக்கரித்துக் கொண்டிருக்கிறது; அவனோ வெறும் கௌபீனதாரியாய்த் தலைகுனிந்து நிற்கிறான்; யாரோ அவனை ஏலங்கூறி விலை பேசுகிறார்கள்; பேரம் முடிந்ததும் அவன் இரு கைகளையும் தரையில் ஊன்றிக்கொண்டு மிருகம்போல் நிற்கிறான். சதை உரியும்படிச்சவுக்கடி வெறும் முதுகுமீது விழுகிறது; அடிக்கிற கை ஸரஸாவின் கையாக அவனுக்குத் தோன்றுகிறது. நீலகண்டன் கையாக ஒருமுறை தோன்றுகிறது. இந்தப் பிரமைக் காட்சி மிக நுட்பமாய் மீண்டும் அவனுக்குள் வந்தது. அந்த வேதனைப் பிரமையால் அவன் உடல் நடுங்கியது; ஸரஸாவும் நீலகண்டனும் மாறிமாறி முதுகில் ரணத்துக்குமேல் அடிப்பதாய் அவனுக்குத் தோன்றியது. அவன் உடல் இன்னும் அதிகமாய் நடுங்கியது.

''வலி ரொம்ப அதிகமாக இருக்கிறது. பசுபதி! டாக்டர் வீட்டுக்குப் போய் வந்ததை நீயே மஞ்சுளாவிடம் சொல்லு'' என்றான் மாதவன்; புருவங்கள் ஒன்றையொன்று நெருங்க, நரம்புகள் விறைத்துக்கொண்டு அவன் முகம் கோணுவதை மஞ்சுளாவோடு பசுபதியும் கவனித்தான்.

அவளையும் முந்திக்கொண்ட பசுபதி, ''எங்கே வலிக்கிறது? பேசாமல் கொஞ்சநேரம் சாய்ந்துகொள்'' என்று மாதவனைக் கைத்தாங்கலாகப் பிடித்து ஒரு சோபாவில் உட்கார வைத்தான்; மாதவனும்சிறு குழந்தைபோல் இந்தச்சிசுருஷயை ஏற்றுக்கொண்டான்.

மஞ்சுளாவும் பதறிவிட்டாள். தமையனுக்குப் 'பிரஷ்ஷர்' ஏற்பட்டு ஹிருதயம் பாதிக்கப்பட்டிருக்கலாம்; அளவுக்கு மீறிய சிந்தனை வசப்பட்டவனுக்கு ரத்தக் கொதிப்பு உண்டானால் அது ஆச்சரியம் இல்லையே? தன் கவலைகளை எல்லாம் மறந்து அவள் கேட்டாள்: ''ஹார்ட்வலியா அண்ணா ?''

''நெஞ்சு, முதுகு, வயிறு - உடம்பு பூராவும் வலி; இது என்ன வியாதி பசுபதி?'' என்றான் மாதவன்.

பரம்பரை மருத்துவன்போல் பசுபதி மாதவனின் நாடியைப் பார்த்தான்; கண் ரப்பைகளைப் பிதுக்கிப் பார்த்தான்; நாக்கையும் நீட்டச்சொல்லிப் பார்த்துக்கொண்டான். ''பித்தம் அசாத்தியமாகத் தூக்கி நிற்குது. ராத்திரி கண் விழிக்கிறது, அகாலத்தில் சாப்பிடுகிறது; அனாவசியமாக ஊர் சுற்றுவது; எதைப்பற்றியாவது கவலைப் பட்டுக்கொண்டே இருப்பது; பித்தம் தூக்காமல் என்ன செய்யும்? டாக்டரிடம் போனால் ஊசி போடுவார்; சீட்டு எழுதித் தருவார்; நான் கைப்பாகமாக ஒரு மருந்து சொல்லு கிறேன் ; மூன்று நாள்; நாளுக்கு ஒருவேளை சாப்பிட்டால் போதும்; என்ன சொல்கிறீர்கள்? எலுமிச்சம் பழச்சாற்றில் பிஞ்சு இஞ்சி, வெள்ளை மிளகு, இந்துப்பு சேர்த்துப் பாடம் செய்து சாப்பிட்டால் இந்தப் பித்தம் எந்த ஊருக்குப் போச்சு என்று தெரியாது. லகுவான வைத்தியம்; யார் செய்கிறார்கள்? அதுசரி, ராத் தூக்கமில்லையென்று அடிக்கடி சொல்லுகிறாயே, அப்படி உனக்கு என்ன கவலை? கோடீசுவரன் வீட்டுப் பிள்ளை; நினைத்தது எல்லாம் நடக்கும், இந்த வயசில் ஒரே ஒரு கவலைதான் இருக்கும். கல்யாணம் வேண்டாம் என்றுதான் சொல்லிக் கொண்டிருக்கிறாய். தூக்கம் ஏன் வர வில்லை? கல்யாணம் செய்துகொள்; தூக்கம் வருதா இல்லையா என்று பார்; யாரை

வேண்டுமானாலும் ஏமாற்றலாம்; நம்ம உடம்பை ஏமாற்ற முடியாது; ஏமாற்றினால் நமக்குத்தான் அது கஷ்டம். நீ லேசாகத் தலை ஆட்டு; மஞ்சுளாவுக்கு வைத்திருக்கிற முகூர்த்தத்திலே உனக்கும் முடித்துவிடுகிறேன்.''

ஒன்றுக்குப் பதிலாக ஒன்பது சொல்லும் கெட்ட பழக்கம் பசுபதியிடம் கிடையாது; ஒன்பதாயிரமாகச் சொல்லும் நல்ல பழக்கம்தான் இருந்தது. இந்தச் சின்ன விஷயம் மஞ்சுளாவுக்குத் தெரியாதா?

''பசுபதி! கொஞ்சநேரம் பேசாமல் இரேன், அண்ணா ரெஸ்ட் எடுத்துக்கொள்ளட்டும்.''

''எனக்குத் தெரியாதா? அதனால்தானே நான் அதிகம் பேசாமல் இருக்கிறேன்''

''எனக்கு என்ன கேடு? பசுபதி! நீ பேசிக்கொண்டே இரு!'' என்று சிரித்தான் மாதவன்; நிசமாகவே பசுபதியின் கூச்சலில் தன் மனக்காட்சிகளை மறக்கமுடியும் என்று அவனுக்குத் தோன்றியது: ''நீ கொடுக்கிற மருந்தைச் சாப்பிடுகிறேன். இன்னொரு விஷயத்துக் காகத் தலை ஆட்டச் சொன்னாயே. அதை இன்னொரு நாளைக்கு ஆட்டுகிறேன். நீ பேசுவதைக் கேட்டாலே என் களைப்பே போய் விடுகிறது. ஆனால் பேசுவது ஒரு வியாதி இல்லையா பசுபதி?''

இந்தமாதிரி பாக்கு வெற்றிலை வைத்துப் பசுபதியைப் பேசும்படி யாரும் அழைப்பதில்லை; அவனுக்கு உச்சி குளிர்ந்து விட்டது; காதோடு வாதாடும் அளவுக்கு வாயைப் பரப்பி, மஞ்சுளாவைப் பார்த்து ஒரு புன்னகை புரிந்தான் அவன்.

''பசுபதி! எனக்கு வலி நின்றுவிட்டது. நீ முதலாளியோடு டாக்டர் வீட்டுக்குப் போனபோது என்னவோ பார்த்ததாகச் சொன்னாயே; முதலில் அதை மஞ்சுளாவிடம் சொல்லு. அப்புறம் சித்தர் பற்றிப் பேசு, வைத்தியத்தைப் பற்றிச் சொல்லு. எல்லாம்

கேட்கிறேன்'' என்று மாதவன் ஒரு நிபந்தனை விதித்தான்; அவன் முகம் தெளிவு பெறாவிட்டாலும் வலியின் கோணல்கள் இல்லை என்பதை மஞ்சுளா கவனித்தாள்.

பசுபதி சொல்லப்போகும் செய்தி டாக்டரை அவமதிப்பதாக இருக்கும் என்று அவளுக்குப் புரிந்தது. அங்கு இருந்து அதைக் கேட்காமல் போய்விடலாமா என்று யோசித்தாள் அப்படிப் போவதால், கேட்டுக்கொள்ள வேண்டியதைக் கேட்டுக்கொள்ளத் தவறியதாகிவிடுமோ என்று சந்தேகமாக இருந்தது; எதுவேண்டுமானாலும் வரட்டும் என்று உறுதிகொண்டு உட்கார்ந்தாள்.

நாம் எங்கு போய் ஒளிந்து கொண்டாலும் இந்தப் பித்துக்குளி மாதவன் இழுத்துக்கொண்டு வந்துவிடுகிறானே என்று இருந்தது பசுபதிக்கு. இனித் தப்பமுடியாது என்று அவனுக்குத் தெரிந்து விட்டது; ''அதையா கேட்டாய்? முதலிலேயே அதைத் தெளிவாய்க் கேட்டிருக்கக்கூடாதா? படித்தவர்கள் இப்படிப் புரியாதபடி கேள்வி கேட்டால் நாங்கள் போகிற கதிதான் என்ன? மாப்பிள்ளையைப் பார்த்த விஷயம் பற்றி அப்பா மஞ்சுளாவுக்குச் சொல்லியிருப்பாரே. அப்பாவுக்குப் பரம சந்தோஷம். ஆரம்பத்தில் முதலாளிக்கு என்னவோ டாக்டரிடம் பிடிமானம் இல்லை. நான் எதுக்கு இருக்கிறேன்? டாக்டருடைய அருமையை அடிக்கடி சொல்லிக் கொண்டுதானே இருக்கிறேன்? நேரில் மாப்பிள்ளையோடு பேசினதும் அவருக்கு நான் சொன்னது எல்லாம் சரிதான் என்று பட்டு விட்டது'' என்று சொல்லிக் கொண்டே அவன் மீண்டும் வழிதவறிப் போவதைக்கண்ட மாதவன் மறித்தான்.

''பசுபதி! அதை எல்லாம் அப்பா மஞ்சுவுக்குச் சொல்லி யிருப்பார். நீ தனியாக அங்கு போனதை மாத்திரம் சொல்லு.''

''அதுக்குத்தானே வருகிறேன்? சொல்லாமல் எங்கே போகிறேன்? நான் பேச ஆரம்பித்தாலே, வாயை மூடு என்று தடுத்து விடுகிறீர்களே, நான் எப்படிச் சொல்வது? அப்பாவை வீட்டுக்கு

அனுப்பிவிட்டு இரண்டாவது தடவை மாப்பிள்ளையைப் பார்க்கப் போனேன். இளம்பிராயம்தான்; சம்பாதிக்க வேண்டியதுதான். ஆனால் உழைக்கிறதுக்கும் ஒரு எல்லை வேண்டாமா? இந்த விஷயத்தில் நம்ம மாப்பிள்ளை மாதவனுக்கு நேர்விரோதம்; சொல்லாமல் இருக்கமுடியுதா? சின்ன முதலாளிக்குத் தொழிலை கவனிக்கிறது என்றால் வேப்பெண்ணெய் சாப்பிடுவது போல் இருக்கு; மாப்பிள்ளையோ ஓய்வு ஒழிச்சல் இல்லாமல் வேலையிலே மூழ்கிக்கிடக்கிறார். நினைத்தால் பெருமையாகத்தான் இருக்கு. ஆனால் இப்படி உழைத்தால் உடம்பு என்னத்துக்கு ஆகும்? தனியாக அவரைப் பார்த்து, நாலு வார்த்தை புத்தி சொல்லிவிட்டு வருவோம் என்றுதான் மறுபடியும் போனேன். ஹாய்யா படுக்க வேணும் என்று டாக்டர் நினைத்தாலும் யார் விடுகிறார்கள்? அந்த சமயத்திலே பக்கத்து வீட்டுப் பெண் வந்திருந் தாள். இப்போதுதானே எனக்கும் விஷயம் புரியது! நேற்று சாயந்தரமே இஞ்சினீயர் உடம்புக்குக் கோளாறாகி இருக்கும். பாவம், அந்தப் பெண் டாக்டரைத் தேடிக்கொண்டு ஓடி இருக்கிறாள். டாக்டருக்கும் ரெஸ்ட் வேண்டியதுதான். ஆனால் ஒரு உயிருக்கு ஆபத்து என்கின்றபோது அதை நினைக்க முடியுதா; இந்த நேரத்தில் நாம் வேறே போய் தொல்லைசெய்யவேண்டாம் என்று பேசாமல் திரும்பிவிட்டேன்.''

''வாசல் கதவு, ஜன்னல் கதவுகளை எல்லாம் சாத்திக்கொண்டு கன்சல்டேஷன் நடப்பதை பசுபதி பார்த்தானாம்'' என்றவாறு எழுந்து நின்றான் மாதவன்; வலியின் கோணலுக்குப் பதிலாகக் கோபத்தின் கொனஷ்டை அவன் முகத்தில் பதிவுற்றது; உன்னுடைய ஹீரோவொர்ஷிப் (தலைவன் வழிபாடு) பை நினைத்துதான் நான் பொறுக்கிறேன். எனக்கு வருகிற கோபத்தில் அவனை அறைய வேண்டும்போல் இருக் கிறது!''

அடித்து நொறுக்குவதன் மூலம் பிரச்சினைகளுக்குப் பரிகா ரம் தேடுவது மனித இயல்புதானே? சிலரிடம் மிகுதியாக இருக்கிறது. சிலரிடம் குறைவாக இருக்கிறது. மாதவனுக்கு அந்தக் குணம்

குறைவுதான். ஆனால் அவன் அதைப் பிரயோகிக்கிற இடங்கள்தான் தவறானவையாக இருந்தன! தகப்பனாரை நொறுக்க முனைந்தவன் இப்போது நண்பன்மீது ஆத்திரப்படுகிறான். இந்த உண்மை மஞ்சுளாவுக்கும் தெரியும். அவன் பசுபதியைச் சிரமப்படுத்தி வெளியில் கொண்டுவந்த செய்தி அவனை எவ்வளவு ஹிம்சை செய்கிறது என்பதும் அவளுக்குப் புரிந்தது. தங்கையின் மணமகன் ஸ்திரீலோலன் என்பதற்காக மாதவன் ஆத்திரப்படவில்லை; டாக்டர் ஸரஸாவைக் கவர்ந்துவிட்டார் என்பதுதானே அவன் வேகம்? அந்த வேகம்தான் மாதவனுடைய ஹிம்சைப் புத்தியைக் கிளர்ந்து கொண்டிருக்கிறது என்பதும் மஞ்சுளாவுக்கு விளங்கியது.

சாயப்பொடி கரைத்த நீரைக் கொதிக்க வைத்துத்தான் பட்டு நூலை அதில் நனைத்துச் சாயம் ஏற்றுகிறார்கள்; கொதி பதமாக இருக்கவேண்டும்; அதிகமானால் பட்டும் வீணாகி சாயத்திலும் நிறபேதம் உண்டாகிவிடும். மாதவன் தங்கையின் மனத்தில் வெறுப்புச்சாயம் ஏற்றுவதற்காக சூடேற்றிக் கொண்டிருந்தான். பதமான சூடு தேவை என்கிற நிதானப் புத்தி அவனுக்கு ஏது? தாறுமாறாகத் தீ வளர்த்துக்கொண்டிருந்தான். ஆனால் மஞ்சுளா மிக விழிப்புடன் அந்தத் தீயை நெருங்காமல் ஒதுங்கிக்கொண்டாள்.

ஆனால் அவள் பசுபதி கூறியதன் பொருளுக்குள் புகுந்து கொண்டாள். ஸரஸா 'ரகசியமாக' டாக்டரை நாடிச் சென்றதன் பொருள் என்ன? டாக்டரை மஞ்சுளா கடவுளாக வழிபடுகிறாள்; ஆனால் கண்ணபெருமானாக வழிபட அவள் மனம் துணியவில்லை; டாக்டரிடம் உள்ள பலவீனங்களுக்காக அவர்மீது குற்றம் சுமத்த அவள் தயங்கவில்லை. ஆனால், இந்த விவகாரத்தை ஒன் வே டிராஃபிக் (ஒரு வழிப் போக்குப் பாதை)காக இப்போது இவளால் கருதமுடியவில்லை; டாக்டர் ஸரஸாவைத் தேடி வருவதுடன் இந்த விவகாரம் முடியவில்லை; ஸரஸாவும் அவரைத் தேடிப்போகிறாளே! ஸரஸா அபிசாரிகைதானா? இந்த அபிசாரிகைக்குத் தன் தோழியின் மணாளன்தான் கிடைத்தானா? 'அவள் சுகமாக இருக்க வேண்டும்

எம்.வி. வெங்கட்ராம்

என்று இரவும் பகலும் நான் நினைக்கிறேன். என் சுகத்தைக் கவர்ந்து அவள் இன்புறப் பார்க்கிறாள்; அவள் செய்யும் முரட்டுத் தனங்களை எல்லாம் பொருள்படுத்தாமல் அவளுக்கு உதவி செய்ய ஓடுகிறேன்; அவளுக்கு நன்றி உணர்ச்சிகூடவா மறந்துவிட்டது?'

இந்த மஞ்சுளாவுக்குப் பக்கத்தில் இன்னொரு மஞ்சுளா உட்கார்ந்து கொண்டு, 'நீ ஓர் அப்பாவி; ஸரஸாவை அதிகப்படி நம்புகிறாய். அவளுடைய கவடு உனக்குப் புரியவில்லை. அவள் டாக்டரை வசீகரித்துவிட்டாள்; நீ ஏமாந்து கொண்டிருக்கிறாய்!' என்று நெட்டுயிர்ப்புடன் உரைப்பதுபோலத் தோன்றியது. அந்த நொடி அவளுக்கு அவமானமாக இருந்தது. பசுபதியிடம் தகவல் அறிந்தபோது மாதவன் வெட்கியதுபோல் அவளும் வெட்க முற்றாள். அரசர்களும் அறவாளர்களும் அறிஞர்களும் நிறைந்த சபையில் துகில் உரியப்பட்ட திரௌபதிபோல் மஞ்சுளா அவமானத்தால் கூசினாள். திரௌபதியை மானபங்கம் செய்ய முற்பட்ட துச்சாதனன் அந்நியன், மஞ்சுளாவை மானபங்கம் செய்யத் துணிந்தவன் உரிமைக்காரன்; அறமும் நீதியும் அனுமதிக்கு முன்னரே அவன் அவளுடைய மானத்தோடு விளையாடத் தொடங்கி விட்டான்; அவள் அவனைச் சினந்துகொள்ள முடிய வில்லை; வெறுக்கவும் முடியவில்லை; இந்தத் துகிலுரி மானபங்கத்தை ஏற்கவும் முடியவில்லை!

வெறுப்பின் கமறலும் பொறுமையின் குமட்டலும் நிறைந்த குரலில் மஞ்சுளா கூறினாள்: "இரண்டு கைகளும் சேர்ந்துதான் சத்தம் உண்டாகிறது என்பதை மறந்துவிடுகிறாய்; டாக்டரை மட்டும் நீ குற்றம் சொல்லுவது ஆச்சரியமாக இருக்கிறது.''

அவள் சொல்லுக்குப் பொருந்துவதாகப் பதில் கூறினான் மாதவன்; கோபம் இல்லாமல் அமைதியாகப் பேசினான்: "டாக்டர் உன்னை மணக்க விரும்புவதால்தான் அவனைக் குற்றம் சாட்டு

கிறேன். நீ சந்தோஷமாக இருக்க வேண்டும் என்று எனக்கு ஆசை; நீலகண்டனை மணந்தால் சந்தோஷப்படலாம் என்று நினைக்கிறாய். எனக்கு அப்படித் தோன்றவில்லை; அவன் உனக்கு ஏற்றவன் அல்ல. நீ அவனை மணக்க மறுக்க வேண்டும்; இந்தக்கல்யாணத்தை நிறுத்திவிடு மஞ்சு.''

அவன் கூறியதைக் கேட்டு மஞ்சுளாவைவிட மிகுதியாகப் பசுபதி பதைத்து விட்டான்; நீலகண்டன் - ஸரஸா - சினிமாவைப் பற்றி முதலாளியிடம் கூறினால் அவர் கோபித்துக்கொண்டு கல்யாணத்தை நிறுத்திவிடுவாரோ என்று அஞ்சித்தானே அவன் மாதவனை அணுகினான்? மாதவனே முட்டுக்கட்டை போடத் தொடங்கவே அவனுக்குப் பயமாகிவிட்டது. எவ்வளவோ ஆதாயங்களை எதிர்பார்த்து இந்தக் கல்யாணத்துக்குப் பசுபதி முனைந்திருக்கிறான்; இந்த மாதவன் எல்லாத் திட்டங்களையும் கவிழ்த்து விடுவான்போல் இருக்கிறதே! தகப்பனார் சொல்வதை விடத் தமையன் சொல்வதை மஞ்சுளா கேட்பாள் என்றும் அவனுக்குத் தெரியும். ஆகையால் அவனைப் பேசவிடாமல் குறுக்கிட்டான்: ''நானும் வாயை மூடிக்கொண்டு கேட்டுக் கொண்டுதான் இருக்கிறேன். இந்த வயசில் என்ன எல்லாம் பேசக்கூடாதோ அத்தனையும் பேசுகிறீர்களே! எங்கள் காலத்தில் பெரியவர்கள் பார்த்துக் கல்யாணம் முடிப்பார்கள். நாங்கள் எல்லாம் கெட்டா போய்விட்டோம்? எங்களுக்குக் குழந்தை குட்டிகள் உண்டாகி நாங்கள் சந்தோஷமாக இல்லையா? மாதவா! எதுக்காக இவ்வளவு ரகளை செய்கிறாய்? மஞ்சுளா மனசு எப்படி நோகும் என்பதுகூட உனக்குத் தெரியவில்லை. காலேஜில் படித்துவிட்டால் அப்பாவைவிட நீ கெட்டிக்காரன் என்ற நினைப்போ? டாக்டரைப் பற்றி அப்பாவுக்குப் பரம திருப்தி; தொழிலில் கண்ணும் கருத்துமாக இருக்கிறார்; டயம் தவறாமல் காரியம் கவனிக்கிறார்; அப்பாவும் மாப்பிள்ளையும் கூடித் தொழிலை விருத்தி செய்ய மருந்துக்கடை,

அது, இது என்று வெயிலில் அலைந்து திட்டம் போடுகிறார்கள்; நீ வீட்டில் உட்கார்ந்துகொண்டு கல்யாணத்தை நிறுத்து என்கிறாயே; நியாயமாக இருக்கா? ஸரஸா டாக்டரைப் போய்ப் பார்த்ததிலே என்ன தப்பு? அவர்கள் இரண்டு பேரும் சகஜமாகப் பழகுகிறவர்கள் தானே? வேறு வித்தியாசமாக என்ன நடந்துவிட்டது? அப்படி நான் ஏதாவது சொன்னேனா? அந்தப் பெண்ணைப் பற்றி நீங்களே இப்படிப் பேச ஆரம்பித்தால் வேறு வினையே வேண்டியதில்லை. வாத்தியார் பாவம் ஏழை; மானஸ்தர். நீங்கள் இப்படியெல்லாம் பேசுவதைக் கேட்டால் உயிரை விட்டுவிடுவார். அந்தப் பெண்ணைப் பற்றி நாளதுவரை யாராவது தப்புதண்டாவாக ஒரு வார்த்தை சொல்லி இருப்பார்களா? சொல்ல முடியுமா? என்ன கர்மம் செய்தாளோ, மகாராணிபோல் ராஜ்யபாரம் தாங்க வேண்டியவள் வியாதியஸ்தனைக் கட்டிக்கொண்டு கஷ்டப்படுகிறாள். அவளைப் பார்த்தால் இந்தக் காலத்து நளாயினி ஞாபகம் வந்து எனக்கு அழுகை வருகிறது. அவளைப்பற்றி தப்பாகப் பேசி அவள் பாவத்தைப் பங்கு போட்டுக்கொள்ளாதீர்கள். ஏழைகள் என்றால் என்ன வேண்டு மானாலும் பேசலாம் என்று நினைத்துவிட்டீர்கள்; இல்லையா? என்ன பேசுகிறோம் என்று தெரியாமல் பேசுகிறீர்கள். இன்றைக்குப் பேசிவிடலாம். நாளைக்கு ஆண்டவன் சந்நிதியில் பதில் சொல்லியாக வேண்டும் என்பதை மறந்துவிட வேண்டாம்.''

பசுபதி உரத்துப் பேசவில்லை; அழுத்தமாகப் பேசினான். மாதவனும் மஞ்சுளாவும் இன்னும் மூச்சுவிடுகிறார்களா என்று பார்க்கிறவன்போல் இருவரையும் கூர்ந்து பார்த்தான். ஏழைகளை இளப்பமாகப் பேசுகிறவர்களை எதிர்த்துப் பசுபதி கிளம்பிவிட்டான்; 'இனியும் இப்படிப் பேசினால் நான் மிகவும் பொல்லாதவன் ஆகிவிடுவேன்' என்று எல்லாரையும் எச்சரிப்பதுபோல் இருந்தது அவன் பார்வை!

38

வழக்கம்போல் பசுபதி சொற்களைக் குவித்துவிட்டான்; அவை அந்த அறை முழுவதும் நிரம்பிவிட்டன; அவைகளுக்கு இடையில் அண்ணனும் தங்கையும் 'வசமாக' மாட்டிக்கொண்டார்கள்.

பசுபதி மாதவனுக்கு என்றைக்கும் ஒரு பொழுதுபோக்கு; நிசம், பொய் என்பதையே பற்றிய கவலையின்றி முரண்பாட்டைப் பற்றின பிரக்ஞை இல்லாமல், நிமிஷத்தின் தேவைக்குப் பொருந்தும் படியாகப் பேச்சை மாற்றும் பசுபதியின் சாதுரியம் மாதவனுக்கு ஹாஸ்யமாக இருந்தது. சிறிது நேரத்துக்கு முந்தி ஸரஸாவை நாடகக்காரி என்று பழித்த பசுபதி அவளை நளாயினி என்று போற்றுவதைக் கேட்க அவனுக்கு வேடிக்கையாக இருந்தது. அவனுடைய கோபம் மறைந்து, பொறாமை தணிந்து, தங்கைக்குப் புத்தி சொல்லத் தொடங்கியதையும் மறந்து பசுபதியின் சொல் நேர்த்தியைச்சுவைக்கிற ரசிகனாக அவன் மாறிவிட்டான்; பசுபதியிடம் கபடம் இருப்பதாய் அவன் எண்ணவில்லை; அழுகுணிப் பாணிப் பேச்சு யதார்த்தமான உள்ளத்திலிருந்துதான் வெளிவருகிறது என்று அவன் நம்பினான். வேறு பயன் இருந்ததோ இல்லையோ, அந்தப் பேச்சு அவனுக்கு ஹிதமாக இருந்தது; குழப்ப வெம்மையைத் தணித்தது.

செயலுக்கு இருப்பதைப் போலவே சொல்லுக்கும் விளைவு இருக்கிறது; சொல் என்பதும் நாவின் செயல்தானே? அர்த்தமற்ற பேச்சுக்கும் ஓர் அர்த்தமும் விளைவும் இருக்கின்றன. அந்தவிதத்தில் பசுபதியின் பேச்சு, மாதவனை மயக்கியதுபோல் மஞ்சுளாவிடமும் ஒரு விந்தை புரிந்தது.

ஸரஸா டாக்டர் வீட்டுக்குப் போனாள் என்ற சின்னச் செய்தி கேட்டு மிகையான பரபரப்புக்கு இடம் கொடுத்து விட்டதாக இப்போது அவளுக்குத் தோன்றத் தொடங்கியது. பசுபதி அட்டுத்தனமாகவும் அறியாமையுடனும் பேசலாம்; ஆனால் அசடன் வாயிலிருந்து உண்மைகள் வரக் கூடாதா? குழப்பப் புத்தியும் நிச்சயமற்ற விவேகமும் உள்ள அண்ணன் கூறியதைவிட இந்த அசடன் கூற்றில் சாரம் அதிகம் இருக்கிறதே?

பசுபதியின் பேச்சு மஞ்சுளாவின் யோசனையை ஒருவழிப் படுத்தியது. 'எனக்கு உங்களிடம் பகைமை ஏற்பட்டுவிட்டால், நீங்கள் சகஜமாகச் செய்யும் ஒவ்வொரு காரியமும் எனக்குத் தவறாகப்படுகிறது. உங்களுடைய பலவீனங்கள் யாவும் எனக்குத் தெளிவாகத் தெரிகின்றன. உங்களிடம் பகைமை மாறி அன்பு சுரக்கும்போது உங்களுடைய குற்றங்கள்கூட எனக்கு அற்பமாகத் தோன்றத் தொடங்குகின்றன.' இந்த நியாயம் மஞ்சுளாவுக்கும் பொருந்துவதுதானே? அவளுக்கு ஸரஸாவிடம் என்றைக்கும் உள்ள அன்பில் திடீரென்று ஒரு வில்லங்கம் உண்டாயிற்று; உடனே அவள் ஸரஸாவிடம் குற்றம் காணத் தொடங்கினாள். ஆனால் பசுபதியின் பேச்சு மந்திரம்போல் வேலை செய்து, அவளுக்கு ஸரஸாவிட மிருந்த அன்புக்குப் புத்துயிர் அளித்தது. ஸரஸாவிடம் குறை காண முயலுவதே தவறு என்று இப்போது அவளுக்குத் தோன்றியது!

டாக்டரைக் குற்றவாளி எனலாமா? அப்படிக் கூற மஞ்சுளாவுக்கு உரிமை உண்டு. அவரைத் திருத்துகிற கடமையும் அவளுக்கு உண்டு. டாக்டர் ஒரு லோலன் என்று தெரிந்தபின்னரும் அவரை ஏற்கத் தயங்காதவள்தானே அவள்? பெண்கள் அவரிடம் கவர்ச்சி கொள்கிறார்கள் என்று அண்ணா சொன்னபோது அவள் கர்வப்பட்டாள்; அந்தக் கர்வத்துக்குள் இவ்வளவு வேதனை நிறைந்திருக்கும் என்று அப்போது அவளுக்குத் தெரியாது. மயக்கவல்லவர் டாக்டர் என்றால் அவரே ஸரஸாவைக் கலைத்திருக்கலாம் அல்லவா?

ஆனால் ஸரஸா அப்படி எல்லாம் 'கலைந்து' விடக்கூடியவள் அல்ல என்பதும் மஞ்சுளாவுக்கு மிக நன்றாய்த் தெரியும், அதற்கு எத்தனையோ சான்றுகள் அவளிடம் இருக்கின்றன. மஞ்சுளாவின் இளமை அடக்கமானது; ஸரஸாவின் இளமை ஆர்ப்பாட்டமானது; மதம் கொண்ட யானையைப் பறை கொட்டித் தூண்டுவதுபோல் என்று பழைய கவிஞர்கள் வருணிப்பார்களே, அந்த இனத்தைச் சேர்ந்தது; தெருவில் போகும்போது எல்லாரையும் அவள் பறித்து, பிய்த்து, எறிந்துகொண்டே போவாளே தவிர, அவளை யாரும் பறிக்க முடிந்ததில்லை என்பதையும் மஞ்சுளா அறிவாள்.

கல்லூரியில் படிக்கும் மாணவர்களுக்குப் பெண்மையின் ரகசியம் எப்போதும் வசீகரமானதுதானே? மஞ்சுளாவும் ஸரஸாவும் சேர்ந்து கல்லூரிக்குப் போகும்போது மாணவர்கள் மிகவும் கூனிவிடுவார்கள். அவளா, இவளா என்று முதலில் சிறிது தடுமாறினாலும் ஸரஸாவை அண்ணாந்து பார்த்து ஏங்கியவர்கள் தான் அதிகம். விளையாட்டுப் பொம்மைகளை உடைத்துப் பார்க்கும் குழந்தைபோல் ஸரஸா வேடிக்கையாகவே அவர்களை உடைத்து மூலையில் எறிந்ததையும் மஞ்சுளா அறிவாள். சொல்லப் போனால், சில அழகான இளைஞர்களால் மஞ்சுளாவின் மனத்தில் சிலிர்ப்பும் சிலுசிலுப்பும் உண்டானது உண்மை; அவர்கள் தன்னை உதாசீனப்படுத்திவிட்டு ஸரஸாவைப் பின்பற்றாகிறார்களே என்று மஞ்சுளா அக்காலத்தில் மடத்தனமாகப் பொறாமைப்பட் டதுகூட உண்டு. ஆனால், ஸரஸா மனத்தால்கூடச் சற்றும் நலுங்காதவள் என்று உடனிருந்து நெருங்கிப் பழகிய மஞ்சுளாவுக்குத் தெரியாதா?

ஒரு ரசமான நிகழ்ச்சி மஞ்சுளாவின் நினைவில் மிதந்து வந்தது. கல்லூரி மாணவன் ஒருவன்; நேர்த்தியான அழகன். ஸரஸாவிடம் தன்னைப் பறிகொடுத்து 'மஜ்னு'' ஆகிவிட்டான்; எந்நேரமும் பார்வையால் அவளை அடர்ந்து கொண்டிருந்தான். ஸரஸாவும் இளகிவிட்டவள்போல் பார்த்தும், புன்னகை செய்தும் அவனை வளர்த்து கொண்டிருந்தாள். வாலிபனுக்குத் துணிவு

பிறந்துவிட்டது; ஒருநாள் அவள் தனியாக இருந்தபோது நெருங்கினான். நெருங்கியதும் துணிவு கைவிட்டுவிட்டது போலும். குழறத் தொடங்கினான்; தடுமாறிக்கொண்டே, ''ஒய் ஆர் யூ டேரிங் அட் மி'' (என்னை ஏன் கூர்ந்து பார்க்கிறாய்?) என்று கேட்டுவிட்டான். இதைக் கேட்பதற்குள் அவனுக்கு வேர்த்துக் கொட்டிவிட்டது. ஸரஸா புன்னகை மாறாத முகத்துடன், ''பிகாஸ் யூ ஆர் ஸோ அக்லி அனைட் வல்கர் - (ஏனென்றால் நீ அவ்வளவு அவலட்சணமாகவும் ஆபாசமாகவும் இருக்கிறாய்!) என்று பதில் கூறினாள். மஜ்னு ஓட்டம் பிடிக்கவில்லை; கால்கள் நடுங்கும்போது எப்படி ஓட முடியும்? இந்த நிகழ்ச்சியை மஞ்சுளாவிடம் வருணிக்கும்போது ஸரஸா எவ்வளவு ஆனந்தப்பட்டாள்! இது ஒன்றுதானா? ஓ! மஞ்சுளாவுக்கு ஸரஸாவின் பகிரங்கம் மட்டும் அல்ல; அந்தரங்கமும் தெரியும். ''உனக்கு ஸெக்ஸே (ஸெக்ஸ் - இங்கு இன உணர்ச்சி) இல்லையாடீ?'' என்று அவள் பலமுறை ஸரஸாவைப் பரிகாசம் செய்தது உண்டு. அந்த வார்த்தையை என் எதிரில் சொல்லாதே; வாயிலெடுக்க வருகிறது!'' என்று நிசமான குமட்டலுடன் ஸரஸா பதில் கூறியதுமுண்டு.

''இந்த ஸரஸாவையா சந்தேகிக்கிறேன்? அவளுக்கு ஸெக்ஸ் அப்பீல் (இனக் கவர்ச்சி) அதிகம்; ஆனால் அந்த இன்ஸ்டிங்கட் (இயல்பு) குறைவு. ஆனால் என் டாக்டருக்கு இரண்டுமே மிகைதான்; ஆனால் டாக்டரால் ஸரஸாவை வெல்லமுடியாது என்பது உறுதி. ஆகையால் பசுபதி கூறுவதுதான் உண்மை; பொருள் அல்லாததற்குப் பொருள் கொடுத்துக் குழம்பிக்கொள்ளக் கூடாது'' என்று மனசை ஒரு நிலைக்குக் கொண்டுவந்தாள் மஞ்சுளா. இந்நிலையில் அவளுக்கு அமைதி தோன்றியது.

'பசுபதி சொன்னதுபோல் இஞ்ஜினீயரின் உடல்நிலை கேடுற்று ஸரஸா டாக்டரை நாடிப் போயிருக்கலாம்; தனிமையில் பேச நேர்ந்திருக்கலாம்; கணவரை அவசரமாக டாக்டர் வீட்டுக்கு அழைத்துச்சென்றிருக்கலாம், இவை எல்லாம் கிரமமாக நடந்திருக்கக்

கூடிய செயல்கள். அண்ணாவுக்கு டாக்டரிடம் பொறாமை உண்டாகக் காரணம் உண்டு. ஸரஸாவையும் டாக்டரையும் சேர்த்துப் பார்க்கும் போது ஒன்றுடன் ஒன்று கூட்டினால் இரண்டு என்று கணக்குப் போடத்தான் மாதவனால் முடிகிறது. ஒன்றுக்குப் பக்கத்தில் ஒன்று நின்று பதினொன்றாக இருப்பது அவனுக்குத் தெரியவில்லை. இரண்டு ஒன்றுகளுக்கு இடையில் கூட்டல் குறி இருப்பதாகக் கற்பனை செய்துகொண்டு துன்பப்படுகிறான். அண்ணாவைப் போல் நானும் தப்புக் கணக்குப் போடக்கூடாது.' என்று எண்ணிய மஞ்சுளாவின் முகத்தில் முறுவல்கூடத் தோன்றியது. ஆனால் அவள் மனத்தின் இருண்டதொரு மூலையில், ஓர் அழகான கட்டிலும், டாக்டரும், ஸரஸாவும் உள்ள ஒரு பள்ளியறை இருக்கத்தான் இருந்தது!

அதிகப்படியாகப் பேசிவிட்ட பசுபதிகூட சில நிமிஷங்கள் கழித்து மௌனத்தைப் புகலடைந்துவிட்டான்; தான் வெளியில் அனுப்பிய சொற்கள் என்ன செய்கின்றன என்று கவனித்துக் கொண்டிருந்தான் போலும்! அவன் பேச்சால் தன் குழப்பங் குறைந்துவிட்டதாக எண்ணி மாதவன் மௌனத்தைக் குழப்பிக் கொண்டிருந்தான். சில நிமிஷங்கள் மௌனமாய்க் கழிந்தன என்றே அந்த மூவருக்கும் தோன்றவில்லை; பெருத்த ஆரவாரத்துக்கு இடையில் இருப்பது போன்ற உணர்வே அவர்களுக்கு இருந்தது.

அந்த ஆரவாரத்தை அடக்கிவிட்டுப் பேச முயலுகிறவனைப் போல் மாதவன் சற்று உரத்த குரலில் பேசினான்: ''மஞ்சு! உன்னுடைய ஹீரோவொர்ஷிப் (நாயகன் வழிபாடு) ஒரு மதவெறி. நான் என்ன சொன்னாலும் நீ ஏற்கப்போவதில்லை. நீலகண்டனை நீ மணக்க வேண்டும் என்று விரும்பித்தான் நானும் அப்பாவோடு வாதாடினேன். ஸரஸாவின் கணவன் நோயாளியாக இராமல், அவளும் நெய்வேலியில் இருந்திருந்தால் நம் எண்ணம் நிறைவேறி இருக்கும், ஸரஸா இங்கே இருக்கும்வரை அவள் உனக்கு விரோதிதான்.''

இயல்பான அமைதியுடன் அவன் பேசினான்; என்றாலும் அவனிடம் வாய் கொடுத்துவிட்டு அல்லல்பட மஞ்சுளா விரும்ப

வில்லை; அவன் பேசுவதைக் கவனமாய்க் கேட்பவள்போல் மௌனமாக இருந்தாள். ஆனால் மற்றவர்கள் பேசும்போது மூடிக்கிடக்க பசுபதியின் வாய் சம்மதிக்குமா? மாதவன் அவனை விதூஷகனாய்க்கருதி ஏராளமானசலுகைகள்காட்டிக் கொண்டிருந்தான். இன்றோ அண்ணன் தங்கையின் ரகசியங்களில் அவனும் பங்காளி ஆகிவிட்டான்; ஆகையால், அவன் துணிச்சல் மிகுந்து தோன்றியதை எல்லாம் பேசத் தொடங்கினான்: ''மாது! அந்தப் பெண்ணைப்பற்றி இப்படி எல்லாம் பேசாதே! வீண் பாவம்'' என்றான்.

''பசுபதி! உனக்கு இந்த விஷயம் புரியாது; நடுவில் பேசாதே, என்ற மாதவன் தங்கையிடம் கூறினான்: ''ஸரஸா வேலூருக்குப் போகமாட்டாள். டாக்டர் வீட்டுக்குத்தான் போவாள் என்று சொன்னேன்; நீ நம்பவில்லை. என்ன நடந்தது? இப்போதும் சொல்கிறேன். டாக்டரை மணக்க மறுக்கும்படி சொல்கிறேன்; நீ ஏற்கவில்லை; அவனே உன்னை மணக்க மறுப்பான்; மறுக்கிறானா இல்லையா என்று பார்!''

அண்ணாவின் பேச்சைப் பொருள்படுத்தக்கூடாது என்று மஞ்சுளா வெகுநேரத்துக்கு முன்பே முடிவு கட்டியவள்தானே? ஆனால் மாதவன் பேச்சு அவள் நெஞ்சில் பகீர் என்று அமைந்தது; அமைந்ததுடன் அவளுடைய மனத்தின் இருட்டு மூலையில் இருந்த மஞ்சத்தையும் டாக்டரையும், ஸரஸாவையும் சற்று வெளிச்ச மிட்டுக் காட்டியது. அந்த எரிச்சலை அணைத்துக் கொள்ள முயலுகையில் 'டாக்டர் உன்னை மணக்க மறுப்பார்' என்று மாதவன் தீர்க்கதரிசிபோல் பேசியது நினைவுக்கு வந்து துன்புறுத்தியது. முன்பு அவன் கூறியவாறு ஸரஸா டாக்டர் வீட்டுக்குப் போனாள்; அவன் இப்போது சொல்வதும் பலித்துவிடுமா?

பலித்து விடலாம் என்பதன் அர்த்தம் என்ன? ஸரஸா சாகசம் செய்து, விருப்பப்பட்டே டாக்டரை நெருங்கியிருக்கிறாள் என்பது தானே? 'அது அப்படித்தானா?' என்று கேள்வியால் அவள் மனம் கிளம்பிய இடத்தையே மீண்டும் வந்து அடைந்தது. ஒரு வட்டம்

முடித்துக் கொண்டு மனம் அடுத்த சுற்று ஆரம்பிக்குமுன்பே மஞ்சுளா நிதானித்துக் கொண்டாள். அண்ணா சொல்வதை நான் நம்பக்கூடாது; ஸரஸாவை வீணாகச் சந்தேகிக்கக் கூடாது; மாதவன் கூறுவதுபோல் டாக்டர் அவ்வளவு இழிவாக நடந்துகொள்ளமாட்டார்' என்று மனசை நிலைநாட்டிக் கொண்டாள் அவள்; என்றாலும் அவள் முகம் வாட்டமுற்றது. மனத்தாலும் உடலாலும் அவள் யாரை விரும்பினாளோ அவனே கணவனாக வாய்க்கிறான் என்னும் இன்பம் குலைக்கப்பட்டால் எந்தப் பெண்தான் துயரப்பட மாட்டாள்?

"மாது! நான் கடவுளை நம்புகிறேன். அவர் என்னைக் கைவிட மாட்டார்" என்றாள் சுருக்கமாக.

"மாதவன் எனக்குப் புரியாது என்கிறான்; எனக்கு எல்லாம் புரிகிறது. டாக்டரையும், ஸரஸாவையும் பிணைத்து அவன் பேசுவது அநியாயம்" என்று நடுவில் நுழைந்தான் பசுபதி: "மஞ்சுளா! நீ சொன்னது நியாயமான வார்த்தை; உன் மனசு போலவே புருஷன் வாய்த்திருக்கிறான்; மாமியார்தான் என்ன? ரொம்ப நல்லமாதிரி. கடவுள் கட்டாயம் உன்னைக் கைவிட மாட்டார். இந்த மாதவன் ஏதாவது சொல்லிக்கொண்டே இருப்பான்; நீ அதையெல்லாம் காது கொடுத்துக்கூடக் கேட்கக்கூடாது." என்று பசுபதி மஞ்சுளாவைச் சுற்றிலும் வேலிகட்ட முயன்றான்.

"மஞ்சு! கடவுளை நம்புவதால்தான் நான் சொல்வதை உன்னால் நம்ப முடியவில்லை. பசுபதி சொன்னதுபோல் இது அநியாயம்தான். இந்த அநியாயம் என் எண்ணத்தில் எப்படிக் கலந்தது என்று எனக்குத் தெரியாது. ஆனால் இந்த அநியாயம் நிச்சயமாக நடக்கப் போகிறது என்று எனக்குத் தோன்றுகிறது!"

"மாதவா! நீ பேசுவது அழகாயிருக்கா? டாக்டருக்குத்தான் தங்கையைக் கட்டிக் கொடுக்கவேணும் என்று அப்பாவோடு சண்டை போட்டாய்; விடுதலைப் பத்திரம் எழுதித் தருவதாய்ப் பயமுறுத்தியவனும் நீதானே? கல்யாணம் எல்லாம் நிச்சயமான

பிறகு 'நிறுத்து நிறுத்து!' என்கிறாயே. நல்ல சொல்லா இது? கல்யாணப் பெண்ணிடம் இப்படி எல்லாம் பேசலாமா? வேண்டு மானால் நீயும் கல்யாணம் செய்துகொள்; உனக்குக் கல்யாணம் ஆகவில்லை என்பதுக்காக இவள் கலியாணத்தைக் கலைக்கப் பார்க்கிறாயே, நியாயமா இது?'' என்று புதிய வெடி ஒன்றைக் கொளுத்திப் போட்டான் பசுபதி.

அதைக்கேட்டு மாதவனுக்குச் சிரிக்கத் தோன்றியது. 'பசுபதிக்கு உள்ள ஞானம்கூட அண்ணாவுக்கு இல்லையே' என்று மஞ்சுளாவுக்கு வருத்தமாக இருந்தது. அங்கிருந்து போய்விடலாம் என்று தோன்றியது; போகவும் மனம் வரவில்லை. மாதவன் இப்படி எல்லாம் ஏன் பேசுகிறான் என்று இருந்து தெரிந்துகொண்டுதான் போவோமே என்று பிடிவாதமாக உட்கார்ந்தாள்.

மாதவனுக்குப் புத்தி புகட்ட வேண்டிய கடமை தனக்கு இன்னும் இருப்பதைப் பசுபதி மறந்து விடவில்லை. அவனே, மஞ்சுளாவின் சார்பில் பேசினான்; ''மாது! நான் சொல்கிறேனே என்று நீ வருத்தப்படக்கூடாது. தங்கைக்காரி ஒருத்தன்மீது ஆசைப் பட்டு விட்டாள்; ஆசை பூர்த்தி ஆகக் கல்யாணம் முடிவாகிவிட்டது. மஞ்சுளா எவ்வளவோ ஆனந்தப்பட்டுக் கொண்டிருந்தாள். அவள் மனசு நோகும்படி நீ பேசுவது முறை இல்லை; மாப்பிள்ளை உன் பிரண்டாக இருக்கலாம்; நீ அவரைப் புரிந்து கொள்ளவில்லை. ஐந்து லகரத்தோடு வருகிற ஸ்ரீதேவியை உதறுவதற்கு அவர் பைத்தியம் இல்லை. வியாழக்கிழமை நிச்சயதார்த்தம்; ஆவணி இருபத்திரண்டு முகூர்த்தம். நீயும் நானும் முன்இருந்து நடத்தப் போகிறோம்; சரிதானே?''

''பசுபதி! உன் சித்தர் பாடலில் மஞ்சுளாவுக்கு எப்போது கல்யாணம் நடக்கும் என்றுகூட எழுதி இருக்கிறதா?'' என்று சிரித்தபடி கேட்டான் மாதவன்.

''சித்தர் பாடலில் இல்லாதது இல்லை; அதில் இல்லாதது வேறே எங்கும் இல்லை. நமக்குத்தான் தெரியவில்லை. கீதை

இருக்கிற வீட்டில்தான் அண்ணன் தங்கையின் கல்யாணத்தை நிறுத்தப் பார்ப்பான்'' என்றான் பசுபதி சூடாக.

''அப்படியானால் சித்தர் பாடலுக்கும் கீதைக்கும் ஒரு போட்டி வைப்போமா? ஆவணி இருபத்திரண்டில் கல்யாணம் நடக்காது என்கிறது கீதை; நடக்கும் என்கிறது சித்தர் பாடல். அன்றைக்கு முகூர்த்தம் நடந்துவிட்டால் உனக்கு நான் லட்சம் ரூபாய் தருகிறேன்; நடக்காவிட்டால் அந்த லட்சத்தை மஞ்சுளாவுக்குப் பிரஸண்ட் செய்து விடுவேன், பந்தயம் சம்மதமா?'' என்றான் அறிஞனான மாதவன்.

''லட்ச ரூபாயா? எனக்கா? அவ்வளவு ரூபாயை நான் தரிசனம்கூடப் பண்ண முடியாது'' என்றான் பசுபதி.

''யாருக்குக் கல்யாணம் நடந்தால் என்ன, நடக்காவிட் டால் என்ன? லட்ச ரூபாய் எனக்குக் கிடைத்தால் சரிதான்! லட்சத்துக்கு நான் பிறக்கவில்லை' என்று தடுமாறினான் அந்தச் சித்தன்.

மாதவனின் ஹாஸ்ய ரஸப் பயங்கரம் மஞ்சுளாவின் மனத்தைப் புண்படுத்தியது; அவனுடைய புத்தியில் இவ்வளவு வெறி செறிந்திருக்கும் என்று அவளால் எண்ணிப் பார்க்கக்கூட முடியவில்லை.

''முடிந்து விட்டதா அண்ணா'' என்றாள் மிக வேதனையுடன்.

அந்த வேதனை அண்ணனை உறுத்தியது; கூறினான்: ''மஞ்சு, எனக்கும் வருத்தமாகத்தான் இருக்கிறது. உன் மனசு நோக வேண்டும் என்று நான் ஒன்றும் சொல்லவில்லை; உன் வருத்தம் எனக்கும்தான் வருத்தம் அளிக்கிறது. உன் கதையில் ஹீரோவே வில்லன் ஆவதுதான் பரிதாபம். நான் என் மனசையே சுற்றிப் பார்த்துக் கொண்டிருக்கிறேன்; அப்படிப் பார்ப்பதால் மனப்போக்கு பூராவும் எனக்கு அத்துபடி ஆகிறது என்று சொல்ல நான் தயாராக இல்லை; ஓரளவுதான் புரிகிறது. காரியங்கள் நடக்கிற கிரமத்தைக் கொண்டு அடுத்தபடி இப்படித்தான் நடக்கும் என்று நான் ஊகிக்க முடிகிறது. நீலகண்டனிடம் எனக்கு அன்பு இல்லையா? அவன்

ஸரஸாவிடம் நன்றாகச் சிக்கிக் கொண்டிருக்கிறான். அவன் விடுபடுவது கஷ்டம்; அவனால் என் தங்கையும் துன்பப்படக் கூடாது என்றுதான் நான் விரும்புகிறேன்; தவறா. மஞ்சுளா?''

தங்கைக்கு ஆறுதல் கூறுவதுபோலப் பேசினான் அவன்; ஆனால், ஆறுதலா அது? நெருப்பை நீரால் அணைப்பார்கள்; பெட்ரோலால் அணைப்பதுண்டா?

சகவாச தோஷம் என்கிறார்கள்? பல ஆண்டுகள் நெருங்கிப் பழகுவது மட்டும் சகவாசம் என்று குறிப்பிடப்படுவதில்லை. அந்த அறையின் காற்றோடு சகவாசம் செய்வதே அப்போது ஒரு தோஷமாகத் தான் இருந்தது. சாவு அடி வைத்த வீட்டிற்கு விளம்பரம் தேவை யில்லை; அங்கு கால் வைக்கிறவர்களுக்கு 'இங்கு ஏதோ துயரம் நேர்ந்துள்ளது' என்ற உணர்வு தானாக உண்டாகிறது. அந்த மூவரும், அவர்களுடைய மனவேட்கைகளும் நிறைந்ததால் அறைக்காற்றும் துன்புற்றது. மாதவனின் அமரிக்கையான பேச்சு பசுபதிக்குத் தெளிவாகப் புரியாவிட்டாலும் அடித்துப் பதில் சொல்ல அவனாலும் முடியவில்லை; ஆனால் இந்த அமைதியான பேச்சால் மாதவன் தங்கையின் மனத்தைக் குழப்பி மணத்தை தடுத்துவிடுவானோ என்ற அச்சம் அவனுக்கு அதிகமாகி விட்டது. பேசிப் பேசி அவன் தொண்டை பழுதுபட்டிருந்தது. கனைத்துக் கொண்டு மெள்ளப் பேசத் தொடங்கினான். ''மாதவா! உங்களுக்கு எல்லாம் புத்தி சொல்ல எனக்குத் தகுதி இல்லை; சொல்லாமலும் இருக்கமுடியவில்லை. கல்யாண வீடு; கலகலவென்று விளையாடிக் கொண்டிருக்க வேண்டிய நேரத்தில் அவச்சொல்லாகவே பேசுகிறாயே; இப்படிப் பேசக் காலேஜில் படிக்க வேணும்போல் இருக்கு. மஞ்சு ஒருத்தன்மீது ஆசை வைத்து விட்டாள்; கல்யாணமும் நடக்கப் போகுது. நடுவில் புகுந்து, 'அவனைப் பண்ணிக் கொள்ளாதே; அவனை மறந்து விடு!' என்று கலகம் செய்கிறாயே, நல்லதுக்கா? இன்றைக்கு ஒருத்தனைக் கட்டிக்கொள்ள வேணும் என்கிறது; நாளைக்கு இன்னொருத்தனைக் கட்டிக் கொள்வேன் என்கிறது;

இப்படி ஒரு பெண் மாற்றி மாற்றிச் சொன்னால், அவளைப் பற்றி என்ன சொல்வார்கள்? உங்கள் இங்கிலீஷ் புஸ்தகத்திலே அதெல்லாம் சரியாயிருக்கலாம்! நம்ம தமிழிலே அதெல்லாம் கிடையாது; இல்லையா மஞ்சுளா? இந்த மாதிரி அண்ணன்காரன் பேசுவது அசிங்கம். தங்கைக்காரி அதைக் கேட்டுக் கொண்டிப்பது ரொம்ப அசிங்கம்! நாம் பேசிக்கொண்டது இந்த ரூமைவிட்டு வெளியே போகக்கூடாது; மூணாவது நபர் யாராவது கேட்டால் நம்ம குடும்பத்துக்கே கேவலம். பாதி ஊருக்குக் கல்யாண விருந்து சொல்லிவிட்டேன்; நான் தெருவில் சுற்றுகிறவன்; அப்புறம் நான் தலையை வெளியில் காட்ட முடியாது!''

அன்றைய விவாதத்தில் கடைசி வார்த்தை சொல்லிவிட்ட திருப்தி பசுபதிக்கு உண்டாயிற்று. துர்த்தேவதைகள் மனிதர்களைப் பீடிக்கும்போதும், மந்திரவாதிகள் மந்திர பலத்தால் அவைகளுக்குக் கட்டு போடுகிறார்கள்; சரியான மந்திரவாதியாக இருந்தால் தேவதைகள் அந்தக் கட்டுக்களை அவிழ்த்துக்கொள்ள முடியாது, அப்படி முயன்றாலும் அதனால் அவைகளுக்கே ஆபத்தாகும். அண்ணனையும் தங்கையையும் தன் பேச்சால் கட்டிவிட்டான் பசுபதி; அந்தக் கட்டிலிருந்து அவர்கள் எளிதில் விடுவித்துக்கொள்ள முடியாது; விடுவித்துக்கொள்ள முயன்றால் அது அவர்களுக்கே இழுக்கும் இழிவும் உண்டாக்கும் என்பதை உணர்ந்துதான் பசுபதி பேசினான். 'போரில் எனக்குத்தான் வெற்றி!' என்று அவனுக்குக் கர்வமாக இருந்தது.

கட்டுப்பட்டதை அறியாமலே கட்டுப்பட்டான், மாதவன்; 'நான் என்ன சொன்னாலும் மஞ்சுளா ஏற்கப்போவதில்லை. அனாவசியமாகப் பேசி அவள் மனசை நான் ஏன் புண்படுத்த வேண்டும்?' என்று எண்ணிக்கொண்டான் அவன்; மனம் எந்த இடத்திலும் சமாதானம் அடைந்துவிடவில்லை; நீலகண்டனையும் ஸரஸாவையும் வெறுத்து மனத்திலிருந்து ஒதுக்க வேண்டும் என்று எண்ணினான்; நண்பனாகவும் தங்கையின் மணவாளனாகவும் இருந்த நீலகண்டனை அவனால் வெறுக்க முடியவில்லை. 'ஸரஸா

என்றொரு தனிப்பொருள் இல்லை. இல்லாத ஒன்றை எப்படி வெறுப்பது?' என்று அவனுக்குத் தோன்றியது; யாரையும் வெறுக்க முடியாததால் வெறுப்பு அவனிடமே திரும்பியது; 'நான் என்னை வெறுக்கிறேனா?' என்று அவனே கேட்டுக்கொண்ட கேள்விக்குத் தெளிவான பதில் அவனே கூறிக்கொண்டான் 'இல்லை; நான் என்னை அதிகமாக நேசிக்கிறேன்; அதனால்தான் என்னிடம் வெறுப்பு வருகிறது' என்று சொல்லிக் கொண்டான்.

மஞ்சுளாவோ அசட்டுப் பசுபதிதான் தன் மனப்பாங்கைச் சரியாகப் பிரதிபலிக்கிறான் என்பதைக் கண்டுகொண்டாள். குறைகள் உள்ள டாக்டரைத்தான் அவள் வரித்தாள்; அக்குறைகளால் தனக்குத் துன்பம் உண்டாகும் என்று அவள் எதிர்பார்த்திருக்க வேண்டும், எதிர்பார்க்காதது அவளுடைய அறியாமை. 'என் பிரார்த்தனை டாக்டரைச் சுத்தப்படுத்தும், நிச்சயம்' என்று சொல்லிக் கொண்டாள் அவள். 'ஸரஸா துர்பாக்கியசாலி, அதனாலேயே அவள் சாதாரணமாகச் செய்யும் ஒவ்வொரு காரியமும் பிறருக்கு விபரீதமாகத் தோன்றுகிறது. என் பிரார்த்தனை அவளுடைய துர்பாக்கியத்தையும் மாற்றும்.'

'அனாவசியமான எண்ணங்களுக்கு இடம் தராமல் தெய்வத்தின்பால் மனத்தை ஒருமுகப்படுத்துங்கள்!' என்று கோயில் மணி பக்தர்களை எச்சரிக்கிறதல்லவா? கோயில் மணியின் கம்பீரத்துடன் பசுபதி சொன்னான்: ''நிச்சயதார்த்தத்துக்கு இரண்டு நாள்தான் இருக்கு. ஒரு தூக்கம் தூங்கி எழுந்திருப்பதற்குள் கல்யாணம் வாசலுக்கு வந்துவிடும். எத்தனை காரியம் கவனிக்க வேண்டியிருக்கு, இப்படி வீண் பேச்சு பேசிக் கொண்டிருந்தால் எப்படி? மாது, இனிமேல் ஊர் சுற்றப் போகக்கூடாது.''

இனித் தனக்கு எதிர்ப்புக் கிடையாது என்ற தீர்மானத்துடன் பேசினான் அவன். பெரிய நெருக்கடியிலிருந்து மீண்ட தாராள பாவம் மற்ற இருவருக்கும் உண்டாயிற்று.

"நான் உன்னோடு இருக்கிறேன்; என்னை வேலை வாங்குவது உன் பொறுப்பு" என்றான் மாதவன்.

"நீங்கள் இரண்டு பேரும் சேர்ந்தால் காரியம் எல்லாம் அழகாக நடந்துவிடும். பாட்டுக் கச்சேரிக்குப் பதிலாக உன்னைப் பேசச் சொல்லிவிட்டு அண்ணா கேட்க உட்கார்ந்து விடுவான். நீ பேச ஆரம்பித்தால் பிரளயம் வந்தால்கூடப் புரியாது. காரியம் நடந்தாற் போலத்தான்!" என்றாள் மஞ்சுளா கலகலப்பாக.

பாராட்டப்பெற்ற மகிழ்ச்சியுடன் பசுபதி கேட்டான்: "நான் அவ்வளவு அதிகமாகவா பேசுகிறேன்?"

"இல்லையே, பிரளயம் வரும்வரை நீ இதுவரை பேசவில்லை" என்ற மஞ்சுளா இந்த இடைவேளை வெளிச்சத்தில் அங்கிருந்து கிளம்பிவிட வேண்டும் என்று தீர்மானித்தாள்: "நான் கீழே போகிறேன் அண்ணா!" என்று சொல்லிக்கொண்டே எழுந்து வெளியில் வந்தாள்.

"மஞ்சு! இங்கேயா இருக்கிறாய்? உன்னைத்தான் தேடிக் கொண்டு வந்தேன்." என்று சொல்லிக்கொண்டே எதிரில் வந்த தாயாரோடு மஞ்சுளா மறுபடியும் அறைக்குள் வர வேண்டியதாயிற்று. அங்கு பசுபதியும் இருந்ததைக் கண்ட லட்சுமி சொன்னாள்: "மூன்று பேரும் கூடி என்ன செய்கிறீர்கள்? தலைக்கு மேலே வேலை கிடக்கு; இங்கு வந்து அரட்டை அடிக்கிறாயா?"

உடம்பே இளிப்பதுபோல் வாயைச் சிரிப்பாகப் பரப்பிக் கொண்டு பசுபதி சொன்னான்: "சரிதான் போங்கள்; தூங்கவே நேரம் இல்லை; அரட்டை அடிக்கிறதாவது? கல்யாணத்தைப் பற்றித்தான் பேசிக்கொண்டிருந்தோம். நான் ஸிம்பிளா திட்டம் போட்டேன்! முதலாளி மாற்றினாரா? மாதவன் அதையும் மாற்ற வேணும் என்கிறான். மூன்று பாட்டுக் கச்சேரி போதும், டான்ஸ் வேண்டாம் என்றார் முதலாளி. டான்ஸ் இல்லாமல் கல்யாணமா?; வைஜயந்தியைப் புக் பண்ணித்தான் ஆகணும் என்கிறார் சின்ன முதலாளி. ஆல்ரைட் என்று சொல்லிவிட்டேன். இந்தக் காலத்து நாகரிகம்..."

மீண்டும் பசுபதி படையெடுத்து வருவதைக் கண்ட மஞ்சுளா அஞ்சிவிட்டாள்: ''நீ எதுக்கம்மா என்னைத் தேடினாய்?'' என்று தாயாரைக் கேட்டாள் அவள்.

புது வெட்டு அசல் வைரம் போன்ற பூரிப்புடன் லட்சுமி சொன்னாள்: ''ஜவுளிக் கடையிலிருந்து ஆள் சேலை மூட்டை கொண்டு வந்திருக்கிறான். சம்பந்தி அம்மா அனுப்பி இருக்கிறார்கள். நிச்சயதார்த்தப் புடவை உனக்குப் பிடித்ததை எடுக்க வேண்டும். வா, போகலாம். மாது! நீயும் வா.''

''நான் எதுக்கம்மா? சேலை விஷயம் எனக்கு என்ன தெரியும்?''

''இனிமேல் தெரிந்துகொள்ள வேண்டியதுதானே. அம்மா கூப்பிட்டால் எழுந்திருப்பாயா!'' என்றான் பசுபதி.

கெட்ட செய்திகளே நடமாடிய அந்த இடத்தில் இந்த நல்ல செய்தி வந்ததும் மஞ்சுளாவுக்கு மிகக் குளுமையாக இருந்தது. அவள் முகம் மலர்ந்தது.

39

உதவுகிறவர்கள் பாக்கியவான்கள்; அவர்கள் எல்லாரும் நல்லவர்கள் என்று நிர்ணயித்துவிட முடியாது. அவர்கள் நல்லவர்களானால் மனநிறைவு பெறுகிறார்கள்; தீயவர்களானால் கர்வம் அடைகிறார்கள்; கர்வமும் ஒருவித மகிழ்ச்சிதானே?

உதவப்படுகிறவர்கள் துர்ப்பாக்கியவான்கள்; அவர்களிலும் நல்லவர்களும் அல்லாதவர்களும் உள்ளனர். 'பிறர் உதவியை ஏற்கிற இழிநிலையில் இருக்கிறோமே!' என்று நல்லவர்கள் புழுங்குகிறார்கள்; 'உதவியை ஏந்தி அடங்க வேண்டியிருக்கிறதே!' என்று அல்லாதவர்கள் துன்புறுகிறார்கள்.

வாத்தியார் ராமசாமியின் தொழில் ஆட்சி செலுத்துவது. நாற்காலியைச் சிங்காதனமாக்கிக் கொண்டு மாணவர்களுக்கு ஆணையிடுவதுதானே அவர் தொழில்? நாற்காலியில் அமருவது அவருக்குப் பழக்கமான காரியம். ஆனால் நீலகண்டனுக்கு எதிரில் நாற்காலியில் உட்கார்ந்திருந்த அவர் அங்கு காணப்படவேயில்லை; அந்த அளவு அவர் உடம்பு சுருங்கியிருந்தது. அவனிடம் உதவி பெறுவது பற்றி அவர் வெளிப்படையாக வெட்கப்படவில்லை; என்றாலும், உதவப்படுகிறோம் என்கிற இயற்கையான சங்கோசம் அவரைப் பாயாகச் சுருட்டி நாற்காலியில் வைத்திருந்தது. அவர் முகத்திலோ வீட்டுப்பாடம் செய்யத் தவறிவிட்ட மாணவர்களின் இளிவரல் நிறைந்திருந்தது.

அவரோடு வந்திருந்த சிவராமனோ இந்த லௌகிகங்களால் தீண்டப்படவே இல்லை; அவனுக்கு ஒரு நாற்காலி போதவில்லை. இரண்டு கைகளையும் இரண்டு கால்களையும் சுதந்திரமாகப் பரப்பிப் போட்டுக்கொண்டு மின்சாரவிசிறியின்காற்றைச்சுகமாகஅனுபவித்துக் கொண்டிருந்தான்; நல்லது - கெட்டது, உதவி, நன்றியுணர்ச்சி போன்ற செயற்கைகளால் அவன் மனம் இன்னும் மாசுறவில்லை.

"இன்றைக்கு ஹாலிடே இல்லையா? மாப்பிள்ளையையும் பார்த்துக்கொண்டு அப்படியே உன்னோடு பேசிவிட்டுப் போகலாம் என்று வந்தேன். பள்ளிக்கூடம் இருந்தால் எங்கே போக ஒழிகிறது என்கிறாய்? நாள்பூராவும் பையன்களோடு அல்லாடிவிட்டு வீட்டுக்கு வந்தால், பேசாமல் படுக்கத்தான் தோன்றுகிறது. மாப்பிள்ளை இங்கே வந்து ஒரு வாரம் ஆகிறது. இன்றைக்குத்தான் வர முடிந்திருக்கிறது" என்றார் ராமசாமி, மன்னிப்புக்கோரும் குரலில்.

"அதனால் என்ன? கிட்டுவைக் கவனித்துக்கொள்ள வேண்டியது என் பொறுப்பு. அதற்காக நீங்கள் மனசை அலட்டிக் கொள்ள வேண்டாம்; வேலையைக் கெடுத்துக் கொள்ளவும் வேண்டாம்" என்றான் நீலண்டன்; தன் சொற்களுக்கு அவன் கற்பித்த அர்த்தம் அவனுக்குத்தானே புரியும்?

''கஷ்டம் எல்லாருக்கும் வருகிறது; கஷ்டகாலத்தில் உதவிக்குக் கூட ஆள் கிடைக்காது. ஆனால் நான் பூர்வத்தில் ரொம்பவும் புண்ணியம் செய்தவனாக இருக்கவேண்டும். பெண்ணுக்குக் கல்யாணம் செய்ததோடு கஷ்டம் தீர்ந்தது என்று நினைத்தேன். அது என்னடாஎன்றால், பெரியகஷ்டமாகவந்துவிட்டது. நீயும், மாதவனும், மஞ்சுளாவும் நீங்களாகவே வந்து ஒத்தாசை செய்யாவிட்டால் எங்கள் கதி என்ன ஆகியிருக்கும்? நான் மட்டும் அல்ல, அந்தப் பெண்ணும் ஏதோ புண்ணியம் செய்திருக்க வேண்டும். அதனால் தான் நீங்கள் எல்லாரும் இப்படி எங்களுக்கு உபகாரமாயிருக்கிறீர்கள்.'' என்று சம்பிரதாயமான முறையில் நன்றி தெரிவித்தார் வாத்தியார்.

''பழகி விட்டோம்; கடமையைச் செய்கிறேன்; ஒரேயடியாகப் புகழாதீர்கள்; என்னால் தாங்க முடியாது.''

நீலகண்டன் இவ்வாறு பதில் கூறும்போதே அவன் மனம் ஒரு மருத்துவ ஆராய்ச்சியில் ஈடுபட்டிருந்தது. வாத்தியாரை அவலட்சணம் என்று கூறமுடியாவிட்டாலும், அழகானவர் என்று சொல்லிவிட முடியாது; ஒரு சராசரி நபர் - அவ்வளவுதான். பார்வதியையும் தான் நீலகண்டனுக்குத் தெரியும்; காலத்தாலும் வறுமையாலும் வடுப்பட்டவள் என்றாலும், ஒரு காலத்தில் அழகின் குடியிருப்பாக இருந்தவள் எனலாம்? அவர்கள் இருவரும் கூடி ஸரஸா என்ற எழில் விந்தையை எவ்வாறு சிருஷ்டிக்க முடிந்தது? விதை ஒன்றும், மரம் வேறுமாக இருப்பதுண்டா? வாத்து முட்டை வெடித்து கோழிக்குஞ்சு வெளிப்படுவதில்லை; ஆனால், மனித உடலின் ரசாயனம் இந்தக் கட்டுத் திட்டங்களுக்கு அடங்காது போலும். செந்தாமரை மட்டும் சேற்றில் பிறக்கிறது; மனித இனம் முழுவதுமே சேற்றில்தான் பிறக்கிறது; ஆனால், எந்தச் சேற்றில் எத்தகைய இனம் விளையும் என்பதை மனித ஜாதியில் கண்டுகொள்ள முடியாது போலும்.

எப்போதும்போல் ஸரஸாவின் ஞாபகம் இப்போதும் அவனுக்குள் அனலாக நிறைந்திருந்தது. இன்று ஞாயிற்றுக்கிழமை; போன ஞாயிறு இரவு பத்து மணிக்கு அவன் இஞ்சினீயரை இங்கே

அழைத்து வந்தான். அன்று இரவு அவன் எதிர்பார்த்தது ஏராளம்; ஆனால், ஸரஸா தன் தாயையும்கூட அழைத்து வந்தாள்; நீலகண்டனுக்கு அது ஏமாற்றமாக இருந்தது; அந்த இரவை உடைத்துத் தூளாக்கித் தேனில் குழைத்து உண்ணப் போவதாய் அவன் கண்ட கனவு அப்போதைக்குப் பாழ்த்துவிட்டது. அதற்குப் பிறகு மறுநாளும், அடுத்த நாளுமாய்க் கழிந்தனவே தவிர அவன் எண்ணம் செயலாகவில்லை; செயலாக்க ஸரஸா சந்தர்ப்பம் தரவில்லை, வழக்கத்துக்கு மாறாக அவள் அவனுடன் மிகுதியாகப் பழகினாள், மிகையாகச் சிரித்தாள்; அவனைக் காணும்போதெல்லாம் அவள் கண்கள் ஏதோ கேட்பதாக அவனுக்குத் தோன்றியது. ஆனால், ஸரஸா 'சரியான' சமயத்தில் தாயார், நர்ஸ்கள், அல்லது கணவனைக் கேடயமாக்கிக் கொண்டாள். கண்கள் கட்டப்பெற்ற சிறுவன் 'இதோ அகப்பட்டு விட்டாய்!' என்று கத்திவிட்டு ஏமாறுவது போலத்தான் இருந்தது நீலகண்டன் நிலைமையும். சில சமயம் அவனுடைய வெறி மிகுதியாகும்; யார் இருந்தால் என்ன ஸரஸாவை வதைப்போம் என்று தோன்றும்; 'அது அநாகரிகம்' என்ற எண்ணம் தான் அவனைக் கட்டுப்படுத்தியது.

நிச்சயதார்த்தத்துக்கான ஏற்பாடுகள் செய்வதில் ஸரஸாவும் அவள் தாயும் நீலகண்டன் தாயாருக்கு மிகவும் உதவியாக இருந்தார்கள். மஞ்சுளா 'செலக்ஷன்' செய்து அனுப்பியதுபோல் ஸரஸாவுக்கும் ஒரு சேலை எடுத்துக் கொடுக்க அவன் விரும்பினான். மிகுந்த எச்சரிக்கையுடன் தன் விருப்பத்தை ஸரஸாவிடம் தெரிவிக்கவும் செய்தான். ஆனால் ஸரஸா அவன் வேண்டுகோளை மிக நாசூக்காக நிராகரித்தாள்; ''டாக்டர்! உங்களிடம் பணம் அதிகமாக இருக்கும்போல் தெரிகிறது; அதனால்தான் இப்படியெல்லாம் செலவு செய்யத் தோன்றுகிறது. மஞ்சுளாவைவிட அதிகமாக எனக்கு மதிப்புத் தருகிறீர்கள். ஆனால் நீங்கள் இப்படி எல்லாம் செய்தால், நான் வீட்டுக்குப் போய்விடுவேன்'' என்றாள் அவள். தன் கோரிக்கையைக் கேட்டு அவள் சினம் அடையவில்லை என்பதே

நீலகண்டனுக்கு ஒரு வெற்றியாகத் தோன்றியது; சேலை வாங்கித் தருவதாய்ச் சொன்னதன் மூலம் தன் வேட்கையை அவளிடம் அழகுற வெளியிட்டுவிட்ட ஒரு திருப்தியும் அவனுக்கு உண்டாகியது. ஸரஸா நயமாகப் பதில் கூறியதன் மூலம் அவனுடைய வேட்கையைப் புரிந்துகொண்டு அதற்கு இசைவும் தந்துவிட்டதாக அவன் எண்ணிக்கொண்டான்.

'எல்லாம் சரி; பின் ஏன் அவள் தாயாருக்கும். கணவனுக்கும், நர்ஸ்களுக்கும் பின்னால் பதுங்கிக்கொள்கிறாள்?' என்ற கேள்வி நீலகண்டனுக்குப் புதிராக இல்லை. பெண்ணின் மனப்பாங்கை அனுபவபூர்வமாய் அறிந்திருப்பதாக அவன் நம்பினான். புருஷ ஸ்பரிசத்தை அறியாத பெண் அதைப்பற்றி மிகவும் அச்சம் கொள்கிறாள். ஒருமுறை தீண்டப்பெற்றதும் அவளுடைய அச்சம் அகலுகிறது. பிறகு சிரமமின்றி அவளை வளைக்கலாம் - ஒடிக்கலாம். இக்காரணத்தால் தான் கன்னியரைவிட மணமான பெண்களைக் கவருவது சுலபமாக இருக்கிறது; இதை நீலகண்டன் அனுபவத்தால் கண்டவன். ஸரஸா மணமானவள்; ஆனால், உடலால் கன்னிதானே அவள்?

இந்த அனுபவ ஞானம் அவனுடைய புத்திக்கு ஆறுதல் அளித்தது; ஆனால், மோகத் தீயை அது மேலும் மூட்டத்தான் உதவியது. நிச்சயதார்த்தத்திற்கென மணமகன் வீட்டில் கூடிய பெண்களுக்கு ஸரஸாதான் 'தலைமை' வகித்தாள்; மணப்பெண் வீட்டுக்கு ஸரஸா இந்த அந்தஸ்துடன் செல்லவேண்டும் என்று நீலகண்டனின் தாய்தான் முதலில் விருப்பம் தெரிவித்தாள். மஞ்சுளாவின் உயிர்த்தோழி மணமகன் தரப்பில் போவது சுவாரசியம் இல்லையா? ஸரஸா அதற்கு இணங்குவாள் என்று நீலகண்டன் எதிர்பார்க்கவில்லை.

"டாக்டர்! அவர்கள் வீட்டுக்கு வரக்கூடாது என்று உங்கள் மாமியார் தடை உத்தரவு போட்டிருக்கிறாள்; இப்போது மாப்பிள்ளை வீட்டாரோடு போகிறேன். என்ன செய்கிறார்கள் என்று பார்க்கலாம்!'' என்றாள் ஸரஸா.

அவனுக்கும் இந்த ஏற்பாடு ருசிகரமானதாகப்பட்டது; அசம்பாவிதமாக ஒன்றும் நடந்துவிடாது; நடக்கும்படி மஞ்சுளா விடமாட்டாள் என்று அவனும் நம்பினான்; ''என்ன செய்வார்கள்? மரியாதையாக வரவேற்பார்கள். மஞ்சுளாவுக்கு என்றைக்கும் உன்னிடம் அலாதியான பாசம்தான். நீ நினைப்பதுபோல் அவள் இல்லை.''

ஸரஸா முறுவலித்தாள்: ''நீங்கள் நினைப்பதுபோல் இருக்க வேண்டும் என்றுதான் என் ஆசை. மஞ்சுளா உங்கள் 'பிராஸ்பெக்டிவ் ஒயிப்' (எதிர்கால மனைவி); அவளைப் பற்றி நான் ஒன்றும் உங்களிடம் சொல்லக்கூடாது; என் சிநேகிதி பற்றி எனக்குத் தெரியாதா?''

''உனக்கு அவளைப் பற்றி எப்படித் தப்பு அபிப்பிராயம் உண்டாயிற்று என்று எனக்கு ஆச்சரியமாக இருக்கிறது.''

''அவளைப்பற்றித் தப்பாக நான் இப்போது என்ன சொன்னேன்? கல்யாணமான பிறகு நீங்கள் இருவரும் கூடி என்னைப் பரிகாசம் செய்வீர்கள்.''

''அங்கு போகும்போது மஞ்சுளாவுடன் மனம் விட்டுப் பேசு, ஸரஸா!''

''நான் மட்டும் அப்படிப் பேசினால் போதுமா?'' என்ற கேள்விக்கு நீலகண்டனுக்குப் பதில் கூறத் தெரியவில்லை; ஸரஸாவே கூறினாள்: ''உங்களைப் பற்றி மனம் விட்டுத் தாராளமாகப் பேசுகிறேன்; சரிதானே?'' என்று அவள் அழகாய்ச் சிரித்தாள்.

நீலகண்டன் காற்றில்தான் மிதந்து கொண்டிருந்தான். ஸரஸா மாப்பிள்ளைத் தரப்பில் செல்வதால், மஞ்சுளாவுக்கும், மாதவனுக்கும், அவர்களுடைய பெற்றோர்களுக்கும் தன்மீது சந்தேகம் ஏற்படலாம்; அந்தச் சந்தேகத்திற்கு இதற்கு முன்னரே இடம் கொடுத்தாகி விட்டது என்கிற இயல்பான உண்மைகளையெல்லாம் அவன் அறவே மறந்துவிட்டான். மஞ்சுளாவை அவனுக்கு உரிமையாக்க இதோ நிச்சயதார்த்தம் நடக்கப்போகிறது; அந்த மகிழ்ச்சியில் பங்கு

கொள்ள ஸரஸாவும் செல்கிறாள்; ஐந்து லட்சத்துடன் ஒருத்தி ஒருபுறம்; ஆரவாரம் செய்யும் இளமை கொழிக்கும் இன்னொருத்தி மறுபுறம்; சின்னப் பாக்கியமா இது?

மஞ்சுளாவிடமிருந்து கொண்டுவரும் தகவல்களை வைத்துக் கொண்டு ஸரஸாவுடன் விளையாடலாம் என்று அவன் எண்ணமிட்டான். ஆனால் நிச்சயதார்த்தம் முடிந்த பிறகு ஸரஸா திரும்பி வரவில்லை. 'பிறகு வருகிறேன்' என்று மட்டும் செய்தியை மற்ற பெண்கள் மூலம் அனுப்பிவிட்டு வீட்டோடு தங்கிவிட்டாள்.

தரிசன பாக்கியமும் இல்லாது போனதால் நீலகண்டன் தவித்துப் போனான்; நல்ல வெயில் நேரத்தில் நெருப்பருகில் நிற்பதுபோல் அவனுக்குப் புழுக்கமாக இருந்தது. ஸரஸாவோடு மஞ்சுளாவையும் இணைத்துப் பார்த்து இன்பம் கண்டு கொண்டிருந்தவன் மஞ்சுளாவைத்தான் மறந்தான். ஸரஸா தனக்கு இன்றியமையாதவள் என்ற உணர்ச்சி அவனுக்குள் வலுத்தது. இஞ்சினியர் இங்கு இருக்கும்போது ஸரஸாவை அழைப்பதற்கென்று வாத்தியார் வீட்டுக்குச் செல்வது அவனுக்கு உசிதமாகப் படவில்லை. வேட்கை அவனைத் துன்புறுத்தியது. நர்ஸ்களான லதாவையும் பாக்கியத்தையும் ஸரஸாக்களாகப் பாவித்துக்கொள்ள முயன்றான்; முடியவில்லை; பெண்கள் எல்லாரும் ஒரேவிதமாகத்தான் இருக்கிறவர்கள் என்பது உண்மைதான்; மற்றவர்களைவிட மிக நன்றாக டாக்டரான அவனுக்கு இந்த உண்மை தெரியும். ஒருத்தியோடு அவன் மனம் அடங்குகிறதா? எல்லாம் ஒன்று என்று பன்றியால்தான் நினைக்க முடியும்; ஸரஸா என்பதே ஒரு தனிதான் என்று அவன் பெருமூச்சுகளில் பறந்தான்.

இந்த மனக்குழப்பத்தில் அவன் இருந்தபோதுதான் வாத்தியார் சிவராமனுடன் வந்து சேர்ந்தார்.

"இந்த வயசில் உனக்கு இவ்வளவு பரோபகார புத்தி இருப்பதைப் பார்க்க சந்தோஷமாக இருக்கிறது. ராமச்சந்திரமூர்த்தி

உனக்கு ஒரு குறையும் வைக்கமாட்டார். உன் நல்லமனசுக்கு ஏற்றபடி கல்யாணமும் அமைகிறது. மஞ்சுளாபோல் நல்ல பெண் சாமான்யத்தில் கிடைப்பாளா? நிச்சயதார்த்தமே மிகவும் விசேஷமாக நடந்தது; பசுபதியைப் பார்த்தேன்; கல்யாணத்துக்கு லட்ச ரூபாய் செலவழிக்க ஜகந்நாதன் திட்டம் போட்டிருக்கிறாராம்'' என்று தனக்குப் பழக்கமான ஒரு வட்டத்திலேயே சுற்றிக் கொண்டிருந்தார் வாத்தியார்.

சாதாரணமாக, ஒரு மணமகன் கேட்டு மகிழ்கிற செய்திகள் தான் அவை. ஆனால் நீலகண்டனுக்கு அவை சுவைக்கவில்லை; கிட்டுவைப் பார்க்கவில்லையா?'' என்றான்.

"அதற்காகத்தானே வந்தேன். கிட்டுவுக்கு எப்படி இருக்கிறது?"

"உங்களிடம் தனியாகச் சொல்ல வேண்டும் என்று நினைத்தேன். மிகவும் முற்றிய கேஸ். எனக்குத் தெரிந்ததையெல்லாம் செய்கிறேன். எனக்கே இது ஒரு சோதனைக் கேஸாக இருக்கிறது. ஆறு மாசம் வரை நிச்சயமாக ஒன்றும் சொல்வதற்கில்லை. பிறகுதான் முடிவாக ஏதாவது சொல்ல முடியும். வியாதி டாக்டரின் கையில் இருக்கிறது; உயிர் கடவுளின் கையில் இருக்கிறது. இப்படி நான் சொல்வதற்காக நீங்கள் பயந்துவிட வேண்டாம். நான் தருகிற மருந்துகளைப் பற்றி எனக்கு நம்பிக்கை இருக்கிறது.''

வேறு வழி இல்லாததால் வாத்தியாரும் அதைத்தான் நம்பவேண்டியிருந்தது: "கடவுள் கைவிடமாட்டார்; அந்தப் பெண் இதுவரை ஒரு சுகமும் காணவில்லை; அவளுடைய நல்லகாலம் தான் நீங்கள் எல்லாரும் இவ்வளவு அக்கறையாகக் கவனிக்கிறீர்கள். தெய்வம் நேரில் வந்தா உதவி செய்யும்? இப்படி நல்லவர்கள் மூலம்தான் அது உதவும்.''

அவர் ஸரஸாவைப் பற்றிப் பேசவேண்டும் என்றுதான் நீலகண்டன் காத்திருந்தான். அவருடைய பாணியைப் பின்பற்றிப் பேசி அவரை உபயோகித்துக் கொள்ள எண்ணியவன் கூறினான்:

எம்.வி. வெங்கட்ராம்

"நம்புகிறவர்களைத் தெய்வம் ஒரு காலத்திலும் கைவிடாது; ஸரஸாவுக்கு எவ்விதத் துன்பமும் இனி நேராது. அவள் இங்கே வரவே இல்லையே? நிச்சயதார்த்தத்துக்குப் போனவள் திரும்பி வரவே இல்லை. வீட்டில் என்னதான் செய்கிறாள்?" என்றவன் முகத்தை மேலும் மலர்த்திக் கொண்டு தொடர்ந்தான்: "நர்ஸ்கள் கிட்டுவைக் கவனித்துக் கொள்கிறார்கள்; நானும் அடிக்கடி பார்க்கிறேன். இருந்தாலும், சொந்த ஒய்ஃப் (மனைவி) பக்கத்தில் இருந்து பார்த்துக் கொள்வதுபோல் ஆகுமா? மருந்து உடம்பிலிருக்கிற வியாதியைக் கண்டிக்கும்; ஆனால்? இந்தமாதிரி ஸீரியஸ்ஸான கேஸ்களில் வியாதியஸ்தரின் மெண்டல் கண்டிஷனையும் (மன நிலை) எச்சரிக்கையாய் கவனிக்க வேண்டும்; இல்லையா? ஸரஸா அருகில் இருந்தால் கிட்டுவுக்கு எவ்வளவோ தெம்பாக இருக்கும். இரண்டு நாளாக ஸரஸா இங்கே இல்லை என்றதும் அவர் தவித்துக் கொண்டிருக்கிறார். இதை எல்லாம் அவர் வாய்விட்டுச் சொல்வாரா?"

நீலகண்டன் தன் தவிப்பைக் கிட்டுவின்மீது ஏற்றி ஸரஸாவை இங்கு அனுப்பும்படி மிகச் சாதுரியமாக அழைத்துவிட்டான். "நான் ஏமாற்றமாட்டேன்" என்று தனக்குள் சொல்லிச் சிரித்துக் கொண்டதன் காரணம் அவனுக்கே புரியவில்லை.

வாத்தியார் அவன் அழைப்பை மிக இயற்கையாக ஏற்றுக்கொண்டார். உலகத்தைப் பூகோளப் படத்தில் பார்த்தவர் அவர்; அது முட்டை வடிவம் என்று அவருக்குத் தெரியும்; ஆனால், அந்த முட்டை நல்லதா, அழுகலா என்பதைத் தண்ணீரில் மிதக்க விட்டுச் சோதிக்கிற ஞானம் அவருக்குக் கிடையாது. உண்மையை அவர் ஹரிச்சந்திரன் நாடகத்தில் பார்த்தவர். மனித வர்க்கத்தில் இருப்பதைப்போல உண்மையிலும் பல ஜாதிகள் இருக்கின்றன என்று அவருக்குத் தெரியாது. நீலகண்டனின் அழைப்பு ஒரு கீழ்ஜாதி உண்மை என்பதைத் தெரிந்துகொள்கிற ஆற்றல் அவருக்கு இருந்திருந்தால் ஸரஸாவை அவர் பெற்றிருக்கவே மாட்டார்.

''நீ சொல்வது நியாயம்; வீட்டுக்குப் போனதும் அவளை இங்கு அனுப்புகிறேன்'' என்றார் அவர்.

''அங்கே அவள் என்னதான் செய்கிறாள்?''

''என்ன செய்வாள்? சும்மா படுத்துக் கிடக்கிறாள்.''

சிவராமன் இந்தச் சில நிமிஷங்கள் வாய்திறக்காமல் இருந்ததே அருமை; ஒருகால் தன்னை அந்த இடத்தில் பொருத்திக் கொண்டிருந்தானோ என்னவோ?

''பெரிய அக்காவைப் பற்றி அப்பாவுக்கு ஒன்றும் தெரியாது. அக்கா சும்மா ஒன்றும் படுத்திருக்கவில்லை. அழுதுண்டேதான் படுத்திருக்கா. மாடிக்குப் போனாளா? அங்கேயும் உட்கார்ந்து கொண்டு அழுகிறா - எப்பப் பார்த்தாலும் இப்படி அழுதா உடம்புக்கு ஆகுமா டாக்டர்?'' என்றான் அந்தப் பெரியவன்.

நீலகண்டன் உடல் கூறு நூல் படித்தவன்; ஸரஸாவின் அழுகைக்கு அவனுக்குக் காரணம் விளங்கியது. மதம் கொண்ட அவள் இளமை ஆளப் பெறுவதற்காக ஏங்குகிறது என்று மட்டும் அர்த்தம் செய்யவில்லை. தன்னை எண்ணி அவள் ஏங்குவதாயும் அவன் கருதிக்கொண்டான். 'அவள் என்னுடன் இசைவதற்கு வழிபுரியாமல் தடுமாறுகிறாள்; இந்த வழி அவளுக்குப் புதிதுதானே?' என்ற எண்ணத்தால் அவனுக்கு மகிழ்ச்சி உண்டாயிற்று. வாத்தியாரைப் பார்த்துக் கூறினான்: ''அவளுக்கு வேதனையாகத்தான் இருக்கும். சுகமாக இருக்க வேண்டிய வயசு. இங்கே இருக்கும்போது நான் அவளுக்கு எவ்வளவோ தைரியம் சொல்லிக் கொண்டிருந்தேன். கலகலப்பாகத்தான் இருந்தாள். வீட்டுக்குப் போனதும் மனசு மாறிவிட்டது போலிருக்கிறது'' என்று தன் கட்சியை மேலும் அழுத்தமாக வெளியிட்டான் அவன்.

வாத்தியாருக்கு இது உறைந்துவிட்ட வேதனை! அவர் பதில் கூறவில்லை; நீலகண்டனே சொன்னான்:

''அழுவதால் எந்தத் துக்கமும் தீருவதில்லை. அவளை இங்கே அனுப்புங்கள்; நான் சொல்லுகிறேன்.''

''நீங்கதான் டாக்டர் சொல்லவேணும். அக்காவைப் பார்த்தா எனக்கு அழணும்போல் இருக்கு. நான் சின்னப் பையன்தானே? ஏதாவது சொல்லப் போனா, தலையிலே குட்டுதான் விழுது'' என்று தன் துக்கத்தை வெளிட்டான் சிவராமன்; கிட்டு ஆஸ்பத்திரிக்கு வந்துவிட்டதால் ஆப்பிளும் ஹார்லிக்ஸும் கிடைக்க வழியில்லை; மாதவன் அடிக்காத குறையாக அவனைத் துரத்திவிட்டதால் அங்கு போய் பிஸ்கத்து சுவைக்கவும் முடியவில்லை. வீட்டின் மூலையில் படுத்துக் கிடந்த நோஞ்சான் கிட்டு வெளியேறியதும் வீடே வெறிச்சோடி விட்டதுபோல் அவனுக்குத் தோன்றியது.

''இங்கு இருந்தால்தான் ஸரஸாவுக்கும் நல்லது; கிட்டுவுக்கும் நல்லது.'' என்று நீலகண்டன் முடித்துக் கூறியது சரிதான் என்று வாத்தியார் நினைத்தார்; அவர் நினைத்ததைப் போலேவே சிவராமனும் எண்ணினான். ஸரஸா அழக்கூடாது என்றுதான் பெரியவரும் சிறியவனும் எண்ணினார்கள்.

''நாங்கள் சொன்னால் அக்கா கேட்கமாட்டாள் டாக்டர்! நீங்கள் வந்து கூப்பிட்டால் வந்துவிடுவாள்'' என்று ஓர் அருமையான யோசனை சொன்னான் சிவராமன்.

''சும்மா இருடா மக்கு! டாக்டர் இவ்வளவு செய்வதே அதிகம்; இது வேறு வேலையா?'' என்றார் ராமசாமி சங்கோசத்துடன்.

சிறுவனின் யோசனை நீலகண்டனுக்கு சஞ்சீவியாகப்பட்டது; ''இது என்ன பெரிய வேலை? இன்றைக்கு எனக்கும் ஓய்வாக இருக்கிறது. நான் வருகிறேனே!'' என்றவன் வழி திறந்துவிட்ட சிவராமனைக் கௌரவிக்க விரும்பிக் கூறினான்; ''சிவராமா பக்கத்து வீட்டிலிருந்து யாரும் வருவதில்லையா?

''மஞ்சுளா அக்காவுக்குக் கல்யாணம் முடிவாகி இருக்கும் வெளியே வரலாமா டாக்டர்?'' என்று காரண காரியத்தோடு விடை சொன்னான் அவன்.

"மாதவன் வரவில்லையா?"

"அவர் வரக்கூடாது டாக்டர்! அவரைப் பார்த்தாலே எனக்குப் 'பக் பக்' என்று இருக்கு."

"ஏண்டா அப்படி?"

"அவர் ஒரு மாதிரி இருக்கார் டாக்டர்! நான் மஞ்சுளா அக்காவோடு ஒருநாள் பேசிண்டே இருந்தேன். திடீர்னு 'கெட் அவுட் இடியட்!' என்று கத்தறார்.

"உன்னிடம் எதுக்குடா கத்துகிறான்?"

"அது என்னவோ, சின்னப் பையன்தானே, கத்தலாம்னு கத்தியிருக்கார். அவர் கத்துகிற இங்கிலீஷ் எனக்கும் தெரியும் டாக்டர்! நான் கத்துவேனா? பிஸ்கத்தும் சாக்லட்டும் நானா கேட்டேன்? அவர்தான் குடுத்தார். ஸரஸா அக்கா தூங்குகிறாளா, சரியா சாப்பிடுகிறாளான்னு கேட்டார்; டாக்டரோடு பேசும்போது அக்கா சிரிக்கிறாளான்னுகூடக் கேட்டார். டாக்டர் சார்! யாராவது இந்த மாதிரி கேள்வி கேட்பார்களா? எவ்வளவோ கஷ்டப்பட்டு பதில் சொன்னேன். அதுக்காக முட்டாள், கழுதைன்னு திட்டினார்; திட்டலாமா டாக்டர்?"

நீலகண்டன் வியப்புடன் கேட்டுக் கொண்டிருந்தான். "டாக்டருடன் பேசும்போது ஸரஸா சிரிக்கிறாளா?" என்ற மாதவன் கேள்வியால், தெரியாத விஷயங்கள் எல்லாம் தெளிவதாய் அவனுக்குத் தோன்றியது. மஞ்சுளாவின் தமையனாகவோ, நண்பனாகவோ மாதவன் அவனுக்குத் தோன்றவில்லை. ஸரஸாவுக்காக மாதவனுடன் போராடி அவனைக் கீழே வீழ்த்திவிட்டது போன்ற ஓர் அகநிறைவு அவனுக்கு உண்டாகியது. 'மாதவன் பொறாமைப் படுவதற்காக எனக்குக் கிடைப்பதை நான் துறக்க முடியுமா?' என்று தனக்குள் சந்தோஷமாய்ச் சிரித்துக் கொண்டான் அவன்.

வாத்தியாரும் சிவராமன் சொன்னதைக் கேட்டுக் கொண்டிருந்தார்; உலக விவேகம் சிறிது இருந்தாலும் அவர் மனசில் சந்தேகப் பொறி விழுந்திருக்கும்; ஆனால் அந்த வம்புகளை அறியாத அவர் எல்லாவற்றையும் சௌஜன்யமாக எண்ணிக் கொண்டார். சிவராமனுக்கு இருந்த அளவுதான் அவருக்கும் விவேகம் இருந்தது; ''மாதவனுக்கு டீ.பீ. என்று சொல்லிக் கொண்டிருந்தானே; கவனித்தாயா?'' என்று கேட்டார் அவர்.

அவனுக்கு டீ.பீ.யும் இல்லை. ஏ.பீ.யும் இல்லை. புத்திதான் சரியாக இல்லை. கல்யாணம் பண்ணிவைத்தால்தான் அவனுக்குத் தெளியும்!'' என்றான் டாக்டர் பெருமிதத்துடன்.

''நான் நினைத்தேன்'' என்றான் சிவராமன்.

''நீ என்னடா நினைத்தாய்?''

''அவருக்குப் புத்தி சரியா இல்லைன்னுதான். டாக்டருக்குத் தெரியாதா?''

''சிவராமா, இனிமேல் நீ எனக்கு சிஷ்யப்பிள்ளை; பள்ளிக்கூடம் விட்டதும் இங்கே வந்துவிடு. உன்னை ஒரு டாக்டராக்கி விடுகிறேன்'' என்று சிறுவனுக்குப் புதியவரம் அளித்தான் நீலகண்டன்.

''நிசமாவா, டாக்டர்?''

''நிசம்தாண்டா...''

''நான் வர்றேன் டாக்டர். கழுதை, முட்டாள்னு திட்டக் கூடாது; சரிதானே?''

''ரொம்ப சரி'' என்று உற்சாகமாக எழுந்தான் நீலகண்டன் ''வாத்தியார் சார் இங்கேயே உட்கார்ந்து பேசுகிறோமே. மாப்பிள்ளையோடு கொஞ்சநேரம் பேசுவோம். பிறகு இரண்டு பேரையும் வீட்டுக்குக் கொண்டு வந்துவிடுகிறேன்.''

''உனக்கு எதுக்கு வீண் சிரமம்?''

''அப்பாவுக்கு ஒன்றும் தெரியாது. நீங்கள் வாங்க டாக்டர்! எங்களை விட்டுவிட்டு ஸரஸா அக்காவை இப்படியே அழைச்சிண்டு வரலாம்'' என்றான் டாக்டரின் புதிய சீடன்.

சிறியவன் மட்டும் அல்ல, பெரியவனும் அப்படித்தான் எண்ணுகிறான்; 'எனக்கு எல்லாம் தெரியும், உனக்கு ஒன்றும் தெரியாது!'

40

''மிஸ்டர் கிட்டு! தூக்கம் இல்லையே? உங்கள் மாமனார் வந்திருக்கிறார்'' என்று நீலகண்டன் மெதுவாய்க் குரல் கொடுத்தான்.

''தூங்கிக்கொண்டிருந்தால் எழுப்ப வேண்டாமே'' என்றார் ராமசாமி.

''தூங்கவில்லை; சும்மாதான் கண்ணை மூடிக்கொண்டு கிடந்தேன்'' என்றவாறு தலையணைகளுக்கு இடையில் மறைந்திருந்த கிட்டு எழுந்து உட்கார்ந்தான்; உட்கார்ந்தவன் தூய வெள்ளைப் படுக்கைக்கும் தலையணைகளுக்கும் திருஷ்டி பரிகாரமாய்க் காட்சி தந்தான்; உள்ளே வந்தவர்களை அசடு நிறைந்த கண்களால் வெறித்துப் பார்த்தான் அவன்.

கெட்ட காலத்திலும் ஒரு நல்ல காலம் நேருவதாய் ராமசாமி போன்றவர்கள் சொல்லுகிறார்களே, அந்த வசனம் அர்த்தமற்றதல்ல; ஆனால், நல்லகாலம் எது, கெட்ட காலம் எது என்பதை ஒவ்வொருவனும் தன் மனப்போக்கின்படிதான் தீர்மானிக்கிறான். எனக்கு நல்லகாலமாகத் தோன்றுவது உங்களுக்கு அப்படித் தோன்றுவதில்லை; எனக்கு இன்றைக்கு நல்லகாலமாகத் தோன்றுவதே நாளைக்குக் கெட்டகாலமாகத் தோன்றலாம். கிட்டு என்பவன் தனி நபராக இருந்து இக்கொடிய நோய் வந்திருந்தால்

அவன் இந்நேரம் ஏதாவது ஒரு சர்க்கார் ஆஸ்பத்திரியின் ஜெனரல் வார்டில் நூறோடு நூற்றொன்றாக முரட்டுத்தனமான சிகிச்சைக்குத் தான் ஆளாகியிருப்பான். இரக்கம் இல்லாத தாயாரும், அடக்கத்தை அநியாயம் ஆக்கிவிட்ட தகப்பனும் அவனைத் திரும்பிப் பார்த்திருக்கவும் மாட்டார்கள். ஓர் அனாதையாகத்தான் அவன் துன்புற்றிருப்பான். ஆனால் ஸரஸாவின் மணவாளன் என்ற அந்தஸ்து அவனுக்குச் சிரத்தையோடு கவனிக்கிற ஒரு டாக்டரையும் நர்ஸ்களையும் வழங்கியிருந்தது; தரமான மருந்துகளுக்கும் சத்தான ஆகாரத்துக்கும் பஞ்சமில்லை. இவற்றையெல்லாம்தான் ராமசாமி கெட்ட காலத்திலும் ஒரு நல்லகாலம் என்பதாய்க் குறிப்பிடுகிறார்.

ஆனால், கிட்டு அப்படி நினைக்கிறானா என்பது ரசமான கேள்வி; அப்படி நினைக்காமல் இருக்க முடியுமா என்பதுதான் சாதாரணப் பதிலாக இருக்க முடியும்; ஆனால் கிட்டு அவ்வாறு நினைக்கவில்லை. நினைக்க முடியவில்லை என்பதுதான் உண்மை. கிட்டுவுக்கு 'அதிர்ஷ்டம்' வந்த வரலாறு என்ன? அது நீலகண்டனுக்குத் தெரியும்; மாதவனுக்குத் தெரியும்; மஞ்சுளாவுக்கு ஓரளவு தெரியும்; ஸரஸாவுக்கு மிக நன்றாய்த் தெரியும். அந்த வரலாறு, வெளியில் எல்லாருடைய பார்வைக்கும் தெரியும்படி நடக்கும் நிகழ்ச்சிகள் நிறைந்தது அல்ல; நீலகண்டன், மஞ்சுளா, மாதவன், ஸரஸா முதலியவர்களின் மனத்தில்தான் அது உருவாகி வந்தது.

மனிதனின் வாழ்க்கை அவன் செய்யும் செயல்களால் நடக்கிறது என்று சாதாரணமாக நினைக்கிறோம்; அது தவறு; மனித வாழ்க்கை அவன் எண்ணுகிற எண்ணங்களால்தான் நடக்கிறது; உடலோடு உயிர் ஒட்டியுள்ளவரை மனமும் எண்ணங்களில் அலைகிறது; எண்ணங்களை அறிந்துகொள்ளும் ஆற்றல் இல்லாததால் தான் வாழ்க்கையின் அர்த்தம் ரகசியத்தில் புதைந்து விடுகிறது. கிட்டு என்பவன் ஜடபதார்த்தம் அல்ல; உடல் நோயுற்றதால் அவன் மனம் எண்ணுகிற சக்தியை இழந்து விடவில்லை. பெற்றோரால் குப்பைத் தொட்டியில் எறியப்பட்டவன்; ஆற்றல் இருந்தும் அதைப்

பயன்படுத்திக் கொள்ள முடியாமல் வழிதப்பியவன்; அழகான மனைவி இருந்தும் அவளை நுகர முடியாதவன்; அவளையே தஞ்சம் அடைந்தவன்; ஒரு மனிதனை ஊர்வன வர்க்கத்தில் சேர்ப்பதற்கு இந்தக் காரணங்களே போதுமானவை; அவனும் அந்த நிலையை ஏறக்குறைய எய்திவிட்டான். ஆயினும் அவன் மனம் நினைப்பதை மறக்கவில்லை.

நீலகண்டன் முதலியவர்கள் தன்னிடம் அளவுகடந்த பரிவு காட்டியதும் ஆரம்பத்தில் அவனும் தன் அதிர்ஷ்டத்தை வியந்து கொண்டான். 'முனிசிபாலிட்டி பிணமாகப் போகிறோம்' என்று அஞ்சிக்கொண்டே நெய்வேலியிலிருந்து கிளம்பியவனுக்கு ராஜ உபசாரம் நடந்தால், அது அதிர்ஷ்டமாகத்தானே தோன்றும்? அந்த அதிர்ஷ்டம் மனைவி வாயிலாக வந்தது என்று கண்டபோது அவனுக்குப் பெருமையாகவும் இருந்தது. 'அமைதியாக நோயை விலக்கிக் கொள்ள வேண்டும்; ஸரஸாவுடன் அழகான புது வாழ்க்கை தொடங்கலாம்' என்ற நம்பிக்கை அவனுக்குள் ஊறியது.

ஆனால், அந்த நம்பிக்கை ஊறியதைப் போலவே சிறிது சிறிதாக வற்றிப் போய்விட்டது. மஞ்சுளாவின் கவனிப்பு அவனுக்கு நல்ல விதத்தில் அர்த்தமாயிற்று. நீலகண்டன், மாதவன் என்ற இரண்டு இளைஞர்கள் தன்னிடம் இவ்வளவு அக்கறை காட்டுவானேன் என்று கேள்வி அவன் மனத்தில் திடீரென்று எழுந்து விடவில்லை. அந்தச் சந்தேகம் எழுவதற்கான செயல்கள் ஒன்றன் பின் ஒன்றாக நடந்து கொண்டிருந்தன. ஸரஸா அந்த இரண்டு வாலிபர்களைப் பற்றியும் வெறுப்போடு பேசினாள். ஆனால் மாதவனிடம் அவள் காட்டிய வெறுப்பு, அன்பின் முதுகுப்பகுதி என்பதையும், அவள் நீலகண்டனை அறவே வெறுத்தாள் என்பதையும் ஊகிக்கக் கிட்டு சிரமப்படவில்லை.

நீலகண்டனும் மாதவனும் அவனை அடிக்கடி விசாரிக்க வந்தார்கள். இந்த 'விசாரணை'யில் இருந்த 'கபடம்' கிட்டுவுக்குப்

புரியத் தொடங்கியது. ஸரஸா நீலகண்டனை விரும்பவில்லை என்று கிட்டுவுக்குத் தெரிந்தாலும், அவனுக்கு மாதவனைவிட நீலகண்டனைப் பற்றித்தான் அதிகப் பயமாக இருந்தது. மாதவன் வேலி தாண்ட அஞ்சுகிறவன் என்பதோடு அவனே நீலகண்டனுக்கு ஒரு வேலியாக இருக்க முயலுகிறான் என்பதையும் கிட்டு தெரிந்து கொண்டான். நீலகண்டன் திறமையுள்ள ஒரு டாக்டர் என்றாலும், ஒரு பெண்ணுக்காக எதுவும் செய்யக்கூடியவன் என்பதை அவன் ஸரஸாவைப் பார்க்கிறபோது அவன் முகம் போகிறபோக்கு 'பளிச்'சென்று காட்டிக் கொடுப்பதாய்க் கிட்டுவுக்கு தோன்றியது. நோயினால் உடல் பலவீனம் அடைகிறது என்பது உண்மைதான்; ஆனால் எந்தப் புலனாவது தன் தொழிலை மறக்கிறதா? மாறாக, நோயினால் கிட்டுவின் உடல் உருகும்போது, அவனுடைய புலன்களின் ஆற்றல் அதிகரித்துவிட்டது என்பது உண்மை. ஒரு நோயாளி எதைப் பார்க்கக் கூடாதோ அது கிட்டுவின் கண்களுக்குத் தெளிவாய்த் தெரிந்தது; எதை அவன் கேட்கக்கூடாதோ அதுதான் அவன் செவிகளுக்கு எட்டியது; எதை அவன் புரிந்துகொள்ளக் கூடாதோ அதைத்தான் மனம் அவனுக்கு நன்றாகப் புரியவைத்தது! நெய்வேலியிலிருந்து அவனைத் துரத்தி அடித்த துரதிர்ஷ்டம் எங்கும் போய்விடவில்லை. அது 'அதிர்ஷ்டம்' என்ற மாறுவேஷத்துடன் தன்னுடனேயே இருப்பதை அவன் உணர்ந்து கொண்டான்.

விதியோடு போராடுகிறவர்களுக்குத்தான் அதில் உள்ள துன்பம் தெரியும். ஒரு கணவன் காணக்கூடாததை அவன் காண நேர்ந்தது; அதை வாய் திறவாமல் சகித்துக்கொள்ள நேர்ந்ததுதான் அவனுக்குப் பெரிய ஹிம்சையாக இருந்தது. எங்காவது ஒதுங்க முடியுமா? ஒதுங்குவதற்கு இடமின்றித்தானே அவன் மனைவியைச் சரண் அடைந்தான்? உண்மையாக அவன் ஓடவோ ஒதுங்கவோ விரும்பவில்லை; ஸரஸா அவனுக்கும் ஒரு கவர்ச்சி சக்தியாக இருந்தாள்; அவளை அவன் சந்தேகித்தான் என்று கூற முடியாது.

நீலகண்டன்தான் அவளைச் சூறையிட முயன்றான் என்று அவனுக்குப் புரிந்தது; என்றாவது ஸரஸா சோர்ந்து அவனிடம் தன்னை இழந்து விடுவாளோ என்கிற அச்சம் கிட்டுவுக்கு இருந்து கொண்டே வந்தது.

மஞ்சுளா, மாதவன், மாமனார், மாமியார் ஆகிய எல்லாரும் நீலகண்டனின் ஆஸ்பத்திரிக்கு அவனை அழைத்துப்போக விரும்பியபோது முதலில் ஸரஸா அதற்கு இசையவில்லை அல்லவா? கிட்டுவுக்கும் தொடக்கத்தில் ஸரஸாவின்மீது குறையாகத் தான் இருந்தது. ஆனால், நீலகண்டனின் மனப்பான்மை தெரியத் தொடங்கியதும், ஸரஸா யோசித்தபடி வேலூருக்குப் போனால் நல்லது என்று அவனுக்குத் தோன்றியது. ஆனால், திடீரென்று எவ்வித முன்னறிவிப்பும் இல்லாமல் அன்று இரவு பத்து மணிக்கு அவனை மூட்டைபோல் காரில் தூக்கிப் போட்டுக்கொண்டு நீலகண்டனின் ஆஸ்பத்திரிக்கு அழைத்து வந்தபோது கிட்டுவுக்கு அதிர்ச்சியாக இருந்தது. ஸரஸாவின் மனமாற்றத்துக்குக் காரணம் என்ன? அவளுக்கும் நீலகண்டனுக்கும் இடையில் என்ன நடந்தது? என்ற கேள்விகள் கிட்டுவை மிகவும் துன்புறுத்திவிட்டன. 'என் முடிவுக்காலம் நெருங்கிவிட்டது' என்றுதான் அவனால் எண்ண முடிந்தது. 'அதற்காகத்தானே இங்கே வந்தேன்?' என்று அவன் கூறிக்கொண்டது ஆறுதலா? சாவு என்பது ஆறுதலாக அவனுக்குத் தோன்றியது.

ஆஸ்பத்திரிக்கு அவன் வந்து ஒரு வாரம் ஆகிறது. ஸரஸா மிகவும் விழிப்புடன் டாக்டரோடு பழகுவதை அவன் உணர்ந்தான். ஆனால், டாக்டர் மோகாசுரன் ஆகி அகோரப் பசியுடன் அலைவதையும் அவன் கவனிக்கத் தவறவில்லை. ஸரஸாவுடன் பேசினாலும் அவனுக்கு நெஞ்சு படபடத்தது; டாக்டர் படுக்கை அருகில் வந்தாலும் அவனுக்கு வெறுப்பாக இருந்தது; திகிலாயிருந்தது. தகாதது ஒன்றும் நடக்கவில்லை என்று ஸரஸாவைப் பார்த்த பிறகுதான் அவனுக்குத் தெளிவு உண்டாகும். நிச்சயதார்த்தத்திற்காகப்

போனவள் அப்படியே வீட்டில் தங்கியதை அறிந்தபோது அவனுக்குச் சிறிது நிம்மதியாக இருந்தது; ஆனால், ''நீலகண்டன் அங்கு போகமாட்டானா?' என்ற எண்ணம் உதித்ததும் புதிய அச்சங்கள் தோன்றலாயின. ஸரஸாவைத் தன் கண்காணிப்பில் வைத்துக்கொள்ள வேண்டும் என்ற கற்பனைதான் அவனுக்கு ஆறுதல் அளித்தது; அது கற்பனைதானே?

கிட்டுவின் ஆண்மை புண்ணடைந்துவிட்டது. ஆனால் எதுவும் செய்ய முடியாத நிலையில் அவன் மிகவும் நலிந்து கொண்டிருந்தான். 'நானாகச் சாகவேண்டியவன். இந்த டாக்டரின் கையால் சாகப் போகிறேன்' என்று அடிக்கடி எண்ணிக் கொண்டான். இந்தச் சோர்வு அவன் உட்கொண்ட மருந்துகளை எல்லாம் சீரணித்தது. அவன் சாப்பிட்ட பழங்களும் சத்தான ஆகாரங்களும் அதற்குத்தான் இரை ஆயின; நோய் தன் உருக்கு வேலையைத் தீவிரப்படுத்தியது.

இந்நிலையில், மாமனாரையும் மைத்துனனையும் கண்டதும் கிட்டுவுக்கு அவர்களைக் கட்டிக்கொண்டு அழவேண்டும்போல் இருந்தது; ''மாமா!'' என்றவன் குரல் தொண்டைக்குள் விக்கியது.

ஒரு வாரத்துக்குள் அவன் தோற்றத்தில் பிரமாதமான மாறுதல் எதுவும் ஏற்பட்டுவிடவில்லை; ஆனால், வாத்தியாருக்கு இப்போது கலக்கமாகவே இருந்தது. கிட்டுவின் கண்களில் இருந்த பிரார்த்தனை கொடிய நெஞ்சையும் உருக்கக்கூடியது; ஆசிரியர் எளிய நெஞ்சினர்தானே?

''சிவராமா, உனக்குக் கூடவா ஒழியவில்லை?'' என்று கேட்டான் கிட்டு.

''அக்கா திட்டுவாள் என்றுதான் நான் வரல்லே. டாக்டர் சார் என்னைத் தினம் வரச் சொல்லியிருக்கார். இனிமேல் வர்றேன்.'' என்றான் சிவராமன்.

''கிட்டு தெய்வத்தின்மேல் பாரத்தைப் போட்டுவிட்டு தைரியமாக இரு. வியாதி என்றால் அதற்கு ஒரு பரிகாரமும்

இருக்கத்தானே செய்கிறது? தெய்வம் நம்பங்கில் இருக்கிறது! அதனால்தானே நீலகண்டன் இவ்வளவு பொறுப்பாய் கவனித்துக் கொள்கிறான்?'' என்று ராமசாமி தேற்றினார்.

டாக்டரும், அவன் பெயரும் கிட்டுவுக்கு ஆறுதல் அளிக்க வில்லை. டாக்டர் வீட்டில் இருந்து கொண்டு டாக்டரை வெளியே போகச் சொல்ல முடியுமா? ஸரஸாவின் வீட்டிலிருந்தாலும் டாக்டரைக் கிட்டு வெளியேற்ற முடியாது. சந்நியாசி வேஷத்தில் வந்ததால்தான் ராவணனிடம் சீதை ஏமாந்தாள்; இங்கு சீதைமட்டும் அல்ல, அவளுடைய பெற்றோரும்கூட நீலகண்டனைப் பரோபகாரி என்று பூசை செய்கிறார்களே? எண்ணுவதை வெளியிட கிட்டுவுக்கு வக்கில்லை; ஆகையால் தன் எண்ணங்களைச் சொற்களுக்கு இடையில் மறைத்து வைத்துத்தான் அவன் பேச வேண்டிருந்தது. ''மாமா, யார் என்ன கவனித்தாலும் சரி, நான் சாகப் போகிறவன்தான். எந்த மருந்தும் என்னைக் குணப்படுத்தாது. உங்களுக்கெல்லாம் துன்பம் தருவதற்காகவே நான் பிறந்தேன் போல் இருக்கிறது'' என்றான் அவன் நோயாளிக் குரலில்.

''இப்படி நீ அதைரியப்படுவது தப்பு. ஏதோ கிரகக் கோளாறு நம்மை ஆட்டிவைக்கிறது. எந்தக் கஷ்டத்துக்கும் முடிவு இருக்கிறது. கஷ்டத்துக்குப் பிறகு கட்டாயம் சுகம் இருக்கும். இளம் வயதிலேயே கஷ்டங்களை அனுபவித்து முடித்துவிடுவதும் ஒருவிதத்தில் நல்லதுதானே? கண்டதை நினைத்து மனசைக் குழப்பிக் கொள்ளாதே.''

''இல்லை, மாமா; நான் நிசமாகத்தான் சொல்லுகிறேன். நான் பிழைக்கப்போவதில்லை. டாக்டர், மருந்து என்றெல்லாம் சிரமப்படாதீர்கள். என்னை வீட்டுக்கு அழைத்துக்கொண்டு செல்லுங்கள். ஒரு மூலையில் கிடக்கிறேன்; கூழோ கஞ்சியோ ஒரு வாய் கொடுங்கள், போதும். அழைப்பு வந்ததும் புறப்படுகிறேன்'' என்று தன் உண்மையான ஆவலை வெளியிட்டான் கிட்டு.

அவனுடைய சந்தேகங்களும் குழப்பங்களும் நீலகண்டனுக்கு எப்படித் தெரியும்? டாக்டர் என்ற முறையில் அவன் தன் திறமை முழுவதையும் காட்டித்தான் சிகிச்சை செய்து வந்தான். கிட்டு உயிருக்கு அஞ்சித்தான் இவ்வாறு பேசுவதாய் அவனுக்குத் தோன்றியது: ''கிட்டு! டாக்டர் வியாதிக்குத்தான் மருந்து தர முடியும். உங்கள் மாமனார் சொல்வது போல், எந்த வியாதிக்கும் ஒரு பரிகாரம் இருக்கிறது. இந்த நம்பிக்கையும் தைரியமும் உங்களுக்குத் தேவை; அதை நான் உங்களுக்கு இஞ்செக்ஷன் செய்ய முடியுமா? நீங்கள் அதைரியப்படும்படி என்ன நடந்துவிட்டது?''

ஆசிரியரும் தன் கடமையைச் செய்தார்: ''டாக்டர் சொல்வதைக் கேட்டுக்கொள். கிட்டு! மருந்துகூட வியாதியைத் தீர்க்காது; நம்பிக்கையால் எத்தனையோ கொடிய வியாதிகள் தீர்ந்ததை நான் கேள்விப்பட்டிருக்கிறேன்.''

''நீங்கள் சொல்லுவது கரெக்ட். உடம்புக்கு வியாதி வரலாம்; மனசை நாம் ஹெல்தி (ஆரோக்கியமாக) யாக வைத்துக்கொள்ள வேண்டும்; மன வியாதியைத் தீர்க்க மருந்தில்லை'' என்றான் நீலகண்டன்.

கிட்டு தலையணையைப் பிசைந்தான்; நீலகண்டனுக்குப் பதில் கூற அவன் விரும்பவில்லை; மாமனாரைப் பார்த்துக் கூறினான்: ''நீங்கள் சொல்வதை நான் ஒப்புக்கொள்கிறேன் மாமா. உங்களுக்குத் தெரியாததா? ஆனால் நம்பிக்கைக்கும் ஒரு கால எல்லை இருக்கிறது; இல்லையா மாமா? அந்த எல்லையை நான் தாண்டிவிட்டேன் என்று எனக்கு நிச்சயமாகத் தெரியும். எப்படித் தெரிந்தது என்று எனக்குச் சொல்லத் தெரியவில்லை. என்னிடம் ஆயாசப்பட்டுக்கொள்ளாதீர்கள். நான் சொல்வதைத் தயவுசெய்து கேளுங்கள். நான் உங்களோடு வீட்டுக்கு வந்துவிடுகிறேன். அங்கிருந்தால் நிம்மதியாகவாவது என் உயிர் போகும்.''

நாடகத்தின் திறவுகோலான ஒரு காட்சியில் மிகவும் முக்கியமான ஒரு உரையைப் பேசிவிட்டவன்போல் கிட்டு பேசிவிட்டான்; அவனுடைய நிலையில் அவனால் சொல்ல முடிந்ததை எல்லாம் அவன் குறிப்பாகக் கூறி முடித்துவிட்டான். அவன் பேசியதன்முலம் வெளியான கிருமிகள் அந்த அறையிலிருந்த ஒவ்வொரு பொருளையும் பீடித்து நோயாளி ஆக்கிவிட்டாற் போலிருந்தது; கிட்டு பேசியபின் சில நிமிஷங்கள் நிலவிய மௌனமும் நோயுற்றுக் கண்ணீர் விடுவதுபோல் உருக்கமாக இருந்தது. சூழ்நிலையில் ஏற்பட்ட இந்தப் புழுக்கத்தைச் சிறுவனான சிவராமனால்கூடத் தாங்க முடியவில்லை. ''இதுக்குப் பயந்துதான் நான் இங்கு வர்றதே இல்லை. வீட்டிலே என்னடா என்றால், அக்கா எப்போ பார்த்தாலும் அழுதுண்டே இருக்கா. செத்துப் போயிடுவேன். செத்துப் போய்விடுவேன்னு நீங்க சொல்லிண்டே இருந்தா, அக்கா ஏன் அழமாட்டாள்?'' என்றான் அவன்.

இந்த விஷயம் கிட்டுவுக்குப் புதிய செய்திதான்; தாயோடு சண்டை போட்டுக்கொண்டு ஸரஸா அழுவதை அவன் பார்த்திருக் கிறான். அவளிடம் அன்பையும் அநுதாபத்தையும் எதிர்ப்பார்க்கும் படி அவன் அவளுக்கு எதுவும் செய்துவிடவில்லை என்பது கிட்டுவுக்குத் தெரியும்; ஆனால் அதுக்காக அவள் அவனிடம் வெறுப்பாக நடந்து கொண்டதில்லை; ஓரளவு அன்பாகவும் அநுசரணையாகவும் நடந்து கொண்டாள்; அதனால்தான் அவளிடம் தஞ்சமடைய அவன் துணிந்தான்; நோயுற்ற அவனுக்கு வாழ்வு கோரி ஸரஸா அழுகிறாள் என்று கேள்விப்பட்டபோது, அவனுக்குச் சற்றுப் பெருமையாகக்கூட இருந்தது. 'ஸரஸாவுக்கு வாழ்வு அளிப்பதற்காகவாவது நான் பிழைக்க வேண்டும்' என்ற நம்பிக்கையும் அவனுக்குள் தோன்றியது.

அந்த நம்பிக்கையோடு, 'இந்த டாக்டர் என் குடும்பத்தில் நெருப்பு வைக்க முயலுகிறான்' என்னும் எண்ணமும் கூடவே எழுந்தது. இந்த டாக்டருக்கு ஏன் இந்த அற்பப் புத்தி வருகிறது?

ஒரு லட்சாதிபதியின் மகளை மணக்கப்போகிறவன்; மஞ்சுளா அழகில் குறைந்தவளா? குணத்திலும் சிறந்தவள். அப்படியிருந்தும் இவனுக்கு ஏன் பைத்தியம் பிடித்திருக்கிறது? பரஸ்திரீகளைத் தாயாகவும் சகோதரியாகவும் நினைக்க வேண்டும் என்ற சாதாரண உண்மைகூட இவனுக்குத் தெரியாதா? இவனுக்கு அந்த நல்ல அறிவு கிடையாது. நோயிடமிருந்துகூட நான் தப்பிவிடலாம்; இவனிடமிருந்து தப்ப முடியாது போலிருக்கிறதே!' என்று அவன் எண்ணங்கள் அச்சத்தில் வந்து தேங்கி நின்றன.

கிட்டு ஸரஸாவின் கணவன் என்ற அம்சத்துக்கு நீலகண்டன் ஒரு முக்கியம் அளித்ததே இல்லை. கிட்டுவின் நோய் அபாய எல்லைக்குள்தான் இருந்தது என்பது நீலகண்டனுக்கு தெரியும். அதை ஒரு சோதனைக் கேஸாய்க் கருதி மிக ஜாக்கிரதையாகக் கவனித்து வந்தான். 'நான் பிழைக்க வைப்பேன்' என்று அவன் உறுதியாக இருந்தான். இந்த நோய் ஒழிந்து, கிட்டு குடும்ப வாழ்க்கைக்கு ஏற்றவனாக ஆக இரண்டு ஆண்டுகளாவது ஆகலாம்; ஸரஸாவிடம் மயங்கிக் கிடக்க இந்தக் காலம் யதேஷ்டம் இல்லையா? 'எனக்குச் சந்தர்ப்பம் தருவதற்குத்தான் கிட்டுவுக்கு இந்த நோய் வந்தது போலும்!' என்று எண்ணியவன் ஸரஸாவை மனத்தால் சுவைத்துக்கொண்டே சொன்னான்: ''கிட்டு! சிவராமன் சொன்னதைக் கேட்டீர்களா? நீங்கள் பயந்ததோடு ஸரஸாவையும் பயமுறுத்தியிருக்கிறீர்கள்; வீட்டுக்குப்போய் இரண்டு நாளாக அழுது கொண்டிருக்கிறாள். சீயர் அப், மிஸ்டர் கிட்டு! ஸரஸா ஈஸ் எஃபார்ச்சூன். (ஸரஸா ஒரு பாக்கியம்) யூ வில் லிவ்: பார் ஹர்! (அவளுக்காக நீங்கள் வாழ்வீர்கள்!)''

நீலகண்டனின் சொற்கள் கிட்டுவின் வெறுப்பைத்தான் கிளறின; அவன் தலைகுனிந்து மௌனமாக இருந்தான். வாத்தியாருடைய சொல்லகராதி மிகவும் சுருக்கமானது; ஆகையால் அவர் சொன்னதையே சொல்லிக்கொண்டிருந்தார்: ''கிட்டு! டாக்டர்

சொல்வது நியாயம்தானே? தைரியத்தைக் கைவிடக்கூடாது. நான் சொல்வதைக் கேள்; மனசுக்கு ஏதாவது சங்கடமாக இருந்தால் ராமநாமம் சொல்லிக்கொண்டே இரு. தெம்பாக இருக்கும்.''

'வியாதியால் முடங்கி எண்ணுவதைச் சொல்ல முடியாத அப்பாவியாக இருக்கிறேன்; மாமனார் கெட்டதைப் புரிந்துக் கொள்ள முடியாத அப்பாவியாக இருக்கிறார். டாக்டர் எங்களுடைய பலவீனத்தை நன்றாகத்தான் உபயோகித்துக் கொள்கிறான்.' என்று உள்ளுக்குள் தவிக்கத்தான் முடிந்தது கிட்டுவினால். அவ்வாறானால் கெட்டதைப் புரிந்து கொள்ளாமல் இருப்பதும் ஒரு நோய்தானா?

பிறருடைய மனப்போக்கை ஊகிப்பது மிகவும் கஷ்டமான காரியம்; நம் மனப்போக்கை வைத்துத்தான் பிறர் மனப்போக்கை நாம் ஊகிக்கிறோம்; நீலகண்டன் விஷயத்திலும் இந்த உண்மை பொருந்துவதுதானே? ஸரஸா அருகில் இல்லாததால்தான் கிட்டு இவ்வளவு சோர்ந்துவிட்டான் என்று நீலகண்டன் உண்மையாகவே நம்பினான்; ''நான் என்ன சொன்னேன்? இரண்டுநாள் பக்கத்தில் ஸரஸா இல்லை என்றதும் மாப்பிள்ளை எவ்வளவு ஆடிப்போய் விட்டார் பாருங்கள்!'' என்றான் ராமசாமியிடம்.

''அந்தப் பெண்ணுக்கும் இது தெரிய வேண்டாமா? வீட்டில் வந்து உட்கார்ந்து விட்டாள். நான் எதை என்றுதான் கவனிப்பேன்?'' என்று அவர் குறைப்பட்டுக்கொண்டார்.

''அக்காதான் இங்கே வந்துவிடப்போகிறாளே!'' என்றான் சிவராமன்; கார் சவாரியின் ஞாபகம் அவனை உந்தியது. ''டாக்டர் சார். எல்லாரும் வீட்டுக்குப் போவோம். நீங்க கூப்பிட்டால் அக்கா மறுக்கமாட்டாள்.''

வாத்தியார் உரைத்தார்: ''கிட்டு, இங்கே வருவதுக்கு முன்னால் நீலகண்டன் அதைத்தான் சொல்லிக்கொண்டிருந்தான். அவன் எங்களோடு வருகிறான்; காரிலேயே ஸரஸாவை அனுப்பிவிடுகிறேன்.''

மாப்பிள்ளையின் ஆசையை அவசரமாக நிறைவேற்ற வேண்டும் என்றுதான் அவர் பெண்ணைக் காரில் அனுப்புவதாய்க் கூறினார்; ஆனால் அவர் சொற்கள் 'திடும்' என்று பொதியாக கிட்டுவின் உச்சந்தலையில் விழுந்தன; ''வேண்டாம் மாமா, அவளுக்கு ஏன் அனாவசியமான சிரமம்? என் கஷ்டத்தை நானே அனுபவித்துக் கொள்கிறேன்; அவள் இங்கே வரவேண்டாம்'' என்று அலறினான்.

''உங்களுடைய ஃபீலிங் எனக்குப் புரிகிறது. கிட்டு! சாயங்காலத்துக்குள் ஸரஸா இங்கே இருப்பாள், சரிதானே?'' என்று இன்னும் கனமான ஒரு மூட்டையைக் கிட்டுவின் தலைமீது ஏற்றினான் நீலகண்டன்.

கிட்டுவுக்கு அளவற்ற கோபம் வந்தது; உடம்புக்குள் இருக்கும் சாமான்கள் எல்லாம் ஒன்றுடன் ஒன்று முட்டி மோதிக் கொள்வதுபோல் இருந்தது. ஏதோ சொல்ல முயன்றவன் சோர்ந் தவனாய்ப் படுக்கையில் சாய்ந்தான். 'இவன் பெரிய அயோக்கியன், நான் சாகுமுன் இவனைக் கொலை செய்துவிட வேண்டும்; கொஞ்சம் கொஞ்சமாகச் சித்திரவதை செய்து கொல்லவேண்டும்' என்று எண்ணினான் அவன்.

நீலகண்டன் அறையிலிருந்த ஸ்டவ்வை ஏற்றி வெந்நீர் தயாரித்தான்: ஹார்லிக்ஸைக் கரைத்துக் கிளாஸைக் கிட்டுவிடம் நீட்டினான். அவனுடைய இந்தக் கரிசனம் வாத்தியாரின் மனசை மேலும் இளக்கிவிட்டது; எந்த டாக்டருக்காவது இவ்வளவு பரோபகார புத்தி இருக்குமா?

ஆனால் கிட்டு அதைப் புரிந்து கொண்டதாகத் தெரியவில்லை; முகத்தை வேறுபுறம் திரும்பிக்கொண்டு, ''எனக்கு ஒன்றும் வேண்டாம்'' என்றான்.

''கொஞ்சம் சாப்பிடு கிட்டு!'' என்று மாமனாரும் வேண்டிக் கொண்டார்; மாப்பிள்ளை சாப்பிடாமல் இருந்ததைவிட, நீலகண்டன் மனசு நோகப் போகிறதே என்று அவருக்கு மிகக் கவலையாக இருந்தது.

டாக்டருக்கு நோயாளியின் மனோபாவம் புரியாதா? சிரித்தவாறு ஹார்லிக்ஸ் கிளாஸைக் கீழே வைத்துக்கொண்டே கூறினான்; ''நோயாளிகள் குழந்தைகள் போல; கேட்டதும் உடனே கிடைத்துவிட வேண்டும்; இல்லாவிட்டால் அழும்பு செய்வார்கள்.''

''காரில்தானே போகிறோம்? அக்கா தெர்ட்டீ (முப்பது நிமிஷங்கள்) மினிட்ஸிலே இங்கே இருப்பா!'' என்றான் நீலகண்டனின் சீடன்.

''கிட்டு! ரெஸ்ட் எடுத்துக்கொள். மனசை அலட்டிக் கொள்ளாதே. போனதும் ஸரஸாவை அனுப்புகிறேன். வரட்டுமா?'' என்று எழுந்தார் மாமனார் .

கிட்டுவுக்குத் தன் ஆண்மை சருகாய் உதிர்ந்துவிட்டதாகத் தோன்றியது. தன் கோபம் கையாலாகாதது; அதை வெளியில் சொல்வதுகூட மானக்கேடு என்று அவன் உணர்ந்தான். சுற்றிலுமிருந்த தலையணைகள் வரட்டிகளாக மாறிவிட்டாற்போல் இருந்தது; ''மாமா! நான் பிழைக்க வேண்டுமானால் என்னை வீட்டுக்கு அழைத்துப் போய்விடுங்கள்.'' என்று சொல்லும்போது அந்தக் கணவன் அழுது கொண்டிருந்தான்.

41

அப்பாவும் தம்பியும் நீலகண்டன் வீட்டுக்குப் போகும்போது ஸரஸாவிடம் சொல்லிக் கொண்டுதான் போனார்கள். தானும் அவர்களோடு போகலாமா என்று யோசித்தாள்; சர்க்கஸ் யானைக் குட்டிபோல் டாக்டர் தன் ஏவலுக்குப் பணிவதைப் பார்க்க வேண்டும் போலிருந்தது. 'போக வேண்டாம்' என்று முடிவுசெய்ய அவளுக்கு நேரமாகவில்லை. நீலகண்டனைப் பார்க்கவும் பிடிக்க வில்லை; பார்க்காமலிருக்கவும் முடியவில்லை. வெறுப்பு

எரிமலையாக வெடித்துத் தீயாய்க் கக்கிக் கொண்டிருந்தது; அத்தீயில் நீலகண்டன் பொசுங்கித் துடிப்பதைக் காண ஸரஸாவின் மகாராணிக்கு ஆனந்தமாக இருந்தது. எனக்கு உங்கள்மீது வெறுப்பு இருக்கும்போது, அந்த வெறுப்பின் விளைவாக நீங்கள் துன்பப் படுவதைப் பக்கத்திலிருந்து பார்க்க எனக்கு மகிழ்ச்சியாக இருக்கிறது; இல்லையா? ஆனால் இந்த மகிழ்ச்சி உண்மையானதா? வெறுப்பு அமைதி தருவதில்லை; வெறுப்பின் விளைவான மகிழ்ச்சியும் அமைதி தருவதில்லை. இக்காரணத்தால் ஸரஸாவுக்கும் அமைதி உண்டாகவில்லை. 'நீலகண்டன் அடியோடு தீய்ந்து போனால்தான் உனக்கு அமைதி கிடைக்கும்.' என்றாள் மகாராணி, மிகவும் குரூரமாக.

'அது எப்படி நடக்கும்? நீலகண்டன் மஞ்சுளாவை மணக்கப் போகிறான்; பிறகு இருவரும் சந்தோஷமாக வாழப்போகிறார்கள். மஞ்சுளாவும் பெண்தான்; கெட்டிக்காரி; சாகசம் செய்யத் தெரிந்தவள்; அவள் டாக்டரை வசப்படுத்திக் கொள்ள முடியாதா? அழகோடு பொருள் வலிமையும் உடையவள் அவள். கண்களைத் திறந்து கொண்டு பட்டப்பகலில், பள்ளத்தில் விழத்தான் போகிறேன்' என்று நிராசையுடன் எண்ணினாள் ஸரஸா. இந்த நிராசையும் அவளுக்கு மஞ்சுளா மீதிருந்த வெறுப்பை வளர்த்தது.

'மஞ்சுளாவின் அழகையும் பொருள் வலிமையையும் கணக்கிடுகிறவளுக்கு என் வலிமையும் உன் வலிமையும் புரியவில்லையே! உன்னுடைய உடல் கவர்ச்சியின் பலம்கூட உன்னால் தெரிந்துகொள்ள முடியவில்லையே? உன் உடலை நீலகண்டனுக்குத் தரப்போகிறேன்; பிறகு என்ன நடக்கிறது என்று பார்!' என்றாள் மகாராணி.

'உடலை நீலகண்டனுக்குத் தருவதா? என் உடலை அடைவதற்காகத்தானே அவன் அலைகிறான்? அவன் எண்ணம் நிறைவேறிவிட்டால், நான் தோற்றவள்தானே? இந்த உடலை

நெருப்புக்குத் தந்தாலும் தருவேன்; நீலகண்டனுக்குத் தரமாட்டேன்; அய்யே, இந்த உடம்பில் அப்படி என்னதான் இருக்கிறது?' என்றாள் ஸரஸா.

'உடம்பில் என்ன இருக்கிறது என்று உனக்குத் தெரிந்து விட்டால், அதில் உள்ள கவர்ச்சியே ஒழிந்துவிடும்' என்று நகைத்தாள் மகாராணி; நீலகண்டனிடம் உடம்பைத் தருவதற்கு உனக்கு வெறுப்பாக இருக்கிறது; ஆனால், மனசில் வெறுப்பை நிரப்பிக் கொண்டு வெறும் உடம்பை அவனிடம் கொடுத்தால், அவனுடைய தவிப்பு அதிகமாகும். நம்முடைய கூத்தின் நோக்கம் பூர்த்தியாக வேண்டும் என்றால் உடம்பை நாம் பொருட்படுத்தக் கூடாது.'

மகாராணி வெறுப்பில் பிறந்தவள்; தத்துவ ரூபிணியான அவளுக்கு ஸரஸாவின் உடம்பு மட்டும் அல்ல, எந்த உடம்பும் ஒரு பொருள் அன்று. எல்லாப் பொருள்களும் அவளுக்கு சாதனங்களாகவும் கருவிகளாகவும்தான் தோன்றின; தன் எண்ணத்தை நிறைவேற்றிக் கொள்வதற்காக எதுவும் செய்யத் தயங்காதவள் அவள்.

ஆனால் ஸரஸாவுக்கு அந்த எண்ணத்தை எண்ணிப் பார்க்கவே அருவருப்பாயிருந்தது. 'என்னால் முடியாது' என்று எண்ணினாள் அவள். அத்தோடு, மகாராணி குறிப்பிட்டதுபோல் இந்த உடம்பில் என்னதான் இருக்கிறது? நீலகண்டனைப் போன்றவர்கள் தலையையும் நெஞ்சையும் இதனிடம் பலியிடத் துணிகிறார்களே, எதற்காக?' என்ற கேள்விகள் வியப்பாக அவளிடம் வந்தன.

அவளுடைய இந்த எண்ணப் போக்கு மகாராணிக்கு நகைப்பு உண்டாக்கியது: 'நீலகண்டனை வெறுப்பதால், உன் உடம்பு அர்த்த மற்றதாகி விடுமா? மாதவனை நீ பார்த்து நாளாகிவிட்டது. பார்க்க வேண்டும் என்றே உனக்குத் தோன்றவில்லையா?' என்று மகாராணி வேண்டும் என்றே ஸரஸாவை மாதவன் பக்கம் தள்ளினாள்.

ஸரஸாவின் கர்வம் தலை நிமிர்ந்தது: 'நான் ஏன் அவரைப் பார்க்க வேண்டும்?' என்று எண்ணியவளுக்கு மஞ்சுளாவைப்

பார்க்க வேண்டும் என்று தோன்றியது; மஞ்சுளாவின்பால் அவளுக்கிருந்த வெறுப்பு அன்பு வர்ணம் பூசிக்கொண்டது. 'டாக்டரை மணந்து மஞ்சுளா மகிழ்வாள்' என்று எண்ணுகையில் அவளுக்கு ஏக்கமாக இருந்தது; விசனமாகவும் இருந்தது.

'மஞ்சுளா மகிழ்ச்சியாக இருக்க முடியுமா? பார்க்கலாம்!' என்று மகாராணி சூளுரைத்ததைக் கேட்க ஸரஸாவுக்கு ஆறுதலாக இருந்தது.

'இப்போது மாதவனைப் பார்த்து வரலாம்; புறப்படு!' என்றாள் மகாராணி குறும்பாக.

'நான் மஞ்சுளாவைத்தான் பார்க்கப் போகிறேன்' என்று எழுந்தாள் ஸரஸா. அவளுடைய தம்பி பட்டாபிராமன் துவைத்து உலர்த்திய சட்டையைப் போட்டுக்கொண்டு வெளியில் கிளம்பிக் கொண்டிருந்தான்; ''பட்டு! எங்கே புறப்பட்டாய்? பக்கத்து வீட்டுக்குப் போய் மஞ்சுளா தனியாக இருக்கிறாளா என்று பார்த்து வருகிறாயா?''

பட்டு பதில் கூறாமல் மேலும் கீழும் பார்த்தான். ஸரஸாவுக்குச் சரியான தம்பி அவன். அதிகம் பேசமாட்டான்; தன் வேலையும் தானுமாக இருப்பான். பெரியவர்கள் ஏதாவது சொன்னால் மௌனமாகச் செய்வான். பெரிய கவலை உள்ளவன் போன்ற முகத்தோற்றத்துடன் எப்போதும் காட்சி அளிப்பான். அவன் மௌனமாக நிற்பதைக் கண்ட ஸரஸா சொன்னாள்: ''உடனே வந்துவிடலாம். பார்த்துக்கொண்டு திரும்ப வேண்டியது தான். மஞ்சுளா கேட்டால் நான் வருவதாய்ச் சொல்லு.''

''நான் அங்கேயெல்லாம் போகமாட்டேன் அக்கா!'' என்று கச்சிதமாய்ப் பதிலத்தான் தம்பி.

''ஏண்டா?''

பட்டு சற்றுத் தயங்கிவிட்டுக் கூறினான்: ''எனக்கு என்னவோ பிடிக்கவில்லை. அவர்கள் வீட்டுக்குப் போகிறது. அவர்களோடு

காரில் போகிறது. அவர்கள் சொல்லுவதுக்கு எல்லாம் தலை ஆட்டுவது இதெல்லாம் செய்ய எனக்கு வெட்கமாக இருக்கிறது.''

தன்னை அவன் குறை கூறுகிறான் என்று ஸரஸாவுக்குப் புரிந்தது. ஆயினும் தம்பியின் மனபலம் அவளுக்குத் திருப்தி அளித்தது: ''மஞ்சுளா இருக்கிறாளா என்று பார்த்து வரச் சொன்னால் அதுக்கு இவ்வளவு பேச்சா?''

''நான் அங்கே போவதில்லை என்றுதானே அக்கா சொல்லுகிறேன்? வேறு வேலை இருந்தால் சொல்லு.''

''நீ போக வேண்டாம். நான் போய்க்கொள்கிறேன். நீ ஊர் சுற்றப்போ.''

''நான் ஊர் சுற்றப் போகவில்லை. வேலையாகத்தான் போகிறேன்'' என்ற பட்டு. 'அக்கா ஊர் சுற்றுவதைத் தான் விரும்பவில்லை' என்பதை உணர்த்திவிட்டு நகர்ந்தான்.

அவன் சொல்லில் இருந்த வேகம் ஸரஸாவைக் கிளர்ந்தது. எந்தக் காரணத்துக்காகத் தம்பி அடுத்த வீட்டுக்குப் போக விரும்ப வில்லையோ, அதே காரணத்துக்காகத்தான் ஸரஸா அங்கு போக விரும்பினாள். அவர்கள் சொல்லுக்குத் தலை ஆட்ட அவள் அங்கு போகவில்லை; அவர்கள் தலையை ஆட்டுவதற்காகத்தான் போகிறாள். 'தாழ்ந்தவளாக நான் அங்கு போகவில்லை; அவர்களைத் தாழ்வுறுத் தத்தான் போகிறேன்' என்று ஒப்பம் வைத்தாள் மகாராணி.

மஞ்சுளாவின் வீட்டில் அவள் தாயையோ குழந்தையையோ ஸரஸா காணவில்லை; மாடி யேறி மஞ்சுளாவின் அறையை நோக்கி நடந்தாள் அவள்; மாதவனின் அறையைக் கடந்துதான் மஞ்சுளாவின் அறைக்குப் போகமுடியும். அந்த அறையருகில் வந்ததும் ஸரஸாவின் கண்கள் தேங்கித் தேடின; அறையின் கதவு மூடியிருக்கவே அவளுக்கு ஏமாற்றமாக இருந்தது.

மஞ்சுளாவின் அறைக் கதவும் மூடியிருந்தது; தாழிடாம லிருந்த கதவைத் திறந்துகொண்டு ஸரஸா உள்ளே சென்றாள். மஞ்சுளா மெய்மறந்து தூங்கிக்கொண்டிருந்தாள். மகாராணி ஓர் இளைஞன் ஒரு யுவதியைப் பார்ப்பது போன்ற கண்ணோட்டத் தோடு மஞ்சுளா தூங்குவதைப் பார்த்தாள். பஞ்சணை ஒன்று மஞ்சுளாவின் கால்களுக்கு இடையில் திணறிக் கொண்டிருந்தது. ஒரு சிறு புத்தகம் அவள் மார்புமீது காற்றாடிப் புரண்டு கொண்டிருந்தது; பின்னல், தலைக்குப் பின்னால் கட்டில் கம்பி மீது ஏறி நின்றது. இமைகளைப் போலவே வாயையும் அவள் நேர்த்தியாக மூடிக்கொண்டிருந்தாள். மகாராணி பார்த்த அந்த நேரத்தில் மஞ்சுளாவின் வாய் எதையோ சுவைப்பதுபோல் மிருதுவாக அசை போட்டது. நிதானமான மூச்சு அவளுடைய உடலின் ஏற்ற, இறக்கங்களைக் கோடுபோட்டுக் காண்பித்தது. 'தூங்கினால் இப்படித் தூங்க வேண்டும்' என்னும்படி மஞ்சுளா கண் வளர்ந்து கொண்டிருந்தாள். 'மஞ்சுளா அழகிதான்; ஆனால் ஒரு குழந்தைக்குத் தாயானதும் இந்த அழகு வடிவும் மெருகும் இழந்து விடும்' என்று எண்ணிய மகாராணி மேலும் சொன்னாள்; 'என் ஸரஸா நித்ய கன்னி; குழந்தைப் பேறாலும் அவளுடைய அழகோ, இளமையோ ஊனமடையாது.'

புகழ்ச்சியால் தெய்வமே வசமாகிறது; உள்ளே நிரம்பியிருக்கும் மகாராணி புகழ்ந்ததால் ஸரஸா மகிழ்ந்து போனாள்; உற்சாகமாய்க் கட்டிலுக்குப் பக்கத்தில் உட்கார்ந்து, தோழியின் பின்னலைப்பற்றிப் பலமாக இழுத்தாள். துயில் கலைந்து உலுக்கி எழுந்தாள் மஞ்சுளா : ''நீயா? நீ எப்போது வந்தாய் ஸரஸா?''

''நான் வந்தேனா? கதவு மூடி இருந்தது. உள்ளே நீ சிரிக்கிற சத்தம் கேட்டு வாசலில் நின்றுவிட்டேன். யாரோடு பேசிக்கொண்டிருக் கிறாயோ, திரும்பி விடலாமா என்று தயக்கமாயிருந்தது. கொஞ்சநேரம் சத்தமே இல்லை. என்ன நடக்கிறது பார்க்கலாம்

என்று தைரியமாய்க் கதவைத் திறந்தேன். உள்ளே நீ தூங்கிக் கொண்டிருக்கிறாய்; தூக்கத்தில் யாரோடு பேசிச் சிரித்துக் கொண்டிருந்தாய்? மரியாதையாகச் சொல்லி விடு!''

''நான் கேட்டதற்கு முதலில் பதில் சொல்லு.''

''நான் வந்து பதினைந்து நிமிஷம் ஆகிறது.''

''அங்கேயிருந்து எப்போது வந்தாய் என்று கேட்டேன்.''

''வீட்டிலிருந்துதான் வருகிறேன்.''

''ஆஸ்பத்திரியிலிருந்து எப்போது வந்தாய் என்றால்...''

''நான் அங்கே போகவில்லையே; நிச்சயதார்த்தத்துக்கு வந்தேனா? அப்படியே இங்கே தங்கிவிட்டேன்.''

''ஆஸ்பத்திரிக்குப் போவதாய்த்தானே அன்றைக்கு என்னிடம் சொன்னாய்? நீ இங்கிருப்பது தெரிந்திருந்தால் நான் வந்திருப்பேனே; உனக்கும் இங்கே வருவதற்கு ஒழியவில்லையா?''

''என்னைப் பார்க்கிற சாக்கில் நீ டாக்டர் வீட்டுக்குப் போவாய்; நீ அங்கே வரும்போது உங்களுக்கு இடைஞ்சலாக நான் இருக்கக்கூடாது என்றுதான் நான் டாக்டர் வீட்டுக்குப் போகவில்லை. நீயும் அங்கே போகவில்லையா?''

மஞ்சுளா பதில் கூறாமல் சிரித்துக் கொண்டிருந்தாள்.

''டாக்டர்தான் இங்கே வந்து விடுகிறாரே; நீ ஏன் அங்கே போக வேண்டும்?''

''ஏதாவது பிதற்றிக்கொண்டே இரு; அவர் இங்கே ஏன் வருகிறார்?''

''அப்படியானால், தூக்கத்தில் யாரோடு பேசிச் சிரித்துக் கொண்டிருந்தாய்?''

''தூங்கும்போது நான் சிரிக்கவில்லை, சிரித்து விட்டுத்தான் தூங்கினேன்.''

எம்.வி. வெங்கட்ராம்

"தூங்கும்போதுதான் உனக்குப் பைத்தியம் பிடிக்கிறது என்று நினைத்தேன்; விழித்திருக்கும்போதும் பைத்தியம் பிடிக்கிறதா? டாக்டர் உன்னைப் பலமாய்த்தான் பிடித்துக் கொண்டிருக்கிறார்!" என்று நகைத்தாள் ஸரஸா.

மஞ்சுளாவின் மனத்தில் தென்றல் தவழ்ந்து கொண்டிருந்தது; கல்லூரியில் படிக்கும்போது கல்மிஷமில்லாமல் ஸரஸாவுடன் பழகிய காலத்துக்குத் திரும்பிச் சென்று விட்டதுபோல் அவளுக்குத் தோன்றியது. மாதவன் அவள் மனத்தில் ஸரஸாவைப் பற்றிச் சந்தேகத்தை விதைத்தான். நிச்சயதார்த்தத்தன்று, ஸரஸா மாப்பிள்ளை வீட்டாரோடு வந்து, சடங்குகளில் உற்சாகமாய்ப் பங்கெடுத்துக் கொண்டாள்; அத்தோடு ஒரு தோழிக்கே சொந்தமான முறையில் அளவு கடந்து பரிகாசமும் செய்தாள். 'நான் மாப்பிள்ளைக் கட்சி; என்னோடு மரியாதையாகப் பேச வேண்டும்' என்று ஆரம்பித்த ஸரஸா துடுக்குத்தனமாய்ப் பேசிக்கொண்டே இருந்தாள். பேசா மடந்தை இவ்வளவு பச்சையாகப் பேச எப்போது கற்றுக் கொண்டாள் என்று மஞ்சுளாவுக்கே வியப்பாக இருந்தது.

அன்றைக்கே ஸரஸாவின் நேர்க்குணம் பற்றிய நம்பிக்கை மஞ்சுளாவுக்குள் ஊர்ஜிதம் ஆகிவிட்டது. மாதவன் தன் சித்த விகாரத்தால்தான் எல்லாவற்றையும் விகாரமாய்ப் பார்க்கிறான் என்பதைப் பற்றி அவளுக்கு இப்போது சந்தேகம் இல்லை. ஸரஸாவினால் தனக்கு இடையூறு இல்லை என்கிற திருப்தி உண்டானதும், தன் கல்யாண காலத்தில் அவள் வேலூருக்குப் போகாமல் தன்னோடு இருக்க நேர்ந்ததே நல்லது என்று எண்ணினாள் மஞ்சுளா. டாக்டர், பெண்கள் விஷயத்தில் பலவீனராக இருக்கலாம்; ஆனால், ஸரஸாவோடு விளையாடுகிற அளவுக்குப் பலவீனராக இருக்க மாட்டார் என்று அவளுக்கு இப்போது புதிய நம்பிக்கை உண்டாயிற்று; அவர் பலவீனத்தைக் காட்டிலும் ஸரஸா தன் சிநேகிதிக்குத் துரோகம் செய்ய மாட்டாள் என்றும் மஞ்சுளாவுக்குத் தோன்றியது!

இந்த நம்பிக்கைகளோடு, ஸரஸாவிடம் அவளுக்கிருந்த அனுதாபம் மீண்டும் பெருகியது; ‘எந்நேரமும் நோயாளியான கணவனுக்குப் பணிவிடை செய்துகொண்டிருப்பதும் கஷ்டம்தான். என் கல்யாணத்தில் கலந்துகொண்டு நாலு பேருடன் பழகினால் ஸரஸாவுக்கும் கலகலப்பாக இருக்கும். அவள் பக்கத்தில் இருந்தால் எனக்கும் தெம்பாக இருக்கும்’ என்று எண்ணிக் கொண்டாள் அவள். டாக்டர் முன்பின் தெரியாதவர் அல்ல; அவருடன் அவள் புதிதாய்ப் பழகப் போவதும் இல்லை; என்றாலும், கல்யாணம் என்றால் அந்தக் கெட்டிக்காரிக்கும் அச்சமாக இருந்தது.

‘‘அன்றைக்கே உன்னிடம் ஒரு விஷயம் கேட்க வேண்டும் என்று நினைத்தேன், கூட்டத்தில் முடியவில்லை’’ என்றாள் மஞ்சுளா.

‘‘எதைப் பற்றி? டாக்டரைப் பற்றி என்னிடம் ஒன்றும் கேட்கக்கூடாது.’’

‘‘அன்றைக்கு அம்மா உன்னிடம் ரொம்பவும் குழைந்து கொண்டிருந்தாளே, என்ன விஷயம்? மனசில் வித்தியாசம் வைத்துக் கொள்ளாதே, உன் சிநேகிதி கல்யாணம் முடியும்வரை இங்கேயே வந்திரு’’ என்று சொல்லிக் கொண்டிருந்தாளே, ஏன்?’’

ஸரஸாவின் மகாராணி தூங்கிவிடவில்லை; விழிப்புடன் எல்லாவற்றையும் கேட்டுக் கொண்டிருந்தாள். மஞ்சுளாவிடமிருந்து இந்தக் கேள்வி வந்ததும் அவள் முகம் கடுத்தது. ‘செய்வதையும் செய்துவிட்டு இந்த மாய்மாலக்காரி நறுவிசாக வேஷம் போடுகிறாள், பார்! இந்த வீட்டுக்கு வராதே என்று தாயார் சொன்னால் பெண்ணுக்குத் தெரியாதா? இப்போது அந்தப் பேச்சை ஏன் எடுக்கிறாள்?’ என்று எண்ணமிட்டாள் அவள். ஸரஸா சொன்னாள்:

‘‘அதுவா? என் ஹஸ்பெண்ட் ஒரு டீ.பி. பேஷண்ட். அது ஒட்டுவாரொட்டிதானே? அதனால் அவருக்குக் குணமாகும் வரை இங்கே அதிகம் வரவேண்டாம் என்று அம்மா சொன்னார்; அவர்

சொன்னதும் சரிதானே? ஆனால் அப்படிச் சொன்ன பிறகு அம்மா மனசு கஷ்டப்பட்டிருக்கிறது. அதனால்தான் அன்றைக்கு ரொம்பவும் வருத்தப்பட்டார்.''

அதைக் கேட்டு மஞ்சுளா விசனத்துடன், ''இந்த விஷயம் எப்போது நடந்தது?'' என்று கேட்டாள்.

''அதுக்கென்ன இப்போது? வியாதி என்றால் எல்லாரும்தான் பயப்படுகிறார்கள்''

''அம்மா இப்படிப் பேசினதை நீ என்னிடம் சொல்லவே இல்லையே?''

உள்ளுக்குள் மகாராணி நகைத்தாள்: 'உன்னிடம் அதைச் சொல்லி உங்கள் வீட்டுக்கு வருவதற்கு அம்மாவிடம் அனுமதி வாங்கித் தரும்படிக் கெஞ்ச வேண்டும். அப்படித் தானே?' என்றாள் அவள். ஸரஸா உரைத்தாள்: ''அன்றைக்கே அதை மறந்து விட்டேன்; மறந்ததை உன்னிடம் எப்படிச் சொல்ல முடியும்? சொன்னாலும் நீ இதிலே என்ன செய்ய முடியும்?''

''அம்மா அப்படிச் சொன்னதால்தானே நீ இங்கே வருவதில்லை?''

''நான் எங்கே வராமலிருந்தேன்? தப்பாக நினைத்திருந்தால் நிச்சயதார்த்தத்துக்கு ஏன் வருகிறேன்? என் தாயார் என்னிடம் கோபித்துக் கொள்வதில்லையா? அதற்காக நான் உயிரை விட்டுக் கொண்டா இருக்கிறேன்?'' என்று ரஞ்சகமாகப் பதில் கூறினாள் ஸரஸா: ''அந்தப் பேச்சை விடு, மஞ்சு, தூக்கத்தில் டாக்டரோடு என்ன பேசிக்கொண்டிருந்தாய்? அதைச் சொல்லப் போகிறாயா , இல்லையா?''

வழக்கம்போல், ஸரஸாவின் நேர்மை மஞ்சுளாவைக் கரைத்துவிட்டது. 'இந்த அப்பாவிப் பெண்ணை மாதவன் சந்தேகித் தானே, பாவம்; இந்தத் துர்பாக்கியம் பிடித்தவளை நானும்

சந்தேகித்தேனே, பெரிய பாவம்!' என்று எண்ணினாள் அவள்: 'கடவுள் இந்த நல்ல மனசை மேலும் சோதனை செய்யக்கூடாது!' என்று ஒரு சிறிய பிரார்த்தனையும் செய்து கொண்டாள்.

"ஏதாவது பரிகாசம் செய்யாவிட்டால் உனக்குப் பொழுது போகாது. எதைப் பற்றிப் பேசலாம், எதைப் பற்றிப் பேசக்கூடாது என்ற விவஸ்தை உனக்கு என்றைக்கும் இல்லையே!" என்றாள் மஞ்சுளா செல்லமான கோபத்துடன். தான் மகிழ்வதால், ஸரஸாவை மகிழ்விக்க வேண்டும் என்று அவள் எதிர்பார்த்தாள்.

"டாக்டரைப் பற்றிப் பேசுவது, பேசத்தகாத விஷயமோ? நான் அவரிடம் இப்படியே சொல்கிறேன், பார்! அவர் எப்போது பார்த்தாலும் பால்ஸாக், மோபசாங், பொக்காச்சியோ புஸ்தகங் களைக் கையில் வைத்துக்கொண்டு தவிக்கிறார். நீ அவரைப் பற்றிப் பேசுவதே தகாத விஷயம் என்கிறாய்."

"பெண்கள் எந்த வழிகளில் ஆண்களை ஏமாற்றலாம் என்று பால்ஸாக்கும் பொக்காச்சியோவும் சொல்லித் தருகிறார்கள். அப்படி வழி தவறுகிறவர்களின் மனோபாவத்தை நுட்பமாக விவரிக்கிறான் மோபசாங். இந்தப் புஸ்தகங்களை அவர் ஏன் படிக்கிறார்? நீ படித்திருக்கிறாயா, ஸரஸா?"

"அதெல்லாம் எனக்கு எதுக்கு? டாக்டர் இந்தப் புஸ்தகங் களைப் படித்துக் கல்யாணத்துக்குத் தயார் செய்து கொள்கிறார்போல் இருக்கிறது!"

"சீ, போ!"

"இதிலே சீயும் போவும் எங்கே வந்தது? டாக்டர் தினம் ஆசனப் பயிற்சிகள் வேறு செய்கிறார். ஒரு நாளைக்கு ஆயிரத்தெட்டு முறையாவது உன் பெயரை ஜபம் செய்கிறார்..."

மஞ்சுளாவுக்கு மகிழ்ச்சியாக இருந்தது. வெட்கமாகவும் இருந்தது: "இஞ்சினியருக்கு உடம்பு எப்படி இருக்கிறது?" என்று

கேட்டாள் அவள்: எந்தக் கேள்வி கேட்டாலும் டாக்டரைப் பிணைத்துத் தான் ஸரஸா பதில் கூறுவாள் என்று அவளுக்குத் தெரியும்.

''ஒரு வாரத்துக்குள் குணமாகிவிடும் என்று நினைத்தாயா? உன் டாக்டர் ரொம்பக் கெட்டிக்காரர் என்று உன் நினைப்பு; இல்லையா? என் இஞ்சினியரும் அப்படி ஒன்றும் சோடை போகமாட்டார். யார் ஜெயிக்கிறார்கள் என்று பார்க்க வேண்டும்!'' என்றாள் ஸரஸா.

சோகத்தை ஹாஸ்யமாக்குவதாலும், சோகத்தில் ஹாஸ்யம் காண்பதாலும்தான் உலகத்தில் சிரிப்பு என்கிற சங்கதியே இருக்கிறது. ஸரஸாவின் ஹாஸ்யம் 'க்ளாஸ்' (தரமானது) என்று ரசித்துச் சிரித்தாள் மஞ்சுளா: ''டாக்டர்தான் ஜெயிப்பார், ஜெயிக்க வேண்டும்!''

''உனக்குச் சுயநலம் அதிகம்; நீ ஜெயிக்க வேண்டும். இல்லாவிட்டால், உன் டாக்டர் ஜெயிக்க வேண்டும்; அப்படித்தானே?''

''அப்படியேதான்!'' என்று மேலும் சிரித்தாள் மஞ்சுளா: ''அன்றைக்கு வந்தவள் பிறகு ஆஸ்பத்திரிக்குப் போகவே இல்லையா? இஞ்சினியருடன் யார் இருக்கிறார்கள்? உன் தாயார் அங்கே இருக்கிறாரா?''

''அம்மாவும் என்னோடு இருந்து விட்டாள் . ஆஸ்பத்திரி ரொம்ப கம்ஃபர்டபிளாக இருக்கிறது, லதா, பாக்கியம் என்று இரண்டு நர்ஸ்கள் இருக்கிறார்கள். உன்னையும் என்னையும்விட லட்சணமாக இருக்கிறார்கள். மிகவும் நன்றாகக் கவனித்துக் கொள்கிறார்கள். டாக்டர் இஞ்சினியரை ஜெயிக்கிறாரோ இல்லையோ, அந்த நர்ஸ்களை ஜெயித்துவிட்டார் என்று தெரிகிறது. அவ்வளவு சுவாதீனமாக அவரோடு பழகுகிறார்கள்.'' என்று ஸரஸா தாமரை இலைமீது வழுக்கும் நீர்த்துளிபோல் சொல்லின்மேல் மினு மினுப்பாக வழுக்கும் அர்த்தத்தோடு பேசினாள்.

தன்னிடம் சொல்லிக்கொள்ளாமல் ஸரஸா டாக்டர் வீட்டுக்குப் போனபோதும், மாதவன் அதைப்பற்றி ஏளனம் செய்தபோதும் மஞ்சுளாவுக்கு ஆற்றாமையும் பொறாமையும் உண்டாயின; டாக்டர் நர்ஸ்களை வென்றுவிட்டார் என்று ஸரஸா கூறும்போது மஞ்சுளாவுக்கு ஏன் பொறாமை உண்டாகவில்லை? அவளுக்கே இது வியப்பாக இருந்தது. ஸரஸா சொன்னதன் பொருளைக் கிரக்கிக்காதவள்போல் அவள் கூறினாள்: ''யார் என்னதான் கவனித்தாலும், நீ பக்கத்தில் இருப்பதுபோல் ஆகுமா? நீ கூட இருந்தாலே இஞ்சினியருக்குத் தனித் தெம்புதான்; இல்லையா?''

இவ்வாறு சொன்னபிறகு அவளுக்கு ஜாக்கிரதை வந்தது. அவளுக்கு ஸரஸாவிடம் சந்தேகமில்லை; என்றாலும் கணவருக்கு அருகில் இருக்கிற ஸரஸா, டாக்டருக்கும் அருகில் இருப்பாள் என்று ஞாபகம் வந்ததும், 'எதற்கும் எச்சரிக்கையாக இருப்பது நல்லது!' என்று அவளுக்குத் தோன்றியது. கெட்டிக்காரத்தனம்தான்; சந்தேகப்பட வேண்டிய நேரத்தில் சந்தேகப்படாமல் இருப்பதும் ஒரு மூடத்தனந்தானே? மஞ்சுளா கூறினாள்: ''ஆஸ்பத்திரியிலேயே இருப்பதும் கஷ்டம்தான். அங்கேயே போய்த் தங்கிவிடாமல், நாளைக்கு ஒரு தடவை போய் வரலாம்; இல்லையா?''

ஸரஸாவுக்கு விளங்காததை விளங்க வைப்பதற்காகத்தானே மகாராணி தோன்றினாள்? கணவனுக்கு அருகில் மனைவி இருக்கவேண்டிய தர்மத்தைப் போதித்த மஞ்சுளாவே பிழைத் திருத்தமாக 'நாளுக்கு ஒருமுறை ஆஸ்பத்திரிக்குப் போனால் போதும்' என்று கூறியதன் காரணத்தை மகாராணி ஸரஸாவுக்கு விளக்கிவிட்டாள்; 'உன் தந்திரம் என்னிடம் பலிக்காது' என்று மஞ்சுளாவைப் பார்த்துக் கருவினாள்.

ஸரஸா புன்னகையுடன் கூறினாள்: ''அது ஒன்றும் ஆஸ்பத்திரி மாதிரி இல்லை; ஹாஸ்டல் ரூம் போல் ரொம்ப சௌகரியமாக இருக்கிறது. ஒரு முறை வாயேன்; வரக்கூடாதா? டாக்டரைப் பார்க்க வரவேண்டாம், இஞ்சினியரைப் பார்க்க வரக்கூடாதா? நாளைக்கு நான் போகிறேன், நீயும் என்னோடு வரவேண்டும்.''

"இந்த நேரத்தில் அங்கே போகலாமா?"

"போனால் என்னவாம்? பழைய காலத்தைப்போல், பெற்றவர்கள் இஷ்டத்துக்குத்தானே நீ கல்யாணம் செய்து கொள்ளப்போகிறாய்? உன் இஷ்டத்துக்கு செலக்ஷன் செய்து கல்யாணம் செய்து கொள்ளப் போகிறவளுக்கு வெட்கம் வந்து விடுகிறதாமே வெட்கம்! டாக்டரை நாளைக்குத்தானே பார்க்கப் போகிறாய்? அது என்னவோ எனக்குத் தெரியாது; நாளைக்கு வருவேன்; நீ என்னோடு வரவேண்டியதுதான்" என்றவாறு ஸரஸா எழுந்தாள்.

"புறப்பட்டாயா? என்ன அவசரம்?"

"எனக்கு என்ன அவசரம்? எனக்குத்தான் திருமணம் ஆகிவிட்டதே! நீ தூங்கு!" என்று மஞ்சுளாவைப் படுக்கையில் தள்ளிவிட்டு, அறைக் கதவைச் சாத்திக்கொண்டே வெளியில் வந்தாள் ஸரஸா.

அவளுக்கு என்னவோ மனக்குறையாகவே இருந்தது; மஞ்சுளாவைப் பார்க்கவா வந்தாள் அவள்? அப்படித்தான் அவள் சொல்லிக்கொண்டாள். ஆனால், மாதவன் அறைப் பக்கம் ஆர்வத்துடன் பார்த்தவள் துணுக்குற்றாள். அறை வாசலில் இரு கைகளையும் பரப்பி நிலையைப் பிடித்துக்கொண்டு நின்றான் மாதவன். அவனைப் பார்த்ததும் திரும்பி மஞ்சுளாவின் அறைக்கு ஓடிவிடலாமா என்று அவளுக்குத் தோன்றியது!

"ஸரஸா! உன்னை எதிர்பார்த்துக் கொண்டுதான் நிற்கிறேன்."

"என்னையா?" என்றாள் ஸரஸா அச்சத்துடன்.

"உள்ளே வா."

"உள்ளேயா?" என்றவளை மேலும் அச்சம் தழுவியது. ஏன் என்று கேட்கலாமா எனத் தோன்றியது. அதற்குப் பதிலாக மாதவன்

ஏதாவது ஒரு காரணம் சொல்லி, அக்காரணத்தால் அவள் உள்ளே போகத் தேவை இல்லாமல் போய்விடுமோ என்ற அச்சமும் அவளை ஆட்கொண்டது.

''உள்ளே வா!'' என்றான் மாதவன் மீண்டும் கட்டளையிடும் குரலில் .

ஸரஸா, தானாக நடக்கவில்லை; மகாராணி அவளை நடத்திக்கொண்டு போனாள். என்ன, ஏது என்று யோசிக்கு முன்பே அவள் அறை நடுவில் நின்று கொண்டிருந்தாள்.

மாதவனும் அறைக்குள் வந்தான்; கதவை உள்பக்கம் தாழிட்டுவிட்டுத் திரும்பினான். இந்திரன்போல், தலை முதல் கால்வரை கண்களாகி, அத்தனை கண்களாலும் அவளைக் கொத்தித் தின்ன வருகிறவனைப்போல் ஸரஸாவை நோக்கி நடந்தான் அவன்.

42

இந்திரனாகி, தலை முதல் கால்கள்வரை வெறும் கண் களாகி அத்தனை கண்களாலும் கொத்தித் தின்ன விரும்புகிறவன்போல் தன்னை நோக்கி மாதவன் வருவதாய் ஸரஸாவுக்குத் தோன்றியது. கொத்தப்படுவோம், கடிக்கப்படுவோம், மாவாக அரைக்கப் படுவோம், வயிறு என்கிற மருளில் அடைக்கப்படுவோம் என்ற ஆகாரம் அச்சம் கொள்வதுண்டா? ஆகாரம் அஞ்சுமோ என்னவோ, ஸரஸா அவ்வாறுதான் அச்சம் கொண்டாள்.

ஒரு பிரம்மசாரியின் அறை என்றாலும், அலமாரிகள் புத்தக வாகனங்கள், நாற்காலிகள், மேஜைகள், கண்ணாடிகள் முதலிய எத்தனையோ பொருள்கள் அங்கு இருந்தாலும்; கட்டில்தான் பிரதானப் பொருளாக அவ்விடத்தில் எடுப்பாய்க் காட்சி அளித்தது. மஞ்சுளாவுடன் பலமுறை ஸரஸா அங்கு வந்திருக்கிறாள்; இன்று,

இப்போது கட்டில்தான் அவள் கண்களில் நிறைந்தது. ஓரடிக்கனமுள்ள பஞ்சு மெத்தைமீது ஐந்தாறு தலையணைகள் கிடந்தன; குடும்ப விவகாரங்களை முடித்துக்கொண்டு சோர்ந்துவிட்டவைபோல் அவை தாறுமாறாய்க் கிடந்தன. படுக்கைமீது மாதவன் தன்னை நெட்டித்தள்ளுவானோ என்று அவளுக்கு அச்சமாக இருந்தது; தலையணையால் ஓங்கி அடிப்பானோ என்று அஞ்சினாள். அப்படி அவன் செய்ய முனைந்தால் கட்டிலைச் சுற்றிச் சுற்றி ஓடுவதற்குப் போதுமான இடைவெளி இருப்பதைக் கவனித்துக்கொண்டாள். எவ்வளவு ஓடினாலும், இறுதியில் களைத்துக் கட்டிலில்தானே விழவேண்டும்? அப்போது மாதவன் அவளைப் பற்றிக் கொள்ள மாட்டானா? இந்த எண்ணம் தோன்றிய கணத்தில் - அமைதியான குளத்தில் ஒரு சிறுகல்லை எறிந்தாலும் எங்கெங்கோ பதுங்கியுள்ள தவளைகள் சரேலென எங்கெங்கோ தாவிக் குதிக்கின்றன அல்லவா? அம்மாதிரி - அவள் உடம்பில் உள்ள ரத்தம் மூலைக்கு மூலை தாவுவது போல் அவளுக்கு ஓர் உணர்வு உண்டாயிற்று. இந்த உணர்வோடு அவள் நாக்கு வறண்டு மேலண்ணத்தில் ஒட்டிக் கொண்டாற்போல் இருந்தது; அல்ல, உடம்பே வறட்சியுற்றுத் தவிப்பதுபோல்இருந்தது. 'பெரியமழை கொட்ட வேண்டும்; சொட்டச் சொட்ட நனைய வேண்டும்' என்று தோன்றியது அவளுக்கு!

அறையைத் தாளிட்டு விட்டுத் திரும்பிய மாதவன் அவளுக்கு அருகில் - அதை 'அருகில்' என்று ஸரஸா நினைக்கவில்லை - கட்டிலின் ஒரு கோடியில் கால்மீது காலிட்டுக்கொண்டு உட்கார்ந்தான். ஏனையப் புலன்கள் யாவும் தம் தொழில்களைக் கண்களிடம் ஒப்படைத்து விட்டனவோ என்னும்படி அவன் பார்வை இயங்கியது. தலை குனிந்தவளாய்த் தரையைக் கட்டைவிரலால் கீறிக்கொண்டு நின்றாள் ஸரஸா; குனிந்திருந்தாலும் முன் தலையைத் தாண்டிக் கொண்டு தன்னை அவள் எதிர்பார்ப்பதைப் பார்த்தான். இருவருடைய கண்களும் கலந்தபோது அவளிடமிருந்து ஏதோ ஒன்று விடுபட்டு, விரைந்து வந்து, தன்மீது விழுந்து புரளுவது போன்ற பழைய பிரமை

மீளவும் உண்டாயிற்று; அதனால் அவன் கண்கள் மேலும் கிறங்கின. ஏதோ ஒருவகை மீன்கள் கண்களாலேயே மோகதாபத்தைத் தீர்த்துக் கொண்டு இன விருத்தியும் செய்யும் என்கிறார்கள்; மாதவன் அந்த இனமாக இருந்திருந்தால், காந்தாரி போல், நூறு குழந்தைகள் ஈன்றிருப்பாள்! ஆனால் பரிணாமக் கிரமத்தில் வெகுதூரம் முன்னேறி விட்ட ஸரஸா தவிப்பில்தான் இருக்க முடிந்தது. மாதவன் ''ஸரஸா!'' என்ற சொல்லைத்தான் வாயிலிருந்து வெளியேற்றினான்.

அழைக்கப்பட்டதை அழைக்கப்பட்டவள் கேட்டாள். அவளுடைய அச்சம் மிகுந்தது. அச்சத்தால் திகில்தான் உண்டாகிறதா? மகிழ்ச்சி தருகிற அச்சம் உண்டு. அந்த அழைப்பினால் ஸரஸாவிற்குப் புல்லரித்தது. கரை என்கிற தடையை அடித்து உடைத்துவிட்டுப் புதிய புதிய பாதைகளில் ஓடுகிற காட்டாறுபோல் உடம்பு பெருகி ஓட முயலுவதை உணர்ந்தாள்; இந்த உணர்வு அவளுக்கு மகிழ்ச்சி தந்தது. தன் உடலுக்குள் பல பறவைகள் கூடு கட்டிக்கொண்டு வாழ்வது போலவும், மழைக்காக கூடுகளில் ஒதுங்கிய அவை மழை நின்று வெய்யில் வந்ததும் வெளிப்பட்டு, சிறு உடல்களைச் சிலுப்பி அலகுகளால் கோதிச் சிலிர்த்துக்கொண்டே பறந்து செல்வது போலவும் அவளுக்குள் ஒரு தோற்றம் எழுந்தது; இந்தத் தோற்றம் அவளுக்குள் மகிழ்ச்சி தந்தது. மகிழ்ச்சி என்பது அமைதியா? அல்ல, மகிழ்ச்சியால் அவளுக்குப் பரபரப்பாகவே இருந்தது. ஆடைகளுக்குள் சிறைப்பட்டுக் கிடக்கும் உடம்பு விடுதலை பெற்று, இரு சிறகுகளைக் கட்டிக்கொண்டு 'பற, பற' என்று ஓயாமல் பறக்க வேண்டும் என அவளுக்குத் தோன்றியது. பறப்பது என்பது முடியாத காரியம்; முடியாத காரியத்தைச் செய்யமுடியாவிட்டால் வியப்பில்லை; ஆனால் அவள் விரும்பினால் எளிதில் செய்யக்கூடிய காரியங்களைச் செய்யவும் உடம்பு மறுத்தது; அதற்கும் மேலாக, அவளுடைய விருப்பத்தைப் புறக்கணித்து உடம்பு தன் விருப்பப்படி இயங்குவதைக் காணத்தான் அவளுக்கு வியப்பாக இருந்தது. ஸரஸாவின் மகாராணி கொண்டாட்டமாக இருந்தாள்.

எம்.வி. வெங்கட்ராம்

'இந்த உடம்புக்குள் என்னதான் இருக்கிறது என்று கேட்டாய் அல்லவா? உடம்பு உனக்குப் பதில் சொல்கிறது!' என்றாள் மகாராணி; வெறும் வெறுப்பால் உருவான அவளால் அங்கு தாராளமாக இருக்க இயலவில்லை: 'நான் சற்று விலகியிருக்கிறேன்' என்றவள் ஸரஸாவின் உள்ளத்து மூலை ஒன்றில் ஒடுங்கினாள். மகாராணியும் ஒதுங்கிவிட்ட தனிமையில் ஸரஸா திகைத்து நின்றாள்; 'அடுத்தபடி உலகத்தில் என்ன நடக்கப் போகிறதோ?' என்று அவளுக்கு ஆவலாயிருந்தது.

"நிற்கிறாயே?" என்றான் மாதவன்.

நிற்காமல், இச்சந்தர்ப்பத்தில் என்ன செய்யவேண்டும் என்று தெரியவில்லை. உட்கார வேண்டுமா? எங்கே உட்காருவது? மாதவன் நாற்காலியில் உட்காரவில்லையே, ஏன்? அவளும் கட்டிலில்தான் உட்கார வேண்டுமா? கட்டிலில் எந்த இடத்தில் உட்காருவது? மாதவன் உட்கார்ந்துள்ள இடத்துக்கு நேர் எதிர்ப்பக்கமா? அல்லது வேறு எங்கு? நானாகத்தான் உட்காரவேண்டுமா? என்று அவள் உடல் முணுமுணுத்தது. பொழுது விடிவதை அறிவிப்பதற்காகச் சேவல் 'கொக்கரக்கோ' என்று கூவிவிட்டது; இருட்டு சரியாகப் பிரியாத கருக்கலின் சிறு ஒளியில் தன் உடம்பில் என்ன இருக்கிறது என்று கலங்கலாய்த் தென்படுவதாக அவளுக்குத் தோன்றியது; 'வெளிச்சம் அதிகமாக ஆக எல்லாம் தெளிவு பெற்று விடும்' என்று அவள் எதிர்பார்த்தாள். ஆனால், இந்தப் புதிய உலகத்தில் பொழுது விடியும்போது அவள் ஆற்ற வேண்டிய கடமைகள் என்ன என்று அவளுக்குத் தெரியாது. நிற்க வேண்டாம் என்றவன், அவள் என்ன செய்யவேண்டும் என்பதை ஏன் கூறவில்லை?

நிற்க வேண்டாம் என்று சொன்னவன் அவள் இன்னும் நிற்கிறாள் என்பதையே மறந்துவிட்டான். அவன் ஸரஸ போதையில் தான் இருந்தான். அவன் உடலை மனம் ஆட்டிக் கொண்டிருந்தது; மனத்தைப் புத்தி ஆட்டிக்கொண்டிருந்தது; புத்தியைப் பிரமைகள் ஆட்டின; ஆனால் இப்பிரமைகள் அவனைப் பொறுத்தமட்டில் மிக

உண்மைகளாக இருந்தன. 'ஸரஸாவிடமிருந்து அசரீரியாக - ஆனால் சரீரத்தின் தத்துவங்களோடு என்மீது விழுந்து புரண்டது? இந்தத் தத்துவச் சுமையில் சதையின் சுவை எப்படி வந்தது? சதையின் சுவையால் நான் ஏன் இவ்வாறு சொக்கி விடுகிறேன்?' என்று எண்ணமிடலானான் அவன். எண்ணங்கள் நோய்கள் என்பதை முன்னரே அவன் கண்டுபிடித்து விட்டான்; நோயிடமிருந்து விடுபட உடல் முயலுவதுபோல், எண்ணத்திடமிருந்து விடுபட அவன் மனம் முயன்றது; தோற்று, மேலும் எண்ணத்துக்கு இரையாவதுதானே அவனுக்குப் பழக்கம்?

"நான் ஏன் உன்னை அழைத்தேன்?" என்று ஸரஸாவையே கேட்டான் அவன்; அவளுடைய பதிலை எதிர்பாராமலே, அக்கேள்வியைத் தன்னிடமே கேட்டுக்கொண்டான். 'இவ்வாறு கிறங்குவதற்காகத்தானா இவளை அழைத்தேன்? இந்தக் கிறக்கத்தால் என்ன கிடைக்கிறது?' என்று எண்ணினான் அவன்.

அவன் கேள்வியை அவளும் கேட்டாள். அவள் உடல் திமிராய்ச் சிரித்தது. எதற்காக அவர் அழைத்தார் என்பதை அறியத்தானே அவள் அறைக்குள் வந்தாள்? உடம்பு தன் அர்த்தம் அறியத் தவிக்கிறது; அது இப்போது விளங்கப் போகிறது; மாதவன் விளக்கப்போகிறான் என்றுதானே அவள், பாடப் புத்தகத்தைப் பிரித்து வைத்துக்கொண்டு ஆசிரியரை எதிர்பார்க்கும் மாணவிபோல் காத்திருந்தாள்? உடம்பும் தன் பொருளைப் புரிந்துகொள்ள ஆவேசத்துடன் காத்திருந்தது?

கட்டிலிலிருந்து மாதவன் கீழே இறங்கினான். அவன் தன்னை அணுகப் போகிறான் என்று அவள் அச்சங்கொண்டாள்; ஆனால் அவன் அவளைக் கடந்து நடந்தான். பிறகு திரும்பி மீண்டும் அவளைத் தாண்டி இப்பால் வந்தான்; அறையில் இங்கும் அங்குமாக வெறுமென நடக்கத்தான் தொடங்கினான் அவன். நடந்து கொண்டே சொன்னான்: "நான் உன்னை ஏன் அழைத்தேன் என்று சொல்வதற்கு முன்னால், நீ மஞ்சுளாவின் அறைக்கு வந்தது

எனக்கு எப்படித் தெரியும் என்று சொல்ல வேண்டாமா? நீங்கள் பேசிக் கொண்டிருந்தபோது நான் வந்தேனே, உனக்குத் தெரியுமா?'' என்றான் அவன்.

'எனக்கு அதெல்லாம் ஒன்றும் தெரிய வேண்டாம். எனக்குத் தெரியவேண்டியது தெரிந்தால் போதும்' என்று ஸரஸாவுக்கு அலற வேண்டும் போலிருந்தது. அவள் அலறவில்லை; இந்தப் புதிய உலகத்தில் இப்படி எல்லாம் நடக்கும் போலும் என்று அமைதிப்படுத்திக் கொண்டாள்.

''நான் அங்கே வந்தது மஞ்சுளாவுக்கும் தெரியாது. நீ இருப்பதைப் பார்த்ததும் திரும்பி விட்டேன்; உன்னோடு பேச விரும்பாமல்தான் திரும்பினேன். இங்கே வந்தபிறகு உன்னோடு தனியாகப் பேசவேண்டும் என்று தோன்றியது; அதனால்தான், உன்னை எதிர்பார்த்துக்கொண்டு காத்திருந்தேன்'' என்றான் மாதவன் ஓரிடத்தில் நின்று.

'காத்திருந்தேன்' என்று கூறும்போது அவனுக்குச் சந்தேகங்கள் உண்டாயின. எதற்காகக் காத்திருந்தான் அவன்? பிரமையில் நுகர்ந்த சதைச் சுவை அவனுக்கு ஞாபகம் வந்தது. இவ்வளவு காலமும் அவன் இதற்காகவா காத்திருந்தான்? கேவலம், இதற்காகத்தானா? இது கேவலம் என்றால், உன்னதமானது என்று ஒன்று இருக்கிறதா? - இதுவும் ஒரு நல்ல கேள்வியாகப்பட்டது. இந்தக் கேள்வியைத் தொடர்ந்து ஓர் எண்ணக் காட்சி விரிந்தது. வெகு பழைய காலத்தில் யானைகள், காண்டாமிருகங்கள், யாளிகள், கரடிகள் போன்ற மிருகங்களுடன் மனிதர்களும் மந்தை மந்தையாக அலைந்தார்களாமே? அந்த அலைச்சலைத்தான் வாழ்க்கை என்கிறார்கள். அந்தக் கொடிய மிருகங்கள் தமக்குள் போரிட்டன; ஒன்றையொன்று கொன்று தின்றன; இனத்தைப் பெருக்கிக்கொண்டன. மனிதர்களும் தற்காப்புக்காகவும் உணவுக் காகவும் நகங்களையும் பற்களையும் ஆயுதங்களாகப் பயன்படுத்தித் தங்களுக்குள்ளும் மிருகங்களோடும் சண்டையிட்டார்கள்; இனத்தைக்

காத்துக்கொள்வதற்காகவும், விருத்தி செய்து கொள்வதற்காகவும் அப்போது போராட்டம் நடந்தது; அந்த ஆதி மனித மந்தையில் விலங்குகளோடு விலங்குகளாகி ஸரஸாவும் மாதவனும் கைகளும் கால்களான நாலு கால்நடையாக, வெய்யிலிலும், மழையிலும், பனியிலும், மலைமீதும், குகைகளிலும், மரத்தின் மேலும் ஓடுவதும், போராடிக் கிடைத்ததைக் கடித்துத் தின்பதும், ஒன்றாக உறங்குவதுமாய்ச் செல்வதுபோல் அவனுக்குத் தோன்றியது! இத்தோற்றம் கண்டதும் அவன் மீண்டும் கட்டிலின் நடுவில் உட்கார்ந்தான், என்ன அருவருப்பான காட்சி அது!

அன்று முதல் இன்று வரை, மனிதன் மட்டும் அல்ல, ஜீவராசிகள் அத்தனையும் ஒன்றை ஒன்பதாய் பெருக்கிக் கொள்வதற்காகத்தானே வாழ்கின்றன? ஆடையும், நாகரீகம் பண்பாடு என்ற கட்டுப்பாடுகளும் மனிதனின் விசாரத்தையும் ஆபாசத்தையும் வளர்க்கத்தான் பயன்பட்டுள்ளன என்பதற்கு, மக்கள்கூட்டம் நாளுக்குநாள் அதிகரித்து வருவதே சாட்சி இல்லையா?

''புழு - பூச்சி - மிருகங்களுக்கும் மனிதர்களுக்கும் என்ன வித்தியாசம் இருக்கிறது? எல்லாமே பிறந்து, இனத்தைப் பெருக்கி விட்டு இறக்கின்றன. இந்தக் கொள்ளையில் நித்தியம் அநித்தியம் என்று பேசுகிறார்களே, அது வேடிக்கை இல்லையா, ஸரஸா?'' என்று சிரித்தான் மாதவன்.

விநாடிகள்தான் நிமிஷங்கள் ஆகின்றன; மௌனத்தாலும் பேச்சாலும் செயலற்ற விநாடிகள் வெகு நெடுங்காலமாய் நீண்டு விட்டதாய் ஸரஸாவுக்குத் தோன்றியது. இன்னும் அவள் நின்று கொண்டிருந்தாள்; பிறக்கு முன் பிருந்தே அங்கேயே நிற்பதுபோல் இருந்தது அவளுக்கு. நேரத்தோடு உடலின் மதம் செறிவதை உணர்ந்தாள்; ஆனால், முன்னைப் போன்ற மகிழ்ச்சிகரமான பரபரப்பு இப்போது இல்லை. சப்பாத்திப் புதரில் அவள் உடம்பு தூக்கி எறியப்பட்டாற்போல் இருந்தது; எழுந்திருப்பதற்காக, கையை ஊன்றினாலும் காலை ஊன்றினாலும், உடம்பின் எந்தப்

பகுதியை ஊன்றினாலும் முள்கள், முள்களாகவே தைத்துக் கொண்டன. திடீரென்று, நள்ளிரவின் நிசப்தத்தில் குழந்தையின் அழுகைக் குரலையொத்து பூனை ஊளையிடுமே, அதுபோல் அவள் உடம்பு பயங்கரமாக ஓலமிட்டாற்போல் இருந்தது; உள்ளிருந்து வந்த அந்த ஓலம் அவளுக்கு மிக அச்சத்தை உண்டாக்கியது.

ஒதுங்கியிருந்தாலும் விழித்திருந்த ஸரஸாவின் மகாராணிக்குச் சலிப்பாக இருந்தது. வெறுப்பால் உருவான அவள் சற்று நிமிர்ந்து மாதவனை நோக்கினாள். அவன் கட்டிலில் சாய்ந்து கால்களைத் தரையில் பரப்பிக்கொண்டு மௌனமாக வெறும் எண்ணங்களை மென்று தின்று சுவைத்துக் கொண்டிருப்பதைக் காண அவளுக்கு எரிச்சலாக இருந்தது. 'தூ! கோழை!' என்று உமிழ்ந்தாள் அவள். ஆனால். ஸரஸாவுக்கோ நடக்க வேண்டும்போல் இருந்தது; அல்ல ஓட வேண்டும்போல் இருந்தது. அல்ல - கீழே விழுந்து தரையில் உருண்டுப் புரள வேண்டும்போல் இருந்தது. ஆவலுடன், ஓர் ஆத்திரத்துடன் மாதவனை நேருக்கு நேராகப் பார்த்தாள் அவள்.

மாதவன் தன் எண்ணப் போக்கைப் பின்பிற்றிச் சென்றான்; ''எல்லாவற்றைக் காட்டிலும் பெரிய வேடிக்கை என்ன தெரியுமா? நித்யமானது என்று சொல்லி, கடவுள் என்பதாக ஒன்றைக் கற்பனை செய்தார்களே, அதுதான். இருப்பதை வைத்துக்கொண்டு வாழ்ந்து சாகத் தெரியாத மனிதர்கள் இல்லாத ஒன்றைக் கற்பனை செய்து அதைப் பற்றிக்கொண்டு வாழ முயலுகிறார்களே. இது பெரிய வேடிக்கை இல்லையா, ஸரஸா?''

ஸரஸாவுக்கு எதுவும் வேடிக்கையாக இல்லை; அவளுக்குக் கோபம் கோபமாய் வந்தது; அந்தக் கோபத்தால் உடம்பு வெடித்து அர்த்தமற்று விடும் என்று தோன்றியது. 'அர்த்தமற்றுத் தொலையட்டும்!' என்று எண்ணினாள் அவள். தலை முதல் கால்கள் வரை வெறும் கண்களாக இருந்த மாதவனுக்குக் கண்கள் எல்லாம் அவிந்து விட்டன; அவன் கண்ணில்லாத கபோதியாகத் தென்பட்டான், அவளுக்கு. அரசிகர்களிடையில் சிக்கிய அழகு அவமதிக்கப்படுகிறது;

இது அழகு. இதற்கு மரியாதை செய்யவேண்டும் என்று தெரியாதவர்களை மரங்கள் எனலாமா? கூடாது; மரங்கள் ஒளி கண்டு சிரிக்கின்றன; நீர்கொண்டு சிலிர்க்கின்றன. மரத்திலிருந்து வெட்டி எடுக்கப்பட்ட கட்டைக்குச் சமமானவர்கள் அரசிகர்கள்; மாதவன் கட்டிலைப்போல், பஞ்சணைபோல், அதற்குள்ளிருக்கும் பஞ்சுபோல் ... சீ!

ஸரஸா ஒரு நாற்காலியை இழுத்து, அதன்மேல் உட்கார்ந்தாள்: ''என்னை எதற்காக அழைத்தீர்கள்?'' என்றாள் கோபமாக. மாதவனின் பார்வையும் செயல் இழந்ததாலோ என்னவோ, அவள் அவன்மீது கோபம் கொள்ள முடிந்தது; அவனை எதிர்க்கவும் முடிந்தது.

''உன்னிடம் ஒரு விஷயம் கேட்க வேண்டும் என்று? கிட்டு டாக்டர்வீட்டுக்குப் போவதற்கு முந்தி, ஒருநாள் நீலகண்டன் அறையில் நீ தனியாக இருந்தாயே, எதற்காக?'' என்று கேட்டான் மாதவன்.

இந்தக் கேள்வியை ஸரஸா சற்றும் எதிர்பார்க்கவில்லை. இவனுக்கு இது எப்படித் தெரிந்தது என்று அவளுக்கு கோபம்தான் வந்தது; ஆனால் அதை அவனிடம் கேட்க அவள் விரும்பவில்லை; ''இருந்தால் என்ன?'' என்றாள் ஆத்திரமாய்.

''இருந்தால் என்னவா? இருக்கலாமா?''

மகாராணி மகா வெறுப்புடன் கொடூரமாய்க் கூறினாள்: 'நபும்சகனே! இதை மட்டும் உன்னால் சகிக்க முடியவில்லையோ?' ஸரஸா தணியாமலே கேட்டாள்.

''ஏன் இருக்கக்கூடாது?''

இந்தக் கேள்விக்குப் பதில் தெரியாமல் மாதவன் தடுமாறினான்; தானே தனக்கு முரண்பட்டுப் பேசுவதாய் அவனுக்குத் தோன்றியது; பிறப்பதும், இருப்பதும், இறப்பதும், கேவலம் என்று எண்ணியவன் அவன்தானே? இவ்வளவு கேவலங்களையும் ஏற்றுக்கொண்டுதான் அவனும் உயிரோடு இருக்கிறான். நீலகண்டனும் ஸரஸாவும் தனியாக

இருப்பது இன்னொரு கேவலம்; இந்தக் கேவலத்தை மட்டும் அவனால் ஏன் ஏற்க முடியவில்லை? இந்தக் கேவலத்துக்கு அவன் ஏன் அதிகப்படிக் கவனம் தருகிறான்? ஆனால், ஸரஸாவுடன் தனியாக இருக்கையில் அவனுடைய புத்தியா அவனை நிர்வாகம் செய்கிறது? இயற்கைதான் அப்போது அவனை நிர்வகிக்கிறது. இயற்கைக்கு முரண்பாடுகள் ஏது?

"நீயும் நீலகண்டனும் தனியாக இருந்ததைப் பசுபதி பார்த்து விட்டான்; இன்னும் யாருக்காவது தெரிந்தால் என்ன ஆகும்?" என்றான் அவன். உலகத்தின் கேவலமான வழக்கங்களுக்குக் கட்டுப்பட்டு.

ஸரஸா அவன் கேள்வியைப் பொருட்படுத்தவில்லை.

"பிறகு, மாப்பிள்ளைத் தரப்பில் நிச்சயதார்த்தத்துக்கு வருகிறாய்; என்ன அர்த்தம் இதற்கு?"

ஸரஸா மறுமொழி கூறாவிட்டாலும் கொதித்தவாறுதான் மௌனம் சாதித்தாள்.

"நீலகண்டன் உன்னை ஏன் அறையில் வைத்துப் பூட்டினான்?" என்று மறுபடியும் கேட்டான் மாதவன்; அவனை ஹிம்சித்துக் கொண்டிருந்த விஷயம் இதுதான்; ஆனால் இந்த உண்மைக்குமேல் அவனுடைய புத்தி எவ்வளவு வர்ணங்களைக் கொட்டி மெழுகி மறைக்கிறது!

"அதைப் பசுபதி சொல்லவில்லையா?"

"சொன்னான்; நீலகண்டன் மஞ்சுளாவை மணக்க வேண்டியவன், ஸரஸா!" என்று சீர்திருத்தவாதியாகப் பேசினான் மாதவன்.

ஸரஸாவுடன் மகாராணியும் சீறினாள்: "நிதானமாய்ப் பேசுங்கள். நீங்கள் என்னை எதற்காக அறையில் அடைத்தீர்கள்? யாராவது கண்டால் என்ன ஆகும்?" என்று கேட்ட ஸரஸா

இக்கேள்விகளின் பதிலை லட்சியம் செய்யாதவளாய் மேலும் கேட்டாள்: ''இதைக் கேட்பதற்காகத்தானே என்னைக் கூப்பிட்டீர்கள்?''

''நீ பதில் சொல்லவில்லையே -''

''உங்களுக்கு நான் ஏன் பதில் சொல்ல வேண்டும்? எதற்காகக் கதவை அடைத்தீர்கள். சொல்லுங்கள்? இதற்காகத்தானே?''

அப்போதும் அந்நேரத்திலும், கோபத்துக்கும் வெறுப்புக்கும் இடையிலும் ஸரஸாவின் உடம்பு அடக்கப்படுவதற்காக மேலே உயர்ந்தது. ஆனால், எந்த உயர்வையும் தெரிந்து கொள்கிற நிலையில் அவன் இருக்கவில்லை; பதில் சொல்லமுடியாத கேள்விகளாய் ஸரஸா கேட்கிறாளே, எப்படிப் பதில் கூறலாம் என்றுதான் அவன் யோசித்துக் கொண்டிருந்தான்.

''டாக்டர் என்னை அறையில் ஏன் பூட்டி வைத்தார் என்று கதவைத் தாழிட்டுக் கொண்டு கேட்கலாமா? பலமாய்க் கதவைப் பூட்ட வேண்டாமா?'' என்று எகத்தாளமாய் கேட்டாள் அவள்.

கால்வார்த்தை, அரைவார்த்தையாகப் பேசுகிறவள் இவ்வாறு கேள்வியாய்க் கொட்டுகிறாளே என்று மாதவன் ஆச்சரியப்பட்டுக் கொண்டிருந்தான்.

''இதற்குத்தானே கூப்பிட்டீர்கள்? வேறொன்றும் இல்லையே?'' என்றவாறு ஸரஸா எழுந்தாள்.

சில விநாடிகள் நின்றாள், காத்திருந்தாள். எதிர்பார்த்தாள்; சொல்லாலான பதிலை அல்ல; அவன் ராவணன் ஆகி, இருபது கைகளாலும் பத்துத் தலைகளாலும் தன்னைச் சுற்றிச் சூழ்ந்து கொள்ள மாட்டானா என்று ஏக்கமுற்றாள்.

ஆனால் ஆயிரங்கண்ணனான இந்திரனாய் கதவைத் தாழிட்ட மாதவன், இப்போது குருட்டுக் கபோதியாக உட்காந்திருந்தான். ஸரஸாவின் வெறி ஏறியது. மகாராணி வெறுப்பாய் உமிழ்ந்தாள்; மாதவன் முகத்தைப் பார்த்த அவளுக்கு அவனுடைய மூக்கில் ரத்தம்

சொட்டும்படி குத்த வேண்டும்போல் இருந்தது. கட்டிலுக்கு வெளியே 'குட்லக் குட்லக்' என்று சிவப்பாய்ச் சொல்லியவாறு துருத்திக்கொண்டிருந்த ஒரு தலையணையை உருவி இழுத்து மாதவன் பக்கம் ஓங்கி எறிந்துவிட்டுக் கதவை நோக்கி நடந்தாள் ஸரஸா.

என்ன நிகழ்கிறது என்பதை அறிஞனான மாதவன் புரிந்துகொள்ளுமுன், அவள் கதவைத் திறந்துகொண்டு வெளியேறி வெளிப்பக்கமாய்க் கதவைத் தாழிட்டு விட்டாள்.

அங்கிருந்தபடியே தன் வீட்டில் காலெடுத்து வைத்துவிட வேண்டும் என்று விரும்பினாள். ஆனால், அவளால் பறக்க முடியவில்லை. தன் வீடுவரை பெருச்சாளிபோல் வளைபறித்துக் கொண்டு யாருடைய கண்களுக்கும் தென்படாமல் பதுங்கிச் செல்லவேண்டும் என்று தோன்றியது. அவளுக்கு அவமானமாக இருந்தது; வெட்கமாக இருந்தது. கோபம் கோபமாக வந்தது. மகாராணி அவளை முழுமையாக ஆக்கிரமித்துக் கொண்டதால் வெறுப்பால் பதைத்தாள்; அர்த்தம் விளங்காதபடி உடம்பு சுண்டிச் சுருங்கி வற்றிவிட்டாற்போல் ஒரு சோர்வும் அவளைப் பீடித்தது.

மிகவும் கவனப்படுத்திக்கொண்டு நடந்து அவள் வீட்டில் நுழைந்தாள். முதலில் அவள் கண்களில் பட்டவன் பட்டாபிராமன் தான்; முன் ஹாலில் பெஞ்சில் உட்கார்ந்து அவன் ஏதோ புத்தகத்தைப் புரட்டிக் கொண்டிருந்தான்.

"இங்கே வாடா!"

அவன் அவளருகில் வந்து "என்னக்கா?" என்றான்.

"வெளியே போகும்போது என்ன சொன்னாய்?"

"ஒன்றும் சொல்லவில்லையே அக்கா!"

"பக்கத்து வீட்டுக்குப் போய் வாடா என்றால் மாட்டேன் என்கிறது, என்னை ஊர்சுற்றி என்று திட்டுகிறது; என்ன நெஞ்சழுத்தம்

அரும்பு

இருக்கும் உனக்கு!'' என்று சொல்லி முடிக்கும்போதே, இடது கையால் அவனுடைய தலைமயிரைப் பிடித்துக் குலுக்கி, வலது கையால் அவன் கன்னங்களில் மாறிமாறி அறைந்தாள் அவள்.

''சரிதான் போ அக்கா!'' என்று சொல்லிக்கொண்டே திமிறித் தலையை விடுவித்துக்கொண்டு அப்பால் நகர்ந்தான் பட்டாபி.

அவன் கைக்கு எட்டாத தூரம் விலகிவிடவே ஆறாத வேகத்துடன் ஸரஸா உள்ளே சென்றாள்; தரையில் சரிந்தாள், கீழே உடலைப் பரப்பி நசுக்கினாள். அவளிடம் தோன்றிய மூச்சு அவளையே பொசுக்கியது.

அவளுடைய உடலின் கொதிநிலை முற்றிலும் ஆறி அடங்குவதற்கு முன்னரே சிவராமன் அங்கு உதயமானான். கண்ணெதிரில் நடப்பதை விவேகிகளாலேயே புரிந்துகொள்ள முடியவில்லை. அந்தச் சிறுவன் எதைக் கண்டான்? டாக்டர் அவனைச் சீடனாக ஏற்றுக் கொண்டார் என்பது பெரிய சங்கதி இல்லையா? டாக்டருக்குச் சமமாக அவரோடு காரில் ஏறிவந்த மகிழ்ச்சி; வருகிற வழியில் அவரோடு ஹோட்டலில் புகுந்து சிற்றுண்டியும், கூல்டிரிங்கும் சாப்பிட்ட ஆனந்தம்; இவ்வளவும் சேர்ந்தால் அவன் உற்சாகப் படாமல் இருக்க முடியுமா? அவன் பிரகாசமாகவே ஸரஸாவுக்கு அருகில் உதித்தான். ''அக்கா! அக்கா!'' என்று சற்றுப் பெரிதாகவே குரலை எழுப்பினான்; அவள் கண்மூடிக்கிடப்பதைக் கண்டு.

அந்தச் சந்தடியால் கொடுமைப்படுத்தப்பட்டவள்போல முகத்தைச் சுளித்துக்கொண்டு, கண்களை வெறித்து அவனை விரட்ட முயன்றாள் அவள்.

''யார் வருகிறார்னு பார் அக்கா!''

''யாருடா அது?''

தன் குருநாதரை அவளிடம் அறிமுகப்படுத்திப் பெருமைப்பட விரும்பிய அவன், ''டாக்டர் வர்றார் அக்கா'' என்று டாக்டரைப்

பெரிய எழுத்தில் சொன்னான். ''இங்கேயும் வந்துவிட்டாரா? போ. நான் தூங்குகிறேன், எழுப்பக் கூடாது என்று அவரிடம் சொல்லு'' என்று மறுபக்கம் திரும்பிப் படுத்தாள் ஸரஸா.

டாக்டர் என்றதும் அக்காவும் உற்சாகமாய் எழுந்து உட்காருவாள் என்று எதிர்பார்த்த சிவராமனுக்குக் சப்பிட்டு விட்டது. மேலும் அவளுடன் பேச்சுக் கொடுத்தால் தலை சேதமாகும் என்று அவனுக்குத் தெரியும். டாக்டரிடம் அக்கா தூங்குகிறாள் என்று பொய் சொல்லுவதா அல்லது நிசம் சொல்லுவதா என்ற தர்மசங்கடத்தில் ஆழ்ந்து விட்டான் அந்தப் புதிய சிஷ்யப்பிள்ளை. நல்லவேளையாக அவனுக்கு அந்தச் சிரமம் இல்லாமல், ''சிவராம், அக்கா என்ன செய்கிறாள்?'' என்று கேட்டுக்கொண்டே அங்கு வந்தான் நீலகண்ட ன்.

அவனோடு வந்த வாத்தியார், ஸரஸா படுத்திருப்பதைக் கண்டு, ''தூக்கமா, ஸரஸா?'' என்று கேட்டார்.

''இப்போதுதான் அப்பா, அக்கா கண்ணைத் திறந்தாள்.'' என்று குருவுக்கு உண்மையாக நடந்து கொண்டான் மாணவன்.

வேறு வழி இல்லாமல் ஸரஸா எழுந்து உட்கார்ந்தாள்; கால் நகங்களைச் செதுக்கத் தொடங்கியவள் தலையைக்கூடத் தூக்கவில்லை .

அங்கு கிடந்த ஒரு பெஞ்சில் உட்கார்ந்து கொண்டே நீலகண்டன் கூறினான்: ''என்ன ஸரஸா, தூக்கக் கலக்கமா? நீ வீட்டில் தங்கிவிட்டதுக்காக இஞ்சினியர் அங்கே கோபமாக இருக்கிறார். நீ இங்கே தூங்குகிறாயா?'' அவர் குரலில் எழுச்சி இருந்தது; 'நீ எங்கு போனாலும் பின்னால் வருவேன்' என்ற உல்லாசம் ஸரஸாவுக்கு மட்டும் கேட்டது.

வாத்தியார் சொன்னார்: ''ஸரஸா, கிட்டு ரொம்பவும் வருத்தப்படுகிறான். உன்னை உடனே அனுப்புவதாகச் சொல்லி விட்டு வந்தேன். நீலகண்டனோடு காரில் போய் விடலாம்.''

''டென் மினிட்ஸிலே போய்விடலாம்'' என்று தன் கடமையைச் செய்தான் சிவராமன்.

தலை நிமிர்ந்து மூவரையும் ஸரஸா வெறுப்புடன் பார்த்தாள். அந்த முகவக்கிரத்தைக் கவனியாத நீலகண்டன் ''கெட் ரெடி புறப்படுவோம்'' என்று அவசரப்படுத்தினான்.

''இதுக்காகத்தான் வந்தீர்களா டாக்டர்?''

''இதுக்காகத்தான்'' என்றான் அவன் பெருமையுடன்; 'வராமல் இருக்க முடியுமா?' என்ற பொருள் நயம் அப்பெருமையில் இருந்தது.

மகாராணி புன்னகை புரிந்தாள்; வெறுப்பு சிரித்தாலும் வெறுப்புதானா? ஸரஸா சொன்னாள்: ''உங்களுக்கு வேறு வேலை இல்லையா டாக்டர்? இந்த மாதிரி டாக்டரைப் பற்றி நான் கேள்விப்பட்டதுகூட இல்லை. அப்பாவுடன் பேசிவிட்டுப் போய் வாருங்கள். நான் அப்புறம் வருகிறேன்.''

நீலகண்டன் பிரமித்து விட்டான்; இப்படி ஓர் அறை விழும் என்று அவன் எதிர்பார்க்க முடியுமா? அவன் அவமதிக்கப் படுவதைக்கண்டு ராமசாமியும் சிவராமனும் பதைத்து வீட்டனர்.

''என்ன ஸரஸா இது? விஷயம் தெரிந்துதான் பேசுகிறாயா? யாரிடம் எப்படிப் பேசுவது என்றுகூடத் தெரியாமல் போய் விட்டதா?'' என்று கோபித்துக்கொள்ள முயன்றார் தந்தை.

''காரில் போனால் சீக்கிரம் போய்விடலாம் அக்கா!'' என்றான் சிவராமன்; உள்ளே வந்தபோது இருந்த பிரகாசம் அவனுக்கு இப்போது இல்லை.

''போடா கழுதை! இதிலெல்லாம் குறுக்கே பேசாதே; வெளியே போ! டாக்டர், எனக்கும் பொறுப்பு இருக்கிறது; எனக்கு வரத் தெரியும்'' என்று கூறிக்கொண்டே விடுவிடுவென்று சமையலறைக்குள் புகுந்து மறைந்தாள் அவள்.

எம்.வி. வெங்கட்ராம்

வாத்தியார் கலங்கிவிட்டார்: ''ஏதோ பைத்தியம் மாதிரி உளறுகிறாள்; நீ மனசில்...''

திடீரென்று தலையில் கூடை கவிழ்க்கப்பட்டதால் நீலகண்டனும் திணறிக் கொண்டிருந்தான். சந்தர்ப்பப்பிசகாய் வந்துவிட்டோம் என்று அவனுக்குப் புரிந்தது: ''நோ, நோ . தெட் டஸன்ட் மாட்டர். ஸரஸாவுக்கு மூட் சரியாக இல்லை. அதனால் என்ன? அவளுக்குச் சொல்லுங்கள்; அவளுக்குத் தெரியாதா? நான் வரட்டுமா?''

43

''ஸ்... ரஸ்..ஸாவா?''

அந்தப் பெயரை வாயில் இடுகையில் நீலகண்டனுக்குப் புதுப்புது சுவைகள் தோன்றுகின்றன. எதிர்பாராத நேரத்தில், எதிர்பாராத இடத்தில் அவள் எதிர்ப்பட்டதும் அவனுக்குத் திகைப்பாக இருந்தது. மிகவும் இயற்கையான முறுவலுடன் ஸரஸா தன்னைத் தன் சூழ்நிலையோடு அமைதியாக அமைத்துக் கொண்டிருப்பதைக் கண்டு, அந்தப் பெயரைத்தான் அவனால் பிசைய முடிந்தது.

காலையில் குளித்துவிட்டுக் காபி சாப்பிட்டு முடிவதற்குள் அவனை அவன் தாயார் மிகவும் நச்சரித்து விட்டாள்: கல்யாணம் மிகவும் நெருங்கிவிட்டது; வீட்டில் உறவுப் பெண்கள் சிலர் உதவிக்கு வந்து தங்கி இருந்தனர்; இந்தப் புதிய கூட்டமே அவனுக்கு ஒத்துக்கொள்ளவில்லை; சுயேச்சையாக நினைக்கவும் முடியாமல் புதியவர்கள் தொல்லை தருவதாய் அவனுக்குத் தோன்றியது; அப்பளம் இடுவது முதல் மணப்பெண்ணுக்கு வரவேற்பு அளிப்பது வரை எல்லா விஷயங்களுக்கும் மகனுடைய யோசனையைக் கேட்கத் தொடங்கினாள் தாயார். அவனுக்கு அலுப்பாக இருந்தது;

ஒரு கல்யாணம் என்றால் இத்தனை அல்லல்களும் அலுவல்களும் இருக்கும் என்று அவன் எண்ணவில்லை; அத்தோடு அது அவனுக்குத் தன் திருமணமாகவே தோன்றவில்லை. 'இது என்ன சள்ளை!' என்று தாயாரிடம் எரிந்து விழுந்தான்; தாயிடம் தேவையான பணத்தைக் கொடுத்து, இனி எதற்கும் தன்னை நாடக்கூடாது என்று கூறி அவளை விரட்டி விட்டான். வீட்டில் குடிவந்த புதிய சந்தடியைப் பொறுக்க முடியாதவனாய், ஆஸ்பத்திரிப் பகுதிக்கு வந்து சேர்ந்தான்.

அங்குதான் அவன் ஸரஸாவைக் கண்டான்; அவள் கணவனுக்கு அருகில்கூட இல்லை; நோயாளிகள் காத்திருக்கிற கூடத்தில் சாமான்களைத் துப்புரவு செய்து கொண்டிருந்தாள். நீலகண்டனைப் பார்த்ததும் தனக்கே உரிய ஒரு மோகனத்துடன் தலைநிமிர்ந்து பார்த்துவிட்டு மேஜையைத்துடைக்கத் தொடங்கினாள்.

இந்தச் சந்தர்ப்பத்தில் எப்படி நடந்துகொள்வது என்று நீலகண்டனுக்குத் தயக்கமாயிருந்தது; பழைய அனுபவம் எதுவும் அவனுக்கு உதவுவதாக இல்லை. பெண்கள் விஷயத்தில் கேட்டதைக் கேட்டபடி பெற்ற அதிர்ஷ்டசாலி அவன்; ஆண்மை நேர்த்தி பெற்ற தோற்றமும், வசீகரமான வாக்குச் சாதுரியமும் அவனுடைய திக்விஜயத்துக்கு உதவி வந்தன. ஆனால், ஸரஸாவைப் பொறுத்தமட்டில் அவை வலுவற்றன; அவள் விஷயத்தில் அவன் கணக்குப் பிசகிவிட்டது. அவன் எந்தக் கணக்கிலும் அகப்பட வில்லை என்பதுதான் உண்மை. ஞாயிற்றுக்கிழமை மாலையில் அவனை வெறுப்போடு விரட்டியவள், செவ்வாய் காலையில் மலர்ச்சியாக வரவேற்பதேன்?

இந்தக் கேள்விக்குப் பதில் சாதாரண அறிவு படைத்தவர் களுக்குத் தெரியாமல் இருக்கலாம்; ஆனால் நீலகண்டனைப் போன்ற மோகக்காரர்களுக்கு அக்கேள்வியின் விடை மிகவும் எளிது. ஞாயிற்றுக்கிழமை தூறலுடன் 'நசநச'வென்று சிணுங்கிக்கொண்டிருந்த ஆகாசம் செவ்வாயன்று பிரகாசமாக இருக்கக்கூடாதா? நேற்றுக் கரையை உடைத்துக்கொண்டு ஊருக்குள் பிரவேசித்த வெள்ளம்

இன்று வடிந்து கரைக்குள் கட்டுப்பட்டது ஏன் என்று யாராவது கேட்கிறார்களா? இயற்கை முரண்பாடாக நடந்து கொள்கிறது என்று யாரும் குறை கூறுவதில்லை; இது இயற்கை என்றுதான் கூறுகிறார்கள்; இது 'ஸரஸா' என்று சொல்லிக் கொண்டான் நீலகண்டன்.

எளிதில் கிடைக்கிற பொருளுக்கு மதிப்புக்குறைவுதான். கிடைக்காத பொருளைத்தான் மனிதர்கள் முயன்று தேடுகிறார்கள்; இந்த நியாயப்படி. நீலகண்டன் ஸரஸாவைத் 'தேடிக் கொண்டிருந்தான்' என்பது ஓரளவுதான் உண்மை. ஒரு பொருள் எவ்வளவு தேடியும் கிடைக்காதபோது, 'அது ஏன் கிடைக்கவில்லை?' என்று ஆராய்வதும் மனித இயல்புதானே? வாத்தியாருக்கும் சிவராமனுக்கும் முன்னிலையில் ஸரஸாவினால் அவமதிக்கப்பட்ட நீலகண்டன் முதலில் வெகுண்டான், இவளுக்கு நான் எவ்வளவோ உபகாரம் செய்கிறேன்; நன்றி கெட்டவள்! நானாக உதவி செய்வதால் என்னை 'சீப்'பாக நினைத்து விட்டாள்; இனி அவளையும் அவளைச் சேர்ந்தவர்களையும் தலைதூக்கிக் கூடப் பார்க்க மாட்டேன்!' என்று எண்ணினான். இந்த எண்ணம் மணிக்கணக்கில்கூட நீடிக்கவில்லை; தன்னை எதிர்த்துத் தானே சண்டையிடுவதுபோல் அந்த எண்ணம் வெறுப்பாயிருந்தது. 'அப்படிச் செய்வதால் என்ன பயன்? அவளை வசப்படுத்தி அடக்கவேண்டும்; வாய்ப்பு நேரும்போது அவளை அவமதிக்க வேண்டும்;' என்று முதல் எண்ணத்துக்குப் புது மெருகு கொடுத்தான்: இந்தப் புது மெருகும் அவனுக்குத் திருப்தி அளிக்கவில்லை. 'ஸரஸாவை நானா ஒதுக்குகிறேன்? அவள் அல்லவா என்னை ஒதுக்குகிறாள்? இனி அவள் இங்கு வரவே மாட்டாளா? கணவனையும் அழைத்துக்கொண்டு எங்காவது போய்விடுவாளா?' என்ற எண்ணங்கள் அச்சங்களாக அவனிடம் வந்தன. ஞாயிறு, திங்கள் இரண்டு இரவுகளும் அவனை மிகவும் படுத்திவிட்டன. ஸரஸாவைப் பார்க்க வேண்டும். நெருங்கி நின்று பேசவேண்டும், அவளுடைய மூச்சை ஏந்துகிற சுகம் காணவேண்டும் என்றெல்லாம் ஏக்கங்கள் கனத்தன. 'மிகுந்த போராட்டத்துக்குப் பிறகுதான் இயற்கையை வெல்ல முடிகிறது; ஸரஸாவையும்

போராடித்தான் பெறவேண்டும்; போராடிப் பெறுவதற்குத் தகுதியான வஸ்துதான் அவள்; அவளை அடையாவிட்டால் நான் பூர்த்தியாக மாட்டேன்!' என்று எண்ணினான் அவன். தன் மனத்தின் ஏதோ ஒரு மூலையில் உட்கார்ந்திருந்த மஞ்சுளாவைக் கண்டு பிடித்து, 'நீ ஸரஸாவாக இருந்திருக்கக் கூடாதா? இந்தத் தொல்லையே இருந்திருக்காதே!' என்று கேட்கவும் செய்தான்!

'இனி ஸரஸா வீட்டுக்கு நானாகப் போகக்கூடாது; அவளாக இங்கு வருவதற்கு என்ன வழி செய்யலாம்?' என்று தீவிரமாய் யோசிக்கையில்தான் ஸரஸா தானாக இங்கு வந்திருப்பதைக் கண்டான் அவன்.

அவளை நேரில் பார்த்தபிறகு அவனால் சரியாக யோசிக்க முடிவதில்லை; ஆனால் அந்தக்கணமே அவன் ஒருமுடிவு செய்ய வேண்டியிருந்தது. உடம்பை மீறிவந்த பரபரப்பை அடக்கிக் கொள்ள முயன்றான். 'ஸரஸா மிகவும் இயல்பாக நடந்து கொள்கிறாள்; நானும் அதேமாதிரி நடந்துகொள்ள வேண்டும்; அவள் போகிற போக்கில் கூடச் சென்று அவளைக் கட்டிவிட வேண்டும்!' என்பதைத் தவிர வேறு எந்த முடிவுக்கு அவனால் வரமுடியும்? இந்த முடிவுக்குத் தன்னை உடன்படுத்திக்கொண்டு அவன் அமைதி கண்டவன்போல் தன் இடத்தில் அமர்ந்தான். அவளைப் பார்த்தவுடன் முகத்தில் பரவத் தொடங்கிய அசட்டுக் களையைப் புன்சிரிப்பால் மறைக்க முயலுகிறவனாய்க் கூறினான்: ''ஸரஸா! எப்போது வந்தாய்? இந்த வேலையை நீ எதற்குச் செய்யவேண்டும்? வேலைக்காரி வருவாள்; நீ உட்கார்.''

அவளுக்கு எவ்வளவோ மகத்தான வரவேற்பு அளிக்கத்தான் விரும்பினான் அவன். அவளை நடக்கவிடாமல், அவன் அவளைத் தன் கைகளில் ஏந்திக்கொண்டு நாற்காலியில் உட்கார வைத்தால் எவ்வளவு அழகாக இருக்கும்? ஆனால் மிகவும் எளிய முறையில்தான் அவளை வரவேற்க முடிகிறது!

"நீங்கள் எனக்காக எவ்வளவோ செய்கிறீர்கள்; இந்தச் சின்ன வேலைகூட நான் செய்யக் கூடாதா? காலையில் எழுந்ததும் மனசு என்னவோபோல் இருந்தது; புறப்பட்டு வந்தேன். இங்கே கால் வைத்ததும் ஒரே குப்பையும் கூளமுமாய் இருந்தது."

குனிந்து கூட்டும்போது அவளுடைய அழகு பெருமை கொள்வதை அவன் தாகத்தோடு கவனித்தான். சொற்களை மிகவும் ஜாக்கிரதையாக அலங்கரித்து அவளிடம் அனுப்பினான்: "நீ பேசாமல் இருக்கப் போகிறாயா, இல்லையா? இந்த வேலைகள் செய்யப் பிறந்தவள் அல்ல நீ. இங்கே வா."

ஸரஸா நிமிராமலே பேசினாள். "இந்த வேலைக்கு என்ன? நோயாளியின் உடம்பைத் துடைத்து விடுவது, நோயாளியின் எச்சில் பாத்திரங்களைக் கழுவுவது போன்ற வேலைகள் மிகவும் கவுரவமானவை; அதைச் செய்யத்தான் நான் பிறந்தவள். பெண்ணாகப் பிறந்தவள் அசிங்கத்தையும் ஆபாசத்தையும் மறக்க வேண்டியது தான். மறப்பதால்தான் நாங்கள் பெண்களாக இருக்க முடிகிறது."

அவள் கூறுவதில் உட்பொருள் ஏதாவது இருக்குமோ என்று டாக்டர் யோசித்தான்; யோசித்தவாறு சொன்னான்: "பெண்கள் எல்லாரும் அப்படி அல்ல. நீ இப்படி இருக்க வேண்டியதில்லை; நீ இப்படி இருப்பதை நான் விரும்பவும் இல்லை."

ஸரஸா பதில் உரைக்காமல் தன் வேலையைத் தொடர்ந்தாள். நீலகண்டனுக்குப் பேசுவதைவிட, கண்களால் அவளைப் பார்ப்பதே சுகமாக இருந்தது. இதழ், இதழாகப் பெண்ணைவிண்டு பார்த்தவனுக்கு இந்த அற்ப சுகம் பெரிதாகத் தோன்றியது அவனுக்கே ஆச்சரியமாக இருந்தது. 'இவளை அடைகிறவன் அதிர்ஷ்டசாலி; இந்த அதிர்ஷ்டம் எனக்குக் கிட்டுவதாக இருக்கிறது; அவசரப்பட்டு இதை நான் இழந்துவிடக்கூடாது' என்று தன் பழைய முடிவை மீண்டும் ஒருமுறை ஞாபகப்படுத்திக் கொண்டான். இரண்டு நாளுக்குள் அவளிடம் ஒரு மாறுதல் ஏற்பட்டுள்ளதாக அவனுக்குத் தோன்றியது. உள்ளது போதாது என்று மிகுதியான கவர்ச்சி அவளை எங்கிருந்து

அடைந்தது? இரண்டு நாளுக்குள் உடம்பில் ஒரு வளர்த்தி தெரிந்தது; எடையும் கூடியிருக்குமா? 'ஸரஸா ஓர் அதிசயம்தான்' என்று சிரித்துக் கொண்டான், நீலகண்டன்.

அவனுடைய கோலாகலக் குழப்பத்தை அறியாதவள்போல் கூட்டிவிட்டு, கைகழுவிக்கொண்டு டாக்டருக்கு எதிரில் உட்கார்ந்தாள் ஸரஸா, ''ரொம்பவும் காலையில் வந்துவிட்டீர்களே? நீங்கள் வருவதற்கு இன்னும் ஒரு மணி நேரமாவது ஆகும் என்று நினைத்தேன்.''

''வீட்டில் ஒரே கூட்டம்; உட்காரக்கூடப் பிடிக்கவில்லை. ஓடி வந்தேன். நீ வந்திருப்பதைத் தெரிந்துகொண்டுதான் மனசு என்னை இங்கே ஓட்டியிருக்கிறது. இல்லையா, 'ஸரோ'' - விட புருஷர்களின் மொழியும், அதன் இலக்கணமும் வேறு; உடலோடு நெருங்கிப் பழகும் வாய்ப்பு அவனுக்கு அதிகப்படியான சொல் வல்லமை அளித்திருந்தது; சொற்கள் தம்மை நன்றாகச் சிங்காரித்துக் கொண்டே அவனிடமிருந்து வெளி வரத் தொடங்கின.

''நான் என் ரூமுக்குப் போகட்டுமா?''

''இந்த வீடே உன்னுடையது; உன் ரூம் என்று தனியாக ஏன் பிரித்துப் பேசுகிறாய்?''

''எல்லாரும் பெரிய வார்த்தைகளாகத்தான் பேசுகிறார்கள்; காரியம் என்று வரும்போது அந்த வார்த்தைகள் போகிற இடம் தெரியவில்லை.''

''நான் அர்த்தம் தெரிந்து பேசுகிறேன்.''

''அப்படியா? ரொம்ப சந்தோஷம்; இந்த வீடு என்னுடையது; என் ஹஸ்பெண்ட் இருக்கிற ரூமுக்குப் போகட்டுமா?''

''இன்னும் அங்கே போகவில்லையா?''

''இல்லை; நான் வந்ததே அவருக்குத் தெரியாது.''

இந்தச் சந்தர்ப்பம் தனக்காக உருவானது என்று நீலகண்டனுக்குத் தோன்றியது: ''கொஞ்சம் உட்காரேன் போகலாம்.''

''நீங்கள் சொன்னால் சரி, உங்களுடைய வேலைக்குத் தொந்திரவு இல்லையென்றால் எவ்வளவு நேரம் வேண்டுமானாலும் இருக்கிறேன்.''

அவளுடைய வார்த்தைகளில் மகாராணியின் கபடம் இருந்தது; ஆனால், அவைகளில் தனக்கு இணக்கமான உண்மை இருப்பதாக நீலகண்டன் மகிழ்ந்து விட்டான். நினைக்க வேண்டிய நேரத்தில் நினைக்காமல் இருப்பதும், நினைக்கத் தேவை இல்லாத நேரத்தில் நினைக்கத் தேவை இல்லாததைப் பற்றி நினைக்கத் தேவை இல்லாத விதத்தில் நினைப்பதும் மோக மனோபாவம் அல்லவா?

''ஸன்டே ஈவனிங் நான் வீட்டுக்கு வந்தபோது ஏன் அப்படி 'இன்ஸல்டிங்'காக (அவமதிப்பாக) நடந்து கொண்டாய்? எனக்கு ரொம்பவும் வருத்தமாயிருந்தது'' - கேட்ட பிறகுதான் இதை ஏன் கேட்டோம் என்று அவனுக்குத் தோன்றியது...

''நான் உங்களை இன்ஸல்ட் செய்தேனா? நீங்கள் எல்லாரும் சேர்ந்து என்னை அல்லவா இன்ஸல்ட் செய்கிறீர்கள்? ஒரு பெண் ஆதரவு இல்லாமல் தவிக்கிறாள் என்றால் அவளிடம் எப்படி வேண்டுமானாலும் நடந்து கொள்ளலாம் என்று நீங்கள் எல்லாரும் நினைத்துவிட்டீர்கள்; அப்படித்தானே?''

''யார் உன்னை இன்ஸல்ட் செய்தார்கள் என்கிறாய்? நாங்கள் என்று யாரை எல்லாம் சேர்த்துச் சொல்கிறாய்?''

''அதெல்லாம் இப்போது எதுக்கு? நீங்கள் சொல்வதைப் பார்த்தால் உங்கள் மனசை 'வூண்ட்' (புண்ணடைய) பண்ணி விட்டேன் என்று தெரிகிறது; ப்ளீஸ் எக்ஸ்க்யூஸ் மீ.''

''யார் உன்னை அவமதித்தார்கள் என்கிறாய்? எனக்கு ஒன்றும் தெரியாதே.''

''தெரிந்து என்ன ஆகப்போகிறது? தெரியாமல் இருப்பதே நல்லது.''

''சொல்லு, ஸரஸா. ஆதரவற்றவள் என்று நீயாக நினைத்துக் கொள்கிறாய்; என்னை அந்நியனாகவே நினைத்துப் பேசுகிறாய். என்ன நடந்தது?''

ஸரஸா மௌனமுற்றாள். தனக்குள்ளிருந்து மகாராணி மிகவும் அன்புடன் டாக்டரைப் பார்ப்பதைக் காண அவளுக்கு விசித்திரமாக இருந்தது. வெறுப்பும் அன்பு காட்டுமா? அந்த அன்புக்கும் அன்பு என்றுதானா பெயர் ? ஸரஸா தன்னைப் பூரணமாக மகாராணியிடம் ஒப்படைத்துவிட் டாள் என்பதைவிட, மகாராணி ஸரஸாவைப் பூரணமாக ஆக்கிரமித்துக்கொண்டாள் என்பதுதான் பொருந்தும்.

மாதவன் கோழை; தன் ஆண்மைக்கு இழிவு தேடிக்கொண்டு அவன் ஸரஸாவின் பெண்மையையும் இழிவு செய்துவிட்டான்; அந்த நிகழ்ச்சி தோல்வியாக அவளைத் துன்புறுத்தியது. தோல்வி அல்லாமல் அது வேறு என்ன?

நீலகண்டனைப் பதறவைக்கும் அவள் அழகு மாதவனிடம் ஏன் 'பலிக்கவில்லை?' பலிக்காதது மட்டும் அல்ல; அவன் அவளைக் கேட்கத்தகாத கேள்விகளைக் கேட்டு அவமானம் செய்யவில்லையா? ஆரம்ப காலத்திலிருந்து அவனுக்கு இதுவே வழக்கம் ஆகிவிட்டது; சும்மா இருப்பவளைத் தூண்டிவிடுவதும், அதனால் துடிப்பவளைப் பார்த்து மகிழ்வதும்தானே அவன் குணம்? அவளுடைய உடம்பை எழுப்பிவிட்டவன் அவன்தான்; தன்னை அவன் விளக்கப் போகிறான் என்று ஆர்வத்துடன் அவள் எதிர்பார்க்கும்போது முகத்தைத் திருப்பிக் கொண்டவனும் அவன்தான். திருப்தியுறாத பெண்மையின் ஆவேசம் எளிதில் அடங்கவில்லை. ஏதாவது செய்யவேண்டும் என்று அவளுக்கு வேகமாக இருந்தது; அவ்வாறு செய்வதால் ஏதாவது நொறுங்க வேண்டும் என்று அவளுக்கு ஆசையாக இருந்தது. மகாராணி ஸரஸாவைச் சமாதானம் செய்தாள்: 'ஆத்திரத்தால் ஒன்றும் ஆவதில்லை; அமைதியாக எதுவும் செய்யலாம். இந்த மஞ்சுளாக் கும்பலை ஒழிக்க எனக்கு வழி தெரியும்.' இறுதியாக இந்த ஆறுதலுக்குத்தான் ஸரஸா இசைய நேர்ந்தது. மாதவன்மீது அவளுக்குக் கோபம் வந்ததுபோல் மஞ்சுளாவின் பேரிலும் ஆத்திரமாக இருந்தது. அவளுடைய பெண்மை தவிக்கும்

போது மஞ்சுளாவின் பெண்மை, விரும்பிய கணவனை அடைந்து ஆனந்தப்படும் என்ற எண்ணத்தை அவளால் சகிக்கவே முடியவில்லை; மகாராணியின் வழிதான் சிறந்தது என்று அவளுக்குத் தோன்றியது.

அவளுடைய புண்பட்ட ஆங்காரம் மகாராணிக்கு மிகுதியான வலிமை அளித்தது. 'இனி உன்னை நான்தான் நிர்வாகம் செய்யப் போகிறேன். செய்விப்பது என் பொறுப்பு' என்ற மகாராணி கூறியதை ஸரஸா ஏற்றுக்கொண்டாள். இவ்வாறு தீர்மானித்ததும் ஸரஸாவின் மனத்தில் அமைதி நிறைந்தது: 'நான் வலிமை மிக்கவள்; உரிய நேரத்தில் என் வலிமையைக் காட்டுவேன்' என்று ஒரு நம்பிக்கை உண்டாயிற்று. தன் வலிமையை உணர்ந்து அமைதியாக இருக்கும் பெண்ணுக்குத் தனியாக ஒரு கவர்ச்சி உண்டாகிறது. அக்கவர்ச்சியுடன்தான் அவள் டாக்டர் வீட்டுக்கு வந்தாள்; அதைப் பார்த்துத்தான் நீலகண்டன் 'இரண்டு நாளில் இவளிடம் எங்கிருந்து அதிகப்படி கவர்ச்சி வந்தது?' என்று வியந்தான்; அவளிடம் தான் செய்துகொண்ட சரணாகதி முறையானதுதான் என்ற தெளிவுடன் அவளை வணங்கிக் கொண்டிருந்தான்!

"என் மனசில் இருப்பதை எப்படியோ கண்டுகொண்டு கேட்டுவிடுகிறீர்கள். நான் சொல்லக்கூடாது என்று நினைப்பதை என் வாயிலிருந்தே பறித்துவிடுகிறீர்கள். வேறு ஏதாவது பேசுவோம்."

"நீ இப்படிச் செய்தால் எனக்கு மிகவும் வருத்தமாக இருக்கிறது. என்னைப்பற்றி உனக்கு அக்கறையே இல்லையா, ஸரோ? நீ வீட்டுக்குப் போனதும் நான் தவித்துவிட்டேன்; உன்னை அழைத்து வரலாம் என்று ஆசையோடு உங்கள் வீட்டுக்கு வந்தேன். அப்போது உன் மனசு சரியாயில்லை என்று தெரிகிறது; என்ன காரணம்? உன்னை யார் 'இன்சல்ட்' செய்தார்கள்? அதற்காக என்னை ஏன் கோபித்துக் கொண்டாய்?"

"ஒரே கேள்வியைத்தான் பல தினுசாய்க் கேட்கிறீர்கள்; மஞ்சுளாவைப்போல் சாமர்த்தியசாலியானால் உங்களுக்குப்

பொருத்தமாய்ப் பல பதில்கள் சொல்வேன்; எனக்கு வரவில்லையே! மஞ்சுளா உங்கள் மனைவி என்றால் அவள் அண்ணா உங்களுக்கு மைத்துனர்; இந்தப் பந்தம் சாதாரணமானதும் அல்ல, பணத்தால் கெட்டிப்பட்டது. அவர்களை நான் குறை கூறினால் உங்களுக்கு வருத்தமாக இருக்கும். அவர்கள் வேறு நீங்கள் வேறு என்று பிரித்துப் பேச நான் விரும்பவில்லை; ஆனால், அவர்கள் செய்வதற்கு எல்லாம் நீங்கள் பொறுப்பு என்று நான் சொல்லவில்லை; ஆனால், அதில் உங்களுக்குச் சம்பந்தம் இல்லை என்று என்னால் நினைக்கவும் முடியவில்லை.''

''ஸரூ! எப்போதும் நீ மர்மமாகத்தான் பேசுகிறாய். உன் மனசு நோகும்படி என்ன நடந்தது? மஞ்சுளாவும் மாதவனும் என்ன செய்தார்கள்? மறுபடியும் பணத்துக்காக நெருக்கினார்களா?''

''கொடுத்ததைக் கேட்டால் மனசு ஏன் நோகவேண்டும்? என்னை அறையில் பூட்டி வைத்தீர்களே, அதைப்பற்றி உங்கள் ஃபிரண்டிடம் ஏதாவது சொன்னீர்களா?''

''மாதவனிடமா? இது என்ன அபாண்டம், ஸரஸா! எனக்குப் பைத்தியம் பிடித்திருக்கிறதா, அவனிடம் இதைச் சொல்ல?''

''அவருக்கு அது எப்படித்தெரிந்தது? எப்படியோ தெரிந்திருக் கிறது. ஒருவேளை பசுபதி நம்மைப் பார்த்துவிட்டு அவரிடம் சொல்லி இருக்கலாம். டாக்டர் ஸரஸாவை அறைக்குள் பூட்டி வைத்தாரே. நாமும் ஏன் அப்படிச் செய்யக்கூடாது என்று உங்கள் நண்பருக்குத் தோன்றி இருக்கிறது. ஞாயிற்றுக்கிழமை சாயங்காலம், மஞ்சுளாவோடு பேசிவிட்டுத் திரும்பிக் கொண்டிருந்தேன்; அறை வாசலில் நின்றுகொண்டு என்னைக் கூப்பிட்டார்; என்ன விஷயமோ என்று அறைக்குள் போனதும், கதவை உள்பக்கம் தாழிட்டு விட்டார்.''

அதைக் கேட்கும்போதே நீலகண்டனுக்குப் பற்றிக்கொண்டு வந்தது; கோபத்தாலும் பொறாமையாலும் அவன் உடல் பருத்தது. ''அப்புறம்? உனக்குப் பயமாக இல்லையா?''

"எனக்கு என்ன பயம்? என் இஷ்டத்துக்கு விரோதமாக என்னை யார் என்ன செய்யமுடியும்? என்னதான் செய்கிறார். பார்ப்போமே என்று பேசாமல் நின்றேன். அவர் கட்டிலில் உட்கார்ந்து கொண்டு என்னையும் உட்காரச் சொன்னார்."

"உட்கார்ந்தாயா?"

"பேசாமல் நின்றேன். என்னைத் தின்னப் போகிறவர்போல் பார்த்துக்கொண்டே, "நீலகண்டன் உன்னை அறையில் வைத்துப் பூட்டினானே, ஏன்?" என்று கேட்டார். கொஞ்சநேரம் பொறுத்தேன்; திரும்பத் திரும்ப இதே கேள்வி கேட்டார்; எனக்கும் கோபம் வந்தது; 'அதனால் உங்களுக்கு என்ன?' என்றேன். 'அவனோடு நீ தனியாக இருக்கலாமா?' என்று கேட்டார்: 'ஏன் இருக்கக் கூடாது?' என்று கேட்டேன். பதில் சொல்லத் தெரியாமல் விழித்தார்." - ஸரஸா அறைக்குள் அடைபட்டு மாதவனுக்கு மட்டும் பதில் சொல்வதாக நீலகண்டனுக்குத் தோன்றவில்லை; தன்னுடைய ஐயங்களுக்கும் ஏக்கங்களுக்கும் எல்லாம் அவள் மிகவும் துல்லியமாக விடை கூறுவதாய் அவன் நினைத்தான்; ஒரு பெண் இதைவிட விளக்கமாகப் பேசுவாளா? அவனுக்குப் பூரிப்பாக இருந்தது; ஆனால் மாதவன் போராடிப் பெற முடியாத ஸரஸாவைத் தன்னிடமிருந்து கொள்ளை யடித்துச் செல்ல முயலுவதாய்த் தெரிந்ததும் அவனுக்கு நண்பனிடம் பகை உணர்ச்சி உண்டாகி விட்டது. "இதென்ன அயோக்கியத்தனம்!" என்று படபடத்தான் அவன்; 'யோக்கியன் மாதிரி நடிக்கிற அயோக்கியனைக் கட்டிவைத்து உரிக்க வேண்டும்! யாராக இருந்தால் என்ன?' என்று எண்ணினான் அவன்.

"அயோக்கியன்?" என்றான் வாய்விட்டு.

"அத்தோடு அவர் பேச்சு முடியவில்லை. 'நீலகண்டன் மஞ்சுளாவை மணக்க வேண்டியவன்' என்றார். எதற்காக அவர் அப்படிச் சொன்னார் என்று உங்களுக்குப் புரிகிறதா? மஞ்சுளாவுக்குச் சொந்தமானதை நான் அபகரித்துக் கொள்கிறேனாம்! அப்படித்தானே அர்த்தம்?"

நீலகண்டனால் உட்கார முடியவில்லை; தான் ஸரஸாவை வென்றுவிட்டதை அவன் நன்றாக உணர்ந்தான்; மாதவன் அந்த வெற்றியைக் குலைக்க முயலுவதையும் உணர்ந்தான். மாதவனை வழியிலிருந்து தூக்கி எறிய வேண்டும் என்று அவனுக்குத் தோன்றியது; நாற்காலியிலிருந்து எழுந்துகொண்டே சொன்னான்: ''அற்பப் பயல்! அவன் சொன்னபடியே செய்துவிடுகிறேன்; இந்த அற்ப சகவாசம் கூடாது!'' என்றான் அவன் திடீரென்று.

ஸரஸா அவன் கூறியதைக் கேட்டவளாகவோ, புரிந்து கொண்டவளாகவோ காட்டிக் கொள்ளவில்லை; மகாராணி மெல்ல நகைத்துக் கொண்டாள்; நீலகண்டன் அவளை நோக்கி வந்து கொண்டே கூறினான்: ''அப்புறம் நீ எப்படி வெளியில் வந்தாய்?''

''அது என்ன கஷ்டம்? அவர் ஏதோ சொல்லிக் கொண்டிருந்தார்; கட்டில்மேல் இருந்த ஒரு தலையணையை எடுத்து ஓங்கி அவர்மீது எறிந்தேன்; அவர் நிதானித்துக் கொள்வதற்குள், அறையிலிருந்து வெளியே வந்து கதவைத் தாழிட்டு விட்டேன்.''

''பேஷ்! பயலுக்குப் பைத்தியம் தெளிந்திருக்கும்; இவ்வளவு பெரிய அயோக்கியனாக இருப்பான் என்று நான் நினைக்கவில்லை. அவளிடம் சொன்னாயா?''

''யாரிடம் இதைச் சொல்லி மகிழவேண்டும் என்கிறீர்கள்?''

''இல்லை அவளுக்குத் தெரியுமா என்று கேட்டேன்.''

''உங்கள் மனைவிக்குத்தானே?''

''மனைவி, மைத்துனன் என்று அடிக்கடி சொல்லி...''

''சொல்லாவிட்டால், இல்லை என்றாகி விடுமா? உங்களுக்கு எல்லாம் தெரியாமல் இருக்கலாம்; ஒன்றும் தெரியாது என்று நம்ப நான் தயாராக இல்லை.''

''கல்யாணமானால்தானே உறவு?'' என்னும்போது அவளை நெருங்கிவிட்ட நீலகண்டன் அவளுடைய இரு கைகளையும் தன்

கைகளில் எடுத்துக் கொண்டான் ; மணம் செய்துகொள்ளவில்லை என்றதும் அவளுக்காக அவன் எதுவும் செய்யத் தயார் என்பதை நிரூபித்துவிட்டான்; ஆகையால் அவள்மீது அவனுக்கு உரிமை ஏற்பட்டுவிட்டது; அதனால் அவளுடன் அடார்ந்து பழகலாம் என்று கணித்துக்கொண் டான் அவன்.

ஆனால், அவன் கை பட்டதும் நெருப்புச் சுட்டதுபோல் பதைத்து விட்டாள் ஸரஸா; கைகளைப் பின்னால் இழுத்துக் கொண்டு இரண்டு நாற்காலிகளுக்கு அப்பால் சென்று உட்கார்ந்தாள். அவள் முகத்தில் கோபம் இல்லை; அதுவே பாக்கியமாக நீலகண்டன் கருதினான்.

''நீங்கள் எல்லாரும் ஒரே வர்க்கம்தான். மாமனாருக்குப் பயந்து என்னை அறையில் வைத்துப் பூட்டினீர்கள்; உங்களுக்குப் பயந்து என்னை உங்கள் மைத்துனர் அடைத்து வைத்தார்; என்ன அர்த்தம் இதற்கெல்லாம்? பெண்ணிடம் எதுவும் செய்யலாம் என்பதுதானே? உங்களை எல்லாம் நினைத்தாலே எனக்கு வெறுப்பாக இருக்கிறது. என்னால் ஒன்றும் செய்ய முடியவில்லை. முடிந்தால் எல்லாரையும் நெருப்பில் இடலாம்போல் வேகம் வருகிறது. நான் பலவீனமானவள்தான். ஆனால் ஆத்திரப்படக் கூடவா என் மனசுக்குத் தெரியாது? எனக்கு ஆத்திரமாக இருக்கிறது; உங்களிடம்கூட வெறுப்பாயிருக்கிறது.'' என்று தன் அகத்தில் இருந்த உண்மைகளை உள்ளபடி வெளியிட்டாள் ஸரஸா. பேச்சை அழுகை தொடர்ந்தது.

அவளுடைய கண்களிலிருந்து கீழிறங்கிய நீர்த்துளிகள் மார்புச் சேலையை ஈரமாக்கின; அழுகை அவளிடம் ஓர் அழகு கொள்வதை நீலகண்டன் கவனித்தான்; அழுகையால் அவள் முகம் சற்றும் விகாரப்படவில்லை; சிரிப்பைப்போல் அழுகையும் அவளோடு அமைவதாக அவனுக்குத் தோன்றியது. இதுவும் ஒரு பெண்ணா என்று அதிசயமாயிருந்தது அவனுக்கு. 'எக்காரணத்தைக் கொண்டும்

இதை நான் இழக்க மாட்டேன்!' என்று சொல்லிக்கொண்டான். அக்கணமே அவளுடைய விருப்பு வெறுப்புகளைத் தன் விருப்பு வெறுப்புகளாக்கிக் கொண்டான். சரணாகதித் தத்துவத்தின் அடிப்படை இதுதானா?

''என்னையும் அந்தக் கும்பலோடு ஏன் சேர்க்கிறாய்? அவர்களோடு சேர்த்துப் பார்த்தால்தானே என்மீது உனக்கு வெறுப் பாயிருக்கிறது? நான்தான் அவர்களோடு சேரப்போவதில்லை என்றேனே!''

இப்போதுதான் முதல் முறையாக இவ்விஷயத்தைக் கேட்டவள்போல் ஸரஸா நிமிர்ந்தாள்; தன் அழுகைக்கு வில்லங்கம் இல்லாமல் கூறினாள்: ''என்ன சொல்கிறீர்கள்? என்னை அவர்கள் இழிவுசெய்வதில் ஆச்சரியம் இல்லை; நீங்கள் அதற்காக அவர்களிடமிருந்து எப்படி விலக முடியும்?''

''நான் முடிவு செய்துவிட்டேன்; இந்தக் கல்யாணம் நடக்கப்போவதில்லை.''

''அக்கிரமமாய்ப் பேசுகிறீர்களே! எனக்காக நீங்கள் கல்யாணத்தை ஏன் நிறுத்த வேண்டும்? மஞ்சுளாவை நான் குற்றம் சொல்லமாட்டேன்; அவளை எதற்காகத் தண்டிக்க முயலுகிறீர்கள்?''

''நான் யாரையும் தண்டிக்க முயலவில்லை'' என்று கூறும் போது நீலகண்டன் மனத்தில், கட்டிலில் சாய்ந்துகொண்டு மாதவன் ஸரஸாவை அழைக்கும் காட்சி பேசும் படமாகியது; ஆத்திரத்துடன் சொன்னான்: ''அந்த அண்ணனுக்குத் தங்கைதானே அவள்? அந்தஸ்து இல்லை என்று என்னை உதாசீனம் செய்த தகப்பனாரின் பெண்தானே? அதெல்லாம் எதற்கு? எனக்கு இந்தக் கல்யாணத்தில் அபிப்பிராயம் இல்லை, நான்.... ஸரஸாவுக்காகப் பிறந்தவன்!''

மிகுந்த வியப்புக் கொண்டவள்போல் ஸரஸா கண்களைத் துடைத்துவிட்டுச் சொன்னாள்: ''என்னையா சொல்கிறீர்கள்?

லட்சக்கணக்கான சொத்தோடு வருகிற பெண்ணை எனக்காகவா உதறுகிறீர்கள்? என்னிடம் என்ன கண்டு இப்படிச் செய்வதாகச் சொல்கிறீர்கள்?''

''நீ ஸரஸாவாக இருப்பதும், நான் நீலகண்டனாக இருப்பதையும் விடப் பெரிய காரணம் வேண்டுமா? பணம்தானே? அதை என்னால் சம்பாதிக்க முடியும்!'' என்றான் அவன். அழும்பு செய்யும் சிறு குழந்தைபோல், பெண்ணுக்காக சாம்ராஜ்யத்தைத் துறந்த அரசர்களைப் பற்றி அவன் அப்போது எண்ணவில்லை. ஆனால் அந்தப் பக்குவத்தில் அவன் மனம் இருந்தது; அந்த அரசர்களைப் போல் அவனும் துறப்பதைப் பற்றி நினைக்கவில்லை. அடையப் போகும் ஒன்றைப் பற்றித்தான் நினைத்துக் கொண்டிருந்தான்.

ஸரஸா மெல்ல நகைத்தாள்: ''மஞ்சுளாவையும் மாதவனையும் போல் நீங்களும் என்னைப் பரிகாசம் செய்கிறீர்கள்; என்னைப் பரிகாசம் செய்தாலும், நீங்கள் சந்தோஷப்பட்டால் சரிதான்''

''நான் பரிகாசம் செய்யவில்லை; நிசமாகப் பேசுகிறேன். ஸரஸு; என்னை நீ புரிந்துகொள்ளவே மாட்டாயா?'' என்றான் வேதனையுடன்.

''நிசமாகப் பேசுகிறீர்களா? நீங்கள் ஏதாவது செய்யப்போக என்மேல் பழிவிழும். எனக்குக் கெட்ட பெயர் தேடுகிறீர்களா?''

''பெயர் கெட்டுவிடும் என்று உனக்குப் பயமாயிருக்கிறதா?''

''எதற்கும் நான் பயப்படவில்லை; உங்களைப் பற்றித்தான் பயமாயிருக்கிறது.''

''சொன்னபடி நடக்கமாட்டேன் என்றா?''

''நான் அதைச் சொல்லவில்லை. பெரிய இடத்து விரோதம் தேடிக்கொள்கிறீர்கள்; தடபுடலாய்க் கல்யாணத்துக்கு ஏற்பாடு செய்கிறார்கள்; நீங்கள் மறுத்தால் ஒரே ரகளை ஆகிவிடும். அவர்கள் பணக்காரர்கள்; ஆத்திரத்தில் என்ன வேண்டுமானாலும் செய்வார்கள்''

''என்ன செய்து விடுவார்கள்? அதையும்தான் பார்ப்போமே!''

"ஏதோ சொப்பனம்போல இருக்கிறது, நீங்கள் பேசுவதெல்லாம். இதெல்லாம் என்ன நடக்கிறது? மஞ்சுளாவுடன் மனைவியோடு பழகுவதுபோல் நெருங்கிப் பழகினீர்கள்; அவளைத் தவிர வேறு யாரையும் கல்யாணம் செய்துகொள்ள மாட்டேன் என்று சொல்லிக் கொண்டிருந்தீர்கள்; பழகினது அவ்வளவும் பொய்தானா? அவளிடம் உங்களுக்கு இரக்கம்கூட உண்டாகவில்லையா?"

நீலகண்டன் பதிலுக்காகத் தயங்கவில்லை: "அவள் பெரிய இடத்துப் பெண்; என்னைவிட நல்ல வரன்கள் கிடைப்பார்கள்? அவளுடைய அண்ணன் இனி இந்த வீட்டில் கால் வைக்கக்கூடாது? இஞ்சினியரை எவ்வளவோ கவனமாய்த்தான் பார்க்கிறேன்? அவரும் ஏமாற்றி விடுவார்போல் இருக்கிறது? என்னைப் பற்றி... உனக்குக் கொஞ்சமும் சந்தோஷம் இல்லையா?"

"பயமாகவும் இருக்கிறது. நாளைக்கு எல்லாம் என்னால் கெட்டது என்று சொல்லக்கூடாது. ஒருமுறைக்கு நாலுமுறை யோசித்து எதுவும் செய்யுங்கள். நான் சொன்னால் நீங்கள் கேட்கமாட்டீர்கள்போல் இருக்கிறதே!"

"ஸரஸா!" என்று வாய் நிறைய அழைக்கும்போது, நீலகண்டனின் கைகள் அவளுடைய கூந்தல் நுனியைப் பிசைந்து கொண்டிருந்தன; கண்கள் கெஞ்சின.

"இஞ்சினியரை நான் இன்னும் பார்க்கவில்லை; ரூமுக்குப் போகட்டுமா? உங்களுக்கும் வேலை இருக்கும்" என்று எழுந்தாள் ஸரஸா; அவளிடமிருந்து விடுபட்ட மோகனாஸ்திரங்கள் நீலகண்டனைத் 'தைரியசாலி' ஆக்கின.

கணவனின் அறைக்கு அவள் போகும்போது மகாராணி திருப்தியுடன் நகைத்தாள்; "மகாப்பிரபு வாலில் தானாகவே பந்தம் சுற்றித் தீ வைத்துக்கொண்டு கிளம்பிவிட்டார்; லங்காதனம் ஆரம்பம் ஆகிவிட்டது!" என்றாள் அவள். ஸரஸாவுக்கு என்னவோ மகிழ்ச்சியாக இல்லை. விசனமாகவும் இருந்தது.

எம்.வி. வெங்கட்ராம்

44

ஸரஸா பார்வையிலிருந்து விலகிவிட்டாள். நீலகண்டன் சில நிமிஷங்கள் அப்படியே உட்கார்ந்திருந்தான். இனிப்பு சாப்பிட்டவாயில் சற்றுநேரம் சர்க்கரை நீர் ஊறிக்கொண்டே இருப்பதுபோல் அவன் மனசு திளைத்தது. வெகு பிரயாசைப்பட்டு லட்சியசித்தி பெற்றவனைப்போன்று அவன் திருப்தியாக இருந்தான்; ஸரஸா கவாசித்த காற்றுதான் தனக்குள்ளும் போகிறது என்று அவனுக்கு நிறைவாக இருந்தது.

சிறிதுநேரத்தில் கம்பவுண்டர் வந்தார்; நர்ஸ்கள் வெள்ளையாகப் 'பளிச்'சென்று வந்தார்கள்; நோயாளிகளின் கும்பல் வந்தது. அவன் அலுவல்களில் மூழ்கினான். மனத்துக்கும் புத்திக்கும் திருப்தி தருகிற தொழில்; வருவாயும் அளித்தது; கவனமாய் நோயாளிகளைப் பரிசீலிப்பது அவன் வழக்கம். ஒருவர்பின் ஒருவராக நோயாளிகள் வந்தபோது, மனத்தை ஒடுக்கி வேலையில் ஆழ்த்த முயன்றான். மனசு திமிறிக்கொண்டு உள்ளே ஓடியது; கிட்டுவின் அருகில் இருந்த ஸரஸாவுக்கு எதிரில் நின்று இளித்தது. 'இவ்வளவு கூட்டத்தையும் அனுப்பிவிட்டு நான் எப்போதுதான் ஸரஸாவைப் பார்க்கப் போகிறேனோ?' என்று முணுமுணுத்தான்.

நேரம் ஆக ஆக, நிர்மலமான வானத்தைச் சிறிது சிறிதாக மேகங்கள் கப்பிக்கொள்வதுபோல், அவன் மனசு இருளத் தொடங்கியது. அவசரப்பட்டுத்தவறான முடிவு செய்துவிட்டோமோ என்று அச்சம் உண்டாயிற்று. இன்றுவரை அவன் செய்துவந்த கற்பனை என்ன? உபயநாச்சியார்களுடன் பவனிவரும் பெருமாளைப் போல், மஞ்சுளா - ஸரஸா சமேதனாய் வாழலாம் என்பதுதானே? ஸரஸாவுக்கு அவன் 'முழுநேரக் கூட்டாளி' என்கிற அந்தஸ்து அளித்துக் கற்பனை செய்ததில்லை. அந்த அந்தஸ்தை அவளுக்கு

அளிக்க அவன் விரும்பவில்லை என்பது இதன் பொருளல்ல; கிட்டு என்ற சீவன் குணமடைந்துவிட்டால் ஸரஸாவிடம் நீலகண்டன் எப்படி உரிமை கொண்டாட முடியும்? அதனால்தான் அவன் ஸரஸாவுக்காகக் குறுகிய காலத்திட்டம் வகுத்துக்கொண்டிருந்தான்; ஆனால் இன்று அவன் திட்டங்களை எல்லாம் கவிழ்ந்து விட்டன.

ஸரஸாவை நிரந்தரமாக ஏற்பது ஒரு சுமை என்று இப்போதும் அவன் அஞ்சிவிடவில்லை. அது ஒரு பெரும் பாக்கியம் என்றே இந்த நொடியும் அவன் நினைத்தான். ஆனால் மஞ்சுளாவை மணக்க மறுப்பது விவேகம் ஆகுமா என்று அவனுக்குச் சந்தேகம் உண்டாகி விட்டது. தன் மணமகளைப்பற்றி இப்போதுதான் அவன் சற்று மிகுதியாக நினைத்தான். அவனுக்காகவே காத்திருக்கிறவள் அல்லவா? அவளைக் கைவிடுவது முறையாகுமா? அவளோடு சொத்தும் வருகிறது; ஒரு சராசரி மனிதன் ஓர் ஆயுள் காலத்தில் எளிதில் சேகரிக்க முடியாத சொத்து; அதை உதறுவது புத்திசாலித்தனம் ஆகுமா? பணத்தால் ஆகாதது உண்டா? அதை இழக்கலாமா?

இத்தனை கேள்விகளால் அடியுண்ட பின்னரும் அவன் மனசு ஸரஸாவிடமிருந்து நகர்ந்து வரவில்லை. மஞ்சுளாவைப் பற்றி அதிகமாய் நினைத்தால் ஸரஸாவைப் பற்றிக் குறைகாணத் தொடங்கிவிடுமோ என்றுகூட அது அஞ்சியது! ஆகையால் அவன் ஜகந்நாதனையும் மாதவனையும் பற்றி யோசித்தான். ஜகந்நாதன் என்றைக்கு அவனை மனிதனாக மதித்தார்? அவனைப் பற்றி இழிவாகப் பேசவும் அவர் தயங்கியதில்லை; மகளும் மகனும் பிடிவாதமாக இருந்ததால்தான் இப்போதும் அவர் அவனுடன் கொஞ்சம் தாராளமாய்ப் பழகுகிறார்; இப்போது அவர் என்ன நினைத்துக் கொண்டிருப்பார்? காசு கொடுத்து மாப்பிள்ளையை விலைக்கு வாங்குவதாய்த்தானே? அப்படித்தான் அவரால் நினைக்க முடியும்; அவனை மதிக்காதவரை அவன் ஏன் மதிக்க வேண்டும்?

மாதவனை எண்ணினாலே அவனுக்கு ஆத்திரமாக இருந்தது. 'அவன் ஸரஸாவை அறையில் அடைத்தானே, அது கயமை

இல்லையா? அவளை நீலகண்டனிடமிருந்து காப்பாற்ற வேண்டும் என்ற நல்ல எண்ணம் உடையவனானால் அவன் இந்தமாதிரி அற்பத்தனம் செய்திருக்கமாட்டான். ஸரஸாவை என்னிடமிருந்து கவர்ந்துகொள்ள வேண்டுமென்பதுதான் அவன் நோக்கம். அவளைக் காப்பாற்றும் முழுப் பொறுப்பையும் நானே ஏற்கிறேன் என்று தெரிந்தால் அவனுக்கு எப்படி இருக்கும்? ஆற்றிலோ குளத்திலோ விழுந்து சாகட்டும்!' என்று எண்ணினான் நீலகண்டன், திருப்தியாக.

'தங்கையை என் மனைவியாக்கி எனக்கு உபகாரம் செய்வதாய் அவன் நினைக்கிறான். கல்யாணம் நடப்பதற்கு முந்தியே அதிகாரம் செய்யத் தொடங்கி விட்டானே! 'தாயாரிடம் மூர்க்கத்தனமாய் நடக்கிறாயே, மனைவியை எப்படி நடத்துவாய்?'' என்று என்னைக் கேட்டவன்தானே? மணமாகிவிட் டால் இன்னும் என்னவெல்லாம் பேசுவானோ? இப்படி எல்லாம் இந்த மாதவனும் அவன் தகப்பனாரும் நடந்துகொள்ளக் காரணம் என்ன? பணம்தானே? என்னால் சம்பாதிக்க முடி யாதா? அவர்கள் உதவி செய்யாவிட்டால் நான் வாழ முடியாதா ? இந்த ஜகந்நாதன் எப்படிச் சம்பாதித்தார்? பரம்பரைப் பணக்காரர் இல்லை; அவருடைய அப்பாவோ தாத்தாவோ வாடகை வண்டி ஓட்டியவர்களாம்; படிப்பும் பூஜ் யம்; அவரால் சம்பாதிக்க முடியும் என்றால், என்னால் முடியாதா?' - இப்போதே மாதம் இரண்டாயிரத்தை எட்டிக் கொண்டிருக்கிறது அவன் வருமானம்; எளிய முறையில் தொழில் தொடங்கிப் பெரிய நர்ஸிங்ஹோம் வைத்துப் பிரபலமாக உள்ள பல டாக்டர்களைப் பற்றி அவனுக்குத் தெரியும்! அவனும் அவ்வாறே முன்னேற முடியாதா? ஸரஸா பக்கத்தில் இருந்தால் ஐந்து லட்சம் அல்ல ஐந்து கோடியே சம்பாதிக்க முடியும். ஆனால், அவன் அந்தப் புதுப் பணக்காரர் ஜகந்நாதனைப்போல் பல குடும்பங்களைப் பாழாக்க வேண்டியதில்லை; அந்த அற்பப்பயல் மாதவனைப்போல் எதற்கும் உதவாத வெற்றாளாக இருக்கவேண்டியதில்லை.

ஜகந்நாதனுக்காகவும் மாதவனுக்காகவும் மஞ்சுளாவை ஒதுக்க வேண்டுமா? இந்தக் கேள்வி அடிக்கடி இடறத்தான் செய்தது. அதற்கு அவனால் எளிதில் விடைகாண முடியவில்லை; இறுதியில் ஸரஸாவிடம் அவனுக்கு இருந்த மோகம் அதற்கும் ஒரு பதிலைக் கண்டுபிடித்தது; மஞ்சுளாவைப் பற்றி அவனுக்கு என்ன தெரியும்? அவனிடம் ஈடுபாடு கொண்டவள் என்பது மட்டும் தெரியும். தகப்பனுக்கும் தமையனுக்கும் உள்ள அற்பக் குணங்கள் அவளிடம் இல்லை என்று கூறிவிட முடியுமா? பணக்காரியை மணப்பவன் அவமானப்படுவான் என்பது அனுபவ உண்மை ஆயிற்றே! மஞ்சுளாவை விதிவிலக்காக எப்படி நினைக்க முடியும்? ஸரஸாவை வேலூருக்கு அனுப்பிவிட இப்போதே தந்திரம் செய்கிறவள். மணமான பிறகு எப்படி நடந்து கொள்வாளோ? மஞ்சுளாவை மணப்பதால் ஸரஸாவை நிரந்தரமாக இழப்பதாகவும் ஏற்படலாம் அல்லவா?

ஒரு முடிவுக்கு அவன் வந்துவிட்டான், அதற்கு அனுகூலமான நியாயங்களைத்தான் அவன் கண்டுபிடித்துக் கொண்டிருந்தான். மஞ்சுளாவை நிராகரிப்பதற்கு எத்தனை நியாயங்கள் கண்டாலும் ஒருலேசான தவிப்பு எஞ்சியிருந்தது. அவனை அடைவதற்காக மஞ்சுளா அடிக்கடி பிரார்த்தனை செய்கிறாள் என்று மாதவன் ஏளனம் செய்வதுண்டு; டாக்டர் மணத்துக்கு இசையவில்லை என்று கேள்விப்பட்டு அவள் எவ்வாறு அதிர்ச்சி அடைவாள் என்பதை எண்ணிப் பார்க்கவே அவனுக்குக் கஷ்டமாயிருந்தது. 'நான் முட்டாள்; எதற்காக இவ்வளவு யோசனை செய்கிறேன்? ஸரஸா எனக்குத் தேவை; அதற்காக நான் எதையும் இழக்கத் தயங்கக் கூடாது. மஞ்சுளாவை நான் மணந்தால், மாதவனுக்கு ஸரஸாவிடம் சலுகை இருக்கத்தான் செய்யும்; மஞ்சுளாவுக்கு என்மீது உரிமை ஏற்பட்டுவிடும். இதற்கெல்லாம் இடம் தரக்கூடாது' என்று தன் முடிவை உறுதிப்படுத்திக் கொண்டான் அவன்.

இந்த உறுதி கொள்ளும்போது அவனுடைய முற்பகல் கடமைகள் முடிந்துவிட்டன. கூட்டம் ஓய்ந்து, நர்ஸ்களும் கம்பவுண்டரும் வீட்டுக்குச் சென்றுவிட்டனர்; இனி மாலை நாலுமணிக்குத்தான் பிற்பகல் வேலைகள் தொடங்கும், அதுவரை ஸரஸாவுடன் சல்லாபித்துத் தன் உறுதிக்குப் பலம் தேடிக் கொள்ளலாம் என்று எண்ணியவனாய்க் கிட்டு இருந்த அறைக்குச் சென்றான் அவன்.

"கிட்டு! என்ன சாப்பிட்டீர்கள்?" என்று கேட்கும்போது அவன் கண்கள் ஸரஸாவைத் தேடின.

அவள் அடக்கமாய் ஒருக்களித்துப் படுத்திருந்தாள். கிட்டு டாக்டரைப் பரிதாபமாய்ப் பார்த்தான்: "டாக்டர், நாங்கள் சாப்பிட்டு விட்டோம். ஸரஸா இப்போதுதான் தூங்கினாள். உங்களிடம் ஒரு வேண்டுகோள். செய்வீர்களா?"

"என்னவிஷயம்? சொல்லுங்கள். உங்களுக்குத் தேவையானதைச் செய்யவேண்டியது என் கடமை. ஆனால். நோயாளியின் வரம்புக்குள் உங்கள் வேண்டுகோள் இருக்க வேண்டும்" என்றான் நீலகண்டன் சற்று உரத்துப் பேசும் குரல் கேட்டுக் கண்விழித்து ஸரஸா பேசமாட்டாளா என்று அவன் எதிர்பார்த்தான் ஆனால், அவள் எழுந்திருப்பவளாகத் தெரியவில்லை.

"நான் பிழைக்கமாட்டேன் என்று உங்கள் மனசுக்கே தெரியும்; எதற்காக என்னை இப்படி ஹிம்சை செய்கிறீர்கள்? ஸரஸாவை ஏமாற்றாதீர்கள், டாக்டர். நாங்கள் வீட்டுக்கே போய்விடுகிறோம்" என்றான் கிட்டு தன் வெறுப்பை இப்படித்தான் அவனால் வெளியிட முடிந்தது.

நீலகண்டன் கண்ணோரத்தால் ஸரஸாவைக் கவனித்துக் கொண்டே பலமாய்ச் சிரித்தான்: "அன்றைக்குச் சொன்னதைத் தானே சொல்கிறீர்கள்? ஸரஸா வந்தபிறகும் உங்கள் பயம் தெளிய

வில்லையா? கிட்டு, ஸரஸாவைப் பக்கத்தில் வைத்துக் கொண்டு இந்த வார்த்தை சொல்லலாமா? அவளைப் பார்த்தாலே 'நூறு வயசு வாழமுடியும்' என்று நம்பிக்கை உண்டாக வேண்டாமோ?''

''அதையெல்லாம் நான் கேட்கவில்லை; என்னை வீட்டுக்கு அனுப்புகிறீர்களா, இல்லையா?''

''என் நோயாளிக்கு எது நல்லது என்று எனக்குத் தெரியும்...''

''உங்களுக்குத் தெரியுமே! நானாகச் சாகக்கூடாது; உங்கள் மருந்தால் சாகவேண்டும் என்கிறீர்கள்; இல்லையா?'' என்று தன் பெரிய கோபத்தைத் தூக்கி டாக்டர்மீது எறிந்துவிட்டுக் கிட்டு மறுபுறம் திரும்பிக் கொண்டான்.

நோயாளியின் வக்கிரத்தைப் பார்த்துப் புன்னகை செய்தவாறு ஸரஸாவை நோக்கி நெடுமூச்சு கழித்துவிட்டு நீலகண்டன் வீட்டுப் பகுதிக்கு நடந்தான். சாப்பிட்டுவிட்டுத் திரும்பும்போது கணவனும் மனைவியும் அயர்ந்து தூங்குவதைக் காண அவனுக்கு வருத்தமாக இருந்தது. வெளியே வந்து, சாய்வு நாற்காலியில் சாய்ந்ததும் அவனுக்கும் தூக்கம் வந்துவிட்டது.

பிறகு நேரம் போன போக்கே தெரியவில்லை. காலையைப் போலவே மாலையும் கழிந்தது. இரவு எட்டு மணிக்கு மேல் அவசரக் கேஸ் ஒன்றைக் கவனிக்க வெளியில் போக நேர்ந்தது; திரும்பும் போது ஒன்பது மணிக்குமேல் ஆகிவிட்டது. நர்ஸ்களும் கம்பவுண்டரும் போயிருப்பார்கள், இப்போதாவது ஸரஸாவைக் காணலாம் என்று ஆவலுடன் ஆஸ்பத்திரியில் நுழைந்த நீலகண்டன் அங்கு பசுபதி மிகவும் சுவாதீனமாய் உட்கார்ந்திருப்பதைக் கண்டான். அவனைக் கண்டதும் நீலகண்டனுக்கு முதலில் தயக்கமாக இருந்தது; வெளியேற்றி விடலாமா என்று யோசித்தான். பசுபதியின்மூலம் ஏதாவது தகவல் கிடைக்கும் என்ற எண்ணம் நீலகண்டனைக் கட்டுப்படுத்தியது.

எம்.வி. வெங்கட்ராம்

"பசுபதி மாமா. என்ன விஷயம்? அகாலத்தில் விஜயம் செய்திருக்கிறீர்களே?" என்றான் தன் சிம்மாசனத்தில் அமர்ந்து கொண்டே.

"அதுதான் தப்பு; எனக்கு ராத்திரிதான் காலம். முதலாளி வீட்டிலிருந்து புறப்பட்டேன். அப்படியே மாப்பிள்ளையையும் பார்த்துவிட்டுப் போகலாம் என்று இந்தப் பக்கம் வந்தேன். சும்மாவா வருவேன்? எல்லாம் நல்ல சேதிதான்."

"சொல்லுங்கள்."

"வைஜயந்தி ஒத்துக் கொள்ளுவாளோ மாட்டாளோ என்று சந்தேகமாயிருந்தது. இன்றைக்குக் காலையிலே அவளிடமிருந்து லெட்டர் வந்தது; ரேட்டுத்தான் ஜாஸ்தி; உடனே தந்தியிலே அட்வான்ஸ் பண்ணிவிட்டேன். பெண் லட்சணமாயிருந்து, டான்ஸ் செய்ய ஆரம்பித்துவிட்டால், அதுக்குத் தனி மவுசுதான். இல்லையா, மாப்பிள்ளை?" என்று சிரித்தான் பசுபதி; அவன் முகத்தில் காட்டிய 'மைனர்' குறும்பும் கண்களில் இருந்த இடக்கும் பார்த்து நீலகண்டனுக்கும் சிரிப்பு வந்துவிட்டது.

"ஒரே போடாகப் போடுகிறீர்களே!"

"காலம் அப்படி ஆகிவிட்டது. மாடாட்டம் உழைக்கிறோம்; லட்சக்கணக்கில் முதல் போட்டுத் தொழில் செய்கிறோம்; ஒரு ஸ்டார் அளவு சம்பாதிக்க முடியுதா? அவர்களைத்தானே தெய்வமாய்க் கும்பிடுகிறார்கள்? வைஜயந்தி ஒத்துக்கொண்டாள் என்றதும் மஞ்சுளாவுக்கு என்ன சந்தோஷம் என்கிறீர்கள்! 'பசுபதி, உனக்கு டான்ஸ், கலை ஒன்றும் தெரியாது!' என்றாள். டான்ஸ் பற்றி எனக்குத் தெரியாது; ஒப்புக்கொள்கிறேன் தெரிந்து என்ன ஆகப்போகுது? ஆனால் கலையைப் பற்றி எனக்கா தெரியாது? எனக்கு சூரியகலை தெரியும் சந்திரகலை தெரியும் உள்ளே போகும் மூச்சுதான் சந்திர கலை அதோடு அமுதம் உள்ளே போகிறது; இந்த அமுதம் சாப்பிட்டவன் எத்தனை காலம் வேண்டுமானாலும்

ஜீவிக்கலாம்; ஒரு வியாதி வெக்கை வராது? இந்தக் கலையைப் பற்றி சொன்னால் மஞ்சுளாவுக்குப் புரியுமா? வாசியைக் கட்டியவன் உலகத்தையே கட்டிவிடுவான். இந்தக் கலையைத்தான் சர சாஸ்திரம் சொல்லித் தருகிறது. அது தெரிந்தவனுக்கு வேறு எது தெரியவேணும்? மூன்று மணி நேரம் கையைக் காலைக் கோணிக் காட்டிவிட்டு சுளையாகப் பத்தாயிரம் அந்த ஸ்டார் தட்டிக்கொண்டு போகப்போகிறாள். இதோ, மண்டை மயிர் பாதிக்கு மேலே கொட்டிவிட்டது; ஆயிரம் ரூபாய் முழுசாக சேர்க்க வக்கில்லை..."

"தப்பித் தவறி நீங்கள் பெண்ணாய்ப் பிறந்திருந்தால், ஊரையே விலைக்கு வாங்கியிருப்பீர்கள்!"

"அதைச் சொல்லுங்கள்; பெண்ணாய்ப் பிறந்துவிட்டால் போதாது; ஒரு ஸ்டார் ஆகிவிட வேணும். எனக்கு என்ன தோணுகிறது, தெரியுமா? சினிமா ஊரைக் கெடுக்குது என்கிறார்கள்; அது எப்படி சினிமா ஊரைக் கெடுக்கும்? ஊர்தான் சினிமாவைக் கெடுக்குது. நம்ம பெண்கள் இருக்கவேண்டிய லட்சணத்தில் இருந்தால் சினிமா அவர்களை என்ன செய்யும்? பொதுவாகச் சொல்லுகிறேன் மாப்பிள்ளை. உலகம் அழிந்து போவதுக்குக் காரணமே பெண்தான்."

நீலகண்டனுக்கும் யோசனை ஆகிவிட்டது; 'இந்தப் பசுபதி அசடன் அல்ல; காரியவாதி; பெண்களைப் பற்றி என்னிடம் இவன் பேசுவதற்கு ஏதாவது காரணம் இருக்கவேண்டும்' என்று எண்ணியவனாய்க் கூறினான்: "அதென்ன ஒரு மொத்தமாகப் பேசுகிறீர்கள்; பெண்ணால்தானே உலகம் வாழ வேண்டியிருக்கிறது?"

"நானா சொல்கிறேன்? இந்த ஊத்தை வாய் உளறினால் யார் கேட்பார்கள்? சித்தர்களே கண்டிஷனா சொல்லியிருக்கிறார்களே... ஆனால், உங்களுக்கு அதையெல்லாம் கேட்கப் பொறுமை இருக்காது; நான் வந்ததே உங்கள் வேலைக்குத் தொந்திரவாக இருக்கிறதோ என்னவோ?"

எம்.வி. வெங்கட்ராம்

பசுபதியைப் பேசவிடுவது என்று தீர்மானித்து விட்டான் நீலகண்டன்: ''அழகாயிருக்கிறதே! நீங்கள் பேசினால் தொந்திரவாக இருக்குமா? எனக்கு இந்த மாதிரி நல்ல விஷயங்களை யார் சொல்கிறார்கள்?''

பசுபதிக்கு வெயில் நேரத்தில் சந்தனம் பூசினாற்போல் இருந்தது; வெட்கப்படுகிறவன்போல் உட்கார்ந்திருந்த இடத்திலேயே பல கோணல்களை அபிநயித்துக்கொண்டே கூறினான்: ''பெண்கள் விஷயத்தில் ரொம்ப ஜாக்கிரதையாக இருக்க வேண்டும் என்று சித்தர்கள் எத்தனை பாட்டுகள் பாடியிருக்கிறார்கள், தெரியுமா?''

''நீங்கள் சொல்லாமல் எனக்கு எப்படித் தெரியும்? சாரமானதை எல்லாம் மாதவனுக்குத்தானே சொல்கிறீர்கள்?'' என்று போலிப் பெருமூச்சு விட்டான் நீலகண்டன்.

''மாப்பிள்ளைக்கு இல்லாததா மாதவனுக்குத் தருவேன்? நீங்கள் எப்போது பார்த்தாலும் 'பிஸி'யாயிருக்கிறீர்கள்; அவனுக்கு வேலையா ஜோலியா? எனக்கு ஓய்வாயிருக்கிறபோது அவனிடம் நாலு வார்த்தை பேசுகிறேன்'' என்று பசுபதி மாப்பிள்ளையின் வேண்டுகோளைத் தட்டாமல் கூறினான்:

**''சிக்கு நாறும் கூந்தலைச் செழு மேகமாய்ச்
செப்புவார்கள்; கொங்கைதனைச் செப்புக் கொப்பதாய்
நெக்கு நெக்குருகிப் பெண்ணை நெஞ்சில் நினைப்பார்
நிமலனை நினையா ரென்றாடாய் பாம்பே!''**

''சபாஷ்! இவ்வளவு அழகாய்ப் பாட வருகிறதே உங்களுக்கு!''

''நான் பாடிப் பாழானது இருக்கட்டும். பாட்டு எவ்வளவு ஆழமாயிருக்கு, பார்த்தீர்களா?''

பசுபதியின் முகத்தோற்றமும், தான் தோன்றி இசையும் அதற்கேற்ற கொனஷ்டை அபிநயங்களும் நீலகண்டனுக்குத் தமாஷாக இருந்தன; கூடவே சந்தேகமும் இருந்தது. 'இரண்டும்

கெட்டான் நேரத்தில் இங்கே எதுக்கு வந்தான் இந்தக் கோமாளி? அன்று ஸரஸாவும் நானும் தனித்து இருந்ததை எப்படியோ கண்டுபிடித்து மாதவனிடம் இவன்தான் சொல்லியிருக்க வேண்டும். அந்தத் தனிமையை இவன் எப்படிக் கண்டுபிடித்தான்? பெண்ணை நம்பாதே என்று இப்போது உபதேசிப்பதற்கும் அதற்கும் ஏதாவது சம்பந்தம் இருக்குமா?' என்று எண்ணமிட்டவன் பசுபதியைச் சீண்டினான்: ''பசுபதி மாமா, நீங்கள் சொல்வது ரொம்ப சரி; பெரியவர்கள் தெரியாமலா சொல்வார்கள்? எல்லாமே அசிங்கம்; சீயும் சேறும்தான். மோகம் வந்தால் எல்லாம் மறந்து போகிறதே! எச்சில் எல்லாம் அப்போது அமுதமாய்த்தானே இருக்கிறது?''

''சரியாகச் சொல்லிவிட்டீர்களே, மாப்பிள்ளை! ஆளை உள்ளேயே வைத்திருக்கிறீர்களே'' என்று பசுபதி கூறியதும் நீலகண்டன் சந்தேகம் வலுத்தது; பசுபதி தொடர்ந்தான்: ''மனிதனுக்கு இருப்பது அல்ப அறிவு; நல்லது மறந்துபோகும் என்றுதானே சொன்னதையே திரும்பத் திரும்பச் சொன்னார்கள்? அப்படிக்கும் மறந்து போகிறோம்.''

''மாமா, பெண்ணை நம்பாதே; கல்யாணம் செய்து கொள்ளாதே என்கிறீர்கள்; இல்லையா?''

''மாப்பிள்ளை, நான் சொன்னதை வைத்தே என் காலைத் தட்டி விட்டீர்களே?'' என்ற பசுபதி 'ஓஹ் ஹோ ஹோ' என்று சிரித்தான். முகம் சுண்டிச் சுருங்கிக் கண்களிலிருந்து நீர்கூட வந்துவிட்டது. கீழே விழுந்தாலும், மாப்பிள்ளை இடறிக் கீழே விழுந்தால் அது தனி சுகம்தான் என்பதை அவன் தெளிவாய்க் காட்டிவிட்டான்.

ஸரஸாவின் வீட்டில் அவன் அழுததைப் பார்த்தவன் நீலகண்டன்; இந்தச் சிரிப்பும் பயங்கரமாய்த் தோன்றியது; குறுக்கிட்டு ஏதாவது பேசினால் மேலும் குளறுபடி ஆகும் என்று அஞ்சிய அவன் மௌனமாயிருந்தான். பசுபதி ஒருவாறு சிரித்து ஓய்ந்தபின் கூறினான்: ''நீங்கள் சொன்னதைத்தானே நானும்

சொன்னேன்? அதிலே சிரிப்பதுக்கு என்ன இருக்கிறது? உடம்பில் உள்ள ஆபாசங்களைச் சோதிப்பதுதான் என் தொழில். நீங்களும், மஞ்சுளாவின் தகப்பனாரும் வந்தீர்களே, அன்றுகூட ஒரு பெண்ணின் பிணத்தை அக்கு வேறு ஆணி வேறாகச் சோதித்துக் கொண்டிருந்தேன். நீங்கள் கூட அதைப் பார்த்துவிட்டு மாதவனிடம் சொன்னீர்களாமே?''

தொலைவில் வரும் அபாயத்தை காது குவித்துக் கவனிக்கிறதல்லவா - நாய்! அந்த ஜாக்கிரதை கொண்டான் பசுபதி; சிரிப்பு போன சுவடு தெரியவில்லை; முகத்தைப் பூனைபோல் சுருக்கிக்கொண்டு டாக்டரைப் பார்த்தான்: ''என்ன சொல்கிறீர்கள். மாப்பிள்ளை; நான் மாதவனிடம் என்ன சொன்னேன்?''

இப்போது நீலகண்டன் உரத்துச் சிரித்தான்: ''பசுபதி மாமா, எனக்கு ஒன்றும் தெரியாது என்று நினைக்காதீர்கள். நீங்கள் மாதவனிடம் ஒரு சேதி சொன்னால் அது எனக்குத் தெரியாமல் போய்விடுமா?''

பசுபதிக்கு மாதவன்மீது கோபமான கோபம் வந்தது. பைத்தியக்காரப்பிள்ளை இப்படியா கல்லெறி செய்வான்? ஆனால் பைத்தியக்காரன் அடித்தால் நோகாமல் இருக்குமா என்று சமாதானமும் செய்துகொண்டான். ''மாப்பிள்ளை, மாதவன் உங்களுக்கு மைத்துனன்; பைத்தியக்காரன் என்றால் உங்களுக்குக் கோபம் வரும். நான் அவனிடம் தப்பாக என்ன சொன்னேன்? அந்தப் பெண் ஸரஸா இருக்கிறாளே. பாவம், எவ்வளவு கஷ்டப்படுகிறாள்! அவளைப் போய் இந்த மாதவன் கேவலமாய்ப் பேசுகிறானே. பேசலாமா? நீங்களும் ஸரஸாவும் பேசிக்கொண்டிருந்தீர்கள் என்று சொன்னேன்; பேசக்கூடாதா? அதிலே என்ன தப்பு? காமாலைக் கண்ணுக்கு எல்லாம் மஞ்சளாய்த் தெரியும். உடனே அந்தப் பைத்தியம் தங்கையைக் கூப்பிட்டு, 'நீ நீலகண்டனை மறந்துவிடு!' என்று சொன்னானே, சொல்லலாமா? நான் சொன்னதை மட்டும் திரித்து உங்களிடம் சொல்லியிருக்கிறானே. அவன் சொன்னதை எல்லாம் உங்களிடம் சொன்னானா?''

பசுபதி பேசப் பேச நீலகண்டன், நடந்தவைகளை நன்றாக அனுமானித்துக் கொண்டான். ஸரஸாவை அடைத்து வைத்த மாதவன், கலியாணத்தை நிறுத்தவும் முயன்றான் என்று கேள்விப்பட்டதும் அவன் ஆத்திரம் வலுவுற்றது; பசுபதியை மேலும் குத்திவிட்டான். ''சொல்லுவானா? பசுபதி கலகம் செய்தார் என்றால் எல்லாரும் நம்புவார்கள். நான் நம்புவேனா? நீங்கள் சொன்னது போல் அவன் ஒரு பைத்தியக்காரன்; அவன் உங்களைக் கலகக்காரர் என்பதால்...''

''நானா கலக்காரன்? சித்தர்பாடலைத் தினம் ஒரு தடவை கும்பிட்டுவிட்டுக் கும்பிக்குக் கொட்டுகிறேனே, நானா கலகம் செய்வேன்? முதலிலே, முதலாளிக்கு இந்தச் சம்பந்தமே பிடிக்கவில்லை; நான் எத்தனையோ சப்பைக்கட்டு கட்டினேன். கல்யாணத்துக்கு நாள் குறித்து வேலை எல்லாம் நடக்குது. இந்தப் பிள்ளையாண்டான் தங்கையைக் கூப்பிட்டு, 'இந்தக் கல்யாணம் எனக்குப் பிடிக்கவில்லை; நீ டாக்டரைப் பண்ணிக் கொள்ளக்கூடாது' என்றானே. சுயபுத்தியோடு பேசுகிறவன் பேச்சா அது? அது மாத்திரம் இல்லை, மாப்பிள்ளை. இந்த அசடு என்னோடு பந்தயம் கட்டுகிறான். அவனுடைய கீதை 'கலியாணம் நடக்காது' என்கிறதாம். 'உன் சித்தர் பாடல் நடக்கும் என்கிறது. உன் சித்தர் பாடல் ஜயித்தால் லட்ச ரூபாய் இனாம் தருகிறேன்' என்கிறான்! பைத்தியமானாலும் முதலாளியின் பிள்ளை; என்ன சொல்ல முடியும்? தங்கையை இப்படிச் சபிக்காதே தம்பி என்று நயமாகப் புத்தி சொன்னேன். இந்தப் பசுபதி இல்லாவிட்டால் இந்தக் கல்யாணமே நடக்காது. கல்யாணம் முடியும்வரை ஒரு வேளைதான் சாப்பிடுவது என்று நேர்ந்து கொண்டிருக்கிறேன்; தெரியுமா மாப்பிள்ளை? என்னைப் போய்க் கலகக்காரன் என்கிறார்களே, நியாயமா மாப்பிள்ளை?''

நீலகண்டனுக்குக் கதை முழுவதும் விளங்கிவிட்டது. ஸரஸாவைத் தன்னிடம் பறிகொடுத்துவிட்ட மாதவன் பொறாமையால் தனக்கு விரோதமாய்ச் செயல்படுகிறான் என்பதைப் புரிந்துகொள்ளச்

சாமான்ய அறிவு போதாதா? பசுபதி உள்பட இந்தக் கும்பலே மஞ்சுளாவை மணந்து நீலகண்டன் அதிர்ஷ்டசாலி ஆகப்போகிறான் என்று எண்ணுகிறது! 'மஞ்சுளா இல்லாமல் நான் உயர்ந்து வாழமுடியும் என்பதை இந்த ஆணவக் கும்பலுக்குப் புரியும்படி செய்கிறேன்!' என்று திடப்படுத்திக் கொண்டான் நீலகண்டன்.

கலகக்காரன் என்று குற்றம் சாட்டப்பட்ட பசுபதி புண்பட்டுத் துடித்துக்கொண்டிருந்தான்; என்ன பேசியும் அவன் மன ரணம் ஆறவில்லை. அவனுடைய முகத்து ரேகைகள் அழுகைக் கோணல்களாக உருக்கொள்ளத் தொடங்கின. அகத்தூய்மையை நிலைநாட்ட அழுகைதானே தக்க ஆயுதம்? அவன் முகம் போகிற போக்கையும், முக நரம்புகள் வெட்டுண்ட மண்ணுண்ணிகளைப்போல் துடித்து நெளிவதையும் கண்டு நீலகண்டன் அஞ்சிவிட்டான்: ''மாமா, ஒரு அசடன் உங்களைக் கலகக்காரன் என்று சொன்னதுக்காக நீங்கள் அழ ஆரம்பித்துவிட வேண்டாம். நீங்கள் இப்படி அழுவதைப் பார்த்துத்தான் அவன் உங்களை அழுகுணி என்று பரிகாசம் செய்கிறான். யார் என்ன சொன்னாலும் நான் உங்களைக் கலகக்காரர் என்று சொல்லமாட்டேன். சித்தர் பாடலில் ஊறியவர்களுக்குக் கலகம் செய்யத் தெரியாது. நீங்கள் அந்த மாதவனிடம் சொல்லுங்கள்; 'நான் கலகக்காரன் இல்லை; நீதான் கலகக்காரன்; நீ பேசினது எல்லாம் வெளியில் தெரிந்தால் இந்தக் கல்யாணமே நடக்காது!' என்று அடித்துச் சொல்லுங்கள்; சொல்வீர்களா?''

பசுபதியிடம் வந்த அழுகை திரும்பிவிட்டது; அவனுக்கு உச்சிகுளிர்ந்தது: ''இனிமேல் சொல்ல வேணுமா? அன்றைக்கே சொல்லிவிட்டேன், முதலாளி பிள்ளைதான்; அதுக்காக வாயில் வந்ததைப் பேசினால் கேட்பேனா? மாப்பிள்ளை, இந்த உடம்பிலே எழுபத்திரண்டாயிரம் நாடி நரம்புகள் இருக்கின்றன; எந்த நரம்பு என்ன செய்யும் என்கிறது எனக்குத் தெரியும்; இந்த மாதவனையா தெரியாது? எண்பத்து நாலு லட்சம் ஜீவராசிகள் இருக்கு; இந்த

மாதவன் பெரிய வெள்ளத்திலே சின்னத்துளி; மகா அறிவாளி என்று எண்ணிக்கொண்டு பேசுகிறான்; நானா லட்சியம் செய்வேன்? நான் யார்? சித்தர்களின் பாத தூளி; எனக்கு எதைப் பற்றியும் கவலை இல்லை. நீங்கள்தான் அந்தப் பைத்தியக்கார மாதவன் சொன்னதைப் பாராட்டக்கூடாது.''

''நீங்கள் சொன்னபிறகு நான் அதை எல்லாம் பாராட்டுவேனா? அந்தப் பேச்சைவிடுங்கள். எத்தனை கச்சேரி செட்டில் செய்திருக்கிறீர்கள்?''

திருப்பிவிடப்பட்ட பசுபதி உற்சாகம் அடைந்தான்: ''பாட்டுக் கச்சேரி மூன்று, டான்ஸ் கச்சேரி இரண்டு, எல்லாம் ஸ்டார்களாகவே பிடித்திருக்கிறேன். கூட்டத்தை எப்படி சமாளிக்கப் போகிறோமோ என்று கவலையாக இருக்கிறது. இதிலே எனக்கு ஒரு அந்தரங்கமான நோக்கமும் இருக்கிறது.'' என்ற பசுபதி தெருக் கதவுப்பக்கம் பார்த்துவிட்டுக் குரலைத் தாழ்த்திக்கொண்டு உரைத்தான்: ''நம்ம பிள்ளையாண்டானுக்குக் கல்யாணமானால் புத்தி தெளிந்துவிடும் என்பது என் எண்ணம்.''

''அதுக்காகத்தான் ஸ்டார்களாய்ப் பிடித்தீர்களா? யாராவது ஒரு ஸ்டார் உங்கள் சின்ன முதலாளியைக் கிளப்பிக் கொண்டு போய்விடப்போகிறாள்!''

''மாப்பிள்ளை, மாப்பிள்ளை! இவ்வளவு தமாஷாய்ப் பேசுகிறீர்களே!'' என்று வயிற்றைப் பிடித்துக் கொண்டு 'கீக்கீ' என்று நகைக்கத் தொடங்கினான் பசுபதி.

அவனைச் சிரிக்க விட்டுவிட்டு, நீலகண்டன் மருந்து குறிக்கும் தாள் ஒன்றை எடுத்துச் சில வரிகள் எழுதினான். உறையிலிட்டு ஒட்டிப் பசுபதியிடம் நீட்டினான்: ''மாமா, இந்தச் சீட்டைச் சின்ன முதலாளியிடம் தருகிறீர்களா? எனக்கு அசாத்தியப் பசி; சாயங்காலம் வெறும் காப்பி சாப்பிட்டவன். உங்களோடு பேச ஆரம்பித்தால் நேரம் போகிறதே தெரியவில்லை...''

''இது என்ன கடிதம் மாப்பிள்ளை?''

''எல்லாம் கல்யாண விஷயம்தான்; வேறே என்ன இருக்கும்?'' என்று கொண்டே நீலகண்டன் எழுந்தான்.

''எழுந்துவிட்டீர்களா? பசிக்கிற நேரம்தான். நான் வந்த காரியத்தைக் கேட்கவில்லையே?''

''காரியமாய்த்தான் வந்தீர்களா? நேரம் ஆகும் என்றால் இன்னொரு நாளைக்கு வைத்துக்கொள்ளலாமே!''

''அப்படி ஒன்றும் நேரம் ஆகாது. பைவ் நிமிஷத்தில் சொல்லிவிடுகிறேன். உங்கள் மாமியாருக்கு ஒரு ஆசை. பழங்காலத்து மனுஷி இல்லையா? முகூர்த்தத்தன்று ராத்திரி மோட்டாரில் ஊர்வலம் செய்ய வேணுமாம். ஸ்பெசல் மேளத்தோடுதான். நீங்கள் சம்மதிக்கமாட்டீர்கள் என்று சந்தேகப்பட்டார்கள். மாப்பிள்ளையை நான் சம்மதிக்க வைக்கிறேன் என்று பொறுப்பை ஏற்றுக்கொண்டு விட்டேன். என் வார்த்தையை நீங்கள்தான் காப்பாற்ற வேண்டும்.''

நீலகண்டன் சற்றுத் தயங்கினான்: ''ஊர்வலம்தானே? நீங்களே சொல்லும்போது நான் மறுப்பேனா? திருப்திதானே?''

பசுபதி மகிழ்ந்து போனான்; மாப்பிள்ளையைச்சுண்ணாம்பாய்க் குழைத்துவிட்டோம் என்ற பூரிப்பு அவனுக்கு: ''ரொம்ப சந்தோஷம். நாளைக்குக் காலையில் ஒன்பது பத்து மணிக்குத்தான் மாதவனைப் பார்ப்பேன். கடிதத்தை அப்போது கொடுத்தால் போதும் அல்லவா?''

''ஒன்றும் அவசரம் இல்லை. மெதுவாய்த் தரலாம்.''

பசுபதி போய்விட்டான். நீலகண்டன் சிறிதுநேரம் நின்றான். வாழ்க்கையில் ஒரு முக்கியமான முடிவைச் செய்து விட்ட பரபரப்பு அவனிடம் இல்லை. ஸரஸாவை எண்ணியவனாய் அவள் இருந்த அறைக்கு விரைந்தான்.

கிட்டு கட்டிலிலும், ஸரஸா தரையிலுமாக, படுத்திருந்தார்கள்: அவள் ஏதோ புத்தகம் படித்துக் கொண்டிருந்தாள்.

"இன்னும் தூங்கவில்லையா ஸரஸா?"

படுக்கையில் எழுந்து உட்கார்ந்து அவள் கூறினாள்: "ஓ, டாக்டர்! நீங்கள் படுத்திருப்பீர்கள் என்று நினைத்தேன்…"

"எங்கே படுக்கிறது? இன்னும் சாப்பிடவில்லை. அறைக்குள்ளேயே எப்படி உன்னால் இருக்க முடிகிறது? வெளியே வந்து எட்டிப் பார்க்கவே மாட்டேன் என்கிறாயே! இங்கே யார் வந்தார்கள் தெரியுமா?"

"தெரியாதே! உங்கள் பிரதர் இன்லா (மைத்துனர்) வந்தாரா?"

"அவனைவிடப் பெரியவர்; பசுபதி வந்தார்; ஒண்ணரை மணி நேரம் 'போர்' அடித்துவிட்டார். ஊர்வலத்துக்குப் பெர்மிஷன் கேட்க வந்தாராம்; என்ன என்னவோ பேசிப் பாடினார்."

"ஊர்வலத்துக்குப் பெர்மிஷன் தந்தீர்களா?"

"தராமல் இருப்பேனா? அப்படியே மாதவனுக்கும் லெட்டர் அனுப்பிவிட்டேன்."

"ஊர்வலத்துக்குப் பெர்மிஷனா?"

"அதுக்கு லெட்டர் எதுக்கு? காலையில் சொன்னேனே. அதைத்தான் எழுதி…"

ஸரஸா திடுக்கிட்டவள்போல் சொன்னாள்: "அவசரப்பட்டு ஏதாவது செய்கிறீர்களே! என்ன நினைத்துக்கொண்டு இப்படிச் செய்கிறீர்கள் என்று தெரியவில்லையே!"

நீலகண்டன் சிரிக்க முயன்றான். கிட்டுவை வெறுப்பாகப் பார்த்துவிட்டு, ஸரஸாவை வேட்கையுடன் பார்த்தான். அவனுடைய ஏக்கம் பொருமியது: அறையிலிருந்து வெளிவந்து ஸரஸா தன்னைத் தேற்றமாட்டாளா என்று துன்புற்றான்.

எம்.வி. வெங்கட்ராம்

ஸரஸா கணவனைப் பார்த்துவிட்டு நீலகண்டனைப் பார்த்தாள்: ''டாக்டர், இன்னும் சாப்பிடவில்லை என்கிறீர்களே; போய்ச் சாப்பிட்டுத் தூங்குங்கள். காலையிலிருந்து உங்களுக்கு ஓய்வே இல்லை; பாவம்'' என்றாள் பரிவுடன்.

45

''முதலாளி அம்மா! ஒரு கஷாயக் காப்பி தருகிறீர்களா? நல்ல சேதி சொல்லுகிறேன்'' என்று லேவாதேவியாய்க் கேட்டான் பசுபதி.

''இந்தக் காஷாயம் சாப்பிட்டுச் சாப்பிட்டு 'பொட்'டென்று மண்டையைப் போட்டுவிடப் போகிறாய் போ!'' என்றாள் லட்சுமி அம்மாள்.

''பொட்டென்று போகிற வரம் வாங்கிக்கொண்டு வரவில்லை. நூறு வயசு இருப்பேன்; திண்ணையிலே தூக்கிப் போடுவார்கள்; வருகிறவன் போகிறவன் எல்லாம் சீ, தூ என்று துப்புவான்; என் காமம் எல்லாம் தொலைந்த பிறகுதான் ஒருவழியாகப் போய்ச் சேருவேன். நாளுக்கு நாலு காஷாயம் கொடுத்துப் பாருங்களேன்; போய்விடுவேனா?''

''காபியைத் தவிர வேறு எல்லாவற்றையும் வெறுத்தவன் போல் பேசுகிறாயே!'' என்று சிரித்தாள் லட்சுமி.

''போதும். தாயே, போதும், இனியும் இந்த உடம்போடு பிறந்து அவஸ்தைப்பட வேணுமா? பெரியவர்கள் என்ன சொல்லியிருக்கிறார்கள் தெரியுமா?

ஆசைக்கயிற்றில் ஆடும் பம்பரம் ;
ஓயா நோய்க்கு இடமோடு மரக்கலம்;
மாயாவிகாரம், மரணப் பஞ்சரம்;
சோற்றுத்துருத்தி, தூற்றிம்பத்தம்;

காற்றில் பறக்கும் கானப்பட்டம்,
விதிவழித் தருமன் வெட்டும் கட்டை;
சதுர்முகப் பாணன் தைக்கும் சட்டை;
ஈமக்கனலில் இடுசில விருந்து..."

பசுபதி தொடருவதற்குள் லட்சுமி குறுக்கிட்டாள்: "இது கல்யாண வீடு; பரதேசிப் பாட்டெல்லாம் சொல்லக்கூடாது. நல்ல சேதி என்றாயே. அதைச் சொல்லு."

அதற்குள் காபியும் வந்தது; சுவைத்துச் சாப்பிட்டுக் கொண்டே பசுபதி சொன்னான்: "பரதேசிப் பாட்டா? பட்டினத்தடிகள் பாட்டு அம்மா! கல்யாண வீட்டில் கட்டாயம் சொல்லவேண்டிய பாட்டு; இளக்காரமாய்ப் பேசிவிட்டீர்களே? நல்ல சேதி சொல்லாமல் எங்கே போய்விடப் போகிறேன்? ஊர்வலம் பற்றிச் சொன்னீர்களே, எத்தனை ஊர்வலம் விடவேணும்?"

"மாப்பிள்ளையைப் பார்த்தாயா?"

"அந்தக் கவலை உங்களுக்கு எதுக்கு? எத்தனை ஊர்வலம் விடவேணும்? அதைச் சொல்லுங்கள்?"

"முகூர்த்தத்தன்று ராத்திரி செய்தால் போதாதா? மாப்பிள்ளையை எப்போது பார்த்தாய்?"

"மாப்பிள்ளையைப் பார்க்க நேரம் காலம் வேணுமா? ராத்திரி பார்த்தேன்; நம் வீட்டில் கல்யாண ரகளை ஆரம்பம் ஆகிவிட்டது. அங்கே மாப்பிள்ளைக்கு ஓய்வு ஒழிச்சலே காணோம். கேசுக்குப் போய்விட்டு ஒன்பது மணிக்கு வருகிறார். ஊர்வலம் பற்றி சொன்னேன், 'பசுபதி மாமா. இதை எல்லாம் என்னிடம் கேட்க வேண்டாம்; என் விஷயமாக என்ன கேட்டாலும் நீங்கள் பதில் சொல்லிவிடுங்கள்' என்று 'பவர் பத்திரம்' கொடுத்துவிட்டார்" என்றான் பசுபதி. மாப்பிள்ளையை மொத்தமாக விலைபேசி வாங்கித் தன் இஷ்டத்துக்குச் சில்லறையில் விற்க உரிமை பெற்றவன்போல் பேசினான் அவன்.

"ஊர்வலத்துக்கு ஏற்பாடு செய்யவேணுமே?"

"இனிமேல் செய்யப் போகிறீர்களா? காலையில் வந்ததும் குளிக்கரை நாதஸ்வரத்துக்கு எழுதிவிட்டேன்; பியாண்டுதான் கைவசம் இருக்கு; வாணம், லைட்டுக்கு சொல்லியாச்சு. காரை அன்னப்பட்சிபோல் ஜோடிக்கும்படி தஞ்சாவூருக்கு ஆளை அனுப்பிவிட்டேன். இன்னும் என்ன செய்யணும்?"

லட்சுமிக்கு ஒரே ஆச்சரியமாக இருந்தது. "பைத்தியம் மாதிரி இருந்து கொண்டு இத்தனை காரியம் செய்கிறாயே!"

"இப்படி வாய் வார்த்தையாகச் சொல்லி என்னை ஏமாற்றி விடக்கூடாது. என்வீட்டுக்கல்யாணம் இது; முடிந்ததும் முதலாளியிடம் சொல்லி எனக்குத் தக்கபடி மரியாதை செய்யவேணும்."

அவனுடைய அடுத்த வேலை மாதவனிடம்; நீலகண்டனின் கடிதத்தைத் தரவேண்டாமா? லட்சுமி சொன்னதுபோல் அவன் பைத்தியமாகத்தான் இருந்தான். அவனுடைய திட்டங்கள் எல்லாம் துலங்கிக் கொண்டிருந்தன. சில்லறை கிடைக்கிறது என்றதும் அவனுக்கு இராத் தூக்கமே போய்விட்டது; ராத்திரி பூராவும் சித்தர் பாடல்களைப் பாராயணம் செய்யத் தொடங்கினான்; பாராயணத்தோடு திட்டமிடுவதால்தான் அது பலிக்கிறது என்பது அவனுடைய நம்பிக்கை. ஆட்டக் கச்சேரி, பாட்டுக் கச்சேரி, வீட்டு மராமத்து, லைட், பாணம், ஜவுளி, பந்தல் என்றெல்லாம் எத்தனை அயிட்டங்கள் இருக்கின்றன? ஒவ்வொன்றிலும் ஐந்திலிருந்து பத்து சதவிகிதத்துக்கு மேல் அவன் தனக்குக் கமிஷனாய் வைத்துக்கொள்ளவில்லை; சித்தர்களின் பாதத்தூளியான அவன் பேராசைப்படுவானோ?

ஜகந்நாதன் வீட்டில் கல்யாணச் சந்தடி நிறைந்துவிட்டது; எப்போது பார்த்தாலும் கும்பல்; இப்போதே ஒரு வேளைக்கு இருநூறு இலை விழத் தொடங்கியது. பசுபதி இனவாரியாக வேலைகளைப் பங்கீடு செய்தான்; ஒவ்வொருவரிடம் ஒரு

பொறுப்பை ஒப்படைத்தான்; இறுதி முடிவு செய்யும் அதிகாரத்தைத் தானே வைத்துக்கொண்டான்; எந்தப் பெரிய 'அயிட்டமும்' அவனை மீறி நடக்காமல் கட்டுக்கோப்பாக ஏற்பாடு செய்திருந்தான்; இவ்வளவு செய்யத் தெரிந்தவன் பைத்தியமாகத்தானே இருப்பான்?

அவன் மாதவனைப் பார்த்தபோது முற்பகல் பதினோரு மணி இருக்கும்; வீட்டிலிருந்த கோலாகலத்திலிருந்து விலகி இருக்க விரும்பியவன்போல் மாதவன் தன் அறைக்குள்ளேயே அடைபட்டுக் கிடந்தான். அவனைப் பார்த்ததும் பசுபதிக்கு எக்கச்சக்கமாய்க் கோபம் வந்துவிட்டது.

''தூங்கு, நன்றாகத் தூங்கு; தூங்கவேண்டிய வயசு; தூங்க வேண்டிய நேரம் தூங்கு.''

''என்ன அழுகுணி, வந்தவுடனே தாலாட்டுப் பாடுகிறாய்?'' என்றான் மாதவன். எழுந்து உட்கார்ந்துகொண்டே; படுத்தவாறு ஏதோ புத்தகத்தைப் படித்துக்கொண்டிருந்தான் அவன்.

''வேலை வெள்ளமாயிருக்கு; மூச்சுவிடக்கூட நேரம் இல்லை. கல்யாணத்துக்காக வசூல் வேலையை நிறுத்த முடிகிறதா? கடன் கேட்காமல் கெட்டுது என்பார்களே. இவ்வளவுக்கும் ஈடுகொடுக்க எனக்கு வயசு போதாது. நீ என்னடா என்றால் இப்போதுதான் பரீட்சைக்குப் போகிறவன்போல் 'ஹாயாக'ப் புஸ்தகம் படிக்கிறாய் அழகாயிருக்கா?''

''நீ இருக்கிறாய்; ஒத்தாசைக்குப் பதினெட்டுச் சித்தர்கள் இருக்கிறார்கள், நான் எதுக்கு?''

''சித்தர்கள் பதினெட்டு பேர் என்று யார் சொன்னார்கள்? தெரியாத விஷயம் பேசக்கூடாது. நான் ஒரு சோணகிரி. உங்களிடம் மாட்டிக்கொண்டு விழிக்கிறேன். என் பெண்ணுக்குக் கல்யாணம் நடப்பதுபோல் எல்லாம் செய்ய வேண்டியிருக்கு. ஒருத்தருக்குப் பதில் சொல்லணுமே என்று நினைத்தால் பயமாயிருக்கு. எல்லாம்

செய்தான பிறகு, நிகரலாபம் என்ன? கெட்ட பெயர். அம்மாவோடு பேசிவிட்டு வருகிறேன்; 'கல்யாண வீட்டில் பரதேசிப் பாட்டுச் சொல்லாதே என்றுதிட்டுகிறார்கள்'. இதுதான் என்ஜாதக விசேஷம்."

"அம்மாவிடம் போய்ப் பாடினாயா? என்ன பாட்டு?"

"ஏன் பாடச்சொல்கிறாயா? இருக்கிற வேலையைப் பார்க்க நேரம் காணோம்; நீயும் நானும் பாடிக்கொண்டிருந்தால் கல்யாணம் நடந்தாற் போலத்தான்."

"எல்லாம் ஈசன் செயல் என்கிறாய்; பாட்டுப் பாடிக் கொண்டிருந்தால் கல்யாணம் நின்றுவிடுமா? அம்மாவுக்கு அர்த்தம் புரியாது; அவளிடம் பாடினால் வேறே என்ன சொல்வாள்?"

"உனக்கும் எனக்கும் மாத்திரம் அர்த்தம் புரிந்து விடுகிறதோ? புரிந்துகொண்டதுபோல் புரளி செய்கிறோம்…"

"சரி, அந்தப் பாட்டைச் சொல்லு."

"நீ விடமாட்டாய்போல் இருக்கே! அம்மாவைக் காபி கேட்டேன்; காபியைத்தவிர, எல்லாம் வெறுத்தவன்போல் பேசுகிறாயே என்கிறார்கள். மாதவா, நீயே சொல்லு, இந்தஉடம்புபடுகிறபாட்டுக்கு இன்னொரு ஜன்மாவுக்கு மனுஷன் ஆசைப்பட முடியுமா?

நீரில் குமிழி, நீர்மேல் எழுத்து,
கண்துயில் கனவில்கண்ட கண்காட்சி
அதனினும் பொல்லா மாயக்களங்கம்
அமையும் அமையும் பிரானே அமையும்,
இமயவல்லி வாழி என்றேத்த
ஆனந்தத் தாண்டவம் காட்டி
ஆண்டுகொண் டருள்கை நின் அருளினுக்கு அழகே…"

வழக்கம்போல், பசுபதியின் பேச்சில் ஒரு சுகம் கண்டான் மாதவன்; "பாட்டு எழுதினவர் ஒரு பெரியவர்; பாடுகிறவர் ஒரு பெரியவர். அமர்க்களமாயிருக்கிறது!"

"மாதவா, நீ இப்படிச் சொன்னால் எனக்குப் பாவம்; நான் யார்? காசிலும் பணத்திலும் சுற்றும் காற்றாடி. என்னையும் பட்டினத்துச் சுவாமிகளையும் சேர்த்துப் பேசக்கூடாது!"

"காப்பிக்காகவா இந்தப் பாட்டை அம்மாவிடம் பாடினாய்?"

"இந்தப் பாட்டுப்பாடிக் கேட்டால் ஒரு பிடி அரிசிகூடக் கிடைக்காது. ஊர்வலம் விடவேணும் என்று அம்மா ஆசைப் பட்டார்கள்; இருக்காதா பின்னே? ராத்திரி மாப்பிள்ளையைப் பார்த்து ஒரு வார்த்தை கேட்டேன். அவர் என்னடா என்றால், 'பசுபதி மாமா, என்னிடம் ஒன்றும் கேட்கக் கூடாது; எல்லாம் உங்கள் பொறுப்பு' என்று என் தலையிலேயே முண்டாசு கட்டிவிட்டார். இருக்கிறது போதாது என்று இது ஒரு அதிகப்படிப் பொறுப்பு. அதிருக்கட்டும். மாப்பிள்ளையிடம் என்னைப் பற்றி என்னவெல்லாமோ சொல்லி இருக்கிறாயே, நியாயமா?"

"அவனை நான் பார்த்தே ரொம்ப நாளாகிறதே!"

"என்னிடமே மறைக்கிறாயே? மாப்பிள்ளையும் ஸரஸாவும் பேசிக்கொண்டிருந்தது பற்றி என்ன சொன்னாய்?"

ஸரஸாவின் பெயரைக் கேட்டதுமே, மாதவன் மனசு சேறாகத் தொடங்கியது. நீலகண்டனுக்கு இந்த விஷயம் எப்படித் தெரிந்திருக்கும் என்பதை அவனால் அனுமானிக்க முடிந்தது. ஸரஸாதான் சொல்லியிருப்பாள்; என்ன சொல்லி இருப்பாள்? அதை எப்படிச் சொல்லி இருப்பாள்? அவன் அவளை அறையில் இட்டதைப் பற்றியும் - எல்லா விவரங்களும் - சொல்லி இருப்பாளா? எல்லாம் கேட்டுக்கொண்டு நீலகண்டன் சிரித்திருப்பானா? ஸரஸாவும் சிரித்திருப்பாளா? என்று பல கேள்விகளை ஒரு குழப்பமாக உருட்டிக் கொண்டான் மாதவன்; "அவன் வேறு என்ன சொன்னான்?"

"வேறு என்ன சொல்வார்? ஓரிடத்தில் நடப்பதை இன்னோரிடத்தில் சொல்லாதே; அப்படியே சொன்னாலும் திரித்துச் சொல்லாதே என்று எனக்குப் புத்தி சொல்ல ஆரம்பித்துவிட்டார்.

எனக்குத் தலை இறக்கமாகிவிட்டது. சின்ன முதலாளி என்பதுக்காக நான் உன்னிடம் நம்பிக்கையாக எல்லாம் சொல்லி வைக்கிறேன்; என்னை இப்படி 'தொப்' என்று நடு ஆற்றில் தள்ளிவிடுகிறாயே நியாயமா இது?''

மாதவனுக்குள் மூண்ட புகை மண்டிக் கொண்டிருந்தது; பசுபதியிடம் விஷயத்தை விளக்க வேண்டியது அவசியம் என்று அவனுக்குத் தோன்றவில்லை. செய்வதையும் செய்துவிட்டுப் பிள்ளையாண்டான் ஒன்றும் சொல்லமுடியாமல் விழிக்கிறான் என்று எண்ணிக்கொண்டான் பசுபதி.

''உனக்கு ஒரு ஓட்டை வாய்; எதுவும் நிற்காது. அதனால் என்ன? மாப்பிள்ளையை ஒரு தினுசாக சமாதானம் செய்து விட்டேன். அத்தோடு விடுவேனா? 'உங்கள் மாமனார் முன்கோபக்காரர்; அவரோடு ஜாக்கிரதையாகப் பழகவேணும். இந்தமாதிரி விஷயங்கள் அவர் காதுக்கு எட்டினால் விபரீதம் ஆகிவிடும்' என்று ஜாடைமாடையாகப் புத்தி சொல்லிவிட்டு வந்தேன்; நான் செய்தது சரிதானே? ஐந்தாறு லகரத்தோடு பெண் கிடைக்கிறது என்றால், அது சின்ன விஷயமா? மாப்பிள்ளை மனசிலும் பட்டிருக்கு; இல்லா விட்டால் எல்லாப் பொறுப்பும் என்னிடம் விடுவாரா? நீ ஒரு பைத்தியம், நான் ஒரு பைத்தியம்; நான் பேச ஆரம்பித்தால் வந்த காரியம் மறந்து போகிறது. மாப்பிள்ளை உனக்கு ஒரு லெட்டர் கொடுத்தார்'' என்றவாறு சட்டைப் பையிலிருந்து ஒரு கற்றைக் கடிதங்களை வெளியில் எடுத்து அதிலிருந்து ஒன்றை மாதவனிடம் நீட்டினான் அவன்.

''எனக்கு லெட்டர் எதுக்கு?'' என்று சொல்லிக் கொண்டே உறையைக் கிழித்து மாதவன் கடிதத்தைப் படித்தான்: 'அன்புள்ள மாதவனுக்கு, மிகவும் யோசனை செய்து இந்தக் கடிதம் எழுதுகிறேன். உங்களுடன் சம்பந்தம் செய்து கொள்ள எனக்கு அந்தஸ்து போதாது என்று அஞ்சுகிறேன். உங்களுக்குச் சிரமம் அளித்ததற்காக என்னை

மன்னிக்கவும்; வேறு வரனை முடிவுசெய்ய உங்களுக்கு அதிக சிரமம் இராது. என் சார்பில் உன் தந்தையாரிடம் மன்னிப்பு கேட்கவும் - நீலகண்டன்.'

கடிதத்தை மாதவன் ஒருமுறை படித்தான். புதுப்புது அர்த்தம் கண்டுபிடிக்கிறவன்போல் திரும்பத் திரும்பப் படித்தான்; பிறகு படிப்பதுபோல் கடிதத்தைப் பார்த்துக்கொண்டே இருந்தான். திடீரென்று அவனுடைய உடலுக்குள் இருக்கிற சந்தடிகள் எல்லாம் அடங்கி - நீரில் குதித்ததும் 'குப்' என்று காதுகளை அடைத்துக் கொள்ளுமே. அம்மாதிரி - ஒரு நிசப்தம் அவனுக்குள் நிலவியது. சிறிது நேரத்துக்குப் பிறகு, அடைப்பு நீங்கியதும் செவிகளில் ஒலிக் குழப்பம் ஏற்படும் அல்லவா? அதுபோல், அவனுக்குள் சத்தம் எழுந்தது.

அவன் காதில் விழுந்த முதல் சத்தம் இதுதான்; ''இதற்காகத் தானே கூப்பிட்டீர்கள்? வேறொன்றும் இல்லையே?'' அந்த ஒலியைத் தொடர்ந்து அவன் கண்களில் ஒரு காட்சி நிகழ்ந்தது; ஸரஸா தலையணையை அவன்மீது எறிகிறாள்; கீழே விழாதபடி தடுமாறும்போது அவன் படுக்கையிலிருந்து மறைகிறான்; அவனுக்குப் பதிலாக அங்கு நீலகண்டன் இருக்கிறான். ஸரஸாவின் கேள்விக்கு நீலகண்டன் பதில் கூறவில்லை; உல்லாசமாய்ச் சிரித்தாறு ஸரஸாவின் கையைப் பற்றுகிறான்... நொடியில் முடிந்துவிட்டது காட்சி.

கடிதத்தை நெட்டுருப் பண்ணும் மாதவன் பேயறை வாங்கியவன்போல் விழிப்பதைப் பார்த்து பசுபதி பயந்து விட்டான்; ''மாப்பிள்ளை என்னைப்பற்றி ஏதாவது எழுதி இருக்கிறாரா?'' என்று கேட்டான் மெதுவாக.

பதில் கூறாமல் மாதவன் கொடுத்த கடிதத்தை பசுபதியும் படித்தான். படித்தவன் 'அடப்பாவி!' என்று கொண்டே குந்திய இடத்திலேயே புதைந்து விட்டான்; அவன் ஆயுளில், சொல்லுக்காகத் தடுமாறியது இதுதான் முதல் தடவையாக இருக்கவேண்டும்; அந்த

எம்.வி. வெங்கட்ராம்

நிமிஷம் அவன் சித்தர்களைக்கூட மறந்துவிட்டான்; எல்லா வற்றையும் ஏக காலத்தில் பறிகொடுத்தவன்போல் அவன் முகம் துவண்டது; கண்கள் கண்ணாடியை உடைத்துக்கொண்டு கீழே விழுந்து விடுவனபோல் வெறித்தன; கண்ணாடியோ கண்களுக்கு அஞ்சி மூக்கு நுனிக்கு நழுவி ஓடியது.

திடீரென்று மாதவன் உரத்துச் சிரித்தான்; ''நான் என்ன சொன்னேன்? கீதைதான் ஜெயித்தது. உன் சித்தர் பாடல் தோற்றுவிட்டது. பார்த்தாயா? தோல்வியை ஒப்புக் கொள்கிறாயா, இல்லையா?''

அவனுடைய இந்த ஹாஸ்யம் பசுபதிக்குப் பயங்கரமாக இருந்தது; ''இப்படிச் சிரிக்கக்கூடாது, மாது! இப்போது சிரிக்கக் கூடாது. எனக்கும் உனக்கும் பைத்தியம் பிடித்துக் கொண்டிருக்கிறது'' என்று கூறும்போது அவனுடைய புத்தி தன் சொந்த நிலைக்கு மீண்டு கொண்டிருந்தது.

''இப்போது அழவேண்டுமா? எதிர்பார்த்த விஷயம்தானே? நான் அப்போதே சொன்னேன்; மஞ்சுளாவுக்கு வருத்தமாயிருந்தது; நீயும் சண்டைக்கு வந்தாயே!'' என்று மீண்டும் சிரித்தான் மாதவன்; உண்மையாக அவன் மனத்தில் தலைவிரித்தாடும் பேய்களை விரட்டத்தான் சிரித்துக் கொண்டிருந்தான்.

பசுபதி சுயப்பிரக்ஞை அடைந்துவிட்டான்; ''சிரிக்க வேண்டிய விஷயம்தான் நடந்திருக்கு. உன் சிநேகிதன் என்ன செய்வான் என்று உனக்குத் தெரியும்; அதனால் எதிர்பார்த்துக் கொண்டிருந்தாய். ஒருவேளை, நீயும் மாப்பிள்ளையும் திட்டம் போட்டு ஏதாவது செய்கிறீர்களா?''

''நீலகண்டன்தான் உன் தலையிலே முண்டாசு கட்டியிருக் கிறானே; அவனுக்காக நீயே பதில் சொல்லேன். உனக்குத் தெரியாமலா லெட்டர் எழுதியிருப்பான்?''

''இதென்ன, அக்கிரமமாய்ப் பேசுகிறாயே; சித்தர்கள் அறிய எனக்கு ஒன்றும் தெரியாது. நீயும் நானும் சண்டை போட்டுக்

கொண்டிருந்தால் காரியம் என்ன ஆகிறது? அம்மா, அப்பா காதுக்கு இந்த விஷயம் எட்ட வேண்டாம்; மஞ்சுளாவுக்குக்கூடத் தெரிய வேண்டாம். மாப்பிள்ளையைக் கண்டு பேசினால் எல்லாம் சரியாகிவிடும்; புறப்படுகிறாயா?''

''நான் போய்ப் பேசினாலும், நீ போய்ப் பேசினாலும் இந்தக் கல்யாணம் நடக்காது.''

''என்ன அவ்வளவு உறுதியாகச் சொல்லுகிறாய்?'' என்று விசனத்துடன் கேட்டான் பசுபதி; குழந்தை என்று ஆர்வத்துடன் சுமந்த வயிற்றில் வெறும் கட்டிதான் இருக்கிறது என்று அறிந்த ஒரு தாய்க்கு அவனை ஒப்பிடலாமா?

''அவனை இனிக் கட்டுப்படுத்த முடியாது.''

''ஒரு பெட்டைக் குட்டி இத்தனை ஆண் புள்ளைகள் முகத்திலும் கரி பூசி விட்டாளே!''

''நீ போன சமயம் ஸரஸா அங்கே இருந்தாளா?''

''இல்லை என்று எனக்கு எப்படித் தெரியும்? அவளை ரூமுக்குள் பூட்டிவைத்துவிட்டுப் போனாரோ என்னவோ! மாது. எனக்குக் கையும் ஓடவில்லை, காலும் ஓடவில்லை; அப்பாவிடம் சொல்லுவோமே; இந்த மாதிரி விஷயங்களை அவரால்தான் சரிசெய்ய முடியும்.''

இந்த யோசனை மாதவனுக்கும் பிடித்தது. இருவரும் இருவிதக் குழப்பங்களுடன் ஜகந்நாதனிடம் வந்து சேர்ந்தார்கள்.

ஜகந்நாதனும் உற்சாகமாய்க் கல்யாணக் காரியங்களைத்தான் கண்காணித்துக் கொண்டிருந்தார், மகனால் தன் வாழ்க்கையில் ஏற்பட்ட சரிவுகளைச் சீர்செய்துகொள்ள இந்தக் கல்யாணத்தைப் பயன்படுத்திக்கொள்ள விரும்பியவர் அல்லவா அவர்! தன் பணத்தின் உயரத்தை ஊராருக்குக் காட்டிப் பெருமைப்பட வேண்டும் என்ற வெறியும் அவரைப் பற்றிக் கொண்டிருந்தது.

"என்ன பசுபதி, ஊர்வலத்துக்கு வேறே ஏற்பாடு செய்து விட்டாய்போல் இருக்கிறதே? இப்போதுதான் லட்சுமி சொல்லிக் கொண்டிருந்தாள்" என்றார் புன்சிரிப்புடன்.

அதற்குமேல் பசுபதியால் தாங்கமுடியவில்லை. சட்டை நுனியை இழுத்து உருட்டி வாயில் புதைத்துக்கொண்டு கேவத் தொடங்கினான்; அழுகையை நிறுத்த அவன் செய்த முயற்சியால் தலை தாறுமாறாக ஆடியது.

"அடேடே, என்ன சங்கதி? மாது, இவன் எதுக்காக அழுகிறான்?" என்று கேட்டார் ஜகந்நாதன்; கல்யாண விஷயமாக அவருக்கு மகனோடு சௌஜன்யம் ஏற்பட்டு, இருவரும் சில நாளாகத்தான் நேரிடையாகப் பேசத் தொடங்கி இருந்தார்கள்.

"காலையிலே பரதேசிப் பாட்டுப் பாடினான்; இப்போது இப்படி அழுகிறான்: கல்யாண வீட்டில் இதென்ன கூத்து?" - வைரங்கள் ஜொலிப்பதற்காக என்றே தலையும் கையும் வலிக்காமல் ஆட்டிக் கடிந்து கொண்டாள் லட்சுமி.

மாதவன் மௌனமாய் நீட்டிய கடிதத்தைப் படித்த ஜகந்நாதனுடைய முகம் இருண்டது. நடுத்தெருவில் நாலு பேருக்கு முன்னிலையில் உதைக்கப்படுவதுபோல் அவர் அகங்காரம் அவமானமுற்றது.

"என்னடா இது" என்றார் மாதவனை நோக்கி; அவன் பதில் கூறாதிருக்கவே மறுபடியும் கேட்டார்; "இதுக்கு என்ன அர்த்தம்? இந்தக் கடிதம் யார் கொண்டுவந்தார்கள்?"

"நான்தான்" என்று தேம்பினான் பசுபதி.

"கடிதம் யார் எழுதினது; என்ன எழுதியிருக்கிறது?" என்று விவரம் தெரியாமல் கேட்டாள் லட்சுமி.

"பெரிய இடத்து சம்பந்தம் டாக்டருக்கு ஒத்துக் கொள்ளாதாம்; அவனுக்கு அந்தஸ்து இல்லையாம்; வேறு வரன் பார்த்துக்கொள்ளச் சொல்லியிருக்கிறான்."

"இவ்வளவு தூரம் நடந்த பிறகு கல்யாணத்தை நிறுத்தச் சொல்கிறானா? இதென்ன அக்கிரமம்!" என்று லட்சுமியும் அயர்ந்து விட்டாள்.

"ஊர்வலத்துக்கு சம்மதித்து விட்டான் என்று தகவல் சொல்லிவிட்டு, இந்தமாதிரி ஒரு கடிதம் கொண்டு வந்திருக்கிறாயே, என்ன விஷயம்?" என்று பசுபதியின் பக்கம் திரும்பினார் ஜகந்நாதன்.

"ஊர்வலம் விடச் சொன்னார்; எத்தனை கச்சேரிக்கு ஏற்பாடு ஆகியிருக்கு என்று கேட்டார்; நீங்கள் பார்த்து என்ன செய்தாலும் சரி என்றுகூடச் சொன்னார். சீட்டு எழுதி ஒட்டிக் கொடுத்தார்; அதிலே என்ன எழுதி இருக்கு என்று எனக்குத் தெரியாது. இந்தக் காலத்துப் பிள்ளைகளின் தில்லுமுல்லு யாருக்குப் புரியுது?"

"அதிகப் பணம் கேட்கிறதுக்காக இந்த 'டிரிக்' செய்கிறானா? நீ அவனைக் கேட்டாயா மாது?"

"நான் அவனைப் பார்க்கவே இல்லை."

"எல்லா ஏற்பாடும் ஆகிவிட்டது. திடீரென்று இப்படிச் சொன்னால் என்ன அர்த்தம்? ஊரில் நான் தலைகாட்ட முடியாதுடா! நீ போய் அவனோடு பேசு. பண விஷயமானால் நீயே ஒப்புக் கொண்டு வந்துவிடு."

"இது பண விஷயம் இல்லை. அவனை இனி வழிக்குக் கொண்டுவர முடியும் என்று தோன்றவில்லை."

ஜகந்நாதனுக்கு விவரிக்க முடியாத ஆத்திரம் வந்தது. "உன் சிநேகிதனுக்காக நீயே பதில் சொல்லுகிறாயா? விடுதலைப் பத்திரம் தருகிறேன். வீட்டை விட்டுப் போகிறேன் என்று பயமுறுத்தினாயே. இந்த நேரத்தில் வந்து கல்யாணம் நடக்காது என்று சொல்ல உனக்கு வெட்கமாக இல்லை?"

"வெட்கமாய்த்தான் இருக்கிறது" என்று பணிவுடன் புதல்வன் ஏற்றுக்கொண்டதைக் கேட்ட தந்தைக்கு வியப்பாக இருந்தது.

எம்.வி. வெங்கட்ராம்

"பின், அவனைப் பாராமலே இவ்வளவு உறுதியாக எப்படிப் பதில் சொல்லுகிறாய்?"

நிகழ்ச்சி ஓடுகிற ஓட்டத்துக்கு ஈடுகொடுக்க முடியாமல் திணறுகிறவன்போல் மாதவன் சங்கடப்பட்டான்; தகப்பனாரின் கேள்விக்கு என்ன பதில் சொல்வது என்று அவனுக்குப் புரியவில்லை.

"அந்த ஸ்டார் அவருக்கு அப்படி உருவேற்றி வைத்திருக்கிறாள்: அதுதான் விஷயம்" என்று பசுபதி பதில் கூறினான்.

"புரியும்படியாகச் சொல்லித் தொலை! பரிபாஷையிலே பேசாதே" என்று கத்தினார் ஜகந்நாதன்.

"அந்த வாத்தியார் பெண் இருக்கிறாளே. நாமும் பணம் கொடுத்துக் கட்டிக் கொடுத்தோமே. அந்தக் கட்டுவிரியனிடம் டாக்டர் மயங்கிக் கிடக்கிறார். அவளை மீறி அவர் ஒன்றும் செய்யமாட்டார் என்று மாதவன் சொல்கிறான்." என்று ஒதுங்கினாற்போல் சொன்னான் பசுபதி.

"நிசமா, மாது? எத்தனை நாளாய் இந்தக் கண்ணராவி நடக்கிறது? எனக்குத் தெரியவே இல்லையே!"

மாதவனின் மௌனத்தைச் சம்மதமாக நினைத்துக் கொண்டார் ஜகந்நாதன். விதி தனக்கு விரோதமாக வேலை செய்கிறது என்று அச்சம் மீண்டது; அந்தப் பெண்ணால் மகனுடைய புத்தி குழம்பி விட்டது என்று அஞ்சினார்; அவளிடமிருந்து மகனைக் காப்பாற்ற வேண்டும் என்று பல யோசனைகள் செய்தார். விதியை எதிர்த்து வெற்றிகரமாகப் போராடுவதாக அவர் நம்பிக்கொண்டிருக்கிறபோது எதிர்பாராத ஓரிடத்திலிருந்து அடி விழுந்ததும் அவருக்குத் திகைப்பாயிருந்தது. அவருடைய உலக அனுபவமும், ஆற்றலும் பயனளிக்கத் தவறுகின்றன என்றால் என்ன அர்த்தம் அதற்கு? 'விழவேண்டிய விதி இருந்தால் விழவேண்டியதுதான்' என்பதுதானே? மலையிலிருந்து கீழே விழும் பாறையைத் தலைகொடுத்தா தடுக்க முடியும்?

லட்சுமி அம்மாளுக்கோ ஒன்றும் புரியவில்லை. அவமானம் வந்துவிட்டது என்று தெரிந்தது; இந்த அவமானத்தைக் கணவரால் தடுக்க முடியுமா; எப்படித் தடுப்பார் என்பது தெரியவில்லை. மஞ்சுளாவின் கதி என்ன ஆகுமோ என்று அவளுக்குப் பயமாக இருந்தது. அவளுக்கு ஸரஸாவின்மீது கோபம் கோபமாய் வந்தது; கூடப் பழகிக் கெடுக்கிறாளே என்று வேகமாக இருந்தது. அடுத்து என்ன நடக்கப்போகிறது. அழும்படியாக சம்பவங்கள் நடக்குமா, அல்லது சிரிக்கும்படியாகவே இருக்குமா என்பதொன்றும் தோன்றாமல் திக்பிரமம் பிடித்தவளாய் மௌனமாக உட்கார்ந்திருந்தாள் அவள்.

''அற்பனுக்குப் பவிசு வந்தால் அர்த்தராத்திரியிலே குடை பிடிப்பான் என்பது சரியாகிவிட்டது. நாலு காசு சம்பாதிக்க ஆரம்பிக்கிறபோதே இந்தத் துர்ப்புத்தியா? மாது, இந்த விஷயம் உனக்குத் தெரியாதா? தெரிந்துமா சிபார்சுக்கு வந்தாய்?''

மாதவன் மனத்திலாடும் பேய்களைத்தான் இன்னும் பார்த்துக் கொண்டிருந்தான். குடும்ப கௌரவம் பற்றியோ, மஞ்சுளாவின் வேதனை பற்றியோ அவன் அக்கறை கொள்ளவில்லை; நீலகண்டனும் ஸரஸாவும் தன்னைப் பார்த்துப் பேய்களாய்ச் சிரிப்பதைப் பார்த்து அவன் கூனிக்குன்றிக் கொண்டிருந்தான்.

''கல்யாணம் நின்றுவிடுமா? எல்லாம் ரெடியாயிருக்கு; மாப்பிள்ளை வந்து தாலி கட்டவேண்டியது ஒன்றுதான் பாக்கி. இவ்வளவும் பண்ணிவிட்டுக் கல்யாணம் நடக்கவில்லை என்றால் நான் ஊரைவிட்டே ஓடிப்போய் விடுவேன்'' என்றான் பசுபதி பரிதாபமாய்.

ஜகந்நாதன் உறுதியாகப் பதில் கூறினார்: ''கல்யாணம் எதுக்காக நிற்க வேண்டும்? இந்த டாக்டரை விட்டால் நமக்கு வேறு வரன் கிடைக்காதா? அனுபவம் இல்லாதவர்கள் செய்கிற காரியம் எல்லாம் இப்படித்தான் அரைகுறையாக முடியும்.''

பசுபதிக்குத் தெம்பு வரத் தொடங்கியது; மாப்பிள்ளை புரளுவதால் இரட்டிப்பு ஜோர் உண்டாகலாமே! சொன்னான்: ''அப்போதே சொன்னேன். இந்த சம்பந்தம் நம் அந்தஸ்துக்கு சரிபட்டு வராது என்று. இப்போதும் என்ன? வசிஷ்டர் பட்டாபிஷேகத்துக்கு வைத்த முகூர்த்தமே தவறிப் போச்சு. தவறினதாலே உலகத்துக்கு எத்தனை க்ஷேமம் உண்டாச்சு? கல்யாணம் நடந்தபிறகு மருமகன் கண்டவளோடு சுற்றி, நம் பெண் கண்ணைக் கசக்காமல், இப்போதே முடிந்தது நல்லதுதானே? இந்த முகூர்த்தத்தில் நாம் கல்யாணம் நடத்தாவிட்டால் நம்மை ஒரு பயல் ஒரு காசுக்கு மதிக்க மாட்டான்.''

''எல்லாம் தெரிந்தவன் போல் கல்யாணம் முடிவு பண்ணி என்ன ஆயிற்று? இந்த அவமானத்தை நான் ஏற்றுக்கொண்டால் வெறும் மடையனாகி விடுவேன். முகூர்த்தம் தவறாமல் கல்யாணம் நடக்க வேண்டும். என்ன சொல்கிறாய், மாது?''

மாதவனுக்கும் அதுதான் உசிதமாய்ப்பட்டது. மஞ்சுளாவுக்குக் கல்யாணம் நடந்தாக வேண்டும்; நீலகண்டன் தக்க பாத்திரம் அல்ல என்பதும் தெளிவாகிவிட்டது; இனி, தகப்பனார் சொல்வது போலத்தானே செய்யவேண்டும்? எதற்கும், மஞ்சுளாவை ஒரு வார்த்தை கேட்டுக்கொள்ளலாம்'' என்றான்.

''இதுவரை நீங்கள் சொன்னதைக் கேட்டு ஊர் சிரிக்கிற கதை ஆகியிருக்கிறது. டாக்டரை இது சம்பந்தமாய் நான் பார்க்க மாட்டேன். அவனையே ஒப்புக்கொள்ளும்படி நீங்கள் செய்தாலும் சரி. இல்லையோ, பிறகு என் இஷ்டத்தில் நீங்கள் குறுக்கே வரக்கூடாது. நல்ல வரனாக முடிவு செய்ய வேண்டியது என் பொறுப்பு. இரண்டு நாளில் டாக்டர் விஷயத்தில் எனக்கு முடிவு தெரிய வேண்டும்'' என்று தீர்மானமாகச் சொன்னார் ஜகந்நாதன்.

''அதிலேயும் ஒரு நியாயம் இருக்கிறது. அதிர்ஷ்டக்காரரா யிருந்தால் டாக்டருக்குப் புத்தி திருந்தட்டும். இல்லை என்றால்

போகட்டும்'' என்றான் பசுபதி; நீலகண்டனைப் பற்றி இழிவாகப் பேச அவனுக்கு இன்னும் வாய் எழவில்லை; டாக்டரே மாப்பிள்ளை என்று முடிவாகி விடலாமே!

"இந்தக் குடிகேடியை வீட்டில் சேர்த்துக்கொண்டதால் வந்தவினை இது. அவளுக்கு என்ன கதி வரப்போகிறதோ!'' என்று லட்சுமி சபித்தாள்.

"முதலில் கல்யாணம் முடியட்டும்; அடுத்த வேலை, இந்தப் பெண்ணைக் குடும்பத்தோடு ஊரைவிட்டு விரட்ட வேண்டியது தான்'' என்று ஜகந்நாதன் பொருமினார்.

"நீங்கள் வேண்டாமென்றாலும் நான் விடமாட்டேன்; ஒரு பெட்டைக் குட்டிக்கு இவ்வளவு தில்லுமுல்லா!'' என்றான் பசுபதி.

"சரி, பசுபதி யாரிடமும் இந்த விஷயத்தைச் சொல்லாதே. எல்லாக் காரியமும் வழக்கம்போல் நடக்கட்டும். மாதவா. நீ மஞ்சுளாவைப் பார்த்து சீக்கிரம் ஒரு முடிவுக்கு வா.''

மாதவன் தன் சந்தடியைச் சகிக்கமாட்டாமல் தவித்துக் கொண்டிருந்தான். தந்தையும் பசுபதியும் சபதம் செய்ததை அவன் கவனிக்கவே இல்லை. கல்யாணம் முடியவேண்டும் என்ற ஒரே விஷயம்தான் அவனுக்கு நினைவு இருந்தது. அதை எடுத்துக் கொண்டு மஞ்சுளாவைத் தேடிச் சென்றான் அவன்.

போகும்போதும் அவனுக்குப் பிரமையாகவே இருந்தது. ஸரஸாவும் நீலகண்டனும் கைகோத்துக்கொண்டு பின்னால் வருவது போலவும், அழகு காட்டி அவனைப் பரிகாசம் செய்வது போலவும் இருந்தது. மஞ்சுளாவின் அறையில் நுழைந்தவன் துணுக்குற்றான். மஞ்சுளாவோடு ஸரஸாவும் அங்கு இருந்தாள்.

ஸரஸாவும் அவனைப் பார்த்தாள்; அவள் பார்வை பட்டதும், தன் உடம்பு பெண்ணுடம்பாக மாறிவிட்டதுபோல் உணர்ந்தான் அவன்.

46

ஸரஸாவின் பார்வை தொட்டதும் தானும் ஒரு ஸரஸா ஆகிவிட்டாற்போல் இருந்தது மாதவனுக்கு; மிகவும் நாணமாக இருந்தது. என்ன எண்ணுவது என்று புரியாத ஒரு வெட்டவெளியில் மனசு நின்றது. மீண்டும் அவளுடைய கண்கள் தன்னைத் தீண்டி விடுமோ என்று கூசியதுபோல், உடல் தானாக அறையைவிட்டு வெளிவந்தது. வந்த காரியத்தையும் அவன் மறந்துவிட்டான்.

அவன் திரும்புவதைக் கவனித்த மஞ்சுளா ஓடிவந்து வாசலில் நின்று, ''மாது எங்கே போகிறாய்? உன்னைக் கூப்பிட வேண்டும் என்று நினைத்தேன்'' என்றாள்.

அறையைச் சுட்டிக்காட்டி, ''அவள் இருக்கிறாளே?'' என்றான் மாதவன் மெதுவாக.

இத்தனை நாளாக இல்லாத வெட்கம் இன்று அவனுக்கு எங்கிருந்து வந்தது என்று மஞ்சுளாவுக்குத் தெரியவில்லை; ''இருந்தால் என்ன? அவள் விஷயமாய்த்தான் உன்னைக் கூப்பிட நினைத்தேன்.''

மாதவன் தயக்கத்துடன் திரும்பினான். உட்கார்ந்தவன் ஒன்றுடன் ஒன்று பின்னிச் சிக்கடைந்து கிடந்த எண்ணங்களிலிருந்து எதை, எப்படி வெளியில் சொல்லாக்குவது என்பது புரியாமல் மௌனமாக இருந்தான்.

''நான் வரட்டுமா?'' என்று எழுந்தாள் ஸரஸா.

''நீதான் வந்திருக்கிறாயே? உட்காரு!'' என்று அவளைக் கையைப் பற்றி உட்காரவைத்தாள் மஞ்சுளா ''அண்ணாவிடம் சொல்ல வேண்டாமா? மாது, இஞ்சினியர் தேறுவது கஷ்டம் என்று டாக்டர் அபிப்பிராயப்படுகிறாராம். வேலூருக்குப் போய் ஒரு முயற்சி செய்து பார்க்கலாம் என்று யோசிக்கிறாள்...''

''உன்னிடம் நான் இந்த விஷயத்தைச் சொன்னதே தப்பு. இப்போது என்ன அவசரம்? கல்யாணம் முடியட்டும்; பிறகு யோசிக்கலாம்.''

ஸரஸாவின் இச்சொற்கள் மாதவனின் குழப்பத்தை மேலும் குழப்பின. அவ்வாறானால், நீலகண்டனின் கடிதம் பற்றி இவளுக்கு ஒன்றும் தெரியாதா? நீலகண்டன் திக்குக் கெட்டதற்கு இவளே காரணம் என்று மாதவன் நினைக்கிறான்; ஆனால் இவளோ ஒன்றும் அறியாதவள்போல் பேசுகிறாள்! உண்மையாக இவள் அறியாதவளா அல்லது இவ்வளவும் பாசாங்குதானா? இவள் பாசாங்குக்காரிதான் என்று அவனால் நம்பாமல் இருக்க முடியவில்லை, ஒரேயடியாக நம்பவும் முடியவில்லை .

ஸரஸாவை நேராக நோக்கவே அவனுக்குச் கூச்சமாக இருந்தது. அவன் அவளை அறையிலிட்டு மூடியதை அவள் மஞ்சுளாவிடம் சொல்லவில்லை என்று புரிந்தது. அறைச் சம்பவம் அவனுக்குப் பசுமையாக ஞாபகம் வந்தது; ஸரஸா வெறி கொண்டவளாய் கேள்விக்கு மேல் கேள்வியாக அவன்மீது வீசினாள்; கடைசியாகத் தலையணையையும் எடுத்து வீசிவிட்டு வெளிநடந்து விட்டாள்; அதை அவனால் மறக்க முடியவில்லை; மறக்க முடியதாவன் வெட்கத்தால் குறுகவேண்டியவன்தானே? அவன் பாவபுண்ணியத்தை ஏற்காதவன்; அதற்கு அஞ்சி அவன் அவளுடைய வேட்கையைத் தணிக்காமலிருந்தான் என்று கூற முடியுமா?

''அவள் கிட்டுவுக்கு உரியவள் என்பது உலக வழக்கு: அதற்கு மரியாதை செலுத்தத்தான் நான் அவளுடைய இச்சைக்கு இணங்கவில்லை' என்று அவன் தனக்குச் சொல்லிக் கொண்டான்; ஆனால், அறையை மூடியபோதும் தனித்து அவளைக் கண்ட போதும் அவன் உலக வழக்கப்படியா நடந்து கொண்டான் என்ற கேள்வி எழுந்தபோது அவனுடைய ஆண்மை கழுத்து ஒடிந்து தலையைக் கீழே போட்டது. ஸரஸாவுக்கு முன்னால் அவன் தலை எப்படி நிமிரும்?

தலை குனிந்தவனை நிராசையுடன் பார்த்தாள் ஸரஸா. மகாராணியோ வெறுப்புடன் பார்த்தாள். ஸரஸா அடங்கி அமைதி பெறக்கூடிய ஒரே இடம் மாதவன்தான். வேறு யாரிடமும் அடங்க அவள் பெண்மை இசையவில்லை. மாதவன் அவளை அடக்கி ஆண்டிருந்தால் அவளுடைய போக்கே மாறி இருக்கும் என்பது நிச்சயம்; மகாராணிக்கு அவள் மீதிருந்த ஆதிக்கம் குறைந்திருக்கும்; மாதவனிடமோ - ஆகையால் மஞ்சுளாவிடமோ - ஆகையால் நீலகண்டனிடமோ அவளுக்கு இவ்வளவு துவேஷம் இருந்திராது; அவளுடைய சரித்திரமே கட்டாயம் மாறியிருக்கும்.

ஆனால் மாதவன் ஆண்மையை மட்டும் அல்ல. பெண்மையையும் அவமதித்துவிட்டான். அவனால் உசுப்பிவிடப் பட்ட இச்சை ஸரஸாவைக் காட்டிலிருந்து நாட்டுக்கு வந்த விலங்காக்கி விட்டது. அல்ல, அப்படிக் கூறுவதும் தவறு; மகாராணியின் கைப்பாவை ஆகிவிட்ட ஸரஸா வெறுப்பும் துவேஷமும் திரண்ட சதைப்பிண்டமாகி விட்டாள். அவளாக. விவேகத்தை பயன்படுத்தி எதுவும் செய்யவில்லை. வெறுப்பாலும் துவேஷத்தாலும் இயங்கும் யந்திரம் ஆகிவிட்டாள் அவள்.

நீலகண்டன் பசுபதியிடம் கடிதம் அனுப்பிய தகவலை இரவு உரைத்தபோது மகாராணிக்கு ஒரே கும்மாளமாக இருந்தது. அந்தக் கடிதம் காலையில்தான் உரிய இடத்தைச் சேரும் என்று அவளுக்குத் தெரியும்; மஞ்சுளாவின் குடும்பமே அவமானத்தால் தலை தாழ்ந்து ஆத்திரம் அடையும்; அந்த அழகான காட்சியை அருகிலிருந்து பார்க்க வேண்டும் என்றுதான் மகாராணி ஸரஸாவை அழைத்து வந்தாள். ஸரஸாவுக்குத் தயக்கமாயிருந்தது. ஆனால் இத்தயக்கம் நீடிக்கவில்லை; மஞ்சுளாவின்பால் அவளுக்கு இருந்த வெறுப்பை விட மாதவனால் அவளுக்கு நேர்ந்த அவமானத்தை மகாராணி நன்றாகப் பயன்படுத்திக் கொண்டாள். 'நீலகண்டனை நீ வெறுக்கிறாய் என்பது உண்மை; ஆனால் உன்னை அவன் அடைந்துவிட்டதாக எண்ணி மாதவன் தீயவேண்டும்; நோயாளிக்கு உன்னைப் பலியிட

உதவிய மஞ்சுளா அடையவேண்டிய கணவனை அடையமுடியாமல் அவதிப்படவேண்டும்; உன் குடும்பத்தைப் பாழ்படுத்த முனைந்தவர்கள் பாழாவதைப் பார்க்க வேண்டும்!' என்று பலமாய்க் கட்சி கட்டினாள் மகாராணி. 'என்னை அவமதித்தவன் அவமதிக்கப் பட வேண்டும்' என்று ஸரஸாவுக்குத் தோன்றியது; இந்த எண்ணத்தை அவளுடைய உடம்பின் ஒவ்வோர் அணுவும் ஆமோதித்தது; மாதவனால் இழிவு செய்யப்பட்டது உடம்பு அல்லவா! ஸரஸா கருக்கலிலேயே வீட்டுக்கு வந்து விட்டாள்.

சாரமிழந்த தோற்றத்துடன் மாதவன் அறையில் வந்ததைப் பார்த்ததும் அவன் டாக்டரின் செய்தியைக் கொண்டு வருகிறான் என்று அவளுக்கு விளங்கியது; அவன் உள்ளே வராமல் திரும்ப முயன்றதைப் பார்த்ததும், அவன் தலையணையால் வாங்கிய அடியை எண்ணி வெட்கப்படுவதும் அவளுக்கு விளங்கிவிட்டது. மகாராணி வெற்றிச் செருக்குடன் மாதவனைப் பார்த்தாள்: 'சேலையும் ரவிக்கையும்தான் உனக்குப் பாந்தமாக இருக்கும்!' என்று அவள் கொக்கரித்தாள்: ஸரஸாவோ வெறுப்புடனும் ஏளனத்துடனும் அவனைப் பார்த்தாள்.

இந்தக் குளறுபடிகளை எல்லாம் அறியாத மஞ்சுளா நல்ல செய்திகளில் திளைத்துக்கொண்டிருந்தாள்; மாதவன் வழக்கப்படி சிந்தனைக் குழப்பத்தில் இருப்பதாய் அவள் நினைத்துக் கொண்டாள். ''மாது, கல்யாணம் ஆகும்வரை தாமதிக்கலாமா என்று டாக்டரைக் கேட்கவேண்டும். அதற்காகத்தான் உன்னை நினைத்தேன்.''

மெதுவாகத் தலைதூக்கிய மாதவன், ''உனக்கு... உனக்கு விஷயமே தெரியாதா?'' என்று ஸரஸாவைப் பார்த்துக் கேட்டான்; கேட்டதும் அவன் தலை கவிழ்ந்தது.

''என்ன சொல்கிறார் அண்ணா? இஞ்சினியரைப் பற்றி டாக்டர் வேறு ஏதாவது சொன்னாரா?'' - என்றாள் ஸரஸா. மாதவன் குறிப்பிடும் விஷயம் தெரியாதது போலவும், கணவனைப் பற்றி அஞ்சுவது போலவும்.

"மாது, நீ சொல்வதைப் பார்த்தால் எனக்குப் பயமாயிருக்கிறது. டாக்டர் வேறு என்ன சொன்னார்?"

அவன் தங்கையிடம் கூறினான்: "இஞ்சினியர் விஷயம் அல்ல. கல்யாண விஷயம்; இவளுக்குத் தெரியாதா?"

"கல்யாண விஷயம் ஊரெல்லாம் தெரியுமே!" என்றாள் மஞ்சுளா.

"அதில்லை. இது" என்ற மாதவன் கையிலிருந்த கடிதத்தைத் தங்கையிடம் தந்துவிட்டு விழிமுனையால் ஸரஸாவைப் பார்த்தான்.

பிறவிப்பயனை மகாராணி அடைந்து கொண்டிருந்தாள்; மாதவனையும், மஞ்சுளாவையும் மாறிமாறிப் பார்த்து அவள் பருத்துக் கொண்டிருந்தாள்: ஸரஸா தூய வெண்மையான மஞ்சுளாவின் முகம் பார்த்தவாறு இருந்தாள்.

கடிதத்தைப் படித்துவிட்டு மஞ்சுளா தோழியிடம் கொடுத்தாள். அவள் கண்களும் மௌனமுற்று நிலத்தில் விழுந்தன: ஒரு கணத்தில் ஓர் ஆயுள் காலத்துக்கத்தைச் சுமந்துகொள்ள அவளால் முடிய வில்லை; கண்ணீர்த்துளிகள் தரையை மெழுகின.

கடிதத்தைப் படித்த ஸரஸாவும் தோழியின் முகம்பார்த்துக் கலக்கமுற்றாள். மகாராணி அவளை இயக்கியது உண்மை. ஆனால் ஸரஸா செத்தா போனாள்? 'நான் இவ்வளவுதூரம் செய்திருக்கக் கூடாது' என்று ஓர் எண்ணம் வரத்தான் வந்தது. மாதவனைப் பார்த்ததும் அந்த எண்ணம் கருகிவிட்டது. 'என்னை அழவைத்தவர்கள் அழுகையை அறியவேண்டும்' என்று மீண்டும் எண்ணினாள். மகாராணி அட்டகாசம் செய்தாள்; 'சினிமாவானால் இந்தக் கட்டத்தில் அம்பாள் அல்லது முருகன் படத்தருகில் ஓடிக் கதாநாயகி பாட்டுப் பாடுவாள்; மஞ்சுளா வெறும் அழுகையோடு நிறுத்திக் கொள்வாள்போல் இருக்கிறதே?' என்று கைகொட்டினாள் அவள்.

ஸரஸா மிக ஆதரவாக மஞ்சுளாவின் கழுத்தில் கையிட்டு, ''டாக்டருக்கு மூளைக்கோளாறு என்று நினைக்கிறேன்; திடீரென்று இதென்ன துர்ப்புத்தி?'' என்றாள் பரிவாய்.

மஞ்சுளா கடிதத்துடன் ஸரஸாவைக் கூட்டிப் பார்க்கவில்லை; இன்னும் அந்தச் சந்தேகம் அவளுக்கு உதிக்கவில்லை. ஸரஸாவின் பரிவு அவளுடைய துக்கத்தை அதிகப்படுத்தியது. பேச்சில் வல்லவளான அவள் பேச்சை இழந்தாள்.

மாதவன் சிறிது சிறிதாக வெளிச்சத்துக்கு வந்து கொண்டிருந்தான்: ''அப்படியானால், இதைப்பற்றி உனக்கு ஒன்றும் தெரியாதா?'' என்றான் ஸரஸாவிடம்.

அவனுடைய பார்வைக்கும் சொல்லுக்கும் கட்டுப்பட்டுக் கொண்டிருந்தவள்தான் ஸரஸா; அவனுக்கு முன்னால் நின்று பேசவும் அஞ்சியவள்தான்; இப்போது அவனை நேருக்கு நேராக வெறுப்புடன் பார்த்துக் கூறினாள்: ''எனக்கு எப்படித் தெரியும்?''

''நேற்று அங்குதானே இருந்தாய்?''

அவள் தலை அசைத்தாள்.

''பசுபதி அங்கே வந்தானே, தெரியுமா?''

''எப்போது?''

''நேற்று ராத்திரி. உனக்கு ஒன்றும் தெரியாது என்கிறாய்; அப்படியானால், நீலகண்டன் ஏன் இப்படி எழுதினான்?''

''என்னிடம் சொல்லிவிட்டுக் கடிதம் எழுதியிருப்பார் என்று நினைக்கிறீர்களா? நான் அங்கே இருந்தேனா இல்லையா என்பதைப் பசுபதி சொல்லவில்லையா?'' என்றாள் ஸரஸா சண்டைக் குரலில்.

அவளுடைய இக்கேள்விகளைத் தொடர்ந்து, ''நானும் டாக்டரும் என்ன செய்து கொண்டிருந்தோம் என்பதையும் பசுபதி சொல்லவில்லையா?'' என்று அறைத் தனிமையில் அவள் கேட்ட

கேள்வியும் அவனுக்கு ஏனோ ஞாபகம் வந்தது! தரமான தராசு குன்றுமணி எடைக்கும் கீழே இறங்குகிறதல்லவா? அதுபோல், இந்தக் கேள்விகளால் மாதவன் மனநிலை மீண்டும் இறங்கியது; அடுத்து என்ன பேசுவது என்று புரியாத இக்கட்டில் மறுபடியும் சிக்கிவிட்டான்.

மஞ்சுளா தெளிவுடன்தான் கண்ணீர் பெருக்கினாள்: கண்ணீரைத் துடைத்துக் கொண்டாள். மாதவன் கேள்வி கேட்டதையும் ஸரஸா பதில் உரைத்ததையும் கேட்டாள். அவளுக்கு அவனுடைய சந்தேகங்களும், தீர்க்கதரிசிபோல் 'இந்தக் கல்யாணம் நடக்காது!' என்றதும் ஞாபகம் வந்தன. அவனுடைய விஷவாக்கு பலிப்பது இது இரண்டாவது முறை. ஸரஸா கணவனுடன் நீலகண்டன் ஆஸ்பத்திரிக்குப் போவாள் என்றான்; பலித்துவிட்டது; கல்யாணம் நடக்காது என்றான்; பலித்துக் கொண்டிருக்கிறது. ஸரஸாவைப் பற்றின அவன் சந்தேகங்களும் உண்மையாக இருக்குமோ என்று அவளுக்குத் தோன்றியது. ஸரஸா நேற்று டாக்டர் வீட்டில்தான் இருந்தாள்; அவர் அவளிடம் ஒன்றும் சொல்லி இருக்க மாட்டாரா? அண்ணா ஐயப்படுவதுபோல், அவளுடைய தூண்டுதலின்பேரில் டாக்டர் எழுதினார் என்றால், அவள் இச்சமயத்தில் இங்கு வருவாளா? குற்றமுள்ள நெஞ்சுள்ளவளுக்கு இங்கேவரத் துணிவு உண்டாகுமா? - இப்போதும், இந்நிலையிலும், 'ஸரஸா குற்றமற்றவள்' என்று அறியத்தான் விரும்பினாள் மஞ்சுளா.

ஸரஸா தூண்டினாளோ, இல்லையோ; வேறு எந்தக் காரணத்தினாலோ; எது காரணமாக இருந்தால் என்ன? 'நீ எனக்கு வேண்டாம்!' என்று டாக்டர் நிராகரிக்கிறார்; என்ன பொருள் இதற்கு? 'எல்லாம் அவர்தான்' என்று அவள் நினைக்கிறாள்; அவருக்கோ அவள் ஒரு பொருளாக இல்லை என்றாகிறது. ஹிருதயத்தில் பீடமிட்டு அவரை அமர்த்தி அவள் வழிபடுகிறாளே. அதற்குப் பயன் இல்லையா! பரவசமாய்ப் பார்த்ததும், சிரித்ததும், பேசியதும் அர்த்தமற்ற செய்கைகள்தானா? 'டாக்டரைத்தான் மணப்பேன்' என்ற அவள் குரலுக்கு, 'மஞ்சுளாவைத் தவிர வேறு

யாரையும் மணக்க மாட்டேன்' என்று எதிரொலி கொடுத்தாரே, அதுவும் பொய் என்றாகிறது. பெண்கள் விஷயத்தில் அவர் பலவீனர் என்று தெரிந்த பின்னும் அவள் அவரைத் தாழ்வாக நினைக்க வில்லை; அவருடைய பலவீனத்தைத் தன் பலத்தால் வெல்லலாம் என்று நம்பினாள்; பிராத்தனையே தன் பலம் என்று நம்பினாள்; இந்தப் பலத்தால் அவருடைய பலவீனங்களைக் களையலாம் என்றும் நம்பினாள். என்ன நேர்ந்தது? டாக்டரின் பலவீனம் அவளுடைய பலத்தை வென்று விட்டதா?

சந்தேகம் என்ன? வென்றுவிட்டது; அதற்கு இந்தக் கடிதம் சாட்சி. அவளுடைய பிரார்த்தனை பயனற்றுவிட்டது. கடவுளே, நீ கொடியவன்; மனப்பூர்வமாய்ப் பிரார்த்தனை செய்தால் நீ இரங்குவாய் என்கிறார்கள். அது பொய்.

''அண்ணா சொல்வதைக் கேட்டாயா, மஞ்சுளா? எனக்குத் தெரிந்தால் டாக்டரைக் கடிதம் எழுதவிடுவேனா? உனக்கும் அப்படித் தோன்றுகிறதா?'' என்றாள் ஸரஸா மனத்தாங்கலுடன்.

கல்லாய்க் கிடந்த நெஞ்சை உடைத்துக்கொண்டு மஞ்சுளா கூறினாள்: ''நேற்று நீ அங்கே இருந்ததால் உனக்குத் தெரிந்திருக்கலாம் என்று அண்ணா நினைக்கிறான்போல் இருக்கிறது. அவருக்கு என்னைப் பிடிக்கவில்லை என்றால் யார் என்ன செய்ய முடியும்? என் விதி அதுதான் என்றால் நான் ஏற்க வேண்டியவள் தானே?''

''அழகாயிருக்கிறது; முடிவுகட்டிக்கொண்டு பேசுகிறாயே? டாக்டர் என்ன 'மூடில்' எழுதினார் என்று தெரியவில்லை; ஏதோ ஆத்திரத்தில் எழுதிவிட்டு அவரே வருத்தப்பட்டுக் கொண்டிருக் கலாம். உனக்காகக் காத்திருந்து, சொந்தம் கொண்டாடிப் பழகியவருக்கு அதெல்லாம் எப்படி மறந்து போகும்? நானே அவரைக் கேட்கிறேன்; என்ன பதில் சொல்லுகிறார் என்று பார்க்கலாமே; இந்தக் கடிதத்தை அவர் திருப்பிக் கொள்ளாவிட்டால் நான் அவரை மனிதனாக மதிக்க முடியாது. அவரைச் சம்மதிக்க வைக்கவேண்டியது என் பொறுப்பு.

இந்த மாதிரி ஒரு கடிதம் வந்ததை வெளியில் சொல்லவேண்டாம். நாளைக்குக் காலையில் நான் நல்ல செய்தி கொண்டு வருகிறேன். பசுபதிக்கும் சொல்லி வையுங்கள். அவர் ஊர் பூராவும் தண்டோராப் போட்டுவிடுவார்'' என்றாள் ஸரஸா.

அவளிடம் சொல் குற்றம் எதுவும் மஞ்சுளாவினால் காண முடியவில்லை. ஸரஸாவுக்காக டாக்டர் அவளை நிராகரிக்கவில்லை என்பது உறுதி ஆகிறது. பின் எதற்காக அவர் அவளை உதைத்துத் தள்ளுகிறார்? வழியில் கிடப்பதை ஒதுக்குவதுபோல் அவள் அவருக்கு எளியவள் ஆகிவிட்டாள். அவளிடம் அவருக்கு வேறு எவ்விதக் கவர்ச்சியும் இல்லை. என்றாலும், காமம், வெறும் உடலாசைகூட அவருக்கு அவளிடம் ஏற்படவில்லையா? டாக்டர் காமுகர்; இயற்கையாக அவருக்கு உண்டாக வேண்டிய காமத்தை உண்டாக்கவும் அவளுடைய பிரார்த்தனை தவறிவிட்டதா? கடவுளே, காமத்தைப் படைத்தவனும் நீதான்; எங்கு எப்போது அது தேவையோ அங்கு அந்நேரத்தில் அது இல்லாமல் போகிறது, இது உனக்கு விளையாட்டு என்றால், மிகவும் குரூரமானவன் நீ.

இப்படி நினைப்பதும் தவறாகத் தோன்றியது மஞ்சுளாவுக்கு. பிரார்த்தனைக்குப் பயன் இல்லை என்று எண்ணுவது தவறு. அவளுடைய பிரார்த்தனையில்தான் பலம் இல்லை; அதில்தான் குறை உள்ளது. அவளுடைய பிரார்த்தனையில் உறுதி இருந்தால் டாக்டரின் பலவீனங்கள் விலகி அவர் அவளிடம் ஈடுபாடு கொண்டிருக்கவேண்டும். 'என் பிரார்த்தனையை உண்மை உள்ளதாக்குவேன், அவர் என்னிடம் திரும்பி வருவார்' என்று முடிவு செய்தாள் அவள்.

ஸரஸா பேசுவதைக் கேட்க மாதவனுக்கு வியப்பாக இருந்தது; தன்னைவிட அவள் மஞ்சுளாவுக்கு உறுதியான வழிகாட்டுவதாய் நினைத்தான்; கூறினான்: ''அப்பாவும் அம்மாவும் கடிதம் பார்த்து விட்டார்கள். அப்பா கோபமாக இருக்கிறார். இது சம்பந்தமாக டாக்டரைப் பார்த்துப் பேசமுடியாது என்று சொல்லி

விட்டார். இரண்டு நாளில் அவன் முடிவை மாற்றிக் கொள்ளா விட்டால், வேறு வரன் பார்க்கிறேன் என்கிறார்; இந்த முகூர்த்தம் தவறக்கூடாது என்று பிடிவாதமாக இருக்கிறார்.''

மஞ்சுளா புத்திசாலி! துக்கச் சுமை அறியாதவள். இந்தத் துக்கம் அவளுடைய பெண்மையை எள்ளுவதாக வந்திருக்கிறது; அது அவளுடைய வாழ்க்கை முழுவதையும் வீணாக்குவதாகவும் இருக்கலாம். யாருக்காக அவள் தன் பெண்மையைப் பேணிப் பாதுகாத்தாளோ, அவரே அதை இழிவு செய்துவிட்டார்; அதைச் சந்தையில் வைத்து ஏலம்விட பெற்றோரும் தமையனும் அதற்கென முனைந்துவிட்டதையும் அவள் விரும்பவில்லை; உறுதியுடன் கூறினாள்: ''அப்பா அப்படித்தான் சொல்லுவார்; நீயும் அதை ஒப்புக்கொண்டு வந்திருக்கிறாய், இல்லையா அண்ணா?''

''வேறு என்ன வழி இருக்கிறது. மஞ்சு? நீலகண்டன் இவ்வளவு அற்பத்தனமாய் நடந்துகொள்வான் என்று நான் எதிர்பார்க்கவில்லை. அவனிடம் போய்க் கெஞ்சிக்கொண்டு நிற்க எனக்கும் மனசு வரவில்லை. இந்தச் சமயத்தில் அவனைப் போய்ப் பார்த்தால், என்ன நடக்கும் என்று சொல்ல முடியாது; எனக்கு அவ்வளவு வேகம் வருகிறது.''

''பெண்களை உத்தேசித்துத்தான் அதிகமான கொலைகள் நடக்கின்றன; உனக்கும் அந்த வேகம் வரும் என்று எனக்குத் தெரியும்...''

''நீ பரிகாசமாய்ப் பேசுகிறாய். எனக்கு அவ்வளவு ஆத்திரம் வரத்தான் வருகிறது. மிருகத்தனமாக உனக்குத் தோன்றும். அதைவிட உயர்ந்த நிலையை நாம் அடைந்துவிட்டதாக எனக்குத் தெரியவில்லை. புத்திசாலிகள் என்று சொல்லிக்கொண்டு சாமர்த்தியமாய், ரத்தம் சிந்தாமல் கொலை செய்கிறோம். நீலகண்டன் எங்களை மட்டும் அவமதிக்கவில்லை; உன்னையும்தான் இழிவு செய்கிறான். அவனிடம் இரக்கம் காட்டும்படி கேட்டால், அது நமக்குத்தான் கேவலம்.''

"அவரிடம் வேண்டிக்கொள்ளும்படி நான் கேட்கவில்லை; நீ அவரிடம் போவதையும் நான் விரும்பவில்லை.''

"அப்படியானால், அப்பா சொல்கிறபடிதானே செய்ய வேண்டும்?''

"முகூர்த்தம் தவறக்கூடாது!'' என்று பொருமினாள் மஞ்சுளா.

"முயற்சி செய்தால் இவனைவிட நல்ல வரன் கிடைப்பான்.''

"ஏன் கிடைக்கமாட்டான்? பணக்காரர் பெண்; புருஷனா கிடைக்கமாட்டான்? ஆனால், எனக்குச் சம்மதம் இல்லை என்றுதான் சொல்லுகிறேன்.''

"இது என்ன பிடிவாதம்? நீலகண்டன் ஒருத்தன்தான் உனக்கு ஆண்பிள்ளையாகத் தோன்றுகிறானா?''

"அப்படி நினைப்பது முட்டாள்தனமாக இருக்கலாம்; ஆனால் என்னால் அப்படித்தான் நினைக்க முடிகிறது.''

"நம் இஷ்டத்துக்கு இனி அப்பா வளைந்து கொடுக்க மாட்டார்...''

"நீயும் அவரோடு சேர்ந்து கொள்கிறாய். ஆனால் அப்பா, அண்ணா, அம்மா இஷ்டத்துக்கு நான் நடக்கப்போவதில்லை.''

மாதவனுக்கு நீலகண்டன்மீது பல கோபங்கள் இருந்தன; அவைகளின்மீது இந்தக் கோபம் ஏறி நின்றது. மஞ்சுளாவை மறுத்தவனுடன் அவளைச் சேர்த்து நினைக்கவோ, பார்க்கவோ அவனுக்கு வெறுப்பாக இருந்தது. தங்கைமீதும் ஆத்திரம் வந்தது. "நான் அப்போதே சொன்னேன்; அவன் உனக்குத் தகுதியானவன் இல்லை. கழுதையைக் குதிரையாக மாற்ற நம்மால் முடியாது. நீ அந்த முயற்சிதான் செய்கிறாய்'' என்றவன் ஸரஸாவை நோக்கிக் கேட்டான்: "உனக்கு என்ன தோன்றுகிறது?''

மகாராணிதான் ஸரஸாவைப் பேச வைத்தாள்: ''நீங்கள் இருவரும் சண்டை போடுவதைப் பார்த்தால் எனக்கு என்ன சொல்லுவதென்றே புரியவில்லை. மஞ்சுளா சொல்லுவதும் ஒருவிதத்தில் நியாயமாகப்படுகிறது. முடிவான கல்யாணம்; இரண்டு பேரையும் சேர்த்துப் பேசியே எல்லாருக்கும் பழக்கம் ஆகிவிட்டது. திடீரென்று கல்யாணம் நின்றால் ஊரில் பல தினுசான பேச்சுக்கள் கிளம்பும். இந்த நிலைமையில் அவசரமாய்த் தேடினால் நல்ல வரன் கிடைப்பதும் கஷ்டம். இந்த விஷயத்தில் ஆத்திரப் பட்டு ஒன்றும் செய்துவிடக்கூடாது. டாக்டர் மனசு மாற என்ன காரணம் என்று தெரியவில்லை; அதைத் தெரிந்துகொள்ள வேண்டும்? அவர் சம்மதிக்கும்படி செய்ய வேண்டும்!''

''நான் அவன் முகத்தில் விழிக்கவே விரும்பவில்லை.''

''நீங்கள் இப்படிப் பேசுவது பிசகு. தாலி கட்டப்போகிற சமயத்திலும் தகராறு உண்டாவதுண்டு. டாக்டரும் நீங்களும் சிநேகிதர்கள். அவர் இப்படிக் கடிதம் எழுதக் காரணம் என்ன என்று நீங்கள் கேட்க வேண்டும். இவ்வளவு தூரம் கல்யாண ஏற்பாடுகள் செய்தபிறகு மாறிப் பேசுவதற்கு அவரும் காரணம் சொல்ல வேண்டும்? அதுதான் முறை.''

அவள் சொல்வதுதான் சமூகத்தில் கிரமமாக நடக்கும் என்பதை மாதவனும் உணர்ந்தான். அவன் தன் சொந்தக் கோபத்தை வற்புறுத்திக் கொண்டிருப்பதைவிட தங்கைக்கு நீதி கிடைக்கும்படி செய்யவேண்டும் என்பதுதானே முக்கியம்? அவள் நீலகண்டனையே பின்பற்றுகிறாளே!

''நான் அவனைப் பார்க்க வேண்டும் என்கிறாய்.''

''சாயங்காலம் நான் அங்கே போகிறேன். டாக்டரைப் பார்த்துப் பேசுகிறேன். அவர் ஒப்புக்கொள்வார் என்றே தோன்றுகிறது. நாளைக்குச் சாயங்காலம் நீங்கள் வாருங்கள். எல்லாம் நல்ல விதமாக முடியும்.''

''சரி. வருகிறேன்.''

''இங்கே பேசினதுபோல் அவரிடம் ஆத்திரப்படக் கூடாது.''

''இல்லை .''

மாதவனுக்கு அவளுடைய யோசனைதான் உசிதமாகத் தோன்றியது. ஆனால், 'இந்தக் குழப்பத்துக்கு மூலகாரணம் அவள்தான்' என்ற உறுத்தல் அவன் மனசைவிட்டு அறவே நீங்கிவிடவில்லை. அவன் பார்த்ததும், கேட்டதும், யோசித்து முடிவுகள் கண்டதும் பொய் ஆகிவிடும் - அவள் காரணம் அல்ல என்றால் அவளையே ராஜி பேசுவதற்கு அனுப்பும்படியான சூழ்நிலை உருவாகிக் கொண்டிருக்கிறதே! வேறு வழியும் அவனுக்குத் தோன்றவில்லை.

''இவ்வளவுக்கும் அவன் ஒப்புக்கொள்ளவில்லை என்றால், அப்பா சொன்னபடி செய்ய வேண்டியதுதானே?'' - இந்தக் கேள்வியை மஞ்சுளாவுக்கும் ஸரஸாவுக்கும் பொதுவாகக் கேட்டான்.

இருவரும் பேசுவதை மஞ்சுளா மௌனமாய்க் கேட்டுக் கொண்டிருந்தாள்: தமையனின் கேள்விக்கு அவள் மறுமொழி கூறினாள்: ''ஸரஸா, நீயோ அண்ணாவோ அவரைப் பார்க்க வேண்டாம். இப்போதைக்குக் கல்யாணம் நின்றது நின்றதுதான்.''

மிருதுவாக அவள் முதுகை வருடியபடி ஸரஸா சொன்னாள்: ''அசட்டுத்தனமாய்ப் பேசாதே. ஒரு காகிதத்துண்டைப் பார்த்து விட்டு இவ்வளவு குழப்பம் செய்து கொள்கிறீர்களே? மஞ்சுளா, எதையும் ஏற்றுச் சகித்துக் கொண்டால்தான் வாழ முடியும். தெய்வம் உன்னைச் சோதிக்காது என்று எனக்கு ஆறுதல் சொல்லிவிட்டு, நீ இவ்வளவு அதைரியம் அடைகிறாயே!''

மஞ்சுளா தனக்குக் கூறிய ஆறுதலை அவளுக்கே திருப்பித் தரும்போது ஸரஸாவுக்கு எவ்வளவு ஆனந்தமாக இருந்தது!

"எதையும் சகித்துக்கொள்ள நான் தயாராக இருக்கிறேன்; அதனால்தான் கல்யாணம் நிற்கட்டும் என்றேன்! டாக்டர் விரும்பாத காரியம் நடக்க வேண்டாம். ஸரஸா இந்த விஷயம் பற்றி டாக்டரிடம் ஒன்றும் பேசாதே.''

"நானும் பேசக்கூடாது; ஸரஸாவும் பேசக்கூடாது; கல்யாணம் நின்றுவிடுகிறது; அப்புறம் என்ன செய்யப் போகிறாய்?'' என்றான் மாதவன் சற்றுச் சினமுற்று.

"என்ன செய்ய வேண்டும் என்கிறாய், மாது?'' என்றாள் மஞ்சுளாவும், புண்ணடைந்தும், சினமுற்றும்.

"பிரார்த்தனை செய்துகொண்டே இருப்பாய்; அவன் ஊரெல்லாம் நம்மைக் கேவலப்படுத்துவான்.''

"கட்டாயம் பிரார்த்தனை செய்வேன்; பிரார்த்தனை பலிக்கும் என்று இப்போதும் எனக்கு நம்பிக்கை இருக்கிறது. டாக்டர் உங்களைக் கேவலப்படுத்துவார் என்று உனக்குப் பயமாக இருக்கிறது; இல்லையா? இதைப் பற்றிப் பேசவேண்டாம் என்று அவரை நேரில் கேட்டுக்கொள்கிறேன். சரிதானே?''

"நேரில் கேட்டுக் கொள்கிறாயா? நீ சொன்னதும் அவன் கேட்டுவிடுவான் என்று நம்புகிறாயா? அந்த அற்பனுக்காக நீ இப்படிப் பிடிவாதம் செய்வதுதான் ஆச்சரியம்.''

"மாது, உனக்கு நீ சொல்வது நியாயம். ஒருவரை ஏற்றுக் கொண்டபின், உறுதியாக இருக்கவேண்டும் என்று என் மனசில் பதிந்து விட்டது; அதுதான் எனக்கு நியாயம். கல்யாணம் பற்றி இனி என்னுடன் பேசாதே!''

மஞ்சுளாவின் உறுதி ஸரஸாவுக்கு வியப்பளித்தது: 'இந்த நியாயம் ஸரஸாவுக்கும் பொருந்தும் என்று உன்னுடைய நல்ல புத்திக்குத் தோன்றவில்லையோ!' என்று மஞ்சுளாவை வெறித்தாள், மகாராணி. ஸரஸா கூறினாள்: "இதெல்லாம் என்ன பேச்சு, மஞ்சு?

உன் மனசு எனக்குத் தெரியும். கெட்டதையே எதிர்பார்க்கக் கூடாது என்று எனக்குப் புத்தி சொல்லிவிட்டு, நீ ஏன் கெட்டதையே எதிர்பார்க்கிறாய்?'' பிறகு அவள் மாதவனிடம் கூறினாள்: ''மஞ்சுளா நொந்து இருக்கும்போது, நீங்கள் மேலும் அவள் மனம் நோகும்படி பேசுகிறீர்களே?''

சிறிதுநேரம் மௌனமாயிருந்த பிறகு ஸரஸா எழுந்தாள்; தன் சேலைத் தலைப்பால் தோழியின் முகத்தைத் துடைத்தாள்: ''அசடு! உனக்கு அழத் தெரியாது என்று நினைத்தேன்; நீயும் இப்படி அழுகிறாயே. நாளைக்கு ராத்திரி வருகிறேன், எல்லாம் ஒழுங்காய் நடக்கும்; தைரியமாயிரு!''

ஸரஸா எழுந்து வெளியில் வந்தாள். தனக்குப் பின்னால் மாதவனும் எழுந்து வருவதை அவள் கவனித்தாலும் கவனிக்காதவள் போல் நடந்தாள்; அவளுக்கு மகிழ்ச்சியாக இருந்தது; ஆனால் அமைதியாக இல்லை. வேண்டாதவர்கள் யாராவது இறந்ததாய்க் கேட்டால் சிறிது சந்தோஷமாக இருக்கிறது; ஆனால் அப்படி இறந்தவர்கள் ஆற்றில் குளத்தில் விழுந்தோ, அல்லது ரயிலில் அரை பட்டோ செத்து, அந்தக் கோரத்தைக் கண்ணால் பார்த்தால் எப்படி இருக்கும் ? ஸரஸாவின் மனநிலையும் அப்படித்தான் இருந்தது.

மாதவனின் அறையைத் தாண்டும்போது அவன் அவளைக் கூப்பிடுவது கேட்டு, கைபிடிச் சுவரின்மீது சாய்ந்து நின்றாள். அருகில் வந்தவனை மகாவெறுப்புடன் நோக்கினாள்; ''எதற்காகக் கூப்பிட்டீர்கள்? இன்றைக்கும் அறையில் வைத்து மூடி, ஏதாவது கேள்வி கேட்கப் போகிறீர்களா?''

இந்தக் கேள்வியே மாதவனை இருட்டில் தள்ளிவிட்டது; மிகத் தீனமாய் அவன் அவளைப் பார்த்தான். அவன் இந்திரனாகவோ, சந்திரனாகவோ இல்லை; பயனற்றுப்போன பாழ்கிணறுபோல் இருந்தது அவன் பார்வை; அங்கே பாசி நீரும் கழிக்கப்பட்ட சாமான்களும்தான் கிடந்தன ; குடிக்கத் தகுந்த தூய நீர் இல்லை. தன்

கணவன் கிட்டுவைவிட அவன் எளியவனாகவும் இயலாத வனாகவும் நிற்பதைக் கண்டாள். அதனாலேயே அவளுடைய வெறுப்பு 'குப்'பென்று பொங்கி வழிந்தது.

மாதவன் மௌனமாய் அவளைப் பார்த்தான்; பெண்மையின் கொச்சை வடிவம் தன்மீது புரண்டு புரட்டுவதாக உணர்வு உண்டாகிக் கிறங்கினான் அல்லவா? அந்த உணர்வோ, கிறக்கமோ இப்போது ஏற்படவில்லை. மாறாக, அச்சம், அச்சமாக உண்டாயிற்று. ஆதிமனித மந்தையில், ஆடையின் அவசியம் அறியாத கூட்டத்தில் கைகளும் கால்களாக நாலுகால் நடையாய் ஓடிவந்த ஸரஸா அவனை இரையாக்கிக் கொள்வதற்காக ஆக்ரோஷத்துடன் பாய்வதற்குத் தயாராக நிற்பதாய் அவனுக்குத் தோன்றியது.

"நான் போக வேண்டும்; என்னை எதற்காக அழைத்தீர்கள்?" என்று மீண்டும் கேட்டாள் ஸரஸா.

தன்னை வசப்படுத்திக் கொண்டு காப்பாற்றிக்கொள்ள முயலுகிறவனைப்போல் மாதவன் உணர்ந்தான்: "நீலகண்டன் உன்னிடம் ஒன்றும் சொல்லவில்லையா?"

"இந்தக் கேள்வியை அங்கேயே கேட்டீர்கள்; பதில் சொன்னேனே?"

"உனக்குத் தெரியாமல் இதெல்லாம் நடக்கவில்லை என்று எனக்குத் தோன்றுகிறது."

"உங்களுக்குத் தோன்றுகிறது. அதற்காக நான் என்ன செய்ய முடியும்?"

"உனக்குத் தெரியாதா?"

ஸரஸா பதில் கூறாமல் தலையைத் திருப்பிக்கொண்டு நடந்தாள். மாதவனும் தொடர்ந்தான்; மேற்கொண்டு என்ன கேட்பது என்று அவனுக்குத் தோன்றவில்லை; அவள் போவதே அவனுக்குத் திகில் உண்டாக்கியது. திகிலுக்குத் தர்க்க விதிகள்

இல்லாமல் இருக்கலாம். ஆனால், தர்க்க விதிகளுக்குக் கட்டுப் படாதவை எல்லாம் பொய் ஆகிவிடுமோ; திகிலும் உண்மைதானே, உள்ளதுதானே? ''நாளைக்கு வரட்டுமா?'' என்றுதான் அவனால் கேட்க முடிந்தது.

ஸரஸா வெகு அலட்சியமாக நின்றாள்; அவள் பேசவில்லை. மகாராணிதான் பேசிக்கொண்டிருந்தாள்; இப்போதும் மகாராணிதான் பேசினாள். ''வருவதோ வராமல் இருப்பதோ உங்கள் இஷ்டம்; உங்களைக் கட்டாயப்படுத்த முடியுமா? டாக்டரைப் பார்த்தால் கொலை செய்யவேண்டும்போல் உங்களுக்கு வேகம் வரும். அந்த அற்பனிடம் போய் விநயமாகப் பேசுவது உங்களுக்கு அவமானம்; அவரிடம் நீங்களோ, நானோ பேசுவதை உங்கள் தங்கையும் விரும்பவில்லை; கல்யாணம் நின்றுபோக வேண்டியதுதான் என்று அவளும் அபிப்பிராயப்படுகிறாள். இப்படி எல்லாம் இருக்கும் போது நீங்கள் வரும்படியோ வராமல் இருக்கும்படியோ நான் எப்படிச் சொல்லமுடியும்? ஆனால், நான் என் முயற்சியை நிறுத்தப்போகிறதில்லை.''

மகாராணி! மகாராணி! விலகி வழிவிட்டு நில்லுங்கள்!

47

யோசனை செய்தவாறே ஆஸ்பத்திரி வாசலில் நின்றான் மாதவன். சொந்த வீட்டைவிட அதிக உரிமையுடன் பழகிய அந்த வீட்டில் கால் வைக்கவே கூச்சமாக இருந்தது; தோல்வியுண்டவன் வெற்றிகண்டவனிடம் சரணாகதி செய்து கொள்வதுபோல் அவமானமாகவும் இருந்தது. 'நான் எதற்காக இங்கு வருகிறேன்?' என்று வந்த காரணத்தை ஞாபகப்படுத்திக்கொண்டான். 'இவனிடம் போய் நான் கெஞ்ச வேண்டுமா? நான் கேட்டுக் கொண்டபிறகும்

அவன் மறுத்தால் என்ன செய்வது? இந்த வேலைக்கு நான் வந்திருக்கக் கூடாது' என்று எண்ணினான். ஸரஸாவும் அங்கிருந்து, அவளுக்கு முன்னிலையில் அவமதிக்கப்படுவோமோ என்று அச்சமும் உண்டாயிற்று.

வாசலிலேயே தயங்கி நின்ற அவனைக் கம்பவுண்டர், ''வாருங்கள், வாசலிலேயே நிற்கிறீர்களே?'' என்று பணிவாக வரவேற்றார்.

மேலும் தயங்குவதற்கு வழி இல்லாமல் மாதவன் உள்ளே நுழைந்தான். ஹாலில் வழக்கம்போல் நோயாளிகளின் கூட்டம் இருந்தது; எல்லாரையும் கடந்து நீலகண்டனுடைய ஆசனத்தருகில் இருந்த ஒரு நாற்காலியில் உட் கார்ந்தான்.

''உள்ளே வாருங்கள்'' என்று தன் அறைக்குள் அழைத்தார் கம்பவுண்டர்.

''நீலகண்டன் எங்கே?'' என்று கேட்டுக்கொண்டே அங்கு சென்றான் மாதவன்.

''உங்களுக்குத் தகவல் தெரியாதா? டாக்டர் ஊரில் இல்லை.''

''ஏதாவது கேஸ் சம்பந்தமாக...''

''இல்லை, சார். காலையில்கூட எல்லாக் கேஸ்களையும் அட்டெண்ட் பண்ணினார். மத்தியானம் இஞ்சினியர் மனைவியும் அவரும் ஏதோ பேசிக்கொண்டார்கள். டாக்டர் என்னைக் கூப்பிட்டு, 'குற்றாலத்தில் இந்த வருஷம் ஸீஸன் ரொம்ப அழகாயிருக்கிறதாம்; நான் போகிறேன். திரும்பிவரப் பத்து நாளாகும். வழக்கமான கேஸ்களைஎல்லாம் நீயே கவனித்துக்கொள். புதிதாக வருகிறவர்களை சௌகரியம்போல் பார்த்துக்கொள்.' என்று 'அட்வைஸ்' கொடுத்து விட்டு, அவசரஅவசரமாய்ப் 'பாக்' செய்துகொண்டு கிளம்பிவிட்டார்.'' என்று கம்பவுண்டர் மேலும் ஏதோ சொல்லத் தயங்கினார்.

மாதவனும் தயக்கத்துடன் கேட்டான்: ''அவன் மாத்திரமா போனான்?''

''அவர் மாத்திரம் போனால் உங்களிடம் ரகசியமாக ஏன் பேசுகிறேன்? அந்தப் பெண்ணும் கூடப் புறப்பட்டாள். இதெல்லாம் என்ன சார்? பதினைந்து வருஷமாய்க் கம்பவுண்டராயிருக்கிறேன்; எத்தனையோ டாக்டர்களைப் பார்த்து விட்டேன். இவ்வளவு சிறிய வயசிலே இவ்வளவு ஸக்ஸஸ்ஃபுல்லாக யாரும் வந்ததில்லை. ரொம்ப முன்னுக்கு வந்துவிடுவார் என்று எதிர்பார்த்தேன். அதுக்கு ஏற்றபடி நீங்கள் பெண் கொடுக்க வந்தீர்களா? டாக்டர் பிரமாதப் படப் போகிறார் என்று ஆசையாக இருந்தேன்; எல்லா ஆசையிலும் மண் விழுந்து விட்டதே, சார்!''

மாதவன் கேட்டுக் கொண்டிருந்தான். டாக்டரும் ஸரஸாவும் திருக்குற்றாலம் போய்விட்டார்கள் என்பது சுருக்கமான செய்திதான். 'சந்தோஷமாகத்தானே போயிருப்பார்கள்?' என்ற எண்ணம் விசனமாக வந்தது. நேற்று ஒன்றும் தெரியாதவள்போல் ஸரஸா பேசவில்லையா? அவள் பாசாங்கு செய்தாள் என்று கூறமுடியுமா? 'கூற முடியாது; ஸரஸாவாக இருந்தால் நானும் இப்படித்தான் நடந்து கொண்டிருப்பேன்' என்று தனக்குள் நாணிக்கொண்டான் அவன்; கேட்டான்: ''இஞ்சினியருக்கு விஷயம் தெரியுமா?''

''தெரியாமல் இருக்குமா? அந்தப் பெண் ரொம்ப நெஞ்சழுத்தக்காரி; அவரிடம் சொல்லிக்கொண்டுதான் காரில் ஏறினாள். தப்பு செய்கிறோமே, நாலு பேர் பார்த்தால் என்ன சொல்வார்கள் என்ற சுரணையே இல்லை. அழுத்தலாக காரில் ஏறினாள்; எனக்குக் கோபம் வந்தது; வந்து என்ன செய்கிறது? நீங்கள் பேசுவதைக் கேட்டால் உங்களுக்கு ஒன்றும் தெரியாதுபோல் இருக்கிறது. கேர்ள்ஸ் (பெண்கள்) தான் டாக்டருக்கு வீக் பாயிண்ட், அதனாலேயே அவர் கவிழ்ந்துவிடுவார் போலிருக்கிறது. எனக்கு ரொம்ப வருத்தமாயிருக்கிறது சார்.''

மாதவன் பேசவில்லை; ஸரஸாவைப் பக்கத்தில் உட்கார வைத்துக்கொண்டு நீலகண்டன் ஓட்டிச் செல்லும் கார், அவன் மனத்தில் ஓடிக்கொண்டே இருந்தது.

"கல்யாணம் பற்றிக் கேட்டேன். வேண்டாம் என்று உங்களுக்கு லெட்டர் எழுதிவிட்டாராமே. இப்படியெல்லாம் யாராவது செய்வார்களா, சார்? டாக்டருடைய தாயாரைப் பார்த்தால் கண்ணராவியாக இருக்கிறது. அழுதுகொண்டே இருக்கிறார்கள்; அவர்களைப் பார்க்கிறீர்களா?"

மாதவன் பதில் கூறாமல் எழுந்தான். காற்றற்ற இடத்தில் மூச்சுக்குத் திணறுகிறவனுக்கு மூச்சைப் பற்றின ஒரே ஞாபகம்தான் இருக்கும். ஸரஸா நீலகண்டனுடன் போய்விட்டாள் என்ற ஒரே நினைவுதான் அவனுக்குள் நிறைந்திருந்தது. இஞ்சினியர் இருந்த அறையை அடைந்தான் அவன்.

"வாருங்கள், மாதவன் சார்! ஏன் நிற்கிறீர்கள்? இப்படி உட்காருங்கள்."

அவன் காட்டிய நாற்காலியில் மாதவன் உட்கார்ந்தான். ஏதாவது பேசவேண்டும் என்று நினைத்தான்; என்ன பேசுவது என்று தோன்றவில்லை. இஞ்சினியரைச் சற்றுநேரம் கூர்ந்து பார்த்தான். பிறகு, தலைகுனிந்து தரையைப் பார்த்தவாறு இருந்தான். உலகத்தில் உள்ள நோய்கள் எல்லாம் தனக்குள் புகுந்துவிட்டன போல் உணர்ந்தான்; உடம்பு நலிவுற்றுப் பலவீனமடைந்து விட்டாற்போல் இருந்தது. அழுதால் ஆறுதல் உண்டாகும் என்று தோன்றியது; அழுவதற்கு வெட்கமாக இருந்தது; அழுகையை நிறுத்தவும் முடியவில்லை; கண்ணீர்த் துளிகள் ஒன்று ஒன்றாய்த் தரையில் விழுந்தன.

அவனை அழவிட்டு வேடிக்கை பார்க்கிறவன்போல் கிட்டு சற்றுநேரம் மௌனமாயிருந்தான். கண்ணீர் வற்றியதும் மாதவன் எழுந்து நின்றான்:

''வரட்டுமா?''

''புறப்பட்டீர்களா? உட்காருங்களேன்.''

''சரி, உட்காருகிறேன்.''

''டாக்டரைப் பார்க்க வந்தீர்களா?''

''உம்.'

''ஸீஸன் ரொம்ப ஜோராக இருக்கிறதாம். ஸரஸா கேட்டாள். சரி என்று அனுப்பினேன்.''

''அனுப்பலாமா?''

''அனுப்பக்கூடாது என்கிறீர்களா? நாம் சொல்வதாலோ, சொல்லாமல் இருப்பதாலோ எந்தக் காரியமும் தடைப்படுவதில்லை; என்னைப் பற்றியே சொல்லுங்கள்; ஸரஸாவை நான் மணந்திருக் கலாமா? மரணம் பிடரியிலே உட்கார்ந்திருக்கிற நேரத்தில், கையில் தாலி எடுத்துக் கட்டினேனே. அதை யார் தடை செய்ய முடிந்தது?''

கிட்டு மிகவும் இயற்கையாகவும் அமைதியாகவும் பேசினான்; சோகத்தால் பீடிக்கப்பட்டவனாகவே அவன் தோன்றவில்லை.

''எதற்காக மரணத்தை எதிர்பார்க்கிறீர்கள்?'' என்று ஆரம்பித்தான் மாதவன்.

''நாமா எதிர்பார்க்கிறோம்? எங்கோ போவதாக எண்ணிக் கொண்டு நாம் எல்லோருமே மரணத்தின் வாய்க்குள் போய் விழுகிறோம். நம்மால் எதையும் நிறுத்த முடியாது! நம் விவகாரங்களை நாம்தான் புத்திசாலித்தனமாய்க் கவனிக்கிறோம் என்று நாம் நினைக்கிறோம்; ஆனால், நம் விவகாரங்களை யார் யாரோ கவனிக்கிறார்கள். எது எதுவோ, நடத்துகிறது.''

''அதுக்காக, நீலகண்டன்போல் அக்கிரமம் செய்கிறவர்களைச் சகித்துக்கொள்ள வேண்டுமா?''

''நீங்கள் நினைப்பது தவறு; முதலில் எனக்கும் அப்படித்தான் தோன்றியது. பார்க்கப் போனால், அக்கிரமங்கள் சேர்ந்துதான் கிரமங்கள் ஆகின்றன. அது மட்டும் அல்ல. டாக்டரை அக்கிரமக்காரர் என்று சொல்லும்போது நீங்கள் ஸரஸாவையும் மறைமுகமாய்க் குற்றம் சாட்டுகிறீர்கள்; அவள்மீது எந்தக் குற்றம் சுமத்த முயலுகிறீர்களோ, அந்தக் குற்றத்தைச் செய்ய அவளால் முடியாது. தவறு செய்கிறவளானால் என்னிடம் அவள் அனுமதி கேட்டிருக்க முடியுமா? மாதவன், அவள் என்னிடம் கேட்டுக்கொண்ட போதுதான் எனக்குத் தெளிவு உண்டாயிற்று. இனி அவளை நான் பார்க்கப்போவதில்லை என்று தோன்றியது. என் கதை முடியப் போகிறது. ஒருவேளை என் முடிவால் உங்கள் எல்லாருக்கும் சௌகரியம் உண்டாகுமோ என்று தோன்றுகிறது.''

''உங்கள் முடிவுபற்றிக் கண்டுவிட்டீர்கள்; என் முடிவு என்ன ஆகும் என்று உங்களுக்குத் தெரியுமா?'' என்று விசித்திரமான ஒரு கேள்வி கேட்டான் மாதவன்.

''மனோதிடம் இல்லாதவர்கள் வாழவே முடியாது; உலகத்தில் நமக்குப் புரியாதபடி எவ்வளவோ நடக்கின்றன! எல்லாவற்றையும் ஏற்க முடிந்தவர்கள் வாழ்கிறார்கள். என்னையும் உங்களையும்போல் கோழைகளாக இருப்பவர்களின் முடிவு ஒரே விதமாகத்தான் இருக்கும்; நீங்கள் அழுவதைப் பார்க்க ஆச்சரியமாக இருக்கிறது. தங்கையின் கல்யாணம் இப்போதைக்குத் தடைப்பட்டு விட்டது. ஆனால், டாக்டர் மஞ்சுளாவுக்குத்தான் உரியவர். இன்றில்லாவிட்டால், என்றாவது ஒருநாள் இந்தக் கல்யாணம் நடக்கத்தான் போகிறது. ஆனால், இப்போது நடப்பதை எல்லாம் பார்த்து நீங்கள் குழம்புகிறீர்கள். உங்களுக்கும், உங்கள் தங்கைக்கும், பெரியவர்களுக்கும் மிகவும் வருத்தமாக இருக்கும். என் மாமனார் பரம சாத்வீகர்; அவருக்கு ஒரு கோணலும் புரிவதில்லை. அவர் குடும்பம் அவமானத்தால் குன்றிவிடும். என்னைப் பற்றிக் கவலை இல்லை; நான் சாகப் போகிறவன். இவ்வளவு குழப்பத்துக்கும்

காரணம் என்ன? டாக்டர் என்பீர்கள்! ஸரஸா என்பீர்கள். எனக்கு அப்படித் தோன்றவில்லை. இவ்வளவும் வேறு சக்திகளால் செய்யப்படுகின்றன என்பதுதான் உண்மை.''

கட்டிலில் உட்கார்ந்தவாறு கிட்டு பேசிக்கொண்டிருந்தான். நோயாளியான அவன் கண்களில் காணப்படும் கருணை மனு மறைந்துவிட்டது; நோயையும் கடந்த ஓர் ஒளி அவன் கண்களில் தென்பட்டது. வார்த்தைகளுக்காகத் தவிக்காமல், தான் அனுபவித்து அறிந்ததை வெளியிடுகிறவன்போல் நிதானமாய்ப் பேசினான் அவன்.

''உலகத்தில் கிருமிகள் இல்லாத இடமே இல்லை; நிலம், நீர், காற்று எல்லாப் பொருள்களிலும் அவை வாழ்கின்றன. அவை கண்ணுக்குத் தெரிவதில்லை; கண்ணுக்குத் தெரியாததால் அவை இல்லை என்று ஆகிவிடுமா? அணுவைவிடச் சிறியவை; ஒரு குண்டூசியின் தலையில் ஆயிரத்தைந்நூறு கிருமிகள் படுத்துக் கொள்ளலாம்; அத்தனை சிறிய கிருமிகளுக்கு நாம் எப்படிப் பயப்படுகிறோம்! ஆனால், மண்ணிலிருந்து வந்தவர்களை மண்ணுக்கே அனுப்பும் நல்ல காரியத்தைத்தானே அவை செய்கின்றன? சந்தோஷம், வருத்தம், கோபம், ஆசை, வெறுப்பு என்று பல உணர்ச்சிகளுக்கு வசப்படுகிறோம்; அதற்குக்கூட இந்தக் கிருமிகளே காரணம் என்பேன். மனிதனுடைய விவகாரங்களை இந்தக் கிருமிகள்தான் நடத்துகின்றன என்று சொல்ல வந்தேன். நான் தெய்வத்தை நம்புகிறவன்...''

''எல்லாம் கிருமிகளே செய்வதாகச் சொல்லிவிட்டுத் தெய்வத்தையும் ஏன் நம்புகிறீர்கள்?''

''இந்தக் கிருமிகளை வைத்துக்கொண்டு விளையாடுகிறவன் ஒருவன் இருக்க வேண்டாமா? கண்ணுக்குத் தெரியாத கிருமிகள் கூடத் தெய்வ நீதிக்குக் கட்டுப்பட்டுத்தான் நடக்கின்றன. எனக்கு டீ.பீ. வந்தது; இன்னொருத்தனுக்குக் குஷ்டம்; மற்றொருவனுக்கு ரத்த அமுக்கம்; யாரிடம் ஏன் போகிறோம் என்கிற அறிவு கிருமி

களுக்கு இருக்கிறதா? யாரிடம் எவ்வகைக் கிருமிகள் போகவேண்டும் என்று கணக்கிட்டு அனுப்புகிற சக்தியை நான் கடவுள் என்கிறேன். எங்கள் குடும்பத்தில் க்ஷயரோகம் என்றால் என்ன என்றே தெரியாது; எனக்கு அது ஏன் வந்தது? புகையிலையே போடாதவன் வாயில் புற்றுநோய் வருகிறது; ஏன்? டாக்டர்கள் பல காரணங்கள் சொல்வார்கள். அவை எல்லாம் சரிதான்; காரணங்களுக்கு மூலம் நமக்குத் தெரிவதில்லை. கண்ணுக்கு முன்னால் நடப்பதை வைத்துக்கொண்டு ஒரு நிகழ்ச்சி பற்றி முடிவுசெய்ய முடியாது.''

''நீலகண்டன் குற்றாலம் போனதற்கும் நீங்கள் சொல்வதற்கும் என்ன சம்பந்தம்?''

''ஸரஸாவும் அவரோடு போனதால்தான் நீங்கள் கவலைப்படுகிறீர்கள். இப்படி ஏன் நடக்கிறதென்று காரணம் சொல்ல நமக்குத் தெரிவதில்லை; ஆனால், அதனால் ஏற்பட்ட குழப்பத்தைக் கொண்டு அது அநியாயம் என்று நினைக்கிறோம். ஸரஸா தவறு செய்துவிட்டாள் என்கிறீர்கள்; அவளால் தவறு செய்யமுடியாது என்கிறேன். நாம் தவறு என்று சொல்லுவதால், ஒரு விஷயம் தவறு ஆகிவிடுவதில்லை.''

''ஸரஸா மனமொப்பித்தானே நீலகண்டனுடன் போனாள்?''

''மனமொப்பி என்று எப்படிச் சொல்கிறீர்கள்? மனசைப் பற்றி நமக்கு என்ன தெரிகிறது? ஆனால் மனசைச் சம்பந்தப்படுத்தாமல் எந்தத் தவறு பற்றியும் நம்மால் முடிவுசெய்ய முடிவதில்லை! டாக்டர் நின்ற இடத்தில் நிற்பதற்குக்கூட அவளுக்கு வெறுப்பாக இருந்தது. மனமொப்பிப் போனாள் என்று நான் நம்ப முடிய வில்லை. அம்மாதிரி தவறு செய்ய அவளால் முடியாது என்று அதனால்தான் சொன்னேன்.''

''தெய்வத்தின்மீது பாரத்தைப் போட்டுவிட்டுப் பேசாமல் இருக்கச் சொல்கிறீர்கள்; அப்படித்தானே?''

"உங்களால் வேறு என்ன செய்யமுடியும்?"

"குற்றாலம் போகிறேன்; அவனை…"

"உதைக்கிறேன் என்கிறீர்கள்; செய்யலாம். உதைத்து உலகத்தைத் திருத்தலாம் என்று நினைக்கிறவர்கள்தான் அதிகம் இருக்கிறார்கள். டாக்டருக்கும் இரண்டு கால்கள் இருக்கின்றன என்பதையும் மறந்துவிடாதீர்கள். உதைத்துக் கொள்வதால் உங்கள் குழப்பம் அதிகமாகும். நீங்கள் பேசுவதைப் பார்த்தால், உங்களால் தெய்வத்தை நம்பமுடியாது என்று தோன்றுகிறது."

"அது அசட்டுத்தனம் என்று நினைக்கிறேன்."

"அப்படியானால் டாக்டரும் ஸரஸாவும் போனதற்காக ஏன் இப்படிக் கோபப்படுகிறீர்கள்? ஒவ்வொருவரும் அவரவர் இஷ்டப் படி வாழ்ந்துவிட்டுப் போகட்டுமே!"

இக்கேள்விக்கு நேர்மையாகப் பதில் கூற மாதவனால் முடியவில்லை பொறாமை உணர்ச்சிதான் அவனை நீலகண்டனுக்குப் பகையாக்குகிறது என்பதை எப்படிச் சொல்வான் அவன்? மேலும் கூறினான் "சமூகக் கட்டுப்பாடு என்று ஒன்று இல்லையா? கல்யாணத்துக்கான ஏற்பாடுகள் எல்லாம் முடிந்தபிறகு, ஊரை விட்டு ஓடுகிறவனை மன்னிக்கலாமா?"

"ஏன் ஓடக்கூடாது என்று கேட்கிறேன். நீங்கள் குழப்பிக் கொண்டிருக்கிறீர்கள்; குழப்பங்களுக்கு எல்லாம் ஒரே விளக்கம் கடவுள்தான் என்று தெரிந்து கொள்ளாததால், உங்கள் குழப்பம் தீரவில்லை. கல்யாணம் நடக்கவேண்டிய நேரத்தில் மாப்பிள்ளை ஓடிப்போவது தப்பு என்பதுதான் என் கட்சியும். அந்த ஒரு தப்பைக் கண்டதும் உலகமே தப்பு என்று முடிவு செய்கிறீர்கள். எனக்கு அப்படித் தோன்றவில்லை. ஒருவனும் ஒருத்தியும் கல்யாணம் புரிந்துகொண்டு வாழ்வதுதான் ஒழுங்கு; அதை மீறி நடப்பது தப்பு என்று நாம் பயப்படுவதே தெய்வ பயம்தானே? கல்யாணத்தைத்

தடைசெய்ததும் தெய்வம்தானே என்று பரிகாசம் செய்யப் போகிறீர்கள்; இல்லையா? ஆனால் உண்மை அதுதான்; நமக்குக் காரணம் விளங்கவில்லை என்பதால் அது பொய் ஆகிவிடாது. மாதவன்! கட்டிலில் இருந்தபடியே நான் எல்லாம் பார்க்கிறேன். யோசிக்க, யோசிக்க, கடவுளைத் தவிர நமக்கு வேறு கதி இருப்பதாகத் தெரியவில்லை. ஸரஸாவின் வாழ்க்கையில் நான் வந்திருக்கக் கூடாது; வந்து விட்டேன்; ஏன் என்று நமக்குத் தெரியவில்லை. ஸரஸாவின் வாழ்க்கையில் டாக்டருக்கு இடமே இல்லை; ஆனால் அவரோ அவளை எப்படியாவது கவர முயலுகிறார். ஸரஸாவின் வாழ்க்கையில் நீங்கள் வந்திருந்தால் இவ்வளவு பிரச்னைகளும் குழப்பங்களும் உண்டாகியிராது.''

''நானா, ஸரஸாவின் வாழ்க்கையிலா?'' கிட்டு முக்கியமான ஒரு மர்மத்தைத் தொட்டுவிட்டதுபோல் பதறினான் மாதவன்.

''மாதவன், எனக்கு எல்லாம் புரிகிறது. நாம் நினைப்பது நடப்பதில்லை; நடக்கக்கூடாதது நடக்கிறது. நன்றாக யோசித்துப் பார்த்தால், இப்படி நாம் நினைப்பதே பிரமை என்று புரியும்; எது நடக்க வேண்டுமோ அதுதான் நடக்கிறது என்பதுதான் உண்மை. அதர்மம் என்கிறோம்; தர்மம் உலகத்தைத் தாங்குகிறது என்றால், அதர்மம் தர்மத்தைத் தாங்குகிறது என்று சொல்வேன். இன்று பிறந்து நாளை சாகின்ற பொருள்கள்தான் நமக்கு நித்யமான சத்தியத்தைப் புலப்படுத்துகின்றன.''

''என்னால் இதையெல்லாம் நம்பமுடியவில்லை. நடந்து விட்ட நிகழ்ச்சிக்கு நீங்கள் கண்டுபிடிக்கிற சமாதானங்கள் என்பதைத் தவிர நீங்கள் சொல்வதற்கு வேறு அர்த்தம் இல்லை.''

''நீங்கள் சொல்வதும் சரிதான். உண்மையான சமாதானங் களைச் சொல்கிறேன். நீங்கள் அவைகளை ஒப்புக்கொள்ளவில்லை. உங்களால் நம்பமுடியவில்லை என்பதைவிட எதை நம்புவது என்று தெரியாமல் நீங்கள் குழம்புவதாய் எனக்குத் தோன்றுகிறது. நம்

வாழ்க்கைக்கு ஆணிவேர் கடவுள் நம்பிக்கைதான்; ஆணிவேரை அறுத்துவிட்டால் சல்லி வேர்கள் எப்படிப் பிழைக்கும்? மாதவன்! நான் அமைதியாக இருக்கிறேன். சாவு அருகில் வந்த பிறகுதான் இந்தத் தெளிவும் அமைதியும் உண்டாகுமோ என்னவோ?''

சாவு என்பது ஸரஸாபோல் ஓர் அழகான பெண் அதை அடைவது இன்பம் என்று கருதுகிறவன்போல் அந்த நோயாளி மிகவும் அமைதியாகப் பேசினான். அந்த அமைதியே மாதவனை உறுத்தியது.

''நான் வரட்டுமா?''

''என்ன அவசரம்?''

''வீட்டுக்குப் போய்த் தகவல் தர வேண்டாமா?''

''நீங்கள் போனதும் அங்கு ஒரே ரகளை ஆகும். அதைப் பார்க்கவா அவசரப்படுகிறீர்கள்? உட்காருங்கள். இனிமேல் உங்களை நான் சந்திக்கப் போவதில்லை. இன்னும் கொஞ்சநேரம் பேசுவோமே?''

''நீங்கள் பேசுவதைக் கேட்டால், நான் பலவீனன் ஆகி விடுவேன்போல் இருக்கிறது.''

''நீங்கள் இப்போது பலவீனராய்த்தான் இருக்கிறீர்கள்; கடவுளை நம்பாதவன் பலசாலியாக இருக்க முடியாது!''

48

குகைக்குள் கால்வைப்பதாய் நினைத்துக்கொண்டு பெரும் மலைப்பாம்பின் வாயில் நுழைந்ததாய்ப் புராணத்தில் வருணிக் கிறார்கள் அல்லவா? அதுபோல், அன்று மாலை வீட்டில் கால் வைத்த வாத்தியார் ராமசாமியை அந்த பயங்கரச் செய்தி 'மொத்தமாக' விழுங்கிவிட்டது.

பள்ளிக்கூடத்திலிருந்து கிளம்பும்போதே வழக்கப்படி அவர் ராமநாம ஜபத்தைத் தொடங்கினார். குப்பை கூளம் போன்ற உலகாயத எண்ணங்களால் அசுத்தப்படுத்தாமல் நாம ஜபத்தால் மனசைத் தூய்மையாக வைத்துக்கொள்ள வேண்டும் என்பது அவர் நோக்கம். வீடு அமைதி தரும் இடமாக அவருக்கு ஒருநாளும் இருந்ததில்லை; அங்கு வருவதற்கே ஒரு மனோதிடம் தேவைப் பட்டது; அதற்கு ஜபம் துணைபுரிந்தது; இன்று இந்தத் துணையும் அவருக்கு உதவவில்லை.

வீட்டில் நுழையும்போதே அங்கு ஓர் அலங்கோலமான நிசப்தம் நிலவுவதை உணர்ந்தார். அந்த நிசப்தம் வெகு அமுத்தலாகவும் அழுத்தமாகவும் இருந்தது. ஒன்றும் தோன்றாமல், கோட்டைக் கழற்றி வைத்துவிட்டு கை கால்களைக் கழுவிக் கொண்டு, சமையலறைக்குச் சென்றவர் பார்வதி அழுகையால் தன்னைச் சின்னாபின்னமாக்கிக் கொள்வதைக் கண்டார்.

அழுவதற்கென்றே இந்த உலகத்துக்கு வந்தவள் அவள். வாத்தியார் அதற்காகப் பயந்துவிடவில்லை. அருகில் உட்கார்ந்து, மிகவும் பரிவுடன், ''என்ன நடந்தது, பார்வதி? எதுக்காக அழுகிறாய்?'' என்று விசாரித்தார்.

மனைவி எழுந்து உட்கார்ந்தாள்: ''தெருவில் யாரும் உங்களைப் பார்த்துச் சிரிக்கவில்லையா? ஊரெல்லாம் அதே பேச்சாக இருக்கிறது; உங்கள் காதில் எதுவும் விழவில்லையா?''

''என்ன விஷயம் பார்வதி?''

''உங்கள் பெண்ணால் மானம் போய்விட்டது. நல்ல பிள்ளை. நல்ல பிள்ளை என்று தலையில் வைத்துக் கொண்டாடினீர்களே, அந்த டாக்டரும் இந்தப் பெண்ணும் திருக்குற்றாலம் போயிருக் கிறார்களாம்.''

இந்தச் செய்தியின் முழு அர்த்தமும் அந்த மனிதருக்கு இன்னும் விளங்கவில்லை; ''குற்றாலம் போனார்களா? எதுக்கு?''

"எதுக்கு என்றுகூட உங்களுக்கு புரியவில்லையா? உங்களுக்கு என்னதான் புரிந்தது? அந்த டாக்டரோடு உங்கள் மகள் ஊரைவிட்டுப் போய்விட்டாள். அவன் கல்யாணம் வேண்டாம் என்று விட்டான். பாவம், மஞ்சுளா, அழுதுகொண்டு உட்கார்ந்திருக்கிறாள். நமக்கு இதைவிடக் கௌரவம் என்ன வேணும்!" என்று பார்வதி, 'மடேர் மடேர்' என்று தலையில் போட்டுக்கொண்டாள்.

இப்போதுதான் ராமசாமி அதிர்ச்சி அடைந்தார். இந்தக் குடும்பத்தில், நடக்கத்தகாத ஒரு விஷயம் நடந்துவிட்டது. அவர்களுடைய பரம்பரையில் இம்மாதிரி நிகழ்ச்சி ஒன்று நடந்ததில்லை. நீக்கமுடியாத ஒரு களங்கம் தங்களுக்கு உண்டாகி விட்டது என்பதை அவர் புரிந்துகொண்டார். உலகத்தில் இப்படி எல்லாமா நடக்கும்?

"உனக்கு யார் சொன்னார்கள்? காலையில் போகும்போதுகூட அவள் என்னிடம் ஒன்றும் சொல்லவில்லையே?"

"உங்களுக்கு ஏதாவது இருக்கிறதா? உங்களிடம் சொல்லிக் கொண்டா போவாள்? அரைவயிற்றுக்குச் சாப்பிட்டாலும் மானத்தோடு இருந்தோம். இனிமேல் நம்மை யார் மதிப்பார்கள்? இந்த மாதிரி மானக்கேடான வேலை இந்தப் பெண் செய்வாள் என்று நான் நினைக்கவில்லையே, பாவி! பாவி!"

ராமசாமியால் நம்ப முடியவில்லை. நம்பக்கூடாது என்று எண்ணினார். ஸரஸாவா இப்படிச் செய்தாள்? அவளால் செய்ய முடியுமா? மூத்த பெண். அருமையாக வளர்த்தார்; ஒரு நாளாவது ஒரு சொல் கூட அவர் கடிந்து கூறியதில்லை. அவளும் பெற்றவர்கள் மனம் நோக ஏதும் செய்ததில்லை, அவளா இந்த இழிசெயல் செய்தாள்?

ஒலி நலிந்த குரலில் கேட்டார்: "உனக்கு யார் சொன்னார்கள்? யாராவது அக்கப்போர்..."

"ஊரே சிரிக்கிறது; நீங்கள் இப்போதுதான் பிள்ளையார் சுழி போட்டுக்கொண்டு கேட்கிறீர்கள். மஞ்சுளாவின் கல்யாணம்

நின்றுவிட்டது; உங்கள் பெண்ணும் அவனும் ஊரை விட்டுப் போய்விட்டார்கள்; பக்கத்து வீட்டில் ஒரே ரகளையாக இருக்கிறது. இன்னும் என்ன தெரியவேணும் உங்களுக்கு? சண்டாளி, அவள் கெட்டதும் அல்லாமல், அந்த நல்ல பெண் வயிற்றெரிச்சலையும் கொட்டிக்கொண்டாளே. உருப்படுவாளா அவள் போகிற இடம் எல்லாம் புல் முளைத்துப் போகாது? பூனைபோல் இருந்து கொண்டு, இப்படியும் ஒரு பெண்ணா? ஏழு தலைமுறைக்கும் இந்தக் குடும்பம் தலைநிமிர முடியாது...''

நம்பாமல் இருக்க முடியாது. பார்வதி கூறுவதுபோல், அவர் எப்படி வெளியில் முகம் காட்ட முடியும்? மாணவர்களுக்கு முன்னால் அவர் நிற்கவேண்டும்; நல்லவர்களாக இருங்கள் என்று சொல்ல வேண்டும்; எந்த வாயால் சொல்வது? மாணவர்களும் சக ஆசிரியர்களும் அவரை ஏளனம் செய்ய மாட்டார்களா? இதற்காகவா அவர் ராமநாமம் ஜபித்தார்? ராமநாமம் சொல்கிறவனுக்கு இவ்வளவு கொடிய அவமானம் வரலாமா? பட்டினி கிடக்கலாம்; கந்தை உடுத்திக்கொண்டு திரியலாம்; ஆனால் இந்த வெட்கக் கேட்டை நெற்றியில் பட்டையாகத் தீட்டிக்கொண்டு அவர் எப்படி வெளியே நடமாட முடியும்?

ஸரஸா துரதிர்ஷ்டம் பிடித்தவள்தான்; அவளுடைய அழகுக்கும் அறிவுக்கும் வியாதிக்காரனாய் ஒரு கணவன் வாய்த்தது துர்ப்பாக்கியம்தான். ஆனால் அதைவிட இந்தக் காரியம் கேவலமானது என்று அவளுக்குத் தெரியவில்லையா? புத்திசாலி ஆயிற்றே!

காலையில் டாக்டர் வீட்டுக்குப் போகும்போது அவள் அவரிடம் விடைபெற்றுக் கொண்டாள். ''அப்பா, நான் வரட்டுமா?'' என்று கேட்டவள் சற்று நேரம் கலக்கத்துடன் நின்றாள்; எப்போதுமே, மனத்தில் வைத்துக்கொண்டு மறுகுகிறவள் அவள். அவருக்கும் கலக்கமாக இருந்தது; ''எல்லாம் நல்லவிதமாக முடியும்; கவலைப்படாதே!'' என்று விடை கொடுத்தார். அவள் இதற்காகவா மறுகினாள்? எது நல்லவிதமாக முடிந்தது? நல்லது

எதையும் அவர் தன் ஆயுளில் கண்டதில்லை; துன்பங்களுக்கு எல்லாம் இரும்புப்பூண் போட்டதுபோல் குடும்பத்துக்கு இத்தகைய அபவாதம் வரவேண்டுமா? ஐயோ, ராமனா இதைச் செய்கிறான்?

அவருக்கு ஸரஸாவின்மீது கோபம் வரவில்லை. கோபப்பட்டுத்தான் இனி என்ன ஆகப்போகிறது? குடும்பத்தோடு ஒட்டிவிட்ட அவச்சொல் நீங்கிவிடுமா? இருக்கிற வரையில் அது அவர்களை விடாது.

''ராமா, ராமா, ராமா!'' என்று மெதுவாக வாய்விட்டுப் புலம்பினார். தன்னைச் சுற்றிப் பெருங்கூட்டம் நிற்பது போலவும், தன் குரலைக் கேட்டால்கூட அவர்கள் நகையாடுவார்கள் போலவும் அவருக்கு வெட்கமாக இருந்தது.

''பார்வதி, அந்த நீலகண்டன் தான் அவளை...''

''அவன் ஆயிரம் கெட்டவனாக இருக்கட்டும்; என் வயிற்றில் பிறந்தவளுக்கு இந்தத் துர்ப்புத்தி எப்படி வந்தது? இந்த வயிற்றில், இந்த வயிற்றில், இந்த வயிற்றில்தானே இவ்வளவு பாவத்தையும் சுமந்தேன்!'' என்று வயிற்றில் அடித்துக் கொண்டாள் அவள்.

''பைத்தியம், சும்மா இரு!'' என்று அவள் கையைப் பிடித்துத் தடுத்த ஆசிரியர் தன் அழுகையை அடக்க வாயைப் பொத்திக் கொண்டார்.

ஏககாலத்தில் நாலைந்து மரணங்கள் நேர்ந்த வீடு எப்படி இருக்கும்? அவ்வாறு சோகமான சோகம் அவ்வீட்டைக் கவிந்து கொண்டது. அங்குள்ள பொருள்களையும் மனிதர்களையும் வெளிக்காட்டும் வெளிச்சம்கூட இருளடைந்து விட்டாற்போல் இருந்தது. அக்கா செய்யத்தகாத காரியம் செய்துவிட்டாள் என்பதை ஹேமாவினால் புரிந்துகொள்ள முடிந்தது; அந்தக் காரியத்தால் ஏற்பட்ட இழிவு எவ்வளவு ஆழமானது என்று தெரியாவிட்டாலும், மிகவும் ஆழமானது என்பதைப் பொறுப்புத் தெரிந்த அந்தப் பெண் தெரிந்துகொண்டாள். குழந்தை பங்கசத்துடன் விளையாடுவது

போல் அதற்குப் 'பராக்கு'க் காட்டிக் கொண்டிருந்தாள். குழந்தைக்கு என்ன புரியும்? ஆனால், அதுவும் களையிழந்து விளையாடுவது போல் பாசாங்கு செய்தது. சிவராமன் இயல்பான தடபுடலுடன் வந்து சேர்ந்தான்; ஆனால், வீட்டில் நிலவிய நிசப்தம் தலையில் இடித்ததும் உற்சாகம் இழந்தான்; சமையல் அறைக்குள் எட்டிப் பார்த்து, அங்கு அம்மாவும், அப்பாவும் அழுகை சமைப்பதைக் கண்டு, கூடத்தில் இருந்த ஹேமாவிடமே திரும்பினான்.

''என்ன டீ இது?''

அவன் கேட்டதே ரகசியக் குரலில்தான்; ஆனால் அதுவே பெரிய சத்தமாகத் தோன்றியது ஹேமாவுக்கு ''உஸ்... ஸ்!'' என்று உதடுகள்மீது விரலை வைத்துக்கொண்டு கூறினாள்: ''அக்காவும் டாக்டரும் குற்றாலம் போய் விட்டார்களாம்.''

''காரில்தானே? அதுக்காக ஏன் அழ வேணும்?''

''மண்டுக் கழுதை! டாக்டரோடு அக்கா போகக்கூடாதுடா! தப்பு! டாக்டர் மஞ்சுளா அக்காவைக் கல்யாணம் பண்ணிக்கொள்ள மாட்டேன் என்று சொல்லி விட்டார்.''

''கல்யாணம் எப்படி நிற்கும்? அடுத்த வீட்டிலே ஒரே சத்தமாயிருக்கு. டாக்டர்தானே மஞ்சுளா அக்காவைப் பண்ணிக் கொள்ள ஆசைப்பட்டார்.''

''மெதுவாய் பேசுடா, அக்காதான் டாக்டருக்கு சொன்னாளாம்.''

''போடீ, அக்கா அப்படிச் சொல்ல மாட்டாள்; டாக்டரும் கேட்க மாட்டார். அக்காவுக்குத்தான் கல்யாணம் ஆயிட்டுதே; அவள் எதுக்கு மஞ்சுளா அக்கா கல்யாணத்தை நிறுத்துகிறாள்?''

''உனக்கு இதெல்லாம் புரியாதுடா. நீ சின்னப் பையன். டாக்டர் அக்காவைக் கெடுத்துவிட்டார். அக்கா பெரிய தப்புப் பண்ணிவிட்டாள். நமக்குப் பெரிய அவமானம்டா! தெருவில் போய் யாரோடும் விளையாடாதே; 'அக்கா எங்கேடா?' என்று யாராவது கேட்டால் அவமானமாயிருக்கும்.''

அவமானம் வந்தாயிற்று என்ற அளவுக்கு விவகாரத்தைப் புரிந்துகொண்டான் சிவராமன்; ''டாக்டர் கெட்டவரா, ஹேமா? அவரைப் பார்த்தால் அப்படித் தெரியவில்லையே!''

''அக்காவும் கெட்டவள்தான். அக்கா தப்புப் பண்ணினதாலே, என்னைக்கூட யாரும் கட்டிக்கொள்ள மாட்டார்களாம். அதுக்காத்தான் அம்மா அழுகிறாள்.''

''அக்கா இனிமேல் இங்கே வரமாட்டாளா?''

''வரமாட்டாள்; வந்தாலும் வீட்டில் சேர்த்துக்கொள்ள மாட்டார்கள்.''

''டாக்டர் என்னைக்கூட ஏமாற்றி விட்டார். ரொம்ப நல்லவர்போல் வேஷம் போட்டார். இப்படி நம்மை அவமானம் செய்கிறதுக்கா! அவர் ஊருக்கு வரட்டும்; காரிலே போகிறபோது கல்லால் அடிக்கிறேனா இல்லையா, பார். நான் சின்னப் பையன் தான்; அதுக்காக என்னை இப்படி மோசம் பண்ணலாமா?''

''டேய், வாயை மூடுடா; மஞ்சுளா அக்கா வருகிறாள்...'' என்று எச்சரித்தாள் ஹேமா.

மஞ்சுளாவைப் பார்த்ததும் பெருங்குரலில் அழத் தொடங்கினாள் பார்வதி: ''இந்தச் சண்டாளி வீட்டில் கால் வைக்க உனக்கு எப்படி அம்மா மனசு வந்தது? ஓடிவந்து எங்களுக்கு உபகாரம் செய்த உன் வாழ்வில் மண் விழுந்து விட்டதே!''

''இதென்ன பேசுகிறீர்கள்?'' என்று சொல்லிக் கொண்டே அவளுக்கு அருகில் உட்கார்ந்தாள் மஞ்சுளா; ஸரஸாவின் குடும்பம் தவித்துக் கொண்டிருக்கும், தேற்ற வேண்டும் என்றுதான் அவள் அங்கு வந்தாள்; அமைதியான தோற்றம் அளித்தாலும் அவளுடைய முகத்தேசு மங்கியிருந்தது: ''எதுக்காக இப்படி...'' என்று ஆரம்பித்தாள்.

"எதுக்கு என்றா கேட்கிறாய்? என் வயிற்றில் பிறந்த பீடை உனக்குச் செய்த துரோகத்துக்கு இந்தக் குடும்பமே விளங்காது. உன் மனசை நோகவைத்து விட்டு அவள் சுகமாகவா வாழ்ந்து விடப்போகிறாள்?"

மஞ்சுளா பார்வதியின் வாயை மூடினாள். "எதுக்கெடுத்தாலும் அழுவது உங்களுக்குப் பழக்கமாகி விட்டது. கொஞ்சநேரம் சும்மா இருங்கள்!" என்றாள் சிறிது அதட்டலாக; "வாத்தியார் சார், அம்மாவுக்கு நீங்கள் புத்தி சொல்ல வேண்டியவர்கள். நீங்கள் இப்படி உட்கார்ந்துவிட்டீர்களே?"

ராமசாமி நிமிரவில்லை; தீக்குச்சியால் தரையைக் கீறி மனக்குழப்பத்தைக் கோலம் ஆக்கிக் கொண்டிருந்தார் அவர்.

"ஹேமா, இங்கே வா; அப்பாவுக்குக் காபி கொடுத்தாயா இல்லையா?"

ஹேமாவுக்குத் தெம்பு வந்தது; "இல்லை அக்கா; அப்பா வந்ததும்..."

"அம்மா ஆழ ஆரம்பித்திருப்பார்கள். நீ காபி போடு. சிவராமா, என்னடா சாதுவாக உட்கார்ந்து விட்டாய்?"

தயக்கத்துடன் அவளருகில் வந்தான் அவன். "நீ எப்போதுடா ஸ்கூலிலிருந்து வந்தாய்?"

"பெரிய அக்காவாலே உங்கள் கல்யாணமே நின்று போச்சாமே; உங்களோடு பேசவே எனக்கு வெட்கமாயிருக்கு அக்கா!"

"சீச்சீ, என்னடா உளறுகிறாய்? பெரியவர்கள் பேசுவதை நீ எதுக்குடா கவனிக்கிறாய்? இதை எல்லாம் நீ பேசக்கூடாது. கொக்கு வாத்தியார் இன்றைக்கு உன் தலையைக் கொத்தவில்லையா?"

"நான் சிரிக்கணும் என்கிறதுக்காக நீங்கள் வேடிக்கை பண்ணுகிறீர்கள் அக்கா. எனக்குச் சிரிக்கத் தோணவில்லை. உங்க முகத்தில் சிரிப்பே காணோம்; எனக்கும் அழ வருகிறது அக்கா!" என்றுகொண்டே அந்த உல்லாசி அழலானான்.

எம்.வி. வெங்கட்ராம்

அந்த இடத்து அழுகை தன்னையும் தொத்திக் கொள்ளுமோ என்று மஞ்சுளாவுக்கு அச்சமாக இருந்தது. மிக உறுதியுடன் நிதானித்துக் கொண்டாள்; ''போக்கிரி! புத்திசாலி என்று நினைத்தேன்; படுமண்டுவாயிருக்கிறாயே, போடா, காபி சாப்பிட்டுத் தெருவில் போய் விளையாடு.''

''இனிமேல் நான் தெருவுக்குப் போகமாட்டேன்; தெருப் பையன்களுக்கு நான்தான் லீடர்; 'உங்க அக்கா எங்கேடா?' என்று யாராவது கேட்டால் என்ன அக்கா பதில் சொல்வேன்?''

''யாரும் ஒரு தப்பும் செய்யவில்லை; உன்னை எவனும் கேட்க மாட்டான். நீ ரொம்ப அதிகப் பிரசங்கி ஆகிறாய்...''

ஹேமா காபி கொண்டு வந்தாள். மஞ்சுளாவின் மடியில் உட்கார்ந்து பங்கசம் மட்டும் சாப்பிட்டாள்; வாத்தியாரும் சிவராமனும் சாப்பிட்டதுபோல் பாவனை செய்தார்கள்; பார்வதி காபியைத் தொடவும் மறுத்துவிட்டாள்.

''உங்களுக்கும் நான் சொல்ல வேண்டுமா சார்? நீங்களே அழ ஆரம்பித்து விட்டீர்களே...''

ராமசாமி தலை தூக்கினார்: ''இப்படி எல்லாம் ஏனம்மா நடக்கிறது? நான் என்ன பாவம் செய்தேன், இப்படி ஒரு தண்டனையும் அனுபவிக்க வேண்டுமா?''

''அவசரப்பட்டுப் பேசுகிறீர்களே. ஊரார் ஒன்றை ஒன்பதாகச் சொல்வார்கள்; அதை எல்லாம் நம்பலாமா? உங்கள் பெண்ணைப் பற்றி நீங்களே தப்பாகப் பேசலாமா? டாக்டரும் ஸரஸாவும் தெரியாதவர்கள் இல்லை. இங்கே இருக்க மனசு கஷ்டப்பட்டுக் குற்றாலம் போயிருக்கலாம்...''

''டாக்டர் கல்யாணம் வேண்டாம் என்றது...''

"அவருக்கு என்னைப் பிடிக்கவில்லை. வேண்டாம் என்கிறார்; அது நான் செய்த பாவம். அதுக்கும் உங்கள் பெண்ணுக்கும் ஏன் முடி போட்டுப் பேசுகிறீர்கள்? நீங்கள் நினைப்பதுபோல் தப்பாக ஒன்றும் நடக்கவில்லை. உங்களைவிட நன்றாக ஸரஸாவை எனக்குத் தெரியும். அவள் அந்த வழிக்குப் போகிறவள் இல்லை.''

பார்வதி திடீரென்று மஞ்சுளாவின் இரு கால்களையும் பிடித்துக் கொண்டாள்: "நீ இந்தக் காலத்துப் பெண் இல்லை, அம்மா. உன்னைக் கெடுத்த பாவிக்காக இவ்வளவு பரிந்து பேசுகிறாயே...''

"யாரும் யாரையும் கெடுத்து விடவில்லை. நீங்களாய்க் கற்பனை செய்து கொள்கிறீர்கள். ஒரு வாரத்தில் ஸரஸா திருப்பி வரத்தான் போகிறாள்...''

"அந்த ஓடுகாலி இந்த வீட்டில் கால் வைக்கக் கூடாது! அவள் முகத்தில் நான் விழிக்கவும் மாட்டேன்.''

"என்னம்மா நடந்தது?'' என்று கேட்டுக்கொண்டே வந்து சேர்ந்தான் பட்டாபிராமன்.

"என்ன நடக்கவேணும்? நம் முகத்தில் எல்லாம் கரியைப் பூசிவிட்டு, சண்டாளி டாக்டரோடு போய்விட்டாள்! நாம் இந்த ஊரில் மானத்தோடு வாழமுடியாது. இரவோடு இரவாக இந்த ஊரைவிட்டே தொலைந்துவிட வேண்டும்.'' என்று மீண்டும் புலம்பத் தொடங்கினாள் பார்வதி.

"நிசமாகவா அம்மா?''

"இந்த உத்தமி வயிற்றெரிச்சலையும் கொட்டிக் கொண்டிருக் கிறாள்; நீலகண்டன் கல்யாணம் வேண்டாம் என்று விட்டான்...''

பட்டாபிராம் தலையில் அடித்து நின்றான். ஒரே ஒரு எண்ணம்: அவமானம், அவமானம், அவமானமாய்த் தலையில் குட்டியது சிறிதுநேரம் கூரை முகட்டை வெறித்துப் பார்த்துக் கொண்டிருந்தான். பிறகு 'விடு விடு' என்று உள்ளே நடந்தான்.

சில நிமிஷங்களில் ஹேமா, ''பட்டு கிணற்றில் குதித்து விட்டான்!'' என்று கத்திக்கொண்டே ஓடிவந்தாள்.

அந்தக்கணமே அந்த வீட்டிலிருந்து ஸரஸாவின் ஞாபகம் மறைந்தது. ''ஐயோ!'' என்று அலறிக்கொண்டே ராமசாமியும் பார்வதியும் கொல்லைப்புறம் ஓடினார்கள். மஞ்சுளா தெருப்பக்கம் ஓடி சிலரை உதவிக்கு அழைத்து வந்தாள்.

இருவர் கிணற்றில் இறங்கிப் பட்டுவை மேலே தூக்கி வந்தார்கள். நல்ல வேளையாக, உயிருக்கு அபாயம் இல்லை; ஆனால், மண்டையில் பலமான காயம்; பிரக்ஞை தவறி இருந்தது.

மஞ்சுளாவே டாக்டருக்கும் ஏற்பாடு செய்தாள். அவர் காயங்களுக்குக் கட்டுப்போட்டு, இஞ்செக்ஷன் செய்து விட்டுப் போன பிறகுதான் வீட்டில் நிறைந்திருந்த கும்பலும் வடிந்தது.

இரவும் வந்தது. பட்டுவுக்கு உணர்வு மீளவில்லை; கடுமையான காய்ச்சலும் கண்டது. தாயும் தந்தையும் அவனருகிலேயே உட்கார்ந்து விட்டனர். மஞ்சுளா ஹேமாவின் துணையுடன் சமையலைக் கவனித்துக் கொண்டாள்.

வீட்டின் அரை இருட்டில் எல்லோரும் நிழல்களாய் நடமாடினார்கள். ஆனால் ஸரஸாவால் உண்டான அவமானத்தை விட பட்டு பிழைக்க வேண்டுமே என்ற கவலைதான் அங்கு மிகுதியாக வட்டமிட்டது. வாத்தியார் மகனின் தலைப்பக்கம் உட்கார்ந்து விட்டார். பார்வதி கால்மாட்டில் இருந்துகொண்டு, ''அந்தப் பீடை தொலைந்ததுக்காக நீ எதுக்குடா கிணற்றில் குதிக்க வேண்டும்?'' என்று வாய்க்குள் புலம்பிக் கொண்டிருந்தாள்.

குழந்தையின் சாவுக்காகக் கதறுகின்ற தாயைத் தேள் கொட்டிவிட்டால், அவள் கவனம் வலியின் பக்கம் திரும்பி விடுகிறது; துக்கத்தைத் திசைமாற்ற இன்னொரு துக்கத்தால்தான் முடிகிறது!

49

குற்றாலத்தில் காரை நிறுத்தச் சொல்லிக் கீழே இறங்கினாள் ஸரஸா: ''நீங்கள் தளபதி ஹோட்டலில்தானே ரூம் எடுக்கப் போகிறீர்கள்?''

''நீ எதற்காக இறங்க வேண்டும்? தூறல் பலமாக இருக்கிறது; ஏன் நனைகிறாய்?''

''நனையத்தானே இங்கு வருகிறோம்? நான் ராதா விலாசத்தில் அறை எடுத்துக்கொள்ளப் போகிறேன்.''

''நான் தளபதியிலும், நீ ராதா விலாசத்திலுமா?'' என்று கேட்டுக்கொண்டே, டிரைவர் ஆசனத்திலிருந்த நீலகண்டன் கீழே இறங்கினான்.

ஸரஸா பதில் கூறாமல் தன் சிறிய பெட்டியைக் கையில் எடுத்துக்கொண்டாள்.

''இதென்ன ஸரஸா?''

''நான்தான் சொன்னேனே; ராதா விலாசத்தில் எனக்குத் தெரிந்தவர்கள் இருக்கிறார்கள்; வாடகையும் குறைவு; எனக்குப் போதும்.''

''நீ என்னோடு தங்கவில்லையா?''

மிகவும் ஆச்சரியப்படுகிறவள்போல் ஸரஸா கேட்டாள்: ''உங்களோடு நான் தங்குவதா?''

''வேறு எதற்காக இங்கு வந்தோம்?''

''ஒரே ஓட்டலில் இருவரும் தங்குவதற்கா இங்கு வந்தோம்? அப்படி நினைத்துக்கொண்டா குற்றாலம் வந்தீர்கள்?'' என்று சிரித்தாள் ஸரஸா.

பருவம் மிகவும் சுகமாக இருந்தது; அளவோடு மழை பெய்தது. தான் இருக்குமிடத்தை அறிவிப்பதுபோல் அருவி அருகில் இரைந்து கொண்டிருந்தது. எண்ணெய் தேய்த்துக்கொண்டு குளிக்கப் போகிறவர்களும், குளித்துவிட்டுத் திரும்புகிறவர் களுமாகத் தெருவில் நடமாட்டம் அதிகமாக இருந்தது. கைப்பெட்டி யுடன் நின்றுகொண்டு கணவனோடு வாதாடும் அழகியைப் பார்த்து வியந்துவிட்டுத்தான் கண்கள் நடந்தன.

வாழ்க்கையில் ஒரு முடிவான கட்டத்தை அடையப் போகிறோம், முதலில் சிறிது அல்லலாக இருந்தாலும், பிறகு கேளிக்கையாகக் காலம் கழியும் என்று நீலகண்டன் நம்பியிருந்தான். ஸரஸாவின் புதிய பிடிவாதம் அவனை உறுத்தியது? சிரிக்க முயன்றவாறு சொன்னான்: ''குழந்தைபோல் அழும்பு செய்கிறாயே! காரில் ஏறு; ஹோட்டலில் ரூம் எடுத்துக்கொண்டு, சாவகாசமாகச் சண்டை போடலாம்.''

''சண்டையா? உங்களோடு சண்டை போடவா இங்கே வந்தேன்? ராதா விலாசத்தில் தங்குகிறேன் என்கிறேன். இதில் சண்டை என்ன இருக்கிறது?''

அவன் சொன்னதையே சொல்லிக்கொண்டிருந்தான்; அவளும் தான் சொன்னதை மாற்றிக்கொள்ளவில்லை. நடுத்தெருவில் நின்று, மழையில் நனைந்துகொண்டே வாதாட நீலகண்டனுக்குச் சங்கடமாக இருந்தது. அவள் விளையாட்டாகப் பேசவில்லை, அவளுடைய உறுதியை மாற்றமுடியாது என்பதை அவன் புரிந்துகொண்டான். அவள் போகிற போக்கில் போய்த்தான் அவளைப் பிடிக்கவேண்டும் என்ற தனக்கு வழக்கமான தீர்மானத்துக்குத்தான் அவன் வர முடிந்தது.

''சரி நானும் வருகிறேன். உனக்கு சௌகரியமான ரூமை அமர்த்திக் கொடுத்துவிட்டு நான் ஹோட்டலுக்குப் போகிறேன்.''

''நீங்கள் உங்கள் வேலையைக் கவனியுங்கள்...''

''இங்கே நீ இல்லாமல் எனக்கு என்ன வேலை?''

"அருவியில் குளிக்கவும் சாப்பிடவும்தான் இங்கு வருகிறோம்."

"நான் அதற்காக வரவில்லை; எதற்காக வந்தேன் என்று உனக்குத் தெரியாதா?"

"மழையில் நனைந்துகொண்டே பெரிய சர்ச்சை செய்ய ஆரம்பித்துவிட்டீர்களே! சாயங்காலம் ராதா விலாசத்துக்கு வாருங்கள்; சாவகாசமாகப் பேசிக்கொள்ளலாம்."

அவனுடைய பதிலை எதிர்பாராமலே அவள் திரும்பி நடந்தாள்.

நீலகண்டன் விக்கித்து நின்றான். கோபம் வந்தது; ஆனால் அவள் செல்லும் திசையைப் பார்த்தபோது, அவளுடைய பின்னழகைப் பகிர்ந்து காண்பிக்கும் கூந்தலைப் பார்த்தபோது கோபம் மறைந்தது. 'இனி என்னை விட்டு எங்கே போய்விடுவாள்?' என்று கூறிச் சிரித்துக்கொள்ள முயன்றான். 'இவளைப் புரிந்துகொள்வது கஷ்டமாயிருக்கிறது; வசப்படுத்துவதும் கஷ்டமாயிருக்கிறது. தனியாக அறை எடுக்க விரும்புகிறவள், என்னோடு ஏன் வரவேண்டும்? மகா சாகசக்காரி!'

ஹோட்டலில் ஒரு டபிள்ரூம் எடுத்துக்கொண்டான். மிகவும் சோர்வாக இருந்தது; படுக்கையில் விழுந்தான். ஸரஸா பக்கத்தில் இருந்தவரை இதமாக இருந்தது. இழந்ததைவிட, அடைந்தது அதிகம் என்று பெருமிதமாக இருந்தான். அவள் போனதும் தன் செயலையும் அதன் விளைவையும் பற்றிச் சிந்திக்கலானான்.

மஞ்சுளாவை நிராகரித்து அவன் எழுதிய கடிதத்தைப் பார்த்ததும் அவள் அழத் தொடங்கியதாக ஸரஸா கூறினாள்; அத்தகவல் அவனுக்கு வருத்தம் அளித்தது. கடைசி நிமிஷத்தில் ஏமாற்ற வேண்டும் என்ற எண்ணத்தோடு அவன் அவளோடு பழகவில்லை. அவள் வெறுக்கத்தக்கவள் இல்லைதான்; ஆனால் ஸரஸாவின் முன்னிலையில் அவள் சிறுத்துத்தான் போகிறாள். ஸரஸாவை இழந்த மாதவன், சீறினது இயற்கைதான்; சீறினதாக ஸரஸா சொன்னாள். டாக்டரிடம் கெஞ்ச முடியாது. வேறு வரனை

மணந்து கொள் என்று தங்கைக்கு உபதேசம் செய்தானாம். நீலகண்டன் வேண்டாம் என்றா சொன்னான்? மஞ்சுளா கன்னியாக இருந்து கஷ்டப்பட வேண்டும் என்று அவன் ஒருகாலும் எண்ணியதில்லை; அவளுக்கு மணமானால் நீலகண்டனுக்கு அவமானம் என்று நினைக்கிற மாதவன், ஒரு மடையன்!

ஜகந்நாதன் குதித்தாராம்; குதிக்கட்டும்! அந்தஸ்தை மதிக்கிற புதுப்பணக்காரருக்கு முகத்தில் கரி பூசினாற்போல் இருக்கும். செய்தி இதற்குள் ஊர் பூராவும் பரவியிருக்கும்; அதனால் அவன் தொழிலுக்கு இடையூறு ஏற்படுமோ என்னவோ? தொழிலுக்கும் சொந்த விவகாரத்துக்கும் என்ன சம்பந்தம்? இரண்டையும் சம்பந்தப்படுத்துகிறவர்கள் அவனிடம் சிகிச்சைக்கு வரவேண்டாமே!

இவ்வளவும் சரி; வாழ்வதற்குத் தேவையானது துணிச்சல்தான்; ஆனால் இந்த துணிச்சல் யாருக்காக ஏற்பட்டதோ, அந்த ஸரஸா நழுவி நழுவி விழுகிறாளே!

அருவியில் குளிக்கப் போகவே மனசு வரவில்லை; ஸரஸாவுடன் பகலிலும் இரவிலும் அருவியை அதிரவைக்கலாம் என்ற அவன் எண்ணம் பலிக்கவில்லை; 'அது பலிக்க வேண்டும்' என்று எண்ணிக்கொண்டான். 'ஸரஸா குளிக்க வந்திருப்பாளோ?' என்னும் ஆவலால் அருவிக்குச் சென்றான். பெண்கள் குளிக்கும் பகுதியில் ஸரஸா என்ற தனிமையைத் தேடினான். அவளைக் காணாததால், அவனுக்கும் அருவி ஸ்நானம் கவர்ச்சியற்றிருந்தது.

குளித்தானபின், ராதா விலாசத்துக்குப் போகலாமா என்று யோசித்தான்; அவள் மாலையில்தான் வரச்சொன்னாள்; முன்னதாகச் சென்றால், அவள் மேலும் வக்கிரமாகலாம் என்ற அச்சம் உண்டாயிற்று. அலுப்பாக அறைக்குத் திரும்பிப் படுத்துக்கொண்டான். மனசு திரும்பத் திரும்ப ஸரஸா என்ற பசுமையைத்தான் மேய்ந்து கொண்டிருந்தது; 'துணிந்து இவ்வளவு தூரம் வந்தபிறகு இதென்ன குழந்தைத்தனம்? இன்று மாலை அவளுடன் பேசி ஒரு முடிவு கண்டுவிட வேண்டும்' என்று எண்ணினான்.

பிற்பகல் மூன்று மணிக்கே மாலை ஆகிவிட்டதாக அவனுக்குத் தோன்றியது. உடை மாற்றிக்கொள்ளும்போது அவனுக்குப் புதிய சந்தேகம் ஒன்று உண்டாயிற்று: 'ராதா விலாசம் போவதாகச் சொல்லிவிட்டு, வேறு எங்காவது அவள் போயிருப்பாளோ? குற்றாலத்தைவிட்டுக் கூடப் போயிருக்கலாம். இந்த நேரத்தில் அவளைத் தனியாக விட்டது தவறு. துணிச்சலான காரியம் செய்துவிட்டோம்; எனக்கே பயமாயிருக்கிறது; அவளுக்கு எப்படி இருக்கும்?' என்று எண்ணியவன், அவசரமாக உடுத்திக்கொண்டு ராதா விலாசத்துக்கு விரைந்தான் அவன் எண்ணியதுபோல் எதுவும் நடந்துவிடவில்லை; ஸரஸா அங்குதான் இருந்தாள்.

கறுப்புச் சல்லாவை விரித்ததுபோல் பரந்து கிடந்த கூந்தல்மீது தலை வைத்துப் படுத்திருந்த ஸரஸா அவனைக் கண்டதும், "இதற்குள்ளாவா வந்துவிட்டீர்கள்?" கேட்டுக்கொண்டே எழுந்தாள்.

"இவ்வளவு நேரம் கழித்து வந்ததற்கு கோபித்துக் கொள்வாய் என்று பயந்தேன்..."

"மாலையில் வரும்படி நான்தானே சொன்னேன்? இதில் கோபப்படுவதற்கு என்ன இருக்கிறது?"

சிறிய அறை அது; படுப்பதற்கு ஒரு பெஞ்சு, ஒரு நாற்காலி, ஒரு மேஜை. அங்கிருந்த சாமான்கள் அவ்வளவுதான். தரையில் ஸரஸாவின் பெட்டி திறந்தபடி கிடந்தது.

"அருவிக்கரையில் உன்னை வெகுநேரம் தேடினேன்..."

"அங்கிருந்து வந்து சாப்பிட்டுவிட்டு ஒரு தூக்கம் தூங்கினேன். அருவி ஸ்நானம் எனக்கு ரொம்பப் பிடிக்கும்; ரொம்ப நேரம் குளித்தேன்..."

அதைக் கேட்க நீலகண்டனுக்கு பொறாமையாக இருந்தது; யார் யாரோ மகிழவா அவன் அவளைக் குற்றாலத்துக்கு அழைத்து வந்தான்?

"இருந்தாற்போல் - உனக்கு ஏன் இந்த வக்கிரம்; ஸரஸா?''

"எதை வக்கிரம் என்கிறீர்கள்?''

"டபிள் ரூம்தான் ஹோட்டலில் எடுத்திருக்கிறேன்; இதைவிட ரொம்ப சௌகரியம்.''

"நீங்கள் இருக்கிற ரூமிலா என்னையும் இருக்கச் சொல்கிறீர்கள்? அப்படி இருக்கத்தான் என்னை ஹோட்டலுக்கு அழைக்கிறீர்களா?'' என்று விசித்திரமான குரலில் கேட்டாள் அவள்.

"பயமாக இருக்கிறதா?'' என்று ஒரு 'மைனர்' சிரிப்புச் சிரித்தான் அவன்.

"எனக்கு என்ன பயம்? உங்களோடு தனி அறையில் தங்கச் சொல்கிறீர்களே, அந்தத் துணிச்சலைப் பற்றி யோசிக்கிறேன்.''

ஸரஸா, ஸரஸாவாகவே இல்லை; மகாராணியாகத்தான் பேசிச் செயல்பட்டுக் கொண்டிருந்தாள். நீலகண்டனோ அவள் சொல்வதன் பொருள் தனக்கு விளங்கவில்லை என்று நினைத்துக் கொண்டான். அவள் தன்னிடம் சிக்கிவிட்டாள். இனித் தன்னை மீறமுடியாது என்று அவனுக்குத் துணிச்சலாகவே இருந்தது.

"நாம் இருவரும் சேர்ந்து புறப்பட்டதே துணிச்சல்தானே? ஹோட்டலுக்கே போவோம், வா, ஸரஸா! அறையிலிருந்தே அருவி தெரிகிறது, எவ்வளவு அழகான அறை தெரியுமா?''

"மறுபடியும் ஹோட்டலுக்கு, உங்களோடு இருப்பதற்காக அழைக்கிறீர்களா?''

தலைமயிரைப் பரப்பிக்கொண்டு, முழங்கால்களில் கைகளைக் கட்டியவாறு அவள் அவனை வெறித்துப் பார்த்தாள்; தண்ணென்று வந்த சாரல் காற்று அவள் தலைமயிரைக் குலுக்கியது; அதே காரியத்தைத் தானும் செய்ய அவனுடைய கைகள் குறுகுறுத்தன.

"கிளைமேட் மிகவும் நன்றாயிருக்கிறது; இப்படி வீணாகப் பொழுது போக்க உனக்கு எப்படி மனசு வருகிறது?"

"என்னை என்னவென்று நினைத்துக் கொண்டீர்கள்? இந்த அழகான ஸீஸனுக்காக என்னை எங்கேஜ் செய்து கொண்டதாய் நினைக்கிறீர்களா?"

அவளுடைய முகத்தில் கடுமை நிறைந்து, கண்களில் வெறுப்பு திரளுவதை அவன் கவனித்தான்; மிகவும் துணிந்து சொன்னான்:

"அப்படி நினைத்தா இவ்வளவும் செய்தேன்? உனக்காக மஞ்சுளாவை ஒதுக்கினேன்..."

"எனக்காகவா? நானா அவளை ஒதுக்கச் சொன்னேன்? என்மீது பழிவரும் என்று அப்போதே சொன்னேன். உங்கள் வாயாலேயே சொல்லிவிட்டீர்கள்."

"நீ சொல்லி, நான் அவளை ஒதுக்கவில்லை. நான் அப்படிச் சொல்லவில்லை; ஆனால் - உனக்காகத்தானே அவளை வேண்டாம் என்றேன்; ஒன்றும் புரியாதவள்போல் விளையாடுகிறாயே!" என்று சிரிக்க முயன்றான் நீலகண்டன்.

"நீங்கள்தான் அதிகப்படியாக விளையாடுகிறீர்கள். எனக்காகவா மஞ்சுளாவை மறுத்தீர்கள்? என்னிடம் லட்சங்கள் இல்லையே!"

"அதைவிட அதிகம் இருக்கிறது. என்னோடு நீ இருந்தாலே போதும்; என்னால் கோடிக்கணக்கில் சம்பாதிக்க முடியும்."

"அதற்காக ஹோட்டலுக்குக் கூப்பிடுகிறீர்களா?"

"நான் தவறாக ஒன்றும் நினைக்கவில்லை, ஸரஸா!"

"நீங்கள் எதையும் தவறாக நினைப்பதில்லை. நான் எப்படி உங்களோடு இருக்கமுடியும் என்பதை நீங்கள் யோசிக்கவில்லை.

என் கழுத்தில் ஒரு தாலி இருப்பதை மறந்துவிட்டீர்கள். நோயாளி என்றாலும் எனக்கென்று ஒரு கணவர் இருப்பதையும் மறந்து விட்டீர்கள்.''

அவளுடைய வாயிலிருந்து இந்தத் தர்ம சர்ச்சை கிளம்பும் என்று நீலகண்டன் எதிர்பார்க்கவில்லை; தயங்கிக்கொண்டே கூறினான்:

''அவரால் உனக்கு என்ன பிரயோசனம்?''

''பிரயோசனப்படாதது இருக்கக்கூடாது என்று நினைக் கிறீர்களா?''

''அவர் உனக்குக் கணவராக இருந்தது இல்லை, இனி இருக்கப்போவதும் இல்லை. அவர் பிழைக்கமாட்டார் என்று சொன்னேனே. அவருக்காக நீ இந்த... அழகை எல்லாம் பாழாக்க வேண்டுமா?''

சுமையான இளமையைத் தூக்கிக்கொண்டு அவள் எழுந்து நின்றாள்: ''எப்படியும் அவரைக் காப்பாற்றுவதாய்த்தானே முதலில் சொன்னீர்கள்? இப்போது, நான் விதவை ஆகிவிட்டால், உங்களுக்குப் பிரயோசனப்படுவேன் என்று எதிர்பார்க்கிறீர்கள்; இல்லையா?''

''நானாக எதிர்பார்க்கவில்லை; நிலைமை அப்படி இருக்கிறது.''

''நீங்கள் அவர் பிழைப்பதற்கு மருந்து தருகிறீர்களா? இல்லை, சிறுகச் சிறுக அவரைக் கொல்ல விஷம் ஏதாவது தருகிறீர்களா? இந்தக் கெட்ட எண்ணத்தோடுதான் டிரீட்மெண்ட் ஆரம்பித்தீர்களா?''

தரையில் ஒரு கால் ஊன்றி, அவனுக்கு எதிரில் இருந்த மேஜைமீது உட்கார்ந்தாள் அவள். அவளுடைய வாய்ச் சொல் ஒவ்வொன்றும் ஒரு சிங்காரியாக உருவெடுப்பதாய் அவன் கற்பனை செய்து மகிழ்ந்ததுண்டு; ஆனால், இப்போது, அவளுடைய வாயிலிருந்து கிளம்பிய சொற்கள் எல்லாம் கூண்டில் அடைபட்ட காட்டு விலங்குகள் பசியுடன் வெளியில் குதிப்பதுபோல் தன்னைத்

தாக்கிக் குதறுவதை உணர்ந்தான். ஆனால், இப்போதும் அவள் உட்கார்ந்திருந்த கோணல் அவன் மோகத்தைத் தூண்டியது; ''என் தொழிலை இழிவுசெய்ய நான் விருப்பவில்லை, ஸரஸா! கிட்டுவைக் காப்பற்றத்தான் முயன்றேன்; ஆனால்...''

''உங்களால் முடியாததை ஏன் ஏற்றுக்கொள்ளவேண்டும்? மஞ்சுளாவும் அவள் அண்ணாவும் உங்களைக் கற்றுக்குட்டி என்றார்கள். நான் அப்படி நினைக்கவில்லை. அவரை நீக்கிவிட்டு, என்னை அடைவதற்காகத் திட்டமிட்டுச் சூழ்ச்சி செய்கிறீர்கள் என்று இப்போது புரிகிறது.''

''ஸரஸா!....'' என்று தீனமாய்க் குமுறினான் நீலகண்டன். ''இம்மாதிரிக் குற்றம் சாட்டிப் புண்படுத்தவா என்னைக் குற்றாலத்துக்கு அழைத்தாய்?''

மகாராணி நிதானித்தாள்: இந்த ரீதியில் பேசிக்கொண்டே போனால், அவன் ஓட்டம் பிடித்துவிடுவான் என்று அவளுக்குத் தோன்றியது. ''உங்களை நம்பினேன் என்பதை மறுக்கமாட்டீர்களே?''

''இப்போது நீ நம்பவில்லையே!''

''இஞ்சினியர் பிழைக்கமாட்டாரா?''

''எந்த டாக்டராலும் முடியாது; அவர் இதுவரை பிழைத்திருப்பதே ஆச்சரியம்; நீ என்னை நம்பவேண்டும்.''

''அதை எதிர்ப்பார்த்துத்தான் - கல்யாணத்தை நிறுத்தினீர்களா?''

இக்கேள்வி மிகுந்த அர்த்தபுஷ்டியானது என்று நீலகண்டனுக்குத் தோன்றியது; அவன் முகம் சிறிது பொலிவுற்றது: ''குற்றாலம் வந்தபிறகும் உன் சந்தேகம் தீரவில்லையா? நான்... கிட்டுவின் ஸ்தானத்தில் இருக்கத்தான் விரும்புகிறேன். வேறு தவறான எண்ணம் எனக்குக் கிடையாது.''

''எனக்குப் புரியும்படிச் சொல்லுங்கள்.''

"உனக்கு எல்லாம் புரிகிறது; புரியவில்லைபோல் பேசுகிறாய். இஞ்சினியர் சாவதைத் தடுக்க முடியாது; பிறகு நான் உன்னை மணம் புரிய விரும்புகிறேன். வாழ்க்கை பூராவும் நாம் சேர்ந்திருக்கவேண்டும் என்பதுதான் என் ஆசை."

"நல்ல ஆசைதான். முதலில் நான் விதவை ஆகவேண்டும்; விதவா விவாகம் இந்தக் காலத்தில் சகஜமான விஷயம். ஆனால், நான் என்ன நினைக்கிறேன் என்று நீங்கள் கேட்கவே இல்லை."

"குற்றாலம் போகலாமா என்று நீ அழைத்ததும், என்னோடு வந்ததும் என் ஆசையை நீயும் ஏற்கிறாய் என்பதைக் காட்டவில்லையா?"

"அப்படியா அர்த்தம் செய்து கொண்டீர்கள்?" என்று நிஷ்கபடமாய்க் கேட்டுவிட்டு, மிக மென்மையான குரலில் கூறினாள் மகாராணி: "நான் முன்பே சொன்னேன்; நீங்கள் மறந்து விட்டீர்கள்போல் இருக்கிறது. எனக்கு உங்கள் எல்லார் பேரிலும் வெறுப்பாக இருக்கிறது. உங்களைப் பார்த்தாலும், நீங்கள் என்னோடு பேசினாலும் வெறுப்பாக இருக்கிறது. வெறுப்பு கூடாது என்று நினைக்கிறேன்; ஆனால் அது வளர்ந்துகொண்டே இருக்கிறது. இந்த வெறுப்புகூட காலப்போக்கில் குறைந்து விடலாம். ஆனால், நான் விதவை ஆவதை விரும்பவில்லை. விதவைகள் மறுமணம் புரிவதையும் நான் ஏற்க முடியவில்லை."

நீலகண்டன் பேச்சற்றுக் கேட்டுக்கொண்டிருந்தான். அவள் விளையாட்டாகப் பேசவில்லை என்று அவனுக்குப் புரிந்தது; ஆனால் அதை விளையாட்டாகக் கொண்டால்தான் தொடர்ந்து பேசமுடியும் என்று அவனுக்குத் தோன்றியது! "இதென்ன விளையாட்டு ஸரஸா? என்னைத் தூண்டிவிட்டு, என்னை என்னவெல்லாமோ செய்ய வைத்துவிட்டு…"

"இன்னொரு முறை சொல்லுங்கள்; கேட்கலாம். நானா உங்களைத் தூண்டினேன்? மஞ்சுளாவை மறுக்க வேண்டாம் என்று

எவ்வளவோ மன்றாடினேன்; கடிதம் அனுப்பியபோதுகூட என்னை நீங்கள் கலக்கவில்லை. குற்றாலத்தில் ஸீஸன் ஜோராக இருக்கிறது என்று பேப்பரில் படித்தீர்கள்; போகலாமா என்று கேட்டேன். உடனே கிளம்பினீர்கள். என்மீது பழிசுமத்த வேண்டும் என்று தீர்மானித்தே எல்லாம் செய்தீர்களா?''

திரும்புகிற பக்கம் எல்லாம் அவள் உதைப்பதை அவன் உணர்ந்து கொண்டான். அவள் தன்னிடம் சிக்கவில்லை. தானே அவளிடம் மீளமுடியாமல் சிக்கியிருப்பதையும் உணர்ந்தான். இழக்கக் கூடாததை எல்லாம் அவன் இழக்கத் துணிந்தான். எதற்காக? பெறக் கூடாததைப் பெறமுடியும் என்ற ஆசையால்தானே? அவளோ மேஜையிலிருந்து தொங்குகிற ஒரு காலை ஆட்டிக் கொண்டிருந்தாள்.

வாதாடி அவளை அடைய முடியாது; தன் உடல் அவளுக்கு அறிமுகமானால்தான் அவளை வெல்லமுடியும் என்று அந்தக் காமுகனுக்குத் தோன்றியது. திடீரென்று எழுந்தான்; அவளுடைய இருகைகளையும் உறுதியாகப் பிடித்துக் கொண்டான்: ''ஸரஸா!'' என்ற அவன் அழைப்பு மன்மத மொழிக்கு இலக்கணமாக அமைந்தது.

ஸரஸா திடுக்கிடவில்லை; அதை எதிர்பார்த்தவள்போல், அமரிக்கையாக மேஜை மீதிருந்த காலையும் தரைக்குக் கொண்டு வந்தாள்; அவனுடைய கைகளை உதறிவிட்டு விலகி நின்றாள்: ''நீங்கள் மனிதத்தன்மையோடு பழகுவீர்கள் என்று எதிர்பார்த்தது தவறாகிவிட்டது. இன்னொருமுறை என்னைத் தொட்டால் என்ன செய்வேன் என்று எனக்குத் தெரியாது.''

மீண்டும் தோல்வியுற்றதை உணர்ந்த நீலகண்டன், தலை குனிந்துகொண்டு நாற்காலியில் உட்கார்ந்தான். வெகுநேரம் இருவரும் பேசவில்லை. முதலில் ஸரஸாதான் பேசினாள்: ''நீங்கள் மிகவும் அவசரப்படுகிறீர்கள். ஆனால் எனக்கு மிகவும் வெறுப்பாக இருக்கிறது.''

''நான் என்ன செய்யவேண்டும் என்கிறாய்?''

''நீங்கள் ஹோட்டலில் இருங்கள்; நான் இங்கே இருக்கிறேன். உங்கள் யோசனையைப் பற்றி யோசிக்க நாலைந்து நாள் அவகாசம் கொடுங்கள்.''

''இனிமேல்தான் யோசிக்கப் போகிறாயா?''

''மிகவும் கடுமையான பிரச்னை இது; அவசரப்பட்டு முடிவு செய்யக்கூடாது. நீங்கள் அதைரியப்பட வேண்டியதில்லை. ஊரில் இப்போது என்ன நடந்து கொண்டிருக்கும் என்று எனக்குத் தெரியும். கல்யாணம் நின்றதற்கு நான்தான் காரணம் என்று நீங்களே சொல்லும்போது ஊரார் பேசமாட்டார்களா? ஊருக்குப் போனால் என்னை வீட்டில் சேர்த்துக்கொள்வது சந்தேகம். நானும் ஒரு முடிவுக்கு வந்து தானே ஆகவேண்டும்?''

நீலகண்டனுக்கு சுவாரசியப்படவில்லை; அவள் பேசுவதைக் கேட்டால் சுவாரசியப்பட்டுவிடும் போலவும் இருந்தது. மொத்தமாக வெட்டி எறியாமல், இன்று ஒரு கை, நாளைக்கு ஒரு கால் என்று அங்கபங்கம் செய்கிறாளோ என்று அச்சமாயிருந்தது; எது செய்தாலும், இறுதியில் தன் வழிக்கு வந்தால் சரி என்று எண்ணினான் அந்த ஏழை.

''நாலைந்து நாளும் நான் இங்கே வரக்கூடாது என்கிறாயா?''

''அப்படிச் சொல்வேனா? எனக்கும் ஆண் துணை இருக்கிறது என்கிற தைரியம் வேண்டாமா? அழகான பெண், துணை இல்லாமல் இருந்தால், தொட்டுப் பார்க்கலாம் என்று நினைக்கிற கூட்டம் அதிகமாக இருக்கிறதே!''

நீலகண்டன் அசடாய்ச் சிரித்தான்; பிறகு விடைபெற்றான். அவன் போனபிறகும், அவன் அங்கேயே இருப்பதாய் வெகுநேரம் வரை ஸரஸாவுக்குத் தோன்றியது. அவளுடைய குரல் இறுகுவதற்கும் இளகுவதற்கும் ஏற்ப, சுண்டுவதும் பொங்குவதுமாகயிருந்த

அவனுடைய முகமாறுதலை எண்ணி அவளுக்குச் சிரிப்பு வந்தது. அவன் இன்னும் கொஞ்சநேரம் இங்கே இருக்கவேண்டும். அவனை விரட்டி வேடிக்கை பார்த்திருக்க வேண்டும் என்று தோன்றியது.

அவன் போய்விட்டானா? அந்தத் தனிமை அவளைப் புடைத்தது. ஒரு கூட்டத்தை எதிரில் வைத்துக்கொண்டு ஓயாமல் பேசவேண்டும்போல் நாக்கு துருதுருத்தது. அதற்கும் வழி இல்லாது போகவே, அழுகை அடிவயிற்றிலிருந்து பீறிக்கொண்டு வந்தது. அழக்கூடாது என்று அடக்கிக் கொண்டாள். அழவேண்டியவள் மஞ்சுளா, அழுதுகொண்டிருக்கட்டும். எனக்குப் பின்னால் கை நீட்டிக்கொண்டுவரும் பிச்சைக்காரனுக்காக, அவள் நன்றாக அழட்டும் அவளைப் பெற்ற பாவிகள் பணத்தால் கண்ணீரைத் துடைத்துக்கொண்டு அழட்டும். அந்தக் கையாலாகாத மாதவனும் அழுவானா? அவனுக்கு வேறு என்ன தெரியும்? யோசித்து யோசித்து அழுது கொண்டிருப்பான்! இந்தப் பைத்தியக்கார டாக்டர் அழவும் முடியாமல் சிரிக்கவும் தோன்றாமல் திண்டாடிக்கொண்டிருப்பான்!

இவைகளை எல்லாம் எண்ணி அவள் சிரிக்க முயன்றாள்: அழுகைதான் வந்தது. 'என்னைப் பெற்றவர்கள் அழமாட்டார்களா? எனக்கு உடன்பிறந்தவர்கள் அழமாட்டார்களா?' என்ற எண்ணம் திடும் என்று எதிர்ப்பட்டதும் அழுகை அருவியாக இரைந்தது. அப்பா உலகத்தில் தவறு இருப்பதையே அறியாதவர்; அம்மா வாழ்க்கையில் ஒரு சுகமும் காணாதவள்; கூடப்பிறந்தவர்கள் அறியாச் சிறுவர்கள். தன் குடும்பத்தையே அவள் அவமானப் படுகுழியில் தள்ளிவிட்டாள்; அவள் ஒரு தவறும் செய்யவில்லை என்று சொன்னால், யார் நம்பப் போகிறார்கள்? மஞ்சுளாவைக் கெடுப்பதாக எண்ணி, அவள் தன் குடும்பத்திலேயே நெருப்பு வைத்துவிட்டாள்.

மகாராணி வெறுப்புடன் ஸரஸாவைப் பார்த்தாள்; தான் பிறந்த இடம் என்பதற்காக ஸரஸாவிடம் மகாராணி தாட்சண்யப் படவில்லை. உண்பதற்கு வெளியில் எதுவும் கிடைக்காததால்,

ஸரஸாவையே பற்றி இழுத்து வாயிலிட்டுக்கொள்ள விரும்பியவளாய் மகாராணி ஸரஸாவையே துரத்தத் தொடங்கினாள். ஸரஸா தனக்குள் வட்டமிட்டு ஓடலானாள். வெறுப்பு அவளை விரட்டியது; வெறுப்பு அவளை வேட்டையாடியது; வெறுப்பு அவளைச் சூழ்ந்து பற்றிக் கொண்டது; வெறுப்பு அவளைக் கடித்துத் தின்னத் தொடங்கியது...

50

குளித்துவிட்டு வெளியில் வந்த பசுபதி, கார் சத்தம் கேட்டுத் தெருவை எட்டிப் பார்த்தான்: மாதவன் வருவதைக் காண அவனுக்கு வியப்பாக இருந்தது.

'பெண்டாட்டியைப் பறிகொடுத்தவன்போல, முகத்தைப் பார் முகத்தை! லட்சாதிபதியின் பிள்ளையா, படித்தவனா, ஏதாவது தெளிவு இருக்கிறதா? காலை நேரத்தில் இந்தப் பிரமஹத்தி இங்கே எங்கே வருகிறான்?' என்று எண்ணமிட்டான் அவன்.

வேறு வரனைக் கண்டுபிடித்து மஞ்சுளாவின் கல்யாணத்தை நடத்தியே தீரவேண்டும் என்று ஜகந்நாதன் பிடிவாதமாகவே இருந்தார்; அதுதான் சரியான முடிவு என்று அவருக்குத் தூபமிட்டுக் கொண்டே கல்யாண ஏற்பாடுகளை முடுக்கிக் கொண்டிருந்தான் பசுபதி. முகூர்த்த நேரத்தில் மணமகன் பெண்ணின் கழுத்தில் தாலி கட்டுகிறானா இல்லையா என்று அவன் கவலைப்படவில்லை; அந்த நேரத்துக்குள் தன் பங்கு ஆதாயத்தைக் கறந்து கொண்டுவிட வேண்டும் என்பது அவன் திட்டம். முதலாளி வரன் வேட்டையில் மும்முரமாக ஈடுபட்டிருந்தார். ஊர் ஊராக அலைந்து கொண்டிருந்தார். ஏஜண்டோ அந்தப்புரத்தைக்கூட லட்சியம் செய்யாமல் திருமண வேலைகளைக் கவனித்துக் கொண்டிருந்தான். இந்தக் கோலாகலத்தில் மணப்பெண்ணை யார் திரும்பிப் பார்க்கப்போகிறார்கள்? மாதவனும்

அவளுக்குப் பலம் தரவில்லை; அவன் மனத்தில் குற்றாலமும், ஓர் அறையும், ஒரு படுக்கையும், ஸரஸாவும், நீலகண்டனும் நிறைந்திருந் தார்கள்; இந்த நெருக்கடியில் மஞ்சுளாவுக்கு இடம் கிடைக்கவில்லை.

ஒவ்வொரு நாளும் பசுபதியின் பையில் சில்லறை சேர்ந்து கொண்டிருந்தது; அவனுடைய உற்சாகத்துக்குக் கேட்க வேண்டுமா? குளியல் முடிந்ததும் வயிற்றுக்கு ஏதாவது போட்டுக்கொண்டு முதலாளி வீட்டுக்குக் கிளம்புவதாகத்தான் இருந்தான்; அதற்குள் சின்ன முதலாளி வீடு தேடி வரவே, அவன் தன் உற்சாகத்தை ஒருபுறமாய் மறைத்துக் கொண்டு, இரண்டங்குல நீளம் முகத்தை நீட்டிக்கொண்டு மாதவனை மிகுந்த கவலையுடன் எதிர்கொண்டு வரவேற்றான்.

''மாது, காலை நேரத்தில் அத்தி பூத்தாற்போல் வந்திருக்கிறாய். இந்த வீட்டுக்கு நீ வந்து ஐந்தாறு வருஷமாவது இருக்காது? என்ன இருந்தாலும், இங்கே எல்லாம் வருவதென்றால் கௌரவக் குறைவுதானே?''

''நிறுத்து; காலை நேரம் உன்னோடு சற்று விஷயம் பேசலாம் கேட்கலாம் என்று வந்தேன்; நீ பத்திரகிரி புலம்பலில் ஆரம்பிக் கிறாயே?'' என்று கூறி உட்கார்ந்த மாதவன் எதையோ மறந்து விட்டுத் தேடிவந்தவன்போல் தன்னைச் சுற்றிலும் பார்த்தான்; பசுபதி கூறிக்கொண்டதுபோல் அவன் முகத்தில் தெளிவு இல்லை. அந்தத் தெளிவைத் தேடித்தான் அவன் பசுபதியின் வீட்டுக்கு வந்தானோ என்னவோ?

''என்ன பார்க்கிறாய்? காபி கொண்டுவரட்டுமா? எங்கள் வீட்டுக் காப்பி உன் உடம்புக்கு ஒத்துக்கொள்ளாது. காபி சாப்பிட்டுத் தானே வந்தாய்?'' என்று ஆரோக்கியமாக உபசரித்தான் பசுபதி.

''காபி வேண்டாம். காலையில் பாராயணம் முடிந்து விட்டதா?''

''அதைவிட எனக்கு என்ன வேலை? முடித்துவிட்டுத்தான் எழுந்தேன். இந்தச் சாணை நிரப்பிக்கொண்டு அங்கே புறப்பட வேண்டியதுதான் என்று பசுபதி வயிற்றைச் சுட்டிக்காட்டினான்.

''அங்கே வந்து என்ன செய்யப் போகிறாய்?''

''அங்கே வந்து என்ன செய்யப் போகிறேனோ? ஒரு கேள்வியா இது? கல்யாணம் என்றால்...''

''மாப்பிள்ளை இருக்கிற இடம் தெரியவில்லை; மாப்பிள்ளை கிடைத்தாலும் பெண் கழுத்தை நீட்டப் போவதில்லை. கல்யாணம், கல்யாணம் என்று நீயும் உன் முதலாளியும் பறக்கிறீர்களே!''

''லட்சணமாய்த்தான் பேசிவிட்டாய்; இன்னும் இந்தத் துக்கிரிப் பேச்சை நீ விடவில்லையா? முதலாளி இந்நேரம் பட்டணம் சேர்ந்திருப்பார். முடிவு செய்து கொண்டுதான் வருவார்; பையன் காலேஜ் வாத்தியாராமே? டாக்டரைவிட இந்தக் காலத்தில் வாத்தியாருக்குத்தான் மதிப்பு அதிகம்; சொத்து வேறு இருக்காம். எப்படியும் முடிவு செய்து கொண்டுதான் அப்பா வருவார். அவர் ஏன் பறக்க மாட்டார்? நானும் அவரோடு பறக்காவிட்டால் இக்குடும்பத்தின் மானமே பறந்து போகும். உனக்கும் உன் தங்கைக்கும் அது எங்கே புரிகிறது? அப்பா சொன்னால் மஞ்சுளா தட்டிவிடுவாளா? அப்புறம் நீ ஒருத்தன் எதுக்கு இருக்கிறது? நீதான் அவளுக்குச் சொல்லிச் சரிக்கட்டணும்.''

''உன் சித்தர் பாடல் ஒருமுறை தோற்றது; இன்னொரு முறையும் தோற்க வேண்டுமா?''

மாதவன் பேசிய விதத்தால் பசுபதிக்குக் கிலி கண்டுவிட்டது: ''அப்படியானால் கல்யாணம் நடக்கவே நடக்காது என்கிறாயா?''

''வேறு என்ன சொல்கிறேன்?''

"மாதவா, நீ விஷவாக்குக்காரன். உன்னோடு பேசுவதே ஆபத்து. தங்கைக்குக் கல்யாணம் ஆகும், கட்டாயம் ஆகும் என்று உன் வாயால் ஒரு தடவை சொல்லு, பார்க்கலாம்!" என்று கெஞ்சினான் பசுபதி.

"உன் மகன் எங்கே காணோம்?"

"யார், மெக்கானிக்தானே? இதுக்குள்ளே எழுந்து விடுவானா? பத்து மணிக்குப் பட்டறைக்குப் போகவேண்டியவன். ஒன்பது மணிக்கு அவன் தாயார் திருப்பள்ளி எழுச்சி பாடுவாள்; எழுந்திருக்கும் போதே அமளி துமளிபடும்; எதிரில் வருகிறவர்களை எல்லாம் குட்டுவான். அவனை ஏன் தேடுகிறாய்? என்ன என்னவோ சொல்லி பேதிக்குக் கொடுத்துவிட்டு, நல்ல விஷயம் பேச வந்தேன் என்கிறாய்; இதுதானா?"

"நீ என்னை எங்கே பேசவிடுகிறாய்? கல்யாணம், கல்யாணம் என்று ஓயாமல்…"

"கல்யாணம் நல்ல விஷயம் இல்லாமல் கெட்ட விஷயமா? தங்கை நல்லவிதமாக வாழவேண்டும், ஊரில் நாலுபேருக்கு முன்னால் தலைக்குனிவு உண்டாகிவிடக் கூடாது என்ற கவலை உனக்கு எங்கே இருக்கிறது? எனக்கு இராத்தூக்கம் வரவில்லை. உதவாக்கரை டாக்டருக்கும் தத்தாரிப் பெண்ணுக்கும் இத்தனை கொழுப்பா என்று கொதித்துக்கொண்டு வருகிறது. இந்தக் கல்யாணம் முடியட்டும்; அப்புறம் அவர்களை என்ன செய்கிறேன், பார். உங்களுக்கு ரோசமில்லை; உங்கள் வீட்டு உப்பு சாப்பிட்ட எனக்குமா ரோசமில்லை?"

"அவர்களை என்ன செய்வாய்?"

"என்ன செய்வேனா? நம்ம மெக்கானிக் சங்கதி உனக்குத் தெரியாது. அவர்கள் பட்டறையிலேயே அடியாள் கோஷ்டி ஒன்று இருக்கிறது. அவர்களிடம் ஒரு வார்த்தை சொன்னால் போதும்; டாக்டரை 'நட்டு' எல்லாம் கழற்றிவிடமாட்டார்களா?"

எம்.வி. வெங்கட்ராம்

"அடடா, சித்தர் இப்படி எல்லாம் பேசலாமா?"

"மொட்டை அடிக்க வருகிறவனிடம் தலையைக் கொடுக்கும்படி சித்தர்கள் சொல்லவில்லை. கொல்லவரும் பசுவையும் கொல்லலாம் என்றுதான் நம் சாஸ்திரம் சொல்லுகிறது. எதுக்காகப் பொறுக்கிறது? அந்தப் பெண்ணுக்காகவா? பெண்ணா அது? உறவாடிக் கொடுத்தவளிடம் இரக்கம் காட்டலாமா? அவள் வீட்டுக்குப் போய் ஆறுதல் சொல்கிறாளே மஞ்சுளா, அது எந்த நியாயத்திலே சேர்த்தி?..."

பசுபதியின் கோபதாண்டவத்தைப் பார்த்த மாதவன் தெளிந்து கொண்டிருந்தான்: "உனக்கு இவ்வளவு கோபம் வரும் என்று எனக்குத் தெரியாதே..."

"என் கோபத்தை இன்றைக்குத்தானா பார்க்கிறாய்? சின்னக் காரியமா நடந்திருக்கு? வெறும் பிணம்கூட விறைத்துக் கொள்ளுமே..."

"இந்தப் புலம்பலை நிறுத்திக்கொண்டு நான் வந்த காரியத்தைக் கேட்கப் போகிறாயா இல்லையா? நல்ல விஷயம் சொல்ல வந்தேன்; என்ன என்று கேட்டாயா?"

"உங்களுக்கு ஒன்று வந்தால் எனக்கு வந்தாற்போல் இருக்கிறது. உனக்குக்கூட இந்த அருமை தெரியவில்லையே! போ, எனக்கே இந்தப் பிழைப்பு பிடிக்கவில்லை. 'செல்வரைப் பின்சென்று உபசாரம் பேசித் தினம் தினமும் பல்லினைக் காட்டிப் பரிதவிக்கிற பிழைப்பு' என்று பட்டினத்து சுவாமிகள் சும்மாவா பாடினார்? மாடாக உழைத்தாலும் மரியாதை இல்லை. மாதவா, இப்போதே கேட்டுக்கொள், மஞ்சுளாவின் கல்யாணம் தடைப்பட்டால் அந்த நிமிஷமே நான் ராஜிநாமா செய்துவிடுவேன்..."

பசுபதிக்கு உண்மையாகவே திகிலாக இருந்தது; அதனால் அவன் உளறுவதைக் கேட்க மாதவனுக்கு வேடிக்கையாக இருந்தது; சிரித்தவாறு கூறினான்: "அப்படியானால், இப்போதே ராஜிநாமா செய்துவிடலாம்."

"முதலாளி வரட்டும்; நீ சொல்வதை அவரிடமும் சொல்லிவிட்டு ராஜிநாமா கொடுக்கிறேன்" என்றான் பசுபதியும் விட்டுக்கொடுக்காமல்.

மாதவன் போலி அநுதாபத்துடன் கேட்டான்: "ராஜிநாமா செய்தபிறகு என்ன செய்யப் போகிறாய்?"

"தூக்குப் போட்டுக்கொள்வேன். உனக்கென்ன? காலையில் வம்பு வளர்ப்பதுக்காக வந்தாயா?"

"இல்லையே; வேலையை விட்டுவிட்டால் உனக்குக் காலக்ஷேபம் நடக்க வேண்டாமா? அதுக்காக இதைக் கொடுக்க வந்தேன்…" என்று மாதவன் சட்டைப் பையிலிருந்து ஒரு கடிதத்தை எடுத்துப் பசுபதியிடம் நீட்டினான்; இது என்ன, தெரிகிறதா?"

அதைக் கையில் வாங்கிக் கொண்ட பசுபதி சொன்னான்: "இது பிளாங்க் செக். இதை என்ன செய்யப் போகிறாய்? காலையில் செக் எடுத்துக்கொண்டு எங்கே புறப்பட்டாய்? உன்பேரில் பாங்கிலே கணக்கு வைத்துத் தரவேணும் என்று முதலாளியிடம் தலைகீழாக நின்றேன்; அது தப்பாகிவிட்டது. கையெழுத்து போட்ட செக்கைப் பையில் போட்டுக் கொண்டு வந்திருக்கிறாயே, பொறுப்புள்ள பிள்ளை செய்கிற காரியமா இது?"

"பொறுப்பு இல்லாமலா உன்னிடம் வந்தேன்? உனக்கு எவ்வளவு பணம் வேணும்? நீயே செக்கில் எழுதிக்கொள்."

பசுபதிக்குக் கோபம் வந்துவிட்டது: "என்னைப் பைத்தியக் காரன் என்று எண்ணிவிட்டாய்; இல்லையா? நீ படித்த பிள்ளை; ஏழையை இப்படி எல்லாம் பரிகாசம் செய்யலாமா?"

"சொன்னால் நம்பமாட்டாய், செக்கை இங்கே கொடு!" என்று வாங்கிக்கொண்டான் மாதவன்; செக்கில் பசுபதியின் பெயரை எழுதி, எண்ணாலும் எழுத்தாலும் 'ஒரு லட்ச ரூபாய் மட்டும்' என்றும் எழுதிப் பசுபதியின் கையில் கொடுத்துவிட்டு ஆனந்தமாக அவனையே பார்த்துக்கொண்டிருந்தான் மாதவன்.

எம்.வி. வெங்கட்ராம்

"இது என்ன விளையாட்டு?"

"இன்னுமா விளையாட்டு என்கிறாய்? உனக்கும் வயசாகி விட்டது. இன்னும் எத்தனை காலம்தான் இப்படி ஊருக்கு உழைப்பாய்? இந்தப் பணத்தை வைத்துக்கொண்டு நிம்மதியாக சித்தர் பாடலைப் பாராயணம் செய்துகொண்டே இரு."

பசுபதிக்கு நம்பவேண்டும் என்று ஆசையாக இருந்தது; நம்புவதற்கும் பயமாக இருந்தது. பிள்ளையாண்டானுக்கு மூளைக்கோளாறு ஏதாவது ஏற்பட்டிருக்குமோ என்று சந்தேகமாக இருந்தது. மாதவனின் முகத்தைக் கவனித்துப் பார்த்தான்; அங்கு பைத்தியக்கார விலாசம் தென்படவில்லை; "மாதவா, நான் ஏழை; ஏழையைப் பரிகாசம் செய்தால் பாவம்" என்றான்.

"உன்னை ஏழையாக வைக்க எனக்கு இஷ்டம் இல்லை; பணக்காரனாக்கிப் பரிகாசம் செய்யப் போகிறேன்; அதுவும் பாவமா?"

"நிஜமாகவா சொல்கிறாய்? அப்பாவுக்குத் தெரிந்தால் என்னை உரித்து விடுவார்."

"நான் இஷ்டப்பட்டுத் தருகிறேன்; அப்பாவையும் தாத்தாவையும் ஏன் கேட்கவேண்டும்?"

பசுபதிக்கு உறுதிப்பட்டுக் கொண்டிருந்தது: ஒரு லட்ச ரூபாயும் ஒரு முதலையாகித் தன்னைக் கடித்துக்கொள்வதுபோல் இருந்தது; "நான் உன்னை 'சீட்' பண்ணிவிட்டேன் என்று அப்பா போலீசில் ரிப்போர்ட் செய்தால், நான் என்ன செய்வேன்? நீ எனக்கு எழுதியா கொடுத்திருக்கிறாய்?"

"எழுதித்தர வேண்டும் என்கிறாய்; இல்லையா? நீ எங்களிடம் இவ்வளவு காலம் உண்மையாக உழைத்ததற்காக இந்தப் பணம் என்னுடைய 'கிஃப்ட்' (அன்பளிப்பு) என்று ஸ்டாம்பில் எழுதித் தரட்டுமா?"

திடீரென்று சொர்ணாபிஷேகம் செய்யப்பட்டதால் பசுபதியின் தலை சுற்றத் தொடங்கியது. அவனுடைய உணர்ச்சிகளின் வேகத்தை அவனுடைய உடல் அழுத்தமாய்ப் பிரதிபலித்தது; நரம்புகளும் நாடிகளும் படபடத்தன. உடம்பெல்லாம் ஒரு சோர்வு கப்பிக் கொண்டது. மெதுவாக எழுந்தான். செக்கைக் கையில் எடுத்துக் கொண்டு, ''பர்வதம்! ராஜாயி, மெக்கானிக் மூர்த்தி, ராணி' என்று மனைவி மக்கள் எல்லாருக்கும் குரல் கொடுத்தவாறு கூடத்தில் போய் உட்கார்ந்தான். எல்லாரும் பக்கத்தில் இருந்தால்தான் அந்த அதிர்ச்சியை அவனால் தாங்கமுடியும்போல் இருந்தது. மனைவி பர்வதமும், மகள் ராஜாயியும் அவன் குரலைக் கேட்டதும் ஓடி வந்தார்கள். ''பர்வதம், ஒரு தம்ளர் தண்ணீர் கொண்டு வா!'' என்று தாகம் தணித்துக் கொண்டான்: ''மெக்கானிக் எங்கே? தூங்குகிறானா? தூங்குமூஞ்சி! அவனைக் கூப்பிடு. இது என்ன தெரியுமா? செக்கு. லட்ச ரூபாய்! இவ்வளவும் எனக்குத்தான்! தெரியுமா?'' என்றான்.

மனைவிக்கும் மகளுக்கும் ஒன்றும் புரியவில்லை. பசுபதிக்குப் புத்தி பிசகிவிட்டது என்று அவர்கள் அஞ்சிவிட்டனர்! ''கொஞ்ச நேரம் சும்மாதான் இருங்களேன்...'' என்று கெஞ்சினாள் மனைவி.

''நான் எதுக்குப் பேசாமல் இருக்கணும்? நானா கேட்டேன்? தானாக வருகிறது; வேண்டாம் என்று சொன்னால் பாவம் இல்லையா?'' என்று அவன் கூறும்போதே மாதவன் அங்கே வந்து சேர்ந்தான்.

பசுபதியின் மகள் ஒருபுறம் ஒதுங்கினாள்; மனைவி கூறினாள்; ''தம்பி, இவ்வளவு நேரம் உன்னோடு நல்லபடியாகத்தானே பேசிக் கொண்டிருந்தார்? இப்போது என்ன என்னவோ உளறுகிறார்.''

''என்ன சொல்கிறான் பசுபதி?'' என்றான் மாதவன் குதூகலமாய்.

''செக்கு என்கிறார், லட்சம் என்கிறார்...''

''அவன் ஒன்றும் உளறவில்லை, இனிமேல் பசுபதி ஏஜண்ட் இல்லை, லட்சாதிபதி சித்தர்!''

''கேட்டாயா மூதேவி! நான் சொன்னால் நம்பினாயா? இந்தக் கடுதாசி லட்ச ரூபாய்; தெரியுமா?'' என்று செக்கையே பார்த்துக் கொண்டிருந்தான் பசுபதி.

உண்மை தெரிந்ததும், மனைவியும் மகளும்கூடப் பிரமித்து விட்டனர். ராஜாயி, தூங்கிக் கொண்டிருந்த தமையனை விவரம் சொல்லி அழைத்து வந்தாள். புத்திரனைப் பார்த்ததும் பசுபதி முகத்தைத் திருப்பிக்கொண்டான்: 'இந்தப் பயலுக்கு அப்பன் என்றால் இளக்காரம்; மட்டுமரியாதை தெரியாத பயல்; நான் என்ன சொன்னாலும் கிண்டல் செய்கிறது; கையைத் தூக்குகிறது. இப்போது என்ன செய்வான்? இந்த லட்ச ரூபாயும் என் சுயார்ஜிதம்; இனிமேல் என்னிடம் வாலாட்டினால் ஒரு காசு காட்டுவேனா?'

மாதவனுக்கு இந்த ஹாஸ்யக்காட்சி தேவையாக இருந்தது. ஸரஸாவையும் நீலகண்டனையும் சுற்றிக்கொண்டிருந்த மனம் பசுபதியிடம் கவிந்தது. புத்திசாலிக்கு அசடனைக் கண்டால் ஆனந்தம் ஏற்படுகிறது. தெளிந்தவனுக்கு ஆபாசத்தினால் மகிழ்ச்சி உண்டாகிறது. மாதவன் பசுபதியின் முகபாவத்தில் தோன்றும் மாறுதல்களையும் உடலின் கோனஷ்டைகளையும் ரசித்து மகிழ்ந்து கொண்டிருந்தான். அவனுடைய கவனத்தைப் பசுபதியின் குடும்பமே ஈர்த்தது.

அவர்கள் எல்லாரும் திகைப்பால் அசடுகளாகிவிட்டார்கள்; பசுபதியின் மனைவி அவன் வாயை மூடவில்லை. அவளே வாய் மூடி நின்றாள். மூத்த மகன் 'மெக்கானிக்' கைலியும் கிருதாவுமாகத் தகப்பனை அடித்து மகிழ்கிற தனயன்; அவன் தெய்வத்தைப் பார்ப்பதுபோல் பணிவாக ஒடுங்கிவிட்டான். பல ஆண்டுகளாய்க் கல்யாணத்துக்காகக் காத்திருக்கிற ராஜாயி அப்போதே மணமாகி விட்டதுபோல் பூரித்து விட்டாள். மற்றக் குழந்தைகளும் தங்கள் அளவுக்கு மீறிக் கற்பனையில் திளைத்தார்கள்.

"மெக்கானிக், இனிமேல் என்னைத் தொட்டு அடிப்பாயா?" என்று மிகவும் கோபத்தோடு கேட்டான் பசுபதி.

"பசிக் கொடுமையால் என்னை மறந்து ஏதாவது தப்பு செய்திருப்பேன். வருத்தப்பட்டுக்கொள்ளாதே. இனிமேல் மரியாதைக் குறைவாக நடப்பேனா?" என்றான் மகன் பணிவாக.

மிதமாய்க் குடித்தவன்போல் ஓயாமல் பேசிக் கொண்டிருந்தான் பசுபதி; திடீரென்று அவன் புத்தி காரியத்துக்குத் திரும்பியது; "மாதவா, பித்துக்குளி மாதிரி பேசிக்கொண்டிருக்கிறேன். இந்தச் செக்கு எனக்குத்தானே?"

"இன்னுமா உனக்குச் சந்தேகம்?"

"நாளைக்கு உன் தகப்பனார் கேட்டால் என்ன பதில் சொல்வேன்? நீ பணம் கொடுத்ததுக்கு எனக்கு வவுச்சர் வேண்டாமா? வெறும் கடுதாசியில் நீ எழுதிக் கொடுத்தாலும் கேள்விக்கு இடமாகும். ஒரு வக்கீலிடம் போவோமா?"

"போவோமே; ஸ்டாம்பிலேயே முறைப்படி எழுதி ரிஜிஸ்தர் செய்துவிடலாம், சரிதானே?" என்ற மாதவன், பசுபதி காரியத்தில் குறியாக இருப்பதைப்பற்றி மகிழ்ந்தான்.

"மெக்கானிக், ராஜாயி, எல்லாரும் எழுந்திருங்கள்!" என்று கட்டளை இட்டான் பசுபதி; எல்லாரும் எழுந்து நின்றார்கள்.

"சாமி, சாமி என்று கோயிலுக்குப் போய்க் கும்பிடுகிறீர்களே, அதுவே இங்கே வந்திருக்கிறது; எல்லாரும் காலில் விழுந்து கும்பிடுங்கள்!"

அவனுடைய கட்டளைப்படி அனைவரும் தரையில் படுத்துக் கும்பிடத் தொடங்கியதும், "இதென்னப்பா கூத்து?" என்று காலை மடக்கிக்கொண்டு எழுந்தான் மாதவன்.

"சும்மா இரு; உன் பெருமை உனக்குத் தெரியாது. இனிமேல் எங்கள் குலதெய்வம் நீதான். மெக்கானிக் மாதவனும், நானும் வக்கீல் வீட்டுக்குப் போகிறோம், அப்படியே பாங்குக்குப் போவோம். இன்றைக்கு நீ பட்டறைக்குப் போக வேண்டாம். வீட்டோடு இரு."

பசுபதியும் மாதவனும் வக்கீல் வீட்டுக்குப்போய் முறைப்படி பத்திரம் எழுதி வாங்கிக்கொண்டார்கள்; பாங்கில் பசுபதியின் பெயரால் பணம் கட்டிப் பாஸ் புத்தகம் வாங்கிக் கொண்டார்கள்; அப்பால் ரிஜிஸ்திரார் ஆபீசில் பத்திரத்தைப் பதிவு செய்துகொண்டு வீடு திரும்பும்போது மாலை நாலு மணி ஆகிவிட்டது. அதுவரை ஸரஸாவும் நீலகண்டனும் தன்னை ஹிம்சிக்க முடியவில்லை என்ற திருப்தி மாதவனுக்கு. பசுபதியை வீட்டு வாசலுக்குக் கொண்டு வந்துவிட்டு அவன் திரும்பினான்.

வீட்டு வாசலிலேயே 'மெக்கானிக்' காத்துக் கொண்டிருந்தான்; தந்தைக்குப் பின்னால் மிகவும் விநயமாக உள்ளே நுழைந்தவன், "பணம் எங்கே அப்பா?" என்று கேட்டான்.

"பணமா? ஏதுடா பணம்?"

"ஹி... ஹி..."

"என்னடா ஹிஹி? சில்லறையாகக் கொண்டு வருவேன்; ஷோக்காய்ச் செலவு செய்யலாம் என்று காத்திருந்தாயா? அதுதான் நடக்காது" என்று மகனிடம் பாஸ் புஸ்தகத்தைக் கொடுத்தான் பசுபதி.

அதைப் பக்தி சிரத்தையுடன் பார்வையிட்டவாறு மகன் கேட்டான்; "அந்த ஆள் லூஸா அப்பா?"

"அட நன்றிகெட்ட பயலே! வீட்டைத் தேடி வந்து ஒருத்தன் லட்ச ரூபா கொடுக்கிறான்; அவனைப் பைத்தியம் என்கிறாயே, உருப்படுவாயாடா? நல்லதைப் புரிந்து கொள்ளக்கூட உனக்குப் புத்தி இல்லை. மாஜி முதலாளி இருக்கிறாரே. அந்த மனிதன் கருமி; தலை பொட்டலாகும்வரை உழைத்து விட்டேன். பொடிக்குக் காசு

கேட்டாலும் கிடைக்காது. இந்தப் பிள்ளையாண்டானைச் சொல்லு. படித்தவன்; கெட்டிக்காரன்; விவகாரம் தெரிந்தவன். அப்பனுடைய 'பிளாக்' கணக்கு எல்லாம் என் கையிலேதானே இருக்கு? என் வாயை மூடவேண்டும் என்கிறதுதான் இவன் எண்ணம். கொடுத்ததைப் பற்றி நாம் குறைப்படக் கூடாது. முப்பது லட்சத்துக்கு மேலே சம்பாதித்துக் கொடுத்திருக்கிறேன்; அதிலே பாதிக்கு மேலே பிளாக்கிலே தள்ளிவிட்டேன்; ஒரு லட்சத்துக்கு மேலே இந்தப் பிள்ளைக்கும் புத்தி விசாலமாகவில்லையே...''

அன்று இரவு பசுபதிக்குக் கடுமையான காய்ச்சல் கண்டது.

51

"பசுபதி எங்கே?''

''ரெண்டுநாளா வரல்லிங்க...''

''நான் ஊருக்குப் போனதும் அவன் சேஷ்டை செய்ய ஆரம்பித்து விட்டானா?''

''அவருக்குக் கடுமையா காய்ச்சலுங்க; பெரக்ஞை தவறி பேத்திகிட்டே கடக்காரு.''

''பசுபதிக்குக்காய்ச்சலா? அவனுக்கு அதெல்லாம் வரக்கூடாதே! இந்த நேரத்தில் அவன் செத்துத் தொலையப் போகிறான்'' என்று சொல்லி நகைத்தார் ஜகந்நாதன். காலை பத்து மணி இருக்கும்; அப்போதுதான் அவர் சென்னையிலிருந்து திரும்பினார். முன்னூறு மைல் காரில் பிரயாணம் செய்த களைப்பு இருந்தாலும், போன காரியம் வெற்றிகரமாக முடிந்துவிட்டதால், அவர் உற்சாகமாக இருந்தார். சென்னை வரன் 'குதிர்ந்து விட்டது!' பையன் கல்லூரியில் ஆங்கிலப் பேராசிரியர். கண்ணுக்கு அழகாயிருந்தான். பரம்பரைப்

பணக்காரக் குடும்பம்; ஏராளமான சொத்தும் இருந்தது. ஜகந்நாதனும் அவர்களுக்குத் திருப்திதரும் விதத்தில் 'கொடுக்கல் வாங்கலை'ப் பேசி முடிவு செய்துவிட்டார்.

முறைமைக்காக, ஒருநாள் பெண் பார்க்க வருவதற்கு பையன் வீட்டார் இசைந்தார்கள்.

ஆக, ஜகந்நாதனின் வைராக்கியம் வெற்றி பெற்றுக் கொண்டிருந்தது; போட்ட பந்தலைப் பிரிக்க வேண்டியதில்லை; முன் குறித்த முகூர்த்தத்தில் கல்யாணம் நடந்துவிடும். நீலகண்டனை விடச்சென்னைச்சம்பந்தம் கௌரவமானது. மணமகன் மாறுவதால் எழுந்த சலசலப்பைக் கல்யாணச் சந்தடியில் அடக்கிவிடலாம் என்று நம்பினார். அவர் "மெட்ராஸ் புரபஸரைப் பார்த்தால் மஞ்சுளாவும் மகிழ்ந்து போவாள்" என்று எண்ணினார்.

இவ்வளவு இருந்தும், அவருக்குப் பசுபதியின் பக்கபலம் தேவைப்பட்டது. மகளிடம் பேசும்போது. அவன் துணை இருந்தால் நல்லது என்று அவருக்குத் தோன்றியது. அவனுக்குக் காய்ச்சல் என்றதும் அவருக்குக் குறையாக இருந்தது.

"சரி, ரெங்கா! முதலாளி அம்மாவையும் மஞ்சுளாவையும் அனுப்பு!" என்று எதிரில் நின்ற வேலைக்காரனுக்குக் கட்டளை இட்டு விட்டுக் களைப்பாற உடலைத் தளர்த்தி விட்டார். சிறிது நேரத்தில் மனைவியும் மகளும் வந்து சேர்ந்தார்கள்.

"போன காரியம் என்ன ஆயிற்று?" என்று விசாரித்தாள் லட்சுமி

"நான் வந்து அரைமணி ஆகிறது; சொல்லி அனுப்பிய பிறகு அக்கறையாக விசாரிக்க வந்துவிட்டாயா?" என்றார் ஜகந்நாதன் இடக்காக.

"நீங்கள் வந்ததே எனக்குத் தெரியாது. ரெங்கன் வந்து சொன்னான். மஞ்சுளா பக்கத்து வீட்டுக்குப் போயிருந்தாள்; அவளுக்குச் சொல்லி அனுப்பிவிட்டு வருகிறேன்."

"நீ இன்னும் பக்கத்து வீட்டுக்குப் போவதை நிறுத்த வில்லையா? அவர்களால் நமக்கு வந்திருக்கிற கௌரவம் போதாதா?" ஜகந்நாதன் கோபமாகப் பேசவில்லை; அதிருப்தியுடன் பேசினார்; சரி, இன்னும் எவ்வளவு நாள்தான் அங்கே போவாய்? மெட்ராஸ் வரனை முடிவு செய்துவிட்டேன். இந்தப் படத்தைப் பார்!"

லட்சுமிதான் படத்தை வாங்கிப் பார்த்தாள்: "பையன் ரொம்ப லட்சணமாயிருக்கிறானே!"

அவள் நீட்டிய படத்தைப் பார்க்காமலே மேஜைமீது வைத்தாள் மஞ்சுளா.

அதை ஏக்கத்துடன் கவனித்த ஜகந்நாதன் கூறினார்: "பையனின் பெற்றோர்களும் ரொம்ப நல்லமாதிரி; ஒரு தம்பி, ஒரு தங்கை, அதிகப் பிடுங்கல் கிடையாது. பூர்விக சொத்தும் இருக்கிறது. பெரியவர்கள் சம்மதித்தால் தனக்கும் சம்மதம் என்று பையன் அடக்கமாய்ச் சொல்லிவிட்டான்; மஞ்சுளா படத்தைப் பார்த்து அவர்களுக்கும் திருப்தி ஆகிவிட்டது. நம்மைப் பற்றி அவர்கள் எல்லா விவரமும் தெரிந்து வைத்திருக்கிறார்கள்."

"காலேஜ் வாத்தியார் என்றால் கௌரவப்பட்ட வேலைதானே? மஞ்சுளாவும் புத்தகப் பைத்தியம்; ஜோடி பொருத்தமாயிருக்கும்."

"ஹனிமூன் என்றால் என்ன, மஞ்சு? அதுக்காக சீமைக்குப் போகவேண்டும் என்று மாப்பிள்ளை திட்டம் போடுகிறான். பத்திரிகைகளிலே கதை, நாவல் எழுதுகிறார்களே, அதிலே அவனுக்கு ஆசைபோல் இருக்கிறது. கல்யாணமானதும் பெண்டாட்டி யோடு ஒவ்வொரு தேசமாகப் போய், கதை எழுதுகிறவர்களைப் பார்க்கப் போகிறானாம்."

"சீமைக்குப் போனால் இங்கிலீஷிலேதான் பேசவேண்டும்? உனக்கு வருமா மஞ்சு?" எல்லாவற்றையும் மௌனமாய்க்கேட்டுக் கொண்டிருந்த மகளைப் பேச்சுக்கு இழுத்தாள் லட்சுமி.

''சீமைக்குப் போகிறவர்கள் இங்கிலீஷிலே பேசவேண்டும். எனக்கு என்ன?''

''கல்யாணம் ஆனதும் கிளம்பவேண்டும் போல் இருக்கிறதே!''

''மெட்ராஸ்காரருக்குக் கல்யாணமானால் அவர் மனைவியோடு சீமைக்குப் போகிறார். எனக்கு என்ன?''

''என்னடீ இது, மறுபடியும் முருங்கை மரம் ஏறுகிறாய்?''

''நான் புதிதாக ஒன்றும் சொல்லவில்லை. நீங்கள்தான் சொன்னதையே சொல்லிக்கொண்டிருக்கிறீர்கள்; யார் என்ன சொன்னாலும் நான் கல்யாணம் செய்துகொள்ளப் போவதில்லை. என்னை வீணாய்த் தொந்திரவு செய்யாதீர்கள்.''

ஜகந்நாதன் அடக்கமாகப் பேசினார்: ''மஞ்சு, மாதவனை நம்ப முடியவில்லை; நீயும் ஏறுமாறாக இப்படிப் பேசலாமா? டாக்டர் சம்பந்தம் ஆரம்பத்திலேயே எனக்குப் பிடிக்கவில்லை; நீ பிடிவாதமாக இருந்தாய். உன் மனசு நோக வேண்டாம் என்று நான் சம்மதித்தேன். என்ன நடந்தது? நம் முகத்தில் அவன் கரி பூசி விட்டான்; யோக்கியன் செய்கிற காரியமா செய்தான். தெய்வத்துக்கே இந்த சம்பந்தம் சம்மதமில்லை என்று ஆகிறது; என் மேல் நீ குறை சொல்ல முடியுமா?''

''நான் யார் பேரிலும் குறை சொல்லவில்லை, என் விதி இது…''

''விதி என்று கை கட்டிக்கொண்டு இருக்க முடியுமா? உன் அண்ணனும் கல்யாணம் செய்துகொள்ள மாட்டானாம்; நீயும் அப்படிச் சொன்னால், இந்தக் குடும்பம் நம்மோடு அற்றுப்போக வேண்டியதுதானா?''

''அப்படி நேராது; அண்ணா மனசு மாறும்; கொஞ்சம் பொறுக்க வேண்டியிருக்கும்.''

"அவனுக்காகப் பொறுப்பது இருக்கட்டும்; உனக்கு என்ன வயசு ஆகிறது? இனியும் கல்யாணம் செய்யாமல் உன்னை வீட்டோடு வைத்துக்கொள்வது ஒழுங்காயிருக்குமா? மெட்ராஸ்காரர்களுக்கு நான் வாக்குக் கொடுத்து விட்டேன்; இந்தப் பையனைப் பற்றி யாரும் குறை கூற முடியாது. இந்தக் கல்யாணம் நடந்தால்தான் நான் மனிதனாக வெளியே நடமாட முடியும். இந்தக் குடும்பத்தின் கௌரவத்தை நீதான் காப்பாற்ற வேண்டும்."

சரணாகதி அடைந்தவரைப்போல் பேசிய அவருக்கு மறுமொழி கூற மஞ்சுளாவுக்கு மனவலிமை தேவைப்பட்டது. உலக வழக்கப்படி, அவருடைய கூற்றில் உள்ள நியாயத்தை மறுக்க முடியாது. கல்யாணம் தடைப்படுவதும் மணமகன் மாறுவதும் பெரிய விஷயங்கள் இல்லையே! ஒரு வரன் மறுத்து விட்டதற்காக, பெண் ஒருத்தி கன்னியாக வாழத்துணிவதுதான் - ஓர் அபூர்வம்; மஞ்சுளாவுக்கு அது நியாயம்; எந்தக் காரணத்தைக் கொண்டும் அவள் அதை மாற்றிக்கொள்ள முடியாது. மிகவும் சிந்தனை செய்து அவள் இந்த முடிவைக் கண்டுபிடிக்கவில்லை; அவளுக்கு இயல்பாக வந்த முடிவு இது. நீலகண்டனைக் கணவனாக வரித்தபின், இன்னொருத்தனை அந்த ஸ்தானத்தில் ஏற்க அவள் மனம் இசையவில்லை. ஆனால், தந்தை ஏற்கக்கூடிய நியாயமா இது? அவருக்குத் துயரம் அளிக்கும் செயலைத்தான் செய்ய வேண்டியுள்ளது என்பதை நினைக்க அவளுக்கு வருத்தமாக இருந்தது; "மெட்ராஸுக்குப் போகும்போது நீங்கள் என்னிடம் சொல்லவில்லை. கல்யாண ஏற்பாடுகளை நிறுத்தச் சொன்னேன்; அதையும் நீங்கள் கேட்கவில்லை. மெட்ராஸ்காரர்களுக்கு வாக்கு கொடுத்தேன் என்கிறீர்கள்; அதைக் காப்பாற்றச் சொல்கிறீர்கள். டாக்டரைத் தவிர, வேறு யாரையும் மணப்பதில்லை என்று தெய்வ சாட்சியாக நான் கொடுத்த வாக்கை நிறைவேற்ற வேண்டாமா?"

"இதுக்கு ஒன்றும் குறைச்சல் இல்லை. வார்த்தைக்கு மேலே வார்த்தை வக்கணையாக வருகிறது. டாக்டர்தான் இல்லை என்று ஆகிவிட்டதே; அவனோடு ஊரே அஸ்தமித்து விடுமா?" என்று எரிந்து விழுந்தாள் லட்சுமி.

ஜகந்நாதன் துன்பத்தோடு மகளைப் பார்த்தார். அவளிடம் கோபம் பலிக்காது என்று அவருக்குத் தெரியும். நயமான சொற்களால் அவளைக் கட்டுப்படுத்த வேண்டும் என்று எண்ணினார் அவர்; ''டாக்டர் விஷயம் முடிந்துவிட்டது. அவன் அந்தப் பெண்ணை என்ன செய்யப் போகிறானோ தெரியவில்லை. நீ எதுக்காகப் பிடிவாதம் செய்கிறாய் என்று புரியவில்லையே. அவன் திருந்தி வருவான் என்று எதிர்பார்ப்பதில் அர்த்தம் இருக்கிறதா?''

''இப்போது அர்த்தம் இல்லை என்று தோன்றுகிறது. ஆனால், வேறு ஒருவரை மணந்தால், நான் பெண்ணாக இருப்பதற்கே அர்த்தம் இல்லாமல் போய்விடும்.''

ஜகந்நாதன் பலவீனமானார்: ''நீ சொல்லுவது எனக்குப் புரியவில்லை, அம்மா. இந்தக் கல்யாணம் நடக்காவிட்டால் நீ என்னை உயிரோடு பார்க்க முடியாது'' என்றபோது அவர் குரல் தழுதழுத்தது.

''நான் மட்டும் உயிரோடிருந்து என்ன செய்துவிடப் போகிறேன்?'' என்றாள் மஞ்சுளா.

கணவரும் மகளும் உயிர்விட முனைவதை லட்சுமியால் தாங்க முடியவில்லை: ''பெண்ணாலும் சுகமில்லை. பையனாலும் சுகமில்லை; என்ன பாவம் செய்தோமோ!'' என்று சொல்லிக் கொண்டே அவள் அழத் தொடங்கினாள்.

அழுகைக்கும் பயமுறுத்தலுக்கும் பணிகிற நிலையில் மஞ்சுளா இல்லை; அவள் உறுதியாகவே இருந்தாள்; இனியும் இந்த விஷயம் வளராமல் இன்றோடு முடிய வேண்டும் என்று விரும்பினாள் அவள்.

சென்னை விஜயத்தால் உண்டான உற்சாகம் ஜகந்நாதனுக்கு மங்கிவிட்டது. மகளை வழிக்குக் கொண்டு வருவது எப்படி என்று அவருக்கு யோசனை ஓடவில்லை. புதிய பரம்பரை ஆரம்பிக்கும் கனவை அவர் என்றைக்கோ மூட்டை கட்டி வைத்துவிட்டார்.

அதற்குப் பொருத்தமான புதல்வன் தனக்கு வாய்க்கவில்லை என்பதை அவர் உணர்ந்து விட்டார். எவ்வளவோ பிரயாசைப்பட்டு அவர் சேகரித்த பணத்தையும் கௌரவத்தையும் காப்பாற்றிக் கொண்டால் போதும் என்று இருந்தது அவருக்கு. இப்போது மகனால் உபகாரம் இல்லாவிட்டாலும் உபத்திரவம் இல்லை. ஆனால், புத்திசாலியான பெண் செய்யும் கலகத்தை அடக்குவது எப்படி? அவருடைய வயதும் அனுபவமும் ஆற்றல் அற்றுவிட்டனவா? அவரால் தன் சொந்தப் பெண்ணையே நிர்வகிக்க முடியவில்லையே; அவருடைய நிர்வாகத்தில் எங்கு கோளாறு ஏற்பட்டது?

அவர் போகிற வழிகளில் எல்லாம் தடைகள் எழுவது ஏன்? விழத் தொடங்கியதைத் தடுக்க முடியாதா?

அவர் கவலையுடன் கணக்குப் புத்தகங்களைப் புரட்டினார்; அவருடைய பார்வை செக் புத்தகத்தின் 'கவுண்டர் ஃபாயில் கள்' மீது சென்றது. பசுபதியின் பெயரால், ஒரு லட்ச ரூபாய்க்குக் செக் கிழிக்கப்பட்டிருப்பதைக் கண்டதும் திடுக்கிட்டார்.

''மாதவனா, லட்ச ரூபாயா? எதுக்காக 'ட்ரா' பண்ணினான்!''

''மாதவனா, லட்ச ரூபாயா?'' என்று லட்சுமியும் திடுக்கிட்டாள்.

''உனக்குத் தெரியுமா , மஞ்சு? லட்ச ரூபாய் அவனுக்கு எதுக்கு?''

மஞ்சுளாவுக்கு உண்மை தெரியும்; தன் வாயால் அதை வெளியிட அவள் தயங்கினாள்.

''வாத்தியார் வீட்டுக்குக் கொண்டுபோய்க் கொடுத்து விட்டானா என்ன?''

''இல்லை; மாதவன் அதைப் பசுபதிக்கு அன்பளிப்பாய்க் கொடுத்து விட்டான்.''

சோபாவே தூக்கி எறிந்ததுபோல உலுக்கி எழுந்தார் ஜகந்நாதன்: ''என்னது? பசுபதிக்கு அன்பளிப்பா? லட்ச ரூபாயா? அவனுக்குக் காய்ச்சல் இதுக்காகத்தான் வந்ததா? அவனைக் கட்டி இழுத்து வந்து உதைத்தால்... மாதவன் எங்கே ?'' என்று பதறினார் அவர்.

''அண்ணா வீட்டில் இல்லை.''

''இதென்னடி கொள்ளை! லட்ச ரூபாயா இனாம் கொடுப்பான்...''

''நீ வாயை மூடு. நானே அந்த ராஸ்கலைக் கேட்கிறேன். மரியாதையாக பணம் தராவிட்டால் போலீசில் ரிபோர்ட் செய்து...''

''பசுபதியின் பேரில் கிரிமினல் ஆக்ஷன் எடுக்க முடியும் என்று தோன்றவில்லை. அண்ணா ஸ்டாம்பில் எழுதி, ரிஜிஸ்தரும் செய்து கொடுத்திருக்கிறான்.''

''உனக்கு எப்படித் தெரியும்? நீயும் அவனுக்கு உடந்தையா?''

''அண்ணா சொல்லித்தான் எனக்குத் தெரியும்.''

ஜகந்நாதனின் அதிர்ச்சி மிகுந்தது. பசுபதி வீட்டுக்குத் தாவ விரும்பியவரால் கால்களையே பெயர்க்க முடியவில்லை. சோபாவிலேயே குறுகினார்: ''திருட்டுப்பயல்! இந்த பைத்தியக் காரனைக் கைக்குள் போட்டுக்கொண்டு மோசடி பண்ணி விட்டானா? நான் அவனை லேசில் விட்டு விடுவேனா?''

அவர் பதட்டப்பட்டார்; அதனாலேயே செயல் இழந்தார். மகனால் குழப்பம்; மகளால் குழப்பம். மலைபோல் அவர் நம்பிய பசுபதியுமா துரோகம் செய்தான்? ஏன் இவ்வாறு நடக்கிறது? இதற்கெல்லாம் என்ன அர்த்தம்? அழிவு காலம் வந்துவிட்டது என்று அர்த்தம்!

உடம்புக்குள் ஏதோ சாமான்கள் உருளுவதுபோல் இருந்தது அவருக்கு. கண்களுக்கு முன்னால் அடுக்கடுக்காய் மின்னல்கள்

தெறித்தன. மார்பில் பலமான ஓர் அறை விழுந்தது. இடது கையால் மார்பை கெட்டியாகப் பிடித்துக்கொண்டார்; வலது கையால், அறைய வந்தவனைத் தள்ள முயன்றார்.

லட்சுமி அச்சமுற்று அருகில் ஓடி அவரைத் தாங்கிக் கொண்டாள்; அவர் தண்ணீர் கேட்பதாக எண்ணிய மஞ்சுளா உள்ளே ஓடினாள்; அவள் தண்ணீருடன் வருவதற்குள் அவருடைய தலை துவண்டு விட்டது.

ஒரு புதிய பரம்பரையை ஆரம்பிக்க விரும்பியவர் சில நிமிஷங்களில் பிணமாகிவிட்டார்; ஆனால் மகனும் மகளும் குலைக்க முயன்ற அவருடைய கௌரவத்தை மரணம் காப்பாற்றி விட்டது!

52

"அப்பா அவசரப்பட்டு விட்டார்; நான் வருவதற்குள் அவரிடம் ஏன் விவரம் சொன்னாய்? லட்ச ரூபாய் தொலைந்தது என்று கேள்விப்பட்டதும் அப்பா செய்யும் கோனஷ்டைகளைப் பார்க்க ஆசையாக இருந்தது. அதைக் கெடுத்துவிட்டாயே! திடீர் என்று லட்சம் கிடைத்தால் மனிதன் என்ன செய்வான் என்பதைப் பசுபதியைப் பார்த்துத் தெரிந்து கொண்டேன். அப்போது, அவன் முகத்தை நீ பார்த்திருக்க வேண்டும்! அவன் உடம்பே நடித்தது; நாடி நரம்புகள் தாளம் போடத் தொடங்கின; அவன் சிரிக்கவே இல்லை; சந்தோஷத்தால் முகம் மலரும் என்கிறார்களே. அவன் முகம் படுவிகாரம் ஆகிவிட்டது. ஆனால் இரண்டு மணி நேரத்தில் சமாளித்துக் கொண்டு காரியத்தில் கண்ணாகி விட்டான். ரிஜிஸ்தர் செலவுகூட என் பக்கம்தான்; என்னை ஏமாற்றுவதாய் அவனுக்கு மகிழ்ச்சி; ஏமாந்து பார்க்கிறேன் என்று எனக்குத் திருப்தி. அவனுக்கு உள்ள திடம்கூட அப்பாவுக்கு இல்லையே! லட்ச ரூபாய்க்காக உயிரையே விட்டுவிட்டாரே! அவர் முகம் ரொம்ப விகாரப்பட்டதா மஞ்சு?"

"நீ இப்படிப் பேசக்கூடாது..."

"எப்படிப் பேசவேண்டும் என்று சட்டம் இருக்கிறதா? எங்கிருந்தோ வருகிற எண்ணங்களை நமக்கு வெளியே தள்ளுகிறது; நாக்கைத் தடுக்கலாம். எண்ணங்களைத் தடுக்க முடியுமா? செத்த பிறகும் அப்பா முகத்தில் புன்னகை இருந்தது; 'இனிமேல் என்னை என்னடா செய்வாய்?' என்று என்னைப் பரிகாசம் செய்வதுபோல் இருந்தது. கரூரிலிருந்து அத்தை வந்திருக்கிறாளே, என் கையில் தீச்சட்டி கொடுத்ததும் அவள் கீழே விழுந்து அழுததை நீ பார்க்கவில்லையே? அவளைப் பார்த்ததும் சிரிப்பை அடக்க முடியவில்லை."

"ஹாஸ்யமாகப் பேசுவதாய் நினைத்துக்கொண்டு குரூரமாய்ப் பேசுகிறாய். கீழே அம்மாவும் தூங்காமல் அழுது கொண்டிருக்கிறாள்; நான் பக்கத்தில் இருந்தால்தான் அவள் அடங்குவாள்..."

"நீயும் அம்மாவோடு அழலாமே; சிரிப்புதான் மனிதனை; மிருகத்தைவிட உயர்ந்தவன் ஆக்குகிறது என்கிறார்கள் ஆனால், அழுகை மனிதனும் மிருகம்தான் என்பதைக்காட்டிக் கொடுக்கிறது..."

"உன்னுடைய தத்துவங்களைப் பிறகு கேட்கிறேன்..."

"இப்படிப் பேசினால் தத்துவமா? அப்படியானால் நான் தத்துவஞானியா? ஹா... ஹா... ஹா நான் தத்துவம் பேசியதற்காகச் சிரிக்கவில்லை; பசுபதியின் கோணங்கி ஞாபகம் வந்தது; கரூர் அத்தை அழுததை நினைத்தாலே ஹா...ஹா..."

"பசுபதியின் வியாதி உன்னையும் தொற்றிக்கொண்டு விட்டது; ஓயாமல் பேசுகிறாயே, ராத்திரி எவ்வளவு நேரம் ஆகியிருக்கிறது, தெரியுமா? இரண்டு ராத்திரி நீ தூங்கவில்லை..."

"அதற்கு முந்தி எப்போது தூங்கினேன்?"

"இப்படித் தூங்காமல் இருந்தால் உடம்பு எதுக்கு ஆகும்? பேசாமல்படுத்துக்கொள்."

"நீ சொல்வது நியாயம்; படுத்துக்கொள்கிறேன்" என்ற மாதவன் தலையணையில் சாய்ந்து கண்களை மூடிக்கொண்டான்.

"தூங்குகிறாயா? நான் அம்மாவிடம் போகிறேன்."

"நீ போ; பாவம், அம்மா அழுது கொண்டிருப்பாள்."

விளக்கை அணைத்துவிட்டு மஞ்சுளா வெளியேறினாள். 'தூங்கிவிட வேண்டும்' என்று மாதவன் நினைத்தான்; தூக்கம் வரவில்லை. பசுபதியின் ஞாபகம் வந்தது; அத்தையின் ஞாபகம் வந்தது. சிரிப்பு வந்தது. அப்பாவின் பிரேதம் ஞாபகம் வந்தது; சிரிப்பு வந்தது.

"சூரத்தனமாய் வாய்ப்பந்தல் போட்டுக்கொண்டிருந்தார்; லட்ச ரூபாய் போயிற்று என்றதும் 'பட்' என்று உதிர்ந்துவிட்டாரே! அவர் சாவுக்கு நான் பொறுப்பு என்கிறாள் மஞ்சுளா. அவள்தான் பொறுப்பு என்று பதில் சொல்ல எனக்குத் தோன்றவில்லை. யார் பொறுப்பானால் என்ன? அப்பா போய்விட்டார்; நானும் போக வேண்டியவன்தான்; ஸரஸா மட்டும் சாசுவதமா? வியாதியை வெல்ல முடியாத டாக்டர் சாவை வென்றுவிட முடியுமா?... நான் எதற்காக ஸரஸாவையும் நீலகண்டனையும் பற்றி நினைக்க வேண்டும்...?'

எண்ணங்களுக்கு இடையில் தூக்கம் மறைந்தது; எதற்கும் கட்டுப்படாமல் எண்ணங்கள் பல்கிப் பெருகியவண்ணம் இருந்தன. அவை மூட்டைப் பூச்சிகளாய்க் கடித்தன; கொசுக்களாய் ரீங்காரம் செய்தன. இருட்டில்தான் எண்ணங்கள் பிறக்கின்றன என்று தோன்றியது. எழுந்து விளக்கைப் போட்டுவிட்டுப் படுக்கையில் சாய்ந்தான். கண்களை மூடினால் எண்ணங்கள் வந்துவிடும் என்று அஞ்சிக் கண்களைத் திறந்து கொண்டிருந்தான்.

'இனிமேல் நான் எதைப் பற்றியும் நினைக்கப் போவதில்லை!' என்று நினைத்தபோது அவனுக்குத் தந்தையின் சடலம் ஞாபகம் வந்தது: 'சொல்லாமல் கொள்ளாமல் சாகப்போகிறவர்தான்

பணத்துக்காகப் பறந்தார்; புதிய பரம்பரை ஆரம்பிக்க விரும்பினார். அவருக்கு முன்னால் நான் செத்திருந்தால் அவர் கனவு என்ன ஆயிருக்கும்? மிருகங்கள் இப்படிக் கனவு காண்பதுண்டா? நீ மிருகம்தானே? நீ கனவு காணவில்லையா?'

''நான் யாருடன் பேசுகிறேன்? நான் தனியாக இருக்கிறேன். மறுபடியும் எண்ணச் சுழலில் சிக்கிவிட்டேன். தூக்கத்தால்தான் எண்ணங்களை வெல்லமுடியும்: தூங்குகிறேன்; தூங்கு!'' என்று வாய்விட்டுச் சொல்லிவிட்டு உடம்பை 'ங'ப் போலவும், 'ஞ'ப்போலவும் வளைத்து ஒடித்துப் போட்டான். தூக்கம் வந்துவிட்டதாகத் தோன்றியது.

'ஃஜோ' என்று சத்தம் கேட்டது; குற்றாலம் அருவி ஏன் இப்படி இரைச்சல் போடுகிறது? அந்தச் சத்தத்தையும் அடக்கிக் கொண்டு ஒரு கூக்குரல் கேட்கிறது. ஸரஸாவா கத்துகிறாள்? நீலகண்டன் என்ன செய்தான் அவளை?

'மிருகம்' என்று சொல்லிக் கொண்டே கட்டிலிலிருந்து கீழே குதித்தான் மாதவன்! 'மிருகங்கள்! சண்டை இடுவது மிருக இயல்பு.'

ஜன்னலருகில் வந்து நின்றான், மூச்சைப் பிடித்துக் கொண்டால் எண்ணங்கள் அற்றுப்போகும் என்று நினைத்து மூச்சு விடாமல் நின்றான். கண்களை வெகுதொலைவுக்கு அனுப்பினான். ஆனால் பார்வை போன இடமெல்லாம் எண்ணங்களைத் திரட்டிக் கொண்டு வந்தது; ஆகாயம் மிக நெருங்கி வந்து எண்ணங்களாய் அவன்மீது கொட்டிவிட்டுச் சுருங்கியது. காற்றும் எண்ணங்களை ஏந்தி வந்தது.

'மனம் உடலுக்குள் இருக்கிறது என்கிறோம்; அது தப்பு. அது உள்ளேயும் இருக்கிறது; அதனால் உடலுக்கு வெளியிலும் நடமாட முடியும். இல்லாவிட்டால் நான் நினைக்காதபோது எண்ணங்கள் எங்கிருந்து வரும்? உடம்பு இடத்தில் நடமாடுவதுபோல் மனம்

அரும்பு

காலத்தில் சஞ்சரிக்கிறது. நிகழ்காலம், இறந்தகாலம், எதிர்காலம் என்பது உடம்புக்குத்தான்; மனம் எந்தக் காலத்திலும் இருக்க முடியும்...'

அவனுக்கு அசதியாக இருந்தது. தூக்கம் அவனை அமுழ்த்திவிடும் என்று நினைத்தான். ஜன்னல் நிலைமீது தலையை வைத்துக்கொண்டு, நின்றவாறே தூங்க முயன்றான்.

வெயில் மிகக் கடுமையாக இருந்தது. பூமி வறட்சி தாளாமல் பாளம் பாளமாக வெடித்துக் கிடந்தது. பிராணிகள் நிழலைத் தேடி பதுங்கிவிட்டன போலும், நடமாட்டமே இல்லை; மரங்கள்கூட தலைகுனிந்து தொய்ந்து விட்டன. குகையிலிருந்து ஆண் கரடியும், பெண் கரடியும் இரண்டு சிறு குட்டிகள் தொடர வெளியில் வந்தன. கரடிகளா இவை? ஸரஸாவும் மாதவனும்! இருவருடைய உடம்பிலும் ஒரே ரோமக்காடு; மொழியே தெரியாதவர்களுக்கு ஆடையின் அவசியம் எப்படிப் புரியும்? பின் கால்களால் நடந்து வரும் கரடிகள் போல்தான் காட்சி அளித்தனர். குகை வாயிலை அடைந்ததும் பெண் கரடி உட்கார்ந்து, குட்டிகளுக்குப் பாலூட்டத் தொடங்குகிறது.

ஆண் கரடி எங்கெங்கோ அலைந்துவிட்டு, மலைச் சரிவில் பதுங்கிக்கிடந்த ஓர் ஆட்டின்மீது பாய்ந்து, வாயில் கவ்விக்கொண்டு குகையின் பக்கம் திரும்பி ஓடுகிறது.

வழியில் மற்றோர் ஆண் கரடி எதிர்ப்படுகிறது - அது நீலகண்டனேதான்! அது பழைய கரடிமீது பாய்ந்தது; வாயிலிருந்த இரையைக் கீழே போட்டுவிட்டு முதல் கரடியும் பாய்ந்தது, இரண்டும் ஒன்றை ஒன்று கடித்துக்குதறிக்கொண்டன. கடைசியில், முதல் கரடி கீழே விழுந்துவிட்டது.

குற்றுயிராய்க் கிடந்த ஆட்டை வாயில் கவ்விப்பிடித்துக் கொண்டு, இரண்டாவது கரடி குகையை நோக்கி ஓடியது. இரையைப் பெண் கரடிக்கு முன்னால் போட்டுவிட்டு, சண்டை யிட்ட களைப்பால் சோர்ந்து படுக்கிறது.

பெண் கரடி இரையைக் கடித்தது; ஆண் கரடியின் காயங்களிலிருந்து சொட்டிய ரத்தத்தையும் நக்கத் தொடங்கியது...

''கடித்துவிடுவேன்!'' என்று உறுமிக்கொண்டே அவன் கண் திறந்தான்; ஒரே வெறியாக இருந்தது; ரத்தம் குடிக்க வேண்டும் போல் வாய் ஊறியது. பானையிலிருந்த தண்ணீரால் வாய் கொப்பளித்தான். முகத்தைக் கழுவிக் கொண்டான்; சாப்பிட்டான். மலை இல்லை; குகை இல்லை; கரடியும் இல்லை. சீ! மனம் இப்படியுமா நினைக்கும்? மனம் எங்கு வேண்டுமானாலும் போகிறது; ஆகையால் எதை வேண்டுமானாலும் நினைக்கிறது.

எதிரில் கரடி இல்லை: கட்டில் இருக்கிறது; 'இந்தக் கேள்விகளைக் கேட்பதற்காகத்தானே பந்தோபஸ்தாய்க் கதவைத் தாழிட்டுக் கொண்டீர்கள்?' என்று ஸரஸாவின் குரலில் கட்டிலா பேசுகிறது?

'இல்லை! நான்தான் நினைக்கிறேன். என்னை ஸரஸா கோழை என்று மட்டும் நினைக்கவில்லை! ஆண்மை அற்றவன் என்று எண்ணும்படி நடந்து கொண்டேன். நீலகண்டன் கெட்டிக்காரன்...

'இல்லை. அவன் வெறிபிடித்த அயோக்கியன். காட்டுமிராண்டிகளின் காலமா இது? கிட்டு என்ற கணவன் இருப்பதை நீலகண்டன் மறந்து விட்டானா? அவனை உதைக்க வேண்டும்.

'எனக்கு ரொம்பவும் களைப்பாயிருக்கிறது. தூங்க வேண்டும்... அல்லது சாகவேண்டும்.'

மறுபடியும் படுத்தான். பசுபதியின் உடல் கோணல் ஞாபகம் வந்தது; சிரிப்பு வரவில்லை; பயமாக இருந்தது. அத்தையின் அழுகை ஞாபகம் வந்தது. சிரிப்பு வரவில்லை; பயமாயிருந்தது; தகப்பனாரின் பிரேதம் ஞாபகம் வந்தது. அச்சம் மிகுந்தது. பிறகு கரடிகள் வந்தன; கிரீச்சிட்டன; நாய் நரிகள் வந்தன; ஊளையிட்டன; யானைகளா பிளிறுகின்றன? எத்தனை வகை விலங்குகள் அவனைச் சுற்றிக் கூடுகின் றன; உறுமுகின்றன.

என்ன இரைச்சல்! என்ன இரைச்சல்! அந்தக் காட்சியிலிருந்தும் இரைச்சலிலிருந்தும் தப்பி எங்காவது ஓடவேண்டும் என்று தோன்றியது. எழுந்து கீழே இறங்கி மஞ்சுளா தாயோடு படுத்திருந்த அறைக்கு விரைந்தான்!

''மஞ்சுளா! மஞ்சுளா!''

அப்போதுதான் கண்ணயர்ந்த மஞ்சுளா திடுக்கிட்டு விழித்து வெளியில் வந்தாள்; வாசலில் தமையனைக் கண்டதும், ''என்ன அண்ணா?'' என்றாள் திகிலுடன்.

''என்னால் சகிக்க முடியவில்லை. இந்த இரைச்சலிலிருந்து காப்பாற்று, மஞ்சுளா!''

''இரைச்சலா? ஒரு சத்தமும் காணோமே!''

''உனக்குக் கேட்கவில்லையா? உனக்குக் கேட்காது; இது என்ன சத்தம், மஞ்சு? நான் நினைப்பது உனக்குத் தெரியவில்லை. கேட்கவும் இல்லை; நீ நினைப்பதை நான் பார்க்கவோ கேட்கவோ முடியவில்லை - ஆனால், எண்ணங்களுக்கு ஒலி இருக்கிறது, ஒளியும் இருக்கிறது. கண்கொண்டு பார்க்க முடியாத ஒளி, காது கொண்டு கேட்க முடியாத ஒலி, என் மனசில், என்ன என்னவோ தெரிகிறது. ஏதேதோ கேட்கிறது; அந்தக் காட்சிகளும் சந்தடியும் - என்ன கோரம் பார்க்கச் சகிக்கவில்லை. கேட்கவும் சகிக்கவில்லை; நான் தூங்க வேண்டும், மஞ்சு!''

மாதவனின் குழப்பத்தைத் தெளிவாகப் புரிந்துகொண்டாள் மஞ்சுளா; குழப்பத்திலும் அவன் சத்தியமான ஒரு சித்தாந்தத்தை வெளியிட்டதைக் காண அவளுக்கு வியப்பாக இருந்தது. வியந்து கொண்டு பேசாமல் நிற்க அவள் விரும்பவில்லை. அண்ணனின் மனநெருக்கடியை உடனே நீக்கவேண்டும், இல்லாவிட்டால், விபரீதமான விளைவு ஏற்படலாம் என்று அவளுக்கு விளங்கியது. தங்கையாக இராமல், தம்பியாக இருந்தால் அவன் கன்னத்தில்

அறைந்து அவனுக்கு அதிர்ச்சி அளித்திருப்பாள்; தங்கை என்பதால் கைதூக்க மனம் வரவில்லை. ஆகையால் அவள் கோபத்தைப் பூண்டாள்.

"மாது, என்ன நினைத்துக் கொண்டு இப்படிக் கூத்தடிக்கிறாய்? இழவு விழுந்த வீட்டில் பெண்கள் பயந்து கொண்டிருக்கிறோம்; பெண்களைவிடக் கேவலமாக நடந்து கொள்கிறாயே, வெட்கமாக இல்லையா உனக்கு?"

அநுதாபத்தை எதிர்பார்த்த மாதவன் தங்கை சீறுவதைக் கேட்டுக் கலவரம் அடைந்தான்: "பெண்களைவிட நான்..."

"நீ கேவலமானவன்; முட்டாள் என்கிறேன். அப்பா இறந்து இன்று மூன்றாவது நாள்; செத்த வீட்டில் பேசுகிற பேச்சா பேசுகிறாய்? புத்தி இருந்தால் இப்படிப் பேசுவாயா?" என்று மேலும் அதட்டினாள் தங்கை. மாதவனுக்குப் பதில் ஒன்றும் தோன்றாமல் விழித்தான்.

"மாடிக்குப் போகாதே; இங்கே தூங்கு!" என்று உத்திரவிடும் குரலில் ஒரு பெஞ்சைக் காட்டினாள்.

மாதவன் அவள் காட்டிய இடத்தில் படுத்தான்.

"நீ தூங்கும்வரை இங்கேயே உட்கார்ந்திருக்கப் போகிறேன்; சீக்கிரம் தூங்கு; உன்னால் என் தூக்கமும் கெடுகிறது!"

"நான் தூங்கிவிடுகிறேன்; நீ..."

"பேசாதே; வாயை மூடு. தூங்கு!" என்று உரத்துக் கத்தினாள் மஞ்சுளா.

'இவ்வளவு ஆத்திரப்படுகிறாளே!' என்று எண்ணிக் கொண்டே தூங்க முயன்றான் மாதவன்; சில நிமிஷங்களில் அவனுக்கு உண்மையாக தூக்கம் வந்துவிட்டது. அவன் அயர்ந்து தூங்கும்வரை மஞ்சுளா சொன்னபடி அங்கேயே உட்கார்ந்திருந்தாள்; அப்பால் பெருமூச்சும் கொட்டாவியுமாக அறைக்குள் சென்றாள்.

அரும்பு

மாதவன் பலயுகங்கள் தூங்கினான். விழித்தபோது மனம் மிகத் தெளிவாக இருந்தது; இருந்ததாய் அவன் நினைத்தான்; ஏனென்றால் ஆழ்ந்த தூக்கத்தால் உடல் தெளிவாக இருந்தது; மாடிக்குச் சென்று தன் அறையில் அமர்ந்தான்.

எண்ண அலைகள் அடங்கிவிட்டனவா? ஆழமான இடத்தில் அலைகள் இருப்பதில்லை; எண்ணங்கள் பாறைகள் போன்று உறுதியாக வந்தன: 'மஞ்சுளா கூட சொல்லிவிட்டாள்; நான் பெண்களைவிடக் கேவலம் என்று. ஸரஸா நீலகண்டனோடு திரும்பி வருவாள். அவளைப் பார்த்தால் எனக்கு வெட்கமாக இருக்கும்; அவனைப் பார்த்தால் வெறி உண்டாகும்' என்று எண்ணினான்; அவர்களைப் பார்க்கக் கூடாது; இங்கே இருக்கவும் கூடாது.''

அலமாரியைத் திறந்து கைநிறையப் பணத்தை அள்ளிப் பையில் திணித்துக்கொண்டான். மீண்டும் நாற்காலியில் உட்கார்ந்தான்.

''மஞ்சுளா தேடுவாள், பாவம்; அம்மாவும் பாவம்தான் என்று முணுமுணுத்தவாறு ஒரு கடிதத்தை எடுத்துத் தெளிவாக எழுதினான்:

'உன் கல்யாணம் முடிவதற்காகக் காத்திருப்பதாய் நினைத்தேன்; ஆனால் அப்பாவின் மரணத்துக்காக நான் காத்திருந்திருக்கிறேன். திரும்பி வருவதற்காக நான் வெளியேறவில்லை; திரும்பி வந்தாலும் வருவேன்; ஏனென்றால், எதைத் தேடி நான் போகிறேன் என்றோ, எதையாவது தேடுகிறேனா என்றோ, எனக்குத் தெரியாது. என்னைத் தேடாதே.

என் பங்குக்குரிய சொத்து முழுவதையும் உன் விருப்பம்போல் உபயோகித்துக்கொள்ள உனக்கு முழு உரிமை அளிக்கிறேன்.

வாத்தியார் பசுபதியைவிட உயர்ந்தவர். பசுபதியைவிடப் பணக்காரராக வாழ்வதற்குத் தகுதியுள்ளவர் என்பது உனக்கும் தெரியும். அவ்வாறு நீ செய்வாய் என்று நம்புகிறேன்.'

கடிதத்தை முடித்ததும் மாதவனுக்குப் பரபரப்பாக இருந்தது; இருக்கத்தகாத இடத்தில் வெகுநேரம் இருந்துவிட்டதுபோல்

அவசரமாக வெளியில் வந்தான். தெரு வாசலுக்கு வந்ததும் காவற்காரன்கண்விழித்து, ''எஜமானுங்களா!'' என்று குரல் கொடுத்தான்.

''நான் குற்றாலம் போகவில்லை என்று அம்மாவிடம் சொல்லிவிடு!'' என்று தெருவில் இறங்கிய மாதவன் - எங்கெங்கோ ஓடித் தன்னையே தேடிக் கண்டுபிடிக்க முயலும் பித்தனைப்போல் - வெகு வேகமாக நடக்கலானான்.

53

அருவியின் இரைச்சல் நீலகண்டனைத் தனக்குள் அமுக்கிக்கொண்டது. மலை உச்சியிலிருந்து பொங்கு மாங்கடலில் விழுந்து, அங்கு அடியுண்ட ஆத்திரத்தால் நுரைத்துக் கதறிக் கொண்டே எம்பிக் கீழே குதித்துப் பல திசைகளில் சிதறி ஓடும் நீர்ப்பெருக்கை அவன் வியக்கவில்லை. இயற்கை எழிலைப் போற்றும் மனோநிலையில் அவன் இல்லை; அவனே தன் இயற்கை அழகை இழந்து நின்றான்.

எண்ணங்களை விசாரம் ஆக்கிக்கொள்ளும் பழக்கம் அவனுக்குக் கிடையாது; எண்ணுவதும், அதைப் பெறுவதும்தான் அவன் வாழ்க்கையில் கண்ட அனுபவம். எண்ணத்தைப் பல திசைகளிலும் அவன் ஓடவிடுவதில்லை; மருத்துவத் தொழிலும், பெண்மையும்தான் அவனுக்கு ஈடுபாடுகள். ஆனால் ஸரஸா அவனுக்கு விசாரம் ஆகிவிட்டாள்; தொழிலைக்கூட அவளுக்காக அவன் குறைத்து விட்டான். அதற்காக அவன் வருத்தப்படவில்லை; ஸரஸாவின் துணை கிடைத்தால் தொழில் திறனைப் பல மடங்கு பெருக்கிக் கொள்ளலாம் என்று நம்பினான்.

ஆனால், ஸரஸாவின் போக்கு எந்த விதிக்கு இசைகிறது? அடுத்து அவள் என்ன செய்யப் போகிறாள் என்பதே விளங்க

வில்லையே. அவளும் பெண்தானே? ஆண்மையால் நிறைவு பெற வேண்டியவள்தானே? ஆனால், அவள் எதையும் வேண்டுகிறவளாகத் தெரியவில்லை; கொடுப்பவளாகவும் தோன்றவில்லை.

அப்படியும் சொல்லிவிட முடியாது. அவனை அவள் ஓயாமல் கவர்ந்து இழுப்பது ஏன்? இருந்த இடத்தில் இருந்து அவள் அவனை வசீகரித்து விட்டாள். பற்பல திசைகளிலிருந்து ஓடிப் பார்த்தும் அவன்தான் அவளைப் பிடிக்க முடியவில்லை; ஏன் இந்த ஜாலப் போக்கு? அவன்தான் அவளிடம் பல வாக்குறுதிகள் அளித்தானே தவிர அவள் ஒருபோதும் எவ்வித வாக்கும் தரவில்லை என்பது அவனுக்கு ஞாபகம் வந்தது. மணலால் வீடு கட்டுவதுபோல் ஊகங்களால்தான் அவன் அவளை உருவாக்கிக்கொண்டிருந்தான்.

குற்றாலத்துக்கு அவளே அழைத்தாள்; அவனோடு வந்ததன் பொருள் வேறு என்னவாகத்தான் இருக்க முடியும்? மஞ்சுளாவை நிராகரித்துவிட்டு அவன் அவளோடு வந்த காரணம், ஸரஸாவுக்குப் புரியாதா? புரியாததுபோல் ஏன் நடிக்கிறாள்? குனியக் குனியக் குட்டுகிற அவளுடைய சோதனைகளுக்கு அவன் கட்டுப்பட வேண்டுமா? பெண் - அவனுக்குக் கிடைக்காத ஓர் அருமை அல்ல. ஜகந்நாதன் காலமாகிவிட்ட தகவல் அவனுக்குக் கிடைத்து விட்டது. மஞ்சுளா அவனுக்காகக் காத்திருப்பாள்; அவனைக் கட்டாயம் ஏற்பாள்.

என்னை ஒதுக்குவதால் ஸரஸாவுக்குத்தான் கஷ்டம். ஊருக்குப் போய் அவள் என்ன செய்யமுடியும்? பெற்றோர் அவளைச் சேர்த்துக் கொள்ள மாட்டார்கள்; கணவனால் பயனில்லை; என்னையும் திரஸ்கரித்துவிட்டு அவளால் என்ன செய்யமுடியும்? நான் மட்டும் திரும்பிவிட்டால், அவள் கதி என்ன ஆகும்? இதை எல்லாம் யோசித் தாளானால் அவள் என்னிடம் இப்படி நடந்துகொள்ள மாட்டாள்.

'என் பொறுமைக்கும் எல்லை உண்டு. இங்கு வந்து ஒரு வாரம் ஆகிறது; இன்னும் ஒதுங்கி இருக்கிறாள். இனி என்னால்

பொறுக்க முடியாது. இன்று முடிவாக அவளைக் கேட்டு விடுகிறேன். என் விருப்பத்துக்கு அவள் இசையாவிட்டால், என் வழியோடு நான் போகிறேன்.'

இந்த முடிவு செய்ததால் அவன் அமைதி பெற்று விடவில்லை, மனசைஏதோஒன்று நாய்போல் பிறாண்டிக் கொண்டிருந்தது. அருவியில் நீராடினால் மனசு தெளிந்துவிடும் என்று நம்பினான். உடல் முழுவதும் எண்ணெய் தேய்த்துக்கொண்டு, குளிக்கிறவர்கள் கூட்டத்தில் புகுந்தான்.

மனிதர்களின் சந்தடியை அருவி பொருள்படுத்தவே இல்லை. ஒலிக்கு இலக்கணம் அமைத்தால் இசை ஆகிறது; அருவியின் கூச்சலுக்கு இலக்கணம் இருக்கிறதா? இயற்கையின் இசையா அது?

உச்சியில் விரைந்து ஓடிவந்த நீர்ப்பெருக்கு சரிவைக் கண்டும் திரும்ப முடியாமல் வந்த வேகத்தில் கீழே விழுகிறது; விழுந்தபிறகு அது தன்னைக் கட்டுப்படுத்திக்கொள்ள முடிவதில்லை. ஓயாத இந்த நீர் வீழ்ச்சிக்குப் பொருள் இருக்கிறதா? அது என்ன சொல்கிறது? வானத்தில் தேடிக் கிடைக்காததை நிலத்தில் தேடி அலுத்து மறைந்தவர்களின் கதையை அது கூறுகிறதா? அல்லது பருவத்தோடு தொடங்கி பருவத்தோடு முடிகிற ஆசையின் நிலையாமையை அது கூறுகிறதா? மகத்தானதிலும் மகத்தானதாக விழைந்த பேராசை பெரும் பெருக்காய்ப் பெருகியதும் 'தொபீர்' என்று கீழே பாறைகளில் வீழ்ந்து நொறுங்கி மூலைக்கு மூலை சிதறுகிறதே, அந்தக் கதையைத்தான் கூறுகிறதா?

அருவி சொன்ன கதைகளை எல்லாம் கேட்டவாறு நீலகண்டன் குளித்தான்; வெகுநேரம் உடம்பை அலசிக் கொண்டிருந்தான். சற்றுக் களைப்பாற அருவிக்கு இப்பால் வந்தவன் கண்கள் வழக்கம்போல், பெண்கள் குளிக்கும் திசையை நாடின. பெண்களின் கூட்டத்தில், ஸரஸாவும் இருப்பதைக் கண்டு அவன் தன் யோசனைகளை மறந்தான்.

அது பெண்களின் கூட்டம்தான். அந்தக் கூட்டத்துக்கு 'பெண் என்றால் எப்படி இருக்க வேண்டும்?' என்று போதிப்பதுபோல் தோற்றம் அளித்தது ஸரஸாவின் உருவம்; அதைப் பார்த்ததும் நீலகண்டனுக்கு அவளிடம் உண்டான கோபம் கரைந்தது. அவள் சுருட்டச் சுருட்டக் கூந்தலை அருவி பிரித்துப் பிய்த்துப் போட்டுக் கூத்தாடியது; அவள் இறுக்க இறுக்க ஆடையை நெகிழ்த்திவிட்டு நகைத்தது நீர்ப்பெருக்கு; அவளைப் புரட்டிப் புரளுவதற்காகத்தான் அருவி கீழே குதித்ததோ என்னவோ!

நீலகண்டன் கரையேறினான். இவ்வளவு நேரம் குளிர்ந்த புனலில் நீராடியும் தொண்டை வறண்டது. மஞ்சுளாவின் நினைவே வற்றிவிட்டது. அவன் கண்கள் மட்டும் ஸரஸாவுடன் குளித்துக் கொண்டிருந்தன.

ஒருவழியாகக் குளியலை முடித்துக்கொண்டு ஸரஸா கரையேறினாள்; நீலகண்டனைக் கண்டதும் நெருங்கி வந்தாள். அவள் அருகில் வந்ததுமே அவன் இறந்து பிறக்கத் தொடங்கினான். ''உங்களை ரூமுக்குப் போய்த் தேடினேன்'' -

''என்னைத் தேடினாயா? பொய் சொல்லாதே!''

''நீங்கள் இப்படிச் சொல்வீர்கள் என்று எனக்குத் தெரியும். ரூமில் சீட்டு எழுதிப் போட்டு விட்டு வந்திருக்கிறேன்.''

''இங்கே வந்தபிறகும் நான்தான் உன்னைத் தேடிக் கொண்டிருக் கிறேன்; நீ என் அறைக்கு வந்ததே இல்லை. இன்றுதான் என் அதிர்ஷ்டம் ஆரம்பம் ஆகிறது...''

இருவரும் அருவிக் கரையிலிருந்து விலகி நடந்து கொண்டிருந் தார்கள்; ''என்றைக்கும் நீங்கள் அதிர்ஷ்டசாலிதான்.''

நீலகண்டன் தாபத்துடன் அவளைப் பார்த்தான்.

''மஞ்சுளாவின் தகப்பனார் காலமானதே. நீங்கள் அதிர்ஷ்டசாலி என்பதைக் காட்ட வில்லையா?''

''அவர் இறந்தால் எனக்கு என்ன அதிர்ஷ்டம்?''

''என்னை ஒன்றும் தெரியாத குழந்தை என்று எண்ணி விட்டீர்கள். தகப்பனார் போய்விட்டதால் மஞ்சுளா உங்களுக்காகக் காத்திருப்பாள். கல்யாணம் செய்து கொள்ளும்படி யாரும் அவளை நிர்ப்பந்தம் செய்ய முடியாது.''

''அதனால் எனக்கு என்ன?''

சேலையிலிருந்து சொட்டிக் கொண்டிருந்த நீர்த்துளிகளை வழித்து எடுத்தாள் ஸரஸா; கூந்தலை இரண்டாகப் பிரித்துப் பிழிந்து உதறிப் பின்னால் போட்டுக் கொண்டாள்: ''உங்களுக்கு ஒன்றும் இல்லையா? என்னிடமே பொய் சொல்கிறீர்களே!''

''மஞ்சுளாவை நினைத்துக் கொண்டுதான் உன்னோடு வந்தேனா?''

''அப்படியானால், என் விஷயமாக உங்கள் உறுதி குறையவில்லை என்கிறீர்களா?''

''நம்பமுடியவில்லையா இன்னும்?''

''பயமாகவே இருக்கிறது.''

''இன்னும் நான் என்ன செய்யவேண்டும் என்கிறாய்? மனசில் இருப்பதை எல்லாம் கொட்டி விட்டேன்; உன்னை ஒழுங்கான முறையில் மனைவியாக ஏற்கத்தான் விரும்புகிறேன். ஊரில் இருக்கப் பிடிக்கவில்லை என்றால் மெட்ராசுக்குப் போவோம். என் தொழில் எங்கு வேண்டுமானாலும் நடக்கும். நீ பக்கத்தில் இருந்தாலே போதும். உற்சாகமாக வேலை செய்வேன்.''

''என்னிடம் இவ்வளவு நம்பிக்கை உங்களுக்கு எப்படி உண்டாயிற்று?''

''இதற்குக் காரணம் சொல்ல எனக்குத் தெரியாது. டயக்னோஸிஸ் செய்து சொல்ல இது வியாதியா என்ன?'' என்று சிரித்தான் நீலகண்டன்; அவள் இணக்கமாக வருவதைக் கண்டு

அவனுடைய உற்சாகமான சுபாவம் தலையெடுத்தது: ''ஆனால், மலேரியா ஜுரம் போல் நீ பிணங்குவதும் இணங்குவதுமாக இருப்பதை என்னால் புரிந்துகொள்ள முடியவில்லை.''

''நானும் ஏதாவது ஓர் விதத்தில் அதிர்ஷ்டசாலியாக இருக்கிறேன். அதிர்ஷ்டத்தை அனுபவிப்பதற்கும் துணிச்சல் வேண்டியிருக்கிறது. என் அதிர்ஷ்டத்தை அடைய நான் முதலில் விதவை ஆகவேண்டும்!''

''இன்று இல்லாவிட்டால், நாலு நாள் கழித்து நடக்கப் போகிற விஷயம். உனக்கு அவசரமாக இருந்தால்...''

''சொல்லுங்கள்!'' என்று தூண்டினாள் அவள்.

''இஞ்சினியரை வழியிலிருந்து அப்புறப்படுத்துவது மிக சுலபம்; அது அவருக்கே ஒருவிதத்தில் நல்லதுதான்'' என்றான் நீலகண்டன் படபடப்பாய்; சொன்னபிறகு அவனுக்கு வெட்கமா யிருந்தது; புனிதமாய்க் கருதிய தொழிலை அவனே இழிவு செய்யத் துணிந்துவிட்டானே?

ஸரஸாவின் முகம் வெறுப்பால் விகாரமாயிற்று:''கொலை செய்யவும் துணிந்துவிட்டீர்கள்!''

முன் வைத்த காலைப் பின் வைக்க அவனும் விரும்ப வில்லை; ''உன் திருப்திக்காகச் சொன்னேன். கிட்டு அதிக காலம் இருப்பது கஷ்டம். கொலை செய்யும் எண்ணம் எனக்கு இல்லை; நீ விரும்பினால் நான் எதுவும் செய்யத் தயார் என்பதைத்தான் சொன்னேன்.''

இருவரும் குற்றாலநாதர் கோயில் சந்நிதியை அடைந்து விட்டார்கள்; ஜன நடமாட்டம் நெருங்காத தொலைவில் ஸரஸா உட்கார்ந்தாள், உரிமையுடன் அவளுக்குப் பக்கத்தில் நீலகண்டன் அமர்ந்தான். ''மெட்ராசுக்கே போய்விடுவோமா?''

"இதை எல்லாம் நினைத்தாலே எனக்கு வெறுப்பாக இருக்கிறது."

"என்னை வெறுக்கிறாயா, ஸரோ?"

"பொய் சொல்ல விரும்பவில்லை. எனக்கு எல்லாமே வெறுப்பாக இருக்கிறது. என் மீதே எனக்கு வெறுப்பாயிருக்கிறது."

"வாழ்க்கையில் உள்ள சுவையை நீ இன்னும் அனுபவிக்க வில்லை. அனுபவித்தால் இந்த வெறுப்பு மறைந்து விடும். நான் ஒரு டாக்டர்; மனித உடம்பைத் துண்டு துண்டாக நறுக்கிப் பார்த்து விட்டேன்; உடம்பால் கிடைக்கிற சுகம் எங்கிருந்து கிடைக்கிறது என்பதை என்னால் கண்டுபிடிக்க முடியவில்லை. நான் சொல்வதைக் கேள்…"

"இந்த உடம்பை இன்னும் ஆபாசப்படுத்திக் கொள்ளச் சொல்வீர்கள்! அதுதானே?"

"ஆபாசம் என்று நினைத்தால் எல்லாமே ஆபாசம்தான். உன்னுடைய இந்த உடம்பையா ஆபாசம் என்று வெறுக்கிறாய்? உனக்குத் தெரியாமல் உனக்குள் 'செக்ஸ் அர்ஜ்' (பால் உணர்ச்சி) இருக்கிறது; உரிய காலத்தில் அது தணிக்கப்படாததால்தான் உனக்கு இந்த சோர்வு உண்டாகிறது. அதற்கு என் பிரஸ்கிரிப்ஷன்…"

"நீங்களே எனக்கு மருந்து என்பீர்கள்"

"நான் அதைப் பாக்கியமாக ஏற்பேன்."

ஸரஸா பேசவில்லை.

நீர் சுமந்து ஓடும் மேகங்கள் துளித் துளிகளாய்ச் சிந்தின. காற்று மெல்லென வீசியது. உடலைச் சுத்தப்படுத்திக் கொள்ளும் இன்பத்தைத் தேடிக் குற்றாலம் வந்த மனிதக் கும்பல் ஈரத்தில் குளிர்ந்து கொண்டிருந்தது. ஆனால் எந்தத் தண்மையாலும் ஸரஸா

குளிர்ந்து விடவில்லை. நீலகண்டன் அவளுடைய வெறுப்புக்குத் தந்த விளக்கம் அவள் வெறுப்பைத் தூண்டியது; அங்கேயே அவனை எரித்துவிடவேண்டும்போல் ஆத்திரம் உண்டாயிற்று. ஸரஸாவுக்குள் இப்போது மகாராணி இல்லை; ஸரஸாவே மகாராணியாக இருந்தாள், தன் பயங்கரமான உருவம் அவளுக்கே அச்சம் அளித்தது.

"யோசித்து யோசித்துக் குழப்பிக் கொள்ளாதே. உன்னுடைய தயக்கம் எனக்கும் புரிகிறது. காலப்போக்கில் எல்லாம் சரியாகிவிடும்."

"காலப்போக்கில் எல்லாம் சரியாகிவிடும்" என்று அவன் சொன்னதையே திருப்பிச் சொன்னாள் அவள்: "அப்பாவுக்கும் அம்மாவுக்கும் ஆறிப்போகும். மஞ்சுளா வேறொருவனை மணந்து கொண்டு சுகமாயிருப்பாள்; மாதவனுக்குப் பெண்ணா கிடைக்க மாட்டாள்? இஞ்சினியரும் இருந்த இடம் தெரியாமல் மறைந்து போவார்."

"அவர் உன்னை மணந்திருக்கவே கூடாது; உன்னிடம் உண்மையைச் சொல்லிவிட்டு ஒதுங்கியதற்காக அவரைப் பாராட்ட வேண்டும்" என்று திருப்தியுடன் கூறினான் நீலகண்டன். "டிரஸ் மாற்றிக்கொண்டு ஐந்தருவிக்குப் போவோமா?"

"இப்போதா?"

"குற்றாலம் வந்து நாம் சரியாய்க் குளிக்கவும் இல்லை; போவோமே?"

"இப்போதுதானே குளித்தேன்? மறுபடியும் குளித்தால் எனக்கு ஒத்துக்கொள்ளாது. சாயங்காலம் ஆறு மணிக்கு நான் உங்கள் ஹோட்டல் அறைக்கே வந்துவிடுகிறேன்."

"நிசமாகவா?" என்றான் நீலகண்டன் திடுக்கிட்டு.

மகாராணி குறுநகை புரிந்தாள்; ''நீங்கள் சொன்னது உண்மை. நான் ஒரு முடிவுக்கு வந்துதானே ஆகவேண்டும்? உங்களுடன் குற்றாலம் வந்தபோதே என் விதி தீர்மானம் ஆகிவிட்டது. இனிமேல் தயங்கிக்கொண்டிருப்பதற்கு அர்த்தமில்லை. உங்கள் மனசையும் ரொம்ப நோகவைத்து விட்டேன்...''

''சாயங்காலம் ஆறு மணி என்று என்ன கணக்கு? நான் போய் உன் பெட்டியைக் கொண்டுவருகிறேனே?''

''வேண்டாம், இன்னும் கொஞ்சம் திடப்படுத்திக் கொள்கிறேன். ஆறு மணிக்கு வருகிறீர்களா?''

''ஆறு அடிக்கும்போது அங்கே இருப்பேன்.''

மகாராணி எழுந்தாள்; நீலகண்டனை மிகுந்த பாசத்துடன் பார்த்தாள்; சிரிப்பால் அவள் உடலே பொங்குவதாக அவனுக்குத் தோன்றியது. அவனை விட்டுச் செல்ல மனம் இல்லாதவள்போல் மகாராணி மெல்ல அடி வைத்து நடந்தாள்.

நீலகண்டன் தன் அறைக்குத் திரும்பினான். அவனுக்கு ஒரே பரபரப்பாயிருந்தது. உடல் நிலைகொள்ளாமல் தவித்தது. எத்தனை நாள் ஏக்கம் இன்று பூர்த்தி ஆகப்போகிறது!

'அவள் வேறு என்ன செய்யமுடியும்? இந்த முடிவு செய்ததற்காக அவள் ஒரு காலத்திலும் வருந்தாதபடி நடந்து கொள்வேன்.' என்று பலமுறை கூறிக்கொண்டான். அந்தத் தனிமையிலும் ஸரஸா தனக்குச் செய்த கொடுமை பற்றிக் குறை காண இப்போது அவனால் முடியவில்லை. தனக்குள் இருந்து கொண்டு அவள் தன்னைக் கண்காணிப்பதாய் அவன் பிரமை வசப்பட்டான். இந்தப் பிரமையும் அவனுக்கு ஆனந்தமாக இருந்தது. இப்போதே எல்லாவற்றையும் ஸரஸாவிடம் ஒப்படைத்து விட்டு நிம்மதியாகத் தொழிலில் ஈடுபட்டு விட்டது போன்ற திருப்தி உண்டாயிற்று.

மத்தியானம் அவனுக்குச் சாப்பிடவே பிடிக்கவில்லை; ஏதோ கொறித்துவிட்டு எழுந்து விட்டான். இரவு ஸரஸாவுடன் சாப்பிடுவதற்காக வயிற்றைத் தயாராக வைத்துக்கொள்ள வேண்டும் என்று ஹாஸ்யமாக எண்ணிச் சிரித்துக் கொண்டான். மாலை வெகு தொலைவுக்கு எட்டிச் சென்றுவிட்டதாய்த் தோன்றியது. நேரம் நத்தையைப்போல் முதுகில் சுமையுடன் ஊர்ந்தது. படுத்தான்; அதிகப்படி தூங்கிவிடப் போகிறோம் என்று அஞ்சிப் பத்திரிகைகளைப் புரட்டிக் கொண்டிருந்தான்; எதிலும் கவனம் நிலைக்கவில்லை. கால வெளியில் திசை கெட்டுத் திரிவதுபோல் இருந்தது; காலம் என்பதே இன்று இரவுதான்!

''சார்! தந்தி!'' என்ற குரல் அவன் கவனத்தைக் கலைத்தது. வாயில் சுரந்த உமிழ்நீரை விழுங்கிவிட்டு, கண்களைத் துடைத்தவாறு தந்தியை வாங்கிக் கொண்டான்.

'இஞ்சினியர் பிற்பகல் பதினொன்றரை மணிக்குக் காலமானார். உடனே புறப்படவும் - என்று கம்பவுண்டர் கொடுத்த தந்தி அது; அதைப் பார்த்ததும் ஒருகணம் அது நல்ல செய்தியா கெட்ட செய்தியா என்று அவனால் தீர்மானிக்க முடியவில்லை. நல்லதுக்குத்தான் என்று புரிந்ததும். தந்தி சேவகனுக்குத் தாராளமாக வெகுமதி அளித்து அனுப்பிவிட்டு யோசனையில் ஆழ்ந்தான்.

தந்தி ஸரஸாவை விதவை ஆக்கிவிட்டது. நீலகண்ட னுடைய வழியை அடைத்திருந்த பெரும் தடையும் தானாக விலகிவிட்டது. காலையில்தானே அவன் ஸரஸாவிடம் இதைப்பற்றிப் பேசினான்? அவளுக்காக இஞ்சினியரை 'விலக்குவதாய்'க்கூடச் சொன்னான்; எத்தகைய நெருக்கடிக்கும் இடம் தராமல் கிட்டு ஒதுங்கிவிட்டான். இங்கு ஸரஸாவின் மனம் மாறுவதற்கும், தந்தி வருவதற்கும் எவ்வளவு பொருத்தம்! கணவன் இறந்த கையோடு அவள் மறுமணம் புரிந்து கொள்ளக்கூடாது; சிறிதுகாலம் பொறுத்துத்தான் மணக்க வேண்டும். இதற்கு விதவா விவாகம் என்று பெயர். இதுதானே அவளுக்கு உண்மையான முதல் மணம்.

எதற்காக மகிழ்வது என்று குழம்பிய நீலகண்டனுக்கு இந்தச் செய்தியை ஸரஸாவிடம் எப்படி வெளியிடுவது என்று யோசனை எழுந்தது. அவளிடம் சொல்ல வேண்டுமா? சொல்லி, இன்று இரவை வீணாக்க வேண்டுமா? மணி இன்னும் நாலுகூட ஆகவில்லை. இன்று இரவை ஸரஸாவுடன் கழித்தால்தான் - அவளை வசப்படுத்திக்கொள்ள முடியும். அவளிடம் தந்திச் செய்தியைக் கூறினால் உடனே ஊருக்குக் கிளம்புவாள்; பிறகு அவளைக் கட்டுப்படுத்த முடியுமோ என்னவோ?

மறுநாள் கடிதம் வருவது நிச்சயம்; அதைக் காட்டி அவளை அழைத்துச் செல்லலாம்; 'ஒரு நாள் காக்கிற பிணம் இரண்டு நாள் காத்திருக்கட்டுமே!' என்று எண்ணியதும் அவனுக்குச் சிரிப்பு வந்தது.

மனசுக்குள் பாடிய வண்ணம் ஆறு மணிக்கு முன்னரே ராதா விலாசத்தை அடைந்தான். ஸரஸாவின் அறையை நெருங்கியதும் அவனுக்குத் தூக்கிவாரிப் போட்டது; அறைக்கதவு வெளிப்பக்கம் பூட்டியிருந்தது! ஒருகால் அவள் தன்னைத் தேடி ஹோட்டலுக்குப் போயிருக்கலாம் என்று தோன்றியது. ஆழ வெட்டுண்ட காயத்துடன் துடிப்பவன்போல் ராதா விலாசம் மானேஜரை விசாரித்தான்.

"ஸரஸாதானே? காலையில் குளித்துவிட்டு வந்ததும் கிளம்பி விட்டாளே..."

"எங்கே கிளம்பினாள்? ஐந்தருவிக்கா, தேனருவிக்கா? தனியாகவா போனாள்?"

"ஊருக்குப் புறப்பட்டாள், சார்! பெட்டியை எடுத்துக்கொண்டு, சாவி கொடுத்துவிட்டுக் கிளம்பினாள்."

"ஊருக்குப் போவதாகவா சொன்னாள்?"

"அப்படித்தான் சொன்னாள். நீங்கள் கேட்பதைப்பார்த்தால் சந்தேகமாக இருக்கிறதே; என்ன விஷயம், சார்?"

"குளித்துவிட்டு வந்ததுமா புறப்பட்டாள்?"

"வந்ததும் உடை மாற்றிக் கொண்டாள்; காபி சாப்பிட்டு விட்டு, 'பாக்' செய்துகொண்டு போய்விட்டாள். நீங்கள் விஷயம் சொல்லமாட்டேன் என்கிறீர்களே..."

மானேஜருக்குப் பதில் சொல்லிக்கொண்டு நீலகண்டன் நிற்கவில்லை; வெளியில் விரைந்தான்; ஹோட்டல் எந்தத் திசை என்பதே அவனுக்கு மறந்துவிட்டது; கண்களுக்கு முன்னால் ஓர் ஒளிப்புள்ளி தோன்றியது. அடுக்கடுக்காய் ஒளிப்புள்ளிகள் தோன்றி விரிந்து உடையலாயின...

இரண்டாம் பாகம்

1

வசிஷ்டர் பட்டாபிஷேகத்துக்காக நாள் குறித்தார்; ராமர் வனவாசம் போனார்; தசரதர் காலமானார்; அவர் மனைவியர் மாங்கல்யம் இழந்தனர்; நாடு அரசனை இழந்தது; ஆனால் இவ்வளவு கொடுமைகளும், ராவணன் முதலிய அரக்கர்கள் ஒழிந்து தேவர்களும் மனிதர்களும் உய்வதற்கான ஒரு மகத்தான நன்மையில் முடிந்தன; இது இதிகாசம். ஆனால் வாழ்க்கையில் தினசரி நிகழும் 'ராமாயணங்'களால் என்ன நன்மை விளைகிறது?

சோதிடர் குறித்துக் கொடுத்தபடி இன்று மஞ்சுளாவுக்குத் திருமணம் நடக்க வேண்டும். மாப்பிள்ளை ஒதுங்கிவிட்டான்; தகப்பனார் மாண்டார்; தாயார் விதவைக்கோலம் பூண்டாள்; தமையன் போன இடம் தெரியவில்லை, ஒரு பெண் ஆனந்தப்படு வதற்கு இவை போதாவா? மஞ்சுளாவுக்கும் தனியாக உட்கார்ந்து ஏராளமாய் அழவேண்டும் போலத்தானிருந்தது; ஆனால் அதற்குக் கூட அவளுக்கு வாய்ப்புக் கிடைக்கவில்லை. வீட்டில் உறவினர்கள், நண்பர்கள், வேலைக்காரர்கள் என்று ஒரு கும்பல் எந்நேரமும் இருந்தது. யார் இறந்தாலும் உயிரோடிருப்பவர்கள் முறைப்படி உண்டு, உடுத்து, உபசரித்து வாழ்ந்தாக வேண்டியிருக்கிறதே! நிர்வாகப் பொறுப்பு முழுவதும் மஞ்சுளாமீது விழுந்துவிட்டது. கணவர் இறந்து மகனும் எங்கோ சென்றுவிடவே லட்சுமி மனம் ஒடிந்து நோயுற்றுப் படுக்கையில் சாய்ந்து விட்டாள்; அவளுக்கு

மஞ்சுளாதான் ஆறுதல் கூற வேண்டியிருந்தது. வருகிறவர்களைக் கவனிப்பதும், தமையனைத் தேடும் முயற்சியை ஊக்குவதும் சொத்து சம்பந்தமாய் உடனடியாகக் கவனிக்க வேண்டிய விஷயங்களும் - இவ்வளவு பொறுப்புகளுக்கும் அடியில் அவளுடைய அழுகை அடங்கிவிட்டது. 'சமாளித்து விட்டேன்' என்பதுபோல் அவள் முகத்தில் ஒரு புன்னகைக் கீற்று மின்னியது. ஆனால் பகல் நிலாப்போல் அவள் ஒளியற்றுத்தான் காட்சி அளித்தாள்.

கடவுளை முருகனாக வழிபடுகிறவள் அவள்; இதுவரை மூன்றாவது நபராகத்தான் அவனைத் தொழுது வந்தாள்.

ஒன்றைத் தொடர்ந்து ஒன்றாகத் துன்பங்கள் தொடரவே அவள் முருகனை அருகில் இழுத்து எதிரில் நிறுத்திக்கொண் டாள். அடிக்கடி அவனை மனத்துக்குள், 'முருகா!' என்று விளிப்பாள்; உனக்குச் சாமர்த்தியம் போதவில்லை; இதற்குள் நிறுத்திக் கொண்டாயே. எனக்குத் தரவேண்டிய பாக்கி சுகங்களை எல்லாம் தந்துவிடு. நான் காத்திருக்கிறேன்' என்று சண்டை போட்டுக் கொண்டிருந்தாள். இவ்வாறு முருகனுடன் சண்டையிடுவதால்தான் தனக்கு இவ்வளவு பலம் உண்டாகிறது என்று அவள் நம்பினாள்.

இன்று முகூர்த்த தினம் என்று படுக்கையில் இருந்த லட்சுமிக்கும் தெரிந்துவிட்டது. எவ்வளவு கோலாகலமாக இருக்க வேண்டிய வீடு! வீட்டின் நீள அகலம் குறைந்துவிடவில்லை; ஜன நடமாட்டம் அதிகமாக இருந்தது; ஆனால் மங்கலத் தெளிவு மறைந்துவிட்டது. சந்தடி இருந்தது; ஆனால் எல்லாச் சத்தங்களும் இருளில் தோன்றி இருளில் மறைவதைப்போல் நாதமற்று ஒலித்தன. படுக்கையில் கிடக்கிறாள் என்பதற்காக இந்தச் சோகம் லட்சுமியிடம் இரக்கம் காட்டுகிறதா?

''மஞ்சுக் கண்ணு, தபால் வந்ததா? மாதவனைப் பற்றி ஏதாவது தகவல் கிடைத்ததா?'' என்று ஆரம்பித்தாள் அவள்.

"அண்ணா சின்னப் பிள்ளையா அம்மா? தானாக வருவான். தெரிந்தவர்களுக்கு எல்லாம் லெட்டர் எழுதியிருக்கிறேன்; ஆட்களும் போயிருக்கிறார்கள்.''

"வந்துவிடுவான் என்கிறாயா? என்னவோ அம்மா எனக்குத் தோன்றவில்லை. மனசறிந்து ஒருத்தருக்கு ஒரு தீங்கு நான் நினைக்கவில்லை. எனக்கு ஏன் இப்படிக் கஷ்டம் வருகிறது? நடுச் சமுத்திரத்தில் நிர்க்கதியாக விட்டுவிட்டு அப்பா போய்விட்டார். இந்தப் பிள்ளைக்கு என்னைப் பற்றி சிந்தனையே இல்லை; அவன் சாமியாராகியிருப்பானோ?''

"அண்ணாவுக்குத் தெய்வ நம்பிக்கையே இல்லை; எப்படி சாமியாராவான்? ஊர் சுற்றிவிட்டு வந்து சேருவான்.''

"அவனுக்குப் புத்தி சரியாயிருந்தால் லட்சரூபாயைத் தூக்கிப் பசுபதிக்கு இனாமாய்த் தருவானா? அப்பா எவ்வளவோ கஷ்டப் பட்டு சேர்த்த பணம்; அதைப் பிள்ளை வாரி இறைக்கிறான் என்று கேட்டதும் அவரால் தாங்க முடியவில்லை. பிள்ளையால் எங்களுக்கு என்ன சுகம்? பெண்ணால்தான் என்ன சுகம்? பெற்றவருக்குப் பத்துநாள் கிரியை செய்யவேண்டும் என்றுகூட இந்தப் பிள்ளைக்குத் தோன்றவில்லை. இந்த வழிக்கா நாங்கள் வந்தோம்?''

"இப்படியே புலம்பிக்கொண்டிருந்தால் என்ன ஆகப் போகிறது?...''

"என் பிள்ளை என்றைக்காவது பெரியவர்கள் வார்த்தையைத் தட்டி இருக்கிறானா? அவன் புத்தியைப் பக்கத்து வீட்டுச் சிறுக்கிதான் கெடுத்து விட்டாள். நம்மைக் கெடுத்துவிட்டு அவள் என்ன வாழ்ந்து விட்டாள்? அவள் குடும்பமும் சந்திக் கரையில் நிற்கிறது...''

தாயாரின் பிலாக்கணத்தை வெட்டிப் பேசினாள் மஞ்சுளா "நீ இப்படிப் பேசக்கூடாது, அம்மா. அப்பாவுக்குக் காலம் முடிந்தது;

போய்விட்டார். அண்ணா மனசு குழம்பி எங்கோ போய்விட்டான். இதற்காக யாரைக் குறை சொல்ல முடியும்? வாத்தியார் வேலையை விட்டு வீட்டோடு உட்கார்ந்து விட்டார்; அந்த அம்மா ஓயாது அழுது கொண்டிருக்கிறாள். நமக்கு நம் கஷ்டம் பெரிதாக இருக்கிறது. அவர்களும் கொஞ்சமாகவா அவஸ்தைப்படுகிறார்கள்? அவர்களை நீ வேறு சபிக்க வேண்டுமா?"

"அப்படியானால், மாதவன் வந்துவிடுவான் என்கிறாயா?"

"கட்டாயம் வருவான்."

"கல்யாணம் செய்துகொண்டு சுகமாக இருக்கவேண்டிய நேரத்தில் உனக்குத்தான் எத்தனை கவலை! இந்நேரம் உன் கழுத்தில் தாலி ஏறியிருக்கும். சந்தோஷமாக இருக்கலாம் என்று நினைத்தேனே. மஞ்சு, இப்படி ஏனம்மா நடந்தது? இந்தப் பாவி வயிற்றில் இந்த வழிக்கா பிறந்தாய்?" என்று புதிய கோணத்தில் புலம்பலைத் தொடங்கினாள் லட்சுமி.

"நீ அழுது கொண்டிருந்தால் என் கவலை எல்லாம் தீர்ந்து போய்விடும்; அப்படித்தானே? வாயை மூடிக்கொண்டு பேசாமல் இருக்கிறாயா இல்லையா?" என்று அதட்டினாள் மஞ்சுளா.

"சரி அம்மா, நான் அழுதால் உனக்குக் கஷ்டமாக இருக்கும், வாயை மூடிவிட்டேன்" என்று ஒருக்களித்துப் படுத்தாள் லட்சுமி.

மஞ்சுளா தாயாரின் அறையிலிருந்து வெளியே வந்தாள். ஈரமற்ற நெருப்பு புகைவதில்லை; ஒரு பெருமூச்சுகூட மஞ்சுளாவிடமிருந்து பிரியவில்லை. எதற்கென்று அழுவது? அழுகை சிக்கலைத் தீர்க்குமா?

யாரைக் குறை கூறுவது? ஸரஸாவையா, டாக்டரையா? இருவரையும் குற்றவாளிகளாக்க அவள் மனம் இசையவில்லை. ஸரஸாவோ, டாக்டரோ இவ்வளவு கொடுமை செய்யத் துணிய மாட்டார்கள். துன்பத்தில் தோய்ந்த ஸரஸா ஏதோ பலவீனத்தால்

ஒரு சிறுதவறு செய்திருக்கலாம். டாக்டருக்கு இயற்கையான பலவீனத்தால் அவர் தவறு செய்திருக்கலாம். அவர்களுடைய சிறிய தவறுகளின் கொடிய விளைவுகளுக்கு அவர்களை எப்படிப் பொறுப்பாக்க முடியும்? ஜகந்நாதன் உயிர் துறப்பார் என்று அவர்கள் எண்ணியிருப்பார்களா? மாதவன் வனவாசம் போவான் என்று எதிர்பார்த்திருப்பார்களா? கிட்டு இந்த நெருக்கடிகளுக்கு இடையில் காலமாவான் என்றும் அவர்கள் நினைத்திருக்க முடியாது. வாத்தியாரின் குடும்பமே அவமானத்தால் கூனிக் குறுகி வீட்டுக்குள் அடைத்துக் கொண்டு இருக்கும் என்பதையும் அவர்கள் கற்பனை செய்திருக்க முடியாது. டாக்டரின் தாயார் கண்களே ரணமாகும்படி கண்ணீர் சிந்துவாள் என்று அவர்கள் நினைத்திருப்பார்களா?

சிறு பொறி பெரு நெருப்பை மூட்டுகிறது; இந்தப் பயங்கர விளைவுகளுக்கு டாக்டரும் ஸரஸாவும் செய்த தவறுதான் காரணம் என்று கூறலாம். ஆனால், தவறுகள் எப்படி நேருகின்றன? நம் அஜாக்கிரதையினால்தானே? இந்த அஜாக்கிரதை என்பது என்ன? நாம் செய்த வினைதான் நம் தலையில் விடிகிறது என்பதுதானே? உலகத்தில் உள்ள துயரங்களுக்கு வேறு பொருத்தமான சமாதானம் ஏதாவது உண்டா?

'முருகா, நெருப்புத் தணிந்துவிடாமல் கவனித்துக் கொள். உன் மனம் குளிரும்வரை பொசுக்கிக் கொண்டே இரு!' என்று முருகனை அறைகூவியவள் தனக்குள் மெல்லென நகைத்துக் கொண்டாள்.

அவள் ஹாலுக்குள் வந்தபோது. சிவராமன் மிரட்சியுடன் விழித்துக்கொண்டே வருவதைக் கண்டாள்; அவன் பழைய சிவராமனின் நிழலாகத் தோற்றம் அளித்தான்; கண்களில் பழைய குறும்பு இல்லை; அங்கு ஒரு வேதனை நிறைந்திருந்தது. தன் முகத்தைப் பிரகாசமாய்த் தூண்டிவிட்டுக்கொண்டு மஞ்சுளா அவனை அழைத்தாள்: ''சிவராமா, இங்கே வாடா; டிபன் சாப்பிட்டாயா?''

''எல்லாம் ஆச்சு அக்கா...'' என்றவாறு அவளுக்கு அருகில் வந்தான் சிவராமன்.

''அம்மா, அப்பா என்ன செய்கிறார்கள்?''

''என்ன செய்வார்கள்? எல்லாரும் ஊமைகள்போல ஜாடை காட்டுகிறார்கள். நான் வாய் திறந்தால், 'ஏண்டா கத்துகிறாய்?' என்று விரட்டுகிறார்கள்...''

''பட்டு உடம்புக்கு ஒன்றுமில்லையே?''

''ஒன்றுமில்லை. தெருப்பக்கமே போகக்கூடாது என்கிறான். அவனுக்குத் தெரியாமல்தான் இங்கே வந்தேன். பெரிய மனிதன் மாதிரி எப்போது பார்த்தாலும் கண்ணை மூடிக்கொண்டு படுத்திருக் கிறான். எனக்கு ஒன்றுமே பிடிக்கவில்லை. 'ஸரஸா அக்கா ஏன் இப்படி எல்லாம் பண்ணினாள்?' என்று மையப்புள்ளிக்கே நகர்ந்தான் சிறுவன்.

''ஸரஸா அக்கா ஒரு தப்பும் செய்யவில்லை; உனக்கு எதுக்குடா இந்த வம்பு எல்லாம்?''

''நான் சின்னப் ்பையன்; எனக்கு ஒன்றும் தெரியாது என்றுதானே சொல்லுகிறீர்கள்? பட்டு கிணற்றிலே குதித்தான்; இன்னும்கூடப் பயமுறுத்துகிறான். எனக்கு மட்டும் வெட்கம் இல்லையா அக்கா?''

''பார்த்தாயா, பார்த்தாயா, நீ புத்திசாலி என்று நினைத்தேன்; இதைப்பற்றி எல்லாம் உனக்கு என்னடா?''

''அத்தான் செத்ததுக்குக்கூட ஸரஸா அக்கா வரவில்லை. டாக்டரும் வரவில்லை. நெய்வேலிக்காரர்கள் அம்மாவையும் அப்பாவையும் என்ன என்ன சொல்லித் திட்டினார்கள் தெரியுமா? கெட்ட வார்த்தை பேசித் திட்டினார்கள். அம்மா அப்பாவைத் திட்டினால் எனக்கு அவமானம் இல்லையா அக்கா?''

மஞ்சுளா ஒரு கணம் திகைத்து விட்டாள். சிவராமனை அணைத்துக் கொண்டு, ஒரு பெஞ்ச் மீது உட்கார்ந்தாள்.

"மாது அண்ணா எங்கோ போய்விட்டான்; அப்பா செத்து விட்டார். நான் அழுகிறேனா, பார் "

"மாது அண்ணா பெரியக்காவைப் பார்த்திருப்பாரா அக்கா?"

"அண்ணா வடக்கே போயிருக்கிறான்; ஸரஸா தெற்கே போனாள்; இரண்டுபேரும் பார்த்திருக்க முடியாது. இதெல்லாம் எங்கள் கவலை. நீ ஏண்டா மண்டையை உடைத்துக் கொள்கிறாய்? நீ ஜாலியாகப் படிக்கவேணும், விளையாட வேணும். பங்கசத்தையும் ஹேமாவையும் அழைத்துக் கொண்டு வா . மூன்று பேரும் சுவாமிமலை, திருவலஞ்சுழிக்கு எல்லாம் காரில் போய்த் தரிசனம் செய்து கொண்டு வரலாம். அந்தக் காரை உங்களுக்கே தரப்போகிறேன். வேண்டுமாடா?"

"எங்களுக்குக் காரா? காரை எங்கே நிறுத்துகிறது? அதுக்குத் தீனிபோட எங்களிடம் காசு ஏது?"

"நான் தருகிறேன். உங்கள் வீட்டை இடித்து இந்த வீடுபோலப் பெரிதாய்க் கட்டப்போகிறேன். வீட்டுக்குள்ளேயே காரையும் வைத்துக் கொள்ளலாம்."

சிவராமனுக்குச் சிறிது களை கட்டியது: "நிசமாகவா அக்கா?"

"நிசம்தான். இந்த அழுகை ஓயட்டும். வீடு கட்ட ஆரம்பிக்கலாம். உனக்குத் தனியாக ஒரு ரூம்; அதிலே சின்ன பீரோ; புத்தகம் வைத்துக்கொள்ள. மாது ரூம் பார்த்திருக்கிறாயே, அதேமாதிரி இருக்கும்."

"சொப்பனம் மாதிரி இருக்கிறதே அக்கா. எனக்குத் தனியாக ரூம் கொடுத்தால் ஹேமா சும்மா இருப்பாளா?"

"உனக்கு மாத்திரம் தனி ரூமா? ஏண்டா இப்படி சுயநலம்? உன்னைப் போல்தான் எல்லாருக்கும் கிடைக்கும்."

"பரிகாசம் செய்கிறீர்களா அக்கா?"

"உன்னைப் பரிகாசம் செய்வேனா? இன்றிலிருந்து கார் உங்களிடமே இருக்கட்டும். உன் இஷ்டம், எங்கு வேண்டு மானாலும் சுற்று. சரிதானே? போய் ஹேமாவையும் பங்கசத்தையும் அழைத்து வா."

சிவராமன் சிறிது உற்சாகமற்றவனாய் வீட்டுக்குத் திரும்பினான்; ஆனால் அவனுக்கு வழக்கமான துள்ளு நடையைக் காணோம்.

மஞ்சுளாவின் குடும்பத்தைத் துயரம் சூழ்ந்தது. வாத்தியார் வீட்டை அவமானம் கவ்விக்கொண்டது. கொடியது எது? துயரமா, அவமானமா? அவமானம்தான் என்று மஞ்சுளாவுக்குத் தோன்றியது.

கிட்டு இறந்த செய்தியைக் கேட்டதும் அங்கு சென்று, வாத்தியார் குடும்பத்துக்குத் துணையாக இருக்கவேண்டும் என்று அவள் விரும்பினாள். ஆனால் ஒரு சாவு வீட்டைச் சேர்ந்தவர்கள் மற்றொரு சாவு வீட்டுக்குப் போகக்கூடாது என்று அவளைத் தடுத்து விட்டார்கள். ஆனால், அங்கு நடக்கும் தகவல்கள் உடனுக்குடன் அவளுக்குக் கிடைத்து வந்தன.

டாக்டருக்குத் தந்தியும், தபாலும் அனுப்பிவிட்டு அவர்கள் வருகையை எதிர்பார்த்துக் காத்திருந்தார்கள். இரண்டு நாளாகியும் அவர்கள் வரவில்லை; பதிலும் இல்லை, கிட்டுவின் பெற்றோர்கள் வந்து சேர்ந்தார்கள்; நடந்ததை எல்லாம் கேள்விப்பட்டதும் அவர்கள் பெரிய ரகளை செய்துவிட்டார்கள். வாத்தியார் குடும்பத்தினர் வாயில்லாத ஜீவன்களாக இருந்ததால் நெய்வேலிக்காரர்கள் தாங்களாகவே கத்தி ஓய்ந்தார்கள். மகனுக்குக் கொள்ளிவைக்கக்கூட கிட்டுவின் தந்தை சம்மதிக்கவில்லை. கிட்டுவின் சடலம் நாறத்

எம்.வி. வெங்கட்ராம்   647

தொடங்கியதும், அக்கம்பக்கத்தில் இருப்பவர்கள் ஆட்சேபிக்கத் தொடங்கினார்கள். இறந்த இரண்டாவது நாள் கிட்டுவுக்குத் 'தர்மக்கொள்ளி' இடப்பட்டது.

கணவன் இறப்புக்கும் வராமல் மனைவி ஆசைநாயகனுடன் ஜாலியாகச் சுற்றுகிறாள் என்ற செய்தி ஊர் முழுவதும் பரவிவிட்டது; கிட்டுவின் மரணம் மிகவும் பிரபலமாகியது.

மஞ்சுளாவின் கல்யாணம் தடைபட்டபோது அவளையும், அவள் குடும்பத்தையும் பற்றி இழிவாக யாரும் பேசவில்லை; ஜகந்நாதன் மடிந்து மாதவன் மறைந்ததும் அக்குடும்பத்தின்பால் எல்லாருக்கும் அனுதாபமே உண்டாயிற்று. லட்சுமியும், மஞ்சுளாவும் சிந்தும் கண்ணீரைத் துடைக்க ஆயிரம் கைகள் காத்திருந்தன; அக்குடும்பத்தின் பொருளாதார அந்தஸ்து இதற்குக் காரணம். ஆனால், வாத்தியார் ஏழைப்பட்டவர்; அவருடைய மகள் தவறு செய்தவள் என்பதால் ஊர்வாய் அந்தக் குடும்பத்தைக் கடித்துக் குதறிவிட்டது. இந்த அவமானம் மிகவும் பயங்கரமாய் அக்குடும்பத்தை உலுக்கிவிட்டது. அவர்களை அக்கொடுமையிலிருந்து மஞ்சுளா மீட்க விரும்பினாள்; மாதவன் கடைசியாக எழுதிய கடிதத்திலும் அவர்களுக்கு உதவும்படி எழுதியிருந்தான். பொருள்பலத்தால் அவர்கள் துன்பத்தை ஓரளவு குறைக்கலாம் என்றும் அவள் நம்பினாள்.

அவளுக்கு நீலகண்டனின் தாய் சீதாவைப் பற்றி ஞாபகம் வந்தது. ஒரே மகன், அவனால் சீரும் சிறப்புப் பெறப் போகிறோம் என்று அவள் நம்பியிருந்தாள்; அந்தத் தாயின் துன்பத்தைப் பணத்தால் குறைக்க முடியுமா?

கிட்டு செத்து மறுநாள் கம்பவுண்டருக்கு டாக்டரிடமிருந்து தந்தி வந்தது: 'ஸரஸா அங்கு வந்து சேர்ந்தாளா?' என்று கேட்டு. கம்பவுண்டர், 'இல்லை' என்று பதில் கொடுத்தார். கிட்டுவின் தகனக்கிரியைகள் யாவும் முடிந்தபிறகு, டாக்டர் அன்று இரவு தனியாகத் திரும்பி வந்து சேர்ந்தார். குற்றாலத்தில் அவர் தளபதி

ஹோட்டலிலும் ஸரஸா ராதா விலாசத்திலும் தனித்தனியே தங்கினார்கள் என்றும், தந்தி பற்றி அவளிடம் சொல்ல அவர் போனபோது காலையிலேயே அவள் ஊருக்குக் கிளம்பி விட்டதாய்த் தெரிந்தது என்றும் கூறினார். அவள் எங்கு போனாள் எனத் தனக்குத் தெரியாது என்றும் தென்காசி முதலிய பக்கத்து ஊர்களில் எல்லாம் தேடிவிட்டுத் திரும்புவதாகவும் அவர் சொன்னார்; யாரும் அவரை நம்பவில்லை. ஸரஸாவை அவர் எங்காவது மறைத்து வைத்திருக்கவேண்டும், அல்லது ஒருகால் அவர் அவளைக் கொலை செய்திருக்கலாம் என்று கூட வதந்திகள் பரவின. டாக்டரைப் பார்த்தாலே கொலைகாரர்போல் தோற்றம் அளிக்கிறார் என்று பேசிக்கொண்டார்கள்.

இந்த நிலையில், போலீசாரும் குறுக்கிட்டார்கள். வாத்தியாரை அணுகி, நீலகண்டன்மீது புகார் கொடுக்கும்படி வற்புறுத்தினார்கள். அவர் உறுதியாக மறுத்துவிட்டார்; ஆனால் போலீசார் விடுவதாக இல்லை; டாக்டருடன் போன ஸரஸா என்ன ஆனாள் என்று தெரியாததே அவர்கள் வழக்குத் தொடருவதற்குத் தூண்டுகோலாக இருந்தது. பூர்வாங்க விசாரணைகளை எல்லாம் முடித்து விட்டார்கள். மிக விரைவில் அவர்கள் நீலகண்டனை அரெஸ்ட் செய்து வழக்குத் தொடங்கலாம் என்று எல்லாரும் எதிர்பார்த்தார்கள்.

டாக்டர் கொலை புரியக்கூடும் என்று மஞ்சுளாவினால் நம்பவும் முடியவில்லை. ஆனால், ஸரஸா எங்கே? டாக்டருடன் தங்காமல் அவள் தனியாகத் தங்கியது ஏன்? அவள் எங்கு போனாள் என்று டாக்டருக்குத் தெரியாது என்கிறார்; போலீசார் எவ்வளவோ நிர்ப்பந்தம் செய்தும் அவர் அதையே கூறுகிறார்; அது உண்மையாக இருக்குமா?

'முருகா, நீ கொடியவன் என்று எனக்குத் தெரியும். ஆனால் உனக்குக் கொஞ்சமாவது இரக்கம் இருக்கும் என்று இன்னமும் நம்புகிறேன். இப்போதும் நீ மனம் வைத்தால் எங்களைக் காப்பாற்ற முடியாதா? உன்னை எதற்காகத் தொழுகிறேன்? என்னைத்

தூய்மைப்படுத்தும்படி நான் வேண்டிக் கொள்ளவில்லை; டாக்டரைத் தூய்மைப்படுத்தி, அவருக்கு நேர்வழி காட்டக் கூடாதா?' என்று மஞ்சுளா முணுமுணுத்துக் கொண்டாள்.

வீட்டில் துக்கத்தைப் பகிர்ந்து கொள்வதற்காகக் கூடியிருந்த உறவுக் கூட்டத்தோடு சிறிதுநேரம் பேசிக்கொண்டிருந்தாள். பிறகு, தந்தையின் அலுவலறைக்குச் சென்றாள்; அங்கு, வழக்கமாய் உட்காருகிற இடத்தில் பசுபதி இருப்பதைக் கண்டு அவளுக்கு வியப்பாக இருந்தது!

"அட, பசுபதியா!"

"மஞ்சுளா என்னம்மா இது!" என்று பசுபதி மேல்துண்டினால் முகத்தைப் பொத்திக்கொண்டு தேம்பத் தொடங்கினான்.

"நேற்றுத்தான் நீ தலைக்கு ஜலம் ஊற்றிக் கொண்டதாய்க் கேள்விப்பட்டேன்; பாதி உடம்பு ஆகிவிட்டதே. இந்த வெய்யிலில் எதுக்காக வந்தாய்?"

பணம் வந்தால் உடல் பருக்கும் என்பார்கள்; பசுபதி என்னவோ இளைத்துத்தான் போனான்; நெருப்பிலிட்ட கத்திரிக்காய் போல் வியாதியால் அவன் உடல் வதங்கிவிட்டது; "வீட்டிலேயே அடக்க மனசு வரவில்லையே அம்மா! நான் மகாபாவி. முப்பது வருஷம் முதலாளிக்குக் கால் செருப்பாயிருந்தேன். கடைசிக் காலத்தில் அவர் முகத்தைத் தரிசிக்கக்கூட நான் கொடுத்து வைக்க வில்லை. எனக்கு வந்த எமன்தான் அவரைக் கொண்டுபோய் விட்டான்; முதலாளிக்கு இப்படி ஆன தகவல் நாலு நாள் கழித்துத்தான் எனக்குத் தெரியும். அவர் மகான் அம்மா; இனிமேல் அவருக்குப் பிறவி கிடையாது."

சந்தர்ப்பத்தைக் கருதி பசுபதி சுருக்கமாக முடித்துக் கொள்வான் என்று மஞ்சுளா மௌனமாயிருந்தாள்; அவன் தொடர்ந்தான்: "இடி மேல் இடியாக, மாதவன் எங்கோ போய்

அரும்பு

விட்டானாமே, அந்தமாதிரி உத்தமமான பிள்ளை மூன்று லோகத்தில் தேடினாலும் கிடைப்பானா? நான் அவனிடம் பணம் கேட்டேனா? வேண்டாம், வேண்டாம் என்று கதறினேன். கேட்டானா? 'பரபர'வென்று வக்கீல் வீட்டுக்கும் ரிஜிஸ்தர் ஆபீசுக்கும் இழுத்துக்கொண்டு போய்ப் பத்திரம் எழுதிவிட்டான். 'இனிமேல் உழைக்கக் கூடாது. சித்தர் பாடலைப் பாராயணம் செய்து கொண்டு சந்தோஷமாயிரு' என்று சொல்லிவிட்டான். சாதாரண மனிதன் வாயிலிருந்து வருகிற வார்த்தையா இது? மாதவனைப் பற்றி ஏதாவது தெரிந்ததா, மஞ்சு?''

இல்லையென்று அவள் தலையாட்டினாள்.

''நான் சொல்கிறேன், கேட்டுக்கொள். மாதவன் பெரிய சித்த புருஷனாகத் திரும்பி வரப்போகிறான். நாம் எல்லாரும் அவன் காலில் விழுந்து கும்பிடப்போகிறோம். அம்மா மஞ்சு, பணம் காசு எனக்கு எதுக்கு? மாதவன் கொடுத்தது அப்படியே இருக்கிறது. உன்னிடம் கொடுத்துவிடுகிறேன்.''

''வேண்டாம் பசுபதி. உனக்கு வயசாகி விட்டது. சித்தர் பாடலைப் பாராயணம் செய்துகொண்டு சௌக்கியமாக இரு. அண்ணா அதுக்காகத்தானே பணம் கொடுத்தான்?''

பசுபதி கண்ணீரைத் துடைத்துக்கொண்டான்: மாதவனுக்குத் தங்கை வேறு என்ன சொல்வாள்? லட்ச ரூபாய் எங்கள் குலத்தையே விளங்கவைக்கும். ஆனால் நீங்கள் கழுவிக் கொட்டுவதற்குக்கூட அது காணாதே. இந்த உடம்பில் உயிர் இருக்கிறவரை நான் உங்களுக்கு அடிமை. நம்ம எஸ்டேட் பெரிசு; நீ சின்னஞ் சிறிசு. இங்கேயே உனக்கு ஒத்தாசையாக இருக்கிறேன்...''

''இன்னுமா நீ வேலை செய்யவேண்டும்?''

''வேலையா இது? நான் தின்கிற உப்புக்கு என் கடமை. நீ விவரம் தெரியாத பெண்; கொத்திக்கொண்டுபோக பருந்துகளா இல்லை? நீதான் வெளுத்தது எல்லாம் பால் என்கிறாயே.

சூர்ப்பனகைபோல் கெட்டது எல்லாம் சீதை வேஷத்தில் நடமாடுது. சிநேகிதி, சிநேகிதி என்று பக்கத்து வீட்டுப் பெண்ணை நம்பினாய்; என்ன ஆச்சு? உன்னைக் கெடுக்கப் பார்த்தாளே அவள் உருப்பட்டாளா? நெருப்போடு விளையாடினால் தப்ப முடியுமா? உன் மனசை நோக வைக்கிறவர்கள் வாழமுடியுமா? அந்த டாக்டரையும் போலீஸ்காரன் விடமாட்டான்போல் இருக்கிறதே...!" என்று ஆஸ்த்மாக்காரனைப் போல் மூச்சுக்குத் திணறிக்கொண்டே பேசினான் பசுபதி.

"பேசக்கூடத் தெம்பு காணோம், நடந்ததைப் பற்றிப் பேசி என்ன ஆகப் போகிறது? நடக்கிறபடி நடக்கட்டும். அண்ணா சொன்னபடி நீ பேசாமல் வீட்டோடு இரு..."

"நான் இந்த வீட்டோடுதான் இருப்பேன். முதலாளி உயிர் பிரிந்த இடத்தில்தான் என் உயிரும் பிரியவேண்டும். ஒரு மூலையில் துடைப்பைக் கட்டையாய்க் கிடக்கிறேன். உனக்கு இஷ்டம் இல்லை என்றால் சொல்லிவிடு..."

"இஷ்டம் இல்லாமல் என்ன? நீ கூட இருந்தால் எனக்கு எவ்வளவோ பலம். உன் உடம்பு ரொம்ப பலவீனமாக இருக்கிறதே என்றுதான் யோசித்தேன்."

பேசுகிறவர்கள்தான் பிழைக்கிறார்கள் என்று அனுபவத்தால் அறிந்தவன் பசுபதி; சித்த புருஷர்கள் தனது நாவில் அமர்ந்து பேசுகிறார்கள்; ஆகையால் அந்தப் பேச்சு மிக வலிமையுடையது என்று அவன் நம்பினான். ஜகந்நாதனுடைய 'எஸ்டேட்' வேலி இல்லாத பயிர்போலாகி விட்டது. மாதவன் கொடுத்த பணத்தைக் கொண்டு வட்டிக்கடை அல்லது வியாபாரம் செய்வதைவிட, இந்த எஸ்டேட்டுக்கு உள்ளே இருப்பது லாபகரம் என்பதை அவன் புரிந்து கொண்டான்; ஆகையால் சித்தர்களை மனத்தில் நினைத்துக் கொண்டு, வாயில் வந்த அறிவுரைகளை எல்லாம் அவளுக்கு வழங்கத் தொடங்கினான்.

முடிவுரை

அரும்புகள் எல்லாம் மலர்ந்து மணம் வீசுவதில்லை. எந்த அரும்பு மலருவதற்குத் தகுதி உடையது என்பதை யாரால் கூறமுடியும்? மனிதர்களில் பெரும்பாலோர் அரும்புகளாகப் பிறக்கிறார்கள், அரும்புகளாக வாழ்ந்து முடிகிறார்கள். அரிதாக எங்கோ சில மலர்கள் மலர்கின்றன. மலர்ச்சி கண்ட மனிதர்களை மகான்கள் என்கிறோம். ஞானிகள் என்கிறோம், வணங்குகிறோம். மகான்களின் கதையை மகான்களால்தான் எழுத முடியும்.

'அரும்பு' - மலர்ச்சி பெற்றவர்களின் கதை அல்ல; மனித அரும்புகள் சிலவற்றைப் பற்றியதுதான் இந்த நாவல். இதில் நடமாடுகிற பாத்திரங்கள் எல்லாரும் பசி, தாகம், ஆசை, பாசம், விருப்பு, வெறுப்பு, கோபம், தாபம், பொறாமை உள்ள சாதாரண மக்கள். இவர்களில் யாராவது மலர்ச்சி அடைவார்களா, அதற்குரிய தகுதி யாருக்காவது இருக்கிறதா என்பதை முடிவு செய்வது என் பொறுப்பு அல்ல; எனக்கும் தெரியாது.

வாழ்க்கையைப் போன்று, நாவலும் ஆசிரியன் தொடங்கும் இடத்தில் தொடங்கி முடிக்கும் இடத்தில் முடிகிறது. சத்தியமாகப் பார்த்தால், வாழ்க்கை அனாதிதானே. அனந்தம்தானே? ஆகையால் வாழ்க்கையைப் பிரதிபலிக்கும் நாவலுக்கும் ஆரம்பமோ முடிவோ இல்லை. நான் சொல்ல வந்ததைச் சொல்லி முடித்துவிட்டதால் தான் இந்த இடத்தில் கதையை முடிக்கிறேன் . கதையை முடிப்பதால் பாத்திரங்களின் வாழ்க்கை முடிந்துவிடுமா என்ன?

மஞ்சுளா, ஸரஸா, மாதவன், நீலகண்டன், பசுபதி முதலியவர்கள் வாசகர்களோடு நெருங்கிப் பழகிவிட்டவர்கள்; அவர்களுடைய பிற்கால வாழ்க்கை எப்படி அமையும், அவர்கள் எப்படி அமைத்துக் கொள்வார்கள் என்று ஆர்வம் கொள்ளும் ரசிகர்களுக்காக இரண்டாம் பாகம், முதல் அத்தியாயத்தை ஆரம்பித்துக் கொடுத்திருக்கிறேன்; பாத்திரங்களின் எதிர்காலத்தை ரசிகர்கள் எளிதில் கணித்துக்கொள்ள இயலும்; ரசிகர்கள் வல்லவர்கள் அல்லவா?

வாழ்க்கையின் முதல் பாகத்தைத்தான் கர்த்தா சிருஷ்டிக் கிறான்; இரண்டாம் பாகத்தை ரசிகர்கள்தான் படைக்கிறார்கள்; உண்மையாகப் பார்த்தால், சிருஷ்டியைக் காப்பாற்றுகிறவர்களே ரசிகர்கள்தான்.

ரசிகர்களை வணங்குகிறேன்.

குறிப்புகளுக்காக....

குறிப்புகளுக்காக....